સ્વામી વિવેકાનંદ

એક જીવનચરિત્ર

સ્વામી વિવેકાનંદ

એક જીવનચરિત્ર

આશા પ્રસાદ

ગુજરાત પુસ્તકાલય સહાયક સહકારી મંડળ લિ.
૧૧, ઈલોરા કોમર્શીયલ સેન્ટર, પહેલો માળ, રીલીફ સીનેમા પાછળ.
અમદાવાદ–૩૮૦ ૦૦૧
ફોન : ૨૫૫૦ ૬૯૭૩
E-mail : gpssmltd@yahoo.com

ડાયમંડ બુક્સ

પ્રકાશક	:	ડાયમંડ પૉકેટ બુક્સ (પ્રા.) લિ. X-30, ઓખલા ઇંડસ્ટ્રિયલ એરિયા, ફેઝ-II, નવી દિલ્હી-110020
ફોન	:	011-40712200
ઈ-મેઈલ	:	sales@dpb.in
વેબસાઈટ	:	www.dpb.in
સંશોધિત સંસ્કરણ	:	2013
મુદ્રક	:	Repro (India)

સ્વામી વિવેકાનંદ એક જીવનચરિત્ર

SWWAMI VIVEKANANDA : A BIOGRAPHY OF SWAMI VIVEKANANDA (MARATHI)

by :Asha Prasad

આમુખ

ઓગણીસમીસદીના ઉત્તરાર્ધના ભારતીય નવજાગરણના અગ્રણી નેતાઓમાં સ્વામી વિવેકાનંદનું સ્થાન અન્યતમ છે. ઈતિહાસકાર એક મતથી વીસમી સદીના પ્રારંભમાં રાષ્ટ્રીય આંદોલનમાં આવેલા નવા વળાંકમાં સ્વામીજીના કાર્યો અને સંદેશને મોટું યોગદાન માને છે. બંગાળના ભાગલા (૧૯૦૫) પછી આવેલી ક્રાંતિકારી આંદોલનની આંધીના સમયે બંગાળના ક્રાંતિકારીઓની પાસે ગીતા સિવાય વિવેકાનંદના ભાષણોની પણ પુસ્તકો જોવામાં આવતી હતી. જવાહરલાલ નેહરૂ 'ભારત કી કહાની'માં કેટલીય જગ્યાએ વિવેકાનંદ વિશે એમના ભાવ પ્રગટ થાય છે. સુભાષચંદ્ર બસુ કિશોરાવસ્થાથી જ સ્વામીજીની રચનાઓના ગહેન અધ્યેતા હતા. એમના નિધનના ૯૯ વર્ષ પછી આજના ભારતવર્ષ માટે પણ વિવેકાનંદના વિચારોનું મહત્ત્વ ઓછું નથી થયું, યુવકો માટે એમનું જીવન આજે પણ એટલું જ પ્રેરણાદાયક છે.

વિવેકાનંદ દ્વારા ભારતની ગરિમાને પુનઃ જગાવવાનો પ્રયત્ન માત્ર રાજનૈતિક દાસત્વની સમાપ્તિ માટે ન હતો. દાસત્વની જે હીન ભાવના આપણાં સંસ્કારમાં હળી-મળી ગઈ છે, એનાથી પણ છુટકારમો મેળવવાનો માર્ગ એમણે બતાવ્યો. વિવેકાનંક મોટા સ્વપ્નદૃષ્ટા હતા. એમણે એક નવા સમાજની કલ્પના કરી હતી; એવો સમાજ જેમાં ધર્મ કે જાતિના આધાર પર મનુષ્ય-મનુષ્યમાં કોઈ ભેદ ના રહે. એમણે વેદાંતના સિદ્ધાંતોને એ જ રૂપમાં રાખ્યા. અધ્યાત્મવાદ વિરુદ્ધ ભૌતિકવાગના વિવાદમાં પડ્યાં વગર પણ એ કહી શકાય છે કે સમતાના સિદ્ધાંતને જે આધાર વિવેકાનંદે આપ્યો, એનાથી સબળ બૌદ્ધિક આધાર કદાચ જ શોધી શકાય!

એમના માટે સમતાનો સિદ્ધાંત કોઈ માત્ર બૌદ્ધિક વિશ્વાસ જ નહીં, એણના દરેક પ્રયત્નનો પ્રેરક હતો. તેઓ એવા કોઈ પણ પ્રયત્નમાં ભાગ લેતા ન હતા, જેનાથી દીન-દુઃખીઓની દશામાં સુધાર ન થાય. પોતાના અનુયાયીઓથી એમણે વારંવાર કહ્યું કે આપણું રાષ્ટ્ર તો ઝૂંપડીઓમાં નિવાસ કરે છે, જ્યારે ગરીબોની સ્થિતિમાં સુધાર થશે ત્યારે જ રાષ્ટ્રની અવસ્થામાં સુધાર શક્ય છે.

એમની દૃષ્ટિમાં આ સુધારનો માર્ગ હતો શિક્ષાનો પ્રચાર. તેઓ ઇચ્છતા હતા કે એમના અનુયાયી ગામડે-ગામડે ફેલાઈ જાય અને ગરીબોને શિક્ષિત કરે. એક શિક્ષિત

વ્યક્તિ પોતાના સૂખપૂર્ણ જીવિનનો માર્ગ ખુદ શોધી લેશે. અત્યારે હાલમાં પ્રસિદ્ધ અર્થશાસ્ત્રી ગુનાર મિર્ડલે પણ ભારતીય ગરીબીને દૂર કરવા માટે સૌથી વધારે શિક્ષા પર જ ભાર આપ્યો છે.

વિવેકાનંદનો સૌથી શક્તિશાળી સંદેશ એમનું જીવન હતું. ચાલીસમા જન્મદિવસ જોવાથી પહેલાં જ સંસાર છોડી જવાવાળા એ યુવા સંન્યાસીએ આટલા અલ્પસમયમાં આખા રાષ્ટ્રમાં એક નવો પ્રાણ ફૂંકી દીધો અને એક એવું સામાજિક દર્શન પ્રતિપાદિત કર્યું, જે આજે પણ સાર્થક છે.

વિવેકાનંદને યુવકોથી ઘણી આશાઓ હતી. આજના યુવકો માટે જ આ ઓજસ્વી સંન્યાસીનું આ જીવન-વૃત્ત મેં એમના સમકાલીન સમાજ તેમજ ઐતિહાસિક પૃષ્ઠભૂમિના સંદર્ભમાં ઉપસ્થિત કરવાનો પ્રયત્ન કર્યો છે. મારો એ પણ પ્રયાસ રહ્યો છે કે એમાં વિવેકાનંદના સામાજિક દર્શન તેમજ એમના માનવીય રૂપનો પૂરો પ્રકાશ પડે.

આ પુસ્તક મારા પતિ, વિમલજીની સતત પ્રેરણાઓનું પરિણામ છે. તેઓ ઇતિહાસકાર છે. ઇતિહાસની દૃષ્ટિથી આ પુસ્તકમાં કહેલી કોઈ વાત અસંગત તેમજ અસંબદ્ધ ન થાય, આથી એમણે એની પૂરી પાંડુલિપિ વાંચી નાખી અને યત્ર-તત્ર પોતાની આલોચના તેમજ સલાહ આપી. આ પુસ્તકના પ્રકાશનમાં સહયોક માટે હું શ્રી કમલેશની આભારી છું.

આ પુસ્તકનું પ્રથમ સંસ્કરણ ૧૯૭૩માં થયું હતું. એક વર્ષના સમાપ્ત થતાં-થતાં એની નકલો ઉપલબ્ધ ના રહી. ત્યારથી જ દ્વિતીય સંસ્કરણના પ્રકાશનની વાત કેટલીય વખત મનમાં આવી, પરંતુ સંયોગવશ આ આટલા દિવસો સુધી શક્ય ન થઈ શક્યું. હું સંસદ સદસ્ય શ્રી ત્રિલોકી નાથ ચતુર્વેદી પ્રત્યે આભારી છું, કેમ કે એમની જ સદ્ભાવના તેમજ સહયોગથી આ સંસ્કરણનું પ્રકાશન શક્ય થઈ શક્યું.

સ્વામી વિવેકાનંદનું ઓજસ્વી વ્યક્તિત્વ તેમજ એમના ઉદત્ત વિચાર પૂરી વીસમી શતાબ્દીમાં આપણે ભારતવાસીઓ માટે પ્રેરણાના અજસ્ર શ્રોત રહ્યા છે. આજે જ્યારે આપણે એકવીસમી સદીના પ્રવેશ દ્વાર પર ઊભા છીએ, ત્યારે પણ એ જ્ઞાત થાય છેકે, એનાથી વધારે આપણા માટે પ્રેરણાનો કોઈ બીજો શ્રોત નથી. બીજા સંસ્કરણને પ્રકાશિત કરવાની પાછળ એ જ વિચાર રહ્યો છે કે આ પુસ્તક વધારેથી વધારે લોકોની પાસે પહોંચી શકે અને એણને સ્વામીજીના વ્યક્તિત્વ તેમજ વિચારોની ઝલક પ્રાપ્ત કરવામાં આનાથી મદદ મળે. જો બીજા સંસ્કરણનું આ પ્રયોજન સફલ થયું તો હું પોતાને કૃતાર્થ સમજીશ.

કહેવાની જરૂર નથી કે જો આ પુસ્તકમાં ક્યાંક ભૂલ રહી ગઈ હોય, તો એમના માટે હું જ જવાબદાર છું.

- આશા પ્રસાદ

નવી દિલ્લી

★★

વિષય સૂચી

દક્ષિણેશ્વરના પુજારી

કલકત્તાથી ચાર માઈલ દૂર, ગંગાના પૂર્વી તટ પર, દક્ષિણેશ્વરમાં મહાદેવી કાલીનું એક ભવ્ય મંદિર. મંદિરના પ્રાંગણમાં પદ્માસન લગાવેલા એક યુવાન પુજારી. કદ સાધારણ, રંગ ઘઉંવર્ણો, ઉન્નત લલાટની નીચે બે અર્ધનિમીલિત લાંબા કાળા નેત્ર. સ્નેહસિક્ત, શાંત અને અપૂર્વ તેજથી આલોકિત આ અડધી ઢંકાયેલી આંખોની મંદ-તીક્ષ્ણ દૃષ્ટિ જાણે લોકોના બાહ્ય અને અંતર્જગત બંનેને સહજ રૂપે જોઈ રહી છે. અડધા ખુલ્લા ભારે હોઠોમાં સફેદ દાંતોની ઝલકની સાથે શિશુ-સુલભ સરળ મૃદુ સ્મિત, શ્રમશ્રુપૂર્ણ મુખમંડળ પર એક અલૌકિક આભા. માનવતા પ્રત્યે અથાગ પ્રેમ સાગરને હૃદયમાં છુપાવીને એ વૈરાગીની તરફ આંખો આપમેળે ખેંચાઈ જાય છે.

આ વૈરાગીની વાર્તા કામરપુકુરથી આરંભ થાય છે. કામરપુકુર બંગાળનું એક ત્રિકોણાકાર સુંદર ગામ છે. પ્રકૃતિની રમણીય છટાં ત્યાના ખજૂરના વૃક્ષો, સરોવરો અને અનાજથી લહેરાતા ખેતરોમાં વિખેરાયેલી પડી છે. ખુદીરામ ચટ્ટોપાધ્યાય નામના એક અત્યંત દરિદ્ર, પરંતુ વિષ્ણુભક્ત બ્રાહ્મણ ત્યાંના જૂના નિવાસી હતા. ૬૦ વર્ષની ઉંમરમાં તેઓ પોતાના પૂર્વજોના પિંડદાન માટે 'ગયા' ગયા. ત્યાં એમણે વિષ્ણુ (ગદાધર)ના મંદિરમાં સ્વર્ગીય પુર્વજોને નૈવેદ્ય અર્પિત કર્યું. એમને એ દિવસે અપૂર્વ સુખ મળ્યું, એમને એવો આભાસ થયો કે એમનું નૈવેદ્ય પૂર્વજોએ શ્રદ્ધાપૂર્વક સ્વીકાર કરી લીધું અને તેઓ એમને આશીર્વાદ આપી રહ્યા છે.

એ રાત્રે એમણે ભગવાન વિષ્ણુને સ્વપ્નમાં જોયા. 'હું આ સંસારને પાપથી મુક્ત કરવા માટે વારંવાર જન્મ લઉં છું, આ વખતે તારી ઝૂંપડીમાં જન્મ લઈશ અને તને પોતાનો પિતા બનાવીશ.' વિષ્ણુની આ વાણી એમને સંભળાઈ પડી અથવા ખુદ પોતાના મનનો ભ્રમ-જાતસ્વર. કોણ જાણે! પરંતુ ખુદીરામ કિંકર્તવ્યવિમૂઢ થઈ ગયા. જ્યારે એમણે પોતાનું ભાન સંભાળ્યું, તો કહ્યું, 'નહીં, મારા ભગવાન તમારી આ કૃપાના યોગ્ય હું નથી. મારી યોગ્યતાથી વધારે તમે મારા પર કૃપા બતાવી. તમારી સેવાના ખયાલથી હું અત્યંત ગરીબ છું.'

એ રાત્રે કામરપુરમાં એમની ધર્મપત્ની ચન્દ્રમણિ મંદિરમાં શિવની પૂજા કરતા-કરતા સહમી ગઈ. પ્રસ્તર મૂર્તિ સજીવ થઈ ગઈ. મૂર્તિથી એક પ્રકાશપુંજ નિકળ્યો અને ચન્દ્રમણિના શરીરમાં પ્રવેશ કરી ગયો. ચન્દ્રમણિ એ તેજને સંભાળી ના શકી અને મૂર્છિત થઈને પૃથ્વી પર પડી ગઈ.

એ દિવસે ચટોપાધ્યાય દંપત્તિને ત્યાં અચાનક શંખ વાગી ઉઠ્યો. તે શુભ દિવસ હતો. સન્ ૧૮૩૬ની ૧૮ ફેબ્રુઆરી. શુભ નક્ષત્રમાં ચટ્ટોપાધ્યાય દંપતિને પુત્રરત્ન પ્રાપ્ત થયો હતો. ગયાના અભૂતપૂર્વ અનુભવની યાદમાં ખુદીરામે પુત્રનું નામ ગદાધર રાખ્યું.

દિવસ, મહિનામાં અને મહીના વર્ષમાં લપેટાતા ચાલ્યા ગયા. બાળક ગદાધર હવે પાંચ વર્ષના થઈ ચુક્યા. સ્વસ્થ શરીરમાં જેવું એમનું સ્વરૂપ મનોહર હતું, એવો જ એમનો સ્વભાવ પણ. હસતો ચહેરો, અંગ-અંગથી બાલોચિત ચપળતા. ઉંમરથી વધારે તીવ્ર બુદ્ધિ લોકોને આશ્ચર્યચકિત કરી દેતી હતી. પિતાએ એમને કામરપુકુરના સ્કૂલમાં પ્રવેશ અપાવ્યો. ત્યાં એમના સરળ સ્વભાવે બધા વિદ્યાર્થીઓ અને શિક્ષકોને મુગ્ધ કરી લીધા. ખૂબ સરળતાથી એમણે ભણવા-લખવાનું શીખ્યું. પરંતુ ફક્ત ગણિત જેવા વિષયથી એમને પ્રારંભથી જ અરુચિ હતી. ત્યાં સુધી કે ગણિતના મૂળ તત્ત્વોને પણ તેઓ શીખવા ઇચ્છતા ન હતા.

ગદાધારનું વ્યક્તિત્વ બાળપણથી જ અન્ય બાળકોથી ભિન્ન હતું. પૂર્વ અનુભવને કારણે પિતા ખુદીરામ સમયના ખોળામાં છુપાયેલા પુત્રના મહાન ભવિષ્યને જોતા હતા. અનેક દેવી-દેવતાઓના શ્લોક, રાષ્ટ્રીય તેમજ ધાર્મિક વાર્તાઓ એક વખત સાંભળીને જ ગદાધારને હંમેશાં માટે યાદ થઈ જતી હતી. એ દિવસોમાં કથાવાચક પુજારી ગામડાંઓમાં ફરી-ફરીને લોકોને ધાર્મિક તેમજ પૌરાણિક કથાઓ સંભળાવ્યા કરતા હતા. ગદાધાર એવા અવસરો પર ધ્યાનમગ્ન થઈને કથાઓ સાંભળતા હતા. પુજારીના બોલવા કે અન્ય ક્રિયાકલાપની શૈલીને જોતા રહેતા. પછી પાછળથી રમતમાં કોઈ સમારંભ વકર કે ચબૂતરાએ, ઉક્ત કથાવાચકની શૈલીમાં બેસીને એમની સમાન કથા કહેતા. સ્વભાવથી જ નટખટ બાળક ક્યારેક-ક્યારેક બિલ્કુલ શાંત તેમજ ગંભીર મુદ્રામાં પ્રાકૃતિક છટા નિહારતા. એમાં એમનું મન એટલું લાગી જતું કે તે પોતાની સુદબુધ ખોઈ બેસતા. બાળપણમાં ભલું કોઈને શું જાણ હતી કે આ કમનીય શરીરની અંદર કેટલી ઊંડાઈ, કેટલું ચિંતન છુપાયેલું છે.

સન્ ૧૮૪૨માં જ્યારે તેઓ ૯ વર્ષના હતા, ત્યારે પહેલી વખત એમની આ દૈવી દેણનો આભાસ લોકોને થયો. એમના જ શબ્દોમાં- 'એક વખત હું અનાજના ખેતરની સાંકડી પગદંડી પર ફરી રહ્યો હતો. મ્હોંમાં લાઈ ચાવતા-ચાવતા મેં આકાશની તરફ પોતાની આંખો ઉઠાવી. જોયું, એક અત્યંત શ્યામવર્ણના વાદળે સંપૂર્ણ આકાશને ક્ષણભરમાં ઢાંકી લીધું. અચાનક વાદળોની ઓટથી હિમ-શ્વેત બગલાઓની લાઇન મારા માથી ઉપરથી ઉડતા-ઉડતા ન જાણે ક્યાં નિકળી ગઈ. આ બંનેમાં એટલો રંગભેદ હતો કે એના અનુપમ સૌંદર્યમાં મારી આત્મા લિપ્ત થઈને મારાથી ખૂબ દૂર ચાલી ગઈ. મેં પોતાની ચેતના ગુમાવી દીધી અને ભૂમિ પર પડી ગયો. લાઈ વિખેરાઈ ગઈ. કોઈએ મને ખોળામાં ઉઠાવીને ઘેર પહોંચાડ્યો. એ દિવસે અસીમ આનંદ અને ભાવાધિક્યના કારણે હું ફુલ્યો ના સમાયો. આ પ્રથમ અવસર હતો જ્યારે હું હર્ષોન્માદના બંધનમાં પડ્યો.' આ પ્રકારના દૈવી હર્ષોન્માદની છાપથી એમનું જીવન સતત પૂર્ણ થતું ગયું.

જ્યારે ગદાધાર સાત વર્ષના થયા તો એમના પિતાનો સ્વર્ગવાસ થયો. ચટ્ટોપાધ્યાય પરિવાર પર એક ખૂબ જ મોટી વિપત્તિ તૂટી પડી. ચન્દ્રમણિ, જેમના માટે પતિ ખુદીરામ પૃથ્વી પર સાક્ષાત્ દેવતા હતા, તે હવે વિક્ષિપ્ત જેવી રહેવા લાગી. સાંસારિક ખુશીઓથી અલગ, રાત-દિવસ પૂજા અર્ચનામાં તે લીન રહેવા લાગી. એમના જ્યેષ્ઠ પુત્ર રામકુમારના ખભાઓ પર વૃદ્ધા માતાની દેખ-રેખ, નાના ભાઈઓનું ભણતર તથા ગૃહસ્થીની

સમસ્યાઓની જવાબદારી આવી પડી. ગદાધર પિતાથી ખૂબ હળેલા-મળેલા રહેતા હતા. પિતાની આંખો બંધ થવા પર ગદાધરમાં મોટું પરિવર્તન નજરે પડવા લાગ્યું. એમના સ્વભાવની સહજ ગંભીરતા હવે ચિંતનમાં પરિવર્તિત થવા લાગી. કેરીના બગીચામાં, કે સ્મશાનમાં એકલા કલાકો સુધી ધ્યાન મગ્ન ફરવું, માટીના નાની-નાની દેવી-દેવતાઓની મૂર્તિઓ બનાવવી તથા શ્લોક પાઠ કરવા, એમની મુખ્ય દિનચર્યા હતી. એના સિવાય તેઓ હવે દુ:ખી માતાને પોતાની ઉપસ્થિતિથી ખુશ રાખવાનો પ્રયત્ન કરતા. થોડા સમય પછી એમનો યજ્ઞોપવીત સંસ્કાર થયો ત્યારથી કુળદેવતા રઘુવીરની પૂજાનું કામ એમને સોંપવામાં આવ્યું. આ પૂજા તેઓ ખૂબ ઉત્સાહ અને ભક્તિથી કરતા. રઘુવીરની મૂર્તિમાં એમને પિતાનું રૂપ નજરે પડતું.

બંગાળની ભૂમિ ચૈતન્ય, ચંડીદાસ અને વિદ્યાપતિની ચરણરજથી પાવન છે. કૃષ્ણ પ્રેમની ભાવુકતામાં એમણે જે મધુર અને સરસ ગીત ગાયા, એના માધુર્યએ બંગાળના વાયુમંડળને ચિરકાળ માટે સુવાસિત કરી દીધું. ગદાધરનું જીવન આ જ બંગાળની ભૂમિ પર વીત્યું. એમના ભાવુક હૃદયના અનુરૂપ વાતાવરણ મળ્યું, પછી તેઓ સંગીતની મધુરિમાથી મદોન્મત્ત કેમ ન થતા! ગદાધરનું પ્રેમી હૃદય એક કલાકારની ભાવુકતાથી પરિપ્લાવિત હતું. કલાનું સૌંદર્ય ભલે પ્રકૃતિમાં હોય કે માનવ સ્વભાવમાં, મધુર સંગીતમાં હોય કે મૂક ભાવનાઓમાં, એમને પોતાની તરફ આકૃષ્ટ કર્યા વગર ના રહેતું. કલાપૂર્ણ સૌંદર્યમાં એમને ઈશ્વરનું રૂપ નજરે પડતું.

એક વખત શિવરાત્રિનો તહેવાર કામરપુકુરમાં ખૂબ ધૂમધામથી મનાવવામાં આવી રહ્યો હતો. રાત્રિમાં ભગવાન શિવના જીવન પર આધારિત એક નાટક થવાનું હતું. અચાનક ઠીક તક પર નાટકનો મુખ્ય અભિનેતા (જેને શિવ બનવાનું હતું) અસ્વસ્થ થઈ ગયો. હવે શિવનો અભિનય કોણ કરે? લોકોને એની ચિંતા થઈ. કોઈએ કદાધરના વિષયમાં સલાહ આપી. કેટલાક લોકો ગદાધરના ઘેર ગયા. શિવરાત્રિનું વ્રત કરેલ ગદાધર એ સમયે શિવની પૂજામાં લીન હતા. પૂજા છોડીને તેઓ અભિનય માટે તૈયાર ન થયા. પણ લોકોએ એમને વારંવાર સમજાવ્યું કે આવા સમયમાં એમને મદદ કરવાની જ છે. ભગવાન શિવનો અભિનય શિવની પૂજા છે. તેઓ અભિનયની સાથે-સાથે શિવની કલ્પનામાં પોતાને મગ્ન રાખીને શિવથી તાદાત્મ્ય સ્થાપિત કરી શકે છે. આ વાતોનો પ્રભાવ એમના પર પડ્યો અને તેઓ અભિનય માટે તૈયાર થઈ ગયા.

નાટકના ચબૂતરા પર એમણે ગંભીર મુદ્રામાં સંયત પગલાં વધાર્યા. દર્શ એમને જોતાં જ રહી ગયા. ભસ્મ વિભૂષિત શરીર પર રુદ્રાક્ષની માળા, માથા પર જટા, લલાટ (કપાળ) પર ચન્દ્રમા, કાનોમાં કુંડળ, કમરમાં મૃગછાલ, કામદેવની શોભા એ છબિની સામે મલિન હતી. જોતા-જોતા જ ગદાધર શિવના ધ્યાનમાં ખોવાઈ ગયા. લાગતું હતું કે શિવના વેશમાં તેઓ ખુદ શિવમાં વિલીન થઈ ગયા. એમની સામેથી ચબૂતરાના અન્ય કલાકાર, દર્શક, આખો સંસાર ન જાણે ક્યાં લુપ્ત થઈ ગયો. તેઓ ભાવ-વિભોર થઈને પૃથ્વી પર પડી ગયા. એમની બંધ આંખોથી અનવરત હર્ષના આંસૂ પ્રવાહિત થઈ રહ્યા હતા. લોકોએ સમજ્યું કે આ એમનો અંતિમ સમય છે. ચેતનતા પાછી ફરે આવા પ્રયત્ન થયા. પરંતુ વ્યર્થ. નાટકનો કાર્યક્રમ રોકાઈ ગયો ગદાધરને ઘેર પહોંચાડવામાં

આવ્યા. બીજા દિવસે વહેલી સવારે એણની ચેતના પાછી ફરી. તેઓ અત્યંત જ ખુશ અને સંતુષ્ટ નજરે પડી રહ્યા હતા. એના પછીથી એવા અવસરો પર હંમેશાં એમના પર આ પ્રકારનો હર્ષોન્માદ છવાઈ જતો.

બાળક ગદાધરની અંદર છુપાયેલી મહાન આત્માને કામરપુકુરના કેટલાક લોકો ઓળખી ગયા હતા. શ્રીનિવાસ નામનો એક તથાકથિત નિમ્ન જાતિનો વ્યક્તિ ગદાધરને ખૂબ પ્રેમ કરતો હતો. એક દિવસે જ્યારે તે ભગવાનનની પૂજા માટે માળા બનાવી રહ્યો હતો, ત્યારે જ ગદાધર ત્યાં ફરતા-ફરતા આવી પહોંચ્યા. શ્રીનિવાસ બજારથી કપડામાં છુપાવીને મિઠાઈ લઈ આવ્યા. એકાંત મેદાનમાં ખૂબ દૂર એક વૃક્ષ નીચે તેઓ ગદાધરને બોલાવીને લઈ ગયા. ગદાધરને વૃક્ષની નીચે બેસાડવામાં આવ્યા. અહીં-તહીં જોઈને, સહેમતા-સહેમતા એણે ગદાધરની પૂજા કરી, માળા પહેરાવી અને પોટલીની મિઠાઈ ખાવા માટે આપી. શ્રીનિવાસ સમજતો હતો કે ગદાધર ઈશ્વરનો અવતાર છે, ભવિષ્યનો મહામાનવયોગી છે.

ગદાધર હવે કિશોરાવસ્થા પર હતા. એમનું હૃદય નારી-હૃદય હતું અને શરીર કમનીય. દરેક ઉંમરની સ્ત્રીઓ એમની તરફ સહજ રૂપથી આકર્ષિત થતી હતી. ગદાધરની સરળતા, ભગવત-ભક્તિની પવિત્રતા તથા ઉન્મુક્ત હૃદય પર મહિલાઓ મુગ્ધ હતી. એમનાથી એમને કોઈ પણ પ્રકારની ઝિઝક અનુભવાતી ન હતી. કિશોર ગદાધરમાં એમને એમને કંઈક પોતાની જ વસ્તુ નજરે પડતી. બહુધા બપોરમાં ગૃહકાર્યથી મુક્ત થઈને તેઓ ચન્દ્રમણિના આંગળમાં એકઠી થતી અને ગદાધરથી ભગવત્-ચર્ચા સાંભળતી.

ગદાધરનું ગામની શાળામાં અભ્યાસમાં જીવ નહોતો લાગતો. બહુધા તેઓ અન્ય બાળકોની ટોળી બનાવીને ગોપી-કૃષ્ણ લીલાનો અભિનય કરતા. ખુદ કૃષ્ણપ્રેમમાં બેસુધ રાધાનો અભિનય કરતા-કરતા હર્ષોન્માદમાં ખોવાઈ જતા. એમના મોટા ભાઈ રામકુમાર હવે કલકત્તામાં એક શાળઆ ચલાવી રહ્યા હતા. એમણે ગદાધરને કલકત્તા બોલાવીને આધુનિક શિક્ષા અપાવવાનો વિચાર કર્યો. એક શુભ દિવસે કામરપુકુરથી ગદાધરની વિદાયનો સમય આવી ગયો. ૧૭ વર્ષના અતીતની અત્યંત ભાવુક ઘડીઓ ગદાધરના માનસ-પટલ પર એક વખત ફરીથી ઉભરાવવા લાગી. કામરપુકુરના વિયોગની કલ્પનાથી હૃદય દ્રવિત થવા લાગ્યું. પરંતુ તેઓ કલકત્તાનું ભવિષ્ય એમને પોકારી રહ્યું હતું. તેઓ ક્યાં રોકાવાવાળા હતા.

કલકત્તામાં રામકુમારે એમને પોતાની સ્કૂલમાં લઈ લીધા. આ સ્કૂલમાં જ એમને આધુનિકતાનો આભાસ મળ્યો. પરંતુ સ્કૂલની આધુનિક શિક્ષા, એમના હૃદયની પિપાસાને શાંત ના કરી શકી. જીવનની ઊંડાઈમાં એમને કંઈક બીજી જ્યોતિ નજરે પડી. એમાં એમણે જીવનનું એક જ લક્ષ્ય જોયું, તે હતું ભગવત્-ભક્તિ. એક દિવસે એમણે રામકુમારથી કહ્યું - ‘ભાઈ! ફક્ત રોટલી અર્જિત કરવાવાળી આ શિક્ષાને લઈને હું શું કરીશ? હું તો એ જ્ઞાન ઇચ્છું છું, જેનાથી હૃદય હંમેશાં માટે આલોકિત થઈ જાય.’ રામકુમારે ગદાધરને સમજાવવાનો ખૂબ પ્રયત્ન કર્યો, પરંતુ તેઓ સફળ ના થઈ શક્યા.

એ જ સમયે વૈશ્ય જાતિની એક સંપન્ન વિધવા મહિલા રાણી રાસમણિએ દક્ષિણેશ્વરમાં કાલી મંદિરની સ્થાપના કરી. આ મંદિરમાં ઊંચ-નીચના ભેદભાવથી રહિત પ્રત્યેક જાતિ અને પ્રત્યેક ધર્માવલમ્બીની પહોંચ હતી. આ મંદિરના નિર્માણથી જાતિના નામ પર સામાજિક યાતનાઓથી પીડિત જનતાને સંતોષ અને આનંદ મળ્યો. પરંતુ એ સમયના

ભારતમાં દેવી કેટલી પણ પૂજનીય કેમ ન હોય, જો તેઓ એક તથાકથિત નિમ્ન જાતિના મંદિરમાં નિવાસ કરે, તો પછી એમના માટે બ્રાહ્મણ સેવક મળવો મુશ્કેલ હતો. અને સેવક જો જાતિશ્રેષ્ઠ બ્રાહ્મણ ન હોય, તો પછી પુજારી કેવી રીતે? રામકુમારે ખૂબ અંતર્દ્વન્દ્વ પછી આ મંદિરના પ્રથમ પુજારીનું આસન સ્વીકાર કર્યું. એમની સામે પારિવારિક દરિદ્રતાની મજબૂરી હતી. પરંતુ અલ્પસમયમાં જ એમનું મૃત્યુ થઈ ગયું. હવે ગદાધરે પોતાના ભાઈનું રિક્તસ્થાન ગ્રહણ કરવું પડ્યું.

આ પ્રકારે યુવાવસ્થાના પ્રાંગણમાં પગ વધારતા-વધારતા ગદાધર, જે આગળ ચાલીને શ્રી રામકૃષ્ણ પરમહંસના નામથી પ્રસિદ્ધ થયા, દક્ષિણેશ્વરની દેવી 'માં કાલી'ની આરાધનામાં લીન થઈ ગયા. તેઓ માં કાળીના સેવક હતા. કાળી માતાની પ્રસ્તર મૂર્તિની સેવા અને આરાધના ઉષા કાળમાં રાત્રિ સુધી તેઓ એટલી તન્મયતા અને લગનથી કરતા-કરતા ભૂલી જતા કે આ મૂર્તિ, મૂર્તિ છે, એમાં જીવન નથી. તેઓ એમાં જીવન શોધતા. કેટલીય રાત્રો દેવીના ચિંતમાં બેસીને વીતી જતી. પરંતુ માતા કાળીનો સાક્ષાત્કાર ના થયો. સંધ્યા સમયે ગોધૂલિની વેલામાં ગંગાતટ પર તેઓ ભાવ-વિહ્વળ થઈને બૂમો પાડ્યા કરતા, 'આજે બીજો દિવસ પણ વ્યર્થમાં જ નષ્ટ થઈ ગયો. માં મેં તને ના જોઈ. આ નાના જીવનનો બીજો દિવસ પણ નિકળી ગયો પણ મને સત્યના દર્શન ના થયા. માં, જો તું સત્ય હોય, જે તું ક્યાંય પણ હોય, તો પછી હું તને જોઈ કેમ નથી શકતો?'

એક વખત એમની વેદના અસહ્ય થઈ ઉઠી. ભગવત્ દર્શન વગર આ જીવનની શું કિંમત? હતોત્સાહ થઈને એમણે પોતાના નિષ્પ્રયોજન જીવનનો અંત કરવાનું વિચાર્યું. માતા કાળીના મંદિરમાં લટકી રહેલી તલવાર પર એમની નજર પડી. 'તલવાર! બસ તું જ આ જીવનનો અંત કરવામાં મદદરૂપ થઈ શકે છે.' હૃદયમાં આ વિચાર વિચારતા-વિચારતા જ 'મેં એક ઉન્મત્ત વ્યક્તિની સમાન દોડી તલવાર પકડી લીધી. તરત જ એક અત્યંત પ્રખર તેમજ ઉજ્જવળ પ્રકાશ-પુંજ મારી ચારે તરફ ફેલાઈ ગયો. હું એમાં ડૂબવા લાગ્યો. મારો પૂર્વ પરિવેશ, માતા કાળીનું મંદિર, દ્વાર, બારી વગેરે બધું જ એ પ્રકાશની લહેરમાં ખોવાઈ ગયા. મેં પોતાની ચેતના ગુમાવી દીધી અને પડી ગયો. એના પછી દિવસ અને રાત કેવી રીતે ગુજર્યા, મને જાણ નથી. મારી સામે દેવી માતાની ઉપસ્થિતિ હતી-મારી તરફ ચારે તરફ આનંદનો સાગર ઉમડી પડ્યો હતો. બસસ એનું જ મને જ્ઞાન હતું.'

એના પછી રામકૃષ્ણ ભગવાનના મદમાં મસ્ત રહેવા લાગ્યા. સમય-સમય પર એમને દેવી માતા કાળીથી સાક્ષાત્કાર થતા. એમની આરાધના અને ચિંતન બરાબર વધતું જ ગયું. આ પ્રકારે દેવીથી તાદાત્મ્ય અને હર્ષોન્માદની સ્થિતિમાં પરાકાષ્ઠા પર પહોંચી ગઈ. મંદિરમાં પૂજા કરતા સમયે પાષાણ મૂર્તિના સ્થાન પર માતા કાળી હસતી-હસતી અને આશીર્વાદ આપતી ઊભી થઈ જતી. પૂજા કરતા-કરતા તેઓ પોતાના હાથો પર પણ માતા કાળીનો શ્વાસ વાયુની ઉષ્ણતા અનુભવ કરતા. મંદિરની ઉપર જતા નૂપુરની મધુર ધ્વની સંભળાઈ પડતી. હવે એમનામાં અને માતા દેવીમાં કોઈ અંતર રહી ગયું ન હતું. માતાના ચિંતનમાં તેઓ એટલા રત રહેવા લાગ્યા કે એમની નજરમાં દરેક સ્ત્રી માતૃતુલ્ય થઈ ગઈ. 'ત્યાં સુધી કે સ્વપ્નમાં પણ મેં કોઈ સ્ત્રીના માતા સિવાય અન્ય નજરથી નથી જોઈ.'

માતા કાળીના પ્રથમ સાક્ષાત્કારનો એટલો ઊંડો પ્રભાવ રામકૃષ્ણના શરીર પર પડ્યો કે શરીર અસ્વસ્થ રહેવા લાગ્યું. પોતાની માતા અને સંબંધીઓના આગ્રહ પર તેઓ જળવાયુ પરિવર્તનના વિચારથી કામરપુકુર ગયા. માતાએ પુત્રને જોયો. ગદાધરનો સહજ ખુશીથી છલકાતો ચહેરો જાણે ક્યાં લુપ્ત થઈ ગયો હતો. ગામના પ્રાકૃતિક દૃશ્યો, મિત્રોના સંસર્ગમાં, કે વૃદ્ધ માતાના મિલનમાં હવે એમને કોઈ રસ ન હતો. એમનું શરીર દુર્બળ અને મુખમંડળ ઉદાસ તેમજ પ્રગાઢ ચિંતનમાં રત હતું. સમય-સમય પર તેઓ આંતરિક પીડાથી કણસવા લાગતા, આંખોથી અવિરલ અશ્રુધારા વહેવા લાગતી અને તેઓ માં..માં.. બૂમો પાડવા લાગતા.

ચન્દ્રમણિ પુત્રના આ રૂપથી પરિચિત ન હતી. કલકત્તાના પ્રવાસમાં એમનો લાડલો પુત્ર ક્યાંક ખોવાઈ ગયો હતો અને એમની સામે આ કોઈ બીજો જ ગદાધર ઉપસ્થિત હતો. પુત્રની દશા જોઈને ચન્દ્રમણિનું મન વિચલિત થવા લાગ્યું. ગદાધરની આ નવી બીમારીનું કોઈ કારણ નજરે ન આવતું. એમણે એના ઉપચાર માટે જોગ-જાપ, પૂજા-પાઠ, ડૉક્ટર-વૈદ્ય કશું પણ બાકી ન રાખ્યું. પરંતુ રામકૃષ્ણ પર એની કોઈ અસર ના પડી. તેઓ બહુધા સ્મશાનમાં એકાંતમાં બેસીને દિવસ-દિવસભર ચિંતન કર્યા કરતા. સાંસારિકતાની તરફ આકર્ષિત કરવા માટે લોકોએ એમને લગ્નના બંધનમાં બાંધવા ઇચ્છ્યા. માતા કાળીની ઇચ્છા સમજીને રામકૃષ્ણએ આ પુનીત કાર્ય માટે ખુશીથી પોતાની સંમતિ આપી દીધી. પરંતુ આવા વૈરાગી વ્યક્તિ માટે કોઈ પણ પોતાની પુત્રી આપવા તૈયાર થતું ન હતું. પરિવારના લોકો વહૂ શોધતા-શોધતા નિરાશ થઈ ગયા. અંતમાં એક દિવસે રામકૃષ્ણે અર્ધચેતનાવસ્થામાં કહ્યું, ''અહીંયા પ્રયત્ન કરવો વ્યર્થ છે. તમે લોકો 'જયરામવટી'નામના ગામમાં જાઓ, ત્યાં રામચંદ્ર મુખોપાધ્યાયના ઘરમાં મારા માટે વહૂ સુરક્ષિત છે.''

એ ગામના ઉક્ત વ્યક્તિની પાસે એક માણસને મોકલવામાં આવ્યો રામકૃષ્ણની વાણી સત્ય સાબિત થઈ. રામચન્દ્ર મુખોપાધ્યાયને હકીકતમાં પાંચ વર્ષની કન્યા હતી અને એમણે જલ્દી જ લગ્નનો પ્રસ્તાવ સ્વીકાર કરી લીધો. છોકરીની નાની ઉંમરને કારણે ચન્દ્રમણઈને આ સંબંધથી થોડો ખચકાટ થયો, પરંતુ અન્ય કોઈ રસ્તો ન હતો. તેથી એમમએ આ લગ્ન પાક્કા કરી લીધા. શુભ મુહૂર્તમાં રામકૃષ્ણના શારદા દેવીથી પાણિગ્રહણ થઈ ગયા. લગ્નના લગભગ દોઢ વર્ષ પછી તેઓ દક્ષિણેશ્વર પાછા આવ્યા.

દક્ષિણેશ્વર પાછા આવીને પોતાની માતા, પત્ની તથા અન્ય સંબંધીઓને ભૂલીને તેઓ પૂર્વવત્ કાળી માતાની આરાધના-ઉપાસનામાં વ્યસ્ત થઈ ગયા. સત્યની શોધમાં દિવ, સપ્તાહ અને મહીના વીતવા લાગ્યા. એક દિવસે રામકૃષ્ણએ જોયું, મંદિરમાં એક તપસ્વિની મહિલા ઉપસ્થિત થઈ, વલ્કલ વસ્ત્ર, સઘન લાંબા ખુલ્લા વાળ, અવસ્થા પ્રૌઢ, લાવણ્યમય મુખમંડળ પર જ્ઞાનની ગરિમા. એમના હાથમાં એક નાની-એવી પોટલી હતી. લાગ્યું, એમાં એક-બે કપડાં અને કેટલીક પુસ્તકો હતી. રામકૃષ્ણની આંખો આશ્ચર્યચકિત હતી. આગંતુકાએ રામકૃષ્ણને જોયા. જોતા જ તેઓ ભાવવિહ્વળ થઈને રોઈ પડી. 'મારા પુત્ર, તું અહીંયા છે. કેટલા દિવસોથી હું તને શોધી રહી હતી. ઓહ! હવે મેં તને મેળવ્યો છે.' આંસૂઓનો ભીનો અવાજ એમના હોઠોથી વહી ગયો.

તેઓ એક બંગાળી બ્રાહ્મણ પરિવારની વિષ્ણુભક્ત મહિલા હતી. ધર્મ અને દર્શનનું એમને ઊંડો અભ્યાસ હતો. એમને લોકો ભૈરવી બ્રાહ્મણીના નામથી ઓળખતા હતા.

રામકૃષ્ણની પાસે આવતા જ એમણએ રામકૃષ્ણની સ્થિતિ ઓળખી લીધી. એમને લાગ્યું કે ભગવાને પોતાનો અમર સંદેશ રામકૃષ્ણ સુધી પહોંચાડવા માટે જ એમને અહીંયા સુધી મોકલ્યા છે. રામકૃષ્ણને જોતા જ એમના હૃદયમાં વાત્સલ્યની ધારા ઉમડી પડી. એમણે જલ્દી જ રામકૃષ્ણથી માતા-પુત્રના પાવન સંબંધ સ્થાપિત કરી લીધા. રામકૃષ્ણ એક બાળકની સહજ સરળતા અને ભોળાપણાથી એ ભૈરવી બ્રાહ્મણીના સન્મુખ પોતાની આરાધનાની બધી મુશ્કેલીઓ અને જિજ્ઞાસાઓ રાખતા ગયા. ભૈરવી બ્રાહ્મણીએ રામકૃષ્ણના પ્રેમ અને ભક્તિને ધીમે-ધીમે દાર્શનિક જ્ઞાનનો આધાર આપ્યો. એની સાથે જ એમણે રામકૃષ્ણને તાંત્રિક સાધનાનો પણ માર્ગ બતાવ્યો.

રામકૃષ્ણ પ્રેમ અને ભક્તિના જ રંગમાં રંગાયેલા રહ્યા. ભૈરવી બ્રાહ્મણીને તેઓ માતા અને ગુરુના રૂપમાં જોતા હતા. ભૈરવી બ્રાહ્મણીનું બધું જ્ઞાન પણ એમણે પ્રેમ માર્ગથી જ શીખ્યું. પ્રેમ માર્ગનો સૌથી પ્રથમ પગ છે, કોઈ એક દેવતાને પોતાની આરાધના અને ચિંતનનું કેન્દ્ર બનાવવા. રામકૃષ્ણ માતા કાળીને આ રૂપમાં પહેલેથી જ અપનાવી ચુક્યા હતા. તેથી તેઓ ઘણા દિવસો સુધી એમના જ પ્રેમ અને ભક્તિમાં લીન રહ્યાં. ધીમે-ધીમે એમની સાધનાએ એટલું બળ પકડ્યું કે તેઓ માતા કાળીને સજીવ શરીરને જોઈ શકતા હતા, સ્પર્શ કરી શકતા હતા, અને એમનાથી વાર્તાલાપ કરી શકતા હતા. પાછળથી એમને જ્ઞાન આવ્યું કે સંસારની દરેક વસ્તુમાં ભગવાનનના દરેક રૂપનો નિવાસ છે. ફક્ત એમને જોવા માટે પ્રેમની આંખો જોઈએ. આ પ્રકારે પછીથી રામકૃષ્ણ દેવતાઓના બધા રૂપમાં માતા કાળીથી જ આવિર્ભૂત થતા નજરે પડવા લાગ્યા. સાથે જ સાથે એમની આંખોની સામે ભગવાનના અનેક સ્વરૂપ ઉપસ્થિત રહેવા લાગ્યા. ભગવાનના આ વિભિન્ન રૂપોના દર્શન માટે તેઓ વિભિન્ન પ્રકારની પ્રેમપૂર્ણ ભાવનાઓમાં ડૂબતા રહ્યાં. હવે ભગવાનથી એણના કેટલાય પ્રકારના સંબંધ સ્થાપિત થઈ ગયા; જેમ કે સ્વામી-સેવકનો સંબંધ, માતા-પુત્રનો, પ્રેમી-પ્રેમિકાનો, અને મિત્ર-મિત્રનો સંબંધ. એમનું જીવન માતા કાળી સિવાય ભગવાનની અન્ય આકૃતિઓથી પણ પરિપૂર્ણ થઈ ગયું. એમાં ભૌતિકતાનું લેશમાત્ર પણ સ્થાન ન હતું. એમની પ્રેમ અને ભક્તિમાર્ગી આરાધના તથા તાંત્રિક સાધનાની ચર્ચા દૂર-દૂર સુધી થવા લાગી.

હજુ ભૈરવી બ્રાહ્મણીની શિક્ષા-દીક્ષા ચાલી જ રહી હતી કે એક દિવસ નિર્વસન ભ્રમણશીલ યોગી દક્ષિણેશ્વર પહોંચ્યા. લાંબા વજતુલ્ય શરીરથી જાણે લોખંડનું લોહી, દેદીપ્યમાન સ્વરૂપ, દારુણ તેમજ દઢ પ્રકૃતિક લાગતું હતું. આ લોહ દેહની સાથે વ્યાધિનો પણ કોઈ સંબંધ નહીં રહ્યો હોય. એમને લોકો તોતાપુરી કહેતા હતા. એમણે નાગા જાતિના કોઈ યોગીથી દીક્ષા લીધઈ હતી. ખૂબ ઓછી ઉંમરમાં ભ્રમણ-જીવન આરંભ કરવાથી પહેલાં તેઓ પંજાબમાં સાતસો ભિક્ષુઓના મઠના પ્રધાન હતા.આ મઠના બધા સાધક, ચતુર કુંભકકારની સમાન પોતાના શરીર અને આત્માને યોગાગ્નિમાં સળગાવીને એટલા કઠોર બનાવી લેતા હતા કે એના પર સાંસારિક ઉષ્ણ-શીત કે સુખ-દુઃખની કોઈ અસર પડતી ન હતી. એવા મઠના નેતા તોતાપુરીએ વેદાંતના આધાર પર સત્યના પ્રત્યક્ષીકરણમાં સિદ્ધિ પ્રાપ્ત કરી લીધી હતી. અદ્વૈત દર્શન અનુસાર પરમબ્રહ્મ જ ચિર સત્ય છે. યોગના દ્વારા આત્મા પરમ બ્રહ્મમાં અંતર્ભૂત થઈ શકે છે. પરંતુ માયા? આ અસત્ય અને અસ્થાયી છે. એનો આધાર માનીને ચિર સત્ય પરમેશ્વર સુધી પહોંચી શકાય છે, એના પર એમને સ્વપ્નમાં પણ વિશ્વાસ ન હતો.

દક્ષિણેશ્વરમાં કાળી મંદિરની તરફ જતા-જતા તોતાપુરીએ જોયું, મંદિરની સીડીઓ પ ર બેઠેલ એક યુવક પુજારી કોઈ અલૌકિક કલ્પનામાં ખોવાયેલો હતો. તોતાપુરી એને જોતા જ ચોંકી ઉઠ્યા. આવી દીપ્તિ! દીપ્તિ નહીં, એક ચુંબક જે એમને ખેંચી રહ્યું હતું. તોતાપુરીના પગ અનાયાસ રામકૃષ્ણની તરફ વધી ગયા. તેઓ હંમેશાં ભ્રમણશીલ હતા. ક્યાંય પણ ત્રણ દિવસોથી વધારે રોકાતા ન હતા. પરંતુ પ્રેમ અને ભક્તિરસમાં ડૂબેલી રામકૃષ્ણની પારલૌકિક પ્રતિમાને જોઈને તેઓ દક્ષિણેશ્વર જલ્દી ના છોડી શક્યા. રામકૃષ્ણની સાથે વાતો જ વાતમાં એમના અગિયાર મહીના વીતી ગયા.

રામકૃષ્ણના સાકાર દેવની ઉપાસનાનો માધ્યમ હતું પ્રેમ, અને તોતાપુરીના નિરાકાર બ્રહ્મના સાધનાનો માર્ગ હતો, યોગ. નિતાંત વિપરીત પથ પર બે અલૌકિક જ્યોતિ પુંજ. પરંતુ બંનેના લક્ષ્ય એક જ. ધીમે-ધીમે બંને પથ સંકુચિત થતા ગયા. સાધનાના ક્ષેત્રમાં પ્રતિકૂળ વિચારવાળા બંને સંત પાસે આવી ગયા. બંનેએ પોત-પોતાના જ્ઞાનથી એક-બીજાને પ્રભાવિત કર્યા. નિરાકાર બ્રહ્મના ચમત્કારથી અનભિજ્ઞ રામકૃષ્ણ એવી કલ્પના કરી શકતા ન હતા કે સગુણની મદદ લઈને ભગવાનથી તાદાત્મ્ય સ્થાપિત થઈ શકે છે. તોતાપુરીએ કહ્યું- 'મારા પુત્ર, સત્યનો ખૂબ લાંબો રસ્તો તેં પાર કરી લીધો છે. જો તારી ઈચ્છા હોય, તો એના પછીનો માર્ગ હું વેદાંત દ્વારા બતાવું.' રામકૃષ્ણએ કોઈ જવાબ ન આપ્યો. તેઓ માતા કાળીની સામે એક ભોળા બાળકની સમાન ઊભા થઈને આ પ્રકારની આરાધનાની આજ્ઞા માંગવા લાગ્યા. આજ્ઞા મળવા પર એમણે તોતાપુરીથી અત્યંત વિશ્વાસ અને વિનમ્રતા પૂર્વક અદ્વૈત વેદાંતની દીક્ષા લીધી. દીક્ષા સંસ્કારના પ્રથમ ચરણમાં એમને પોતાની ઇન્દ્રિયોને વશમાં કરવી, કોઈ પણ દેવી-દેવતાઓની પૂજા-અર્ચનાના બાહ્યઆડંબરથી મુક્તિ મેળવવી તથા પોતાના અહંને ભૂલી જવાનું હતું. આ બધા પર તો એમણે તરત જ વિજય પ્રાપ્ત કરી લીધો. પરંતુ જ્યારે એ તોતાપુરીની નિર્દેશિત મુદ્રામાં આસન લગાવીને ધ્યાનમગ્ન થતાં, તો બરાબર એમની બંધ આંખોની સામે માતા કાળીની રૂપ ઉભરાઈ આવતું. હતોત્કાસહ થઈને એમણે તોતાપુરીથી કહ્યું કે આ બધું વ્યર્થ છે. તેઓ પોતાની આત્માને પ્રતિબંધરહિત સ્થિતિથી ઉપર ઉઠાવી બ્રહ્મમાં આત્મસાત નથી કરી શકતા.

એવું સાંભળતા જ તોતાપુરીએ રામકૃષ્ણની તરફ આગ્નેય દૃષ્ટિથી જોઈને તીક્ષ્ણ વાણીમાં કહ્યું- 'શું? આ તે કહ્યું? તું એવું નથી કહી શકતો ? તારે જરૂર કરવાનું છે.' એવું કહીને એમણે અરીસાનો એક ટુકડો રામકૃષ્ણની આંખોની સામે રાખ્યો અને એના એક બિન્દુ પર ધ્યાન કેન્દ્રિત કરવાનું કહ્યું. રામકૃષ્ણના શબ્દોમાં - 'ત્યારે હું પોતાની સંપૂર્ણ શક્તિથી ધ્યાન લગાવવા લાગ્યો. જેવી જ દેવી માતાની ભવ્ય આકૃતિ પ્રસ્તુત થઈ, મેં પોતાની તલવારની સમાન પોતાના વિવેકનો પ્રયોગ કર્યો. મેં એને બે ટુકડાંમાં ખંડિત કરી દીધી. અંતિમ વ્યવધાન તૂટી ગયું... હું સમાધિમાં ખોવાઈ ગયો.' સમાધિ સીમા પર પહોંચી ગઈ. આત્મા પરમ બ્રહ્મમાં આત્મસાત થઈ ગઈ. ચારે તરફ શૂન્ય જ શૂન્ય. ન દેવ, ન પુજારી, ન ઉપાસ્ય, ન ઉપાસક. આ નિર્વિકલ્પ સમાધિની એવી સ્થિતિ છે, જેની અભિવ્યક્તિના ન તો ભાવ છે ના તો ભાષા. આ સ્થિતિ સુધી પહોંચવામાં તોતાપુરીએ પોતાના જીવનના ચાળીસ દિવસ મુશ્કેલ વર્ષ વ્યતીત કર્યા. પરંતુ રામકૃષ્ણએ એક જ દિવસમાં આ સમાધિની મુશ્કેલીઓ પર વિજય પ્રાપ્ત કરીને પરબ્રહ્મમાં પોતાને આત્મસાધ

કરી લીધા. એના પછી રામકૃષ્ણ અનુભવ કરવા લાગ્યા કે દેવી કાળી જ પરમ સત્ય, પરબ્રહ્મ છે. તે વ્યષ્ટિ પણ છે, સમષ્ટિ પણ છે. તેઓ એક અને અનેકથી પરે શૂન્ય છે. એક દિવસે દેવી માતાએ એમને કહેતા સાંભળ્યા - 'હું જગત-માતા છું. હું વેદાંતની પરબ્રહ્મ છું. હું ઉપનિષદની આત્મા છું. આ હું જ બ્રહ્મ છું, જેણે સંસારમાં ભિન્નતાનું નિર્માણ કર્યું છે. મારી પાસે ભક્તિ દ્વારા, જ્ઞાન દ્વારા અને કર્મ દ્વારા આવી શકાય છે. તું જો પૂર્ણતા પ્રાપ્ત કરવા ઈચ્છે છે, તો મારી પાસે આવ. જે લોકોએ સમાધિમાં પૂર્ણતા પ્રાપ્ત કરી છે તે પણ મારી ઈચ્છાથી.'

વેદાંતના જ્ઞાનથી પરિપૂર્ણ તેમજ તીક્ષ્ણ બુદ્ધિસંપન્ન તોતાપુરીના મનમાં આ વાત જામી રહી ન હતી કે ઈશ્વર સુધી પ્રેમમાર્ગથી પણ પહોંચી શકાય છે. રામકૃષ્ણની પૂજા-અર્ચના તથા ભક્તિ પૂર્ણનૃત્યોને તેઓ ઉપહાસની દૃષ્ટિથી જોતા હતા. ભાવપૂર્ણ સ્થિતિમાં કરતલ ધ્વનિની સાથે ભગવાનનું નામ જપી રહેલા રામકૃષ્ણને જોઈને તેઓ વ્યંગ્યાત્મક સ્મિતની સાથે કહે છે -'શું તમે ભીખ માંગી રહ્યા છો?' પરંતુ વધારે ઉપેક્ષા કરવા પર પણ રામકૃષ્ણના શ્લોકોના સુરીલા સ્વર અને મધુરભાવે તોતાપુરીને મુગ્ધ કરી લીધા. તોતાપુરીની આંખોમાં સ્નેહના આંસૂ વહી પડ્યા. રામકૃષ્ણ બાલોચિત સરળતા અને નિશ્છળ ઉન્મુક્ત સ્મિતની સાથે બોલ્યા, 'જુઓ, જુઓ, તમે પણ માયાની અદમ્ય શક્તિથી પરાજિત થઈ રહ્યા છો.' તોતાપુરની પાસે કોઈ જવાબ ન હતો. એમના હૃદયમાં માયા પોતાનો પ્રભાવ જમાવી રહી હતી. એમણે અનુભવ કર્યો કે માયા (શક્તિ) અને બ્રહ્મ બધું એક છે. જીવનના દરેક ક્ષેત્રમાં એમને માયાનો પ્રભાવ દેખાવા લાગ્યો. એમણે પોતાના શિષ્ય, જે હજુ ગુરુ પણ હતા, એમનાથી વિદાય માંગી અને પુનઃ ભ્રમણનો માર્ગ અપનાવ્યો.

આ પ્રકારે રામકૃષ્ણ તોતાપુરીના સંગમથી જ્ઞાનના ક્ષેત્રમાં પણ પૂર્ણતા પ્રાપ્ત કરી ગયા. એક-અનેક, નિરાકાર-સાકાર બધુ જ સ્પષ્ટ થઈ ગયું. એમણે સંસારની દરેક વસ્તુમાં ઈશ્વરનું એક જ રૂપ જોયું. એમણે પ્રત્યેક રૂપની પ્રશંસા કરી. એમને એ ભાસ થયો કે હજુ ધર્મોનું લક્ષ્ય એક છે, પરંતુ માર્ગ અલગ-અલગ છે. હવે તેઓ ધર્મની અંદર પ્રવેશ કરીને, એમાંથી પ્રત્યેકના અપેક્ષિત માર્ગનું અનુસરણ કરીને એના વિશિષ્ટ દેવને જોવા ઈચ્છતા હતા.

આ ક્ષેત્રમાં ઈસ્લામ એમનો પ્રથમ માર્ગ હતો. કાળી મંદિરથી થઈને કેટલાય મુસલમાન ફકીર રોજ આવન-જાવન કર્યા કરતા હતા. અન્ય જાતિઓની સાથે-સાથે મુસલમાન મુસાફરો માટે પણ રાણી રાસમણિએ મંદિરના નિચલા ભાગમાં રોકાવા માટેની જગ્યા છોડી હતી. એક દિવસે રામકૃષ્ણએ જમીન પર સૂઈને, ભગવાનના ભજનમાં લીન એક મુસલમાનને જોયા. એનું મુખમંડળ તૃપ્તિ-જનિત હર્ષથી આલોકિત હતું, જાણે ભગવાનથી સાક્ષાત્કારનો આનંદ તે લઈ રહ્યા હતા. એનું નામ ગોવિંદ રાય હતું. રામકૃષ્ણએ એનાથી ઈસ્લામ ધર્મની દીક્ષા લીધી. કાળીના પુજારી રામકૃષ્ણ ઘણા દિવસો સુધી પોતાની દેવી માતાને પૂર્ણ રીતે ભૂલી ગયા. એમણે ક્યારેય માતા કાળીની પૂજા-અર્ચના ના કરી અને ના એમના મસ્તિષ્કમાં ક્યારેય માતા કાળીની સ્મૃતિ જ જાગી. તેઓ મંદિરની બહાર, મુસલમાની પહેરવેશ પહેરીને અલ્લાહ મિયાંનું નામ જપવા લાગ્યા. હિન્દૂ શાસ્ત્રાનુસાર વર્જિત ભોજન ગો-માંસને પણ મુસલમાની ખાવામાં સ્વીકાર કરવા માટે તેઓ તૈયાર હતા. એને જોઈને એમના શિષ્યગણ તથા અન્ય શુભેચ્છુ ખૂબ જ ગભરાઈ ગયા અને

એવું કરવાથી એમને રોક્યા. પરંતુ રામકૃષ્ણ પર એની કોઈ અસર ના પડી. લાચાર થઈને એ લોકોએ ગુપ્ત રીતિથી એક મુસલમાનના નિરીક્ષણમાં બ્રાહ્મણ દ્વારા રામકૃષ્ણનું ભોજન બનાવવાનું આરંભ કર્યું. આ પ્રકારે એ લોકોએ રામકૃષ્ણને ભોજનની અશુદ્ધિથી બચાવ્યા. પરંતુ રામકૃષ્ણએ ખૂબ જ સુગમતાથી પોતાના તન-મનને ઇસ્લામના હવાલે કરી દીધા. આ નૈસર્ગિક યાત્રામાં એક દિવસ એમની સામે સફેદ શ્રમશ્રુપૂર્ણ ગંભીર આકૃતિનું એક દીપ્તિમાન સ્વરૂપ ઉપસ્થિત થયું. એમને લાગ્યું કે જેવા તે એમની નજીક વધતા ગયા અને પાસે પહોંચીને એમાં જ અંતર્નિહિત થઈ ગયા. એ નૈસર્ગિક અનુભવ પછી તેઓ હર્ષાતિરેકથી વિભોર થઈ ગયા. એમને ભગવાનના સાક્ષાત્કાર થયા હતા, મુસલમાનોના અલ્લાહના, જેમાં પરબ્રહ્મના બધા ગુણ વિદ્યમાન હતા.

આ ઘટના લગભગ આઠ વર્ષ પછી સન્ ૧૮૭૪માં રામકૃષ્ણએ ઈસાઈ ધર્મની સાધના કરી. કલકત્તાના એક હિન્દૂ સજ્જને એમને દક્ષિણેશ્વરમાં જ બાઈબલ વાંચિ સંભળાવી. પહેલી વખત રામકૃષ્ણએ ઈસા મસીહના વિષયમાં જાણ્યું. ઈસા મસીહની જીવનગાથાના રસમાં એમના મન પ્રાણ ડૂબી ગયા. એક દિવસે તેઓ કોઈ કાર્યવશ એક સમૃદ્ધિશાળી વ્યક્તિના સુસજ્જિત ઓરડામાં બેઠા હતા. સામેની દીવાલ પર કુમારી મેરી અને શિશુ મસીહનો ચિત્ર લાગેલું હતું. રામકૃષ્ણની તૃષિત દૃષ્ટિ એના પર પડતા જ તે ચિત્ર જાણો સજીવ થઈ ઉઠ્યું. રામકૃષ્ણને લાગ્યું, જાણે ઈસા મસીહની પાવન આકૃતિ એમની પાસે આવીને એણના અંતર્મનમાં સમાઈ ગઈ. રામકૃષ્ણની નસ-નસમાં ઈસાનું તેજ વ્યાપ્ત થઈ ગયું. એનો પ્રભાવ ઇસ્લામના અનુભવથી પણ વધારે ઊંડો હતો.

આ અનુપમ પ્રકાશે રામકૃષ્ણની આત્માના આચ્છાદિત કરી લીધો. જીવનના અન્ય બંધન તૂટવા લાગ્યા. હિન્દૂ ધર્મના વિચાર જાણે ક્યાં લુપ્ત થઈ ગયા. રામકૃષ્ણનું હૃદય ભયથી કંપિત થઈ ઉઠ્યું. તેઓ વિકલ થઈને ચીત્કારી ઉઠ્યા- 'મા કાળી, તું શું કરી રહી છો? મારી મદદ કરો.' પરંતુ વ્યર્થ. રામકૃષ્ણની આ નવીન અનુભૂતિએ એમના જીવનના પૂર્વાનુભવોને છુપાવી લીધા હતા. હવે ત્યાં ઈસા મસીહ સિવાય કોઈ અન્યનું સ્થાન ન હતું. ઘણા દિવસો સુધી કાલી મંદિરમાં જવાની એમની ઇચ્છા ન થઈ. તેઓ બરાબર ઈસાઈ ધર્મ અને ઈસા મસીહના જ વિચારમાં મગ્ન રહ્યાં. એક દિવસે દક્ષિણેશ્વરના વૃક્ષ વાટિકામાં જ્યારે તેઓ ટહેલી રહ્યા હતા, ત્યારે જોયું : મોટી-મોટી આંખોવાળો, ગૌર વર્ણનો અત્યંત સુંદર વ્યક્તિ શાંત મુદ્રામાં એમની તરફ વધતો આવી રહ્યો છે. રામકૃષ્ણ પણ એ અજનબીની તરફ આકૃષ્ટ થવા લાગ્યા. ત્યારે જ એમના અંતર્મનમાં એ અવાજ ધ્વનિત થયો : 'ઈસા મસીહને જુઓ, જેમણે સંસારને પાપથી મુક્ત કરવા માટે પોતાના હૃદયનું લોહી વહાવ્યું, જેમણે માનવતાના પ્રેમ માટે અનેક કષ્ટ સહન કર્યા. આ એ જ સિદ્ધ યોગી ભગવાનથી નિતાંત એકાકાર થઈ ગયા છે. આ ઈસા મસીહ છે... પ્રેમના અવતાર.' પછી ઈસા મસીહે દક્ષિણેશ્વરના પુજારીને હૃદયથી લગાવી લીધા અને એમની જ કાયામાં છુપાઈ ગયા. રામકૃષ્ણ પર પહેલાંની જેમ એક હર્ષોન્માદ છવાઈ ગયો. આ વખતે ફરી એમણે પરબ્રહ્મના સાક્ષાત્કાર કર્યા. એમને વિશ્વાસ થઈ ગયો કે ઈસા મસીહ પણ ઈશ્વરના અવતાર હતા. ભગવાન બુદ્ધ અને શ્રીકૃષ્ણની શ્રૃંખલામાં ઈસા મસીહ બણ આબદ્ધ થઈ ગયા.

રામકૃષ્ણએ પોતાના અનુયાયીઓને એક વખત કહ્યું - 'મેં હિન્દૂ, મુસલમાન, ઈસાઈ, બધા ધર્મોનું અનુસરણ કર્યું. મેં હિન્દુઓ ના અનેક સંપ્રદાયોના વિભિન્ન માર્ગોથી પણ અંદર જઈને જોયું. મેં જોયું કે તે એક જ ઈશ્વર છે, જેની તરફ બધા પોત-પોતાના પગલાં અલગ-અલગ માર્ગો પર વધારી જઈ રહ્યા છે... જ્યારે પણ મારી દૃષ્ટિ પડે છે, હું જોઉં છું કે ધર્મના નામ પર હિન્દૂ, મુસલમાન, બ્રહ્મસમાજ કે વૈષ્ણવ તથા બીજા બધા ઝગડા લઈ લે છે, પરંતુ તેઓ એ નથી સમજતા કે જે કૃષ્ણ કહેવાય છે, તે શિવ પણ છે, તે જ પુરાતન શક્તિ છે, ઈસા મસીહ અને અલ્લાહ પણ એ જ છે. હજારો નામોના એ જ એક રામ છે. સરોવરના અનેક ઘાટ છે, એકથી હિન્દૂ કળશમાં પાણી કાઢે છે અને એને 'જળ' કહે છે, બીજાથી મુસલમાન ચામડાના થેલામાંથી પાણી કાઢે છે એને 'પાણી' કહે છે, ત્રીજાથી ઈસાઈ અને એને તેઓ 'વૉટર' કહે છે. શું આપણે લોકો વિચારી શકીએ છીએ કે 'વૉટર' કે 'પાણી' જળ નથી? કેવું હાસ્યાસ્પદ. અનેક નામોની અંદર એક જ તત્ત્વ, અને બધા એ જ તત્વને શોધી રહ્યા છે. પ્રત્યેક માનવને પોતાનો અપેક્ષિત માર્ગ અનુસરણ કરી દેવો જોઈએ. જો તે વ્યગ્રતા અને સચ્ચાઈથી પરમેશ્વરને સમજવા ઇચ્છશે, તો એને શાંતિ મળશે. એને ચોક્કસ જ પરમેશ્વરના સાક્ષાત્કાર થશે.''

આ વિભિન્ન ધર્મો અને સંપ્રદાયોમાં ભગવાન જ એક અલૌકિક છબિ, એક જ અદમ્ય શક્તિને નિહારીને રામકૃષ્ણના તૃષિત હૃદયને થોડી શાંતિ મળી. પરંતુ મુશ્કેલ પ્રયોગો અને અભ્યાસોને કારણે એમનું શરીર કથળવા લાગ્યું. આશ્વસ્ત થવા માટે એમને વિશ્રામના જરૂર પડી. પછી છ-સાત મહીના માટે તેઓ પોતાની જન્મભૂમિ કામરપુકુર ચાલ્યા ગયા.

હૃદયથી સાધુ, મસ્તિષ્કથી યોગી રામકૃષ્ણ હવે કામરપુકુરમાં વ્યવહારથી નિરાળા બાળકબની ગયા. એમના વૈરાગી હોવાની ખબરથી સીધા-સાદા ગ્રામવાસીઓના હૃદય ક્ષુબ્ધ હતા. પરંતુ જ્યારે રામકૃષ્ણમાં એમણે ફરી પોતાના ગદાધરને જોયા, તો ફૂલ્યા ના સમાયા. રામકૃષ્ણની પત્ની શારદા દેવી હવે પોતાની પંદરમી વર્ષગાંઠની તૈયારી કરી રહી હતી. રામકૃષ્ણને કામરપુકુર આવેલા જાણીને એમના પિયરવાળાઓએ એમને ત્યાં મોકલી દીધા. શારદા દેવીનું સરળ-સ્વચ્છ હૃદય પોતાની અવસ્થાથી વધારે પરિપક્વ હતું. પતિને જોતાં જ એમના મહાન ઉદ્દેશ્યને સમજતા વાર ન લાગી. આ અદ્ભુત ઉદ્દેશ્યની પ્રાપ્તિ માટે એમને આધાર સ્તંભ બનવાનું છે, એના માટે તેઓ દઢનિશ્ચયી હતી. દામ્પત્ય પ્રેમની વાસનાઓથી દૂર, પતિ-પ્રેમનું અનુપમ રૂપ એમના પ્રાણોને શીતળ કરવા લાગ્યું. પરંતુ વિવાહિત હોવાના સંબંધે રામકૃષ્ણ એ સારી રીતે સમજતા હતા કે એમની પત્નીનો એમના પર પૂર્ણ અધિકાર છે. તે જેવા ઇચ્છે, એવા બનાવી શકે છે. એમના મનમાં એક ખચકાટ હતો. તે ખચકાટથી જલ્દી મુક્તિ મેળવવા ઇચ્છતા હતા. આથી પત્નીના સન્મુખ એમણે પોતાના હૃદયને એક દિવસે સ્પષ્ટ રૂપથી ખોલીને રાખી દીધું. એમની વાણીમાં કાતરતા હતી, 'કાળી માતાએ મને બતાવ્યું કે તે પ્રત્યેક સ્ત્રીમાં વિદ્યમાન છે, આથી હું પ્રત્યેક સ્ત્રીને માતાના રૂપમાં જોઉં છું. તારા પ્રત્યે પણ મારા આ જ વિચાર છે. પરંતુ તારી સાથે મારા પાણિગ્રહણ (લગ્ન) થયા છે, તેથી જો તું મને સંસારમાં ખેંચવા ઇચ્છે, તો હું પ્રસ્તુત છું.'

શારદા દેવીને આ વાતોથી આશ્ચર્ય ના થયું. પતિએ જે આશાથી પોતાનું હૃદય એમની સામે ખોલ્યું હતું, એ બધું તેઓ પહેલેથી જ સમજી ચુકી હતી. પતિના આ વિશ્વાસપૂર્ણ વ્યવહારે પત્નીના હૃદયને જીતી લીધું. તેઓ પતિની ચિર સંગિની છે. એમને પોતાના દરેક ત્યાગ અને તપસ્યાની જ્યોતિથી પતિના અભિલષિત માર્ગને પ્રકાશપૂર્ણ બનાવવા છે. આ જ ભાવનાઓમાં ખોવાયેલી કિશોરી પત્નીએ ખૂબ જ મધુર પરંતુ આત્મવિશ્વાસપૂર્ણ સ્વરમાં જવાબ આપ્યો- 'ના, હું તમને સંસારમાં કેમ ખેંચું?... હું તો તમારા ચરણોની પાસે રહીને તમારી સેવા કરવા ઇચ્છું છું. તમારાથી શીખવા ઇચ્છું છું.'

શારદા દેવાના આ જવાબથી રામકૃષ્ણને અત્યંત હર્ષ અને સંતોષ થયો. રામકૃષ્ણની દૃષ્ટિમાં પતિ-પત્નીના પ્રેમનો પાયો શારીરિક સંબંધ પર આધારિત ન હતો. વૈવાહિક પ્રેમની સાર્થકતા તો બે આત્માઓના મિલનથી હતી. આ પ્રેમમાં ના મિલનની ઉત્તેજના હતી, ના વિરહનો ઉચ્છવાસ, અહીંયા તો પૂર્ણ પ્રશાંત આનંદ હતો. એવો આનંદ તો બસ ભગવત્દર્શનથી જ શક્ય હતો. હવે રામકૃષ્ણ અને શારદા દેવી બંને જ પ્રેમના આ શાશ્વત રૂપને સમજી ગયા હતા. જ્યાં સુધી રામકૃષ્ણ આ વખતે કામરપુકુર રહ્યાં, ત્યાં સુધી ખૂબ લગનથી શારદા દેવીને ગૃહ-વ્યવસ્થા, અભ્યાસ તથા ધાર્મિક જ્ઞાનની શિક્ષા આપતા રહ્યા. સન્ ૧૮૬૭ના અંતમાં તેઓ દક્ષિણેશ્વર પાછા આવી ગયા.

રામકૃષ્ણણે નવા વર્ષના આરંભમાં તીર્થયાત્રા આરંભ કરી. એમની સાથે માથુર બાબૂ પણ હતા. માથુર બાબૂ રાણી રાસમણીના જમાઈ હોવાના સંબંધે કાળી મંદિરના સંચાલક પણ હતા. રામકૃષ્ણથી એમનો અત્યંત પ્રેમભાવ હતો તથા તેઓ મિત્ર તુલ્ય પણ હતા. શિવધામ, વારાણાસી, ગંગા-યમુનાનો સંગમ પ્રયાગ, ગોપી-કૃષ્ણના નૃત્ય-સંગીતથી મુખરિત વૃંદાવનમાં રામકૃષ્ણનું મન ખૂબ જ લાગ્યું, પરંતુ આ યાત્રાનો સૌથી પ્રભાવોત્પાદક અનુભવ બિહારના દેવધર નામના શહેરમાં થયો. ત્યાં ભૂખ્યા-નગ્ન સંથાલ નિવાસી મૃત્યાના મ્હોં જોઈ રહ્યા હતા. મહામારીનો પ્રકોપ હતો. રામકૃષ્ણએ માથુર બાબૂથી કહ્યું કે તેઓ આ દુર્ભાગ્ય વિશે લોકો માટે ભોજનની વ્યવસ્થા કરે. પરંતુ માથુર બાબૂએ એના પર ધ્યાન ન આપ્યું. એમણે સ્પષ્ટ કહી દીધું કે આખી દુનિયાની વિપત્તિ દૂર કરવાનું સામર્થ્ય એમનામાં નથી. રામકૃષ્ણ અત્યંત દુઃખી થયા અને એ ભૂખ્યા પ્રાણીઓની વચ્ચે બેસીને રોવા લાગ્યા. એમણે કરુણ સ્વરમાં કહ્યું કે હવે તેઓ આ સ્થાનને નહીં છોડે. અંતમાં માથુર બાબૂએ નમવું પડ્યું. રામકૃષ્ણ પહેલેથી જ એ માનતા હતા કે સંસારની દરેક વસ્તુમાં ભગવાનનો નિવાસ છે. હવે એમને એના પર વિશ્વાસ થઈ ગયો કે દીન-દુઃખીઓની સેવા ભગવાનની સૌથી મોટી પૂજા છે.

ત્યાં શારદા દેવી પોતાના પીયરમાં અભાવોમાં દિવસ પસાર કરી રહી હતી. તેથી કષ્ટ અને અસુવિધાઓ એમની સંગિની હતી. છતાં પણ અત્યંત વિનીત અને ચિંતનશીલ હૃદયમાં સંપૂર્ણ જીવમાત્ર માટે નિઃસ્વાર્થ સેવાની ભાવના લઈને તેઓ દયાની મૂર્તિ બની ગઈ હતી. માતા કાળીના પ્રેમમાં ઉન્મત્ત રામકૃષ્ણની કઠિન તપસ્યાની વાત જયરામવટીમાં અત્યંત વિકૃત રુપમાં ફેલાઈ ગઈ હતી. શારદા દેવીના અનેક સંબંધી કે ગામડાના લોકો હંમેશાં રામકૃષ્ણની વૈરાગી પ્રકૃતિ તેમજ એમના પાગલપણા-પૂર્ણ વ્યવહારની ચર્ચા કર્યા કરતા. શારદા દેવીના કાનોમાં પણ આ વાત પહોંચી ગઈ હતી. પરંતુ એમને પતિ પર

અતૂટ વિશ્વાસ હતો. એમણે દક્ષિણેશ્વર જઈને પતિની સેવા કરવાની ઇચ્છા પ્રગટ કરી.

શારદા દેવીના પિતાને જ્યારે આ વાતની જાણ થઈ, તો એમણે બેટીને દક્ષિણેશ્વર પહોંચાડવાની વ્યવસ્થા કરવાનું આરંભ કરી દીધું. એ દિવસોમાં જયરામવટીથી દક્ષિણેશ્વર પહોંચવા માટે રેલગાડીની સુવિધા ન હતી. સારા ઘરની સ્ત્રીઓ માટે પાલખીની સવારી હતી. ગરીબીને કારણએ શારદા દેવી માટે પાલખીની સવારી યોગ્ય ના થઈ શકી. તેથી તેઓ પિતાની સાથે પગપાળા જ દક્ષિણેશ્વર ચાલી નિકળી. અડધો રસ્તો પાર કરવા પર એમની તબીયત ખરાબ થઈ ગઈ. તાવની હાલતમાં યાત્રા રોકવી પડી. તે લોકો એક ધર્મશાળામાં રોકાઈ ગયા. રાત્રિમાં તાવની અચેતન અવસ્થામાં શારદા દેવીએ એક સ્વપ્ન જોયું : શ્યામ વર્ણની એક યુવતી એમની પાસે આવીને બેસી ગઈ. એણે એમના શરીરને પોતાના કોમળ તેમજ શીતળ હાથોથી સ્પર્શ કર્યો અને એમનો બધો તાવ સમેટી લીધો. શારદાએ પૂછ્યું- 'તમે ક્યાંથી આવી છો?' જવાબ મળ્યો- 'દક્ષિણેશ્વરથી' - 'દક્ષિણેશ્વરથી'- શારદા દેવીએ આશ્ચર્યથી કહ્યું - 'હું પણ એમનાથી મળવા, એમની સેવા કરવા દક્ષિણેશ્વર જવા ઇચ્છું છું. પરંતુ આ તાવના કારણે બધું જ બરબાદ થઈ ગયું.' એના પર એ યુવતીએ કહ્યું- 'તમે સ્વસ્થ થઈને દક્ષિણેશ્વર જશો અને એમનાથી મળશો. મેં તમારા માટે એમને ત્યાં જ રાખ્યા છે.' વહેલી સવાર થવા પર શારદા દેવીએ જોયું કે એમનો તાવ ઉતરી ચુક્યો હતો. પિતાએ આ વખતે પાલખીની સવારી ઠીક કરી દીધી અને તેઓ આ પ્રકારે પતિના દ્વાર પર દક્ષિણેશ્વર પહોંચી.

ફાગણ મહીનાની રાત્રિનો પ્રથમ પ્રહર. અગરુ-ધૂમથી સુવાસિત વાસંતી હવા. શાંત અને સ્વચ્છ વાતાવરણ. પાલખી મંદિરની પાસે રાખી દેવામાં આવી. આહટ મેળવીને મંદિરના બાહ્ય ઓરડામાંથી એક ભિક્ષુ પાલખીની પાસે આવે છે અને શારદા દેવીના પિતાથી બે-ચાર શબ્દ કહ્યા, પછી તે અંદર ચાલી જાયછે. શારદા દેવીની આંખોમાં પતિ-દર્શનની આકુળ ઉત્કંઠા છે, પરંતુ હૃદયમાં આશંકાની હળવી કાલિમા છુપાયેલી છે. ખબર નહીં વૈરાગી પતિ એમને પોતાની સેવા માટે સ્વીકારશે કે નહીં. ત્યારે જ તેઓ મંદિરમાંથી ઉતરતી બે માનવ આકૃતિઓ જુએ છે. એકના હાથમાં દીપક છે, દીપકના પ્રકાશમાં તે બીજા વ્યક્તિને ઓળખી લે છે. એ એમના પતિ છે. હા, એ જ સરળ-શાંત મુદ્રા. કમરથી બંધાયેલી ઘુંટણો સુધી ઊંચી ધોતી, જેનો અડધો ભાગ ઉપરની તરફ જઈને ખભાથી લટકતો-લટકતો એમના વક્ષસ્થળને ઢાંકી રહ્યો છે. પતિ પાલખીની પાસે આવે છે. સસરાજીનું અભિવાદન કરીને પત્નીની તરફ જુએ છે. પરંતુ આ શું?

એમની શારદા ઓળખાતી ન હતી, જાણે તુષારાપાતથી કરમાયેલું ગુલાબનું નૂતન ફૂલ. તાવની ભીષણતાએ શારદા દેવીને કૃશગાત બનાવી દીધા હતા. મુખમંડળ રક્તવિહીન. આંખોમાં પીડા અને પ્રસન્નતાનો તડકો-છાંયડો. થકાવટ ભર્યા શરીર પર ધૂળ-ધૂસરિત વસ્ત્ર. રામકૃષ્ણની આંખોમાં કરુણા ઉમડી આવી. એમણે દુઃખી થઈને કહ્યું - 'આહ, તેં આવવામાં ખૂબ વાર કરી દીધી.' રામકૃષ્ણએ પત્નીને સહારો આપીને પાલખીથી ઉતારી અને પોતાના ઓરડામા રાખી અને એમની પરિચર્યા ખુદ કરતાં રહ્યા. આ પ્રકારે થોડા જ દિવસોમાં એમની શારદા દેવી સંપૂર્ણ સ્વસ્થ થઈ ગઈ. એના પછી રામકૃષ્ણએ એમને પોતાની માતાના ઓરડામાં રહેવાનું સ્થાન નિયત કરી દીધું.

શારદા દેવીના પિતા દક્ષિણેશ્વર ત્રણ-ચાર દિવસ રોકાઈ રહ્યાં. જ્યારે એમને એનો સંપૂર્ણ વિશ્વાસ થઈ ગયો કે રામકૃષ્ણની નિષ્ઠા પૂર્વવત્ છે અને એમની પુત્રી શારદા પતિની સાથે સુખી અને ખુશ છે, તો તેઓ જયરામવટી પાછા આવી ગયા. રામકૃષ્ણએ હવે પત્નીને ધાર્મિક શિક્ષા આપવાની શરૂ કરી દીધી.

એક વખત રામકૃષ્ણના હૃદયમાં એક વિચિત્ર પ્રકારની ઈચ્છા જાગૃત થઈ- ષોડશીની પૂજાની ઈચ્છા. સન્ ૧૮૭૨માં મે મહીનો અને પૂનમની રાત. કાળી પૂજાનો એક ખૂબ જ શુભ સમય. રામકૃષ્ણ પોતાના ઓરડામાં સુંદર વેદીની રચના કરી રહ્યા છે. એમના હાવ-ભાવ, ક્રિયા-કલાપ જાણે બધું જ ભક્તિભાવથી લિપ્ત છે. એક શિષ્ય એમની મદદ કરી રહ્યો છે. પૂજાની પ્રાથમિક વ્યવસ્થા પૂર્ણ થઈ. એમણે શિષ્યને આજ્ઞા આપી કે તે શારદા દેવીને બોલાવીને લાવે. શારદા દેવી રામકૃષ્ણની પાસે આવી. શારદા દેવીને તેઓ સ્વરચિત વેદી પર બેસવાનો સંકેત કરે છે. શારદા દેવી વિસ્મિત હતી. એમણે પ્રશ્નભરી દૃષ્ટિથી પતિની તરફ જોયું. પરંતુ પતિ જાણે શરીરથી જ આ લોકમાં હતા, મસ્તિષ્કથી ક્યાંક દૂર દેવ-લોકમાં વિચરણ કરી રહ્યા હતા. એમની અડધી ખુલ્લી આંખોથી ભક્તિરસ છલકાઈ પડતો હતો. તેઓ જાણે પત્નીને નહીં, સાક્ષાત્ માતા કાળીને જોઈ રહ્યા હતા. શારદા દેવી પતિના મનોભાવ સમજી ગઈ અને શ્રદ્ધાપૂર્ણ આગ્રહને કારણે વેદી પર બેસી ગઈ. આસન પર બેસતા જ શારદા દેવી પર પણ ભક્તિના જાદૂનો રંગ ફરવા લાગ્યો. પહેલાં તો તે પૂજાની વિધિઓને શાંત મુદ્રાથી જોતી રહી પછી તે પણ સમાધિસ્થ થઈ ગઈ. રામકૃષ્ણ પૂજા-અર્ચનામાં લાગ્યા રહ્યાં. એમની આંખોની સામે આ એમની પત્ની શારદા ન હતી. આ તો સાક્ષાત્ માં કાળી હતી. એક પુજારીની સહાયતાથી એમણે માતા શારદાના નખ-શિખ શ્રૃંગાર કર્યા અને ફરી અનેક મંત્રોચ્ચારણ પછી કાળી માતાના ધ્યાનમાં મગ્ન થઈને ભૌતિક ચેતનાથી દૂર થઈ ગયા. આ સમયે આરાધ્ય અને આરાધક બંને જ આ સંસારથી ખૂબ ઉપર ઉઠીને ચરમ સત્યનું, ભગવાનના અનાદિ અને અનંત રૂપનું દર્શન કરી રહ્યા હતા. બીજા દિવસે ખૂબ મુશ્કેલી પછી, રામકૃષ્ણની ચેતના પાછી ફરી.

એક દિવસે શારદા દેવીએ રામકૃષ્ણની ચરણ-સેવા કરતા-કરતા સહજ ઢંગથી પૂછ્યું- ‘સારું, એ તો બતાવો કે તમે મને કઈ દૃષ્ટિથી જુઓ છો?’ જલ્દી જ જવાબ મળ્યો - ‘એક માતા, જે મંદિરમાં પૂજવામાં આવે છે, જેમણે એ શરીરને જન્મ આપ્યો છે... હું વારંવાર તને કાળી માતાની પ્રત્યક્ષ પ્રતીક માની છે.’ પતિનો આ જવાબ તથા એમના દિન-પ્રતિદિનના વ્યવહારે માતા શારદાના હૃદયને પણ વૈરાગ્યપૂર્ણ બનાવી નાખ્યું. છતાં પણ પત્નીની સાથેના આ દિવસો રામકૃષ્ણ માટે અગ્નિપરીક્ષાના દિવસ હતા. જે સાધનામાંકામિનીની બાધા નહીં, તે તો સહજ છેડ પરંતુ પ્રત્યેક પળે પાસે રહેવાવાળી યુવાન પત્નીની સાથે તપશ્ચર્યામાં ખરા ઉતરવું મુશ્કેલ જ નહીં, અત્યંત આશ્ચર્યજનક પણ છે. રામકૃષ્ણ હંમેશાં પત્નીની પ્રશંસામાં કહ્યા કરતા હતા- ‘લગ્ન પછી હું ખૂબ ઉદ્વિગ્નતાથી દેવી કાળીથી પ્રાર્થના કર્યા કરતો કે તેઓ શારદા દેવીના હૃદયથી શારીરિક આનંદની ભાવનાને મૂળથી નષ્ટ કરી દે. આ સમયગાળાના એમના સંપર્કમાં હું સમજી ગયો કે મારી પ્રાર્થના સાંભળી લેવામાં આવી.’ એનાથી એ સ્પષ્ટ છે કે પતિ-પત્ની બંને જ આધ્યાત્મના એક રંગમાં રંગાઈ ચુક્યા હતા. આ વખતે લગભગ દોઢ વર્ષ સુધી દક્ષિણેશ્વર રહીને માતા શારદા કામરપુકુર પાછી આવી ગઈ.

ઓગણીસમી સદીના ઉત્તરાર્ધમાં ભારતીય ધાર્મિક જીવનમાં વધારે ઉથલ-પુથલ મચેલી હતી. અહીંયાના શિક્ષિત લોકો પર રાજા રામમોહન રાય (૧૭૭૨-૧૮૩૨) દ્વારા સ્થાપિત બ્રહ્મ સમાજ તથા સ્વામી દયાનંદ સરસ્વતી (૧૮૨૪-૧૮૮૩) દ્વારા પ્રચલિત આર્ય સમાજની બોલબાલા હતી. બ્રહ્મ સમાજી લોકો હિન્દુ ધાર્મિક ક્ંથોના જ્ઞાનની સાથે પાશ્ચાત્ય શિક્ષાના પક્ષપાતી હતા, આ લોકો એકેશ્વરવાત તથા ભગવાનના નિર્ગુણ રૂપમાં વિશ્વાસ કરતા હતા. મૂર્તિપૂજાથી એમનો કટ્ટર વિરોધ હતો, એના પર ઈસાઈ ધર્મનો પણ પૂરો પ્રભાવ હતો. પાશ્ચાત્ય પદ્ધતિ અનુસાર તે પોતાના સમાજનો સુધાર કરવા ઈચ્છતા હતા. તેઓ સમજી ચુક્યા હતા કે અંગ્રેજી શાસનની જડ દેશમાં જામી ચૂકી છે, તેથી પશ્ચિમના સંબંધથી લાભ ઉઠાવીને પોતાના દેશની સ્થિતિમાં સુધારો લાવી શકાય છે. અહીં આર્યસમાજના સંસ્થાપક દયાનંદ સરસ્વતી અંગ્રેજી શિક્ષા અને સભ્યતાના નિતાંત વિરોધી હતા. વેદ-વેદાંતોના ઘોર અભ્યાસ પછી એમણે પણ એ નિષ્કર્ષ કાઢ્યો કે ઈશ્વર એક જ છે અને તે પણ નિરાકાર. તેથી એમની ઉપાસના માટે મૂર્તિ પૂજા વ્યર્થ છે. તેઓ વેદોના આધાર પર પ્રાચીન હિન્દુ સંસ્કૃતિને પુનર્જાગૃત કરવા ઈચ્છતા હતા. એમણે હિન્દુઓના કર્મવાદ, ગૌમાતાની પવિત્રતા અને રક્ષા તથા પ્રાચીન કાળની ચાર જાતિઓના વર્ગીકરણને સ્વીકાર કર્યા. એની સાથે-સાથે સમાજની અન્ય કુરીતિઓની વિરુદ્ધ પણ એમણે અવાજ ઉઠાવ્યો.

પરંતુ રામકૃષ્ણનું ધાર્મિક ક્ષેત્ર એમની તુલનામાં ખૂબ જ વ્યાપક હતું. અહીંયા બધા ધર્મોનો સમન્વય હતો. ચાહે હિન્દૂ ધર્મ હોય, બ્રહ્મ સમાજ હોય કે આર્ય સમાજ; ચાહે ઈસ્લામ ધર્મ હોય કે ઈસાઈ ધર્મ. અહીંયા એકેશ્વરવાદ પણ હતો અને અનેકેશ્વરવાદ પણ. અહીંયા રામ, રહીમ અને ઈસામસીહ બબધા એક જ તત્વના અલગ-અલગ રૂપ હતા. આ બધા સુધી પહોંચવાનો માર્ગ હતો, શુદ્ધ પ્રેમ અને ભક્તિ. તત્કાલીન બંગાળનો સમાજ ભલે શિક્ષિત હતો કે અશિક્ષિત, બરાબર રામકૃષ્ણના દ્વાર પર શ્રદ્ધાથી માથુ નમાવતો રહ્યો. સાધારણ નાગરિક, યોગી-મુનિ કે સાધુ-સંતના સિવાય અંગ્રેજી વિચારધારાથી પ્રભાવિત વિદ્વાન, વેદ-વેદાંતોનું મંથન કરવાવાળા દાર્શનિક, ખ્યાતિપ્રાપ્ત સમાજ સુધારક અને સાહિત્યકાર તથા રૂઢીવાદની વિરુદ્ધ નારા લગાવવાવાળા જાગૃત વિદ્યાર્થી પણ રામકૃષ્ણની પાસે વિચાર-વિનિમય માટે આવ્યા કરતા હતા. બ્રહ્મ સમાજના મુખ્ય નેતા કેશવચન્દ્ર સેન, સુવિખ્યાત ઉપન્યાસકાર બંકિમચંદ્ર ચેટર્જી, લોકપ્રિય નાટકકાર ગિરીશચંદ્ર ઘોષ બધા એમની મહાનતાની સામે નતમસ્તક થયા. રામકૃષ્ણ ગામના મંદિરના એક સાધારણ પુજારી, જે અંગ્રેજી વિચારધારાથી બિલ્કુ જ અછૂતા રહ્યા, એમની અને યુગની વિદ્વતમંડળી કેવી રીતે, કયા આકર્ષણની દોરમાં બંધાયેલી-ખેંચાયેલી ચાલી આવી? આપણી સામે આ એક મહત્ત્વપૂર્ણ પ્રશ્ન છે.

તત્કાલીન ઉચ્ચ શિક્ષા પ્રાપ્ત લોકોએ સાંસ્કૃતિક દૃષ્ટિથી રામકૃષ્ણમાં રાષ્ટ્રીય જાગરણનું પ્રતીક જોયું. યોગની સાધનાની સાથે, ભક્તિની આરાધના, સર્વધર્મ સમન્વયની સાથે નર-નારાયણની પૂજા. એક બ્રાહ્મણ પરિવારમાં જન્મ લઈને તથા રૂઢીવાદને ઉછેરલવામાં ઝૂલતા-ઝૂલતા હોશ સંભાળ્યા, છતાં પણ છુઆછૂત જેવા દૃઢ રિવાજના તેઓ બરાબર વિરોધી રહ્યાં. બીજી વાત એ છે કે વિદ્વત્‌સમાજે રામકૃષ્ણની રહસ્યાત્મક પ્રતિભાને અંગ્રેજી સભ્યતાની શ્રેષ્ઠતાની વિરુદ્ધ એક વિદ્રોહની પ્રતિમાના રૂપમાં જોઈ. એ લોકોએ

એ સારી રીતે સમજી લીધું કે ખુદ તેઓ એક એવી દિશા તરફ વળી ગયા હતા, જે એમના માટે, એમના ભારત દેશ માટે ક્યાંય પણ હિતકર નહીં થાય. પાશ્ચાત્ય સભ્યતામાં પોતાને ડુબાડીને તેઓ પોતાનું રૂપ, અસ્તિત્વ અને પોતાની ભારતીયતા ગુમાવી રહ્યા હતા. કેશવચંદ્ર સેન કે ગિરીશચંદ્ર ઘોષ જેવા વિદ્વાનોના સંપર્કે રામકૃષ્ણને તત્કાલીન શિક્ષિત સમાજની વિચારધારાથી અવગત કરાવ્યા. વિચાર ગોષ્ઠીમાં આ લોકો એમને યુગની નવી-નવી વાતો બતાવતા. રામકૃષ્ણને પોતાની અજ્ઞાનતા પર સહેજ પણ શરમ ન આવતી. તેઓ ખૂબ પ્રસન્નતાથી નવા વિચારોનું સ્વાગત કરતા. આ પ્રકારે એમના કેટલાક વિચાર હવે નવા રૂપમાં નિખરી રહ્યા હતા. એમની પ્રકૃતિની વિનમ્રતા, હૃદયની વિશાળતા તથા ગુણગ્રાહિતાનીકળાએ શિક્ષિત સમાજના હૃદયને ઉદ્વેલિત કરવાવાળી સમસ્યાઓને સમજી અને એણના પ્રત્યે સંવેદના પ્રગટ કરી. એમના વ્યક્તિત્વના આ દીપ્તિમાન રૂપે બધા વિરોધી પક્ષને નિરસ્ત્ર બનાવી દીધા તથા ઉપયુક્ત સલાહ આપીને એમનો માર્ગ પ્રદર્શિત કર્યો. રામકૃષ્ણએ શિક્ષિત વર્ગના હૃદય અને મસ્તિષ્કને જીતી લીધા, કેમ કે એમની આસ્થાઓનો પાયો ખૂબ નબળો હતો. જે સમાજમાં એણનો જન્મ થયો અને જેમાં તેઓ મોટા થયા તથા શિક્ષા દ્વારા જે વિચારોને એમણે અપનાવ્યા, બંનેમાં મહાન અંતર હતું. એમની સમસ્યાઓનું નિરાકરણ કરવા માટે એક એવી શક્તિ ઇચ્છતા હતા, જે નૂતન અને પુરાતન, ઉભય પક્ષોના વિશિષ્ટ વિચારોના પ્રતિરૂપ હોય. આ બધું એમણે રામકૃષ્ણમાં મેળવ્યું.

રામકૃષ્ણના ઉપદેશોનો મુખ્ય આધાર એ હતો કે હિન્દૂ લોકો પરંપરાગત રીતિથી ઈશ્વરની પૂજા-અર્ચના કરીને એમના સાક્ષાત્કાર કરી શકે છે. ઈસાઈ ધર્માવલંબી એને થોથા અંધિવશ્વાસ સમજતા હતા. આ યુગમાં ઉછરી રહેલા રાષ્ટ્રીય જાગરણ માટે રામકૃષ્ણનો આ પૂર્ણસ્ત્રપેણ ભારતીય વિચાર એક મજબૂત હથિયાર બન્યું. લોકોએ સમજ્યું કે તેઓ પશ્ચિમના લોકોની સામે માથું ઊંચું રાખીને ઊભા થઈ શકે છે અને કહી શકે છે કે ધાર્મિક ક્ષેત્રમાં એમને પશ્ચિમની જરૂર નથી.

આ પ્રકારે ધીમે-ધીમે રામકૃષ્ણ શિક્ષિત-અશિક્ષિત, બધા પ્રકારના લોકોના હૃદયમાં સમાઈ ગયા. એમની શિષ્ય મંડળીમાં કલકત્તા વિશ્વવિદ્યાલયનો એક વિદ્યાર્થી પણ હતો. એનું નામ હતું નરેન્દ્રનાથ. પહેલી વખત જ્યારે તે પોતાના મિત્રોની સાથે રામકૃષ્ણના દર્શનાર્થે દક્ષિણેશ્વર આવ્યો, ત્યારે રામકૃષ્ણની તીક્ષ્ણ નજરે ઓળખી લીધો કે આ વ્યક્તિ બીજાઓથી નિતાંત ભિન્ન છે- આટલા દિવસોથી આ વ્યક્તિની એમને શોધ હતી- આ જ એમના સંદેશને સંસારના ખૂણે-ખૂણામાં ફેલાવશે અને હકીકતમાં એ થયું પણ. રામકૃષ્ણ જેવા યોગીને આટલા સશક્ત રૂપમાં આકર્ષિત કરવાવાળો આ વિદ્યાર્થી નરેન્દ્રનાથ ભવિષ્યમાં સ્વામી વિવેકાનંદના નામથી જગત-વિખ્યાત થયા. રામકૃષ્ણના જીવનમાં નરેન્દ્રનાથના પ્રવેશથી ભારતનો એક નવો ઇતિહાસ આરંભ થાય છે.

★★

યુવા નરેન્દ્ર- સત્યની શોધમાં

ઓગણીસમી શતાબ્દીના ઉત્તરાર્ધમાં કલકત્તાનો એક દત્ત પરિવાર પોતાની સુસંસ્કૃત કુલીનતાને કારણે પ્રસિદ્ધ હતો. આ પરિવારના મુખ્ય કર્ણધાર શ્રી દુર્ગાચરણ દત્તત એક પુત્રના જન્મ પછી સિદ્ધાર્થના પથ પર ચાલી નિકળ્યા હતા. પિતાના સંન્યાસ લીધા પછી પુત્ર વિશ્વનાથ દત્ત પોતાની માતાની છત્ર-છાયામાં ઉછરતાં રહ્યાં. તે આગળ ચાલીને કલકત્તા હાઈકોર્ટના મુખ્તાર બન્યા. એમણે ખૂબ જ ધન અર્જિત કર્યું. પરિવારનો ઠાઠ-બાટથી રાખ્યો. બરાબર 'શાહખર્ચ'ની પદવી મેળવી. એમના દ્વારથી કોઈ પણ ગરીબ ક્યારેય નિરાશ પાછો ન ફરતો. સંગીતથી એમને ખૂબ જ પ્રેમ હતો. એમના ધાર્મિક વિચાર હિન્દૂ ધર્મની રૂઢીવાદિતાની સીમાના બંધનને સ્વીકાર કરતા ન હતા. બાઈબલના અધ્યયનથી એમને ઈસાઈ ધર્મનું પૂર્ણ જ્ઞાન હતું. તત્કાલીન શિક્ષિત સમાજની વિચારધારાથી તેઓ પરિચિત હતા. એમની ધર્મપત્ની ભુવનેશ્વરી દેવી સરળ હૃદય અને ધર્મપરાયણ હતી. પોતાની સૂઝબૂઝ, કાર્યકુશળતા અને ધૈર્યશીલતાને કારણે તેઓ બધાની પ્રિય હતી.

ઘણાં દિવસો સુધી ભુવનેશ્વરી દેવીના ખોળામાં કોઈ પુત્ર ન હતો. એમને પુત્ર પ્રાપ્ત કરવાની ઉત્કટ અભિલાષા હતી. તેઓ શિવ-ભક્ત હતી. શિવની આરાદના કરતા સમયે તેઓ બરાબર આ જ વરદાન માટે પોતાનું આંચળ ફેલાવતી. એમના હૃદયમાં હંમેશાં એ ભાવ ઉમડતો કે વારાણસી જઈને વિશ્વેશ્વરના મંદિરમાં અર્ધ્ય અર્પિત કરે. પરંતુ એ દિવસોમાં યાતાયાતની અસુવિધાને કારણે કલકત્તાથી બનારસ જવું, ખાસ કરીન સ્ત્રીઓ માટે સહજ ન હતું. તેથી એમણે કોઈ સંબંધીને, જે કાશીવાસ કરતી હતી, એમને લખ્યું કે એમની તરફથી તેઓ વિશ્વનાથને અર્ધ્ય આપે અને પુત્રનું વરદાન માંગે. ઉક્ત મહિલાએ ભુવનેશ્વરી દેવીના આ આગ્રહનો સહર્ષ સ્વીકાર કર્યો. જ્યારે કાશીમાં વિશ્વનાથને અર્ધ્ય અર્પિત કરી દેવામાં આવ્યું, ત્યારે ભુવનેશ્વરી દેવીને પૂર્ણ વિશ્વાસ થઈ ગયો કે એમની આરાધના સાંભળી લેવામાં આવી અને અવસર આવવા પર એનું ફળ પ્રાપ્ત થશે. એક દિવસે તેઓ આખો દિવસ શિવ-આરાધનામાં રત રહી. રાત્રે એમણે એક સ્વપ્ન જોયું કે જગત્પતિ શિવ એક શિશુનું રૂપ ધારણ કરીને એમના ખોળાની શોભા વધારી રહ્યા છે. જ્યારે એમની આંખ ખુલી તો સ્વપ્ન પર વિશ્વાસ જ નહોતો થઈ રહ્યો. છતાં પણ એમનું અંતર્મન હર્ષિત હતું અને તેઓ પુનઃ શિવ-પુજા કરવા લાગી. એમના અંતરથી એક ધ્વનિ સંભળાઈ પડી : એમનું સ્વપ્ન અવશ્ય જ સત્યનું રૂપ ધારણ કરશે. થોડા દિવસો પછી સોમવાર ૧૨ જાન્યુઆરી, ૧૮૬૩ના ઉષાકાળમાં એમની ગોધ ભરાઈ- એક અત્યંત જ સુકુમાર નાનો બાળક. ભુવનેશ્વરી દેવીના સ્વપ્નએ વાસ્તવિકતાનું

રૂપ ધારણ કર્યું. એ દિવસે મકર સંક્રાન્તિ હતી- હિન્દુઓનો શુભ પર્વ. અસંખ્ય નર-નારી વહેલી સવારે ગંગાસ્નાન પછી ભગવાન શિવની ઉપાસનામાં વ્યસ્ત હતા. જાણે એમના અવચેતન મન આ શિશુ રૂપ શિવનું આહ્વાન કરી રહ્યા હતા. માતાએ નવજાત શિશુને શિવનો પ્રસાદ સમજીને વીરેશ્વર નામકરણ કર્યું. પાછળ ચાલીને વીરેશ્વરનું નામ નરેન્દ્રનાથ પડ્યું. પરંતુ માતા એમને 'નીલૂ' (વીરેશ્વરનું નાનું સંસ્કરણ) નામથી જ સંબોધિત કરતી.

નરેન્દ્ર બાળપણમાં ખૂબ જ નટખટ હતા. એમના નટખટપણાથી બધા હાર માની લેતા હતા. એમના પર જાત-જાતના પ્રયોગ કરવામાં આવ્યા, પરંતુ વ્યર્થ. અંતમાં ભુવનેશ્વરી દેવીએ એક અનોખી રીત અપનાવી. જ્યારે ક્યારેય એ ખીજાઈ જવાય એવી શરારત કરતા, તો માતા આંગણામાં ઊભા કરીને શિવ-શિવનું ઉચ્ચારણ કરતા-કરતા એમના પર ઠંડું પાણી નાખી દેતી અને કહેતી કે જો તે પોતાની આદત નહીં સુધારે, ત્યારે તે ના શિવના વ્હાલા બની શકશે, ના તો શિવ એમને કૈલાસ પર્વત પર ક્યારેય બોલાવશે. એના પછી થોડા સમય માટે તેઓ બિલ્કુલ શાંત અને સ્થિર થઈ જતા. ક્યારેક-ક્યારેક માતા એમના નટખટપણાથી કંટાળીને કહી ઉઠતી - 'મેં શિવથી એક પુત્ર માંગ્યો અને એમણે દાનવ મોકલી દીધો.'

બાળક નરેન્દ્રના હૃદયમાં સાધુઓ પ્રત્યે એક વિશેષ પ્રકારની આસક્તિ હતી. એણના દ્વાર પર જ્યારે પણ કોઈ સાધુ ઉપસ્થિત થતા, તેઓ ફુલ્યા ન સમાતા અને કંઈક ને કંઈક અવશ્ય એને આપી દેતા. એક દિવસ તેઓ બહાર ઊભા હતા. એ જ સમયે એક સાધુ આવ્યો. નરેન્દ્ર એક નવી ધોતી પહેરીને ઊભા હતા. એમણે તરત જ એને ખોલીને સાધુને અર્પણ કરી દીધી. સાધુએ એને પોતાના માથા પર બાંધી લીધી અને આગળ વધી ગયા. પૂછવા પર નરેન્દ્રએ કહ્યું - 'સાધુએ ભિક્ષા માંગી, તેથી મેં એને પોતાના કપડા આપી દીધા.' હવે જ્યારે પણ કોઈ સાધુ સંત દ્વાર પર આવતા, નરેન્દ્રને ઓરડામાં બંધ કરી દેવામાં આવતો. પરંતુ એનાથી શું થયું? ઓરડાની એક-એક વસ્તુ બારીમાંથી બહાર એ સાધુને ભેટ સ્વરૂપે ફેંકતા જતા. આ તે કેવું નટખટપણું? લોકોની નાકમાં દમ આવી ગયો હતો, નરેન્દ્રની મોટી બહેનો એમના ચુલબુલાપણથી પરેશાન થઈ જતી. જ્યારે તેઓ એમને પકડીને સજા આપવા માટે એમનો પીછો કરતી, તો તેઓ કોઈ ખુલ્લા નાળામાં જઈને છુપાતા અને એમને ચિઢાઈને કહેતા કે હવે તેઓ એમને અહીંયા સ્પર્શી પણ નથી શકતી. બાળપણના એક નટખટપણાનું ચિહ્ન નરેન્દ્રના શરીર પર મૃત્યુપર્યન્ત બનેલું રહ્યું. એક વખત મિત્રોની સાથે લડતા-લડતા તેઓ ધાબેથી નીચે પડી ગયા. એક મોટા પથ્થરથી એમનું માથું ટકરાઈને ફૂટી ગયું. એનું નિશાન એમના પ્રશસ્ત શુભ લલાડ પર જમણા નેત્રની ઉપર બરાબર બનીને રહ્યું.

નરેન્દ્રને પશુ-પક્ષીઓથી વિશેષ પ્રેમ હતો. ઘરની ગાય અને વાછરડાંની સાથે તેઓ હંમેશાં રમતા રહેતા. મેના, પોપટ, કબૂતર, મોર વગેરે સિવાય બકરીઓ, વાનરો અને ઘોડા એમના પાલતૂ હતા. નોકરે કે નાના માણસોથી તેઓ મૈત્રી ભાવથી વ્યવહાર કરતા. એમને જે પણ પ્રેમ દર્શાવતું, તે તરત એમના અધીન થઈ જતા હતા.

કહેવામાં આવે છે કે માતાનો ખોળો બાળકોની પ્રથમ પાઠશાળા છે. નરેન્દ્રની પ્રારંભિક શિક્ષા એ જ પાઠશાળામાં થઈ. માતા ભુવનેશ્વરી દેવી એમને ભાવ સહિત રામાયણ-મહાભારતની વાર્તાઓ સંભળાવ્યા કરતી હતી. એમણે જ સર્વપ્રથમ બાંગલા અને

અંગ્રેજીના અક્ષર-જ્ઞાન કરાવ્યા. રામાયણની કથાનો પ્રભાવ બાળક નરેન્દ્ર પર વિશેષ રૂપથી પડ્યો. જ્યાં ક્યાંય રામાયણ પાઠ થતો, એને સાંભળ્યા વગર એમને આરામ ન મળતો. હનુમાનજીના પ્રસંગમાં એમનું મન વિશેષ રૂપથી લાગ્યું રહેતું. એક વખત એમણે સાંભળ્યું કે લંકામાં કેળાના બગીચામાં હનુમાનજી બેસીને કેળા ખાધા કરતા હતા. કથા સમાપ્ત થવા પર નરેન્દ્ર એક કેળાના બગીચામાં રાત સુધી બેસી રહ્યાં, કેળા ખાતા-ખાતા હનુમાનજીની ઝલક જોવા માટે. એક દિવસે નરેન્દ્ર સીતારામની મૂર્તિ ખરીદી લાવ્યા. બહુધા પ્રતિ દિવસ એની પૂજા કરતા-કરતા ધ્યાનમગ્ન થઈ જતા. એક વખતે પોતાના એક મિત્રની સાથે તેઓ મૂર્તિ લઈને સૌથી ઉપરના માળે આવેલા એકાન્ત ઓરડામાં ચાલ્યા ગયા. બંને મિત્રોએ ઓરડાને અંદરથી સારી રીતે બંધ કરી લીધો. ફૂલ-પત્રથી સીતારામની મૂર્તિ સજાવવામાં આવી અને પછી બંને મિત્ર ધ્યાનાવસ્થિત થઈ ગયા. ત્યાં નરેન્દ્રની શોધ શરૂ થઈ. બહાર-અંદર, બાગ-બગીચા બધી જગ્યાએ શોધવામાં આવ્યા, પરંતુ નરેન્દ્રની જાણ ન ચાલી. અંતમાં શોધતા-શોધતા લોકો ઉપરની છત પર ગયા અને ત્યાંના ઓરડાને અંદરથી બંધ જોયો. કિવાડ ખોલવાના ખૂબ પ્રયત્ન કરવામાં આવ્યા, પરંતુ અંદરથી કોઈ અવાજ ના સંભળાયો. અંતમાં લોકોએ દરવાજો તોડી નાખ્યો. અંદર જવા પર એમણે જોયું, બંને મિત્ર પુષ્પ-પત્રોથી સુસજ્જિત સીતારામની મૂર્તિની સામે ધ્યાનાવસ્થિત છે.

આ પ્રકારે એકાગ્રચિત્ત થઈને ધ્યાનમગ્ન થઈ જવું નરેન્દ્રની સૌથી પ્રિય રમત હતી. તેઓ હંમેશાં આ પ્રકારે ધ્યાનમગ્ન થવાની રમત પોતાના મિત્રોની સાથે રમ્યા કરતા. અન્ય બાળકો માટે તો આ રમત નિરાળી જ હતી, પરંતુ નરેન્દ્રનું હૃદય એનાથી આધ્યાત્મિક ભાવનાના પ્રકાશથી આલોકિત થઈ જતું. એક વખતે મેદાનમાં નરેન્દ્ર અન્ય બાળકોની સાથે આ જ રમતમાં વ્યસ્ત હતા. બધા પોતાની આંખો બંધ કરીને ધ્યાન લગાવીને બેઠા હતા. એ જ સમયે એક મોટો લાંબો નાગ બાળકોની સામે આવવા લાગ્યો. એ બાળકોએ, જેઓ આંખો બંધ કરીન ધ્યાનાવસ્થિત નહોતા થઈ શકતા, એમણે આ ઝેરી નાગને જોયો અને ભાગી ગયા. દૂરથી એમણે નરેન્દ્રને અવાજ આપ્યો અને નાગથી એમને સચેત કર્યા. પરંતુ નરેન્દ્ર પર એનો કોઈ પ્રભાવ ના પડ્યો. તેઓ પૂર્વવત્ ધ્યાનાવસ્થિત રહ્યાં. લોકોએ જોયું, તે નાગ નરેન્દ્રની તરફ વધતો જ ગયો, વધતો જ ગયો, પછી નરેન્દ્રની નજીક ક્ષણભર રોકાઈને પાછો ફરી ગયો. આ ઘટનાથી લોકોને ખૂબ આશ્ચર્ય થયું. માતા-પિતાએ પૂછ્યું કે આટલો અવાજ આપવા પર પણ તે કેમ ભાગીને ન આવ્યો. નરેન્દ્રનો જવાબ હતો - ‘ મેં સર્પ કે કોઈ વસ્તુના વિષયમાં કશું ન જાણ્યું. ધ્યાનમગ્ન થઈને મને વિચિત્ર પ્રકારના આનંદનો અનુભવ થઈ રહ્યો હતો.’ આ પ્રકારે ધ્યાન લગાવવાની રમત, ભલેતે સીતારામની પ્રતિમાની સન્મુખ કે અન્ય ક્યાંક, બરાબર ચાલતી રહી. સીતારામની મૂર્તિ નરેન્દ્રને પ્રાણથી પણ વ્હાલી હતી. એક વખત કોઈ વ્યક્તિ કોઈની સામે લગ્નના વિરુદ્ધ તર્ક કરી રહ્યો હતો. વૈવાહિક જીવનની મુશ્કેલીઓ અને બાધાઓના અંધકારપૂર્ણ ચિત્ર ઉપસ્થિત કરી જઈ રહ્યો હતો. નરેન્દ્રએ આ બધું સાંભળ્યું. એમના હૃદયમાં વારંવાર એ પ્રશ્ન ઉપસ્થિત થતો રહ્યો : ‘જો લગ્ન આટલા ખરાબ છે, તતો પછી ભગવાન રામે લગ્ન કેમ કર્યાં?’ નરેન્દ્રના બાળહૃદયને ઊંડો આઘાત લાગ્યો હતો. એમનું કોમળ હૃદય કંપિત થઈ ઉઠ્યું. સીતારામની પ્રતિમા જે આટલી અભિલાષિત હતી, એને એમણે ઉઠાવીને ફેંકી દીધી. એના સ્થાન પર તેઓ શંકરની મૂર્તિ ખરીદી લાવ્યા.

રાત્રિમાં જ્યારે નરેન્દ્ર શયન માટે પથારી પર જતા, ત્યારે આંખો બંધ કરતા જ પોતાની ધનુષાકાર ભ્રમરોની વચ્ચે એક વિચિત્ર પ્રકાશ એમને નજરે પડતો. એ અનુપમ જ્યોતિના રંગ બરાબર પરિવર્તિત થતા અને થોડી ક્ષણ પછી ધીમેથી તે વૃહત રૂપધારણ કરી લેતો. અંતમાં નરેન્દ્રને એવો અનુભવ થતો, જાણે એમનું સંપૂર્ણ શરીર એ જ્યોતિમાં ન્હાઈ ગયું છે. એવી અનુભતી એમને નિત્ય જ થયા કરતી. સૂતા સમયે ભલે દિવસ હોય કે રાત, જેવી જ એમનીપ લકો ઝબકતી, એમના મસ્તિષ્કની આ પ્રક્રિયા આરંભ થઈ જતી. એ" બિલ્કુલ પ્રાકૃતિક સમજીને, એમણે બાળપણમાં એની ચર્ચા કોઈથી ના કરી. ઘણા દિવસો પછી પોતાના એક સહપાઠીથી વાતો કરતા-કરતા નરેન્દ્રએ આ પ્રસંગ ઉઠાવ્યો - 'શું તું રાત્રે સૂતા સમયે પોતાની બે ભ્રમરોની વચ્ચ એક પ્રકાશ જુએ છે?' મિત્રના નકારાત્મક જવાબ પર નરેન્દ્રએ કહ્યું - 'હું તો જોઉં છું. તું પણ વિચારીને જોજે. પથારી પર આવતા જ તરત સૂઈ ના જતો. થોડો સમય સચેત રહેજે. પછી તું અવશ્ય જોઈશ.' થોડા વર્ષો પછી નરેન્દ્રથી એમના ગુરુએ પણ એ પ્રશ્ન પૂછ્યો હતો - 'નરેન્દ્ર, મારા પુત્ર, શું તું સૂતા સમયે એક પ્રકાશને જુએ છે?'. લોકોને અનુમાન હતું કે આ બધું નરેન્દ્રના પૂર્વજન્મથી સંબંધિત છે. નરેન્દ્રના જીવનના પાછલા અધ્યાયમાં ધીમે-ધીમે આ પ્રક્રિયા ઓછી થઈ ગઈ, પરંતુ હંમેશાં માટે દૂર ના થઈ.

છ વર્ષની અવસ્થામાં એમને પ્રારંભિક શિક્ષા માટે પાઠશાળા મોકલવામાં આવ્યા. પાઠશાળામાં તો વિભિન્ન વર્ગોના વિદ્યાર્થી સ્થાન મેળવે છે. નરેન્દ્રએ જલ્દી જ બધાથી પોતાનાપણું સ્થાપિત કરી લીધું. કેટલાય ખરાબ બાળકોની સંગતિથી એમણે કેટલાક દુર્વ્યવહાર અને અપશબ્દ પણ શીખી લીધા. એમના આ ક્રિયા-કલાપથી માતા-પિતા સચેત થઈ ગયા અને એમને આ પાઠશાળાથી હટાવી લેવામાં આવ્યા. હવે નરેન્દ્રને ઘર પર જ ભણાવવા માટે એક શિક્ષકની વ્યવસ્થા કરવામાં આવી. નરેન્દ્રની સાથે કેટલાક અન્ય બાળકો પણ એ શિક્ષક પાસે ભણવા આવવા લાગ્યા. નરેન્દ્રની બુદ્ધિ ખૂબ પ્રખર હતી. જ્યારે અન્ય બાળકો અક્ષરજ્ઞાન જ કરી રહ્યા હતા, નરેન્દ્રએ લખવા-વાંચવાનું શીખી લીધું. એમની સ્મરણશક્તિ વિલક્ષણ હતી.

શિક્ષકના મ્હોંથી જે પણ શબ્દ નિકળતા, તે એમના મસ્તિષ્કમાં અમિટ રૂપથી અંકિત થઈ જતા. કોઈ પણ પુસ્તકને એક વખત વાંચવી એમના માટે પૂરતી હતી. તેઓ પુસ્તકની વાતોની આવૃત્તિ પુનઃ કરી શકતા હતા. સાત વર્ષની ઉંમરમાં જ એમણે મુગ્ધબોધ નામનું સંસ્કૃત વ્યાકરણ તથા રામાયણ અને મહાભારતના અનેક ઉદ્ધરણ યાદ કરી લીધા. એક વખતે એમના ઘર પર રામાયણ ગાતા-ગાતા કેટલાક સાધુ ભિક્ષાટન માટે આવ્યા. નરેન્દ્રએ એમના ગાયેલા રામાયણના દોહા અને ચોપાઈઓમાં અનેક અશુદ્ધિઓ ખાઢી. લોકો એ જોઈને આશ્ચર્યમાં રહી ગયા.

નરેન્દ્રમાં બાળપણથી જ એક નેતાના બધા ગુણ વિદ્યમાન હતા. એમના અનેક મિત્ર હતા. એમની સાથે તેઓ અનેક પ્રકારની રમત રમતા હતા. એમની પ્રિય રમત હતી-રાજા અને રાજ દરબારની. આંગણામાં સૌથી ઉપરવાળી સીડી રાજસિંહાસન બની જતી અને એના પર તે ખુદ બેસી જતા. એમની સમકક્ષતામાં બેસવાનો અધિકાર કોઈને પ્રાપ્ત ન હતો. રાજગાદી પર બેસીને તેઓ પોતાની મહારાણી, અમાત્ય, કોષાધ્યક્ષ, સેનાધ્યક્ષ તથા અન્ય કર્મચારીઓની પસંદગી અને નિયુક્તિ કરતા અને એમના પદના

અનુસાર પોતાની નીચેની સીડીઓ પર બેસવાનું સ્થાન નિર્ધારિત કરતા. આ રાજદરબારમાં એમનો તર્કસંગત ન્યાય શાહી પ્રતિષ્ઠાની સાથે થતો હતો. આ રમત દ્વારા સમયના આવરણમાં છુપાયેલા નરેન્દ્રના ગૌરવશાળી ભવિષ્યનો પાયો નજરે પડી રહ્યો હતો. એમને દેશના કર્ણધાર થઈ જવાનું હતું.

નરેન્દ્રના પિતાથી મળવા એમના ઘર પર અનેક જાતિના લોકો આવ્યા કરતા હતા. દરેક જાતિ માટે અલગ-અલગ હુક્કા રહેતા હતા. ત્યાં સુધી કે મુસલમાનો માટે પણ એની યોગ્ય વ્યવસ્થા હતી. નરેન્દ્રને આ અલગ-અલગ હુક્કાવાળી વાત સમજમાં ન આવી. આખરે એમાં શું રહસ્ય છે? એક જાતિના લોકો બીજી જાતિની સાથે ખાઈ-પી કેમ નથી શકતા?, એક-બીજાથી હુક્કા કેમ નથી બદલી શકતા? જો હું આ નિયમના વિરુદ્ધ આચરણ કરું, તો એનાથી શું થશે? આ બધા પ્રશ્ન નરેન્દ્રના હૃદયમાં સળવળતા રહેતા. અંતમાં એમણે નિશ્ચય કર્યો કે તેઓ પોતાનો અલગ રસ્તો અપનાવશે. એક દિવસે એમણે વારા-ફરતી બધા હુક્કાઓથી, ત્યાં સુધી કે મુસલમાનો માટે રાખવામાં આવેલા હુક્કાથી પણ એક-એક ફૂંક લગાવી. કેવું આશ્ચર્ય. કશું પણ તો ના થયું. પછી આ ઘટનાનું વર્ણન કરતા એમણે કહ્યું- 'હું સમજી નથી શકતો કે એનાથી શું ફરક પડે છે?'

સન્ ૧૮૭૦માં જ્યારે નરેન્દ્ર સાત વર્ષના હતા ત્યારે પંડિત ઈશ્વરચન્દ્ર વિદ્યાસાગરની સંસ્થામાં ભણવા આવ્યા. અહીંયા આવતા જ સંસ્થાના બધા શિક્ષક એમની અલૌકિક પ્રતિભાથી અવગત થઈ ગયા. પરંતુ નરેન્દ્ર હજુ પણ એટલા ચંચળ હતા કે ક્યારેય પોતાની પુસ્તકોની સાથે બેસતા ન હતા. રમતમાં એમને ખૂબ આકર્ષણ હતું. જ્યારે તેઓ રમતમાં તલ્લીન થતાં, તો બધું જ ભૂલી જતા. ગોલી રમવામાં, દોડવા-કૂદવામાં કે પંજો લડાવવામાં તેઓ ઘણા કુશળ હતા. રમવાની ગાડી કે અન્ય યંત્રચાલિત રમકડાં એમને ખૂબ પસંદ હતા. સ્કૂલમાં બપોરની રજા પડતાં જ રમતના મેદાનમાં ભાગવાવાળા બાળકોમાં તેઓ સર્વપ્રથમ હતા. રમતની વચ્ચે જ્યારે બાળકોની લડાઈ શરૂ થઈ જતી ત્યારે તેઓ એ સમયે ન્યાયકર્તા બની જતા. પોતાના જીવ પર રમીને દુર્બળ દળના બાળકોની રક્ષા કરવી જાણે એમનો સ્વભાવ હતો. આ યુદ્ધ અને બચાવમાં કુશ્તીની જ્ઞાન વધારે મદદરૂપ થતું હતું. ક્લાસમાં શિક્ષકના ભણાવતા સમયે પણ એમની ચંચળ પ્રકૃતિના કારણે આસપાસના અન્ય બાળકો અભ્યાસમાં મન લગાવી શકતા ન હતા. ક્લાસમાં જ બીજા બાળકોને રમતગમતની વાત કે રામાયણ-મહાભારતની વાર્તા સંભળાવ્યા કરતા. ક્યારેય કોઈ વાત પર વિવાદ છેડાવા પર પોતાના તર્કશીલતાને કારણે બરાબર વિજયી થઈ જતા.

એક વખત જ્યારે ક્લાસમાં શિક્ષક ભણાવી રહ્યા હતા. નરેન્દ્રએ રમત-ગમતની વાતોમાં આસપાસના બાળકોને ફસાવી દીધા. શિક્ષક ક્રોધિત થઈ ગયા. એમણે નરેન્દ્ર તથા સાથેના બાળકોથી તરત ભણતર વિશેના પ્રશ્ન પૂછ્યા. બધા બાળકો મૌન હતા. પરંતુ નરેન્દ્રએ ઊભા થઈને બધા પ્રશ્નોના સાચા જવાબ આપ્યા. નરેન્દ્રની સ્મરણશક્તિ ખરેખર વિલક્ષણ હતી. વાતો કરતા-કરતા પણ તેઓ શિક્ષક દ્વારા ભણાવવામાં આવતી વસ્તુને યાદ રાખી શકતા હતા. શિક્ષકે પુનઃ જાણવા ઇચ્છ્યું કે આખરે વાતો કોણ કરી રહ્યું હતું. બાળકોએ નરેન્દ્રની તરફ આંગળી ઉઠાવી, પરંતુ શઈક્ષકને એમના પર વિશ્વાસ ના થયો. એમણે એ બધા બાળકોને ઊભા રહેવાની સજા આપી, જે વાતોમાં તલ્લીન હતા. બધા બાળકો ઊભા થયા, સાથે જ નરેન્દ્ર પણ. શિક્ષકે કહ્યું -'તારે ઊભા નથી

થવાનું.' પરંતુ નરેન્દ્રએ જવાબ આપ્યો - 'મારે અવશ્ય ઊભા થવું જોઈએ, કેમ કે હું પણ વાતો કરી રહ્યો હતો.' અને તેઓ ઊભા રહ્યાં.

એ જ દિવસોમાં શિક્ષકોએ નરેન્દ્રને બતાવ્યું કે એમને અંગ્રેજીનો પણ અભ્યાસ કરવાનો છે. નરેન્દ્ર એના માટે તૈયાર ન હતા. અંગ્રેજી તો વિદેશી ભાષા છે. ભલું એને કેમ ભણવી જોઈએ. શિક્ષકો દ્વારા બાધિત થવા પર તેઓ રોતા-રોતા પોતાના માતા-પિતાની પાસે પહોંચ્યા. એમના ઘણા સમજાવવા પર અંગ્રેજી ભણવા માટે તૈયાર થયા. અંગ્રેજી આરંભ કર્યા પછી એમના માતા-પિતા કે શિક્ષકગણ ચકિત રહી ગયા. થોડા જ મહીનામાં એમણે અંગ્રેજી ભાષામાં વધારે પ્રગતિ કરી લીધી.

નરેન્દ્ર અન્યાયના વિરોધમાં બરાબર આગળ રહેતા હતા. એમની શાળામાં એક ક્રૂર પ્રકૃતિના શિક્ષક હતા. એક દિવસે કોઈ વિદ્યાર્થીની શરારત પર એમણે એને ભયંકર સજા આપી. અસહાય વિદ્યાર્થી આંસૂ વહાવી જઈ રહ્યો હતો અને શિક્ષક મહાશય એને ખરાબ રીતે પીટતા જઈ રહ્યા હતા. નરેન્દ્રએ આ દૃશ્ય જોયું તો જોતા જ રહી ગયા. ગભરાટ અને રોષને કારણે એમનું આખું શરીર ધ્રૂજી રહ્યું હતું. સાથે જ ધૈર્ય ગુમાવી બેસવાના પાગલપણમાં તેઓ ઠહાકા મારીને હસવા લાગ્યા. એ શિક્ષકે જ્યારે નરેન્દ્રને હસતો જોયો, જો જાણે આગમાં ઘી પડી ગયું. એમની ક્રોધાગ્નિ વધારે પ્રજ્વલિત થઈ ઉઠી. એમણે નરેન્દ્રના કાન ખેંચીને નિર્દયતાથી પીટવાનું શરૂ કર્યું. નરેન્દ્ર રોતા ગયા, બૂમો પાડતા ગયા, પરંતુ એનાથી કોઈ લાભ ન થયો. એમના કાન એ રીતે ખેંચવામાં આવ્યા કે એમાંથી લોહી પ્રવાહિત થવા લાગ્યું. પરંતુ શિક્ષકને દયા ના આવી. નરેન્દ્ર ક્રોધાવેગના ઝટકાથી શિક્ષકથી અલગ થઈ ગયા અને કહ્યું- 'મારા કાન ના ખેંચો. તમે મને મારવાવાળા કોણ છો? જુઓ મને ફરી ક્યારેય સ્પર્શ ના કરતા.' ભાગ્યવશ આ જ સમયે ઈશ્વરચંદ્ર વિદ્યાસગર ત્યાં પહોંચી ગયા. નરેન્દ્રએ રોતા-રોતા એમને બધી વાત કહી સંભળાવી. વિદ્યાસાગરે એમને પોતાના કાર્યલયમાં લઈ જઈને ઘણા સમજાવ્યા. ઘર પર જ્યારે નરેન્દ્રની માતાએ આ બધું જોયું-સાંભળ્યું, તો એણને સ્કૂલ જવાની મનાઈ કરી દીધી. પરંતુ કાનનો ઘા એવોને એવો રહેવા છતાં પણ નરેન્દ્રએ સ્કૂલ જવાનું ના છોડ્યું. આ ઘટના પછી એ શાળાથી શારીરિક સજાની પ્રથા હંમેશાં માટે ઉઠાવી દેવામાં આવી.

નરેન્દ્ર પર કોઈ પ્રકારના ભય કે અંધવિશ્વાસની કોઈ અસર પડતી ન હતી, તેઓ પોતાની તાર્કિક બુદ્ધિથી દરેક ભય કે દરેક અંધવિશ્વાસના મૂળમાં ઘૂસીને એ જોવા ઇચ્છતા હતા કે આખરે સત્ય અને અસત્યમાં શું ભેદ છે. નરેન્દ્રના ઘર પાસે જ એક મોટું વૃક્ષ હતું. તે મનમોહક પુષ્પોથી લદાયેલું હતું. નરેન્દ્રને એના પર ચઢવાનો અત્યંત શોખ હતો. તેઓ હંમેશાં એના પર ચઢ્યા કરતા, ફક્ત ફુલ તોડવા માટે નહીં, બલ્કે થોડી બીજી જ અદ્ભુત રમત માટે. ફૂલ તોડવા તો માત્ર બહાનું હતું. હકીકતમાં એમના શરીરની વધારાની શક્તિ એમને ક્યારેય શાંત બેસવા દેતી ન હતી. તેઓ વૃક્ષ પર ચઢતા અને વૃક્ષની ડાળીમાં પોતાના પગને ફસાવીને ઉલ્ટા લટકી જતા અનેએ જ સ્થિતિમાં ઝૂલો ઝૂલતા. એમને આ રૂપમાં (માથું અને હાથને નીચેની તરફ લટકાવીને) ઝૂલવું અત્યંત પસંદ હતું.

પરંતુ આંગણામાં બેઠેલા એમના વૃદ્ધ બાબાને આ પ્રકારની રમત બિલ્કુલ પસંદ ન હતી. બાળક નરેન્દ્રનું આ રમતથી ધ્યાન દૂર કરવાના વિચારથી એમણે નરેન્દ્રથી કહ્યું કે

એ વૃક્ષ પર બ્રહ્મ દૈત્ય રહે છે. જે પણ એ વૃક્ષ પર ચઢે છે, તે બ્રહ્મ દૈત્ય એનું ગળું દબાવી દે છે. તેથી નરેન્દ્રએ એના પર ક્યારેય ના ચઢવું જોઈએ. નરેન્દ્રએ બાબાની વાત ખૂબ જ વિનમ્રતાથી સાંભળી, પરંતુ એની એમના પર કોઈ અસર ના પડી. બાબાની અનુપસ્થિતિમાં તેઓ એ વૃક્ષ પર ચઢીને પોતાની ઝૂલવાની રમત આરંભ કરી દેતા. એમના અન્ય બધા મિત્ર બાબાની વાત સાંભળીને ભાગી ગયા અને નરેન્દ્રને એ વૃક્ષ પર ચઢવાથી મનાઈ કરી દીધી. પરંતુ નરેન્દ્રએ હસીને જવાબ આપ્યો- 'તમે કેટલા ગધેડા છો. જો બાબાની વાત સાચી હોત, તો મારું ગળું પહેલાં જ દબોચી દેવામાં આવ્યું હોત.' આ જ નરેન્દ્ર જ્યારે આગળ ચાલીને સ્વામી વિવેકાનંદના રૂપમાં વિખ્યાત થયા તો દેશ-વિદેશમાં અસંખ્ય શ્રોતાઓ અને દર્શકોની સન્મુખ તેઓ હંમેશાં કહ્યા કરતા- 'કોઈ વત પર એ વિચારને વિશ્વાસ ના કરો કે તમે એને પુસ્તકમાં વાંચી છે. કોઈ વાત પર એથી વિશ્વાસ ના કરો કે કોઈએ એવું કહ્યું છે. તમે ખુદ સત્યની શોધ કરો.'

નરેન્દ્રને જીવનની એકરસતાથી ચિઢ હતી. એમણે બાળકોની એક નાટક મંડળી બનાવી. હંમેશાં એમના મકાનના એક મોટા ઓરડામાં નાટક ભજવવામાં આવતા. નાટક રમતા સમયે અવાજ થવો સ્વાભાવિક છે. નરેન્દ્રના કાકાને આ બધું સારું ન લાગ્યું. એમણે નાટકના ઓરડામાં જઈને નાટક રમવાના ચબૂતરા તથા અને જરૂરી વસ્તુઓ છિન્ન-ભિન્ન કરી દીધી અને ત્યાં અવાજ કરવાની મનાઈ કરી દીધી. એના પછી નરેન્દ્રના નિર્દેશનમાં એમની મિત્ર-મંડળીએ ઘરના આંગળમાં એક વ્યાયામશાળાની સ્થાપના કરી. ત્યાં તે લોકો વ્યાયામ કે મનગમતી ઉછળ-કૂદ કરતા. નરેન્દ્રના કાકાના કામમાં એનાથી પણ વિઘ્ન પડવા લાગ્યું. તેથી થોડા દિવસો પછી એમણે આ વ્યાયામશાળાની વસ્તુઓ પણ તહેસ-નહેસ કરી દીધી. એના પછી પણ નરેન્દ્રનો ઉત્સાહ ઓછો ના થયો. પાડોશના મિત્રના ઘેર એમની વ્યાયામશાળા ખુલી ગઈ. ત્યાં એમણે અન્ય કેટલાય પ્રકારની રમતોમાં પણ કુશળતા પ્રાપ્ત કરી- જેમ કે લાકડી ચલાવવી, નાવ ચલાવવી, મલ્લ-યુદ્ધ, બાહુ-યુદ્ધ વગેરે. એના જ ફળસ્વરૂપ એક રમતની હરિફાઈમાં એમને પ્રથમ પુરસ્કાર પ્રાપ્ત થયો.

એક વખત નરેન્દ્ર તથા એમના મિત્રોએ એક મેદાનમાં ખૂબ ભારે ઝૂલો લગાવવાની યોજના બનાવી. એના માટે સામાન એક્ઠો કરવામાં આવ્યો. નરેન્દ્ર તથા મિત્રગણ આ કાર્યમાં લાગી ગયા. ત્યારે જ એક અંગ્રેજ નાવિક ત્યાં ટહેલતો-ટહેલતો આવી પહોંચ્યો અને બાળકોને ઝૂલો લગાવવામાં રત જોઈને ખુદ પણ મદદ કરવા લાગ્યો. પરંતુ ભાગ્યએ સાથ ન આપ્યો. ઝૂલાનું માળખું ઊભું કરતા સમયે તે નાવિક ખરાબ રીતે ઘાયલ થઈને પડી ગયો. લોકોએ જોયુ કે તે બેભાન હતો. એ દિવસોમાં અહીંયા અંગ્રેજોની બોલબાલા હતી. અંગ્રેજોથી ભારતીય લોકો ખૂબ જ ભયભીત રહેતા હતા. નરેન્દ્ર તથા એમના એક બે મિત્રોને છોડીને બધા લોકો આ ઘટના સ્થળથી એક, બી, ત્રણ થઈ ગયા. લોકોને ડર હતો કે નાવિકનું મૃત્યુ તો નથી થઈ ગયુંને. પરંતુ એવા વિકટ સમયમાં નરેન્દ્રએ પરિસ્થિતિ સંભાળી. તેઓ ખૂબ જ પ્રત્યુત્પન્નમતિ હતા. એમણે તરત પોતાની ધોતી ફાડીને ઠેસ લાગેલા અંગ પર પટ્ટી બાંધી દીધી અને નાવિકને ભાનમાં લાવવા માટે એના મ્હોં અને માથા પર પાણીના છાંટા આપવા લાગ્યા અને પંખો નાખવા લાગ્યા. થોડી જ ક્ષણમાં નાવિકની મૂર્છા દૂર થઈ. પછી એમણે એની પાસેના પાઠશાળાગૃહમાં જઈને સુવડાવ્યા.

રોગીને ડૉક્ટરથી બતાવવામાં આવ્યો. નરેન્દ્રએ એ નાવિકની સેવા એક અઠવાડિયા સુધી કરી, ત્યારે તે પૂર્ણરીતે સ્વસ્થ થયો. એના સ્વસ્થ થવા પર નરેન્દ્રએ એને એક પાકીટ (પર્સ) ભેટમાં આપ્યું, જેમાં નરેન્દ્ર દ્વારા પોતાના મિત્રોથી જમા કરેલી રકમ હતી.

નરેન્દ્ર પોતાના પરિવાર તથા પાડોશી એમ બધાના પ્રિય હતા. નરેન્દ્રના પ્રેમ અને મિત્રતાના બધા અધિકારી હતા. ભલે તે ઊંચી જાતિના હોય કે નીચી જાતિના, ભલે દરિદ્ર હોય કે સંપત્તિશાળી. કોઈથી કોઈ પ્રકારનો ભેદભાવ ન હતો. કોઈની વિપત્તિમાં એ સેવા કરવાવાળાઓણાં સર્વપ્રથમ રહેતા હતા. મહિલા સમાજમાં પણ એ બધાના પ્રિય હતા. અવસ્થા અનુસાર બધી મહિલાઓમાં માસી અને બહેનના સંબંધ જાળવી રાખેલા હતા.

પાઠશાળામાં નરેન્દ્રની વિશેષ અભિરૂચિ હતી. તે મિત્રો દ્વારા ફાળો એક્ઠો કરતા, ફાળાની મોટાભાગની પૂર્તિ પોતાના ખિસ્સાથી કરતા, પછી મિત્રો સહિત ભોજન બનાવવામાં લાગી જતા. રમત-રમતમાં ખાવાનું ખૂબ જ ચટપટું અને સ્વાદિષ્ટ બની જતું. એના પછી બધું મળીને ખુબ મન લગાવીને પોતાના બનાવેલા ભોજનનો સ્વાદ લેતા.

નરેન્દ્ર દરેક રમતમાં પોતાના મિત્રના નેતા બની રહેતા. તેઓ હંમેશાં મિત્ર-મંડળીને કલકત્તાના દર્શનીય સ્થાન બતાવવા લઈ જતા હતા. ક્યારેક અજાયબઘર, ક્યારેક પ્રાણી સંગ્રહાલય, ક્યારેક કોઈ પ્રસિદ્ધ બગીચો, ક્યારેક ગંગાનું તટ. એક વખત તે મિત્રોની સાથે આ જ પ્રકારની સહેલ કર્યા પછી નાવથી ઘેર પાછા ફરી રહ્યા હતા, તો એમનો એક મિત્ર અચાનક ખૂબ અસ્વસ્થ થઈ ગયો. નાવિક એનાથી ખૂબ ક્રોધિત થયો અને એણે એ બાળકોથી નાવ સાફ કરવાનું કહ્યું. પરંતુ બાળકોએ મનાઈ કરી દીધી. જ્યારે નાવ કિનારા પર લાગી, તો નાવિકે કોઈ પણ બાળકને નાવથી ઉતરવા ના દીધા અને એમને ખરાબ રીતે બોલવા લાગ્યો. આંખ બચાવીને નરેન્દ્ર નાવથી કૂદીને કિનારા પર પહોંચી ગયા. ગંગાના તટ પર એ સમયે બે અંગ્રેજ સૈનિક ટહેલી રહ્યા હતા. એમનાથઈ નરેન્દ્રએ પોતાની તૂટી-ફૂટી અંગ્રેજીમાં બધી વાત કહી સંભળાવી અને મિત્રોને બચાવવા માટે મદદ માંગી. સૈનિકોએ બાળક નરેન્દ્રની બધી વાતો ખૂબ જ પ્રેમથી સાંભળી અને નરેન્દ્રની સાથે ઘટનાસ્થળ પર પહોંચ્યા. નરેન્દ્રની સાથે અંગ્રેજ સૈનિકોને જોતાં જ નાવિક સહેમી ગયો અને એના રોબ ભર્યા શબ્દોને સાંભળવાથી પહેલાં જ એણે બધા બાળકોને નાવથી ઉતારી દીધા. નરેન્દ્રના સાહસથી તે સૈનિક ખૂબ જ ખુશ હતા. એમણે નરેન્દ્રને એક નાટક જોવા માટે આમંત્રિત કર્યા. નરેન્દ્રએ એના માટે એમનો આભાર વ્યક્ત કર્યો અને ત્યાં જવામાં અસમર્થતા પ્રગટ કરી.

આ પ્રકારની બીજી એક ઘટના ઉલ્લેખનીય છે. નરેન્દ્ર લગભગ અગિયાર વર્ષના હતા. એ સમયે બ્રિટનના સ્વર્ગીય સમ્રાટ એડવર્ડ સપ્તમ વેલ્સના રાજકુમારના રૂપમાં ભારત પધાર્યા હતા. કલકત્તાના બંદરગાહ પર એમનું જહાજ આવીને લાગ્યું હતું. ઘણા લોકો એ જહાજને જોવા જતા હતા. એના માટે એક મુખ્ય અધિકારીથી પ્રવેશપત્ર લેવો જરૂરી હતો. ઉક્ત અંગ્રેજ અધિકારીની પાસે પ્રાર્થના પત્રની સાથે જતા સમયે દ્વારપાળે નરેન્દ્રને બાળક સમજીને રોકી દીધા. નરેન્દ્ર હતોસ્તાહિત ના થયા, એમણે ખૂબ ધ્યાનથી જોયું કે પ્રાર્થનાપત્રની સાથે લોકો વચ્ચેની સીડીથી ઉપર અંગ્રેજ અધિકારીના ઓરડામાં જઈ રહ્યા હતા. નરેન્દ્રએ એ ભવનની ચારે તરફ ફરીને એ ઓરડામાં પહોંચવાની યુક્તિ

કાઢી. ભવનની પાછળ એક પાતળી-એવી સીડી હતી. નરેન્દ્ર એ સીડીથી ઉપર ચઢી ગયા. અંતમાં એમણે ખુદને અધિકારીના રૂમમાં જોયા. તે ખૂબ ખુશ થયા અને લોકોની લાઇનમાં પાછળ ઊભા થઈ ગયા. જ્યારે એમનો વારો આવ્યો તો એમનું આવેદન પત્ર રાખી લેવામાં આવ્યું અને પ્રવેશપત્ર આપવામાં આવ્યો. પાછા ફરતા સમયે તેઓ મુખ્યદ્વારથી જ બધા લોકોની સાથે પાછા ફર્યા. દ્વારપાલે એમને બહાર નિકળતા ઓળખી લીધા. આશ્ચર્યમાં એના મુખથી નિકળી પડ્યું - 'અરે, તું અંદર કેવી રીતે ચાલ્યો ગયો.' નરેન્દ્રએ હસતા-હસતા જવાબ આપ્યો- 'હું એક જાદૂગર છું.'

જેમ-જેમ દિવસ વીતતા ગયા, નરેન્દ્રના જીવનમાં બાળ-ક્રીડાનું સ્થાન ન્યૂન થતું ગયું. અગિયાર-બાર વર્ષ પછી એમનું મન પુસ્તકો, પત્રિકાઓ અને દૈનિક સમાચારપત્રોમાં લાગવા લાગ્યું. આ વસ્તુઓને વાંચીને તે પોતાના મિત્રોની સામે પોતાની મૌલિક આલોચના રજૂ કરતા હતા.

નરેન્દ્રને સંગીતમાં અભિરુચિ પૈતૃક સંપત્તિના રૂપમાં મળી હતી. એમના પિતાને સંગીતથી વિશેષ અનુરાગ હતો. એક વખત પોતાના મિત્રનું એક ગીત સાંભળીને નરેન્દ્રએ સંગીત પ્રત્યે પોતાના વિચાર પ્રગટ કર્યા -'ફક્ત રાગ અને તાલથી જ સંગીતનો જન્મ નથી થતો. એનાથી એક ભાવની અભિવ્યક્તિ થાય છે. શું ફક્ત સ્વરના ઉતાર-ચઢાવથી જ ગાયેલા ગીતની પ્રશંસા થાય છે? ગીતનો અંતર્નિહિત ભાવ ગાયકના હૃદયની ભાવનાને જગાવે છે. જોખેલા શબ્દોની સાથે સ્વર અને તાલ પર પૂરું ધ્યાન આપવું જોઈએ. ગીત, જેનો આંતરિક ભાવ ગાયકના હૃદયથી પ્રસ્ફુટિત નથી થતો, તે સંગીત નથી.'

સન્ ૧૮૭૭માં જ્યારે નરેન્દ્ર ૧૪ વર્ષના હતા, એમના પિતાની નિયુક્તિ રાયપુર, મધ્યપ્રદેશમાં થઈ ગઈ. થોડા દિવસો પછી પિતાએ નરેન્દ્રના સંરક્ષણમાં પરિવારને રાયપુર બોલાવ્યો. એ દિવસોમાં કલકત્તાથી રાયપુર સુધી રેલગાડીનો માર્ગ બન્યો ન હતો. નાગપુર પછી બળદગાડીમાં સવારી નક્કી કરવામાં આવી. ક્યાંક નિર્જન રસ્તો, ક્યાંક ઘેરું જંગલ. વાતાવરણ સોહામણું હતું, પ્રકૃતિ પોતાના આંચળથી અનુપમ સૌંદર્યરાશિ વિખેરી રહી હતી, વિસ્તૃત આકાશની નીચે નરેન્દ્ર માટે આ બળગગાડીની યાત્રા અત્યંત જ દિલચસ્પ રહી. બળદગાડી પર બેઠા-બેઠા નરેન્દ્રને કોઈ પ્રકારનો થાક કે કંટાળો ના અનુભવાયો. તેઓ તો પ્રાકૃતિક છટા જોતા-જોતા એટલા તન્મય થઈ જતા હતા કે પોતાનું ભાન ગુમાવી બેસતા. એમને પ્રકૃતિની શોભા જોવામાં અલૌકિક આનંદ પ્રાપ્ત થતો હતો. એક વખત તે લોકો એક અત્યંત રમણીય સ્થાનથી થઈને જઈ રહ્યા હતા. માર્ગની બંને તરફ વિંધ્ય પર્વતમાળા, ઊંચા-ઊંચા લાંબા વૃક્ષોની શાખાઓમાં લપેટાયેલી કોમળ પુષ્પ લતાઓ. નરેન્દ્રના હૃદયનો ખૂણે-ખૂણો જાણે આ છબિથી પરિપૂર્ણ થઈ ગયો. તેઓ બળદગાડીમાં આંખો બંધ કરીને સૂઈ ગયા. પ્રકૃતિનું જે અનુપમ સૌંદર્ય નેત્ર-માર્ગથી હૃદયમાં ઉતરી આવ્યું હતું, એમાં જ તેઓ એટલા ખોવાયેલા રહ્યા કે ઘણા સમય સુધી એમને કોઈ પણ ભૌતિક જ્ઞાન ન હતું. એક વિશેષ પ્રકારની ઈશ્વરીય જ્યોતિમાં ડુબવા લાગ્યા. એમની ઈચ્છા હતી કે તેઓ હંમેશાં એ જ અવસ્થામાં પડ્યા રહે. જ્યારે એમની તન્દ્રા વિલીન થઈ, વધારે દૂર સુધીનો રસ્તો તેઓ કાપી ચુક્યા હતા.

જ્યારે નરેન્દ્ર રાયપુર પોતાના પિતાની પાસે પહોંચ્યા, તો એમના ભણતરના ક્રમમાં એક વિઘ્ન આવ્યું. રાયપુરમાં એ દિવસોમાં કોઈ શાળા ન હતી. તેથી નરેન્દ્રનો વધારે

સમય પોતાના પિતાના સહચર્યમાં વીતવા લાગ્યો. પિતા વાર્તાલાપ કરતા રહેતા. નરેન્દ્રને આ પ્રકારના વાર્તાલાપ તેમજ વાદ-વિવાદમાં વિશેષ રુચિ હતી. પિતાએ પુત્રના મસ્તિષ્કને સારી રીતે જોયું, પરખ્યું અને એને જરૂર પ્રમાણે બૌદ્ધિક આહાર આપીને પરિપુષ્ટ બનાવ્યું. વિશ્વનાથ દત્તને વિશ્વા હતો કે શિક્ષાનો મુખ્ય ઉદ્દેશ્ય વિચારશક્તિને સબળ બનાવવાનો છે. નરેન્દ્રનું મસ્તિષ્ક બરાબર જ વિભિન્ન વિષયોના સ્વતંત્ર ચિંતન અને મનનથી ક્રિયાશીલ રહ્યું. વિશ્વનાથ દત્તના ઘેર હંમેશાં વિદ્વાન લોકોનો જમેલો રહેતો. નરેન્દ્ર ખૂબ તન્મ્યતાથી એમના વાદ-વિવાદ સાંભળતા અને એમાં ભાગ લેતા. થોડા જ દિવસોમાં ત્યાંના લોકો નરેન્દ્રના મેઘાવી મસ્તિષ્કથી પૂર્ણરીતે પરિચિત થઈ ગયા. જો ક્યારેય કોઈ દ્વારા એમને બૌદ્ધિક માન્યતા ના મળતી, તો એમનો અહં એમને ક્યારેય શાંત ના રહેવા દેતો. આવા અવસરો પર તેઓ ખૂબ જ ઉત્તેજિત થઈ જતા અને જાત-જાતના તર્ક દ્વારા પોતાનીવ ાત સાચી સાબિત કરવાનો પ્રયત્ન કરતા. એમને શાંત કરવાના વિચારથી લોકો અંતમાં એમનાથી ક્ષમા માંગ્યા કરતા. નરેન્દ્રનું વ્યક્તિત્વ જ કંઈક એ પ્રકારનું હતું કે બધાએ એમની સામે ઝૂકવું પડતું. અહીંયા રાયપુરમાં એમણે પોતાના મિત્રોની પસંદગી ખૂબ સાવધાનીથી કરવાનું શરૂ કર્યું. તીક્ષ્ણ બુદ્ધિના છોકરા, જેનાથી નરેન્દ્ર વાદ-વિવાદ કરી શકતા હતા, તે બધા જ એમના અભિન્ન મિત્ર બન્યા. સાધારણ કે મંદ બુદ્ધિના બાળખ જે બરાબર એમનું નાયકત્વ સ્વીકાર કરતા અને એમની પાછળ-પાછળ ચાલતા, એમની મિત્રતમાં એમને કોઈ રસ મળતો ન હતો.

નરેન્દ્રને બાળપણથી જ પૂર્વ જન્મના સિદ્ધાંત પર વિશ્વાસ હતો. હંમેશાં પોતાના મિત્રોથી તેઓ આ વિષય પર ચર્ચા છેડી દેતા. બાળપણમાં જ્યારે તેઓ કોઈ ખાસ નવી વસ્તુને જોતા કે કોઈ વિશેષ વ્યક્તિથી મળતો, તો એમને એવો ભાસ થતો જાણે તેઓ એમનાથી પૂર્વ પરિચિત છે. તેઓ એના માટે પોતાના મસ્તિષ્કને કુદેરતા કે જેનાથી જાણ થઈ શકે કે એમણે એ વસ્તુને કે એ વ્યક્તિને સર્વપ્રથમ ક્યાં જોયા છે. પરંતુ એનું કોઈ પરિણામ ના નિકળતું. એમના સ્મરણના બધા પ્રયત્ન નિષ્ફળ થઈ જતા. પછીથી એમણે આ વિષય પર આ પ્રકારે કહ્યું હતું - 'એક વખત કોઈ વિશેષ સ્થાન પર હું મારા મિત્રોની સાથે વાત કરી રહ્યો હતો. અચાનક થોડી એવી ચર્ચા છેડાઈ ગઈ કે મારા મસ્તિષ્કમાં એક સ્મૃતિ ઘૂસી ગઈ. મને એવું લાગ્યું કે અતીતમાં ક્યારેક આ જગ્યા, આ જ મકાનમાં, આ જ લોકોની સાથે આ પ્રકારની ચર્ચા છેડાઈ હતી. પછી મેં વિચાર કર્યો કે આ બધું પૂર્વ જન્મના સિદ્ધાંતને કારણે થાય છે. પરંતુ મેં વિચાર્યું કે આ વિષય પર કોઈ પણ નિષ્કર્ષ તર્કસંગત નથી. હવે હું વિશ્વાસ કરું છું કે પોતાના આ જન્મ પહેલાં મને કોઈને કોઈ પ્રકારે એ વસ્તુઓ અને એ લોકોની ઝલક જરૂર મળે છે- જેનાથી મારો આ જન્મથી સંબંધ છે. આ પ્રકારની યાદ હંમેશાં મને જીવન પર્યન્ત આવતી રહી છે.'

રાયપુરમાં નરેન્દ્ર કોઈ સ્કૂલમાં ભણવા ના ગયા-છતાં પણ એમનો બૌદ્ધિક વિકાસ સતત થતો રહ્યો. એમનું જીવન ક્યારેય પણ નીરસ ના બન્યું. લગભગ બે વર્ષ પછી સન્ ૧૮૭૯માં વિશ્વનાથ દત્ત પોતાના પરિવારની સાથે કલકત્તા પાછા ફર્યા. નરેન્દ્રને પુનઃ સ્કૂલમાં પ્રવેશ અપાવવામાં આવ્યો. સ્કૂલના અધિકારીઓએ એનો કોઈ વિરોધ ના કર્યો કેમ કે તેઓ નરેન્દ્રની માનસિક ક્ષમતાથી પરિચિત હતા. એક વર્ષ પછી જ નરેન્દ્રને

પ્રવેશિકા પરીક્ષા આપવાની હતી, તેથી એમને ત્રણ વર્ષનો અભ્યાસ એક વર્ષમાં પૂરો કરવાનો હતો. નરેન્દ્ર ખૂબ લગનથી પોતાના કામમાં લીન થઈ ગયા. ક્લાસનો અભ્યાસ એમની જ્ઞાન પિપાસાને શાંત કરવામાં અસફલ રહ્યો. તેઓ ક્લાસના ભણતર સિવાય અંગ્રેજી અને બાંગલા સાહિત્ય તથા ભારતીય ઈતિહાસની અનેક પ્રામાણિક પુસ્તકો વાંચવામાં વ્યસ્ત રહ્યાં. ફળસ્વરૂપે શ્રેણીના અધ્યયનક્રમમાં કેટલાક વિઘ્નો ઉત્પન્ન થઈ ગયા. પરીક્ષા માટે નિર્ધારીત પુસ્તકો પર તેઓ પૂરું ધ્યાન ના આપી શક્યા. આ વિષયમાં એમણે કહ્યું- 'પ્રવેશ પરીક્ષાના ઠેક બે દિવસ પહેલાં મને ખબર હતી કે મને જ્યામિતિનું ખૂબ જ ઓછું જ્ઞાન છે. ત્યારે મેં આખી રાત જાગીને આ વિષયનો અભ્યાસ કરવાનું શરૂ કર્યું. આ પ્રકારે ચોવીસ કલાકમાં મેં જ્યામિતિની ચાર પુસ્તકો પર પોતાનો અધિકાર જમાવી લીધો.' આ પ્રકારે એમણે પ્રવેશ પરીક્ષા આપી દીધી અને એમાં પ્રથમ શ્રેણીમાં પાસ થયા. આ વર્ષે આ શાળામાં પ્રથમ શ્રેણીમાં ફક્ત નરેન્દ્રનું જ નામ હતું. પિતા ફૂલ્યા ના સમાયા. એમણે ઇનામસ્વરૂપે નરેન્દ્રને એક ઘડીયાળ ખરીદી આપી.

આ એક વર્ષના સ્કૂલ જીવનમાં વિભિન્ન વિષયો પર અનેક પુસ્તકો વાંચતા-વાંચતા નરેન્દ્રએ અભ્યાસની સહજ રીત શોધી કાઢી હતી. તેઓ લેખકના વિચારને પુસ્તકની પ્રત્યેક લાઇન વાંચ્યા વગર જ એને સરળતાથી સમજી જતા હતા. પુસ્તકો વાંચતા-વાંચતા એમના મસ્તિષ્કને એક વિચિત્ર ક્ષમતા પ્રાપ્ત થઈ ગઈ હતી કે ઉદ્ધરણની પ્રથમ અને અંતિમ પંક્તિ વાંચીને તેઓ સંપૂર્ણ અનુચ્છેદનો અર્થ સમજી જતા હતા. પછી તો એમના મસ્તિષ્કની ગ્રાહ્ય શક્તિનો એટલો વિકાસ થયો કે પ્રથમ અને અંતિમ પંક્તિ વાંચીને સંપૂર્ણ પૃષ્ઠની વાત સમજવા લાગ્યા. પોતાની આ અનોખી માનસિક શક્તિના વિષયમાં એમણે કહ્યું - 'જ્યારે ક્યારેય લેખક વાદ-વિવાદ દ્વારા પોતાની વાતના સ્પષ્ટીકરણ માટે ચાર-પાંચ પૃષ્ઠ કે એનાથી પણ વધારે પૃષ્ઠ લઈ લેતા, ત્યાં હું કેટલીક પંક્તિઓ વાંચીને જ એમના તર્ક કે સલાહને સમજી લેતો.'

આ પ્રકારે નરેન્દ્રને પુસ્તકો વાંચવા અને સમજવામાં ખૂબ જ ઓછો સમય લાગતો. ચિત્તની એકાગ્રતા દ્વારા જ એમણે પોતાના મસ્તિષ્કની એવી વિલક્ષણ શક્તિનો વિકાસ કર્યો હતો. આ જ કારણે પોતાના નાના એવા જીવનમાં એમણે એટલું પ્રચુર પાંડિત્ય પ્રાપ્ત કરી લીધું કે જેને જોઈને મોટા-મોટા વયોવૃદ્ધ વિદ્વાન ચકિત રહી ગયા.

નરેન્દ્રના સ્કૂલનું જીવન હવે સમાપ્ત થઈ ગયું હતું. એમનો નટખટપણાભર્યું ચપળ બાળપણ હવે યુવાનીની ગંભીરતામાં પરિણત થઈ રહ્યું હતું. એમની પહોળી છાતી અને માંસલ ભુજાઓમાં યૌવનની સ્ફૂર્તિ લહેરાઈ રહી હતી. સ્કૂલ પછી નરેન્દ્ર એક વર્ષ સુધી પ્રેસીડેન્સી કૉલેજમાં ભણતા રહ્યા, પછી સ્કાટિશ પાદરીઓ દ્વારા સ્થાપિત સ્કાટિશ ચર્ચ કૉલેજમાં ભણવા ચાલ્યા ગયા. પ્રવેશ પરીક્ષા સમયે એમને એક વર્ષની અંદર ત્રણ વર્ષનો અભ્યાસ પૂરો કરવા માટે અથાગ પરિશ્રમ કરવો પડ્યો હતો. એણે એમના સ્વાસ્થ્યને હલાવી દીધું. તેઓ અસ્વસ્થ રહેવા લાગ્યા. તેથી જળવાયુ પરિવર્તન માટે એમને ગયા જવું પડ્યું. ત્યાં કેટલાક મહીના સુધી સ્વાસ્થ્ય લાભ કર્યા પછી તેઓ ફરી કૉલેજની પ્રથમ પરીક્ષાના સમયે કલકત્તા પાછા આવી ગયા અને પરીક્ષા આપી દીધી. આ વખતે એમને દ્વિતીય સ્થાન મળ્યું.

નરેન્દ્ર ક્યારેય પણ પાઠ્ય પુસ્તકોના બંધનમાં ના બંધાયા. એમનું માનસ જ્ઞાન-ક્ષેત્રમાં સ્વચ્છંદ વિચરણ કરતું. કૉલેજના આ પ્રથમ બે વર્ષોના સમયગાળામાં એમણે પશ્ચિમી તર્કશાસ્ત્રની પ્રમાણિત પુસ્તતકોનો ઘોર અભ્યાસ કર્યો. આ રીતે કૉલેજના અંતિમ બે વર્ષોમાં પશ્ચિમી દર્શન શાસ્ત્ર અને વિભન્ન યૂરોપીય રાષ્ટ્રોના પ્રાચીન તેમજ અર્વાચીન ઈતિહાસનું મનન-ચિંતન કર્યું. એમને પોતાની તીવ્ર સ્મરણ શક્તિ પર પૂર્ણ વિશ્વાસ હતો. આથી પાઠ્ય પુસ્તકોનું વાંચન તેઓ પરીક્ષાના નજીકના દિવસો માટે બાકી રાખતા હતા.

સ્નાતક પરીક્ષાને જ્યારે ફક્ત એક મહીનો બાકી રહી ગયો, ત્યારે નરેન્દ્રને પોતાની પાઠ્ય પુસ્તકોની યાદ આવી. એમને ધ્યાનમાં આવ્યું કે એમણે 'ગ્રીન' દ્વારા લિખિત યૂરોપનો ઈતિહાસ, જે એમના વર્ગ માટે નિર્દેશિત હતો, એનો અભ્યાસ હજુ સુધી કર્યો જ નથી. દુર્ભાગ્યવશ તે પુસ્તકો પણ એમની પાસે ન હતી. પછીથી જ્યારે એમને એ પુસ્તક મળી, ત્યારે એમણે પ્રણ કરી લીધી કે જ્યાં સુધી તેઓ એનું પૂર્ણ જ્ઞાન પ્રાપ્ત નહીં કરી લે, ત્યાં સુધી પોતાના ઓરડાથી બહાર નહીં આવે. ત્રણ દિવસોમાં એમણે એ પુસ્તક પર સારી રીતે અધિકાર જમાવી લીધો. આ પ્રકારે તેઓ પરીક્ષાના પહેલાં ચા-કૉફી પીને, રાત-રાતભર જાગીને ભણ્યા.

આખરે સ્ન્તકની અંતિમ પરીક્ષાનો દિવસ આવી ગયો. પરંતુ નરેન્દ્રની મનઃસ્થિતિ આજે અચાનગ અજીવ થઈ ગઈ હતી. કૉલેજની પરીક્ષાઓની નિરર્થકતા એમના મનને કચોટવા લાગી. ભલું આ પરીક્ષાઓનો જીવનથી શું લગાવ છે? એનું મહત્ત્વ શું છે? શું આનું જ અનુસરણ જીવનનું એકમાત્ર લક્ષ્ય છે? નરેન્દ્રના હૃદયમાં અંતર્દ્વન્દ્વનો તોફાન ચાલી રહ્યું હતું- પરીક્ષા આપવી કે ના આપવી. થોડી ક્ષણ પછી તોફાન શાંત થયું અને હૃદયથી એક પ્રતિધ્વનિ આવી- 'નહીં'. જે જ્ઞાનથી જીવનનું સત્ય ઉદ્‌ભાસિત નથી થતું, તે જ્ઞાન નથી. ''જીવનનું સત્ય તો ઈશ્વરના પ્રેમથી આલોકિત થાય છે.'' નરેન્દ્ર પોતાના વિદ્યાર્થીવાસના એક સહપાઠીના રૂમના દ્વાર પર ઊભા હતા. એમની મંત્રમુગ્ધ દૃષ્ટિ, પોતાના પરિવેશથી પરે કોઈ અદશ્યને જોવામાં તન્મય હતી. હૃદય વીણાના તાર પર ભગવત્ મહિમાનો રાગ ઝંકૃત થઈ ઉઠ્યો. તેઓ સર્વશક્તિશાળી ઈશ્વરના સર્વવ્યાપી વિરાટ રૂપ પર આધારિત ભજન ગાવા લાગ્યા. આ ભજનના બોલ એમના હૃદયથી પ્રસ્ફુટિત થઈ રહ્યા હતા. તેથી ગીતના સ્વર અત્યંત ભાવભીના હતા. તેઓ એટલા ભાવવિભોર હતા કે એમને ના પરિસ્થિતિનું જ્ઞાન હતું, ના સમયનું. આ પ્રકારે ગાતા-ગાતા ૯ વાગી ગયા. એમના સહપાઠી એમની આ બદલાયેલી મનઃસ્થિતિથી શંકિત થઈ ગયા. ખૂબ સમજી વિચારીને એમણે નરેન્દ્રને પરીક્ષા પ્રારંભ થવાના સમયની યાદ અપાવી. પરંતુ વ્યર્થ. નરેન્દ્રએ એના પર એક ક્ષણ પણ ધ્યાન ન આપ્યુ. એ દિવસે એમના મિત્ર એમને પરીક્ષા ભવનમાં કોઈ પણ પ્રકારે લઈ જવામાં સફળ ના થઈ શક્યા. પરંતુ બીજા દિવસે એમના મિત્રો એમને વિવશ કરીને પરીક્ષા ભવનમાં બેસાડી દીધા. કોઈ પ્રકારે નરેન્દ્રએ એ દિવસે પ્રશ્નોત્તર લખ્યા. સ્નાતકની પરીક્ષા આ પ્રકારે અનિચ્છાપૂર્વક નરેન્દ્રએ પૂરી કરી. છતાં પણ પરીક્ષાફળમાં તેઓ ઉત્તીર્ણ ઘોષિત થયા.

નરેન્દ્રની કૉલેજના પ્રાધ્યાપકગણ એમના પ્રતિભાશાળી વ્યક્તિત્વથી પ્રભાવિત હતા. એ પ્રાધ્યાપક ચાહે હિન્દુસ્તાની હોય કે અંગ્રેજ, બધાને નરેન્દ્રના અદ્વિતીય મસ્તિષ્કની ઝલક મળી ચુકી હતી. કૉલેજના પ્રાચાર્ય હેસ્ટીના શબ્દોમાં- નરેન્દ્ર હકીકતમાં પ્રતિભાશાળી

છે. મેં દૂર-દૂર સુધી ભ્રમણ કર્યું છે, પરંતુ મને આ છોકરાની સમાન ક્યાંય પણ પ્રતિભા નજરે નથી પડી, ત્યાં સુધી કે જર્મની વિશ્વવિદ્યાલયના દર્શન શાસ્ત્રના વિદ્યાર્થીઓમાં પણ નહીં. તે અવશ્ય જ પોતાના જીવનને અમર બનાવશે.' નરેન્દ્ર જીવનની દરેક વાતને, દરેક વ્યવહારને તર્કની કસોટી પર કસ્યા પછી જ એના પર વિશ્વાસ કરતા હતા. અભ્યાસના સમયે અન્ય મિત્રોની સાથે જો કોઈ ઊંડા વિષય પર તર્ક આરંભ થઈ જતો, તો પછી મનોરંજનના સમયે પણ એ જ વિષય પર ચર્ચા ચાલતી રહેતી. એમના અંગ-અંગમાં અદમ્ય સ્ફૂર્તિની લહેરો લહેરાયા કરતી. જાણે એવું લાગતું કે એમની શક્તિનો હ્રાસ ક્યારેય થતો જ નથી. આ જ પ્રકારે એમના વાર્તાલપના પણ અસંખ્ય વિષય હતા.

નરેન્દ્રના એક મિત્રના શબ્દોમાં નરેન્દ્રનું નિરુપણ - 'નરેન્દ્રની વાતોને સાંભળવી આનંદપ્રદ હતું. એના અવાજમાં સંગીતની મધુરિમા હતી. એની વાતોનો આનંદ લેવા માટે અમે લોકો કોઈ પણ વિષય પર વાદ-વિવાદ આરંભ કરી દેતા. એના વિચાર જેટલા મૌલિક હતા, એટલા જ મનોરંજકક પણ. તે નેપોલિયનનો પ્રશંસક હતો. અને લોકોને વિશ્વાસ અપાવવાનો પ્રયત્ન કર્યો કે કોઈ મહાન ઉદ્દેશ્યના અનુયાયીએ નિઃસંકોચ આજ્ઞાપાલક હોવું જોઈએ, જેમ કે માર્શલે સમ્રાટ પ્રત્યે કર્યું.'

પોતાના શક્તિશાળી મસ્તિષ્કની સાથે-સાથે નરેન્દ્રએ ભાવુક હૃદય પણ મેળવ્યું હતું. એમના હૃદયમાં પોતાના મિત્રો પ્રત્યે અગાઢ પ્રેમ હતો. તેઓ તન, મન, ધનથી એમની મદદ કરવા માટે હંમેશાં તૈયાર રહેતા હતા. એક વખત સ્નાતક વર્ગની અંતિમ પરીક્ષાના સમયે એમના કોઈ સહપાઠીની પાસે પરીક્ષા-શુલ્કના રૂપિયા ન હતા. તે મિત્ર ખૂબ જ ગરીબીની અવસ્થામાં હતો. નરેન્દ્રને જ્યારે આ બધાની ખબર પડી, તો તેઓ એને મદદ કરવાનો માર્ગ શોધવા લાગ્યા. અંતમાં ખબર પડી કે કૉલેજના અધીક્ષકની ઇચ્છાથી એ શુલ્ક ક્ષમા થઈ જશે અને સહપાઠી આ પ્રકારે પરીક્ષામાં પાસ થઈ શકશે. તેથી સહપાઠીની તરફથી આવેદન પત્ર આપીને નરેન્દ્રએ અધીક્ષકથી ફીસ માફ કરી દેવાનો આગ્રહ કર્યો. પરંતુ વ્યર્થ. એનું કોઈ પરિણામ ના નિકળ્યું. પરંતુ નરેન્દ્ર હાર માનવાવાળા વ્યક્તિ ન હતા. એક દિવસે જ્યારે તે અધીક્ષક ટહેલવા માટે બહાર નિકળ્યા, ત્યારે માર્ગમાં નરેન્દ્ર એમનાથી મળ્યા અને કોઈ પણ પ્રકારે એમને સમજાવીને સહપાઠી માટે નિઃશુલ્ક પરીક્ષા ભવનમાં બેસવાની સંમતિ માંગી લીધી.

સચ્ચાઈ તેમજ પવિત્રતાથી એમનું જીવન પ્રારંભથી જ ઓત-પ્રોત હતું. આ અનમોલ ગુણ નરેન્દ્રને પોતાની માતાની તરફથી વારસામાં મળ્યા હતા. એમની માતા પોતાના કર્તવ્ય પ્રત્યે હંમેશાં જાગૃત રહી. કર્તવ્ય પ્રત્ય એવી અતૂટ ભક્તિ હૃદયની પવિત્રતા વગર અશક્ય છે. હૃદયની પવિત્રતાનું બળ અસીમ છે. એનો સહારો લઈને માનવ ઈશ્વર સુધી પહોંચી શકે છે- અજ્ઞાનના આવરણમાં લપેટાયેલી આત્માને અનાવૃત કરી શકે છે. ભવિષ્યમાં નરેન્દ્રએ અનુભવ કર્યો કે આ પવિત્રતા વગર એમના આધ્યાત્મિક જીવનમાં કોઈ પ્રગતિ નહીં થઈ શકે. એમની દૃષ્ટિમાં પવિત્રતા બુરાઈના પ્રત્યે નિષ્ક્રિય અવરોધ નહીં, પરંતુ એક પ્રકાશપૂર્ણ આધ્યાત્મિક શક્તિ છે.

વિશ્વવિદ્યાલય જીવના ઉત્તરાર્ધમાં નરેન્દ્રના પિતાએ નરેન્દ્રના લગ્નનો પ્રશ્ન ઉઠાવ્યો. નરેન્દ્રને પોતાનો જમાઈ બનાવવા માટે અનેક પિતા ઇચ્છુક હતા. કન્યાવાળાઓ તરફથી

નરેન્દ્રને વિદેશ જઈને ઉચ્ચ શિક્ષા પ્રાપ્ત કરવા માટે પર્યાપ્ત પૈસા મળવાની પણ આશા હતી. એમના પિતા દહેજના પ્રલોભનથી વધારે આકર્ષિત થયા. પરંતુ નરેન્દ્રને જ્યારે એની જાણકારી થઈ, તો એમની આત્મા વિદ્રોહ કરી ઉઠી. તેઓ દુઃખી થઈને કહેતા- 'તમે લોકો મને ક્યાં ખેંચી જઈ રહ્યા છો? લગ્ન કરીને મારું બધું જ સમાપ્ત થઈ જશે.' નરેન્દ્રને બાળપણથી જ લગ્નું બંધન અપ્રિય હતું. આ દિવસોમાં તેઓ સમાજ-સેવાનું સ્વપ્ન જોઈ રહ્યા હતા. છતાં પણ આ વિષય પર વધારે વાદ-વિવાદ કરીને માતા-પિતાના હૃદયને કષ્ટ પહોંચાડવું પણ એમને સારું લાગતું ન હતું. ઊંડાઈમાં ઉતરવા પર નરેન્દ્ર અનુભવ કરતા કે લગ્નના પ્રશ્નને લઈને એમના મસ્તિષ્કના કોઈ ખૂણામાં થોડી હલચલ હતી, થોડો દ્વન્દ્વ હતો.

જ્યારે તેઓ શયનકક્ષમાં સૂવા માટે જતા ત્યારે બે પ્રકારના દશ્ય એમના માનસપટ પર વારંવાર ઉભરતા અને વિલીન થઈ જતા. પહેલું દશ્ય સાંસારિકતાનું હતું; વૈભવની વચ્ચે સુખ અને વિલાસનું જીવન- સુંદર, સુશીલ પત્ની અને પરિવાર, પ્રતિષ્ઠા, યશ અને કીર્તિ. બીજું દશ્ય આધ્યાત્મિકતાનું હતું - એક પરિવ્રાજક, જેણે વિશ્વની બધી વાસનાઓ પર વિજય પ્રાપ્ત કરીને, પરબ્રહ્મ પરમાત્માની અનુભૂતિ પ્રાપ્ત કરી છે, જીવનના સત્યને સમજ્યું છે, જે વનમાં કે પર્વતોના શીખર પર નીલામ્બરની નીચે પોતાના જીવનની આખી રાતો વિતાવે છે અને જેણે જીવિત રહેવા માટે આહારની જવાબદારી પણ નિયતિ પર છોડી રાખી છે.

નરેન્દ્ર આ બંને દશ્યોના ચતુર ચિત્રકાર હતા. તેઓ શાંત ક્ષણોમાં એને સામે રાખીને એમાં મનગમતો રંગ ભરતા. બંને ચિત્રોનું પોત-પોતાનું અલગ આકર્ષણ હતું. બંને જ ચિત્રોની ભૂમિકામાં નરેન્દ્ર અદ્વિતીય નજરે પડતા. પણ ન જાણે કેમ નરેન્દ્ર જેટલું જ વિચારતા, જેટલા જ ભાવની ઊંડાઈમાં ઉતરતા, બીજા ચિત્રની ભૂમિકા- સંન્યાસીની ભૂમિકા એમને વધારે રુચિકર લાગતી હતી. સાંસારિક વ્યક્તિનું ચિત્ર માનસપટ પર ધીમે-ધીમે ધૂમિલ થતું લુપ્ત થઈ જતું.

સંયોગવશ એવું થયું કે જ્યારે જ્યારે નરેન્દ્રના લગ્નની વાત ચાલી, ત્યારે ત્યારે પરિવારમાં કોઈને કોઈ પ્રકારની મુશ્કેલીઓ ઉભરતી રહી અને લગ્નની ચર્ચા સ્થગિત થતી ગઈ. નરેન્દ્રને એનાથી મોટી રાહત મળી.

વિશ્વવિદ્યાલયનું જીવન સમાપ્ત કરતા-કરતા નરેન્દ્રના જીવનનો આધ્યાત્મિક પથ ખુલી ગયો હતો. પ્રકૃતિના ખોળામાં છુપાયેલી વાસ્તવિકતાને જોવા માટે જાણે એમની આંખો બેચેન હતી- સત્યની શોધ માટે એમનું હૃદય વ્યાકુળ હતું. સંસારનો ક્ષણિક આનંદ એમને પોતાની તરફ આકર્ષિત ના કરી શક્યો. બાહ્ય રૂપથી સર્વસાધારણની સમાન જીવન વ્યતીત કરતા-કરતા પણ એમના અંતર્મનનો ઉદ્દેશ્ય કંઈક બીજો જ હતો, જે એમને વારંવાર આંગળી બતાવતો રહેતો કે તું બીજા લોકોથી અલગ છો, તારો જીવન-માર્ગ અલગ છે. એમને પૂર્ણ વિશ્વાસ હતો કે કઠિન સાધના દ્વારા તેઓ સાધ્યને નિઃસંદેહ પ્રાપ્ત કરી લેશે. શરૂમાં એમનું ધ્યાન બ્રહ્મ સમાજ તરફ ગયું. બ્રહ્મ સમાજમાં દર્શન પર ચર્ચા થતી. ઉપનિષદો દ્વારા પરબ્રહ્મ પરમાત્માના નિરાકાર રૂપને સમજાવવામાં આવતા, એમના અસ્તિત્વનો આભાસ અપાવવામાં આવતો. હૃદય અને મસ્તિષ્કની પવિત્રતા

માટે પ્રાર્થનાઓ થતી. બધા લોકોના હૃદય તૃપ્ત થતા. પરંતુ નરેન્દ્રના હૃદયની તરસ છીપાતી ન હતી. તેઓ તરસ્યાને તરસ્યા જ રહી જતા. એમના હૃદયમાં એ વાત ઉઠતી-સંસારની કોઈ પણ શક્તિ જો બ્રહ્મના રૂપને નથી બતાવી શકતી તો બધું વ્યર્ત છે. આ આખું દર્શન, આ બધા વેદાન્ત, આ બધી પ્રાર્થનાઓ, આ બધી પૂજા-અર્ચના-કોઈનું કોઈ મહત્ત્વ નથી. પરમાત્મા જેણે આખા સંસારની રચના કરી છે, ચાહે તે અરુપ જ કેમ ન હોય, જો તે ક્યાંય છે, તો હૃદયની પુનીત ભક્તિ દ્વારા એને ચોક્કસ જોઈ શકાય છે. ભગવાન ભક્તની વિહ્વળ પ્રાર્થના ચોક્કસ જ સાંભળશે. ધીમે-ધીમે નરેન્દ્રના હૃદયમાં આ વાત જડ પકડતી ગઈ કે પરબ્રહ્મ વગરના પ્રત્યક્ષીકરણની અનુભૂતિનું જીવન નિરર્થક છે.

એ દિવસોમાં બ્રહ્મ સમાજના નેતાઓમાં મહર્ષિ દેવેન્દ્રનાથ ઠાકુરની ખૂબ પ્રસિદ્ધિ ફેલાયેલી હતી. જીવનના પાછલા અધ્યાયમાં તેઓ ગંગાના એક નૌકા ગૃહમાં એકાન્તવાસ કરતા હતા. નરેન્દ્ર એમનાથી પહેલાં એક વખત પોતાના મિત્ર સાથે મળી ચુક્યા હતા. આ વખતે વિશ્વવિદ્યાલયના અંતિમ દિવસોમાં જ્યારે નરેન્દ્રનું હૃદય સત્ય દર્શન માટે આકુળ રહેવા લાગ્યું ત્યારે એમણે એક વખત ફરી મહર્ષિથી મળવાનો નિશ્ચય કર્યો.

નરેન્દ્ર મહર્ષિની નૌકા પર પહોંચે છે. એમના હૃદયમાં સત્ય દર્શનની ક્ષુધાગ્નિ ધધકી રહી હતી. કસમયમાં ઉપસ્થિત, ભાવાવેગથી અધીર નરેન્દ્રને જોઈને મહર્ષિ ચોંકી ઉઠે છે. મહર્ષિના સન્મુખ નરેન્દ્ર પોતાને વશમાં ના રાખી શક્યા. સામનો થતાં જ નરેન્દ્રના આવેગ-કમ્પિત હોઠોથી એ પ્રશ્ન નિકળી ગયો-'મહાશય, શું તમે ઈશ્વરને જોયા છે?' મહર્ષિની બે શાંત આંખો આ યુવકના મુખ પર જામી ગઈ. એમને કોઈ ઉપયુક્ત જવાબ ના સૂઝ્યો, એમણે બસ એટલું જ કહ્યું, 'પુત્ર, તને યોગીની આંખો પ્રાપ્ત છે.' જવાબના તુષારાપાતથી નરેનદ્રનું મુખ મુરઝાઈ ગયું. તેઓ ત્યાંથી ઉદાસ પાછા ફર્યા. પરંતુ એમનું જિજ્ઞાસું હૃદય ક્યાં માનવાવાળું હતું. મહર્ષિ દેવેન્દ્રનાથ ઠાકુરે ઈશ્વરને ના જોયા તો શું તેઓ બીજા આધ્યાત્મિક મહાપુરુષોની પાસે જશે અને ચરમ સત્યના દર્શન કરશે. શું એવું પણ શક્ય છે કે આ વિભિન્ન સંપ્રદાયોના દેવસ્વરૂપ મહામાન્ય લોકોએ પણ ઈશ્વરને નહીં જોયા હોય? ના, એવું ક્યારેય નથી થઈ શકતું.

નરેન્દ્રના હૃદયમાં આ પ્રકારના અનેક ભાવ ઉઠતા. તેઓ અનેક સંપ્રદાયોના આધ્યાત્મિક મહાપુરુષોથી મળ્યા. પરંતુ એમના સત્ય દર્શનની પિપાસા એમની એમ જ જળવાઈ રહી. એક દિવસે અતીતની એક ઘટના એમની આંખોની સામે સજીવ થઈ ઉઠી. એ દિવસે કૉલેજમાં અંગ્રેજીના શિક્ષક અનુપસ્થિત હતા. આથી સંસ્થાના પ્રાચાર્ય, પ્રોફેસર વિલિયમ હેસ્ટી, જે ખુદ અંગ્રેજીના પ્રખ્યાત વિદ્વાન હતા, તે નરેન્દ્રના ક્લામાં અંગ્રેજી સાહિત્ય પર વક્તવ્ય આપવા આવ્યા. મહાકવિ વર્ડસ્વર્થની એક કવિતા 'એક્સકર્જન'ની વ્યાખ્યા કરતા-કરતા એમણે બતાવ્યું કે કવિ તન્મયતાથી પ્રાકૃતિક સૌંદર્યના હૃદયંગમ કરતા-કરતા કેવી રીતે પોતાની સુધ-બુધ ગુમાવે બેસે છે અને અલૌકિક આનંદ પ્રાપ્ત કરવા લાગે છે. આ વાત વિદ્યાર્થીઓની સમજથી દૂરની હતી. પ્રાચાર્યએ પુનઃ એના પર પ્રકાશ નાખ્યો-'પવિત્ર મનથી કોઈ વસ્તુ વિશેષનું ચિંતન કરવાથી આ પ્રકારની અનુભૂતિ થાય છે, તેમ છતાં આ દિવસોમાં આ પ્રકારના વ્યક્તિ દુર્લભ જ હોય છે. મેં ફક્ત એક વ્યક્તિને જોયો છે, જેણે માનસનો આ પરમ આનંદ પ્રાપ્ત કર્યો છે, અને તે છે

દક્ષિણેશ્વરના શ્રી રામકૃષ્ણ પરમહંસ. જો તમે લોકો ત્યાં જઈને ખુદ એમને જુઓ તો સમજી શકશો.'

હવે નરેન્દ્રને યાદ આવ્યુ કે, થોડા મહીના પહેલાં સુરેન્દ્રનાથ મિત્રને ત્યાં બેઠક હતી. ત્યાં શ્રી રામકૃષ્ણ પણ આમંત્રિત હતા. નરેન્દ્રએ એ અવસર પર એક ભજન ગાયું હતું અને રામકૃષ્ણએ એને ખૂબ તન્મયતાથી સાંભળ્યું હતું. એમણે ગદ્ગદ્ કંઠથી નરેન્દ્રના ગીતની પ્રશંસા કરી હતી અને એમને દક્ષિણેશ્વર આવવા માટે આમંત્રિત કર્યા હતા. પ્રોફેસરની વાત સાંભળીને નરેન્દ્રએ વિચાર્યું, 'મારે દક્ષિણેશ્વર જઈને શ્રી રામકૃષ્ણથી અવશ્ય મળવું જોઈએ. કોણ જાણે એનાથી મારા મનને શાંતિ મળી જાય.' એમણે શ્રી સુરેન્દ્રનાથ મિત્રની સાથે દક્ષિણેશ્વર જવાનો નિશ્ચય કરી લીધો. આ યાત્રાની સાથે જ નરેન્દ્રના જીવનમાં એક નવા અધ્યાયની શરૂઆત થઈ.

★★

ગુરુથી સાક્ષાત્કાર

દક્ષિણેશ્વરનું કાળી મંદિર- એના સભાકક્ષનો મુખ્ય દ્વાર ખુલ્લો હતો. દ્વાર પર આવતા જ શ્રીરામકૃષ્ણ પર દૃષ્ટિ પડે છે. વચ્ચે ઓરડામાં ચટ્ટાઈ પર બેસીને તેઓ પોતાના શિષ્યોની સાથે વિચાર-વિમર્શ કરી રહ્યા છે. આ જ સમયે કેટલાક લોકોના પગચાપની આહટ થઈ. પશ્ચિમ દ્વારાથી કેટલાક વિદ્યાર્થીઓએ રૂમમાં પ્રવેશ કર્યો. એમાં કલકત્તા વિશ્વવિદ્યાલયનો એક સ્નાતક પણ હતો. રામકૃષ્ણ એને જોતાં જ ઓળખી ગયા. આ વિદ્યાર્થીને એમણે પહેલી વખત એક સભામાં જોયો હતો અને એના ગીત સાંભળ્યા હતા. તેઓ એની તરફ નિર્નિમેષ દૃષ્ટિથી જોતા રહ્યાં. હા, એ જ રૂપઃ સાધારણ કદ, ગૌરવર્ણનું હૃષ્ટ-પુષ્ટ શરીર, ભોલાભાલા મુખમંડળ પર શતદળની સમાન પ્રસ્ફુટિત બે સૌમ્ય નયન. પોતાના વસ્ત્ર અને શરીરથી બિલ્કુલ લાપરવાહ જેવા, જાણે બાહ્ય સંસારથી એમનો કોઈ સંબંધ નથી, આંખો થોડી ખોવાયેલી-ખોવાયેલી, જાણે બાહ્યજગતથી વધારે અંતર્જગતના વિચોરમાં ઉલઝેલી હોય. એની સાથે આવેલા મિત્ર સાંસારિક આમોદ-પ્રમોત પ્રત્યે ઝૂકાવવાળા સાધારણ નવયુવક લાગતા હતા. રામકૃષ્ણને આશ્ચર્ય થાય છે- ભલું કલકત્તા જેવા નગરના ભૌતિકવાદી પરિવેશથી આ અલૌકિક વ્યક્તિત્વ કેવી રીતે નિકળી આવ્યું. પરંતુ એમની સૂક્ષ્મ દૃષ્ટિથી એ વાત છુપી ના રહી કે આ એ જ વ્યક્તિ છે જેના માટે એમના આત્મા વિકળ છે. આ એમનો નજીકનો શિષ્ય બનશે અને એમની વાણીને અમર કરશે. સામે ચટ્ટાઈ બિછાવેલી હતી. રામકૃષ્ણએ આગંતુકોને બેસવા માટે કહ્યું, તે યુવક પોતાના મિત્રોની સાથે રામકૃષ્ણની સામે બેસી ગયો, પછી રામકૃષ્ણએ એને ગીત ગાવા માટે કહ્યું, યુવકે ખૂબ જ ભાવપૂર્ણ રીતથી દર્દ ભર્યા સ્વરમાં કેટલાક ભજન ગાયા. ભજન સાંભળતા-સાંભળતા રામકૃષ્ણ અત્યંત જ ભાવવિભોર થઈ ઉઠ્યા, તેઓ પોતાને કોઈ પ્રકારે પણ રોકી ના શક્યા અને ધીમે-ધીમે ભાવની તન્મયતામાં એટલા ખોવાઈ ગયા કે એમને બાહ્યજગતનું પણ કશું જ્ઞાન ના રહ્યું, તેઓ એક પ્રકારથી આલૌકિક આનંદમાં ડૂબી ગયા.

ગીત સમાપ્ત થતાં જ રામકૃષ્ણની તંદ્રા તૂટી. તેઓ અચાનક ઊભા થઈ ગયા અને યુવક નરેન્દ્રનો હાથ પકડીને ઉત્તર દિશામાં આવેલા આંગણમાં લઈ ગયા અને પાછળનો દ્વાર બંધ કરી દીધો. એમના આ આકસ્મિક વ્યવહારનો અર્થ નરેન્દ્ર ના સમજી શક્યા. એમણે વિચાર્યું કે હવે કોઈ ગુપ્ત ઉપદેશ આપશે, પરંતુ ના, થયું ઠીક એનાથી ઉલ્ટું. રામકૃષ્ણનું વ્યક્તિત્વ એક અજ્ઞાન બાળકની સમાન નજરે પડવા લાગ્યું. એમણે નરેન્દ્રનો

હાથ પોતાના હાથોમાં લઈ લીધા, એમની આંખોથી અવિરલ અશ્રુધારા પ્રવાહિત થવા લાગી, એમણે ભરાયેલા કંઠથી અને ખૂબ જ પ્રેમથી સંબોધિત કર્યા, જાણે નરેન્દ્રથી એમની ખૂબ વધારે ઘનિષ્ટતા હોય- 'નરેન્દ્ર, આહ! તે આવવામાં ઘણું મોડું કર્યું. તું મને આટલા દિવસો સુધી પ્રતીક્ષામાં રાખીને નિષ્ઠુર કેવી રીતે થઈ ગયો? સાંસારિક લોકોની કલુષિત વાતો સાંભળતા-સાંભળતા મારા કાન લગભગ કંટાળી ગયા છે. આહ! જે મારી આંતરિક અનુભૂતિઓને સમજે અને પ્રશંસા કરે, એની સામે હું પોતાના મસ્તિષ્કને હળવું કરવા માટે કેવી રીતે વ્યાકુળ છું.' આ બધી વાતો સિસકીઓમાં કહેતા ગયા. પછી તેઓ થોડા શાંત થયા અને ક્ષણભર પછી નરેન્દ્રની સામે કરબદ્ધ ઊભા થઈને કહેવા લાગ્યા- 'ભગવાન, તમે નારાયણના અવતાર, પ્રાચીન કાળના સંત મહાત્મા નર છો, જેમણે માનવતાના કષ્ટ દૂર કરવા માટે પૃથ્વી પર જન્મ લીધો છે.' ભાવાવેશમાં તેઓ ઘણા સમય સુધી આ પ્રકારની વાતો બોલતા રહ્યાં.

નરેન્દ્રની દૃષ્ટિમાં રામકૃષ્ણ એક આધ્યાત્મિક વ્યક્તિ હતા. સંપૂર્ણ ઇન્દ્રિયો પર વિજય પ્રાપ્ત કરી લેવાવાળા એક યોગી હતા. પરંતુ આજે નરેન્દ્રની સામે રામકૃષ્ણનું એક બીજું જ રૂપ હતું- બિલ્કુલ ભાવુકતામાં ઉન્મત્ત જેવું. નરેન્દ્ર એમના વ્યવહારથી આશ્ચર્યમાં હતા-'આ કોણ મનુષ્ય છે, જેને હું મળવા આવ્યો છું, આ ચોક્કસ જ મહાપાગલ છે, કેમ? હું તો ફક્ત વિશ્વનાથ દત્તનો પુત્ર છું, છતાં પણ આ મને આ પ્રકારે સંબોધિત કરી રહ્યો છે.' પરંતુ નરેન્દ્રએ રામકૃષ્ણથી કશું કહ્યું નહીં, તેઓ એમની વાત સાંભળતા રહ્યા, થોડી ક્ષણ પછી રામકૃષ્ણ પોતાના ઓરડામાં જલ્દીથી ગયા- જાણે કોઈ ભૂલાયેલી વાત યાદ આવી ગઈ હોય. ક્ષણ ભર પછી જ્યારે તેઓ ઓરડાથી પાછા ફર્યા તો એમના હાથોમાં માખણ અને મિઠાઈઓ હતી. તેઓ નરેન્દ્રના મુખમાં પોતાના હાથથી મિઠાઈ મૂકવા લાગ્યા. નરેન્દ્રની ઇચ્છા અનિચ્છા પર એમનું સહેજ પણ ધ્યાન ન હતું, તેઓ એટલા આગ્રહપૂર્ણ ઢંગથી મિઠાઈઓ ખવડાવી રહ્યા હતા કે નરેન્દ્ર યંત્રવત્ ખાતા ગયા, વચ્ચે-વચ્ચે નરેન્દ્ર વ્યર્થ જ કહેતા રહ્યાં- 'કૃપ કરીને મને મિઠાઈઓ આપી દો, હું મારા મિત્રો સાથે ખાઈશ.' પરંતુ રામકૃષ્ણએ જાણે કશું જ ન સાંભળ્યું, તેઓ સરળતાથી કહેતા રહ્યા- 'એમને પણ થોડી મળશે.' જ્યારે એમના હાથોથી બધી વસ્તુઓ સમાપ્ત થઈ ગઈ, તો એમણે નરેન્દ્રનો હાથ પકડીને કહ્યું- વચન આપ કે તું એકલો જલ્દી જ મારી પાસે આવીશ.' એમના આ પ્રેમપૂર્ણ આગ્રહને નરેન્દ્ર નકારી ના શક્યા. એમને હા કહેવું જ પડ્યું.

એના પછી રામકૃષ્ણ નરેન્દ્રને પોતાની સાથે સભાકક્ષમાં લઈ આવ્યા. ત્યાં નરેન્દ્રના મિત્રગણ તથા અનેક વ્યક્તિ બેઠા હતા. નરેન્દ્રની સાથે ઓરડામાં પ્રવેશ કરતાં જ રામકૃષ્ણએ પ્રસ્તુત લોકોથી કહ્યું- 'જુઓ, વિદ્યાની દેવી, સરસ્વતીની વિભાથી નરેન્દ્ર કેવો દમકી રહ્યો છે.' રામકૃષ્ણ વાત સાંભળીને લોકો ખરેખર આશ્ચર્યમાં નરેન્દ્રની તરફ જોવા લાગ્યા. રામકૃષ્ણએ નરેન્દ્રની તરફ જોઈને ફરી પૂછ્યું- 'શું તને નિદ્રાના પહેલા પોતાની ભ્રમરોની વચ્ચે એક પ્રકાશ નજરે પડે છે?' 'હા, માન્યવર' નરેન્દ્રએ જવાબ આપ્યો. રામકૃષ્ણએ ફરી કહ્યું - 'આહ.. આ સત્ય છે. જન્મથી જ ધ્યાનમાં રત આ ધ્યાન સિદ્ધ છે.'

રામકૃષ્ણના આસન ગ્રહણ કર્યા પછી નરેન્દ્ર પણ બેસી ગયા. નરેન્દ્રના હૃદયમાં રામકૃષ્ણ પ્રત્યે દ્વન્દ્વાત્મક ભાવ જાગૃત થતાં રહ્યા. એમના વચન-વ્યવહાર અને વ્યક્તિત્વ કંઈક એ પ્રકારના હતા કે નરેન્દ્ર નિશ્ચિત કરી શકતા ન હતા કે આખરે તે મનુષ્ય શું છે.

નરેન્દ્ર ત્યાં બેઠા-બેઠા એમને જોતા રહ્યાં. એમના મસ્તિષ્કમાં જાત-જાતના વિચાર ચક્કર કાપી રહ્યા હતા. બીજાઓ પ્રત્યે રામકૃષ્ણની વાણી, ક્રિયાકલાપ કે વ્યવહારમાં કોઈ પણ અસાધારણતા ન હતી-બધું જ યોગ્ય હતું. એમની આધ્યાત્મિક વાતો, ધ્યાનાવસ્થિત રૂપ, એણના પૂર્ણ વૈરાગ્યની ઘોષણા કરી રહ્યા હતા. એમની વાણી અને જીવનમાં ઊંડો સંબંધ હતો. લાગતું હતું કે પોતાની અથાગ સાધના દ્વારા એમણે પોતાની અને ઈશ્વરની વચ્ચેના અંતરને દૂર કરી દીધું હતું. લોકોની દૃષ્ટિમાં તેઓ માનવ રૂપ ઈશ્વરના અવતાર હતા. નરેન્દ્ર સમુદાયમાં બેસીને રામકૃષ્ણના વ્યક્તિત્વનું મનમાં ને મનમાં જ વિશ્લેષણ કરી રહ્યા હતા. રામકૃષ્ણની ભાષે જે તેઓ સાંભળી રહ્યા હતા, ખૂબ જ સરળ હતી-સાધારણ જન સમુદાયના સમજવાને લાયક. સરળ ભાષા દ્વારા આધ્યાત્મના મુશ્કેલ-ગૂઢ વિચાર તેઓ ખૂબ જ સહજ રૂપથી સ્પષ્ટ કરી દેતા હતા. એમનામાં એક શિક્ષકની યોગ્યતા હતી. નરેન્દ્રએ વિચાર્યું કે તેઓ યોગ્ય જગ્યા પર આવ્યા છે. એમણે અહીં આવીને કોઈ ભૂલ નથી કરી. એક પ્રશ્ન, જે નરેન્દ્રના હૃદયમાં જામીને બેઠો હતો, તે હજુ એમના હૃદયને ઉદ્વિગ્ન બનાવી રહ્યો હતો. તક મેળવતા જ એમણે પૂછ્યું- 'મહાશય, શું તમે ઈશ્વરને જોયા છે?' રામકૃષ્ણએ તરત સહજ ભાવથી જવાબ આપ્યો- 'હા હું એને જોઉં છું, ઠીક એ જ રીતે જેમ હું અત્યારે તને જોઈ રહ્યો છું. બલ્કે એનાથી તીવ્ર અનુભૂતિમાં ઈશ્વરનો અનુભવ કરી શકાય છે. કોઈ એને જોઈ શકે છે. એનાથી વાતો કરી શકે છે, જેમ કે હું અત્યારે તારી સાથે વાત કરી રહ્યો છું. પરંતુ એની ગરજ કોને છે? લોકો પોતાની ધન-દોલત, બાળકો માટે આંસુઓની મૂશળાધાર વૃષ્ટિ કરે છે, પરંતુ ભગવાન માટે એવું કોણ કરે છે? જો એમના માટે કોઈ ખરેખર સત્યતાથી રૂદન કરે તો તેઓ જરૂર પોતાને પ્રગટ કરશે.' નરેન્દ્રનું આખું શરીર રોમાંચિત હતું. વિસ્મિત આંખો રામકૃષ્ણ પર જામી ગઈ હતી. હૃદય ન જાણે કોઈ વશીકરણ મંત્રના પ્રભાવથી પોતાની સુધબુધ ગુમાવીને ઝૂમી રહ્યું હતું. આટલા દિવસો પછી આજે પ્રથમ વખત એમને એ વ્યક્તિ મળ્યો, જેણે એ કહેવાનું સાહસ કર્યું કે એણે ઈશ્વરને જોયા છે. નરેન્દ્રને પૂરો વિશ્વાસ હતો કે રામકૃષ્ણએ જે કંઈ પણ કહ્યું તે એક સાધારણ ઉપદેશકના રૂપમાં નહીં, બલ્કે અંગત અનુભૂતિઓની ઊંડાણતાને આધારે કહ્યું. પરંતુ નરેન્દ્રની સાથે રામકૃષ્ણએ જે વ્યવહાર કર્યો હતો કે વાતો કરી હતી, તે હજુ પણ નરેન્દ્રને અજીબ લાગતી રહી. અંતમાં એમણે એ નિષ્કર્ષ કાઢ્યો કે આ રામકૃષ્ણ કોઈ સનકની બીમારીથી ગ્રસ્ત છે. એની સાથે જ સાથે તેઓ રામકૃષ્ણના વૈરાગ્યની મહાનતાને સ્વીકર કરવામાં પણ પોતાને રોકી ના શક્યા. નરેન્દ્ર વિચારતા રહ્યા કે રામકૃષ્ણ એક ઉન્મત્ત પુરુષ હોઈ શકે છે, પરંતુ ભલું કેટલા ભાગ્યશાળી લોકોને એમની સમાન ઈશ્વરથી સાક્ષાત્કારની અનુભૂતિ પ્રાપ્ત હશે? ભાવુક હૃદયની દુર્બળતાઓને કારણે પાગલ થતા-થતાં પણ, આ મનુષ્ય સાચ્ચો સાધુ છે, પુનીતોમાં પરમ પુનીત. ફક્ત એથી એ માનવતાની સાદાર શ્રદ્ધાંજલિના અધિકારી છે. આ પ્રકારના પરસ્પર વિરોધી વિચારોની સાથે નરેન્દ્ર રામકૃષ્ણની સામે નતમસ્તક થઈને કલકત્તા પાછા જવાની આજ્ઞા માંગી.

કલકત્તા પાછા ફર્યા પછી નરેન્દ્ર પહેલાંની જેમ પોતાના અભ્યાસમાં વ્યસ્ત રહેવા લાગ્યા. રામકૃષ્ણને આપેલું વચન તેઓ લગભગ ભૂલી ગયા કે એમણે જલ્દી જ દક્ષિણેશ્વર જવાનું છે. પરંતુ અવચેતન મન એમને ક્યાં સુધી શાંત રહેવા દેતું. લગભગ એક મહીના

પછી એક દિવસે એમનું મન દક્ષિણેશ્વર જવા માટે વ્યગ્ર થઈ ઉઠ્યું. તેઓ પગપાળા જ દક્ષિણેશ્વરના મંદિરની તરફ ચાલી નિકળ્યા. પહેલી વખત તેઓ ગાડીથી ત્યાં ગયા હતા. આ વખતે એમને ગાડીનું ધ્યાન ન આવ્યું. એક અદશ્ય શક્તિ એમને દક્ષિણેશ્વરની તરફ ખૂબ ઝડપથી ખેંચી રહી હતી. કલકત્તાથી દક્ષિણેશ્વરની યાત્રા વધારે લાંબી છે. તેઓ ચાલતા રહ્યાં અને ચાલતા રહ્યાં. અંતમાં દક્ષિણેશ્વર પહોંચતા-પહોંચતા એમના અંગ-પ્રત્યંગ થાકીને તૂટી રહ્યા હતા. દક્ષિણેશ્વરના બગીચાથી થઈને એમના પગ રામકૃષ્ણના ઓરડા તરફ વધી ગયા.

ઓરડામાં રામકૃષ્ણ એક નાના ખાટલા પર બેઠા હતા. નરેન્દ્રને જોતા જ એમનું મુખમંડળ ખુશીથી ખિલી ઉઠ્યું. ખૂબ પ્રેમની સાથે એમણે નરેન્દ્રને બોલાવ્યો અને પોતાની બાજુમાં ખાટલા પર બેસાડ્યો. ક્ષણભર પછી તેઓ ભાવવિભોર થઈ ઉઠ્યા. ખુદથી કશું બોલતા-બોલતા તેઓ ધીમેથી નરેન્દ્રની તરફ ખસી આવ્યા અને એકાગ્ર દૃષ્ટિથી એમની તરફ જોવા લાગ્યા. નરેન્દ્ર થોડા સહેમી ગયા કદાચ પાછળી વખતની જેમ આજે રામકૃષ્ણ કોઈ અનોખો વ્યવહાર ના કરી બેસે. પરંતુ એમણે નરેન્દ્રથી કશું ના કહ્યું. ફક્ત પોતાનો જમણો પગ નરેન્દ્રના શરીર પર ટકાવી દીધો. આ સ્પર્શ ખૂબ જ અદ્ભુત હતો. એનાથી નરેન્દ્રને સર્વથા નવી અનુભૂતિ પ્રાપ્ત થઈ. નરેન્દ્રએ જોયું કે ઓરડાની દીવાલો તથા બધી વસ્તુઓ વેગપૂર્ણ ગતિથી ફરવા લાગી અને અંતમાં બધી શૂન્યમાં વિલીન થઈ ગઈ. એમના વ્યક્તિત્વ અને અહંની સાથે આખો સંસાર રહસ્યમય શૂન્યમાં સમાઈ ગયો. તેઓ ખૂબ જ ભયગ્રસ્ત થઈ ગયા અને વિચારવા લાગ્યા કે કદાચ મૃત્યુ એમની નજીક છે. પરંતુ વ્યક્તિત્વનો લોપ થઈ જ વાથી આ પ્રકારની વાતની સંભાવના જતી રહી. તેઓ પોતાને કોઈ પ્રકારે પણ વશમાં ના કરી શક્યા. તેથી બૂમ પાડીને બોલ્યા- ‘તમે મને શું કરી રહ્યાં છો? મારા માતા-પિતા ઘર પર છે.’ એના પર રામકૃષ્ણ જોરથી હસી પડ્યા અને નરેન્દ્રની છાતીને થપથપાવતા કહ્યું- ‘ઠીક છે, હવે એને છોડી દો. બધુ વસ્તુઓ સમય પર આવી જશે.’ કેટલું આશ્ચર્ય! એમનું એવું કહેતા જ નરેન્દ્રના બધા અનોખા અનુભવ અંતર્ધ્યાન થઈ ગયા. એમની સ્થિતિ પહેલાં જેવી થઈ ગઈ. એમનો અંતર્જગત શાંત હતું. બાહ્યજગતની બધી વસ્તુઓ, ઓરડો વગેરે બધું જ પહેલાંની જેમ સ્થિર થઈ ગયું. આ આખી ઘટના ક્ષણભર માટે હતી. પરંતુ એણે નરેન્દ્રના મસ્તિષ્કમાં વધારે દિવસો સુધી ઉથલ-પુથલ મચાવી રાખી.

આ ઘટનાએ નરેન્દ્રને ખૂબ જ આશ્ચર્યચકિત કર્યા હતા. પરંતુ એની સાથે-સાથે એમનું હૃદય હવે ખૂબ જ વિકલ થઈ ગયું. રામકૃષ્ણ એમની સામે એક રહસ્ય બનેલા હતા. નરેન્દ્ર બરાબર વિચારતા રહ્યા- ‘આખરે આ મનુષ્યમાં કઈ એવી વસ્તુ છે, કયો એવો જાદૂ છે, જેણે મને વશીભૂત કરી લીધો છે. શું તે મૂર્છિત કરવાવાળો જાદુ છે? ના, એનો પ્રભાવ તો દુર્બળ મસ્તિષ્ક પર પડે છે. મારું મસ્તિષ્ક દૃઢ છે, સ્થિર છે, મારા પર એની અસર નથી પડી શકતી. તો પછી આ મનુષ્ય છે શું? હું તો એને હજું સુધી ઝક્કી જ સમજતો રહ્યો હતો. હું ખુદને ભૂલી ગયો. શું તે ખરેખર ભગવાનના અવતાર છે?’ નરેન્દ્ર આ પ્રકારના અનેક દ્વન્દ્વાત્મક વિચારોથી પીડિત રહ્યાં. એમની બુદ્ધિ યુક્તિસંગત જવાબ આપવામાં અસમર્થ રહી. એમણે દૃઢ સંકલ્પ કર્યો કે તેઓ રામકૃષ્ણના પ્રભાવમાં

નહીં આવે. નરેન્દ્ર આ બધું વિચારી જ રહ્યા તા કે રામકૃષ્ણએ પોતાને પહેલું રૂપ ધારણ કર્યું. તેઓ પુનઃ મમતાની મૂર્તિ બની ગયા. નરેન્દ્રથી ખૂબ જ સ્નેહાસિક્ત વ્યવહાર કરવા લાગ્યા, જાણે કોઈ લાંબી જુદાઈ પ છી પોતાના સંબંધીથી મળી રહ્યાં હોય અથવા ઘણા દિવસો પછી પોતાના જૂના નજીકના મિત્રથી મળી રહ્યાં હોય. એવું લાગતું હતું કે નરેન્દ્રની પૂરી આવભગત કે દેખભાળ પછી પણ એમને સંતોષ ના મળી રહ્યો હોય. આ પ્રકારે એમના અત્યંત પ્રેમભર્યા આચરણથી નરેન્દ્ર એમનની તરફ બરાબર ખેંચાતા ચાલ્યા ગયા. અંતમાં જ્યારે દિવસ સમાપ્ત થઈ ગયો ત્યારે નરેન્દ્રએ કલકત્તા પાછા જવાની આજ્ઞા માંગી. નરેન્દ્રના આ પ્રસ્તાવથી એમનું ખિલી ઉઠેલું મુખ મુરઝાઈ ગયું. તેઓ હતોસ્તાહ થઈ ગયા. પછી થોડું વિચારીને, નરેન્દ્રને જલ્દી આવવા માટે વચનબદ્ધ કરાવ્યા અને ત્યારે પાછા જવાની સંમતિ આપી.

નરેન્દ્ર આખી રાત વીતવા પર કલકત્તા પાછા ફર્યા. આ વખતે એમને રામકૃષ્ણને આપવામાં આવેલા વચનની યાદ બહુધા આવતી રહી. તેઓ ઘણા દિવસો સુધી પોતાને વશમાં ના રાખી શક્યા. રામકૃષ્ણથી મળવાની ઇચ્છા એમને સતાવવા લાગી. ત્રણ-ચાર દિવસ મુશ્કેલીથી વીતી ગયા કે તેઓ પુનઃ દક્ષિણેશ્વરની તરફ ચાલી નિકળ્યા. એમને એવો અનુભવ થતો જાણે તેઓ સ્વેચ્છાની વિરુદ્ધ અનાયાસ એ યોગીના વશમાં થતા જઈ રહ્યા છે.

સાંસ્કૃતિક અને આધ્યાત્મિક દૃષ્ટિથી રામકૃષ્ણ પ્રાચીન ભારતના પ્રતીક હતા. મુશ્કેલ સાધના અને અતૂટ વિશ્વાસ દ્વારા એમણે ઈશ્વરના સાક્ષાત્કાર કર્યા હતા. એમના નિશ્ચછલ કરુણ ક્રંદન અને ભાવ વિહ્વળ ચીત્કારને માતા કાળી સહન ના કરી શકી. તેથી એમને રામકૃષ્ણની સામે પ્રગટ થવું જ પડ્યું. પરંતુ આધુનિક શિક્ષાની વિચારધારામાં ઉછરેલા નરેન્દ્ર ઈશ્વર સંબંધી કોઈ પણ વાતને તર્કની કસોડી પર કસ્યા વગર સ્વીકાર કરવાવાળાઓમાંથી ન હતા. તેઓ આ તોફાનની થપાટોથી વ્યાકુળ હતા. રામકૃષ્ણના સંપર્કથી એમને શાંતિ મળવા લાગી. લાગતું હતું કે એમના હૃદયના સંપૂર્ણ સંશાયત્મક વિચારોનું સમાધાન ફક્ત રામકૃષ્ણની પાસે જ છે. સાધના અને વૈરાગ્ય, જીવનના આ બે મહાન લક્ષ્ય એમને આકૃષ્ટ કરી રહ્યા હતા. રામકૃષ્ણના બંધનમાં તેઓ પોતાની આત્માની મુક્તિનું સ્વપ્ન જોવા લાગ્યા. ધીમે-ધીમે એમના હૃદયમાં એ આસ્થા જડ જમાવી રહી હતી કે જીવનમાં ગુરુનું પણ કંઈક મહત્ત્વ છે. રામકૃષ્ણથી મળ્યા પહેલાં, તેઓ કલ્પના પણ કરી શકતા ન હતા કે રામકૃષ્ણ જેવા વ્યક્તિમાં આટલી આધ્યાત્મિક શક્તિ અંતર્હિત હશે અને એમના દૃઢ મસ્તિષ્ક પર એનો પ્રભાવ પડ પડશે. પરંતુ રામકૃષ્ણથી બે વખત મળ્યા પછી વાત કંઈક બીજી જ થઈ ગઈ હતી.

નરેન્દ્ર આ વખતે દૃઢ સંકલ્પ થઈને રામકૃષ્ણની પાસે આવ્યા હતા કે ફરી આ યોગના સ્પર્શનો પોતાના મસ્તિષ્ક પર કોઈ પ્રભાવ નહીં પડવા દે. નરેન્દ્રને ત્રીજી વખત પોતાની નજીક જોઈને રામકૃષ્ણ ફુલ્યા ના સમાયા. તેઓ નરેન્દ્રની સાથે ટહેલતા-ટહેલતા નજીકની વાટિકામાં ચાલ્યા ગયા. ત્યાં થોડું ફર્યા પછી બંને વ્યક્તિ એક ઓટલા પર બેસી ગયા. એના પછી વાતો કરતા-કરતા રામકૃષ્ણ સમાધિસ્થ થઈ ગયા અને આ જ દશામાં નરેન્દ્રને હળવો સ્પર્શ કર્યો. આટલા નિશ્ચય અને સાવધાન રહેવા છતાં પણ નરેન્દ્ર ખુદને સંભાળી

ના શક્યા. એમને અચાનક અસીમ આનંદનો અનુભવ થવા લાગ્યો અને પછી એમની બાહ્ય ચેતના જતી રહી. એમને લાગ્યું જાણે તેઓ મહાશૂન્યમાં સમાઈ ગયા. થોડી ક્ષણ પછી જ્યારે એમની ચેતના પાછી આવી તો એમણે જોયું કે રામકૃષ્ણ એમના વક્ષસ્થળને થપથપાવી રહ્યા છે. એના પહેલાં શું-શું થયું, એ વિશે નરેન્દ્રને કશી જ જાણ ન હતી. નરેન્દ્ર જ્યારે મૂર્છાની સ્થિતિમાં હતા, ત્યારે રામકૃષ્ણએ નરેન્દ્રના વિષયમાં અનેક વાતો એમના જ મુખથી સાંભળી લીધી હતી.

રામકૃષ્ણ જ્યારે પોતાની નિર્વિકલ્પ સમાધિમાં હતા, તો એમને અલૌકિક અનુભૂતિ થતી. પાણીના પરપોટાની સમાન આંખો સંસાર આંખોની સામેથી વિલીન થતો નજરે આવતો. ભૂત, વર્તમાન અને ભવિષ્ય ત્રણેય કાળ એમના નેત્રોની સામે ઉપસ્થિત થઈ જતા. આ પ્રકારે તેઓ જાણતા હતા કે એમની મદદ માટે અનેક શ્રદ્ધાળુ વ્યક્તિ જન્મ લેશે અથવા લઈ ચુક્યા છે. પોતાની આ યોગ શક્તિથી તેઓ નરેન્દ્રના પૂર્વ જન્મના વિષયમાં નરેન્દ્રથી મળતા પહેલાં જ જાણી ગયા હતા. મુર્છાની સ્થિતિમાં નરેન્દ્રએ પોતાના પૂર્વ જન્મના વિષયમાં કે વર્તમાનના વિષયમાં જે કંઈ કહ્યું, રામકૃષ્ણ એનાથી સારી રીતે પરિચિત હતા. ઘણા દિવસ પહેલાં રામકૃષ્ણને એક વખત એવો આભાસ થયો, જાણે આકાશ માર્ગથી વારાણસીનો કોઈ પ્રકાશપુંજ કલકત્તાની તરફ ખૂબ વેગથી તીરની જેમ આવ્યો. ત્યારે તેઓ ખુશીથી બૂમ પાડી ઉઠ્યા હતા- 'ઈશ્વરે મારી પ્રાર્થના સાંભળી લીધી. મારો વ્યક્તિ કોઈ દિવસે મારી પાસે જરૂર આવશે.' આ પ્રકારે રામકૃષ્ણને પૂર્ણ વિશ્વાસ હતો કે 'એમનો વ્યક્તિ' નરેન્દ્રના રૂપમાં એમનો મદદગાર બનીને આવ્યોછે. આ જ વ્યક્તિ હંમેશાં-હંમેશાં માટે એમનો પોતાનો છે.

મૂર્છાની સ્થિતિમાં રામકૃષ્ણએ જે કંઈ પણ નરેન્દ્રથી કહેવડાવ્યું, એનાથી નરેન્દ્ર અજાણ હતા. નરેન્દ્ર પૂર્વ જન્મમાં એક પૂર્ણતા પ્રાપ્ત ધ્યાનસિદ્ધ યોગી હતા. રામકૃષ્ણએ વિચાર્યું કે નરેન્દ્રને પોતાની પૂર્વ મહાનતાનું જ્ઞાન એટલું જલ્દી ના થવા દેવું જોઈએ. એમની સામે હજુ પ્રશસ્ત કર્મભૂમિ હતી- ભારતમાતાને એમની સેવાની જરૂર હતી, દુનિયાને એમના પ્રકાશની જરૂર હતી. પોતાના જીવનમાં જ્યારે તેઓ એક કર્મયોગીનું કર્તવ્ય નિભાવી લેશે, ત્યારે તેઓ પોતાની આંતરિક યોગ શક્તિને ઓળખી શકશે. આથી રામકૃષ્ણએ પોતાના સંકલ્પ બળથી નરેન્દ્રના અવચેતન મનથી એ વાતોને અલગ રાખી.

નરેન્દ્ર પ્રારંભથી જ નાસ્તિક હતા. ધાર્મિક ગ્રંથ કે શાસ્ત્રની અનેક નિષેધાજ્ઞાઓની તેઓ મજાક ઉડાવ્યા કરતા હતા, મસ્તિષ્કમાં ઉપજતી અનેક શંકાઓ અને જિજ્ઞાસાઓને ધાર્મિક ગ્રંથોની માન્યતાઓથી ઢાંકીને સમૂળગી નષ્ટ કરી દેવી એમણે શીખ્યું ન હતું. એમની તાર્કિક બુદ્ધિ હંમેશાં સજાગ રહેતી હતી, તર્ક દ્વારા તપાસ પછી તેઓ જે નિષ્કર્ષ પર પહોંચતા, એના પર એમની વિશ્વાસશિલા આધારિત હતી. નરેન્દ્રનું રામકૃષ્ણની તરફ સરળતાથી ના ઝૂકવું, એમની પોતાની આસ્થાઓ તથા સત્ય-દર્શનની તીવ્ર આકાંક્ષા વગેરે અનેક વાતોથી રામકૃષ્ણ અવગત હતા, થોડા આ કારણોથી પણ રામકૃષ્ણ નરેન્દ્રની તરફ આકર્ષિત હતા.

નરેન્દ્ર પ્રત્યે રામકૃષ્ણનો સ્નેહ એટલો પ્રગાઢ હતો કે જ્યારે પણ નરેન્દ્રને દક્ષિણેશ્વર આવવામાં મોડું થવા લાગતું તો તેઓ અત્યંત અધીર થઈ ઉઠતા. તેઓ એક બાળકની જેમ રોવા લાગતા અને માતા કાળીની સામે હાથ જોડીને પ્રાર્થના કરવા લાગતા કે નરેન્દ્રને જલ્દી એમનાથી મળાવી દે. જ્યાં સુધી નરેન્દ્ર એમનાથી મળવા ન આવતા, ત્યાં

સુધી એમની બેચેની વધતી જતી હતી. નરેન્દ્ર કે અન્ય શિષ્યગણ રામકૃષ્ણની આ સ્થિતિને સમજી શકતા ન હતા. નરેન્દ્ર હંમેશાં એમને મતિભ્રમ રોગથી પીડિત સમજતા, પરંતુ સાથે જ પોતાના પ્રત્યે એણના અપાર સ્નેહને જોઈને તેઓ ભાવવિભોર થઈ જતા. આ રામકૃષ્ણનો અદમ્ય પ્રેમ જ હતો જે નરેન્દ્ર જેવા સ્વચ્છંદ મસ્તિષ્કવાળા વ્યક્તિ પર પણ અંકુશ નાખી રહ્યો હતો. નરેન્દ્રએ એક વખત કહ્યું હતું - 'આ મારા પ્રત્યે એમનો પ્રેમ જ મને એમની સાથે બાંધી રહ્યો છે.' એક વખત નરેન્દ્ર ઘણા દિવસોથી દક્ષિણેશ્વર આવ્યા ન હતા. રામકૃષ્ણ બેચેન થઈ રહ્યા હતા. જ્યારે એમના બે શિષ્ય રામદયાળ અને બાબૂરામ મળવા આવ્યા, તો રામકૃષ્ણએ એ લોકોથી કહ્યું - 'નરેન ઘણાં દિવસોથી અહીંયા નથી આવ્યો, મને એને જોવાની ખૂબ આકાંક્ષા છે. શું તમે એનાથી જલ્દી અહીં આવવાનું કહી શકો છો? ભૂલશો તો નહીં?' એ શિષ્યોએ એ દિવસે ત્યાં જ રહેવાનું હતું, એ રાત્રે લગભગ અગિયાર વાગ્યા સુધી બધા લોકો પોત-પોતાના સ્થાન પર સૂવા ગયા. લગભઘ અડધી રાત્રે રામકૃષ્ણ પોતાનું એક કપડું બગલમાં દબાવીને રામદયાળની પાસે આવ્યા અને બોલ્યા - 'અરે શું તું સૂઈ ગયો?' રામકૃષ્ણનો અવાજ સાંભળતા જ 'ના ગુરુદેવ' કહીને રામદયાળ બેઠા થઈ ગયા. 'અહીં જુઓ, કૃપા કરીને નરેનથી જલ્દી આવવાનું કહો, મને લાગે છે કે જાણે કોઈ મારા હૃદયને ભીના રૂમાલની જેમ નિચોડી રહ્યું છે.' રામકૃષ્ણે પોતાની બગલમાં દબાવેલા કપડાંને લઈને કહ્યું. રામદયાળ રામકૃષ્ણના સ્વભાવથી પરિચિત હતા. તેથી એમણે નરેન્દ્રને જલ્દી બોલાવવાનું આશ્વાસ આપીને ઘણા સમજાવ્યા. એ રાત્રે રામકૃષ્ણ અત્યંત બેચેન રહ્યા. રામકૃષ્ણના અન્ય શિષ્ય જે ત્યાં ઉપસ્થઈત હતા, એમના આ સ્વભાવને જોઈને ખૂબ આશ્ચર્ય પામ્યા.

એક દિવસે રામકૃષ્ણ પોતાના કેટલાક શિષ્યોની સાથે બેસીને નરેન્દ્રની પ્રશંસા કરી રહ્યા હતા. વાતો કરતા-કરતા તેઓ એમને જોવાની ઇચ્છાથી ભાવ-વિહ્વળ થઈ ઉઠ્યા અને પોતાને કાબૂમાં ના રાખી શક્યા. તેઓ નજીકના આંગણાં જઈને જોરથી બૂમો પાડવા લાગ્યા, 'હે દેવી માતા, હું એને જોયા વગર નથી જીવી શકતો.' થોડી ક્ષણ પછી તેઓ ઓરડામાં શિષ્યોની પાસે પાછા આવ્યા અને કહેવા લાગ્યા- 'હું આટલો રોતો રહ્યો, પરંતુ નરેન્દ્ર ના આવ્યો. મારું હૃદય સૂકાઈ રહ્યું છે, એને ના જોવા પર મને ખૂબ જ કષ્ટ થાય છે, પરંતુ એને એની ચિંતા નથી.' તેઓ વ્યગ્રતાથી બહાર ચાલ્યા ગયા અને પછી જલ્દી અંદર આવીને કહેવા લાગ્યા- 'એક વૃદ્ધ મનુષ્ય એક બાળક માટે કષ્ટ સહન કરી રહ્યો છે, વલખાઈ રહ્યો છે, મારા વિષયમાં લોકો શું કહેશે. તમે લોકો મારા પોતાના હોય, તેથી તમારા લોકોની સામે મને સ્વીકાર કરતા શરમનો અનુભવ નથી થતો. પરંતુ બીજા લોકો ભલું શું વિચારશે, હું પોતાને વશમાં નથી રાખી શકતો.' પછીથી જ્યારે નરેન્દ્ર દક્ષિણેશ્વર આવ્યા, તો રામકૃષ્ણની ખુશીની કોઈ સીમા ના રહી.

એક વખત આ પ્રકારે જ્યારે ભક્તગણ દક્ષિણેશ્વરમાંગુરુદેવનો જન્મદિવસ મનાવી રહ્યા હતા અને બપોર સુધી એમના પ્રિય શિષ્ય નરેન ના આવ્યા, ત્યારે એમણે વારંવાર એમના વિષયમાં પૂછવાનું આરંભ કર્યું. અંતમાં, જ્યારે નરેન્દ્ર ત્યાં પહોંચ્યા અને એમની સામે નતમસ્તક થયા, ત્યારે ગુરુદેવે આશીર્વચન કહેતા-કહેતા એમના ખભાની તરફ ઝૂક્યા અને ત્યાં જ તત્ક્ષણ સમાધિસ્થ થઈ ગયા. ઘણા સમય પછી એમની સમાધિ તૂટી તો નરેન્દ્રના કુશળક્ષેમ પૂછ્યા અને પ્રેમથી એમને પોતાના હાથોથી ખવડાવ્યું-પીવડાવ્યું.

નરેન્દ્રને જોઈને રામકૃષ્ણ એટલા વધારે ભાવ-વિભોર થઈ જતા કે તરત જ સમાધિમાં ડૂબી જતા હતા. એક વખત નરેન્દ્ર ઘણા દિવસો પછી દક્ષિણેશ્વર આવ્યા હતા. હજુ તેઓ ગંગાના ઘાટ પર હતા કે રામકૃષ્ણએ કોઈથી નરેન્દ્રના આવવાના વિષયમાં સાંભળી લીધું અને તેઓ ખુદ ઘાટ પર ચાલ્યા ગયા. ત્યાં નરેન્દ્રને જોઈને એમના જીવમાં જીવ આવ્યો. નરેન્દ્રના મુખમંડળને ખૂબ પ્રેમથી સ્પર્શ કરીને એમણે વેદના અનેક શુચિ મંત્રોનું ઉચ્ચારણ શરૂ કર્યું અને ત્યાં જ સમાધિસ્થ થઈ ગયા. પોતાની પાંચ વર્ષની શિક્ષા-દીક્ષાના સમયમાં નરેન્દ્ર અઠવાડિયામાં એક કે બે વખત ગુરુદેવથી મળવા અવશ્ય આવ્યા કરતા હતા. છેલ્લાં વર્ષોની પારિવારિક સમસ્યાઓએ એમને દક્ષિણેશ્વર એટલી વખત ના જવા દીધા, જેટલી વખત તેઓ જવા ઇચ્છતા હતા. એ દિવસોમાં રામકૃષ્ણએ એ વિચારીને પોતાના ધૈર્યને બાંધ્યું કે, 'નરેન્દ્ર નથી આવતો, એ સારું થયું કેમ કે એને જોતાં જ હું હૃદયમાં વિપ્લવ અનુભવ કરવા લાગું છું. એનું અહીંયા આવવું એક મોટી ઘટના બની જાય છે.'

રામકૃષ્ણ નરેન્દ્રને તથા કેટલાક પસંદ કરેલા શિષ્યોને નિત્યસિદ્ધ (જે જન્મજાત પૂર્ણ છે) કહ્યા કરતા, એમનો વિચાર હતો કે એવા 'નિત્યસિદ્ધ' ખુદ સિદ્ધ હોય છે, એમને શિક્ષા-દીક્ષાની જરૂર નથી હોતી, ગુરુના સંપર્કથી જે કંઈ પણ એમની શિક્ષા-દીક્ષા થાય છે, એનાથી એમની નહીં બલ્કે સંસારની ભલાઈ થાય છે.

રામકૃષ્ણ પોતાના ભક્તો કે કોઈની પણ સન્મુખ નરેન્દ્રની પ્રશંસા કરવાથી અચકાતા ન હતા. જરૂર કરતાં વધારે પ્રશંસાનો પ્રભાવ ક્યારેક-ક્યારેક પ્રતિકૂળ થઈ જાય છે, પ્રશંસિત વ્યક્તિ ઘમંડના નશામાં આવી જાય છે, પરંતુ આ બધી ઉક્તિઓ સાધારણ લોકો માટે છે. નરેન્દ્રનું મસ્તિષ્ક આ બધી સંકીર્ણતાઓથી દૂર છે, એ વાત રામકૃષ્ણ સારી રીતે જાણતા હતા. એક વખત રામકૃષ્ણ બ્રહ્મ સમાજના લોકો તથા એના ખ્યાતિપ્રાપ્ત નેતા કેશવચન્દ્ર સેન અને વિજયકૃષ્ણ ગોસ્વામીની સાથે વાતો કરી રહ્યા હતા. નરેન્દ્ર પણ ત્યાં હતા. વાતો કરતા-કરતા રામકૃષ્ણએ એક વખત કેશવચન્દ્ર અને વિજયકૃષ્ણને જોયા અને એના પછી નરેન્દ્રને જોયા. એમની તીવ્ર દૃષ્ટિ જાણે કાળના પરદાને ભેદ કરીને એ લોકોના ભવિષ્યની તરફ જોઈ રહી હતી. નરેન્દ્રનું ઉજ્જવળ ભવિષ્ય રામકૃષ્ણના માનસપટ પર ઉભરી આવ્યું. એમની દૃષ્ટિ નરેન્દ્ર પ્રત્યે પ્રેમથી ઓતપ્રોત થઈ ગઈ. જ્યારે બ્રહ્મસમાજીઓની સાથેની સભા સમાપ્ત થઈ, રામકૃષ્ણએ પોતાના શિષ્યોથી કહ્યું- 'જો કેશવની પાસે મહાનતાનો એક અંક છે, જેણે એમને એટલા વિખ્યાત બનાવી દીધા, તો નરેનની પાસે એવા અઢાર અંક છે. મેં જોયું કે કેશવ અને વિજયની અંદર જ્ઞાનનો પ્રકાશ દીપકના પ્રકાશની જેમ છે, પરંતુ નરેનની અંદર આ પ્રજ્વલિત સૂર્યના પ્રકાશની સમાન છે, જે અજ્ઞાનતા અને ભ્રમના અંતિમ અવશેષોને નષ્ટ કરી રહ્યો છે.' નરેન્દ્રએ આ બધું સાંભળ્યું, પરંતુ એમના પર એની કોઈ અસર ના પડી, એમની જગ્યાએ કોઈ બીજું હોત તો ગર્વથી ફૂલ્યો ના સમાત.

કેશવચંદ્ર અને વિજયકૃષ્ણની તુલનામાં તેઓ પોતાને નગણ્ય માનતા હતા. એમણે રામકૃષ્ણથી એનો વિરોધ કર્યો- 'મહાનુભાવ, તમે આ પ્રકારની વાતો કેમ કરો છો? લોકો તમને પાગલ સમજશે, વિશ્વવિખ્યાત કેશવ અને સંત વિજયકૃષ્ણની તુલના મારા જેવા તુચ્છ યુવક વિદ્યાર્થીથી કેવી રીતે કરી રહ્યા છો? કૃપા કરીને એવું ફરી ના કહેતા.'

આ સાંભળીને રામકૃષ્ણ મનમાં ને મનમાં ખુશ થયા અને કહ્યું - 'હું વિવશ છું. શું તું એમ સમજે છે કે તે મારા શબ્દ હતા? દેવી માતાએ મને જે વસ્તુઓ બતાવી હતી, મેં ફક્ત એની જ પુનરાવૃત્તિ કરી છે, તે સત્ય સિવાય અન્ય કશું નથી બતાવતી.'

નરેન્દ્રને દેવી દ્વારા ભવિષ્યવાણીનો પ્રસંગ પ્રભાવિત ના કરી શક્યો, એમણે પોતાના સંશયને ખૂબ ખૂલ્લા શબ્દોમાં રામકૃષ્ણની સામે રાખ્યા. 'કોણ જાણે આ દેવી વાણી માતા દ્વારા મળી છે કે તમારા મસ્તિષ્કની કલ્પના છે, જો હું તમારી જગ્યાએ હોત તો એને સ્વચ્છ સરળ કલ્પનાની ઉપજ સમજતો, પશ્ચિમી વિજ્ઞાન અને દર્શને (તર્ક) એ પ્રદર્શિત કરી દીધું છે કે આપણી ઇન્દ્રિયો હંમેશાં આપણને દગામાં નાખી દે છે અને જ્યાં વૈયક્તિક ઢળાવ છે ત્યાં ભ્રાંતિનો સંયોગ વધારે છે, તમે મને પ્રેમ કરો છો અને બરાબર મને મહાન જોવા ઇચ્છો છો, આથી આ પ્રકારની કલ્પના તમારા મસ્તિષ્કમાં ઉપજે, એ બિલ્કુલ સ્વાભાવિક છે.' નરેન્દ્રની આ પ્રકારની વાતોથી રામકૃષ્ણ ક્યારેક-ક્યારેક વિચલિત થઈ જતા હતા, પરંતુ આ વખતે એમનું મસ્તિષ્ક આધ્યાત્મિકતાના ઊંચા ધરાતલ પર હતું. તેથી એમણે નરેન્દ્રની વાતનો કોઈ ખયાલ ના કર્યો. પછી ક્યારેય નરેન્દ્રએ આ પ્રકારની વાતો કરી તો રામકૃષ્ણ દેવી માતાની પાસે નિર્ણય માટે લઈ ગયા, માતા કાળી દ્વારા એમને સાંત્વના મળી- 'જેમ કે તે કહે છે, એની તમે પરવાહ કેમ કરો છો? થોડા દિવસો પછી તે ખુદ જ સચ્ચાઈના દરેક શબ્દને સ્વીકાર કરશે, ગુરુ દ્વારા બોલાયેલા પ્રશંસાના શબ્દોમાં જાદૂનો ચમત્કાર થાય છે. આ એક વશીકરણ મંત્ર છે, જે ના ફક્ત વ્યક્તિને જ વશમાં લાવે છે, પરંતુ વ્યક્તિના આત્મવિશ્વાસને પણ પરાકાષ્ઠા પર પહોંચાડી દે છે.

રામકૃષ્ણ દ્વારા નરેન્દ્રની પ્રશંસાનું પણ એવું જ પરિણામ થયું. એણે નરેન્દ્રને વધારે સહારો આપ્યો અને જીવનભર પ્રેરણા આપતો રહ્યો. વિદ્યાર્થી નરેન્દ્ર જ્યારે સ્વામી વિવેકાનંદના રૂપમાં આખા સંસારને મહાસંદેશ આપી રહ્યા હતા, ત્યારે પણ રામકૃષ્ણના અણમોલ શબ્દ એમનામાં અક્ષય સાહસ અને શક્તિનો સંચાર કરતા રહ્યાં. પરંતુ પ્રારંભમાં નરેન્દ્રને એનું મહત્ત્વ સમજમાં આવતું ન હતું.

નરેન્દ્ર ક્યારેક-ક્યારેક રામકૃષ્ણના અત્યાધિક પ્રેમ પ્રદર્શનથી કંટાળી જતા હતા. એમણે આ બધું બિલ્કુલ ગમતું ન હતું. એક વખત એમણે કહ્યું પણ હતું - 'પોતાના પ્રત્યે એમના આંધળા પ્રેમ માટે કટુ શબ્દ પ્રયોગ કરવામાં હું ક્યારેય ના અચકાયો. હું એમને એમ કરતા સચેત કરી દેતો હતો કે જો તે બરાબર મારા વિષયમાં વિચાર્યા કરશે, તો મારી સમાન જ બની જશે જેમ કે પૌરાણિક કથાના રાજા ભરત, જે પોતાના પાળેલા હરણથી એટલા સમ્બદ્ધ હતા કે મૃત્યના સમયે પણ તેઓ એને છોડી કોઈ બીજાનું ધ્યાન કરવામાં અસમર્થ હતા. ફળસ્વરૂપે બીજા જન્મમાં તેઓ હરણ થઈ ગયા.' તે બોલ્યા- 'જે તમે કહી રહ્યા છો તે પૂર્ણ સત્ય છે. મારું શું બનવું. હું તો તમારાથી અલગ થવાનું સહન નથી કરી શકતો.' દુ:ખી અને હતોત્સાહ થઈને તેઓ કાળી મંદિરમાં ચાલ્યા ગયા. થોડા સમય પછી તેઓ હસતા-હસતા પાછા આવ્યા અને બોલ્યા- 'તમે દુષ્ટ છો. હવે હું તમારું કશું પણ નહીં સાંભળું. માં કહે છે કે હું તારામાં ઈશ્વરનું પ્રદર્શન કરું છું. આથી તારાથી મને પ્રેમ છે. જે દિવેસ મને એવું કશું નહીં દેખાય, હું તને જોવાનું સહન નથી કરી શકતો.' આ પ્રકારે આ વિષય પર નરેન્દ્રએ જે કંઈ પણ જેટલી વખત કહ્યું એને રામકૃષ્ણએ

એક વખત જ પોતાના લઘુ પરંતુ સશક્તવક્તવ્ય દ્વારા નિરર્થક બનાવી દીધું. રામકૃષ્ણની દૃષ્ટિમાં નરેન્દ્ર પ્રત્યે પ્રેમ માનવીય સંબંધ કે માનવીય ભાવનાઓથી દૂર હતું.

એક ળખત ઘણા દિવસોથી નરેન્દ્ર દક્ષિણેશ્વર આવ્યા ન હતા. રામકૃષ્ણ રાહ જોતા-જોતા અધીર થઈ ગયા. એમણે નરેન્દ્રને બોલાવડાવ્યા પરંતુ છતાં પણ નરેન્દ્ર કોઈ કારણવશ દક્ષિણેશ્વર ના આવી શક્યા. એના પર રામકૃષ્ણ ખુદ જ ભક્તના દર્શનાર્થે કલકત્તા ચાલી નિકળ્યા. તેઓ જાણતા હતા કે નરેન્દ્ર બ્રહ્મસમાજના કાર્યમાં વ્યસ્ત છે. બ્રહ્મ સમાજથી એમને પણ લગાવ હતો. હંમેશાં એની સભાઓમાં પણ તેઓ જતાં હતા. તેથી આ સંબંધે બ્રહ્મસમાજના અનેક પ્રમુખ નેતાઓથી પણ પરિચિત હતા. જ્યારે રામકૃષ્ણ બ્રહ્મસમાજના કાર્યાલયમાં પહોંચ્યા, તો ત્યાં સંધ્યાનો કાર્યક્રમ ચાલી રહ્યો હતો. અર્ધચેતનાવસ્થામાં રામકૃષ્ણના પગ વિદ્યાર્થી શિષ્ય તરફ અનાયાસ વધવા લાગ્યા. એવી દશામાં નવાગતને જોઈને ઉપદેશકે પોતાનો ઉપદેશ બંધ કરી દીધો. બધા લોકો રામકૃષ્ણની ચારે તરફ ઘેરાવા લાગ્યા. ચારે તરફથી એક્ઠા થતાં સમાજના લોકોથી તેઓ બિલ્કુલ અછૂતા હતા. એમનું ધ્યાન બીજી તરફ જ હતું. એમની વિકળ આંખો કોઈને શોધી રહી હતી. જ્યારે તેઓ નરેન્દ્રની સામે પહોંચ્યા તો પૂર્ણ રૂપથી એમની બાહ્ય જગતની ચેતના જતી રહી. એનાથી સમાજના લોકોમાં હલચલ મચી ગઈ. કેટલાક લોકોને રામકૃષ્ણનું ત્યાં આવવું ખરાબ લાગ્યું. કારણ બ્રહ્મસમાજના મહાપ્રતિષ્ઠિત નેતા કેશવચંદ્ર અને વિજયકૃષ્ણ રામકૃષ્ણના પ્રભાવમાં પોતાની વિચારધારા થોડી થોડી બદલી ચુક્યા હતા, એમને ભય હતો કે રામકૃષ્ણની ઉપસ્થિતિ આજે સમાજના અન્ય લોકોને પણ પ્રભાવિત કરશે. સભાની હલચલ શાંત કરવા માટે એ લોકોએ પ્રકાશને ઓલવી નાખ્યો. એનાથી ત્યાંની સમસ્યા શાંત ન થઈ પરંતુ સમસ્યા વધારે વધી ગઈ. લોકો જલ્દી-જલ્દી અંધારામાં એક બીજાને ઠેલતા-ઠેલતા દ્વારથી બહાર નિકળવાનો પ્રયત્ન કરવા લાગ્યા. નરેન્દ્રને રામકૃષ્ણના આવવાના કારણની જાણ થઈ ગઈ. તેઓ રામકૃષ્ણના આ બિનજરૂરી કાર્યથી ક્ષુબ્ધ પણ થયા. એમણે વિચાર્યું કે એમના પ્રત્યે રામકૃષ્ણના આ પ્રકારના વ્યવહારને જોઈને સભાના અન્ય લોકો જાણે શું વિચારશે, શું અર્થ કાઢશે. છતાં પણ એમણે રામકૃષ્ણ પર દયા આવી ગઈ અને તેઓ જલ્દીથી એમને સંભાળવા માટે આગળ વધ્યા. રામકૃષ્ણને જ્યારે ચેતના પાછી ફરી ત્યારે નરેન્દ્રએ એમના આ વ્યવહાર માટે એમની ખૂબ ભર્ત્સના કરી. પરંતુ રામકૃષ્ણ પર એની કોઈ અસર ના પડી. હા, તેઓ નરેન્દ્રની પ્રત્યુત્પન્નમતિ પર મંત્રમુગ્દ જરૂર થયા.

આ પ્રકારની ઘટના એક વખત ફરી તઈ. નરેન્દ્ર ઘણા દિવસો સુધી દક્ષિણેશ્વર ગયા ન હતા. કલકત્તામાં તેઓ પોતાના રૂમમાં બેસીને મિત્રો સાથે વ ાત કરી રહ્યા હતા. તત્ક્ષણ એમને એવું સંભળાયું જાણે કોઈ એમને બોલાવી રહ્યું છે. બધા વ્યક્તિ ચોંકીને ઊભા થઈ ગયા. નરેન્દ્ર દોડ્યા, સીડીઓ પાર કરીને બહાર આવ્યા, જોયું તો સામે ગુરુદેવ ઊભા હતા. એમના ચહેરા પર વિષાદના વાદળ અને આંખો આંસુઓથી ભરેલી હતી. એમણે ખૂબ જ તીક્ષ્ણ શબ્દોમાં કહ્યું - 'નરેન્, આટલા દિવસોથી તું મારી પાસે કેમ આવ્યો નથી?' શિષ્યએ ગુરુમાં એક નિર્દોષ સરળ બાળકનો પડછાયો જોયો. તેઓ રામકૃષ્ણને રૂમમાં લઈ આવ્યા. રામકૃષ્ણ પોતાની સાથે કેટલીક મિઠાઈઓ પણ લાવ્યા

હતા. તેઓ પોતાના હાથોથી નરેન્દ્રને મિઠાઈઓ ખવડાવવા લાગ્યા. એમનું મુખમંડળ દિવ્યાલોકથી ચમકી ઉઠ્યું. અર્ધખુલ્લા નેત્રોમાં પ્રેમનો સાગર લહેરાવા લાગ્યો- 'તું પોતાનું કોઈ એક ગીત સંભળાવ.' નરેન્દ્રએ પોતાનો તાનપૂરો સંભાળ્યો અને દેવી માતાનું ભજન આરંભ કર્યું. ગીત સાંભળતા-સાંભળતા રામકૃષ્ણ પોતાનું ભાન ગુમાવી બેઠા. સાંસારીક સુખ-દુઃખથી પરે એમનું માનસ એક બીજી જ દુનિયામાં સમાઈ ગયું.

રામકૃષ્ણને પૂર્ણ વિશ્વાસ હતો કે નરેન્દ્રના રૂપમાં શિવ એમની સામે ઉપસ્થિત છે. નરેન્દ્રના જન્મના સમયે જે એમણે અદ્દભુત સ્વપ્ન જોયું હતું, તે એમનની આ આસ્થાને વધારે બળ આપતું રહ્યું. નરેન્દ્રથી એમનો સંબંધ ગુરુ અને શિષ્યનો હતો, છતાં પણ આ શિષ્ય અન્ય શિષ્યોથી અલગ હતો. પ્રાચીનકાળમાં શિષ્યો દ્વારા ગુરુની સેવા અનિવાર્ય સમજવામાં આવતી હતી. ગુરુ-સેવાથી જ શિષ્યોનું જીવન પાવન બનતું હતું. એ દિવસોમાં ગુરુની ચરણ સેવા કરવી, પંખો નાખવો વગેરે કામ શિષ્યો માટે ખૂબ સામાન્ય હતા. નરેન્દ્ર અત્યંત વિનમ્રતાથી ગુરુ-સેવા માટે હાથ વધારીને, આગ્રહ કરતા પરંતુ રામકૃષ્ણ દ્વારા તેઓને તરત રોકી દેવામાં આવતા. 'શિવથી સેવા? કેટલું હાસ્યાસ્પદ.' રામકૃષ્ણ કહેતા- 'નરેન્દ્ર બીજાથી ભિન્ન છે. એનો માર્ગ પણ ભિન્ન છે.' ખૂબ પહેલાં નરેન્દ્રથી એક વખત રામકૃષ્ણએ કહ્યું હતું- 'જુઓ તારામાં શિવ છે અને મારામાં શક્તિ. આ બંને જ એક છે.' યુવાવસ્થાના પ્રાંગણમાં પ્રવેશ કરતા નરેન્દ્ર ત્યારે આ ગૂઢ શબ્દોનો અર્થ સમજી શકવામાં અસમર્થ હતા.

પ્રારંભથી જ રામકૃષ્ણ નરેન્દ્રને 'નિત્યસિદ્ધ' તેમજ 'ધ્યાનસિદ્ધ' સમજી ચુક્યા હતા. તેઓ જાણતા હતા કે નરેન્દ્રની અંદર મહા અગ્નિપુંજ હંમેશાંથી પ્રજ્વલિત છે અને જે કોઈ પ્રકારના વિકારને, ભલે તે માનસિક હોય કે શારીરિક, ક્ષણભરમાં સળગાવીને ભસ્મ કરી દેશે. તેઓ ક્યારેય પણ માયાને વશીભૂત નથી થઈ શકતા. કાળી મંદિરમાં હંમેશાં મેવા-ફળ અને મિઠાઈઓ લોકો ભેટ સ્વરૂપે લઈ આવતા હતા. રામકૃષ્ણ એ ભેટોને એક બાજુ મુકાવી દેતા. જ્યારે એમને પૂર્ણ વિશ્વાસ થઈ જતો કે ભેટ લાવવાવાળો નિર્મળ ચરિત્રનો છે તથા નિઃસ્વાર્થ ભાવથી એમને અર્પિત કરી રહ્યો છે, ત્યારે જ તેઓ એ વસ્તુઓને સ્વીકાર કરતા હતા, નહીંતર બધી વસ્તુઓ વર્જિત થઈ જતી.

પરંતુ નરેન્દ્રને કોઈ પણ એવી વસ્તુથી નિષેધ ન હતો. તેઓ જ્યારે દક્ષિણેશ્વર આવતા તો એમણે આ વસ્તુઓને ખાવી પડતી, કેમ કે એમના પર પવિત્ર કે અપવિત્ર ખાદ્ય પદાર્થોની કોઈ અસર પડવાની ન હતી. જ્યારે ક્યારેય એમને દક્ષિણેશ્વર આવવામાં વિલંબ થઈ જતો, તો ગુરુદેવ એમના માટે એ સામાન કલકત્તા મોકલી દેતા. એક વખત નરેન્દ્ર ભોજનાલયથી ખાવાનું ખાઈને સીધા રામકૃષ્ણની પાસે આવ્યા અને વાતો-વાતોમાં કહ્યું - 'મહાનુભાવ, આજે મેં નિષિદ્ધ ભોજન કર્યું છે.' એ વિચારીને કે નરેન્દ્ર જે કંઈ કહી રહ્યા છે, તે પોતાની ઉદ્દંડતામાં નથી કહી રહ્યાં, રામકૃષ્ણએ ખૂબ જ શાંતસ્વરમાં કહ્યું- 'એની તારા પર કોઈ અસર નહીં પડે. જો ગાયનું કે સુઅર માંસ ખાધા પછી પણ કોઈનું ધ્યાન પૂર્ણરૂપમાં પરમેશ્વર પર કેન્દ્રિત રહે છે, તો એ વસ્તુઓ સાત્વિક ભોજનથી ઓછી નથી. પરંતુ સાંસારિકતામાં ડૂબેલા વ્યક્તિ દ્વારા ખાવામાં આવેલી શાકભાજીઓ પણ ગાય અને સુઅરના માંસથી ઓછી નથી. મારા મનમાં તારા નિષિદ્ધ ભોજનથી કોઈ ફર્ક

નથી પડતો.' બીજા શિષ્યોની તરફ સંકેત કરતા એમણે ફરી કહ્યું- 'પરંતુ જો એમાંથી કોઈએ પણ એવું કર્યું હોત, તો હું એનો સ્પર્શ પણ સહન નથી કરી શકતો.' એ રૂઢીવાદી યુગમાં રામકૃષ્ણ જેવા એક સીધા-સાદા બ્રાહ્મણ પુજારીના મુખથી નિકળેલા આટલા સાહસપૂર્ણ અને ઉદાર વિચારને સાંભળીને નરેન્દ્ર હેરાન થઈ ગયા. અપરિચિત વ્યક્તિઓના ચરિત્રના સંબંધમાં રામકૃષ્ણ કેવી રીતે નિર્ણય કરતા એ વાત પણ નરેન્દ્રની સમજમાં આવતી ન હતી. તેઓ વિચારતા-શું આ બરાબર છે કે અજાણ્યા વ્યક્તિનું ચરિત્ર ગુરુદેવની સામે ઉક્ત વ્યક્તિની આકૃતિથી અભિવ્યક્ત થઈ જાય છે? નરેન્દ્રને પહેલાં એના પર વિશ્વાસ ના થયો. કેટલાય પ્રસંગો પર એમણે ઉપહારદાતાના ચરિત્રના વિષયમાં તપાસ કરી અને બરાબર જ ગુરુદેવના કથનને યોગ્ય મેળવ્યું. આશ્ચર્યમાં આવીને તેઓ કહેવા લાગતા- 'આ કેવો આશ્ચર્યજનક વ્યક્તિ છે. બીજાઓના મસ્તિષ્કની વાતો એ કેવી રીતે જાણી લે છે, એની પવિત્રતા સમજથી દૂર છે.'

નરેન્દ્ર બ્રહ્મસમાજના મુખ્ય સદસ્ય હતા. ફક્ત બ્રહ્મસમાજી હોવાના સંબંધે તેઓ ઈશ્વરના સાકાર રૂપને માનતા ન હતા, એવી વાત ન હતી. જે કોઈ પણ વાત કે વિચાર એમના તર્કની કસોટી પર ખરા ના ઉતરતા, એને એમનું હૃદય સ્વીકારતું ન હતું. તેઓ બીજાઓથી પણ એવી જ ઇચ્છા કરતા હતા. એમનો એક બ્રહ્મસમાજી મિત્ર રાખાલ જ્યારે રામકૃષ્ણના સંપર્કમાં આવ્યો, તો તે અત્યંત પ્રભાવિત થયો. માતા કાળીની મૂર્તિ જોઈને તે ભાવવિહ્વળ થઈ ગયો. બહુધા ભક્તિભાવથી તે દેવીની સામે કરબદ્ધ નતમસ્તક થઈ જતો. રાખાલનું આ આચરણ બ્રહ્મસમાજના સિદ્ધાંતની વિરુદ્ધ હતું. એક દિવસે નરેન્દ્રએ એને એવું કરતા જોઈ લીધા. એના માટે એને ખૂબ દાંટ પડી. રાખાલ ખૂબ જ વિનમ્ર પ્રકૃતિનો હતો. તે નરેન્દ્રની સાથે પોતાની સગુણ ઉપાસનાના સિદ્ધાંત પર વાદ-વિવાદ ના કરી શક્યો. હવે તે શરમનો માર્યો નરેન્દ્રથી અલગ-અલગ રહેવા લાગ્યો.

રામકૃષ્ણએ એક વખત નરેન્દ્રને સમજાવ્યું કે રાખાની આસ્થા મૂર્તિપૂજામાં છે, તેથી નરેન્દ્રએ રાખાલની ઉપાસનાના બાધક ના બનવું જોઈ, એમણે એ પણ કહ્યું કે નિર્ગુણ ભગવાનની ઉપાસના પ્રારંભમાં બધા માટે મુશ્કેલ હોય છે. જે ભગવાનને જે રૂપમાં પૂજવા ઇચ્છે છે, એને એની ઇચ્છા પર છોડી દેવું જોઈએ. નરેન્દ્રએ એના પછી ક્યારેય પણ રાખાલની ધાર્મિક બાબતોમાં હસ્તક્ષેપ ના કર્યો. પરંતુ નરેન્દ્રમાં એ દિવસોમાં એક વિચિત્ર પ્રકારની હઠધર્મિતા હતી. જે તેઓ વિચારી રહ્યા છે અથવા જે પથ પર તેઓ વધી રહ્યા છે તે જ યોગ્ય છે. આ પ્રકારના વિચારથી તેઓ જકડાયેલા હતા. રામકૃષ્ણ ક્યારેક-ક્યારેક નરમીથી એમના પર ગુસ્સો પણ કરી દેતા હતા, પરં નરેન્દ્ર તર્ક કરવાથી માનતા ન હતા. રામકૃષ્ણએ એક વખત ક્ષુબ્ધ થઈને કહ્યું - 'જો તને મારી માતા પર આસ્થા નથી તો પછી અહીં કેમ આવ્યો?' નરેન્દ્રએ સાહસપૂર્ણ સ્વરમાં કહ્યું- 'ઠીક છે. ભવિષ્યમાં તમે મારી દેવી માતા પર વિશ્વાસ જ નહીં કરો પરંતુ એમના નામ પર આંસૂ પણ વહાવશો.' પછી એમણએ બીજા શિષ્યોની તરફ દૃષ્ટિ ફેરવીને કહ્યું - 'આ છોકરાને ભગવાનના રૂપ પર વિશ્વાસ નથી અને આ મારી અલૌકિક અનુભૂતિઓને માનસિક ભ્રમ કહ્યા કરે છે, પરંતુ પુનીત ભાવનાઓથી ભરેલો આ એક સારો છોકરો છે. આ કોઈ

પણ વસ્તુમાં વિશ્વાસ નથી કરતો જ્યાં સુધી એનું પ્રત્યક્ષ પ્રમાણ ના મળી જાય એ ઘણું બધું ભણ્યો છે અને એના અંતર્મનમાં પોતાનો જ વિવેકપૂર્ણ વિચાર અને નિર્ણય છે.'

રામકૃષ્ણ અને નરેન્દ્રના વાદ-વિવાદનો એક મુખ્ય વિષય હતો, હિન્દૂ ધાર્મિક ગ્રંથોમાં રાધા-કૃષ્ણ લીલાનો પ્રસંગ. પહેલાં તો નરેન્દ્રને એની ઐતિહાસિક પ્રામાણિકતા પર શંકા હતી. પછી રાધાકૃષ્ણના સંબંધને તેઓ અયોગ્ય તેમજ અનૈતિક સમજતા હતા. રામકૃષ્ણએ એમને ઘણી પ્રકારે સમજાવવાનો પ્રયત્ન કર્યો; પરંતુ નરેન્દ્રના વિચાર ના બદલાયા. અંતમાં રામકૃષ્ણએ કહ્યું- 'માની લીધું કે ઐતિહાસિક રૂપથી રાધાકૃષ્ણનું અસ્તિત્વ નથી અને એમની કથા કોઈ ભગવત્પ્રેમીની કલ્પના માત્ર છે. પરંતુ જે સર્વોચ્ચ છે એના પ્રત્યે રાધા અને ગોપીઓના મિલનની તીવ્ર ભાવનુભૂતિ પર જ તું કેમ ન ધ્યાન આપે. એની અભિવ્યક્તિ પર કેમ ટકી રહ્યો છે? આ તારા માટે વધારે સ્વાભાવિક થશે. તું એમની આતુરતા અને વ્યગ્રતાને જો. એમની કલ્પનાને, એમના સ્વપ્નને દેવતુલ્ય સમજ.'

ધાર્મિક વિષયો પર નરેન્દ્રનો રામકૃષ્ણની સાથે જેટલો પણ વાદ-વિવાદ થતો એટલું જ રામકૃષ્ણનું હૃદય પ્રસન્નતાથી ફૂલી ઉઠતું. તેઓ જાણતા હતા કે તર્કની કસોટી પર કોઈ વિષયને ખરા ઉતાર્યા વગર, નરેન્દ્ર એને સ્વીકાર કરવાવાળા નથી. નરેન્દ્રને વિદ્યાધ્યયનની કમી ન હતી- કમી હતી એક ગુરુની, જે એમની જિજ્ઞાસાઓને શાંત કરે, એમની શંકાઓનું ઉન્મૂલન કરે. રામકૃષ્ણની વાત, વિચાર, એમની સંપૂર્ણ જીવન પ્રણાલીની ન જાણે કેટલી વસ્તુઓ નરેન્દ્રના હૃદયને કુદેરતી રહેતી, એમની સામે પ્રશ્ન બનીને ઉભી થઈ જતી, અને એમને ઉત્તેજિત કરવાલાગતી. નરેન્દ્રનો બૌદ્ધિક સંઘર્ષ વધતા જતો. પણ રામકૃષ્ણ ખૂબ જ શાંતિ અને સહજ રૂપથી ધીમે-ધીમે એમની સમસ્યાઓનું સમાધાન કરતા રહેતા.

આ પ્રકારે રામકૃષ્ણએ સર્વપ્રથમ એમને અદ્વૈત વેદાન્તનું રહસ્ય સમજાવવા ઈચ્છ્યું. આ વિચારથી તેઓ અષ્ટાવક્ર સંહિતા તથા બીજા અદ્વૈત દર્શનના કેટલાક અધ્યાય નરેન્દ્રથી વંચાવવા લાગ્યા. બ્રહ્મસમાજના સિદ્ધાંતોથી પ્રભાવિત નરેન્દ્રની આત્મા અદ્વૈત દર્શન વાંચતા-વાંચતા વિદ્રોહ કરી ઉઠતી. એમને આ દર્શન પર વિશ્વાસ નહોતો થતો. તેઓ બૂમ પાડી બેસતા- 'આ બધી ઈશ્વર નિંદા છે કેમ કે આ દર્શન અને નાસ્તિકતામાં કોઈ અંતર નથી. સંસારમાં એનાથી વધીને કોઈ પાપ નહીં હોય કે આપણે ખુદને નિર્માણકર્તા ઈશ્વરની સમાન સમજી બેઠા. હું ભગવાન છું, તમે ભગવાનો છો, આ બધા નિર્મિત વસ્તુઓ ભગવાન છે, એનાથી વધીને અને કયો બકવાસ શક્ય છે. જે મહાત્માઓએ આ બધું લખ્યું છે તેઓ અવશ્ય પાગલ જ હશે. રામકૃષ્ણ નરેન્દ્રના વિદ્રોહાત્મક શબ્દો સાંભળીને બોલ્યા- 'આ સાધુઓના વિચારને તું સ્વીકાર ના કર, એ ઠીક છે, પરંતુ તું એને ફટકાર કેવી રીતે આપી શકે છે અથવા ઈશ્વરની અનંતતાને સીમાબદ્ધ કેવી રીતે કરી શકે છે? સત્ય રૂપી ભગવાનની ઉપાસના કરો, એમના કોઈ પણ રૂપ પર વિશ્વાસ કરો, જે તે તારા હૃદયમાં બતાવે.' પરંતુ નરેન્દ્ર રામકૃષ્ણની વાતોમાં ના આવ્યા. તેઓ ઉત્તેજનમાં રામકૃષ્ણનો ઓરડો છોડીને બહાર ચાલી ગયા અને કહેવા લાગાય્- ' આ પાણીનો જગ ભગવાન છે, આ પ્યાલી ભગવાન છે અને આપણએ લોકો પણ ભગવાન છીએ. એનાથી વધીને અત્યુક્તિ ભલું શું હશે?' એમનો એક શબ્દ અવિશ્વાસ, વ્યંગ્ય અને ક્રોધથી ભરેલો

હતો, રામકૃષ્ણ જે પોતાના કક્ષમાં અર્ધચેતનાવસ્થામાં હતા, નરેન્દ્રનું વ્યંગ્યાત્મક હાસ્ય સાંભળીને, એક બાળકની સમાન પોતાની અડધી ધોતી, જેનાથી પહેલાં વક્ષસ્થળ ઢાંકેલું હતું, એને બગલમાં દબાવીને બહાર આવ્યા અને નરેન્દ્રને સ્પર્શ કર્યો- 'હા, તું કઈ વસ્તુના વિષયમાં વાત કરી રહ્યો હતો?'

આટલું કહેતા-કહેતા તેઓ પુનઃ સમાધિમાં ડૂબી ગયા. એમના આ સ્પર્શનું પરિણામ નરેન્દ્ર પર શું પડ્યું એ એમના જ શબ્દોમાં- 'એ દિવસે ગુરુદેવના જાદૂભર્યા સ્પર્શે જલ્દી જ મારા મસ્તિષ્કને આશ્ચર્યજનક રૂપમાં પરિવર્તિત કરી દીધું. હું એ જાણીને ખરેખર હતપ્રભ થઈ ગયો કે આખા સંસારમાં ઈશ્વર સિવાય બીજું કશું જ નથી. મેં ખૂબ જ સ્પષ્ટ રૂપથી એ જોયું પરંતુ ચૂપ રહ્યો કે ખબર નહીં આ વિચાર સ્થાયી છે કે નહીં. પરંતુ આ પ્રકારનો આભાસ એક દિવસમાં જ સમાપ્ત ના થયો. હું ઘેર આવી ગયો પરંતુ ત્યાં પણ બધી વસ્તુઓ જે મેં જોઈ, તે બ્રહ્મવત્ નજરે પડી. હું ભોજન કરવા બેઠો, પરંતુ દરેક એક વસ્તુ- ભોજન, થાળ, જે વ્યક્તિએ ખાવાનું પિરસ્યું અને હું, ખુદ બ્રહ્મ સિવાય બીજું કશું ન હતા. હું એક બે ગ્રાસ ખાઈને ચૂપચાપ બેસી ગયો. મારી માતાના શબ્દોથી હું ચોંક્યો. એમણે કહ્યું- 'ચૂપચાપ કેમ બેઠો છે?- ખાવાનું ખતમ કર.' અને હું ફરી ખાવા લાગ્યો. પરંતુ દરેક સમયે ખાતા-ખાતા કે સૂતા-સૂતા કે કૉલેજ જતા-જતા મેં મોટરગાડીઓને ચાલતી જોઈ, પરંતુ એમના માર્ગથી હટી જવાની મારી ઇચ્છા ન થઈ. મેં અનુભવ કર્યો કે મોટરગાડી અને હું એક જ પદાર્થના બનેલા છીએ. મારા અવયવોમાં જાણે એ સમયે કોઈ ચેતના ન હતી. એવું લાગ્યું, જાણે તે શક્તિહીન થઈ ગયા છે. મને ખાવાનું ના ગમતું. મને ભાન થતું જાણે કોઈ બીજું ખાઈ રહ્યું છે. ક્યારેક ક્યારેક ખાતા સમયે જ હું સૂઈ જતો અને પછી કેટલીક ક્ષણો પછી ઉઠીને ખાવા લાગતો. પરિણામ એ થયું કે થોડા દિવસોમાં ખૂબ વધારે ખાતો રહ્યો, પરંતુ એનાથી કોઈ નુકસાન ન થયું. મારી માતા એનાથી વિકળ થઈ ગઈ અને કહ્યું કે મારી સાથે નિશ્ચય જ કોઈ ગરબડી થઈ છે. એમને ભય હતો કે હું વધારે દિવસો સુધી જીવિત નહીં રહું. જ્યારે એવી સ્થિતિ થોડી બદલાઈ ત્યારે સંસાર મને સ્વપ્નવત્ પ્રતીત થવા લાગી. કાર્નવાલિસ સ્ક્વેયર પર ફરતા-ફરતા મેં ત્યાંના લોખંડની દીવાલથી મારું માથું ટકરાવતો, ફક્ત એ અનુભવ કરવા માટે કે આ સ્વપ્ન છે કે હકીકત. આ પ્રકારેની દશા થોડા દિવસો સુધી રહી. જ્યારે હું પુનઃ સ્વસ્થ થયો, તો વિચાર આવ્યો કે ધાર્મિક ગ્રંથોના શબ્દ જૂઠ્ઠાં ન હતા. એના પછી હું અદ્વૈત દર્શનને ખોટું ના કહી શક્યો.'

જે પ્રકારે રામકૃષ્ણની શિક્ષા પદ્ધતિ અનુપમ હતી, એ જ પ્રકારે નરેન્દ્રની શિક્ષા ગ્રહણ શૈલી પણ અદ્વિતીય રહી. ધીમે-ધીમે નરેન્દ્રના જીવનમાં સંશયની જગ્યાએ વિશ્વાસ, દ્વન્દ્વની જગ્યાએ એકાગ્રતા, ક્લેશની જગ્યાએ આહ્લાદ અને અંધકારની જગ્યાએ પ્રકાશ ભરાતો ગયો. વિશ્વની બધી વિવિધતા દૂર થઈ ગઈ. હવે એમને વિશ્વાસ થઈ ગયો કે બધું જ એક છે. એક જ સત્વથી નિર્મિત છે. રામકૃષ્ણ નરેન્દ્રને બરાબર કહ્યા કરતા કે તેઓ પોતાની ઈશ્વરાનુભૂતિને સારી રીતે તપાસી લે અને પરખી લે. ત્યાં સુધી કે તેઓ ખુદને પણ પરીક્ષાનો વિષય બનાવી દેતા. તેઓ કહેતા- 'જેમ પૈસા તોડાવવાવાળો પોતાના સિક્કાની દેખભાળ કરી લે છે, એ જ પ્રકારે તું મને પણ પરખી લે. જ્યાં સુધી તું

મારી પરીક્ષા ના લઈ લે, તારે મારો સ્વીકાર ના કરવો જોઈએ.' એક વખત નરેન્દ્ર દક્ષિણેશ્વર આવ્યા અને ગુરુદેવનો ઓરડો સૂમસામ જોયો. ખબર પડી કે ગુરુદેવ કલકત્તા ગયા છે. નરેન્દ્રએ જલ્દીથી એક રૂપિયાનો સિક્કો ગુરુદેવની પથારીમાં છુપાવી દીધો અને પંચવટીમાં ધ્યાનાવસ્થિત થવા ચાલ્યા ગયા. એનાથી થોડા જ સમય પછી રામકૃષ્ણ દક્ષિણેશ્વર આવી ગયા. પછી પોતાના ઓરડામાં ગયા પછી પથારી પર બેઠા. અજાણતા જ નરેન્દ્ર દ્વારા રાખવામાંઆવેલા સિક્કાથી એમનો સ્પર્શ થઈ ગયો. સ્પર્શની સાથે જ તેઓ અત્યંત પીડાથી કણસવા લાગ્યા. નરેન્દ્ર હવે પંચવટીથી પાછા આવ્યા હતા અને ચુપચાપ મુદ્રામાં ગુરુદેવની પ્રતિક્રિયા જોઈ રહ્યા હતા. પછી રામકૃષ્ણના કષ્ટને જોઈને એક અન્ય શિષ્ય એમની પાસે આવ્યો અને પથારીને ઠીક કરવાના વિચારથી જેવી જ ચાદર ખેંચી કે રૂપિયો પૃથ્વી પર આવી ગયો. નરેન્દ્ર કશું બોલ્યા વગર ઓરડાની બહાર ચાલ્યા ગયા. પરંતુ રામકૃષ્ણને એ સમજતા વાર ન લાગી કે નરેન્દ્ર એમની પરીક્ષા લઈ રહ્યા હતા. એનાથી રામકૃષ્ણને સુખ મળ્યું કે નરેન્દ્ર જે કંઈ પણ ગ્રહણ કરે છે, તો એને તપાસીને ગ્રહણ કરે છે. ત્યાં સુધી કે નેન્દ્રની દૃષ્ટિમાં ગુરુ પણ પરીક્ષા પછી જ ગ્રાહ્ય છે.

આ પ્રકારે રામકૃષ્ણએ પણ કેટલીય ળખત, કેટલાય પ્રકારથી નરેન્દ્રની પણ પરીક્ષા લીધી. એક વખત એમણે નરેન્દ્રના શરીરની તપાસ કર્યા પછી કહ્યું- 'તારી શારીરિક દશા ઠીક છે. ફક્ત એક જ ત્રુટિ મને નજરે પડે છે કે તું સૂતા સમયે થોડા ઊંડા શ્વાસ લે છે. યોગીઓના શબ્દોમાં આ પ્રકારનો મનુષ્ય અલ્પાયુ હોય છે.' એક વખત રામકૃષ્ણએ ખૂબ કઠિન પરીક્ષા લીધી. એમ તો નરેન્દ્ર માટે રામકૃષ્ણના હૃદયમાં અગાઢ પ્રેમ હતો. દક્ષિણેશ્વરથી નરેન્દ્રની અનુપસ્થિતિ એમને વ્યાકુળ બનાવી દેતી હતી. દૂરથી જ નરેન્દ્રની ઝલક માત્રથી તેઓ આનંદ વિહ્વળ થઈને સમાધિમાં ડૂબી જતા હતા. પરંતુ એક વખત જ્યારે નરેન્દ્ર દક્ષિણેશ્વર આવ્યા અને ગુરુથી મળવા ગયા, ત્યારે ગુરુદેવે ઉદાસીનતાથી મ્હોં બીજી તરફ ફેરવી લીધું અને કશું બોલ્યા નહીં. નરેન્દ્રએ સમજ્યું કે ગુરુદેવ બીજી દુનિયામાં છે આથી તેઓ બીજા ભક્તોની પાસે જઈને બેસતા અને વાતો કરવા લાગ્યા. ત્યારે જ રામકૃષ્ણનો અવાજ સંભળાયો. તેઓ કોઈથી વાતો કરી રહ્યા હતા.

પછી નરેન્દ્ર ગુરુના રૂમમાં ગયા પરંતુ ગુરુદેવે એમના અભિવાદનમાં કોઈ જવાબ ના આપ્યો, એના વિપરીત તેઓ નરેન્દ્ર પ્રત્યે ઉદાસીન અને મૂક બનીને બેઠા રહ્યાં. નરેન્દ્ર થોડી ક્ષણ ત્યાં બેસીને પછી કલકત્તા આવી ગયા. એના એક અઠવાડિયા પછી નરેન્દ્ર ફરી દક્ષિણેશ્વર આવ્યા અને ગુરુદેવનો પોતાના પ્રત્યેનો વ્યવહાર પહેલાંની જેવો જ જોયો. આ પ્રકારે પ્રત્યેક બે ચાર દિવસો પર કેટલીય વખત નરેન્દ્ર દક્ષિણેશ્વર આવ્યા, ગુરુના દર્શન કર્યા, થોડી ક્ષણ બેઠા અને લોકોથી વાતો કરી અને સાંજ થવા પર કલકત્તા પાછા ફરતા રહ્યાં. પરંતુ નરેન્દ્રની સામે ગુરુનું હૃદય ના પીગળ્યું. નરેન્દ્રની અનુપસ્થિતિમાં રામકૃષ્ણ કોઈને કલકત્તા નરેન્દ્રના સ્વાસ્થ્યની જાણકારી માટે મોકલ્યા કરતા. નરેન્દ્રને આ બધી વાતની જાણ ન થતી. એક મહીના પછી ત્યારે જયારે નરેન્દ્ર એમ જ ગુરુ દર્શનાર્થે દક્ષિણેશ્વર આવતા રહ્યાં, ત્યારે એક દિવસે ગુરુએ એમને બોલાવીને પૂછ્યું- 'હું તારાથી કશી વાત નથી કરતો, છતાં પણ તું અહીં આવતો રહે છે. એવું કેવી રીતે?' નરેન્દ્રએ જવાબ આપ્યો- 'શું તમે વિચારો છો કે હું અહીંયા ફક્ત તમારી વાતો સાંભળવા

આવું છું? મને તમારાથી ભક્તિ છે, હું તમારા દર્શન ઇચ્છું છું. આથી હું દક્ષિણેશ્વર આવ્યા કરું છું.' નરેન્દ્રના જવાબે રામકૃષ્ણનું મન મોહી લીધું- એમને અત્યંત ખુશી થઈ. 'હું એ જાણવા માટે તારી પરીક્ષા લઈ રહ્યો હતો કે મારા પ્રેમ અને સમય ન આપવા પર તું અહીંયા રોકાય છે કે નહીં.'

રામકૃષ્ણને કઠિન યોગાભ્યાસથી પહેલાં દેવી શક્તિ મળેલી હતી. તેઓ ઇચ્છતા હતા કે સંસારના કલ્યાણાર્થે આ શક્તિનો પ્રયોગ થાય. આ કાર્ય માટે નરેન્દ્રને પ્રશિક્ષણ આપી રહ્યા હતા. એક દિવસ એમણે નરેન્દ્રને પંચવટીમાં બોલાવ્યો અને કહ્યું- 'મેં અનેક આધ્યાત્મિક અભ્યાસો દ્વારા પોતાને પૂર્ણ રૂપથી અનુશાસિત કરી અલૌકિક શક્તિઓ પ્રાપ્ત કરી લીધી. પરંતુ તે મારા શા કામની છે? હું પોતાનું શરીર તો ઠીકથી ઢાંકી નથી શકતો. આથી માતાની અનુમતિથી હું એ જ્ઞાનને તારામાં નાખવાનું વિચારી રહ્યો છું.'એમનાથી' મને જાણ થઈ કે તારે 'એમના' માટે વધારે કરવું પડશે. જો હું તને તે શક્તિ પ્રદાન કરીશ, તો તું જરૂર પ્રમાણે એનો ઉપયોગ કરી શકે છે. તું શું ઇચ્છે છે?' ગુરુદેવને એવી અલૌકિક શક્તિઓ પ્રાપ્ત છે, એ નરેન્દ્રને જાણ હતી. ક્ષણ ભર વિચાર કર્યા પછી એમણે કહ્યું- 'શું એ શક્તિઓ ઈશ્વરાનુભવમાં મદદરૂપ થશે?' 'ના, આ કામ માટે તે મદદ નહીં કરે. પરંતુ ઈશ્વરને સમજી લીધા પછી, જ્યારે તું એમના કાર્યમાં રત થઈશ ત્યારે એનાથી તને ખૂબ મદદ મળશે.' ગુરુદેવે કહ્યું. નરેન્દ્રનો જવાબ હતો- 'હું એમને નથી જાણતો. પહેલાં મને ઈશ્વરની જ સાધના કરવા દો. શક્ય છે કે એના પછી મને જ્ઞાન થાય કે મારે એ શક્તિઓની જરૂર છે કે નહીં. જો હું એને અત્યારે સ્વીકાર કરું છું, તો કદાચ હું પોતાનો આદર્શ ભૂલી જાઉં અને એને સ્વાર્થપૂર્ણ પ્રયોજનોમાં પ્રયોગ કરીને ક્લેશનો ભાગી બનું.' ખુલ્લા શબ્દોમાં નરેન્દ્રની વાત સાંભળીને રામકૃષ્ણ ખૂબ ખુશ થયા. કદાચ આ પણ નરેન્દ્રની પરીક્ષા જ હતી. નરેન્દ્ર સ્વતંત્ર પ્રકૃતિના વ્યક્તિ હતા. રામકૃષ્ણએ નરેન્દ્ર પર પ્રેમનો અંકુશ રાખીને એમના વિચારની સ્વતંત્રતામાં કોઈ પ્રકારનું વિઘ્ન ન આવવા દીધું. એનાથી નરેન્દ્રમાં આત્મવિશ્વાસના મૂળ વધારે મજબૂત થઈ ગયા. ગુરુનું હૃદય નરેન્દ્રની સામે અનાવૃત્ત હતું. તેઓ પોતાના હૃદયથી આખું રહસ્ય નરેન્દ્રની સામે જોઈ રહ્યા હતા. નરેન્દ્ર એમના સૌથી મોટા વિશ્વાસપાત્ર હતા. કહેવામાં આવે છે કે પ્રેમ બંધન છે. પરંતુ રામકૃષ્ણનો પ્રેમ નરેન્દ્ર માટે મુક્તિ હતો. એવી મુક્તિ જે અવચેતન રૂપથી આજીવન નરેન્દ્રના પથ પર દીપક બની રહી.

★★

નવા જીવનનો પ્રારંભ

યુવાવસ્થાના સ્વચ્છંદ તેમજ ચિંતામુક્ત વાતાવરણમાં નરેન્દ્ર હજુ પૂરી રીતે શ્વાસ પણ લઈ શક્યા ન હતા કે એમના સુકુમાર ખભાઓ પર અચાનક આખા પરિવારનો ભાર આવી પડ્યો. એ દિવસોમાં (સન્ ૧૮૮૪માં) હજુ સ્નાતક પરીક્ષા સમાપ્ત થઈ હતી. પરીક્ષાફળ નિકળવામાં વાર હતી. એક દિવસે નેરન્દ્ર કલકત્તાથી બે માઈલ દૂર બડાનગર પોતાના કોઈ મિત્રથી મળવા આવ્યા હતા. ત્યાં મિત્રોની સાથી ખૂબ ગપ્પા લગાવ્યા. જોતા-જોતા રાત થઈ ગઈ. પછી ગાવા-વગાડવાનો કાર્યક્રમ શરૂ થયો. સંગીતની સ્વર-લહરી સીમાને સ્પર્શવા લાગી. ત્યારે જ એક વ્યક્તિએ રૂમમાં પ્રવેશ કર્યો. આ વ્યક્ત નરેન્દ્રના ઘેરથી આવ્યો હતો અને એણે એ લોકોને દુઃખદ સૂચના આપી કે અચાનક હૃદયની ગતિ રોકાઈ જવાથી નરેન્દ્રના પિતાનું મૃત્યુ થઈ ગયું છે. આ સમાચારે નરેન્દ્રના હૃદયમાં શોકનો સાગર ઉલેચી દીધો. નરેન્દ્ર તરત કલકત્તા પાછા ફર્યા. આખું ઘર શોકમાં ડૂબેલું હતું, ચારે તરફ કાળની કાલિમા છવાયેલી હતી. માતાની સાથે બંને બહેનો અને બંને નાના ભાઈ પોકે-પોકે રોઈ રહ્યા હતા. નરેન્દ્ર ગભરાટથી કિકર્તવ્યવિમૂઢ થઈ ગયા હતા- ના કશું બોલી શક્યા, ના રોઈ શક્યા. લોકોએ આશ્વાસનનો સહારો આપ્યો. ધીમે-ધીમે મનને વશમાં કરીને એમણે પિતાની અંતિમ ક્રિયા પૂર્ણ કરી.

નરેન્દ્રના પિતા વિશ્વનાથ દત્ત ખૂબ જ વિશાળ હૃદયના હતા. એમની કમાણીથી ખર્ચનો હિસાબ હંમેશાં વધારે રહ્યા કરતો. આ શાહખર્ચ સ્વભાવને કારણે તેઓ કશું બચાવી શક્યા ન હતા. એમના સંબંધી અને મિત્ર એમના ઉપકારોના ભારથી દબાયેલા હતા. પરંતુ જેમ કે સંસારમાં આદિકાળથી થતું આવ્યું છે, વિશ્વનાથ દત્તની આંખો બંધ થતાં જ બધા લોકોએ એમના પરિવારથી પોતાની આંખો ફેરવી લીધી. કદાચ એમને સંશય થવા લાગ્યો કે વધારે કૃતજ્ઞતા બતાવવા પર એમણે દુઃખી પરિવારની મદદ કરવી પડશે. શ્રાદ્ધ ક્રિયા સમાપ્ત પણ ના થઈ શકી હતી કે ઋણદાતા એમના દ્વાર ખખડાવવા લાગ્યા. નરેન્દ્રની સામે પૈસા ઉપાર્જનનું કોઈ સાધન ન હતું. છતાં પણ એમણે સાત-આઠ વ્યક્તિઓનું ભરણ-પોષણ કરવાનું હતું. વિધિની વિડમ્બના પણ કેવી છે! સુખ-સુવિધાઓની ગોદમોં ઉછરેલો સુકુમાર બાળખ અચાનક અસુવિધાઓ અને અભાવોની કઠોર ભૂમિ પર ફેંકી દેવામાં આવ્યો. દુઃખના ઘેરા વાદળોના પડછાયામાં ક્યારેક-ક્યારેક નરેન્દ્રના હૃદયમાં આત્મશક્તિની દામિની ચમકી ઉઠતી. નરેન્દ્ર એ પ્રકાશને પકડીને જીવનપથ પર આગળ વધવા લાગ્યા. પોતાની નિયતિના હરિફ બની ગયા. થોડા દિવસો પછી સ્નાતક પરીક્ષાફળ પ્રકાશિત થયું. આ પરીક્ષામાં ઉત્તીર્ણ થવા પર

નરેન્દ્ર કાયદાના અભ્યાસ માટે ફરી કૉલેજમાં ગયા. વિદ્યાલયમાં નરેન્દ્ર હવે સૌથી દરિદ્ર વિદ્યાર્થી હતા. એમા વસ્ત્ર ખૂબ જ મોટા તથા જૂતા અત્યંત સસ્તા અને સાધારણ હતા. બહુધા તેઓ ભૂખ્યા પેટે જ કૉલેજ ચાલ્યા જતા હતા. ક્ષુધાની ક્લાન્તિથી ક્યારેક-ક્યારેક તેઓ ચેતનારહિત થઈ જતા હતા. એમના મિત્રગણ એમને પોતાના ઘર પર આમંત્રિત કરતા. ત્યાં કલાકો મિત્રોની સાથે વાતચીત થતી, સંગીત સમ્મેલન થતું, પરંતુ જ્યારે ક્યારેય મિત્રગણ એમને કશું ખાવા-પીવાનો આગ્રહ કરતા, ત્યારે નરેન્દ્રથી તરત નકારાત્મક જવાબ મેળવતા. એ સમયે નરેન્દ્રની આંખો સામે માતા તથા ભાઈ-બહેનોના મુખ નજરે પડવા લાગતા. એમનું હૃદય વિકલ થઈ ઉઠતું. તેઓ પુનઃ મિત્રોની મનોરંજક વાતચીતમાં પોતાને ભુલી ના શકતા. કોઈ બહાને તેઓ એ લોકોથી વિદાય લઈને પોતાના ઘેર આવી જતા.

નરેન્દ્રનું ઘર પોતાના ઠાઠ-બાટ માટે પ્રસિદ્ધ હતું. વિશ્વનાથ દત્તના નિધન પછી પણ આ ઠાઠ-બાટ કેટલીક હદ સુધી નિભાવવા જ પડ્યા પરંતુ દ્વારની અંતરના અભાવોનો પડછાયો ક્યારેય બહાર નજરે ના પડ્યો. નરેન્દ્રના પરિવારે ઘરના દુઃખ દારિદ્રયને દેખાડા અને આડંબરના પરદામાં છુપાવી રાખ્યો. એક પ્રભુત્વપૂર્ણ વંશનો ભગ્નાવશેષ શું ક્યારેય બાહ્ય લોકોને જોઈ શકે? ના. નરેન્દ્રના કુળનું અનાવૃત્ત રૂપ કોઈએ ના જોયું. એમના સંપન્ન મિત્રગણ પોતાના શાનદાર ભવ્ય સવારીઓ પર આવતા અને નરેન્દ્રને ફરવા માટે લઈ જતા. નરેન્દ્ર જ્યારે ઘેર પાછા ફરતા તો એમની માતા એમની સામે ભોજનની થાળી રાખતી. તેઓ એમાં થોડું ભોજન અલગ કાઢીને ખાઈ લેતા, જેનાથી માતાનું દિલ ના તૂટે તથા ઘરના અન્ય સદસ્યોની સાથે તેઓ પણ કેટલાક કોળીયા પોતાના મુખમાં નાખી શકે. પરંતુ જ્યારે એમને ભોજનની કમીનું જ્ઞાન થઈ જતું, તો તેઓ ખાવાનું ન ખાતા અને કહી દેતા કે મિત્રોના ઘેર ખાઈ લીધું છે. પરંતુ સત્ય એ હતું કે મિત્રના ઘેર તેઓ ખાતા જ ન હતા. તેઓ એટલું જ ખાતા જેનાથી તેઓ જીવિત રહી શકે. આ અલ્પાહારને કારણે એમનું સ્વાસ્થ્ય દિવસે-દિવસે કથળતું ગયું. પરંતુ નરેન્દ્રના સાથી એમના આ કથળી રહેલા સ્વાસ્થ્યનું કારણ ના સમજી શક્યા.

નરેન્દ્રના પરિવાર પર વિપત્તિનો પ્રકોપ ઓછો થવાને બદલે દિવસે-દિવસે વધતો ચાલ્યો ગયો. પરદાની અંદરનો ભેદ હવે બહાર ખુલવા લાગ્યો. નરેન્દ્રના પરિવારના અન્ય સંબધી પણ એ મકાનમાં બીજી બાજુ ઘણા દિવસોથી રહેતા હતા. વિશ્વનાથ દત્તના નિધન પછી કોઈ કારણવશ એ લોકોએ મકાનના ભાગલાનો પ્રશ્ન ઉઠાવ્યો. કાયદા અનુસાર નરેન્દ્રના ભાગમાં જ મકાનનો વધારે ભાગ આવતો, છતાં પણ એક અમીર ખાનદાનના કલહની લોકલાજથી નરેન્દ્ર પરિવારે આ પ્રશ્નને દબાવી રાખવા ઈચ્છ્યો. પરંતુ ઘરની સીમાની બહાર જે વાત વહી નિકળી, તે ધીમે-ધીમે વધીને ન્યાયાલય સુધી પહોંચી ગઈ. ઘણા લોકોએ આ વિશે સાંભળ્યું. નરેન્દ્ર અને એમની માતા શરમમાં મૂકાયા. દેવયોગથી ન્યાયાલયનો નિર્ણય નરેન્દ્ર પરિવાર માટે સારો જ થયો. મકાનનો મોટો ભાગ એમના હિસ્સામાં આવી ગયો. નિવાસની સમસ્યા હલ થઈ જવા પર નરેન્દ્રના મસ્તિષ્કનો ભાર થોડો ઘટ્યો, પરંતુ દૂર ના થયો. વસ્ત્ર અને ભોજનનો સવાલ એમની સામે ભયાનક રૂપથી ઉભો હતો. એને હલ કરવા માટે એમણે ઈશ્વરચન્દ્ર વિદ્યાસાગરની એક શિક્ષક સંસ્થામાં શિક્ષકનું કામ કરવાનું આરંભ કર્યું. આ કામ એક મહીનાથી વધારે

ના ચાલી શક્યું. પરિવારના ભોજન અને વસ્ત્રની સમસ્યાએ નરેન્દ્રના જીવનને ખરાબ રીતે ઝંઝોળી દીધું.

નરેન્દ્રએ આગળચાલીને પોતાના જીવનના આ અંધકારમય દિવસોનો ઉલ્લેખ આ પ્રકારે કર્યો : 'માતમની અવધિ સમાપ્ત થવાથી પહેલાં જ મારે નોકરીનો દરવાજો ખખડાવવો પડ્યો. તેજ પડી રહેલી તડકામાં ભૂખ્યા પેટે અને ઉઘાડા પગે, અને હાથમાં અરજીપત્ર લઈને. હું એક ઑફિસથી બીજી ઑફિસમાં ફરતો રહ્યો. મારા એક બે ઘનિષ્ઠ મિત્ર, જેમને મારા દુર્ભાગ્યની સાથે સંવેદના હતી, ક્યારેક-ક્યારેક મારી સાથે આવતા. પરંતુ પ્રત્યેક સ્થઆન પર મારા માટે દ્વાર બંધ હતા. જીવનની હકીકતના આ પ્રથમ સંબંધે મને સારી રીતે સમજાવી દીધું કે સંસારમાં નિઃસ્વાર્થ સહાનુભૂતિ એક દુર્લભ વસ્તુ છે- અહીંયા દીન, દુઃખી અને નિર્બળો માટે કોઈ સ્થાન નથી.મેં જોયું કે જે લોકો મને થોડા દિવસ પહેલાં ખૂબ અભિમાનથી કોઈ પણ પ્રકારની સહાય આપતા, એ લોકોએ પણ મ્હોં ફેરવી લીધું, તેમ છતાં કે એમની પાસે આપવા માટે ઘણું બધું હતું. આ બધાને જોઈને ક્યારેક-ક્યારેક મને દુનિયા એક શેતાનનું ઘર લાગતું. એક દિવસે થાકેલો-માંદો હું મેદાનના 'આક્ટરલોની મોનૂમેન્ટ'ના પડછાયામાં બેસી ગયો. ત્યાં મારા કેટલાક મિત્રો પણ હતા. એમાંથી એકે કદાચ મને સુખ પહોંચાડવાની ખયાલથી ઈશ્વરમાં ઉમડતા સૌંદર્ય પર એક ગીત સંભળાવ્યું. એનાથી મારા મસ્તિષ્કે એક ભયાનક ધક્કો આપ્યો. મને પોતાની માતા અને ભાઈઓની અસહાય અવસ્થા યાદ આવી ગઈ અને હું મર્મભેદી નિરાશા અને તીવ્ર વેદનાથી ચીસ પાડી બેઠો- 'બંધ કરો આ ગીત'. આ ભાવનાઓ એમને ખુશ કરશે, જે ફૂલોની પથારી પર છે અને જેમના ઘર પર કોઈ ભૂખથી તડપતો સંબંધી ના હોય. હા, એક સમય હતો, જ્યારે હું પણ આ પ્રકારે વિચારતો હતો, પણ આજે જીવના કટુ સત્યની સામે આ એક ગંભીર મજાક લાગે છે.' મારા મિત્રને એ"ાથી અવશ્ય ઠેસ પહોંચી હશે. મારા સંપૂર્ણ ક્લેશને, જેણે મને મ્હોંથી એવા શબ્દ કાઢવા માટે બાધ્ય બનાવી દીધા, તે મારા મિત્ર કેવી રીતે સમજી શકતા હતા? ક્યારેક-ક્યારેક જ્યારં હું જોતો કે પરિવાર માટે પૂરું ભોજન નથી અને મારું ખિસ્સુ પણ ખાલી છે, ત્યારે હુંપોતાની માતાથી બહાનું બનાવતો કે મને બહાર ખાવાનું નિમંત્રણ છે, અને એ દિવસે પૂર્ણરૂપથી ભોજન વગર રહી જતો. આત્મસન્માનને કારણે, આ વાત બીજાઓની સામે પ્રગટ ના કરતો. મારા સંપન્ન મિત્ર ક્યારેક-ક્યારેક મને પોતાના ઘર કે બગીચામાં લઈ જવા અને ગીત ગાવાનો આગ્રહ કરતા. જ્યારે હું એનાથી બચી ના શકતો, તો મારે એમનો અનુરોધ સ્વીકાર કરવો પડતો. એમાંથી કેટલાક ક્યારેક-ક્યારેક મનેપૂછ્યા કરતા, 'તું આજે આટલો ક્ષીણ અને દુર્બળ કેમ લાગી રહ્યો છે?' એ લોકોમાંથી એકને મારી જાણ વગર મારી ગરીબીની જાણ થઈ ગઈ અને જ્યારે ત્યારે તે મારી માતાને ગુમનામ રૂપથી મદદ પહોંચાડતો રહ્યો.આ દયાપૂર્ણ કાર્ય દ્વારા એમને મને કૃતજ્ઞતાના મહાઋણથી દબાવી દીધો.'

મુશ્કેલીઓની આ સ્થિતિમાં પણ નરેન્દ્રની સામે કેટલાય પ્રલોભન રાખવામાં આવ્યા, પરંતુ તે એમને ડગાવી ના શક્યા. એમના જ શબ્દોમાં - 'મારા કેટલાક જૂના મિત્રોએ, જે અનુચિત સાધનોથી પોતાની જીવિકા ઉપાર્જિત કરી રહ્યા હતા, મને પોતાની સાથે મળી જવાનું કહ્યું. એમાંથી કેટલાક જે અનાયાસ નિયતિના ફેરામાં પડીને, જેમ કે મારા જીવનની સાથે થયું, જીવનના આ સંદિગ્ધપૂર્ણ પથ પર ચાલવા માટે બાધ્ય કરી દેવામાં

આવ્યા હતા. એમને ખરેખર મારા માટે સંવેદના હતી. એના સિવાય બીજી પણ મુશ્કેલીઓ હતી, મારા માર્ગ પર અનેક પ્રલોભન હતા. એક ધનવાન મહિલાએ મારી પાસે અત્યંત ભદ્દો પ્રસ્તાવ મોકલ્યો કે હું ખોટા રૂપથી એમની સાથે પોતાનું જીવન વિતાવું. મેં એ પ્રસ્તાવને ખૂબ કઠોરતાથી નકારી દીધો.'

મુશ્કેલીઓના એ દિવસ નરેન્દ્રના આધ્યાત્મિક વિકાસમાં પોતાનું વિશેષ મહત્ત્વ રાખે છે. જેમ કે એમણે લખ્યું છે- ' આ બધી આપત્તિઓમાં રહીને પણ મારો વિશ્વાસ ના તો ઈશ્વરની સત્તા કે ના તો એમની દેવી કૃપાથી ઉઠી શક્યો. દરરોજ સવારે હું એમનું નામ લઈને ઉઠતો અને નોકરીની શોધમાં નિકળતો એક દિવસ મારી માતાએ મને સાંભળી લીધો અને કઠોરતાથી કહ્યું- 'ધત્, તું ખૂબ મૂર્ખ છે. બાળપણથી જ તું ભગવાન ભગવાન રટી રહ્યો છે પરંતુ એમણે તારા માટે શું કર્યું?' મને મર્મભેદી વેદના થવા લાગી. મસ્તિષ્કમાં સંશયનો પ્રવેશ થઈ ગયો. 'શું ઈશ્વર હકીકતમાં છે?' અને જો છે, તો શું ખરેખર માનવની વિહ્વળ પ્રાર્થના સાંભળે છે? જો એવું છે, ત્યારે મારા તીવ્ર નિવેદનની કોઈ પ્રતિક્રિયા કેમ નથી થતી? એમના કૃપાપૂર્ણ રાજ્યમાં આટલો ક્લેશ કેમ છે? દયાળુ પરમેશ્વરના સામ્રાજ્યમાં શેતાન કેમ શાસન કરી રહ્યો છે? પં. ઈશ્વરચન્દ્ર વિદ્યાસાગરના આ શબ્દ મારા કાનોમાં કટુ ઉપહાર કરતા-કરતા ગૂંજતા રહ્યાં : 'જો ઈશ્વર દયાળુ અને ગૌરવપૂર્ણ છે, તો દુષ્કાળના સમયે બે કોળીયા આહાર માટે કરોડો લોકો કેમ મરે છે?' હું ઈશ્વરથી ખૂબ વધારે નારાજ થઈ ગયો. આ મોટો સુઅવસર હતો જ્યારે મારા હૃદયમાં શંકાએ જન્મ લીધો. આ મારા સ્વભાવની બિલ્કુલ વિરુદ્ધ હતું કે કોઈ પણ કામ ગુપ્ત રીતિથી કરતો. એના સિવાય ત્યાં સુધી કે કોઈ ભય કે અન્ય કારણથી બીજાઓથી પોતાના વિચાર છુપાવવાની આદત મને બાળપણથી જ ન હતી. આથી, ઈશ્વર, એક કલ્પના માત્ર છે કે કોઈ એની સત્તા પણ છે, તો ત્યાં કોઈ પણ પ્રકારની સુનાવણી નહીં થાય, આને સંસારની સામે સાબિત કરવા માટે મારું આગળ વદળું મારા માટે પૂર્ણ રૂપથી સ્વાભાવિક હતું.'

નરેન્દ્રના વાસ્તવિક વિચાર જલ્દી જ સમાજમાં ચર્ચાની વસ્તુ બની ગયા. એટલું જ નહીં, લોકોને વિશ્વાસ થવા લાગ્યો કે હવે નરેન્દ્રને મદિરા કે અન્ય નિષેધાત્મક વસ્તુઓ ખાવા-પીવામાં કોઈ હિચક નહીં હોય. આ પ્રકારની વાતોની દુર્ગંધ હવામાં કંઈક આ પ્રકારે હળી-મળી ગઈ હતી કે હવે તે દક્ષિણેશ્વરના પવિત્ર વાયુમંડળને પણ દૂષિત કરવા લાગી. રામકૃષ્ણના કાનો સુધી આ વાતો પહોંચી પરંતુ એમને પોતાના કાનો પર વિશ્વાસ ના થયો. હા, એમના અન્ય શિષ્યોએ કલકત્તા જઈને સત્યને પોતાની આઁખોથી પરખવા ઇચ્છ્યું. સાચી વાતની જાણકારી નરેન્દ્રથી જ મળી શખતી હતી, કેમ કે તેઓ જાણતા હતા કે ભલે જેવું પણ કામ હોય, સારું કે ખરાબ, નરેન્દ્ર એનો યોગ્ય જવાબ આપશે. નરેન્દ્રએ કર્યું પણ એવું. ઉદાહરણાર્થે નરેન્દ્રના એ વાક્ય- 'ઉત્તેજિત મનઃસ્થિતિમાં મેં એમને ફક્ત એટલું જ સમજાવ્યું કે નરકના ભયથી ઈશ્વરમાં વિશ્વાસ રાખવો કાયરતા છે. ઉદાહરણસ્વરૂપ અનેક પશ્ચિમી દાર્શનિકોના ઉદ્ધરણ આપીને મેંઈશ્વરના અસ્તિત્વ અને અસ્તિત્વહીનતા પર એ લોકોની સાથે વાદ-વિવાદ કર્યો. ફળ એ થયું કે એ લોકોએ આ વિશ્વાસની સાથે મારાથી વિદાય લીધી કે હું ખરાબ રીતે ભટકી ગયો છું. પરંતુ હું ખુશ

હતો. મેં વિચાર્યું કે શક્ય છે કે રામકૃષ્ણ પણ એના પર વિશ્વાસ કરી લે. આ વિચારે મારા હૃદયને અનિયંત્રિત રૂપથી ઉત્તેજિત બનાવી દીધું. મેં ખુદથી કહ્યું, કોઈ વાત નહીં, જો મનુષ્યના વિષયમાં સારા અને ખરાબ વિચાર આ રીતના નિર્બળ આધાર પર સ્થિત છે, તો મને એની પરવાહ નથી.'

એ શિષ્યોએ જ્યારે દક્ષિણેશ્વર જઈને રામકૃષ્ણને આ વાતો સંભળાવી, ત્યારે એવું લાગ્યું જાણે રામકૃષ્ણએ બધું જ સાંભળીને પણ કશું ના સાંભળ્યું. એમના મુખમંડળના ભાવ એક જેવા બની રહ્યા. ક્રિયા-કલાપમાં કોઈ પરિવર્તન ના નજરે પડ્યું. પરંતુ શિષ્ય મંડળીમાં ઉત્તેજના હતી. રામકૃષ્ણના એક પ્રિય શિષ્ય ભવનાથે જ્યારે ભાવાવેશને કારણે આંખોમાં આંસૂ ભરીને કહ્યું કે નરેન્દ્ર આટલો નીચે પડી જશે, એનો એમને સ્વપ્નમાં પણ વિશ્વાસ ન હતો, ત્યો રામકૃષ્ણથી ના રહેવાયું. તેઓ ખૂબ ક્રોધિત થઈને ગરજી પડ્યા- 'ચૂપ રહે મૂર્ખ. 'માં'એ મારાથી કહ્યું છે કે એવું ક્યારેય નથી થઈ શકતું. જો તેં પુનઃ આ પ્રકારની વાત મારાથી કરી તો હું તારી તરફ જોઈશ પણ નહીં.' રામકૃષ્ણની દૃષ્ટિમાં નરેન્દ્રનું વ્યક્તિત્વ અન્ય લોકોની તુલનામાં ખૂબ જ ભિન્ન હતું. તેઓ એમને શિવની સમાન પાવન તેમજ પૂજનીય સમજતા હતા. નરેન્દ્રની વિરુદ્ધ કોઈ પણ વાત કોઈ કિંમત પર સાંભળી શકતા ન હતા. એક વખતે કોઈ શિષ્યએ નરેન્દ્રના વિષયમાં કેટલીક અસંગત વાતો કરી. એને સાંભળતા જ રામકૃષ્ણએ ઉક્ત શિષ્યને ગુસ્સાથી કહ્યું- 'તું શિવ-નિંદા કરી રહ્યો છે. નરેન્દ્રના વિષયમાં કોઈ પણ પોતાનો મત સ્થિર નથી કરી શખતો. કોઈ પણ એને પૂરી રીતે નથી સમજી શકતો.'

એ સમયે હકીકતમાં નરેન્દ્રના હૃદયમાં દ્વન્દ્વ યુદ્ધ ચાલી રહ્યું હતું. એની અશાંતિમાં તેઓ ખોવાયેલા-ખોવાયેલા રહેતા અને ખુદને સમજી શકતા ન હતા. પરિસ્થિતિની કઠોર વાસ્તવિકતાએ એમને અનીશ્વરવાદી જરૂર બનાવી દીધા હતા. પરંતુ હૃદયની અનેક સપાટીઓની નીચે પૂર્ણ ઈશ્વરાનુભૂતિની ચિનગારી દબાયેલી પડી હતી. સમયની હવા લાગતા ક્યારેય પણ એ ચિનગારી અગ્નિપુંજનું રૂપ ધારણ કરી શકતી હતી. નરેન્દ્રના આ શબ્દ- 'પરંતુ બાધ્ય થઈને અપનાવવામાં આવેલા આ નાસ્તિક વિચારોને સ્વીકારીને પણ, મારા બાળપણના અનુભવ અને ખાસ કરીને રામકૃષ્ણથી મારા સંબંધ પછી દેવી દર્શનની પ્રત્યક્ષ સ્મૃતિ મને એ વિચારવા માટે મજબૂર કરવા લાગી કે ઈશ્વરની સત્તા અવશ્ય છે અને એના પ્રત્યક્ષીકરણના પણ કેટલાક માર્ગ છે, નહીં તો જીવન વ્યર્થ છે. અનેક મુશ્કેલીઓ અને કષ્ટોની વચ્ચેથી જ મારે એનો માર્ગ શોધવાનો છે. દિવસો વીતવા લાગ્યા અને મસ્તિષ્ક સંશય અને અશંસયની વચ્ચે ફરવા લાગ્યું.'

દિવસ પછી રાત અને રાત પછી દિવસ. આ પ્રકારે કેટલાય મહીના અને ઋતુઓ આવતી અને જતી રહી. પરંતુ નરેન્દ્રને કોઈ સ્થાયી કામ ના મળ્યું. એક વખત વરસાદમાં પલળતા-પલળતા, ભૂખ્યા પેટે થાકેલા માંદા તેઓ ઘેર પાછા ફરી રહ્યા હતા. મસ્તિષ્કમાં નિરાશાનો ઘોર અંધકાર હતો. આંખો ખુલ્લી હતી, પણ કશું દેખાઈ રહ્યું ન હતું. શરીર બિલ્કુલ નિષ્પ્રાણ થઈ ગયું હતું. એક પગ પણ આગળ વધવું મુશ્કેલ હતી. સામે એક મકાન હતું. તેઓ એના સૂના આંગણમાં એક તરફ બેસી ગયા. એમના મસ્તિષ્કમાં જાત-જાતના વિચારોની લહેરો ઉઠવા લાગી. નરેન્દ્ર કોઈ લહેરને પકડી ના શકતા. એમની બુદ્ધિ આ વિચાર-લહેરોની ભંવરજાળમાં ચક્કર ખાવા લાગી. આ સ્થિતિમાં અચાનક એમને અનુભવ થયો કે કોઈ અલૌકિક શક્તિ એમના હૃદયથી ભ્રમનું આવરણ ખેંચી રહી હતી. ધીમે-ધીમે એમનું હૃદય નિરાવરણ થઈ ગયું, એમાં એક અજીબ પ્રકાશ

સમાઈ ગયો. એના પ્રકાશમાં એમણે જોયું કે એમના મસ્તિષ્કની બધી શંકાઓનું અસ્તિત્વ સમાપ્ત થઈ રહ્યું છે અને ઈશ્વરની સત્તા પ્રત્યે વિશ્વાસ ઉમડી રહ્યો છે. પછી નરેન્દ્રનું હૃદય ધીમે-ધીમે શાંત થવા લાગ્યું. શરીરનો થાક દૂર થવા લાગ્યો. જ્યારે તેઓ ઘેર પહોંચ્યા, ત્યારે એમના હૃદય અને મસ્તિષ્ક બંને જ સ્થિર અને શાંત હતા.

નરેન્દ્રમાં હવે પહેલાંથી વધારે પરિવર્તન આવી ગયું હતું. લોકોના માન-અપમાન, સ્તુતિ-નિંદાની એમના પર કોઈ અસર પડતી ન હતી. એમને વિશ્વાસ થઈ ગયો હતો કે એમનું જીવન બીજાઓથી ભિન્ન છે. એમણે ફક્ત ભોગ-વિલાસ કે પરિવારના ભરણ-પોષણ માટે જીવન ધારણ નથી કર્યું. નરેન્દ્રના પિતામહે સંન્યાસ ગ્રહણ કર્યો હતો. બાળપણથી જ સંન્યાસનું આકર્ષણ નરેન્દ્રના હૃદયને ઉદ્વેલિત કરી રહ્યું હતું. હવે આ વિચારે પ્રગાઢ શક્તિ અપનાવી લીધી હતી કે એમણે પણ ઘરબારનો મોહ ત્યાગીને સંન્યાસ ગ્રહણ કરવાનો છે. તેઓ બહુધા પોતાના મિત્રોથી કહ્યા કરતા- 'એક ભિક્ષુનું જીવન હકીકતમાં મહાન છે કેમ કે તે મૃત્યુની શક્તિને ઠેલીને અલગ કરી દે છે. જ્યારે આખું જગત પરિવર્તનશીલ સ્થિતિમાં વેપાર કરી રહ્યું હોય છે, એમાં ડૂબેલું હોય છે, ત્યારે તે ભિક્ષુ શાશ્વત સત્યની શોધમાં લીન હોય છે.' ખૂબ સમજ્યા-વિચાર્યા પછી એમણે એક દિવસ ઘર છોડવાનો નિશ્ચય કર્યો. દેવયોગથી એ જ દિવસે રામકૃષ્ણ કલકત્તા આવ્યા. નરેન્દ્રએ વિચાર્યું કે ગૃહત્યાગ કરતાં પહેલાં ગુરુદેવના આશીર્વાદ લઈ લેવા લાભકારક થશે. તેથી તેઓ એમનાથી મળવા ગયા. પરંતુ રામકૃષ્ણએ એમને એક રાત માટે દક્ષિણેશ્વર ચાલવા માટે બાધ્ય કરી દીધા. નરેન્દ્રનું મુહૂર્ત વીતી જઈ રહ્યું હતું. પરંતુ ગુરુના આગ્રહને તેઓ ટાળી શતા ન હતા અને એમની સાથે દક્ષિણેશ્વર ચાલ્યા ગયા. ગુરુ અને શિષ્યની સાથે રસ્તામાં કોઈ વાતચીત ના થઈ. દક્ષિણેશ્વર પહોંચીને નરેન્દ્રને બીજા શિષ્યોની સાથે બેસાડીને રામકૃષ્ણ સમાધિમાં લીન થઈ ગયા. ઘણા સમય પછી જ્યારે એમની સમાધિ તૂટી તો તેઓ નરેન્દ્રની પાસે આવ્યા અને ખૂબ પ્રેમથી એમને સ્પર્શ કર્યો. પછી નેત્રોમાં પાણી જળ ભરીને એક ગીત ગાવા લાગ્યા. નરેન્દ્ર હજું સુધી પોતાના મનની વાત દબાવીને બેઠા હતા. પરંતુ હવે રહેવાયું નહીં. એમના મર્મને ઊંડી ઠેસ પહોંચી હતી. તેઓ પણ ગુરુદેવની સાથે આંસૂ વહાવવા લાગ્યા. ગુરુ અને શિષ્યના આ મિલનનું દૃશ્ય અપૂર્વ હતું. એનાથી ત્યાં ઉપસ્થિત અન્ય લોકોના હૃદયને દ્રવિત થઈ ગયા. જ્યારે રામકૃષ્ણ સ્વસ્થ થયા તો ઉપસ્થિત લોકોએ એમનાથી પૂછ્યું કે નરેન્દ્રની દશા આવી કેમ થઈ ગઈ હતી. એમણે હસીને જવાબ આપ્યો- 'ભાઈ, આ મારા અને એની વચ્ચેની કોઈ વાત છે.' રાત વધારે વીતી ગઈ હતી. લોકોને વિદાય આપીને રામકૃષ્ણએ નરેન્દ્રથી કહ્યું- 'હું જાણું છું, તું 'માં'ના કામથી અહીંયા આવ્યો છે અને સંસારમાં લીન નહીં રહો પરંતુ જ્યાં સુધી હું જીવિત છું, ફક્ત મારા માટે તું રોકાઈ જા.' આમ કહીને ગુરુદેવ પોકે-પોકે રોવા લાગ્યા. બીજા દિવસે એમની આજ્ઞા લઈને નરેન્દ્ર ઘેર પાછા ફર્યા.

ઘરમાં પગ રાખતા, ન રાખતા અનેક ચિંતાઓ સામે આવી ગઈ. પરિવારના ભરણ-પોષણની મુખ્ય સમસ્યા પર તેઓ વિચાર કરવા લાગ્યા. એમને લાગ્યું કે પરિવારને આર્થઈક રૂપથી સ્વાવલંબી બનાવીને જ તેઓ કશું બીજું કામ કરી શકે છે. ખૂબ મુશ્કેલીથી એક ઑફિસમાં એમને થોડું કામ મળી ગયું. પછી પુસ્તકોના અનુવાદથી પણ એમને થોડા પૈસા મળી જતા. આ પ્રકારે પરિવારનું કામ કોઈ પ્રકારે ચાલતું રહ્યું. પરંતુ જ્યાં

સુધી નિયમિત રૂપથી પરિવારને આર્થિક મદદ ના મળે ત્યાં સુધી નરેન્દ્રની પરેશાની દૂર થઈ શકતી ન હતી. આ સમસ્યાના સમાધાન માટે નરેન્દ્રના મસ્તિષ્કમાં અનેક પ્રકારની યોજનાઓ બનતી અને દૂર થતી રહી. એક દિવસે એમના મગજમાં એ વાત આવી કે આ સમસ્યાના સમાધાન માટે રામકૃષ્ણની મદદ લઈ શકાય છે. રામકૃષ્ણ ને કંઈક માને છે. મારા માટે પોતાનો જીવ આપવા માટે પણ તૈયાર થઈ શકે છે. તેઓ હંમેશાં કહ્યા કરતા કે 'માં કાળી'એ એમની અનેક પ્રાર્થનાઓ સાંભળી છે, તો ભલું મારી એક નાની પ્રાર્થના તેઓ 'માં કાળી'ની પાસે નહીં પહોંચાડી શકે! હું કેમ આટલા સમય સુધી સમસ્યાની સાથે માથાફોડી કરતો રહ્યો? નરેન્દ્ર દક્ષિણેશ્વરની તરફ ચાલી નિકળ્યા. એમને રામકૃષ્ણ પર આસ્થા હતી કે તેઓ એણની લાલસાને ક્યારેય નકારશે નહીં. દક્ષિણેશ્વર પહોંચીને એમણે રામકૃષ્ણથી કહ્યું કે તેઓ એમના પરિવારના ભરણપોષણ માટે 'માં કાળી'થી પ્રાર્થના કરે. રામકૃષ્ણએ પહેલાં તો વાતને થોડી ટાળી દીધી. પણ થોડું વિચારીને જવાબ આપ્યો-

'મારા પુત્ર હું આ પ્રકારની માંગ નથી કરી શકતો. પણ તું જ કેમ નથી ત્યાં ચાલ્યો જતો. તું ખુદ જ 'માં'થી કહી શકે છે. તારા હૃદયમાં એમના પ્રત્યે અનાદર છે, આ જ કારણે આ બધા કષ્ટ છે.'

'હું નથી જાણતો 'માં'ને. કૃપા કરીને તમે જ મારા વિષયમાં એમનાથી કહો.' નરેન્દ્રએ કહ્યું.

રામકૃષ્ણએ મૃદુ વાણીમાં ફરી જવાબ આપ્યો-

'મારા વ્હાલા બાળક! મેં વારંવાર એવું કહ્યું છે. પરંતુ તું એમને સ્વીકાર નથી કરતો, આથી તેઓ મારી પ્રાર્થના નથી સાંભળતી. ઠીક છે, આજે મંગળવાર છે. રાત્રિના સમયે કાળી મંદિરમાં જાઓ. 'માં'ની સમક્ષ સાષ્ટાંગ દંડવત કરો. પછી જે વરદાન માંગવું હોય તે માંગો. તે અવશ્ય જ પ્રાપ્ત થશે. તે પૂર્ણ છે. તે બ્રહ્મની અગાઢ શક્તિ છે. એમની એક નાની એવી ઇચ્છાથી સંસારનું નિર્માણ થયું છે. દરેક વસ્તુ એમની શક્તિની સીમામાં છે. તેઓ જે ઇચ્છે આપી શકે છે.'

નરેન્દ્રનું હૃદય સંતોષ અને ખુશીથી ભરાઈ ગયું. એમણે ગુરુદેવની એક-એક વાતને અક્ષરશઃ સત્ય માની. તેઓ ખૂબ અધીરતાથી રાત્રિની રાહ જોવા લાગ્યા. લગભઘ નવ વાગ્યે રામકૃષ્ણએ એમને મંદિરમાં જવાની આજ્ઞા આપી. 'દેવી માતા'ને સજીવ રૂપમાં જોવા અને એમની વાણી સાંભળવાની સુખદ કલ્પનામાં ડૂબીને જેવા જ નરેન્દ્રએ મંદિરના પગથિયા પર પગ રાખ્યા, એમના પર દેવી ઉન્માદ છવાઈ ગયો. એમના પગ ડગમગાવા લાગ્યા. મંદિરમાં પહોંચીને એમણે પ્રતિમાને જોઈ, 'દેવી માતા' હકીકતમાં સજીવ અને ચેતનાપૂર્ણ લાગવા લાગી. એ સમયે એમની અનુભૂતિનું વર્ણન એમના જ શબ્દોમાં- 'પ્રેમ અને ભક્તિની મોટી-મોટી લહેરોની નીચે હું દબાઈ ગયો. ખુશીના નશામાં હું વારંવાર માતાની સમક્ષ દંડવત કરતો રહ્યો અને પ્રાર્થના કરી કે મને વિવેક આપો, મને વૈરાગ્ય આપો, મને જ્ઞાન અને ભક્તિ આપો, મને વરદાન આપો કે હું તમારા નિર્વિઘ્ન દર્શન કરી શકું. મારી આત્મામાં એક સૌમ્ય શક્તિનું સામ્રાજ્ય છવાઈ ગયું. હું દુનિયાને ભૂલી ગયો. મારા હૃદયમાં ફક્ત 'દેવી માતા' જ નજરે પડતી રહી.'

પરંતુ જે સમસ્યાને લઈને નરેન્દ્ર 'દેવી માં'ની સામે ગયા હતા, તે એણના મનમાં જ રહી ગઈ. 'માં'ના દર્શન પછી હર્ષાતિરેકમાં ઝૂમતા-ઝૂમતા જ્યારે નરેન્દ્ર ગુરુદેવની પાસે આવ્યા, તો ગુરુદેવે પૂછ્યું-

'શું તેં પોતાની સાંસારિક જરૂરિયાતો માટે 'માં'ની સામે પ્રાર્થના કરી?'

પ્રશ્ન સાંભળીને નરેન્દ્ર પહેલાં તો ચકિત રહી ગયા. પછી પોતાની ભૂલ પર લજ્જિત થતાં બોલ્યા-

'ના ગુરુદેવ, હું તો એ વિષયમાં બિલ્કુલ ભૂલી ગયો. પણ હવે શું થશે? કોઈ બીજી વિધિ છે?'

'ફરી જાઓ અને એમનાથી પોતાની જરૂરિયાતોના વિષયમાં કહો.' રામકૃષ્ણએ કહ્યું.

નરેન્દ્ર પુનઃ મંદિર તરફ ચાલી નિકળ્યા. 'માં કાળી' પૂર્વત્ સ્થિર ભાવથી ઊભી હતી. એમને જોતા જ નરેન્દ્ર પોતાનો જરૂરી ઉદ્દેશ્ય ભૂલી ગયા અને વારંવાર એમની સામે નતમસ્તક થઈને એમનો પ્રેમ અને ભક્તિ મેળવવા માટે વિનંતી કરતા રહ્યા. બીજી વખત ગુરુદેવે પૂછ્યું કે એમણે પોતાનું કામ કર્યું કે નહીં. નરેન્દ્રએ વિનમ્રતાથી માથું ઝૂકાવી લીધું અને મંદિરમાં જે કંઈ થયું, એમને સંભળાવ્યું. ગુરુદેવે નરેન્દ્રની આલોચના કરી-

'કેવો નાસમજ છે. શું એ થોડા શબ્દોને કહેવા માટે તું પોતાને વશમાં નથી રાખી શકતો? હા, એક વખત વધારે પ્રયત્ન કર તથા એમનાથી પોતાની પ્રાર્થના કહો. જલ્દી કરો.'

નરેન્દ્ર ત્રીજી વખત મંદિરમાં ગયા. દ્વારની અંદર પ્રવેશ કરતાં જ ઘોર શરમે એમને દબોચી લીધા. તેઓ વિચારવા લાગ્યા- કેટલી હળવી વાતની પ્રાથના લઈને હું 'માં'ની પાસે આવ્યો છું. આ એવું જ લાગે છે, જાણે કોઈ મોટા સમ્રાટથી થોડી શાકભાજી માંગવી. હું કેટલો મૂર્ખ છું. શરમ અને ગ્લાનિથી એમનું માથું ઝૂકી ગયું. હોઠોથી બસ એક જ પંક્તિ કોઈ પ્રકારે નિકળી શકી-

'માં, હું જ્ઞાન અને ભક્તિ સિવાય બીજું કશું નથી ઇચ્છતો.'

મંદિરથી બહાર આવવા પર તો સમજી ગયા કે આ બધું ગુરુદેવની ઇચ્છાથી જ થયું છે. નહીં તો ભલું, ત્રીજી વખત પણ તેઓ પોતાના ઉદ્દેશ્યની પ્રાપ્તિમાં કેવી રીતે અસફળ થઈ ગયા. તેઓ રામકૃષ્ણની પાસે આવ્યા અને પોતાની નિષ્ફળતા પર થોડા દુઃખી થઈને બોલ્યા-

'ગુરુદેવ તમે જ મારા મસ્તિષ્ક પર જાદૂ કર્યો છે અને મને વિસ્મૃતિપૂર્ણ બનાવી દીધો છે. હવે કૃપા કરીને વરદાન આપો કે મારા ઘરના લોકોને દર્દ્રતા જરા પણ નહીં સતાવે.'

રામકૃષ્ણએ ગંભીરતાપૂર્વક જવાબ આપ્યો-

'આ પ્રકારની પ્રાર્થના મારા હોઠો પર નથી આવી શકતી. મેં તારાથી એથી કહ્યું હતું કે પોતાના માટે પ્રાર્થના કર. પરંતુ તું એવું ના કરી શક્યો. એનાથી પ્રમાણિત થાય છે કે તારા ભાગ્યામાં સાંસારિક આનંદ પ્રાપ્ત કરવાનું નથી. ભલું હવે હું શું કરી શકું છું?'

પરંતુ નરેન્દ્રએ ગુરુદેવને સરળતાથી ના છોડ્યા. એમણે એ પ્રાર્થનાની સુનાવણી માટે ગુરુદેવને ખૂબ જ બાધ્ય કર્યા. અંતમાં વિવશ થઈને રામકૃષ્ણએ કહ્યું -' ઠીક છે, ઘર પર તારા લોકો હવે ક્યારેય પણ ભોજન અને વસ્ત્રની ચિંતા નહીં કરે.'

અહીંયાથી નરેન્દ્રના જીવનનો બીજો અધ્યાય શરૂ થાય છે. હજુ સુધઈ એમને જે ઈશ્વરાનુભૂતિ થઈ હતી તે અરુપ દેવી શક્તિ હતી. આ અનુભૂતિ પછી નરેન્દ્ર હંમેશાં જ એક આલૌકિક ભાવસાગરમાં ડૂબી જતાં હતા. પરંતુ એના પછીની સ્થિતિમાં એમણે 'માં કાળી'ની પ્રતિમામાં માતૃત્વનો ઉમડતો સ્નેહ જોયો. એના પછી જ તેઓ એમને મૂર્તિપૂજામાં વિશ્વાસ અને શ્રદ્ધા થવા લાગી. તેઓ સમજી ગયા કે પ્રતિમાની આરાધના પૂજા પણ એ જ છે, જે બ્રહ્મની ઉપાસના છે. આ જ્ઞાનથી નરેન્દ્રનું આધ્યાત્મિક જીવન ભરાઈ ગયું. અચાનક નરેન્દ્રના આ વિચાર પરિવર્તને રામકૃષ્ણને આશ્ચર્યચકિત બનાવી દીધા. એમને આંતરિક ખુશી થઈ.

એના ઠીક બીજા દિવસે, ગુરુદેવના એક બીજા શિષ્ય વૈકુંઠનાથ સાન્યાલ દક્ષિણેશ્વર આવ્યા. આવ્યા પછી એમણે જે જોયું-સાંભળ્યું, તે એમના જ શબ્દોમાં- ''બપોરમાં દક્ષિણેશ્વર પહોંચીને મેં જોયું કે ગુરુદેવ પોતાના ઓરડામાં એકલા હતા અને નરેન્દ્ર બહાર સૂતા છે. રામકૃષ્ણ ખૂબ જ આનંદિત અવસ્થામાં હતા. જેવું જ મેં એમનું અભિવાદન કર્યું, એમણે નરેન્દ્રની તરફ સંકેત કરતા કહ્યું- 'અહીં જુઓ, આ છોકરો અતિઉત્તમ છે. એનું નામ નરેન્દ્રનાથ છે. પહેલાં એણે ક્યારેય પણ 'દેવી માં'ને સ્વીકાર કર્યા ન હતા, પરંતુ કાલે એણે એમને સ્વીકાર કરી લીધા. આજકાલ આ મુશ્કેલ પરિસ્થિતિમાં છે. આથી મેં એને 'માં'થી ધન માંગવાનું કહ્યું, પરંતુ તે માંગી ના શક્યો. એણે કહ્યું કે એને ખૂબ શરમ આવવા લાગી. મંદિર પર પાછા ફરવા પર મને 'દેવી માં' માટે એક ગીત શીખવાડવાનું કહ્યું. મેં એને શીખવાડી દીધું. ગઈ આખી રાત્રિ તે ભાવવિભોર થઈને એ ગીત ગાતો રહ્યો. આથી હજું સુધી સૂઈ રહ્યો છે.'' એના પછી એમણે નિશ્ચલ આહ્લાદથી ફરી કહ્યું- 'શું આ આશ્ચર્યજનક નથી કે નરેન્દ્રએ 'માં'ને સ્વીકાર કરી લીધા?' મેં કહ્યું- 'હા'. થોડી ક્ષણ પછી એમણે ફરી પોતાની વાતની પુનરાવૃત્તિ કરી. એના પછી વધારે સમય સુધી એમનાથી આ પ્રકારની વાતો થતી રહી.''

એ દિવસે બપોરે લગભગ ચાર વાગ્યે નરેન્દ્ર સૂઈને ઉઠ્યા. એમણે જલ્દી જ કલકત્તા પાછા ફરવાનું હતું. પાછા ફરતાં પહેલાં તેઓ રામકૃષ્ણથી મળવા એમના ઓરડામાં ગયા. રામકૃષ્ણ નરેન્દ્રને જોતા જ અધીરતાથી એમની પાસે આવી ગયા. અને એમની બિલ્કુલ નજીક બેસી ગયા. પછી પહેલાં પોતાની તરફ અને પછી નરેન્દ્રની તરફ આંગળીથી સંકાત કરતા કહ્યું-

'સાંભળો, મને એવું લાગે છે કે આ જે હું છું તે જ ફરી ત્યાં છું. ખરેખર, મને કોઈ અંતર ખબર નથી પડતી-જાણે ગંગામાં વહી રહેલી લાકડી પાણીને વિભાજિત કરતી પ્રતીત થાય છે, પરંતુ હકીકતમાં તે એક છે. શું તું મારી વાત સમજી રહ્યો છે? જુઓ, આ બધા પછી આખરે બાકી શું રહે છે- ફક્ત 'માં'. તારો શું વિચાર છે?'

થોડા સમય સુધી તેઓ આ પ્રકારની વાતો કરતા રહ્યા પછી એમણે હુક્કો પીવાની ઇચ્છા પ્રગટ કરી. એમના એક શિષ્યએ હુક્કો તૈયાર કરીને એમને પીવા માટે આપ્યો. એક-બે ફૂંક લીધા પછી તેઓ ફક્ત ચલમ જ પીવા લાગ્યા. એના પછી એમણે ચલમને નરેન્દ્રની તરફ વધારીને કહ્યું-

'મારા હાથથી તું પણ પી.'

નરેન્દ્રને ઝિઝક થવા લાગી. ભલું, ગુરુદેવના હાથને તેઓ પોતાના હોઠોથી એંઠા કેવી રીતે કરે. 'તારા વિચાર કેટલા મૂર્ખતાપૂર્ણ છે? શું હું તારાથી અલગ છું. આ હું છું અને તે પણ હું છું.' પહેલાં પોતાની તરફ અને પછી નરેન્દ્રની તરફ સંકેત કરતા ગુરુદેવે કહ્યું અને પોતાના હાથોની ચલમ નરેન્દ્રના હોઠોની પાસે લઈ ગયા. આસમંજસમાં પડેલા નરેન્દ્રને ગુરુદેવના હાથોમાં ચલમ પીવા સિવાય બચી નિકળવાનો કોઈ માર્ગ ન હતો. નરેન્દ્રએ બે-ત્રણ ફૂંકો લીધી. પછી રામકૃષ્ણ એને પોતાના હોઠોની પાસે લઈ જઈને ફૂંક લેવાવાળા જ હતા કે નરેન્દ્રએ જલ્દીથી એમને રોકીને કહ્યું-

'ગુરુદેવ, પહેલાં પોતાના હાથ તો ધોઈ લો.'

પરંતુ નરેન્દ્રના આ વિરોધ પર ગુરુદેવે કોઈ ધ્યાન ન આપ્યું. 'અસમાનતાના કેટલા ખોટા વિચાર તે તારી પાસે રાખ્યા છે.' એમ કહીને ગુરુદેવ હાથ ધોયા વગર જ ચલમ પીવા લાગ્યા.

રામકૃષ્ણનું ભોજન ખૂબ જ નિષ્ઠા નિયમથી બનતું હતું. એમના માટે બનેલા ભોજનમાંથી જો કોઈને એમના ખાવાની પહેલાં કાઢીને પિરસવામાં આવતું, તો બાકીનો ભાગ તેઓ ઉચ્છિષ્ટ સમજતા હતા અને એને ગ્રહણ કરતા ન હતા. પરંતુ અહીંયા નરેન્દ્રની સાથે જે એમણે પોતાનો વ્યવહાર બતાવ્યો એનાથી સત્ય જ સાબિત થાય છે કે નરેન્દ્રથી એમનો સંબંધ અભિન્ન જ નહીં, અલૌકિક પણ હતો. રામકૃષ્ણના નિઃસ્વાર્થ, નિશ્છળ અને અસીમ પ્રેમે નરેન્દ્રના જીવનને બાંધી રાખ્યું હતું. નરેન્દ્રએ કહ્યું પણ છે- 'શ્રી રામકૃષ્ણ જ સમરૂપથી મારા પર વિશ્વાસ કરતા રહ્યાં- ત્યાં સુધી કે મારી માતા કે મારા ભાઈ પણ એવું ના કરી શક્યા. આ મારા પ્રત્યે એમની અવિચળ આસ્થા અને પ્રેમ જ છે, જેનાથી મને એમની સાથે હંમેશાં માટે બાંધી રાખ્યો છે. તેઓ ફક્ત એ જાણે છે કે બીજાને પ્રેમ કેવી રીતે કરી શકાય છે. સાંસારિક લોકો તો પોતાના સ્વાર્થપૂર્ણ ઉદ્દેશ્યો માટે પ્રેમનો સ્વાંગ રચે છે.'

ઈ.સ. ૧૮૮૫ની ગ્રીષ્મ ઋતુ રામકૃષ્ણના શરીરમાં વ્યાધિના બીજ રોપી ગઈ. તેઓ ગળાના દર્દથી પરેશાન રહેવા લાગ્યા. એમનું જીવન દિન-પ્રતિદિન વધવાવાળા આ ક્લેશના દંશથી ક્લાંત થવા લાગ્યું. શિષ્યગણ એમની દશા જોઈને ચિંતિત થયા. સુયોગ્ય ચિકિત્સા માટે એમને કલકત્તા લાવવામાં આવ્યા. અનુભવી ડૉક્ટરોએ એમની તપાસ કરી અને એને ઘાતક રોગ, ગળાનું કેન્સર બતાવ્યું. ડૉક્ટરો એમને કલકત્તાથી બહાર ખુલ્લી અને સ્વચ્છ હવામાં લઈ જવાનું કહ્યું. કલકત્તામાં રહેવાની મોટી અસુવિધા હતા. તેથી કેટલાક ગૃહી ભક્તોની મદદથી કલકત્તાની પાસે કાશીપુરમાં એક બગીચાવાળું નાનું મકાન ભાડા પર લઈને રામકૃષ્ણને ત્યાં લઈ જવામાં આવ્યા. ગુરુદેવની સેવા માટે એ જ મકાનમાં એમના પ્રમુખ શિષ્ય પણ રહેવા લાગ્યા. નરેન્દ્ર જે આ દિવસોમાં ઈશ્વરચંદ્ર વિદ્યાસાગરની સ્કૂલમાં અધ્યાપન કાર્ય કરી રહ્યા હતા, તેઓ પણ એને છોડીને ગુરુદેવની સેવા માટે અહીં આવી ગયા. કેટલાક ગૃહી શિષ્ય એ મકાનથી બહાર રહીને જ એમને આર્થિક મદદ આપવા લાગ્યા. નરેન્દ્ર પહેલાં તો બે વખત પોતાના ઘરે ભોજન માટે જતા હતા, પરંતુ ગુરુદેવની સ્થિતિ વધારે ગંભીર થવા પર એમણે ઘેર જવાનું છોડી દીધું. પરંતુ રામકૃષ્ણ નરેન્દ્રથી કોઈ પ્રકારની સેવા લેતા ન હતા. એમની દૃષ્ટિમાં નરેન્દ્ર અન્ય શિષ્યોથી સર્વથા અલગ હતા.

કાશીપુરના ઉદ્યાનગૃહમાં રોગોની સેવા-સુશ્રૂષાની સાથે-સાથે શિષ્યોનું પઠન-પાઠન, ધ્યાન-ચિંતન અને પૂજા-અર્ચનાનો કાર્યક્રમ પણ સુચારુ રૂપથી ચાલતો રહ્યો. ગુરુદેવની બતાવવામાં આવેલી વિધિથી નરેન્દ્રએ એકાગ્રચિત્ત થઈને પોતાને કઠિન સાધના અને ધ્યાનમાં લીન કરી દીધા. તેઓ અનુભવ કરતા કે એમનામાં ચિંતન અને નૂતન આધ્યાત્મિક શક્તિની ધારા ઉમડતી આવી રહી છે. તેઓ જાણતા હતા કે આ ધારાને પ્રવાહિત કરવાવાળા રામકૃષ્ણ હતા. તેઓ ધીમે-ધીમે નરેન્દ્રને પોતાની સંપૂર્ણ આધ્યાત્મિક શક્તિથી વિભૂષિત કરી રહ્યા હતા. એમને પૂરો વિશ્વાસ હતો કે એમનો નરેન્દ્ર આ શક્તિનો ઉપયોગ સારી રીતે કરશે, જેનાથી સંસારનું કલ્યાણ થશે.

આ સંદર્ભમાં એક ઘટનાની યાદ આવે છે. એ દિવસે શિવરાત્રિ હતી. નરેન્દ્ર તથા એમના સાધક મિત્રોએ ઉપવાસ કર્યો અને આખી રાત પૂજા, પ્રાર્થના તથા ચિંતનમાં વ્યતીત કરવાનો નિશ્ચય કર્યો. શિવની પૂજા-અર્ચના પછી ધ્યાન લગાવવાનો સમય આવ્યો. ત્યાં સુધી અન્ય વ્યક્તિ કોઈ કારણવશ ઓરડાની બહાર ચાલ્યા ગયા હતા. ફક્ત એક વ્યક્તિ, કાલી, નરેન્દ્રની સાથે હતો. અહીં દિવસોદિવસ વિકસિત થવાવાળી અલૌકિક આધ્યાત્મિક શક્તિની પરીક્ષા લેવાનો વિચાર અચાનક નરેન્દ્રના હૃદયને ઉદ્વેલિત કરવા લાગ્યો. ધ્યાનાવસ્થઈત થવા પહેલાં નરેન્દ્રએ કાલીથી કહ્યું-

‘થોડી મિનિટ પછી તું મને સ્પર્શ કરજે.’

કાલીએ પોતાના જ મણા હાથથી ધ્યાનાવસ્થિત નરેન્દ્રના જમણા ઘુંટણને સ્પર્શ કર્યો. માત્ર સ્પર્શથી જ કાળીની દક્ષિણ ભુજા ખૂબ વેગથી હલવા લાગી, જાણે વિદ્યુતથી સ્પર્શ થઈ ગયો હોય. બે મિનિટ પછી નરેન્દ્ર એ આંખો ખોલી અને પૂછ્યું

‘ઠીક છે? કેવો અનુભવ થયો?’

કાલીએ પોતાના અનુભવનું વર્ણન કરતા કહ્યું કે એણે કેટલું પણ પોતાને સ્થિર કરવાનો પ્રયત્ન કર્યો, પણ સફળ ના થઈ શક્યો. એને સાંભળીને નરેન્દ્રના જિજ્ઞાસુ હૃદય ખૂબજ તૃપ્ત અને સંતુષ્ટ થયું. તેઓ વિચારવા લાગ્યા, તો શું મારામાં પણ એ જ શક્તિ આવી ગઈ, જે ગુરુદેવમાં છે. તેઓ ખુશ થઈને ગુરુદેવની પાસે બીજા ઓરડામા ગયા. એમના ઓરડામાં પગ રાખતા જ ગુરુદેવે ક્રોધિત સ્વરમાં કહ્યું-

‘જો, તું પોતાની શક્તિને પૂર્ણ રૂપથી સંચિત કર્યા વગર જ ખર્ચ કરવા લાગ્યો. પહેલાં એને એકત્ર કર પછી સમજીશ કે એનો કેટલો ભાગ કયા કામમાં અને કયા પ્રકારે ખર્ચ કરવાનો છે.’’

રામકૃષ્ણની વાતો સાંભળીને નરેન્દ્ર એકદમ મૂક રહી ગયા. એમને આશ્ચર્ય થવા લાગ્યું કે હજુ-હજુ વાટિકા ગૃહના બીજા ઓરડામાં શું થઈ રહ્યું છે, એની ગુરુદેવને કેવી રીતે જાણ થઈ. પરંતુ હકીકતમાં તેઓ રામકૃષ્ણની વિલક્ષણ શક્તિથી પરિચિત હતા.

એક દિવસે રામકૃષ્ણે પોતાના શિષ્યોને બોલાવીને મઠના ભિક્ષુ-જીવનની વ્યાવહારિક શિક્ષા આપી. જે મનુષ્યએ સત્યની શોધ માટે, જગતના કલ્યાણ માટે પોતાના ઘર અને પરિવારને ત્યાગ કરીને પરિવ્રાજકનું રૂપ અપનાવ્યું છે, એના માટે પેટનું મમત્વ ત્યાજ્ય છે. એને પોતાના માટે કોઈ પણ વસ્તુનો સંગ્રહ નથી કરવાનો. એને પોતાના માટે નહીં,

બીજાઓ માટે જીવવાનું છે. રામકૃષ્ણએ શિષ્યોને આદેશ આપ્યો કે તેઓ ઘેર-ઘેર જઈને ભિક્ષાટન કરે. શિષ્યોએ એવું જ કર્યું. જે થોડા-એવા ચોખા એમને પ્રાપ્ત થયા, એને એ લોકોએ પકાવ્યા. પાકેલા ભાતના એક દાણાને હાથમાં લઈને રામકૃષ્ણએ શિષ્યોથી કહ્યું-

'ઘણું સારું બન્યું છે. આ ભાત કેટલા પાવન છે.'

રામકૃષ્ણની દૃષ્ટિમાં આ ભાત એથી પાવન હતા કે એક તો તે મમત્વથી રહિત હતા તથા એના પર બધા શિષ્યોનો સમાનાધિકાર હતો. બીજું, આ શ્રેષ્ટ અને નિમ્ન, બધા પ્રકારની જાતિઓના ઘેરથી માંગીને આવ્યા હતા.

નરેન્દ્રને હવે કૉલેજની શિક્ષાથી પૂર્ણ રીતે કંટાળો આવી ગયો હતો. પોતાની રુગ્ણાવસ્થામાં રામકૃષ્ણએ એક વખત નરેન્દ્રને યાદ અપાવ્યું કે તેઓ પોતાની કૉલેજની શિક્ષા પૂર્ણ કરી લે. પરંતુ નરેન્દ્રએ ભાવાવેશમાં જવાબ આપ્યો-

'ગુરુદેવ, હું જે કંઈ આજ સુધી ભણ્યો છું, જો હંમેશાં માટે એને ભૂલી જવાની કોઈ ઔષધિ મળી જાય તો મને ખુબ આરામ મળતો.'

અત્યાર સુધી નરેન્દ્રનું હૃદય આ રોટલી અર્જિત કરવાવાળી શિક્ષાથી એકદમ વિમુખ થઈ ચુક્યા હતા. ખાસ કરીને સંન્યાસ ગ્રહણ કર્યા પછી નરેન્દ્ર મોટાભાગે સંન્યાસીઓના જીવનચરિત્ર તથા એમના ઉપદેશોની ચર્ચામાં વ્યસ્ત રહ્યા કરતા. ભગવાન બુદ્ધના ચિંતનમાં ખોવાયેલા રહેવા લાગ્યા. એક રાત્રે ગુપ્ત રીતિથી પોતાના બે ગુરુભાઈઓની સાથે નરેન્દ્ર બોધ ગયા ચાલ્યા ગયા. ત્યાં બોધિસત્વના મંદિરના દર્શન ઉપરાંત, તેઓ બોધિવૃક્ષની નીચે સમાધિરત થઈ ગયા. બંને ગુરુભાઈઓ ધ્યાનસ્થ થયા. થોડી ક્ષણ પછી ધ્યાન તૂટવા પર એ લોકોએ જોયું કે નરેન્દ્રનું શરીર પાષાણવત્ થઈ ગયુંછે. એ લોકોએ ઘણા સમય સુધી રાહ જોઈ પરંતુ નરેન્દ્રની સમાધિ ભંગ ના થઈ. કેટલાય કલાકો પછી એમની આંખો ખુલી.

અહીં વહેલી સવારે ઉદ્યાન-ગૃહમાં નરેન્દ્ર તથા બે અન્ય સંન્યાસીઓને ન જોઈને લોકો ચિંતિત થયા. સર્વત્ર શોધખોળ કરવામાં આવી, પરંતુ વ્યર્થ. જ્યારે રામકૃષ્ણએ આ બધું સાંભળ્યું તો હસતા-હસતા એમણે કહ્યું-

'તમે લોકો ચિંતા ના કરો, તેઓ પાછા આવી જશે. શું તેઓ આ જગ્યા સિવાય અન્ય ક્યાંય સ્થિર રહી શકે છે?'

અને ખરેખર નરેન્દ્ર ત્યાં સ્થિર ના રહી શક્યા. બોધિવૃક્ષની નીચે કલાકો કરવામાં આવેલી કઠોર સાધના પછી તેઓ એ સમજી શક્યા કે રામકૃષ્ણના ચરણો વગર એમને ક્યાંય પણ શાંતિ નથી મળી શકતી. પછી તેઓ ગુરુભાઈઓની સાથે કાશીપુર પાછા આવ્યા.

રામકૃષ્ણની અવસ્થા દિન-પ્રતિદિન કથળતી જઈ રહી હતી. ફળસ્વરૂપે શિષ્ય તેમજ શુભાકાંક્ષીઓની ગભરાટ અને ચિંતાની કાળી ઘટા ઘનીભૂત થઈ જતી. ગળાના કષ્ટને કારણે પાણીમાં પકાવેલી બારલી ઓગળવી પણ કષ્ટપ્રદ હતી. એમનો કંઠસ્વર ક્ષીણ થઈ ગયો હતો. પરંતુ સાહસ અને ઉત્સાહ એમ ને એમ જળવાઈ રહ્યો. તેઓ બરાબર પોતાના ભક્તોને કોઈને કોઈ પ્રકારે શિક્ષા આપતા રહ્યાં તથા આરાધના અને ભક્તિનો સ્વાંગ રચવાવાળાઓની નકલ ઉતારીને પોતાના શિષ્યોનું ક્યારેક-ક્યારેક મનોરંજન પણ કર્યા કરતા. આત્મશક્તિના વિકાસ પર તેઓ વિશેષ ભાર આપતા. એક વખત એમણે કહ્યું હતું -

'જો તમે કહો છો કે તમે હંમેશાં પાપી છો, તો અનંતકાળ સુધી પાપી બની રહેશો. એના સિવાય તમને આ પ્રકારની આવૃત્તિ અવશ્ય કરવી જોઈએ કે હું બંધનમાં નથી, હું બંધાયેલો નથી.. મને કોણ બાંધી શકે છે? હું પરમાત્માનો પુત્ર છું. રાજાઓનો રાજા છું. ..તું પોતાની આત્મશક્તિથી કામ લે અને પછી તું સ્વચ્છંદ થઈ જઈશ, તે મૂર્ખ છે, જે નિરંતર કહેતા રહે છે કે 'હું એક દાસ છું.' તે અંત સુધી દાસ બનીને જ રહી જાય છે. દુઃખી મનુષ્ય જે અથાગ રૂપથી જપતો રહે છે કે 'હું દોષી છું', હકીકતમાં તે દોષી બની જાય છે, પરંતુ તે મનુષ્ય મુક્ત છે, જે કહે છે 'હું સંસારના બંધનથી મુક્ત છું, હું સ્વતંત્ર છું, શું પરમેશ્વર અમારા પિતા નથી?... બંધન મસ્તિષ્કનું હોય છે, પરંતુ મુક્તિ મસ્તિષ્કથી પ્રાપ્ત થાય છે.'

નરેન્દ્ર ગુરુદેવની વાણી ધ્યાનથી સાંભળતા અને એમને હૃદયંગમ કરતા. ઉપનિષદનો અદ્વૈતવાદ નરેન્દ્રના રોમ-રોમમાં વ્યાપ્ત થઈ રહ્યો હતો. તેઓ ઉપનિષદની આત્મા જ્યાં મનુષ્ય અને ઈશ્વરનો એકાકાર થઈ જાય છે, એને પ્રત્યક્ષ રૂપથી અનુભવ કરવા ઇચ્છતા હતા, તેઓ જાણવા ઇચ્છતા હતા કે આખરે કયા આધાર પર એક યોગી ઘણા આત્મવિશ્વાસથી કહે છે કે હું બ્રહ્મ છું. એમની આત્મા આ અપૂર્વ અનુભવ માટે વ્યાકુળ હતી. ભવિષ્યમાં તેઓ ગુરુદેવની આ અનુભૂતિને મજાક સમજીને, એના પર વ્યંગ્યાત્મક હાસ્ય હસ્યા કરતા હતા.

એક દિવસ ખૂબ ઇચ્છા લઈને નરેન્દ્ર ગુરુદેવના ઓરડામાં ગયા. ગુરુદેવ એ સમયે એકલા જ હતા. નરેન્દ્ર નતમસ્તક ગુરુદેવની સામે ઊભા હતા. એમની આંખોમાં સંકલ્પની દૃઢતા હતી. ગુરુદેવે પૂછ્યું-

'નરેન, તું શું ઇચ્છે છે?'

'નિર્વિકલ્પ સમાધિ દ્વારા સદૈવ સચ્ચિદાનંદના સાગરમાં ડૂબેલો રહેવા ઇચ્છું છું.' નરેન્દ્રએ ધીમા સ્વરે કહ્યું.

રામકૃષ્ણ વિકળ જેવા થઈ ગયા, પરંતુ પછી સહજ ભાવથી કહ્યું-

'વારંવા આ જ વાત કહેતા તને શરમ નથી આવતી? સમય આવવા પર ક્યાં તું વટવૃક્ષની જેમ વધીને સેંકડો લોકોને શાંતિનો છાંયડો આપીશ, અને ક્યાં આજે પોતાની જ મુક્તિ માટે વ્યગ્ર થઈ ઉઠ્યો, તારા આદર્શ આટલા ક્ષુદ્ર છે?' નરેન્દ્રની આંખો છલકાઈ ઉઠી. ગળામાં કંઈક અટકવા લાગ્યું, તેઓ રુંધાયેલા કંઠથી બોલ્યા -

'નિર્વિકલ્પ સમાધિ ન થવા સુધી મારું મન કોઈ પણ પ્રકારે શાંત નથી થવાનું, જો તે ના થયું તો હું કશું પણ નહીં કરી શકું.'

'તું શું પોતાની ઇચ્છાથી એમ કરીશ?' 'દેવી માં' તારી ગરદન પકડીને કરાવી લેશે, તું ન કરે, તારા હાડકાં કરશે..સારું જા, નિર્વિકલ્પ સમાધિ થશે.' સહજ સ્મિતની સાથે ગુરુદેવે કહ્યું.

બીજા દિવસે સંધ્યા સમયે નરેન્દ્ર ઓરડામાં બેઠા-બેઠા ધ્યાન લગાવી રહ્યા હતા. એમના એક ગુરુભાઈ પણ ત્યાં બેઠેલા હતા. અચાનક નરેન્દ્રને લાગ્યું જાણે એમના મસ્તિષ્કના પાછલા ભાગ પર ન જાણે ક્યાં એક પ્રકાશપુંજ ખુલી પડ્યો છે, ધીમે-ધીમે એની જ્યોતિ પ્રખર થતી ગઈ. અંતમાં આ જ્યોતિએ એટલું ઉગ્ર રૂપ ધારણ કરી લીધું કે

મસ્તિષ્ક જાણે ખંડ-ખંડ થઈને એમના જ પ્રચંડ કિરણોમાં વિલીન થઈ ગયું. નરેન્દ્રના શરીરની ચેતના જતી રહી. અચાનક ધ્યાનાવસ્થિત નરેન્દ્ર ચીસ પાડી ઉઠ્યા-

'ગોપાલ દા, મારું શરીર ક્યાં છે?' ગોપાલે ગભરાઈને નરેન્દ્રને સ્પર્શ કરતા કહ્યું- 'કેમ નરેન્દ્ર, તારું શરીર અહીંયા છે, અહીંયા.'

ગોપાલે નરેન્દ્રના શરીરને સ્પર્ખ ખરીને અનુભવ કર્યો કે તે પથ્થરની સમાન સખત અને નિર્જિવ જેવા છે. તેઓ જલ્દી જ બીજા ઓરડામાં ગુરુદેવની પાસે ગયા અને ઘટના કહી સંભળાવી તથા નરેન્દ્રની મદદ માટે આગ્રહ કર્યો. પરંતુ ગુરુદેવ બિલ્કુલ શાંત હતા, જાણે એમને બધું જ જ્ઞાન હોય. એમણે કહ્યું- 'થોડા સમય સુધી એને એવી જ રીતે રહેવા દો.' લગભગ નવ વાગ્યે નરેન્દ્રની ચેતના પાછી ફરી. એમનું મુખ શાંત અને ખુશ હતું. એમને બ્રહ્માનંદની પ્રાપ્તિ થઈ હતી. ઉપનિષદ અનુસાર નરેન્દ્રને ઈશ્વરના અનાદિ અને અનંત રૂપના સાક્ષાત્કાર થયા હતા. આ ચરમાનંદની એવી અવસ્થા છે, જેને ભાષા વ્યક્ત નથી કરી શકતી. અહીં, આ જ એક સ્થિતિમાં વેદાંતના બધા દર્શન મર્યાદિત થયેલા લાગે છે. નરેન્દ્ર જ્યારે ગુરુદેવના ઓરડામાં જઈને નતમસ્તક થયા, ત્યારે એમની આંખોની ઊંડાઈમાં ઉતરીને ગુરુદેવે હસીને કહ્યું-

'હા, હવે માતાએ બધું જ તને બતાવી દીધું. જાણે કોઈ સંચિત રકમ બક્સામાં બંધ રહે છે, એવી જ રીતે આ અનુભૂતિ હવે તાળામાં બંધ રહેશે અને ચાવી મારી પાસે હશે. હજુ તારે કામ કરવાના છે, કામ સમાપ્ત થવા પર ફરી તાળું ખુલી જશે.'

ભાવોન્મત્ત નરેન્દ્ર એ રાત્રે તથા આગલા દિવસે પોતાની સુધબુધ ખોઈને કીર્તન ભજનમાં મસ્ત રહ્યા. એમની એવી સ્થિતિ જોઈને રામકૃષ્ણ કરુણ કંઠથી પ્રાર્થના કરવા લાગ્યા- 'માં, એની અદ્વૈતની અનુભૂતિને તું માયા શક્તિ દ્વારા ઢાંકી લે.' 'માં' મારે એનાથી અનેક કામ કરાવવાના છે.'

આ દિવસોમાં રામકૃષ્ણની દશા ખૂબ જ કથળી ગઈ હતી. તેઓ ના ઠીકથી કશું બોલી શકતા હતા, ના કશું ખાઈ શકતા હતા. ખૂબ જ મુશ્કેલીથી અતિ ક્ષીણ સ્વરમાં વાતો કરી શકતા હતા. એમને આ દશામાં જોઈને એમના શુભાકાંક્ષી દુઃખી અને નિરાશ હતા. એક વખત એમના એક ભક્ત જે મોટા પંડિત અને દાર્શનિક હતા, એમને જોવા કાશીપુર આવ્યા. એમણે એમની દશા પર વિચાર કરતા કહ્યું કે ઘણા યોગી પોતાની વ્યાધિથી આપમેળે મુક્ત થઈ જાય છે કેમ કે એમના મસ્તિષ્કમાંઅલૌકિક શક્તિ રહે છે કે એને તેઓ જે સ્થાન પર કેન્દ્રિત કરી દે એ સ્થાનની બીમારી નષ્ટ થઈ જાય છે. પછી તમે તો એક મહાન સાધક છો. જો તમે પ્રયત્ન કરો, તો જરૂર જ સ્વસ્થ થઈ જશો. એમની વાતો સાંભળીને રામકૃષ્ણએ અતિ ધીમા સ્વરમાં કહ્યું-

'તમે એક વિદ્વાન છો અને તમે આ પ્રકારે બુદ્ધિરહિત પ્રસ્તાવ કરી રહ્યા છો. મેં પોતાનું મસ્તિષ્ક એક વખત હંમેશાં માટે પરમેશ્વરને આપી દીધું. આ મારે માટે કેવી રીતે શક્ય છે કે હું ત્યાંથી પાછું લઈ લઉં અને એને આ સડેલા રક્ત-માંસના પિંજરા પર કેન્દ્રિત કરું.'

આના પર પંડિત તો ચુપ થઈને ચાલ્યા ગયા. પરંતુ નરેન્દ્ર તથા અન્ય શિષ્યોથી ગુરુદેવની પીડા ના જોવાઈ. આ અસાધ્ય રોગના બધા ઉપચાર હવે વ્યર્થ પ્રતીત થવા

લાગ્યા હતા. ગુરુદેવનો જીવન-દીપ હવે ધીમે-ધીમે મંદ થતો જઈ રહ્યો હતો. ક્યાંયથી કોઈ આશાનું કિરણ ન જોઈને નરેન્દ્ર તથા અન્ય શિષ્યોએ હિંમત બાંધીને એ વિદ્વાન દાર્શનિકની જેમ ફરી દુરાગ્રહ કર્યો.

'ગુરુદેવ, તમારે આ રોગથી અવશ્ય મુક્ત થવું જોઈએ, ખાસ કરીને અમારા લોકો માટે.'

રામકૃષ્ણએ કહ્યું-

'શું તમે સમજો છો કે હું સ્વેચ્છાથી આ કષ્ટ સહન કરી રહ્યો છું. હું આનાથી બચવા ઈચ્છું છું પરંતુ છતાં પણ બીમારી લાગેલી છે. દેવી માતાની મધુર ઇચ્છા પર જ બધું આધારિત છે.'

નરેન્દ્ર - 'ત્યારે કૃપા કરીને માતાથી કહો કે તેઓ તમને સ્વસ્થ બનાવી દે. તેઓ તમારી પ્રાર્થનાને અસ્વીકાર ક્યારેય નહીં કરે.'

રામકૃષ્ણ- 'તારા માટે એવું કહેવું સહજ છે પણ હું એ બધું ક્યારેય નથી કહી શકતો.' નરેન્દ્રએ ફરી પીછો કર્યો- 'પરંતુ એનાથી કશું નથી થવાનું. તમારે માતાને ચોક્કસ કહેવું જ પડશે, ફક્ત અમારા લોકોનનો વિચાર કરીને.'

રામકૃષ્ણએ સ્વીકૃતિ આપી દીધી- 'ઠીક છે, મને વિચારવા દો, આ વિષય પર શું શું કરી શકાય છે.'

થોડા કલાકો પછી નરેન્દ્ર તથા અન્ય શિષ્યો રામકૃષ્ણના ઓરડામાં ફરી પ્રવેશ કર્યો અને પૂછ્યું-

'શું 'માં'થી કહ્યું તમે?'

રામકૃષ્ણએ જવાબ આપ્યો- 'હા, મેં પોતાનું ગળું બતાવીને માતાથી કહ્યું કે અહીંયા આ ઘાને કારણે હું કશું ખાઈ નથી શકતો. કૃપા કરીને એવું કરો કે હું થોડું ભોજન કરી શકું. પછી માતાએ તમારા લોકોની તરફ સંકેત કરતા કહ્યું કે આટલા મુખો દ્વારા તું કેમ નથી ખાતો. પછી હું એટલો શરમમાં મુકાયો કે બીજો કોઈ આગ્રહ ના કરી શક્યો.'

નરેન્દ્ર ચોંકી ઉઠ્યા. અદ્વૈતની વાસ્તવિકતાનું આટલું જીવતું-જાગતું સ્વરૂપ એમને ક્યાંય બીજે જોવા મળ્યું ન હતું. રામકૃષ્ણની અદ્વૈતમાં એવી પ્રગાઢ આસ્થા જોઈને નરેન્દ્ર કશું બોલી ના શક્યા.

દિવસો ધીમે-ધીમે કાળના પરદામાં અદૃશ્ય થતાં જઈ રહ્યા હતા. નરેન્દ્ર માટે પૂજા, ધ્યાન અને સમાધિ સિવાય ગુરુદેવની સેવાનો કાર્યક્રમ વધતો જઈ રહ્યો હતો. અંતમાં ગુરુભાઈઓનું પથ-પ્રદર્શન પણ નરેન્દ્રએ શરૂ કરી દીધું હતું, હંમેશાં તેઓ અન્ય શિષ્યોની સાથે ધ્યાન અને સમાધિ લગાવ્યા કરતા. એમની સમાધિમાં દિવસોદિવસ એકાગ્રતા અને તીવ્રતાની માત્રા વધતી ગઈ, એક વખત સંધ્યા સમયે નરેન્દ્ર, ગુરુભાઈ ગિરીશ બાબૂના કાશીપુરના ઉપવનમાં એક ઘેરા વૃક્ષની નીચે ધ્યાન લગાવીને બેઠા, અહીંયા મચ્છરોના આક્રમણને કારણે ગિરીશ બાબૂ એકાગ્રચિત્ત થઈને ધ્યાનાવસ્થિત થઈ શકતા ન હતા, લાચાર થઈને જ્યારે એમણે પોતાની આંખો ખોલી તો રોમાંચિત કરી દેવાવાળું એક વિચિત્ર દૃશ્ય નજરે પડ્યું. પાસે જ બેઠેલા નરેન્દ્રનું શરીર અસંખ્ય મચ્છરોથી આચ્છાદિત

હતું, એવું લાગતું હતું જાણે એમનું શરીર મચ્છરોના કાળા કામળાથી ઢાંકેલું હોય. પરંતુ નરેન્દ્રને એની કોઈ ખબર ન હતી.

રામકૃષ્ણ પોતાના જીવનના અંતિમ દિવસોમાં ક્ષીણ સ્વર અને સંકેતથી જ વાતો કરી શકતા હતા. એવા કષ્ટદાયક દિવસોમાં તેઓ ભાવ-વિહ્વળ થઈને પ્રેમથી પોતાના શિષ્યોની પીઠ પર હાથ ફેરવતા અને કહેતા કે મારા પછી નરેન તમારા લોકોની દેખ-રેખ કરશે. તમને શિક્ષા આપશે. નરેન્દ્ર ગુરુદેવની બીમારીથી અધીર થઈને ગભરાઈને કહેતા કે એમનાથી આ બધું નથી થવાનું. એના પર ગુરુદેવ કહેતા- 'તારે આ કરવું જ પડશે. સમય આવવા પર મારી શક્તિઓ તારા દ્વારા જ અભિવ્યક્ત થશે.' નરેન્દ્રના હૃદયનો ખૂણે-ખૂણો સંવેદનાથી ભરાઈ જતો. સાંજે બહુધા રોજ જ ગુરુદેવ નરેન્દ્રને પોતાની પાસે બોલાવતા અને વધારે સમય સુધી મંત્રણા આપતા રહેતા. મહાસમાધઈના ત્રણ ચાર દિવસ પહેલાં એમણે નરેન્દ્રને પાસે બોલાવ્યા. પછી એમની આંખોમાં પ્રેમથી થોડી ક્ષણ સુધી જોયા પછી સમાધિસ્થ થઈ ગયા. નરેન્દ્રને લાગ્યું જાણે એમની શરીરને વીજળી સ્પર્શી ગઈ હોય, જાણે કોઈ વસ્તુ તીક્ષ્ણ રૂપથી શરીરમાં પ્રવેશ કરી ગઈ. નરેન્દ્ર એ સંવેગને સહન ના કરી શક્યા અને સચેત થઈ ગયા. જ્યારે એમની ચેતના પાછી ફરી તો એમણે જોયું ગુરુદેવના નેત્રોથી અવિરલ અશ્રુધારા પ્રવાહિત થઈ રહી છે. તેઓ બોલ્યા-

'ઓ નરેન, આજે મેં તને પોતાનું બધું જ આપી દીધું; હવે હું ફક્ત એક ફકીર છું, જેની પાસે કશું પણ નથી. આ શક્તિથી તું સંસારમાં અસંખ્ય સારા કાર્ય કરીશ...' આ શક્તિદાન પછી ગુરુ અને શિષ્યમાં જાણે કોઈ ભેદ ના રહ્યો. બંને જ એકરસ થઈ ગયા.

મહાસમાધિના બે દિવસ બાકી રહી ગયા. ગુરુદેવના ગળાની પીડા ચરમસીમા પર હતી. અન્નજળ બધું છુટી ચુક્યું હતું. કંઠ સ્વર અત્યંત ધીમા થઈ ગયા હતા. ડૉક્ટર બોલાવવામાં આવ્યા, પણ બધાએ નિરાશા પ્રગટ કરી. રામકૃષ્ણના શિષ્ય અને શુભચિંતક દુઃખથી વિકળ હતા, પરંતુ રામકૃષ્ણના મુખમંડળ પર શાંતિનું સામ્રાજ્ય હતું. આંખોમાં સ્નેહનો સાગર અને હોઠો પર સ્મિતની રેખા. એમનું અનોખું વ્યક્તિત્વ ડૂબતા સૂરજની સમાન આકર્ષક હતું. લોકો, જે એમની તરફ જોતા, તો જોતા જ રહી જતા. તેઓ ફુસફુસાહટની અવાજમાં લોકોને સાંત્વના આપતા-

'ફક્ત શરીર જ કષ્ટ સહન કરી રહ્યું છે. જ્યારે મસ્તિષ્ક ઈશ્વરથી મળેલું છે, તો તે કષ્ટ અનુભવ નથી કરી શકતું.'

થોડી ક્ષણ તેઓ ચુપ રહીને ફરી કહેવા લાગતા-

'શરીર અને એના કષ્ટોને એક-બીજામાં લીન રહેવા દો. હે મારા માનસ, તમે ચરમ આનંદમાં રહો. હવે હું 'દેવી માં'ની સાથે હંમેશાં માટે એક થઈ ગયો.'

રવિવાર સન્ ૧૮૮૬ની ૧૫ ઓગષ્ટ, રામકૃષ્ણનો અંતિમ દિવસ હતો. ગળામાં અસાધ્ય કષ્ટ હોવા છતાં પણ બપોરે એમણે ખૂબ ઉત્સાહ અને પ્રેમથી શિષ્યોની સાથે લગભગ બે કલાક સુધી વાતો કરી. સંધ્યા સમયે એમની અવસ્થા અત્યંત ચિંતાજનક થઈ ગઈ. ગળાનું દર્દ તીવ્ર રૂપથી વધી ગયું હતું અને શ્વાસ ક્રિયામાં પણ અવરોધ ઉત્પન્ન થઈ ગયો હતો. ડૉક્ટરોએ તો પોતાની અસમર્થતા પ્રગટ કરી દીધી. રામકૃષ્ણના શુભચિંતક, ઉદ્વિગ્ન અને અસહાય, એમની પાસે મંડરાઈ રહ્યા હતા. કાશ, તેઓ પોતાના ગુરુદેવનું

કષ્ટ દૂર કરી શકતા. ગુરુદેવ પોતાના સૌથી વ્હાલા શિષ્ય નરેન્દ્રની તરફ જોઈને, સૂતા-સૂતા જ સમાધિમાં લીન થઈ ગયા. બધા લોકો ગભરાઈને રોવા લાગ્યા. કેટલાક લોકોના ધ્યાનમાં એ વાત પણ આવી કે કદાચ રામકૃષ્ણની આ સમાધિ તૂટશે નહીં. તેઓ હંમેશાં માટે સૂઈ ગયા, પરંતુ લગભગ અડધી રાત્રે રામકૃષ્ણએ આંખો ખોલી. ચહેરા પર અપાર શાંતિ, જાણે ધરતીને ઝંઝોળી દેનારા તોફાન પછીની સ્થિતિ હોય એમ. આંખોના આકાશથી કષ્ટની કાળી ઘટા ફાટી ચુકી હતી, એની જગ્યાએ ત્યાં હતી, આધ્યાત્મની પ્રખર જ્યોતિ તથા સ્વાભાવિક રૂપથી અડધા ખુલ્લા હોઠો પર સ્મિત. એમણે કંઈક ખાવાની ઈચ્છા પ્રગટ કરી. તદુપરાન્ત એમને થોડી એવી ખીર ખવડાવવામાં આવી. એક શિષ્યએ ગુરુદેવની પાછળ ચાર-પાંચ તકીયાનો સહારો લગાવ્યો. ગુરુદેવને એ તકીયાઓના સહારે અડધા સૂતા હોય એમ બેસાડ્યા. નરેન્દ્ર વધારે સમયથી ગુરુદેવના પગ સહેલાવી રહ્યા હતા. પરંતુ હવે ગુરુદેવે સંકેતથી એમને પોતાની પાસે બોલાવી લીધા અને અંતિમ ક્ષણ સુધી એમને અસ્પષ્ટ સ્વરમાં કંઈક સમજાવતા રહ્યા. એના પછી તેઓ રોકાયા. પળ ભર માટે વિશ્રામ કર્યો. પછી હોઠોથી દેવી મહાકાળીના નામ ત્રણ વખથ ઉચ્ચારિત કર્યા ઉપરાંત તેઓ પાછળ સહારો આપેલા તકીયા પર ઢળી ગયા. દૃષ્ટિ નાસિકા છોર પર બંધાઈ ગઈ. શરીરનો ઉપરી ભાગ મંદ ગતિથી ધ્રૂજવા લાગ્યો- જાણે અસ્થિપિંજરમાં આબદ્ધ આત્મા મુક્ત થવા માટે વ્યાકુળ હોય. હજુ રાત્રિના એક વાગીને બે મિનિટ થઈ હતી. રામકૃષ્ણનું શરીર હંમેશાં માટે નિસ્પંદ થઈ ગયું. તેઓ ચિરનિદ્રામાં સૂઈ ગયા. નરેન્દ્રનું હૃદય અધીર થઈ ઉઠ્યું. અન્ય શિષ્યોની સાથે એમની આંખોથી પણ સતત આંસૂ વહેવા લાગ્યા. ધૈર્યનો બાંધ તૂટી ગયો. કોઈ કિનારો નજરે આવી રહ્યો ન હતો. પતવારહીન જીવન નાવ અદશ્યના હાથોનું રમકડું બનેલું પ્રતીત થઈ રહી હતી.

૧૬ ઓગષ્ટની ઉદાષ સવાર. કાશીપુરના ઉપવન ગૃહમાં દર્શકોની ભીડ. અર્થી પર ભગવા વસ્ત્રથી આવૃત્ત રામકૃષ્ણનું શબ. ગળાની ઉપરનો ભાગ અનાવૃત. ચંદન ચર્ચિત ભાલ અને આપાદમસ્તક ફૂલમાળઆઓનો ઢેર. લોકો માથું ઝૂકાવીને હાથ જોડી રહ્યા હતા. થોડા સમય પછી અંત્યેષ્ટિ ક્રિયા માટે એમને ગંગાના ઘાટ પર લઈ જવાની તૈયારી થઈ. બધા શિષ્ય વારા-ફરતી અર્થીને ખભો લગાવીને ચાલતા રહ્યા. અગરુધૂમથી સુવાસિત પ્રાતઃકાલીન પવન, શ્લોકો અને ભજનોથી ગુંજિત વાતાવરણ. થોડી જ કલાકોમાં ઘાટનું કાર્ય સમાપ્ત થઈગયું હતું. એમનું કૃશ શરીર હવે ભસ્મ બની ગયું. શિષ્યો અને ભક્તોએ એ પાવન ભસ્મને ભારે મનથી કળશમાં ઉઠાવી અને ધીમા પગલાથી કાશીપુરના ઉપવન ગૃહમાં પાછા આવ્યા. ફાટકની અંદર પગ વધારતા જ એ વાટિકા ભવનની ચારે દિશાઓ, શઈષ્યો દ્વારા ઘોષિત 'ભગવાન શ્રી રામકૃષ્ણની જય'ની ધ્વનિથી ગૂંજવા લાગી. પરંતુ એને સાંભળે કોણ? ઘર સૂનું, આંગણ સૂનું, વૃક્ષ-વલ્લરિ ઉદાસ અને રોઈ રહેલી દિશાઓ. પરંતુ ગુરુદેવની અમરવાણી- 'હું એક ઓરડાથી બીજા ઓરડામાં જઈ રહ્યો છું.'ની પ્રતિધ્વનિ, યુવા સંન્યાસીઓના વિહ્વળ હૃદયમાં સાંત્વનાનો સંચાર કરતી રહી.

★★

ભારત દર્શન

દક્ષિણેશ્વરના પુજારીનું નશ્વર શરીર હવે ના રહ્યું, પરંતુ તે પોતાની સંપૂર્ણ શક્તિથી મઠના સંન્યાસીઓના હૃદયમાં વ્યાપ્ત હતા. મઝધારમાં પડેલા લોકોને એક અદશ્ય હાથનો સહારો હતો. બધા શિષ્યોને, ખાસ કરીને નરેન્દ્રને, બરાબર એવો આભાસ થતો રહ્યો કે એમના ગુરુદેવ ક્યાંક એમની આસપાસ જ છે. માંતા શારદાને કેટલીય વખત એવું જ્ઞાત થયું, જાણે રામકૃષ્ણ સજીવ થઈને એમનાથી કશું કહી રહ્યા છે. એમના નિધનના થોડા સમય પછી જ્યારે તેઓ સુહાગના ચિહ્ન ઉતારીને ભારતીય વિધવાનું રૂપ ધારણ કરી રહી હતી, ત્યારે એમને ન જાણે ક્યાંથી પતિની વાણી સંભળાઈ પડી -'તું એવું નથી કરી શકતી. હું મૃત નથી.' માતા શારદાએ પુનઃ પોતાના સૂના હાથમાં સ્વર્ણ-કંગન નાખી દીધા અને એના પછી નવવધૂ જેવી લાલ કિનારાવાળી સાડી પહેરતી રહી.

શ્રી રામકૃષ્ણના નિધનના દસ પંદર દિવસ પછી જ ઉદ્યાન ભવનનો મોટાભાગનો સમય સમાપ્ત થવાવાળો હતો. નરેન્દ્ર, જેમના ખભાઓ પર ગુરુદેવે પોતાના અન્ય શિષ્યોની સારસંભાળની જવાબદારી સોંપી હતી, એમને બીજા પ્રકારની ચિંતા સતાવવા લાગી. ગુરુદેવની બીમારીને કારણે લાંબા સમયગાળા સુધી બધા શિષ્યોએ એક સાથે રહેવું પડ્યું. એકચિત્ત થઈને ગુરુદેવની સેવા-શુશ્રૂષા કરવી પડી. આધ્યાત્મિકતાની પાઠશાળામાં કામ કર વું પડ્યું. આ બધા શિષ્યોના જીવનનો એક જ ઉદ્દેશ્ય હતો. આ કારણે બધા પ્રેમના એક સૂત્રમાં બંધાયેલા હતા. હવે ગુરુદેવના દેહાવસાન પછી, એક યોગ્ય નિવાસના અભાવમાં આ સૂત્ર તૂટવા જેવું થઈ ગયું. કેટલાક અવિવાહિત યુવક, જે પોતાના ઘર અને પરિવારના બંધન તોડીને શ્રી રામકૃષ્ણની શરણમાં વૈરાગ્યને ગળે લગાવી ચુક્યા હતા, તેઓ હવે બિલ્કુલ બેઆશરા અને બેસહારા થઈ રહ્યા હતા. શ્રી રામકૃષ્ણની અંતિમ ક્ષણોમાં એમણે પોતાને આજીવન ગૃહત્યાગી સંન્યાસી માટે વચનબદ્ધ કર્યા હતા. હવે એમનું પાછું ઘેર પાછા ફરવું આત્મસંગત ન હતું. પરંતુ આ વિકટ સ્થિતિમાં કેટલાક યુવકોએ અભિભાવક એમને એમના પરિવારમાં પાછા ફરવા માટે બાધ્ય કરવા લાગ્યા. તેઓ ઇચ્છતા ન હતા કે એમના બાળક ભિક્ષુનું જીવન અપનાવે. કેટલાક શિષ્ય કૉલેજનો અભ્યાસ છોડી ગુરુદેવની સેવા અને સાહચર્ય માટે એકત્રિત થયા હતા. એ લોકોએ પોતાના માતા-પિતાના આગ્રહ પર પુનઃ પોતાની અધૂરી શિક્ષા પૂરી કરવાની ઇચ્છા પ્રગટ કરી. નરેન્દ્રના પરિવારની સમસ્યાઓ પણ હજુ પૂર્ણ રૂપથી બરાબર ન હતી. આથી તેઓ પણ રાત-દિવસ પોતાના ગુરુભાઈઓની સાથે ઉદ્યાન ભવનમાં રહી શકતા ન હતા. પરંતુ ગુરુભાઈઓના મઠ છોડવાની સમસ્યાને કારણે

એમનું હૃદય ખૂબ જ અશાંત હતું. દેશના કલ્યાણાર્થે સંગઠિત આ બધા ગૃહત્યાગી વૈરાગી યુવક, આશ્રયહીન થઈને અહીં-તહીં છિન્ન-ભિન્ન થઈ જાય, નરેન્દ્ર માટે આ વાત ખૂબ જ કષ્ટદાયક હતી.

રામકૃષ્ણના ભક્તોમાં શ્રી બલરામ બોસ, શ્રી સુરેન્દ્રનાથ મિત્ર, શ્રી મહેન્દ્ર ગુપ્તા અને ગિરીશચંદ્ર ઘોષ, આ ચાર સંપન્ન પરિવારના વ્યક્તિ હતા. આ લોકો જવાબદારીપૂર્ણ, પ્રૌઢ તેમજ સ્થિર વિચારવાળા હતા. નરેન્દ્રએ આ લોકોથી વિચાર-વિમર્શ કર્યો. સુરેન્દ્ર નાથ મિત્રએ શ્રી રામકૃષ્ણની રુગ્ણાવસ્થામાં કાશીપુરના ઉદ્યાગ ગૃહનો ખર્ચ સંભાળ્યો હતો. આ વખતે પણ એમણે મદદ માટે હાથ વધાર્યા. બડા-નગરમાં એક જીર્ણાવસ્થામાં મકાન ભાડા પર ઉપલબ્ધ કરાવી દેવામાં આવ્યું. નરેન્દ્ર માટે આ વરદાન સ્વરૂપ જ હતું.

બરાબર એ જ સમયે શ્રી રામકૃષ્ણના કેટલાક ગૃહસ્થ ભક્તોએ ગુરુદેવના દેહાવશેષને પોતાના અધિકાર કરવાનો પ્રશ્ન ઉઠાવ્યો. એમનું કથન હતું કે સંન્યાસીઓનું જીવન ભ્રમણશીલ રહ્યું. તેઓ ક્યારે ક્યાં રહેશે એનું કશું ઠેકાણું નથી. આવી સ્થિતિમાં ગુરુદેવના દેહાવશેષ માટે કોઈ નિશ્ચિત સ્થાન નિર્ધારિત નહીં થઈ શકે. ગૃહીભક્તોને જો દેહાવશેષ ભસ્મવાળી કળશ પ્રાપ્ત થઈ જશે, તો તે લોકો એને યોગ્ય સ્થાન પર સ્થાપિત કરીને, ત્યાં શ્રી રામકૃષ્ણના સ્મૃતિ મંદિરનું નિર્માણ કરાવી દેશે. પરંતુ શ્રી રામકૃષ્ણના શિષ્યોને ગૃહીભક્તોનો આ પ્રસ્તાવ સ્વીકાર ન હતો. તેઓ કોઈ પણ સ્થિતિમાં પોતાની એ એકમાત્ર બહુમૂલ્ય સંપતિથી અલગ થવા ઇચ્છતા ન હતા. બંને તરફથી ખૂબ જ વાદ-વિવાદ અને અનબન ચાલતી રહી. અંતમાં નરેન્દ્રએ પોતાના ગુરુભાઈઓને સમજાવ્યા કે ગુરુદેવ પર બધાનો સમાનાધિકાર છે. દેહાવશેષની વાત પર કલહપૂર્ણ વાદ-વિવાદ કરવો શોભનીય નથી. સંન્યાસીઓની સામે તો ગુરુદેવની શિક્ષાનો આદર્શ છે- સંન્યાસીઓનું જીવન તો જગત કલ્યાણ માટે અર્પિત છે. એવી સ્થિતિમાં એમને દેહાવિશેષ ભસ્મ અને અસ્થિઓનો કેટલોક ભાગ ગૃહી-ભક્તોને આપી દેવો લાભકારક છે. નરેન્દ્રની વાત ગુરુભાઈઓએ માની લીધી. દેહાવશેષ ભસ્મ અને અસ્થિઓનો કેટલોક ભાગ પોતાની પાસે રાખીને, બાકીને કળશ સહિત ગૃહસ્થ ભક્તોને આપી દેવામાં આવ્યો. હવે ગૃહી ભક્તોના આનંદનો કોઈ પાર ન હતો. એક ભક્ત શ્રી રામચન્દ્ર દત્તે કલકત્તાથી થોડે દૂર સ્થિત 'કાકંરગાછી'ની પોતાની એક ઉદ્યાનભૂમિને આ પુનીત કાર્ય માટે આપી દીધી. કોઈ શુભ દિવસે શ્રી રામકૃષ્ણના બધા ગૃહીભક્ત અને શિષ્ય સંન્યાસી મળીને એ પાવન તામ્ર કળશને ત્યાં લઈ આવ્યા અને વિધિપૂર્વક માટીમાં દાડી દીધો. થોડા દિવસો પછી અહીંયા એક સુંદર મંદિરનું નિર્માણ થયું. એનું નામ બધા લોકોની સમ્મતિથી 'યોગોદ્યાન' રાખવામાં આવ્યું. આ પ્રકારે આ સહયોગપૂર્ણ પુનીત કાર્ય દ્વારા બધા ગૃહીભક્તો અને ભિક્ષુ શિષ્યોની અનબન હંમેશાં માટે દૂર થઈ ગઈ. તેઓ પુનઃ પ્રેમ અને કર્તવ્યના એક સૂત્રમાં બંધાઈ ગયા.

એના પછી નરેન્દ્રએ બડાનગરવાળા મકાન તરફ ધ્યાન આપ્યું. બધા ગુરુભાઈઓએ મળીને એની સફાઈ કરી, તથા એની વચ્ચેના મોટા ઓરડાને ગુરુદેવના સ્મારક ચિહ્નો માટે સુરક્ષિત રાખ્યો. હવે ઉદ્યાન ભવનને છોડવાનો નિશ્ચિત દિવસ આવી પહોંચ્યો. એ ગૃહની સાથે અસંખ્ય ભાવપૂર્ણ સ્મૃતિઓ જોડાયેલી હતી. એનાથી વિદાય લેતા સમયે

નરેન્દ્રનું હૃદય ભાવુક થવા લાગ્યું, પરંતુ એને છોડવાનું તો હતું જ. વીતેલા દિવસોની યાદ આંખોમાં સજાવીને નરેન્દ્ર ગુરુદેવના બાકી ભસ્મ અને અસ્થિઓવાળા પાત્રને પોતાના માથા પર ઉઠાવીને, કેટલાક ગુરુભાઈઓની સાથે બડાનગરવાળા મકાનમાં ચાલ્યા ગયા.

અહીંયા આવવા પર સર્વપ્રથમ નરેન્દ્રનું ધ્યાન મઠની જનશક્તિ તરફ ગયું. તેઓ એમના બધા ગુરુભાઈઓની પાસે જેમણે હવે ઘણા અંશોમાં મઠથી પોતાનો સંબંધ તોડી લીધો હતો, એમની પાસે વારંવાર ગયા. એમણે એ શિષ્ય યુવકોને તન-મનથી સમજાવ્યા કે એમણે પોતાના પરિવારના નાના પરિવેશથી નિકળીને વિશ્વનું સન્મુખ ઊભા થવાનું છે, માનવતાના કલ્યાણ માટે. જ્યાં સુધી તે લોકો સ્થાયી રૂપમાં મઠમાં પાછા ના આવતા, ત્યાં સુધી મઠની શક્તિ સબળ નથી બની શકતી. નરેન્દ્રને આ કાર્યામાં આશાતીત સફળતા મળી. ગુરુદેવના ઘણા શિષ્ય પોતાના માતા-પિતા તેમજ ઘરબારની મમતા ત્યાગીને નરેન્દ્રના બતાવેલા માર્ગ પર ચાલી પડ્યા. કેટલાક શિષ્યોએ પોતાની પરીક્ષા સમાપ્ત કરીને મઠમાં પાછા આવવાનું વચન આપ્યું. આ લોકો આરંભથી જ નરેન્દ્રને પોતાના પથ પ્રદર્શક માનતા આવી રહ્યા હતા, એથી નહીં કે શ્રી રામકૃષ્ણનો એવો આદેશ હતો, બલ્કે નરેન્દ્રના વ્યક્તિત્વમાં કંઈક એવી મોહિની શક્તિ હતી, એમની વાતોમાં કંઈક એવો જાદૂ હતો કે લોકો બસ એમની તરફ ખેંચાતા ચાલ્યા આવતા.

નરેન્દ્રના પરિવારની આર્થિક સમસ્યાનું થોડી હદે સમાધાન થઈ ગયું હતું. તેથી તેઓ બડાનગરના આ મઠમાં અન્ય ભિક્ષુઓની સાથે રહેવા ચાલ્યા ગયા.કુટુંબનું સંકુચિત મમત્વ હવે પ્રસ્ફુટિત થઈને વિશ્વ મમત્વમાં પરિણત થઈ ચુક્યું હતું. પરિવારની થોડી એવી સમસ્યાઓના સ્થાન પર હવે એમને આખી માનવતાની સમસ્યાઓને દૂર કરવાની હતી. હવે એમની સામે એક વિસ્તૃત કાર્યક્ષેત્ર હતું. મઠનો મુખ્ય ઓરડો, જ્યાં ગુરુદેવના દેહાવશેષવાળો કળશ રાખવામાં આવ્યો હતો. ત્યાં બધા શિષ્યગણ એકત્ર થઈને ધ્યાન-તપ, ચિંતન-મનન તથા અન્ય ધાર્મિક અનુષ્ઠાન કર્યા કરતા. નરેન્દ્ર અહીંયા ગુરુભાઈઓના ક્લાસ પણ લેતા. આ ક્લાસમાંપાશ્ચાત્ય કે ભારતીય દર્શન સિવાય ભારત તથા વિદેશના ઈતિહાસ, સમાજશાસ્ત્ર, સાહિત્ય, કળા અને વિજ્ઞાનનો અભ્યાસ થતો. ઈશ્વરના અસ્તિત્વ પર વાત ચાલતી. નરેન્દ્ર વિજ્ઞાન અને તર્કશાસ્ત્રના આધાર પર એ સાબિત કરી દેતા કે ઈશ્વરનું અસ્તિત્વ એક કપોળ-કલ્પિત વસ્તુ છે. પરંતુ સાથે જ તેઓ પોતાના તર્કથી એના પર પણ લોકોને વિશ્વસ્ત બનાવી લેતા કે સંસારમાં ઈશ્વર જ એક સત્ય છે, એક વાસ્તવિકતા છે. તે એક જ ગ્રાહ્ય છે, જેનાથી મનુષ્યને પરમસુખ પ્રાપ્ત થાય છે. એમના વાદ-વિવાદ એવા બુદ્ધિ સંગત તેમજ અકાટ્ય હતા કે બધા શ્રોતા તેમજ વિવાદકારી મંત્રમુગ્ધની જેમ એમના વશમાં થઈ જતા.સાંખ્ય યોગ, ન્યાય વૈશેષિક, મીમાંસા તથા વેદાન્ત, દરેક વિષયની વારા-ફરતી ચર્ચા થથી અને એક-બીજાથી એમની સમતા અને વિષમતા બતાવવામાં આવતી. બૌદ્ધ દર્શન અને વેદાંતની તુલના થતી. બહુધા આ મઠમાં ઈસાઈ પાદરી પણ વાદ-વિવાદ માટે આવતા. એમને પોતાના વિચારમાં પરાજિત થવું પડતું. અંતમાં નરેન્દ્ર એમની સામે ઈસામસીહની મહાનતાની વ્યાખ્યા કરતા. નરેન્દ્રના બધા તર્ક-વિતર્ક પર મૌલિકતાની છાપ હતી. ગુરુદેવના જીવન અને ઉપદેશથી અનુપ્રાણિત નરેન્દ્રની એક-એક વાણી પોતાના ખાસ રંગમાં રંગાયેલી હતી. ભયંકરમાં ભયંકર વિષધર

બીનની સ્વર-લહેરીથી અભિમંત્રિત થઈ જાય છે. નરેન્દ્રની મધુર કંઠ-ધ્વનિ પણ આ પ્રકારે વિપરીત વિચારના લોકોને મંત્રમુગ્ધ કરી લેતી હતી.

મઠના બધા ગુરુભાઈઓએ ફરીથી ભગવા વસ્ત્ર ધારણ કરીને પૂર્ણ રૂપથી સાધુનું રૂપ અપનાવ્યું. પરંતુ આ ફક્ત વસ્ત્રથી જ નહીં, મન પર પણ જોગિયા રંગનો પૂર્ણ પ્રભાવ હતો. બધાના હૃદયમાં એક જેવી આધ્યાત્મિકતાની પ્રચંડ અગ્નિ પ્રજ્વલિત થઈ ઉઠી હતી. આ અગ્નિના પ્રકાશમાં બધાના હૃદયથી શંકા અને દુવિધાનો અંધકાર લુપ્ત થઈ ગયો હતો. અનેક શરીર પરંતુ એક પ્રાણ, અંક પંથ અને એક લક્ષ્ય. હવે સંસારની કોઈ પણ શક્તિ એમને પોતાના માર્ગથી વિચલિત કરી શકતી ન હતી. બધાએ બન્ધુત્વથી સંગઠિત થઈને, મઠની તરફથી લોક કલ્યાણ કાર્ય માટે, એક સાથે પગલાં વધારવાનું પ્રણ લીધું.

આટલા કઠિન સંકલ્પ પછી પણ સંન્યાસીઓના અભિભાવક જ્યારે ત્યારે મઠમાં આવીને એમને ઘેર પાછા ફરવાની મંત્રણા આપતા. પરંતુ સંન્યાસીઓનું હૃદય શિલાથી પણ કઠોર બની ગયું હતું. સાંસારિકતાનું મમત્વ હવે એમને પોતાના પથથી વિચલિત કરી શકતું ન હતું. સંસારની માયાજાળથી મુક્ત, હવે તેઓ પૂર્ણ રૂપથી બીજા જ એક વ્યક્તિત્વને ધારણ કરી ચુક્યા હતા. આ જ સમયે બધાના જૂના નામોને બદલીને નવા નામકરણ થયા. અતીતના જીવન અને એની યાદોને ભુલીને નવેસરથી પોતાનું જીવન આરંભ કરવું આ નામકરણ સંસ્કારનો ઉદ્દેશ્ય હતો. બધા નામોનો ઉત્તરાર્ધ 'આનંદ' શબ્દથી સુશોભિત હતો. એનું તાત્પર્ય એક માર્ગ અને એક લક્ષ્યથી હતું.

આ લક્ષ્ય પ્રાપ્તિનો માર્ગ કેટલો દુરહ હતો, કેટલી તપસ્યા અને કેટલી સાધનાથી ભરેલો હતો. પેટ માટે પણ ભિક્ષાટન કરવાની નહીં, ફક્ત ભાગ્યના સહારે જીવવું. જો કોઈ દાતાના હૃદયમાં દયા ઉપજી, તો એ દિવસે આશ્રમના ચૂલ્હા પર હાંડી ચઢી નહીંતર નહીં. એમ પણ શ્રી સુરેન્દ્ર નાથ મિત્ર તથા એક અન્ય ભક્ત સજ્જન આ આશ્રમના આધારસ્તંભ હતા. એમના અવલમ્બ વગર મઠવાસીઓનું અડધું જીવન ક્ષુધાપૂર્તિના સાધનની શોધમાં વીતતું. છતાં પણ યદા કદા એવા દિવસ આવી જ જતાં, જ્યારે ભાત છે, તો મીઠું નથી. મીઠું છે તો ભાત નથી. છતાં પણ ભજન-કીર્તન, મનન-ચિંતન, યોગ તેમજ શાસ્ત્રાર્થમાં તે લોકો એટલા લીન હતા કે પેટની પોકાર એમને સંભળાતી જ ન હતી. ઓરડામાં ફેલાયેલી ચટ્ટાઈ, એમના બેસવા અને સૂવાનું એક માત્ર સાધન હતું. શરીર પર વસ્ત્ર કહેવાવાવાળું એક કૌપીન કટિને આવૃત્ત કરવા મોટ ઘુંટણો સુધીનું એક નાનું એવું વસ્ત્ર તથા ચાદર ઓરડામાં ખૂંટી પર લટકેલી રહેતી. જ્યારે પણ કોઈ આશ્રમવાસીને કોઈ કાર્યવશ અચાનક બહાર જવાનું થતું, તો તે એ વસ્ત્રોથી પોતાનું શરીર ઢાંકી લેતો. પછી પાછા ફરવા પર તે કપડાં ત્યાં જ લટકાવી દેવામાં આવતા. આ બે વસ્ત્રો પર બધા આશ્રમવાસીઓના સમાનાધિકાર હતા.

દેવી સાધનાના ક્ષેત્રમાં બડાનગર દક્ષિણેશ્વરનું પર્યાયવાચી બની ગયું. એનું મહત્ત્વ દક્ષિણેશ્વરથી કોઈ પણ સ્તર પર ઓછું ન હતું. દક્ષિણેશ્વરની ભૂમિ શ્રી રામકૃષ્ણ પરહંસના કઠિન યોગ અને તપથી પાવન બની ગઈ હતી. પરંતુ રામકૃષ્ણના ચરણોમાં સ્થાન મેળવવાવાળા અનેક યુવા સંન્યાસીઓની યોગ-સાધનાની તપસ્યા ભૂમિ બડાનગર જ હતી. મૃત્યુશૈયા પર પડેલા ગુરુદેવની વાણી- 'આ બાળકોની બરાબર દેખરેખ કરજો' શું

નરેન્દ્ર ક્યારેય ભૂલી શક્યા હતા? ક્યારેય નહીં. એમણે એને જીવનપર્યંત યાદ રાખી. તેઓ પોતાના ગુરુભાઈઓને એ જ દૃષ્ટિથી જોતા હતા જાણે શ્રી રામકૃષ્ણને જોતા હતા. નરેન્દ્ર દ્વારા નિર્દેશિત પઠન-પાઠન, તર્ક-વિતર્ક, ચિંતન-મનન તથા યોગ-તપે સહયોગી સંન્યાસીઓના હૃદયના વિકારને પૂર્ણ રીતે નષ્ટ કરીનેએમને અગ્નિમાં તપાવેલા સોનાની સમાન ચમકતા અને શુદ્ધ બનાવી દીધા. ક્યારેક-ક્યારેક પોતાના ગુરુભાઈઓની કઠિન સાધનાને જોઈને નરેન્દ્ર એમનાથી મજાકમાં કહેતા- 'શું તમે વિચારો છો કે આ પ્રકારે તમે શ્રી રામકૃષ્ણ પરમહંસ બની જશો? એ ક્યારેય નહીં થાય. એક રામકૃષ્ણ પરહંસનો જન્મ યુગમાં એક જ વખત થાય છે.'

શ્રી રામકૃષ્ણના દેહાવસાન પછી માતા શારદા એમના બે શિષ્યોને સાથે લઈને વૃંદાવનની તીર્થયાત્રા પર નિકળી પડી. બડાનગર મઠની નિયમિત દિનચર્યાની ગાડીને એક જ લીક પર ઘણા દિવસો સુધી ચલાવતા જોઈને કેટલાક સંન્યાસીઓના મન કંટાળી ગયા. પર્યટનની ભાવના એમના હૃદયમાં ઘર બનાવવા લાગી. એક દિવસે નરેન્દ્ર કોઈ કાર્યવશ કલકત્તા ગયા હતા. ત્યાંથી પાછા ફરવા પર એમણે સાંભળ્યું કે ત્રણ સંન્યાસી મઠ છોડીને ક્યાંક ચાલ્યા ગયા છે. નરેન્દ્ર મઠના નેતા હતા. એમના જ ખભા પર બધા સંન્યાસીઓની દેખભાળની જવાબદારી હતી. તેથી આ સૂચનાથી તેઓ ખૂબ દુઃખી અને ચિંતિત થયા. એમની સાથે કોઈ વિચાર-વિમર્શ વગર મઠ ત્યાગવાને કારણે નરેન્દ્રનું દુઃખી થવું સ્વાભાવિક હતું. એમને ચિંતા હતી કે ખાલી હાથે સંન્યાસીઓના ભ્રમણ દરમિયાન ન જાણે કયા-કયા કષ્ટ સહન કરવા પડે. એ સમયે એક ગુરુભાઈએ એમના હાથોમાં એક કાગળનો ટુકડો થમાવી દીધો. એના પર લખ્યું હતું - 'હું પગપાળા વૃંદાવન જઈ રહ્યો છું. અહીંયા રહેવું મારા માટે અશક્ય થઈ ગયું છે. કોણ જાણે કયા સમયે મનની ગતિ બદલાઈ જાય, હું વચ્ચે-વચ્ચે ઘર-સ્વજન, માતા-પિતા વગેરેના સ્વપ્ન જોતો રહું છું. હું સ્વપ્નમાં માયા દ્વારા પ્રલોભિત થઈ રહ્યો છું. મેં ખૂબ સહન કર્યું છે. ત્યાં સુધી કે પ્રબળ આકર્ષણને કારણે મને બે વખત ઘેર જઈને સ્વજનોથી મળવું પડ્યું છે. તેથી હવે અહીંયા રહેવું કોઈ પણ પ્રકારે યોગ્ય નથી. માયાના પંજાથી છુટકારો મેળવવા માટે દૂર દેશમાં જવા સિવાય અન્ય કોઈ ગતિ નથી.' આ પત્ર શારદાપ્રસન્ન (સ્વામી ત્રિગુણાતીતાનંદ)નો હતો, જે ગુપ્ત રૂપથી એને મઠમાં છોડીને ચાલ્યા ગયા હતા.

આ પત્રએ નરેન્દ્રની આંખોનો પરદો હટાવી દીધો. અરે આ શું ઘર-બહારનું બંધન તોડીને મેં વૈરાગ્ય ધારણ કર્યું. પરંતુ છતાં પણ શું ખરેખર હું સાંસારિક માયાજાળથી મુક્ત થઈ શક્યો? હવે હું મઠની મમતા, ગુરુભાઈઓની મમતાના નવા બંધનમાં જકડાઈ ગયો છું. એક છૂટ્યું તો બીજું ગળે આવી પડ્યું. એને મારે નિશ્ચય જ તોડી નાખવું પડશે. નહીં તો હું ક્યાંયનો નહીં રહું. આખો દેશ મારું ઘર છે, દેશના બધા લોકો મારો પરિવાર છે, મારા જીવનની કર્મભૂમિ ખૂબ વિશાળ છે, મારે આખા દેશને જોવાનો છે. અહીંયાના લોકોની પરિસ્થિતિઓને સમજવાની છે. જાત-જાતના નવા અનુભવ મને પ્રદાન કરશે, છતાં હું પોતાની શક્તિને કાર્યની કસોટી પર પરખી શકીશ, અહીંયા બડાનગર મઠની ચાર દીવાલોની અંદર બંધ થઈને ના તો હું પોતાના જીવનને સાર્થક બનાવી શકીશ અને ના તો પોતાના ગુરુભાઈઓના હૃદયમાં આત્મવિશ્વાસ કે આત્મનિર્ભરતાની સબળ ભાવના જ ઉપજાવી શકું છું. શું એક વટવૃક્ષની છાયામાં નાના-

નાના છોડ ઉછરી શકે છે? આ મઠને સુદૃઢ બનાવવા માટે, દેશના કલ્યાણ માટે મારે મઠનો ત્યાગ કરવો જ જોઈએ. નરેન્દ્રનો નિશ્ચય અટલ હતો. એક દિવસે પોતાના ગુરુભાઈઓને આશ્રમની બધી જવાબદારીઓ સોંપીને નરેન્દ્ર કાશી તરફ ચાલી નિકળ્યા.

કાશીમાં તેઓ શ્રી દ્વારકાદાસના આશ્રમમાં રોકાયા, ભિક્ષાટન દ્વારા પેટ-પાલન, દેવ-સ્થાનોના દર્શન, ધ્યાન, જાપ, ઉપાસના વગેરે એમની દિનચર્યા હતી. શ્રી દ્વારકાદાસે એક બંગાળી વિદ્વાન સંત ભૂદેવચંદ્ર ચટોપાધ્યાયથી એમનો પરિચય કરાવી દીધો. ભૂદેવ બાબૂની સાથે જ્ઞાનનું આદાન-પ્રદાન કરી નરેન્દ્રનું હૃદય ખૂબ જ ખુશ રહેતું. ભૂદેવ બાબૂ પણ નરેન્દ્રની ધર્મ, નીતિ, સમાજ વગેરે વિષયોથી સંબંધિત જ્ઞાન ભરેલી વાતોને સાંભળીને મુગ્ધ હતા. એમણે નરેન્દ્રના વિષયમાં કોઈ વ્યક્તિથી કહ્યું - 'મને આશ્ચર્ય થઈ રહ્યું છે આ તરુણ યુવકે આટલી નાની ઉંમરમાં જ આટલી ગંભીર અંતર્દૃષ્ટિ અને અસીમ જ્ઞાન કેવી રીતે પ્રાપ્ત કરી લીધું છે. મને પૂર્ણ વિશ્વાસ છે કે ભવિષ્યમાં આ એક મહાન વ્યક્તિ બનશે.' વારાણસીમાં નરેન્દ્ર અનેક યોગી તેમજ સાધુ-સંતોથી મળ્યા. એ દિવસોમાં ત્રિલંગ સ્વામી એક ખૂબ જ વિખ્યાત યોગી પોતાની યોગ સાધનામાં સંલગ્ન હતા. એમનાથી શ્રી રામકૃષ્ણ પણ એક વખત મળી ચુક્યા હતા. નરેન્દ્રએ પણ એમના દર્શન કર્યા તથા એમનાથી શાસ્ત્રાર્થ પણ કર્યો. એક દિવસે નરેન્દ્ર માતા દુર્ગાના મંદિરથી દર્શન કરીને પાછા ફરી રહ્યા હતા. ત્યારે જ વાનરોના એક ઝૂંડે એમનો પીછો કર્યો. આટલા વાનરોને એક સાથે જોઈને તેઓ ડરી ગયા અને ભાગવા લાગ્યા, ત્યારે જ પાછળથી અવાજ આવ્યો-' રોકાવ, દુષ્ટોનો સામનો કરો.' એક વૃદ્ધ સંન્યાસી નરેન્દ્રને આદેશ આપી રહ્યો હતો. નરેન્દ્ર રોકાઈ ગયા. હૃદયથી ભય ભાગી ચુક્યો હતો. વાનરોએ જ્યારે એમના નિર્ભીક તેમજ દૃઢ સ્વરૂપને જોયું તો તેઓ પાછા વળી ગયા. આ ઘટનાએ નરેન્દ્ર પર અમિટ છાપ છોડી. વર્ષો પછી ન્યૂયોર્કમાં કે અહીં-તહીં કેટલીય જગ્યાએ પોતાના ભાષણોની વચ્ચે એમણે આ ઘટનાના શબ્દ ચિત્ર ખેંચ્યા અને એના આદર્શની તરફ લોકોનું ધ્યાન આકર્ષિત કર્યું. પ્રકૃતિનો સામનો કરવો, અજ્ઞાનતાનો સામનો કરવો તથા માનસિક ભ્રમનો સામનો કરવો માનવ ધર્મ છે. એનાથી ક્યારેય પાછળ ના હટવું જોઈએ.

નરેન્દ્રનું ભાવુક હૃદય ઘણા દિવસો સુધી બડાનગર મઠના આકર્ષણથી દૂર ના રહી શક્યું. તેઓ જલ્દી જ બડાનગર પાછા આવી ગયા અને પોતાના ગુરુભાઈઓની સાથે પૂર્વવત્ પઠન-પાઠન, મનન-ચિંતન આરંભ કરી દીધું. પરંતુ આ વખતે તેઓ ત્યાં વધારે દિવસો સુધી ના રોકાઈ શક્યા. કાશીની સાધુ-સંગતિ એમને ખરાબ રીતે ખેંચવા લાગી. આ વખતે અહીંયા શ્રી અખંડાનંદજી (શ્રી રામકૃષ્ણના એક પ્રિય શિષ્ય)એ એમનો પરિચય શ્રી પ્રમદાદાસ મિત્રથી કરાવ્યો. આ સજ્જન સંસ્કૃત ભાષા, સાહિત્ય તેમજ વેદાંત દર્શનના પ્રકાંડ વિદ્વાન હતા. એમની સાથે ધર્મ શાસ્ત્રો પર બહુધા નરેન્દ્રના વાદ-વિવાદ થયા કરતો. એમની વિદ્વતાથી નરેન્દ્ર એટલા પ્રભાવિત થયા કે ભવિષ્યમાં જ્યાં ક્યાંય પણ એમને ધાર્મિક ગ્રંથોના અનુશીલનમાં કોઈ ભ્રમ થતો તો તેઓ તરત શ્રી પ્રમદાદાસ મિત્રની સાથે પત્રવ્યવહાર કરીને પોતાનો ભ્રમ દૂર કરતા.

એના પછી નરેન્દ્રએ ઉત્તર ભારતના કેટલાય સ્થાનોનો પ્રવાસ કર્યો. સરજૂ નદીના ખોળામાં વસેલી રામરાજ્યની પાવન અયોધ્યા નગરી, જ્યાંનું કણ-કણ આજે પણ રામની

સ્મૃતિથી સુવાસિત છે. મોગલકાલીન સ્થાપત્ય કલાની અદ્વિતીય છટા માટે આગ્રા. કાર્તિક પૂર્ણિમાની માદક રાત્રિ. દૂધઈયા સંગેમરમરથી નિર્મિત શુભ્ર જ્યોત્સનામાં સ્નાન કરી રહેલો તાજમહેલ. મુમતાજ મહેલના પ્રણયની અનોખી નિશાની. એની એક ઝલક, મોગલ સમ્રાટ શાહજહાંના મનમાં ન જાણે કેટલી જૂની-પુરાણી યાદો જગાવતી રહી હશે. વિચારોમાં ખોવાયેલા નરેન્દ્ર ન જાણે ક્યાં સુધી તાજમહેલની આસ-પાસ ફરતા રહ્યા. લખનૌની મોટી મોટી ગૌરવશાળી મસ્જિદો, નવાબોના ભવ્ય મહેલ અને રંગીન બગીચા, અતીતમાં લુપ્ત થયેલી એમની શાનને આજે પણ વ્યક્ત કરી રહી હતી. મોગલકાલીન ભારતનું સંપૂર્ણ ચલ-ચિત્ર નરેન્દ્રની આંખોની સામે ફરી ગયું.

એના પછી સૂરદાસ, વિદ્યાપતી, જયદેવ અને ચંડીદાસનું વૃંદાવન નરેન્દ્રને પોતાની તરફ ખેંચવા લાગ્યું. યમુનાનો કિનારો, કરીલના કુંજ, કદમ્બનો છાંયડો અને સૌથી અનોકી મોહન-મોરલીની જાદૂ ભરી તાન એમને સંભળાવા લાગી. નરેન્દ્ર ભલું ક્યાં રોકાવાવાળા હતા. વૃંદાવનના પ્રાકૃતિક સૌંદર્યને જોવા માટે લગભગ ત્રીસ માઈલ પહેલેથી જ એમણે સવારી છોડી દીધી અને પગપાળા ચાલવા લાગ્યા. પૂર્ણ ભિક્ષુકનું રૂપ-કાષાય વસ્ત્ર, એક હાથમાં કમંડળ અને બીજામાં બે પુસ્તકો, ચાલતા-ચાલતા જ્યારે થાકી જતા, તો ત્યાં જ વિશ્રામ કરી લેતા. કોઈ દયાળુએ કંઈક ખાવાનું આપી દીધું તો ખાઈ લેતા. યાત્રાના શ્રમથી શ્રાંત-ક્લાંત એમણે જોયું કે રસ્તાના કિનારે બેઠેલો એક વ્યક્તિ આરામથી ચલમ પી રહ્યો છે. જો એક-બે કશ હું પણ લઈ લઉં થો થોડો થાક અવશ્ય દૂર થશે, નરેન્દ્રએ વિચાર્યું. અને યાચના કરતા-કરતા એમના હાથ એ વ્યક્તિની તરફ વધી ગયા. તે ઝટકાથી પાછળ ખસી ગયો અને બોલ્યો- 'મહારાજ, હું ભંગી છું, એક મેહતર'. પારંપરિક સંસ્કારવશ એમના વધેલા હાથ અનાયાસ અટકી ગયા. તેઓ બે પગ પાછા હટી ગયા, કશું કહ્યું નહીં અને પોતાના નિર્ધારિત પથ પર જવા લાગ્યા. હજુ બે-ચાર પગલાં જ આગળ વધ્યા હશે કે એમના મસ્તિષઅકમાં એ વાત આવી-'ભલું આ મેં શું કર્યું?' મેં તો સંન્યાસીનું વ્રત લીધું છે. હું તો જાતિ-ભેદ, છુઆછૂત અને ખાનદાનની આબરું-પ્રતિષ્ઠા બધાથી ઉપર ઉઠી ચુક્યો છું છતાં પણ જ્યારે એ વ્યક્તિએ પોતાને ભંગી બતાવ્યો, તો હું જાતિ-ભેદને ના છોડી શક્યો અને જે ચલમને એણે સ્પર્શી રાખી હતી, એને પી ના શક્યો. આ યુગ-યુગના સંસ્કારનું પરિણામ છે. નરેન્દ્રનો માનસિક દ્વન્દ્વ સમાપ્ત થઈ ગયો હતો. કોઈએ જાણે ચાબુક મારીને એમની સૂઈ રહેલી અંતરાત્માને જગાવી દીધી હતી. તે એ વ્યક્તિની શોધમાં પાછળની તરફ વળી ગયા. તે ત્યાં જ એ પ્રકારે બેસીને ચલમ પી રહ્યો હતો. ત્યાં પહોંચતા જ નરેન્દ્રએ કહ્યું- 'મારા પુત્ર, કૃપા કરીને મને ચલમ પીવા દો.' આશ્ચર્યચકિત ભંગી અસમંજસમાં પડેલો હતો- 'ભલું આ સાધુને શું થઈ ગયું છે. માનતો જ નથી. પોતાની એંઠી ચલમ એને પિવડાવીને પાપનો ભાગી કેવી રીતે બનું. એના અનેક નકારાત્મક જવાબો છતાં નરેન્દ્ર એની ચલમ પીતા રહ્યા અને તે આ દેવસ્વરૂપ સાધુને જોતો રહ્યો. એના પછી નરેન્દ્રએ પૂર્ણ શાંતિ અને સંતોષની સાથે વૃંદાવનની યાત્રા આરંભ કરી.

વૃંદાવન પહોંચીને નરેન્દ્ર એક મંદિરમાં રોકાયા. તે મંદિર કાલા બાબૂના કુંજના નામથી પ્રસિદ્ધ હતું. શ્રી રામકૃષ્ણના શિષ્ય બલરામ બોસના પૂર્વજોએ આ મંદિરનું

નિર્માણ કરાવ્યું હતું. અહીંયા આવતા જ નરેન્દ્રને રાધાકૃષ્ણનના અનન્ય પ્રેમનો, આત્મા અને પરમાત્માના અતૂટ બંધનનો નૈસર્ગિક આભાસ મળવા લાગ્યો. તેઓ આ જ અલૌકિક પ્રેમની કલ્પનામાં ખોવાઈને અહીં-તહીં ફરવા લાગ્યા. એક વખત ગોવર્ધન પર્વતની તરફ ફરતા-ફરતા તેઓ ભૂખ અને થાકથી વ્યથિત થઈને મૂર્છિત થઈ ગયા. જ્યારે મૂર્છા દૂર થઈ, તો તેઓ મંદિરની તરફ પાછા ફરવા લાગ્યા, એ સમયે એમને પાછળથી કોઈનો અવાજ સંભળાયો. એમણે એ તરફ ધ્યાન ના આપ્યું અને આગળ વધતા ચાલ્યા ગયા. પરંતુ એ માણસે નરેન્દ્રને અવાજ આપતા એમનો પીછો કર્યો. લગભગ એક માઈલ સુધી દોડ્યા પછી તે નરેન્દ્રની પાસે આવી શક્યો. એણે ખૂબ જ વિનમ્રતાથી નરેન્દ્રને પોતાની સાથે લાવેલા ભોજનને ગ્રહણ કરવા માટે આગ્રહ કર્યો. નરેન્દ્રએ જ્યારે એ ભોજનથી પોતાની ભુખ દૂર કરી લીધી ત્યારે તે મનુષ્ય ખુશ થઈને ચાલ્યો ગયો. નરેન્દ્રએ ફરી ક્યારેય એ વ્યક્તિને ના જોયો. આ ઈશ્વરપ્રદત્ત આકસ્મિક મદદનું ધ્યાન આવતા જ નરેન્દ્રનું હૃદય આનંદવિભોર થઈ ઉઠે છે.

વૃંદાવન પછી હરિદ્વાર. હાથરસનું રેલવે સ્ટેશન. ભ્રમણ કરતા-કરતા નરેન્દ્રનો જીવ થાકી ગયો હતો. તેથી તેઓ સ્ટેશન પર જ એ જગ્યાએ વિશ્રામ કરવા બેસી ગયા. સ્ટેશન માસ્ટર શરતચન્દ્ર ગુપ્ત ખૂબ જ ધાર્મિક પ્રકૃતિના એક સજ્જન વ્યક્તિ હતા. અચાનક એમની દૃષ્ટિ આ યુવા સંન્યાસી પર પડી. સંન્યાસીના ચહેરા પર આધ્યાત્મિકતાની ઝલક હતી. તેઓ સંન્યાસીની પાસે ગયા. કદાચ એમને થોડી મદદ કરવાની ભાવનાથી. નમસ્કાર વગેરે પછી શરત બાબૂ એમને આગ્રહપૂર્વક પોતાના ઘેર લઈ ગયા અને પ્રેમથી ભોજન કરાવ્યું. નરેન્દ્રના વિચારોથી તેઓ એટલા પ્રભાવિત થયા કે સ્ટેશન માસ્ટરની નોકરીથી ત્યાગપત્ર આપીને કમંડળ અને ભગવા વસ્ત્રને અપનાવી લીધા. હાથરસમાં નરેન્દ્રની ખ્યાતી વધારે ફેલાઈ ગઈ. વિશેષ રૂપથી હાથરસના બંગાળી લોકો નરેન્દ્રની વાતચીત સાંભળવા કે દર્શન કરવા માટે મોટી સંખ્યામાં આવવા લાગ્યા. એમની ઈચ્છા હતી કે નરેન્દ્ર હજુ થોડા દિવસ એમની વચ્ચે રહે. પરંતુ નરેન્દ્રને તો પોતાની સાધના પૂરી કરવાની હતી. ક્યાંય એક જગ્યાએ વધારે રોકાવું એમને યોગ્ય ન લાગ્યું. એમણે કહ્યું- 'હું અહીંયા હવે વધારે નથી રહી શકતો. અમારે સંન્યાસીઓને ક્યાંય પણ વધારે દિવસો સુધી ના રોકાવું જોઈએ. એના સિવાય મને તમારા લોકોથી મમતા થઈ રહી છે. આધ્યાત્મિક જીવનનું આ પણ એક બંધન છે. હવે મને બાધિત ના કરો.' શરત તથા અન્ય લોકોએ એમને કેટલા પણ સમજાવ્યા પણ નરેન્દ્ર પોતાની વાત પર અટલ રહ્યા. અંતમાં શરત તથા એમના એક મિત્રએ નરેન્દ્રની સામે શિષ્ય બનવાનો પ્રસ્તાવ કર્યો.-નરેન્દ્રએ કહ્યું-

'કેમ! તમે એ ના વિચારો કે ફક્ત શિષ્ય બનીને જ આધ્યાત્મિકતાના જીવનમાં બધું જ મેળવી શકાય છે. યાદ રાખો કે દરેક વસ્તુમાં ભગવાન છે. જે પણ તમે કરશો, એનાથી તમારી પ્રગતિ થશે. હું તમારી પાસે ક્યારેક-ક્યારેક આવતો રહીશ.' પરંતુ શરત સરળતાથી માનવાવાળા જીવ ન હતા. વિવશ થઈને નરેન્દ્રએ એમને શિષ્યની દીક્ષા આપી. હવે શરત પણ મન, વચન અને કર્મથી ભિક્ષુ બનીને નરેન્દ્રની સાથે ઋષિકેશ ચાલી નિકળ્યા. આરામની દુનિયામાં ઉછરેલા શરદને એક યોગીનું જીવન ખૂબ જ કષ્ટદાયક લાગ્યું. અનિશ્ચિત જીવન, પરિમિત આહાર, વિસ્તૃત કર્મક્ષેત્ર, માર્ગમાં અનેક પ્રકારની અસુવિધાઓ અને મુશ્કેલીઓ. ખરેખર આ એક કઠોર સાધના હતી.

નરેન્દ્રની સાથે ચાલતા-ચાલતા ભૂખ, તરસ અને થાકથી મૂર્છિત થઈ ગયા. પરંતુ નરેન્દ્રએ એમની ખૂબ મદદ કરી. માર્ગમાં એક વખત વનની તરફથી જતા સમયે એમને માનવ અસ્થિઓના કેટલાક અવશેષ નજરે પડ્યા- પાસે જ ધૂળધૂસરિત ભગવા વસ્ત્રના ચિથરાં પણ પડેલા હતા. નરેન્દ્રની આંખોમાં કરુણા ઉભરાઈ પડી. બોલ્યા- જૂઓ અહીંયા વનરાજે એક સંન્યાસીનું ભક્ષણ કર્યું છે. તમે ડરી તો નથી રહ્યા?'

'સ્વામીજી, તમારી સાથે ભય કેવો?' શિષ્યએ નિર્ભીકતાથી જવાબ આપ્યો.

સ્વામી અને શિષ્ય બંને ઋષિકેશ પહોંચ્યા. આધ્યાત્મિકતાના રંગમાં રંગાયેલા અહીંયાના સંપૂર્ણ વાતાવરણે નરેન્દ્રની ઉપર એક અજીબ જાદૂ નાખી દીધો. હિમાચ્છાદિત પર્વતમાળા, કલકલ નાદ કરતી ગંગાની ચંચળ લહેરો, નાની-નાની પર્ણ કુટીરોમાં રહેવાવાળા યોગીઓની સાધના, પંડિતો તથા સાધુઓમાં મંત્રોચ્ચારણની ધ્વની તથા હવામાં લહેરાતા અગરુ ધૂમની સુગંધમાં અજીબ વશીકરણ જાદૂ હતો. નરેન્દ્ર પોતાના મનોઅનુકૂળ સ્થાન પર પહોંચી ગયા હતા. પરંતુ થોડા જ દિવસ પછી શરદ ત્યાં વધારે રુગ્ણ થઈ ગયા. તેથી એમને લઈને નરેન્દ્રને હાથરસ પાછા ફરવું પડ્યું. અહીંયા આવતા જ નરેન્દ્રને મેલેરિયાનો તાવ સતાવવા લાગ્યો. બડાનગરના ગુરુભાઈઓ કોઈ પ્રકારે એના સમાચાર મળ્યા. તે લોકો અહીં આવ્યા અને નરેન્દ્રને વિવશ કરીને બડાનગર લઈ ગયા. થોડા મહીનાઓ પછી ત્યાં નરેન્દ્ર બિલ્કુલ સ્વસ્થ થઈ ગયા.

હવે બડાનગરના પૂર્વનિશ્ચિત પઠન-પાઠનના કાર્યમાં નરેન્દ્રએ પણ હિસ્સો લેવાનું આરંભ કરી દીધું. આશ્રમવાસીઓને વેદોપનિષદમાં પૂર્ણ રૂપથી પારંગત કરવા માટે એમણે પોતાના બનારસના એક મિત્ર, સંસ્કૃતના મહાપંડિત પ્રમદાદાસ ગુપ્ત દ્વારા લિખિત વેદની ટીકા મંગાવી. વેદ અભ્યાસના સમયે જ્યાં ક્યાંય પણ વિવાદાસ્પદ પ્રસંગ આવતો અને નરેન્દ્ર એને સુલઝાવી ના શકતા, તો તરત પ્રદા બાબૂની પાસે પોતાની શંકા સમાધાન માટે પત્ર લખીને મોકલતા. બડાનગર આશ્રમમાં ગુરુભાઈઓની સાથે થોડા દિવસ રહ્યાંપછી ૧૮૮૯ના ડિસેમ્બરમાં તેઓ ફરી વૈદ્યનાથ ધામ માટે ચાલી નિકળ્યા. અહીંયાથી તેઓ પુનઃ બનારસ ગયા. એમનો વિચાર હતો કે ત્યાં તેઓ થોડા દિવસ માટે રહેશે, પરંતુ એવું થઈ ના શક્યું. એમના બનારસ પહોંચવાના થોડા દિવસ પછી એમને સમાચાર મળ્યા કે એમના એક ગુરુભાઈને ઇલાહાબાદમાં નાની માતા નિકળી આવી છે. હવે નરેન્દ્ર ઇલાહાબાદ પહોંચ્યા. અહીંયા શહેરના બંગાળીઓએ એમનું ખૂબ જ સ્વાગત કર્યું. ગુરુભાઈની સેવા સુશ્રૂષા પછી નરેન્દ્ર ત્યાંના લોકોની સાથે આધ્યાત્મિક અને સામાજિક વિષયો પર વાર્તાલાપ કર્યા કરતા. અહીં એમનો પરિચય એક મુસલમાન સાધુથી થયો. નરેન્દ્ર એની તરફ વધાર જલ્દીથી આકૃષ્ટ થઈ ગયા. કારણ એ સાધુની આકૃતિ શ્રી રામકૃષ્ણથી ઘણી હળતી-મળતી હતી. ઇલાહાબાદમાં જ એમણે ગાજીપુરના એક યોગીના વિષયમાં અનેક આશ્ચર્યજનક વાતો સાંભળી. તેઓ એમના દર્શનની લાલસાને કોઈ પ્રકારે દબાવી ના શક્યા અને ગાજીપુર ચાલી નિકળ્યા.

આ યોગી પવહારી બાબાના નામથી પ્રસિદ્ધ હતા. કાશીની પાસે કોઈ બ્રાહ્મણ કુળમાં જન્મ લઈને બાળપણમાં જ તેઓ ઘર છોડીને ગાજીપુર આવ્યા હતા. ગાજીપુરમાં પોતાના બાળ બ્રહ્મચારી યોગી કાકાની પાસે રહીને તેઓ ન્યાયશાસ્ત્ર, વ્યાકરણ અને વેદાંતની શિક્ષા લઈને યોગ સાધનાનો અભ્યાસ કરવા લાગ્યા. કાઠિયાવાડના ગિરનાર પર્વત પર

એમણે કઠિન તપસ્યા કરી. પછી યુવાવસ્થામાં ભારત ભ્રમણ કરીને જાત-જાતના લોકોથી મળતા અને અલગ-અલગ પ્રકારના અનુભવોથી પોતાના જીવનને પરિપક્વ કરતા-કરતા પુનઃ ગાજીપુર પાછા આવી ગયા. ગાજીપુરમાં નદીના તટ પર ભૂમિ ખોદીને એમણે પોતાના માટે એક ગુફા તૈયાર કરી. અહીંયા તેઓ કેટલાય દિવસો સુધી ધ્યાનમગ્ન બેઠા રહેતા. ક્યારેક-ક્યારેક તો મહીના વીતી જતા અને તેઓ પોતાની ગુફાથી બહાર ના નિકળતા. લોકોને શંકા થવા લાગતી કે ભલું પવહારી બાબા જીવિત છે કે નહીં! ભોજનના નામ પર લીમડાના પાંદડા અને લાલ મરચું અને તે પણ ભગવાનને અર્પિત કર્યા પછી ગ્રહણ કરતા. જેમ તેમ આહાર માટે બાફેલું અન્ન પોતાના ઈષ્ટને સમર્પિત કર્યા પછી દીન-દુઃખીઓ કે ભ્રમણશીલ સાધુઓને ખવડાવીને આપતા અને ખુદ ભૂખ્યા રહેતા. આથી લોકોમાં આ 'પવહરી બાબા' અર્થા (પવન ખાઈને જીવવાવાળા પિતા)ના નામથી પ્રસિદ્ધ થઈ ગયા. પવહરી બાબાના દર્શન નરેન્દ્ર માટે એક મોટી સમસ્યા હતી કેમ કે તેઓ પોતાની ગુફાથી બહાર ઓછા નિકળતા હતા. ક્યારેક-ક્યારેક જ્યારે લોકો એમને પોતાની ગુફાની અંદર દ્વાર પર બેઠેલા જોતા તો થોડી વાતચીત કરી લેતા. નરેન્દ્રએ એમને એવી જ સ્થિતિમાં જોયા. સંયોગ સારો હતો. બંને જ એક-બીજાના વ્યક્તિત્વથી આકર્ષિત થયા. નરેન્દ્રએ પછીથી પવહરી બાબાના વિષયમાં લખ્યું- 'નિઃસંદેહ તેઓ એક મહાન યોગી છે. આજના આ નાસ્તિક યુગમાં તેઓ ભક્તિ તથા યોગની અદ્‌ભુત ક્ષમતાનું ઉદાહરણ છે, આ વાત કેટલી આશ્ચર્યજનક છે. હું એમની શરણમાં આવી ગયો છું. એમણે મને આશ્વાસન પણ આપ્યું છે, જે બધાના ભાગ્યમાં પ્રાપ્ત નથી.'

પવહારી બાબા શ્રી રામકૃષ્ણ પરમહંસથી મળી ચુક્યા હતા અને એમની મહાનતાથી પરિચિત હતા. નરેન્દ્રને શ્રી રામકૃષ્ણના શિષ્ય જાણીને તથા એમના વ્યક્તિત્વ અને જ્ઞાનથી પ્રભાવિત થઈને તેઓ એમનું સન્માન કરતા. ધીમે-ધીમે નરેન્દ્ર પવહારી બાબાની અત્યંત નજીક ખેંચાઈ ગયા. એક વખતે નરેન્દ્ર થોડા અસ્વસ્થ હોવાને કારણે એમનાથી મળવા ના જઈ શક્યો, તો એમણે કોઈ વ્યક્તિને નરેન્દ્રના સમાચાર લાવવા એમની પાસે મોકલ્યા. નરેન્દ્રના આવવા પર એમણે કહ્યું- 'અહીંયા મારી સાથે થોડા દિવસ વધારે રહીને મને સુખ આપો.' પવહારી બાબા ખૂબ નમ્રતા અને સ્નેહથી નરેન્દ્રને યોગ સાધનાની શિક્ષા આપતા. જે સમયે નરેન્દ્ર અને પવહારી બાબાની દાર્શનિક તત્વ સંબંધી વાતચીત થતી, એ સમયે તે લોકો એવી ઉચ્ચ સ્થિતિ પર પહોંચી જતા કે અન્ય કોઈ ઉપસ્થિત વ્યક્તિ એનો અર્થ ના સમજી શકતા.

પવહારી બાબાના અદ્‌ભુત વ્યક્તિત્વના સંપર્કે નરેન્દ્રના હૃદયને ખૂબ અશાંત બનાવી દીધું. બે અત્યંત મહાન શક્તિઓ એમના હૃદયને બે વિપરીત દિશાઓની તરફ ખેંચી રહી હતી. ક્યારેક તેઓ એક તરફ ઝૂકતા, ક્યારેક બીજી તરફ. એક તરફ પવહારી બાબાની સાથે યોગ સાધના કર વાની સુખભરી અભિલાષા અને બીજા તરફ અંધકારની ખાઈમાં પડી રહેલા ભારતને ઉઠાવવાની વાત, એની સૂઈ રહેલી આત્માને જગાવવાની આકાંક્ષા. હંમેશાં સમાધિના અનિર્વચનીય સુખના આનંદની કલ્પના જ એમને વશીભૂત કરી લેતી. પરંતુ જ્યારે-જ્યારે એમણે પવહારી બાબાથી શિક્ષા લઈને એમના પથનું અનુસરણ કરવા ઈચ્છ્યું, ત્યારે ત્યારે રામકૃષ્ણના અદૃશ્ય હાથ એમના પથમાં કાંટા બિછાવી દેતા. નરેન્દ્રને એવો ભાસ થતો જાણે રામકૃષ્ણ એમની સામે ઊભા થઈને એમની આંખોમાં આંખો લગાવીને ઊભા છે. એ સમયે નરેન્દ્રના હૃદયમાં રામકૃષ્ણની

વાણી ગૂંજવા લાગતી- 'તેં ચરમ કોટિની સમાધિનું રસાસ્વાદન કરી લીધું છે. વર્તમાન માટે મેં અત્યારે એમાં તાળું લગાવી દીધું છે. એની ચાવી મારી પાસે રહેશે. તારે હવે કાર્ય કરવાનું છે. જ્યારે તું એને પૂર્ણ કરી લઈશ, તો પછી અતૂટ સમાધિમાં પ્રવેશ કરીશ.' આ પ્રકારે ક્ષણભરમાં જ પવહારી બાબાથી દીક્ષા લેવાનો નશો નરેન્દ્ર પરથી ઉતરી જતો. આવું કેટલીય વખત થયું. અંતમાં નરેન્દ્રએ પવહારી બાબાની તરફથી પોતાનું મન વાળી લીધું. આ ઘટનાઓ પછી, સમયના પરદામાં છુપાયેલા રામકૃષ્ણના વ્યક્તિત્વના કેટલાક નવા રૂપ નરેન્દ્રની સામે ઉપસ્થિત થયા. તેઓ ગુરુદેવની વધારે નજીક આવ્યા. એમને વધારે સારી રીતે સમજ્યા.

એ જ સમયે નરેન્દ્રએ એ પણ અનુભવ કર્યો કે ગુરુદેવની સ્મૃતિ સ્વરૂપ એમની જન્મભૂમિ બંગાળમાં એક સ્મારક બનાવવું જોઈએ. જ્યારે તેઓ ગાજીપુરથી બડાનગર પાછા આવ્યા, તો વધારે દિવસો સુધી એમના માટે સાધન એકઠા કરવામાં વ્યસ્ત રહ્યા. રામકૃષ્ણના અનેક ગૃહસ્થ ભક્ત જેમણે રામકૃષ્ણની બીમારીમાં કે બડાનગર મઠની સ્થાપનાના સમયે અર્થ તથા અન્ય સાધન એકઠા કર્યા-તેઓ હવે આ સંસારથી વિદાય લઈ ચુક્યા હતા. એમણે બનારસના પ્રમદા દાસ બાબૂની પાસે એ વિષયમાં ઘણો પત્ર વ્યવહાર કર્યો. એનાથી ઘણા અંશોમાં લાભ પણ થયો, પરંતુ એટલો નહીં કે સ્મારકમાં જલ્દી હાથ લગાવી શકાય. નરેન્દ્રનું મન સ્થિર થઈ શકતું ન હતું- લાગતું હતું કે જાણે કોઈ ખોવાયેલી વસ્તુને તેઓ શોધી રહ્યા હોય. ક્યાંક અશિક્ષા અને અંધવિશ્વાસની સાંકળોમાં જકડાયેલો ભારતનો મરણાસન્ન સમાજ, ક્યાંક હિન્દૂ ધર્મની ઓટમાં થઈ રહેલા અનેક કુકર્મ, ક્યાંક દરિદ્રતા અને વ્યાધિને કારણે કસમયમાં જ જીર્ણ થયેલા લોકોની વિવશ આંખો. આ બધી વસ્તુઓ નરેન્દ્રના હૃદયમાં વલોપાત મચાવી દેતી. એમને સમજમાં ના આવતું કે કઈ તરફ અને કેવી રીતે પોતાનું પ્રથમ પગલું વધારે. પૂર્વવત્ એક વખત ફરી બડાનગરથી એમનો જીવ કંટાળી ગયો. હિમાલયની ઘાટીઓ એમને બોલાવવા લાગી. એવું લાગતું જાણે તે કહી રહી હોય- 'આવો, મારા ખોળામાં આરામ કરો, પછી તને શાંતિ મળશે.'

ભ્રમણશીલ જીવન અપનાવ્ય પછી નરેન્દ્ર સ્વામીજીના નામથી પ્રસિદ્ધ થઈ ગયા હતા. એમના ગુરુભાઈ તથા યાત્રામાં યત્ર-તત્ર મળતા જે લોકોથી એમનો પરિચય થતો, બધા એમને સ્વામીજીથી જ સંબોધિત કરતા. તેથી હવે એમની ચર્ચા આ જ નામથી યોગ્ય થશે.

હિમાલયની યાત્રા માટે સ્વામીજી કટિબદ્ધ હતા. કલકત્તાનું જીવન હવે એમના માટે નીરસ હતું. લાગતું હતું જાણે એક પક્ષી સોનાના પિંજરામાં બંધ છે. અહીંયા આદર છે, સન્માન છે, સુખ છે, પરંતુ આ બધું કશું નથી ઇચ્છતા. તે ઇચ્છે છે વિસ્તૃત આકાશ જેનો કોઈ ખૂણઓ એમની પહોંચથી અછૂતો ના રહે. સ્વચ્છંદ વિચરણ, સ્વદેશ દર્શન તથા જાત-જાતના નવીન અનુભવના આકર્ષણને તેઓ હૃદયમાં ના દબાવી શક્યા. બડાનગર મઠની બધી જવાબદારીને તેઓ જાણે ભૂલવા લાગ્યા હતા. એ જરૂરી હતું. ગુરુભાઈઓને પણ મઠના સંચાલનની કળામાં કુશળ થવાનું હતું. એમણે પોતાના ગુરુભાઈઓને બોલાવ્યા અને કહ્યું- 'હું હિમાલય તરફ જઈ રહ્યો છું. ત્યાંથી હું ત્યાં સુધી પાછો નહીં આવું, જ્યાં સુધી હું સત્યના પ્રત્યક્ષીકરણ દ્વારા પોતાનામાં એવી શક્તિ ન જગાવી લઉં કે ફક્ત મારા સ્પર્શ માત્રથી માનવની બધી માનવતા જાગી ઉઠે.'

સ્વામીજી માતા શારદાની પાસે ગયા, એમના આશીર્વાદ લીધા અને પછી યાત્રા આરંભ કરી. આ વખતે ગુરુભાઈ અખંડાનંદ પણ એમની સાથે હતા. આ બંને પહેલાં ભાગલપુરમાં નિત્યાનંદ સિન્હાના અતિથિ રહ્યાં, પછી મન્મથનાથ ચૌધરી તથા મથુરાનાથ સિન્હાને ત્યાં પણ કેટલાક દિવસ રોકાયા. પહેલાં તો આ લોકોએ સ્વામીજીને સાધઆરણ સંન્યાસી સમજીને એમની તરફ કોઈ વિશેષ ધ્યાન ન આપ્યું, પરંતુ પછીથી વાતચીતથી જ્યારે સ્વામીજીની અસાધારણ પ્રતિભાની ઝલક મળી, તો ભાગલપુરનો જનસમૂહ એમની પાસે એક્ઠો થવા લાગ્યો. એના પછી વૈદ્યનાથ ધામ, બનારસ, નૈનીતાલ અને પછી અલમોડા. જ્યં પણ જતાં, થોડા જ સમય પછી એમની વિદ્વત્તાની ખ્યાતિ ચારે તરફ ફેલાવા લાગી. અહીંયા સ્વામીજીના અન્ય બે ગુરુભાઈ, શારદાનંદ અને વૈકુંઠાનંદ મળી ગયા. તેઓ ઘણા સમય પહેલાં જ હિમાલય દર્શનની આશા લઈને મઠ છોડી ચુક્યા હતા. અહીંયા એક સજ્જન અમ્બાદત્તના મકાનમાં સ્વામીજી રોકાયા. અહીંયા આવેલા હજુ થોડા દિવસો પણ થયા ન હતા કે સ્વામીજીને એક મર્મસ્પર્શી સમાચાર મળ્યા. સ્વામીજીની એક બહેને સમાજની યાતનાઓથી કંટાળીને આત્મહત્યા કરી લીધી હતી. આ સમાજનું આવું અધોપતન! સ્વામીજીનું હૃદય વ્યથાશી ભરાઈ ગયું. આ ઘટનાએ જાણે એમના હૃદયમાં સળગતી સમાજ સુધારની ચિનગારીને ધધકી રહેલી જ્વાળાઓમાં રૂપાંતરિત કરી દીધી.

એના પછી ફક્ત અખંડાનંદને સાથે લઈને સ્વામીજી ગઢવાલ થઈને શ્રીનગર ચાલ્યા ગયા. અહીંયા પણ પઠન-પાઠન, પૂજા-પ્રાર્થના તથા ચિંતન-મનનનો કાર્યક્રમ ચાલતો રહ્યો. ભિક્ષાટન દ્વારા અર્જિત અન્નને પેટમાં નાખીને અને વૃક્ષના છાંયડામાં સૂઈને આ લોકોએ લગભગ એક મહીનો પસાર કરી દીધો. અહીં એક વૈશ્ય અધ્યાપક જેણે ઈસાઈ ધર્મ સ્વીકાર કરી રાખ્યો હતો, તે સ્વામીજીથી મળ્યો અને એટલો પ્રભાવિત થયો કે પુનઃ સનાતન ધર્મનો અનુયાયી થઈ ગયો. એક સપ્તાહ માટે દેહરાદૂન રોકાઈને સ્વામીજી પુનઃ ઋષિકેશ આવ્યા. પ્રકૃતિનું લહેરાતું એકાંત સૌંદર્ય, લહેરાતી-બલખાતી ગંગા, ઊંચી-નીચી ભૂમિ પર વિખેરાયેલા નાના-નાના પર્ણ કુટીર ભલું સ્વામીજીના હૃદયને કેવી રીતે ના બાંધી લેતા. ચંદેશ્વર મહાદેવના મંદિરની પાસે જ એમનો આશ્રમ હતો. અહીંયા એક વખત ફરી પરિસ્થિતિએ એમને ખરાબ રીતે પરાસ્ત કરી દીધા. તેઓ ભયંકર વ્યાધિના ચંગુલમાં ફસાઈ ગયા. હિમાલયની ખીણમાં પૂસની ઠંડક. કુટિયા (ઝૂંપડી)ની કઠોર ભૂમિ પર ફેલાયેલ એક કામળો. તીક્ષ્ણ તાવથી મ્લાન, બેસુધ સ્વામીજી અસહાય પડેલા છે. મૂર્છાની સ્થિતિમાં મ્હોંથી ઉલ્ટી-સીધી વાતો નિકળી રહી છે. જ્યારે ત્યાંના નિવાસીઓએ સ્વામીજીની દયનીય દશા જોઈ, તો ઉપચાર અને ઔષધિની વ્યવસ્થા કરી. સ્વામીજીની સ્થિતિમાં સુધાર થવા લાગ્યો. પરંતુ પૂર્ણ રૂપથી સ્વસ્થ થવામાં એમને થોડો સમય લાગ્યો. સ્વસ્થ થયા પછી થોડા દિવસો સુધી સ્વામીજી ત્યાં જ રોકાયા. આ બીમારીમાં એમણે અનુભવ કર્યો કે તેઓ ઘણા અંશોમાં પોતાના ગુરુભાઈ અખંડાનંદ પર અવલમ્બિત છે તથા માયાના વશીભૂત છે. યોગી માટે એકાંત જીવન અને ભાગ્યનો વિશ્વાસ જોઈએ. ત્યારે જ ઇચ્છિત ધ્યેયની પ્રાપ્તિ થઈ શકે છે. અખંડાનંદથી એમણે પોતાના એકાંતવાસની લાલસાની ચર્ચા કરી. પરંતુ ગુરુભાઈ સ્વામીજીનો સાથ છોડવા માટે તૈયાર ના થયા. તેથી એક દિવસે બ્રહ્મવેલાના નિતાનંત સૂના પ્રહરમાં કોઈને કશું કહ્યા-સાંભળ્યા વગર સ્વામીજીએ ઋષિકેશની કુટિયા છોડી દીધી.

સ્વામીજી પોતાના સંબંધીઓ અને પરિચિતોથી પોતાને અજ્ઞાત રાખવા ઈચ્છતા હતા. તેથી એમણે પોતાનું નવું નામકરણ કર્યું. હવે તેઓ વિવિદિશાનંદ હતા. દિલ્લીના આકર્ષણે એમને ઋષિકેશથી પોતાની તરફ ખેંચ્યા. દિલ્લી પ્રાચીન ગૌરવનું ભગ્નાવશેષ છે. કૌરવ-પાંડવોનું હસ્તિનાપુર તથા ગુલામ, ખિલજી, તુગલક, લોદી વગેરે વંશોની સ્મૃતિઓ, દિલ્લીના અનેક ખંડેરોમાં આજ સુધી જીવિત છે. પછી વૈભવ અને વિલાસિતાના પુજારી મોગલ સમ્રાટ શાહજહાંએ તો દિલ્લીનું રૂપ જ બદલી દીધું. પોતાની સ્મૃતિ ચિરસ્થાયી બનાવવા હેતુ યમુનાના કિનારે પોતાનો આવાસ દુર્ગ બનાવ્યો, જે લાલ કિલ્લાના નામથી પ્રસિદ્ધ છે. આ લાલ રેતીલા પથ્થરોથી બનેલો વિશાળ કિલ્લો આજે પણ એ જ પ્રકારે મૌગલાની ગૌરવપૂર્ણ ગાથાના પ્રતીકના રૂપમાં ઊભો છે. કૌરવ-પાંડવોના યુગથી આજ સુધી આ ચિરયૌવના દિલ્લી અનેક વખત સધવા અને અનેક વખત વિધવા બની. સજતી, સંવરતી અને ઉજડતી રહી. શાહજહાંનો યુગ મૌગલકાલીન વાસ્તુકલાનો સુવર્ણયુગ હતો. સ્વામીજી આ વાસ્તુકલાના શેષ ચિહ્નોનું નિરીક્ષણ કરીને આત્મવિભોર થતાં રહ્યા હતા.

અહીંયા તેઓ શ્રી શ્યામલદાસના ઘરે રોકાયા. અહીંયાના લોકોને પણ એમના પાંડિત્યપૂર્ણ પ્રવચનોથી ઉત્તેજના હતી. બડાનગરના બે ગુરુભાઈઓ, જે એ દિવસોમાં મેરઠમાં હતા, એમણે વિવિદિશાનંદ નામના એક અત્યંત પ્રતિભાશાળી યુવક સંન્યાસીની ખ્યાતિ સાંભળી. એવા સંન્યાસી જે ના ફક્ત ભારતીય ધર્મશાસ્ત્રમાં જ પારંગત છે, પરંતુ વિભિન્ન ધર્મગ્રંથો તથા પશ્ચિના જ્ઞાન પર પણ સમાન અધિકાર રાખે છે અને ધારાપ્રવાહ રૂપમાં અંગ્રેજી બોલે છે. એને જોવાની લાલસાથી તેઓ બંને ગુરુભાઈ દિલ્લી ગયા. પરંતુ જ્યારે સ્વામી વિવિદિશાનંદથી એમના સાક્ષાત્કાર થયા તો તેઓ ચકિત રહી ગયા.

ઘણાં દિવસો પછી સ્વામીજીથી મળીને એમનું હૃદય આનંદિત થઈ ગયું. એમણે સ્વામીજીની સાથે રહેવાની ઈચ્છા વ્યક્ત કરી. પરંતુ સ્વામીજી એનાથી સંમત ન હતા. એમણે કહ્યું- 'મારા ભાઈ, મેં કહ્યું કે હું એકલો રહેવા ઈચ્છું છું. તમે લોકો મારો પીછો ના કરો, એ પણ મેં કહ્યું છે. છતાં એની જ હું આવૃત્તિ કરી રહ્યો છું.' એના પછી સ્વામીજીના ગુરુભાઈ એમનાથી અલગ રહેવા લાગ્યા. થોડા દિવસ દિલ્લી રહીને અને દિલ્લીવાસીઓ પર પોતાની અમીટ છાપ છોડ્યા પછી સ્વામીજી રાજપૂતાનાની તરફ અગ્રેસર થયા. આ દિવસોમાં સ્વામીજીને પોતાના પરિચિતોથી અલગ રહેવાનો એક અલગ નશો હતો. એમનો સંકલ્પ હતો- આગળની ત રફ ચરણ વધારતા જાઓ, ભલે માર્ગ હોય કે ના હોય, આ ચરણ રસ્તાના કાંટાઓને કુચળીને નવીન પથનિર્માણ કરશે. હવે ક્યાંય રોકાવાનું નથી. સંસારના અનુભવોને પોતાના દામનમાં લપેટીને આંધીની જેમ વહી નિકળવાનું છે. આ સંકલ્પે સ્વામીજીના હૃદયને વધારે સુદૃઢ બનાવી દીધું; જળમાં સ્થિત કમળદળની સમાન એમનું હૃદય સાંસારિક મમત્વથી રહિત, નિર્મળ અને નિર્વિકાર બની ગયું.

રાજપૂતાનામાં સ્વામીજીએ પ્રથમ પગલું અલવરમાં રાખ્યું. રેલગાડીથી ઉતર્યા પછી તેઓ મુખ્ય રસ્તા પર ચાલતા-ચાલતા એક રાજકીય ઔષધાલયની પાસે પહોંચ્યા. ગુરુચરણ લસ્કર, એક ડૉક્ટર સજ્જન ત્યાં જ ઊભેલા મળ્યા, જોવામાં બંગાળી લાગતા હતા. તેથઈ સ્વામીજીએ એમને સાધુઓના રોકાવાની જગ્યા વિશે પૂછ્યું. ગુરુચરણ

સ્વામીજીના ભવ્ય વ્યક્તિત્વ તેમજ મધુર વાતચીતથી મુગ્ધ હતા. એમણે બજારમાં સ્વામીજી માટે ઉપરનો એક રૂમ ઠીક કરાવી દીધો. પછીથી એમણે પોતાના એક મુસલમાન મિત્રને, જે સ્કૂલમાં ઉર્દૂ અને ફારસીના શિક્ષક હતા, એમનો સ્વામીજીથી પરિચય કરાવ્યો. આ લોકોની સાથે ઇસ્લામ ધર્મ પર સ્વામીજીની વધારે વાતચીત થઈ. એમની વાતોથી અભિભૂત થઈને મૌલવી સાહેબે પોતાના અને મુસલમાન ભાઈઓને સ્વામીજીથી મળવા માટે બોલાવ્યા. આ પ્રકારે અલવરમાં પણ થોડા દિવસો સુધી સ્વામીજીની પાસે ભીડ એક્ઠી થતી રહી અને દર્શન ધર્મ તથા અન્ય વિષયો પર ચર્ચા થતી રહી. સ્વામીજી દ્વારા ગાવામાં આવેલા ઉર્દૂ ગીત, હિન્દી ભજન, બંગાળી કીર્તન તથા વેદ-પુરાણ તેમજ ઉપનિષદની રચનાઓ, બાઈબલ અને કુરાનના ઉદ્ધરણોના પાઠ સાંભળીને અલવરની જનતા મંત્રમુગ્ધ થઈ ગઈ. સ્વામીજીની પાસે હવે એટલા વધારે લોકો એક્ઠા થવા લાગ્યા કે એમના માટે આ રૂમ નાનો પડવા લાગ્યો. અલવર રાજ્યના એક પ્રસિદ્ધ અવકાશપ્રાપ્ત એન્જિનિયર પંડિત શંભૂનાથને ત્યાં સ્વામીજીને એક મોટો રૂમ અપાવવામાં આવ્યો.

અહીંયા વધારે લોકોને બેસવાની જગ્યા હતી. તેથી સ્વામીજીના દર્શન અને પ્રવચનથી લાભ ઉઠવાવ માટે દરેક પ્રકારના વ્યક્તિ આવવા લાગ્યા. એક વખત સ્વામીજી કોઈ ગૂઢ વિષયનું વિવેચન કરી રહ્યા હતા. ત્યારે જ આગંતુક શ્રોતાઓની વચ્ચે અવાજ આવ્યો-

'સ્વામીજી તમે કઈ જાતના છો?'

સ્વામીજીએ તત્ક્ષણ એ જ ગંભીરતાથી જવાબ આપ્યો- 'કાયસ્થ'.

પછી બીજો અવાજ આવ્યો 'મહાશય, તમે ભગવા વસ્ત્ર કેમ પહેરો છો?' સ્વામીજીએ ફરી શાંતિથી જવાબ આપ્યો-

'કેમ કે આ એક ભિક્ષુનું પરિધાન છે. જો હું ઉજ્જવળ વસ્ત્ર પહેરીશ તો લોકો મારાથી પણ ભિક્ષા માંગવા લાગશે. ખુદ જ ભિખારી હોવાને કારણે મારી પાસે ક્યારેય એક પૈસો પણ નથી હોતો કે હું એમને આપું. જો મારાથી ક્યારેય કોઈએ કશું માંગ્યું અને હું એને તે ન આપી શક્યો તો મને એનાથી ઘોર કષ્ટ થાય છે. મારા કાષાય વસ્ત્રને જોઈને તેઓ સમજી જાય છે કે હું એમના જેવો જ ભિખારી છું અને ફરી તેઓ એક ભિખારીથી ભીખ માંગવાની વાત નથી વિચારતા.'

ઊંડા વિષયની વિવેચનાની વચ્ચે પૂછવામાં આવેલા આવા ક્ષુદ્ર, અબૌદ્ધિક પ્રશ્નોથી સ્વામીજીને દુઃખ ના થયું. તે બરાબર જ સંયતભાવથી વિદ્વાન-અભણ, ચતુર-મૂર્ખ, સજ્જન-દુર્જન, અમીર-ગરીબ બધાના પ્રશ્નોનું સ્વાગત કરતા-કરતા યોગ્ય જવાથી એમને સંતુષ્ટ કરતા. સ્વામીજીના પ્રશંસકો અને સ્નેહભાજનોમાં મૌલવી સાહેબનું પ્રથમ સ્થાન છે. એમના શ્રદ્ધાળુ હૃદયની ખૂબ જ મોટી અભિલાષા હતી કે સ્વામજી એક વખત એમના ઘેર આવે. પરંતુ મુસલમાન હોવાને સંબંધે આ વાતને ક્યારેય મ્હોં પર ના લાવ્યા. એક દિવસ ખૂબ સાહસ કરીને એમણે પોતાની લાલસા સ્વામીજીની સન્મુખ રાખી. એમણે કહ્યું કે તેઓ એક બ્રાહ્મણથી શુદ્ધ વાસણમાં ખાવાનું બનાવડાવશે અને ઘરનો બધો સામાન બ્રાહ્મણથીી ધોવડાવીને પવિત્ર કરશે. સ્વામજીએ મૌલવી સાહેબને સમજાવ્યું કે તેઓ સંન્યાસી છે અને સંન્યાસીઓની સામે જાત-પાત તથા ઊંચ-નીચનો કોઈ ભેદભાવ નથી. જે પણ શ્રદ્ધાથી નિમંત્રિત કરે છે, એનું નિમંત્રણ સ્વામીજી સ્વીકાર

કરે છે. આ ઘટનાથી પ્રફુલ્લિત થઈને કેટલાય મુસલમાન ભાઈઓએ સ્વામીજીને પોતાના ઘેર ભોજન માટે આમંત્રિત કર્યા.

અલવર રાજ્યના મહારાજા મંગલસિંહજી અંગ્રેજી સભ્યતાના રંગથી રંગાયેલા હતા. એમના દીવાને સ્વામીજીના વિષયમાં મહારાજાથી ચર્ચા કરી. મહારાજા સ્વામીજીના અંગ્રેજી જ્ઞાનથી ખૂબ જ પ્રભાવિત થયા. એમણે સ્વામીજીથી પ્રથમ મિલનના સમયે જ પૂછ્યું કે સ્વામીજી તમે તો પ્રકાંડ વિદ્વાન છો, તમે ઇચ્છો તો એના દ્વારા વધારેમાં વધારે ધન ઉપાર્જન કરી શકો છો. પછી તે ન કરીને તમને ભિક્ષાટન કેમ પસંદ છે? પ્રશ્નનો યોગ્ય, નિર્ભીક અને બેજોડ જવાબ મળ્યો-

'મહારાજ, મને પહેલાં તમે એ બતાવો કે તમે બરાબર પાશ્ચાત્ય લોકોનો સાથ કેમ પસંદ કરો છો. કેમ પોતાના રાજકીય કર્તવ્યોની અવહેલના કરી આમોદ-પ્રમોદમાં વ્યસ્ત રહો છો?'

મહારાજના દીવાન અને દરબારી સ્વામીજીથી આ જવાબને સાંભળીને ગભરાઈ ગયા. પરંતુ મહારાજએ શાંતિ અને સંયથી કામ લીધું અને બોલ્યા-

'હું ઠીક-ઠીક નથી બતાવી શકતો, કેમ? પરંતુ એમાં શંકા નથી કે હું એવું જ પસંદ કરું છું.'

સ્વામીજીએ કહ્યું- 'તો હું પણ આ જ કારણે એક ફકીરની સમાન ફરવાનું પસંદ કરું છું.'

મહારાજાને મૂર્તિપૂજા પર વિશ્વાસ ન હતો. તેઓ એક કટ્ટર વિરોધી હતા. એમણે ખૂબ જ વ્યંગ્યાત્મક રૂપથી હસીને કહ્યું કે પથ્થરની મૂર્તિને ભલું ભગવાન કેવી રીતે સમજી શકાય છે. મહારાજના કથનની અભિવ્યક્તિ, જે ખૂબ જ નિમ્ન કોટિની હતી, સ્વામીજીના હૃદયમાં એક શૂળ ચુભાવી ગઈ. સ્વામીજીની મોટી-મોટી આંખોમાં એક જ્વાળા ચમકી ઉઠી. મહારાજનું એક મોટું ચિત્ર સામેની દીવાલને સુશોભિત કરી રહ્યું હતું. સ્વામીજીએ એ ચિત્રને ઉતારીને ભૂમિ પર રાખી દીધું અને દીવાનને કઠોર શબ્દોમાં આજ્ઞા આપી-

'આના પર થૂંકો. આ શું છે, ફક્ત એક કાગળનો ટુકડો. તને આના પર થૂંકવા માટે કઈ હિચક છે?'

રાજદરબારમાં સન્નાટો છવાઈ ગયો. સ્વામીજીની મુદ્રા જોઈને સામે ઊભેલો દીવાન અને દરબારી બધા ભયથી ધ્રૂજવા લાગ્યા. દીવાનનના મસ્તિષ્કમાં દ્વન્દ્વ છેડાઈ ગયું. એની બુદ્ધિ કામ કરી રહી ન હતી. એક તરફ મહારાજાના અપમાનનો ભય, તો બીજી તરફ સ્વામીજીના ક્રોધનો ભય. ભયભીત થઈને તે ક્યારેક પોતાના આશ્રયદાતા મહારાજની તરફ જોતો તો ક્યારેક સ્વામીજીની તરફ. સ્વામીજી ફરી ગરજ્યા-

'થૂંકો આના પર, હું કહી રહ્યો છું, થૂંકો.'

ડર અને ગભરાટમાં દીવાન મતિ-શૂન્યની જેમ બરાડી ઉઠ્યો-

'શું સ્વામીજી. તમે મને શું કરવાનું કહી રહ્યા છો? આ અમારા મહારાજાનું ચિત્ર છે. અમે એવું કેવી રીતે કરી શકીએ છીએ?

સ્વામીજીની મુદ્રા શાંત હતી. એમણે કહ્યું-

'એવું જ થાય છે. એમાં મહારાજા ખુદ તો ઉપસ્થિત નથી. આ ફક્ત એક કાગળનો ટુકડો છે. એમાં એના અસ્થિ મજ્જા અને રક્ત નથી, આ ના હલે-ચાલે છે, ના બોલે છે અને મહારાજાની સમાન વ્યવહાર જ કરે છે. છતાં પણ તમે બધા આના પર થૂંકવા નથી ઈચ્છતા કેમ કે તમે આ ચિત્રમાં પોતાના મહારાજાની પ્રતિચ્છાયા જુઓ છો. આના પર થૂંકવાથી નિઃસંદેહ તમને એવો અનુભવ થાય છે, જાણે તમે પોતાના મહારાજાનો નિરાદર કરી રહ્યા છો.'

એના પછી મહારાજાની તરફ વળીને સ્વામીજી એમને સમજાવ્યા કે હકીકતમાં ચિત્ર એ વસ્તુથી નથી બન્યું, જેનાથી ખુદ મહારાજાનું શરીર નિર્મિત છે, છતાં પણ બીજા રૂપમાં ચિત્ર એ જ છે, જે મહારાજા છે. આથી દીવાન ચિત્ર પર થૂંકી ના શક્યો કેમ કે તે એમાં મહારાજાને જોતો હતો. આ જ પ્રકારે ભગવાનના ભક્ત મૂર્તિમાં ભગવાનને જુએ છે. કોઈ વિશેષ પ્રતિમાથી આપણે કોઈ વિશેષ દેવતાની કલ્પના કરીએ છીએ. એના પર આપણી આસ્થા રહે છે. જેની આસ્થા ભગવાનના જે રૂપમાં છે એ જ રૂપમાં ભગવાન મળે છે.

સ્વામીજીની વાતો મહારાજા ખૂબ જ કૃતજ્ઞ ભાવથી તન્મય થઈને સાંભળી રહ્યા હતા. એમની વાતો સમાપ્ત થતાં જ મહારાજ બોલ્યા-

'સ્વામીજી, તમારી કૃપાથી આજે મને મૂર્તિપૂજાના સંબંધમાં નવું જ્ઞાન પ્રાપ્ત થયું છે. હકીકતમાં તમારી દૃષ્ટિથી જો વિચાર કરીએ તો આજ સુધી મેં એક પણ લાકડી કે પથ્થરનો ઉપાસક નથી જોયો. આટલા દિવસો સુધી મેં મૂર્તિપૂજાનું વાસ્તવિક રહસ્ય ના સમજ્યું અને ના તો સમજવાની ચેષ્ટા કરી હતી, પણ આજે તમે મારી આંખો ખોલી નાખી છે. સ્વામીજી, કૃપા કરીને તમે મને આશીર્વાદ આપો.'

સ્વામીજી પોતાની આંખોથી સ્નેહની વર્ષા કરતા બોલ્યા-

'એકમાત્ર ઈશ્વર સિવાય ભલું કૃપા કરવાનો અધિકાર કોને છે? તમે સરળ શુદ્ધ ભાવથી એમના ચરણોમાં શરણ લો, તે અવશ્ય જ કૃપા કરશે.'

સ્વામીજીની વાત અને વ્યવહાર મહારાજાના હૃદયને સ્પર્શી ગયા. સ્વામજીને સાદર વિદાય આપ્યા પછી એમણે દીવાનને કહ્યું કે એમને આજ સુધી આ પ્રકારના મહાત્માથી મુલાકાત થઈ ન હતી. આવી પ્રતિભા અને આવા વ્યક્તિતવાળા વિરલા જ હોય છે.

એવુંજ ોવામાં આવ્યું કે અલવરની જનતા સ્વામીજીથી ખૂબ પ્રભાવિત થઈ. ઘણા લોકો સ્વામીજીની સામે વિરોધી વિચાર લઈને આવ્યા, પરંતુ સ્વામીજીના પ્રભાવથી પોતાને બચાવી ના શક્યા. સ્વામીજીના સંસ્કૃતના જ્ઞાનથી આકર્ષિત થઈને ઘણા યુવક એમનાથી સંસ્કૃત ભણવા આવ્યા. સ્વામીજીએ નવયુવકોને સંસ્કૃત ભણાવવાની સાથે-સાથે પશ્ચિમના વિજ્ઞાનની તરફ પણ એમનું ધ્યાન અપાવ્યું અને એમને સમજાવ્યું કે ફક્ત સંસ્કૃત ભણીને આજનું ભારત પ્રગતિ નથી કરી શકતું. પશ્ચિમની દુનિયા વિજ્ઞાનની દિશામાં ઘણી આગળ વધી ચુકી છે. આથી વિજ્ઞાનનું જ્ઞાન પ્રાપ્ત કરીને એમની સાથે પગ મળાવીને ચાલવું જોઈએ. ત્યારે જ આપણે અન્ય રાષ્ટ્રોની સાથે જીવી શકીશું અને આગળ વધી શકીશું. અહીંયા થોડા દિવસ વધારે રહ્યાં પછી સ્વામીજીએ જયપુર માટે પ્રસ્થાન કર્યું.

જયપુરમાં તેઓ લગભગ બે અઠવાડિયા રોકાયા. અહીંયા એક સંસ્કૃતના ખ્યાતિપ્રાપ્ત વૈયાકરણથી સ્વામીજીનો પરિચય થયો. સ્વામીજી એમની પાસે ગયા અને એમને પોતાના ગુરુ માનીને એમનાથી સંસ્કૃત વ્યાકરણમાં પારંગત થવાની ઇચ્છા પ્રગટ કરી. વ્યાકરણવેત્તાએ સ્વામજીને પાણિનિ રચિત અષ્ટાધ્યાયીની શિક્ષા આપવાની આરંભ કરી. ત્રણ-ચાર દિવસો સુધી સતત પ્રયત્ન કરવા પર પણ પંડિતજી પ્રથમ સૂત્રનું ભાષ્ય સ્વામીજીને સમજાવી ના શક્યા. પંડતિજીએ ચોથા દિવસે સ્વામીજીથી કહ્યું-

'સ્વામીજી, તમને મારા ત્યાં અભ્યાસ કરવાથી વિશેષ લાભ નહીં થાય, કેમ કે ત્રણ દિવસોના સતત પરિશ્રમ છતાં પણ હું તમને કશું ના સમજાવી શક્યો.' સ્વામીજી ખૂબ જ શરમમાં મુકાયા. એમણે પંડિતજીથી પુસ્તક લીધી અને મનમાં ને મનમાં સંકલ્પ કર્યો કે જ્યાં સુધી પૂરી પુસ્તકના સૂત્રોને પૂરી રીતે સમજી ના લઉં ત્યાં સુધી અન્ન-જળ ગ્રહણ નહીં કરું. બે દિવસોમાં એમણે સંપૂર્ણ પુસ્તકને પૂરી રીતે સમજીને એને કંઠસ્થ કરી લીધી, પછી નમ્ર ભાવથી પંડિતજીની પાસે ગયા. પંડિતજીએ એમનાથી કેટલાક સૂત્રોના વિષયમાં પૂછ્યું. સ્વામજી પંડિતજીના પૂછેલા પ્રશ્નોના જવાબ આપ્યા પછી આખી પુસ્તકની વિવેચના કરી ગયા. પંડિતજી આશ્ચર્યચકિત રહી ગયા. જીવનમાં પહેલી વખત એમની મુલાકાત એવા વ્યક્તિથી થઈ હતી, જે બે દિવસોના અભ્યાસથી ગુરુના ગુરુ બની બેઠા.

જયપુર રાજ્યના પ્રમુખ સેનાધ્યક્ષ સરદાર હરિસિંહથી સ્વામીજીની ઊંડી મિત્રતા થઈ ગઈ. તેઓ હરિસિંહના ઘેર કેટલાક દિવસ રોકાયા પણ હતા. વેદાંતમાં વિશ્વાસ કરવાવાળા હરિસિંહને મૂર્તિપૂજામાં બિલ્કુલ જ આસ્થા ન હતી. સ્વામીજીથી આ વિષય પર બહુધા ચર્ચા થતી રહેતી. પરંતુ એનાથી હરિસિંહના વિચારોમાં કોઈ પરિવર્તન ન આવ્યું. એક વખત સંધ્યા સમયે બંને વ્યક્તિ રસ્તાના કિનારે વાતો કરતા-કરતા ફરી રહ્યા હતા. ત્યારે જ ઝાલ-મજીરાની સાથે મધુર સંગીત-લહેરી સંભળાઈ. કેટલાક ભક્તોએ શ્રીકૃષ્ણની રથયાત્રા કાઢી હતી. ભક્તિભાવમાં લીન તેઓ ભગવત્‌મહિમાના ગુણ ગાન કરવામાં મસ્ત હતા. સ્વામીજી અને હરિસિંહ એ સરઘસની સાથે-સાથે ચાલતા રહ્યા. સ્વામીજી ખુદ ભક્તિરસમાં ડૂબતા જઈ રહ્યા હતા, પરંતુ હરિસિંહ માટે આ બધું એક તમાશો હતો. એટલામાં સ્વામીજીએ હરિસિંહના હાથને સ્પર્શ કર્યો અને કહ્યું- 'ઈશ્વરનું જીવતું-જાગતું સ્વરૂપ જુઓ.'

હરિસિંહની આંખો મૂર્તિ પર હતી. તેઓ નિર્નિમેષ નયનોથી જોતા રહ્યા અને કપોળો પર પ્રેમાશ્રુની ધારા વહેતી રહી. ખબર નથી આ કયા જાદૂનો પ્રભાવ હતો. વધારે સમય પછી એમને ભાન આવ્યું. તેઓ પ્રેમ-વિભોર થઈને બોલ્યા-

'સ્વામીજી, અનેક વખત તર્ક કરીને જે વસ્તુને હજુ સુધી સમજી શક્યો ન હતો, એને આજે તમારા જાદૂ ભર્યા સ્પર્શે ક્ષણભરમાં સમજાવી દીધી.'

જયપુર પછી અજમેર અને અજમેર પછી માઉન્ટ આબૂ. માઉન્ટ આબૂ પોતાની રમણીયતા તથા દિલવારા મંદિરની કલાત્મકતા માટે પ્રસિદ્ધ છે. આ મંદિરનું નિર્માણ સફેદ સંગેમરમરથી થયું છે. આ સંગેમરમર પર હાથી દાંતના પ્રકારના ખૂબ જ મહીન નક્કાશી છે. સ્વામીજીએ આ અદ્‌ભુત કલાકૃતિને જોઈ. એમના માઉન્ટ આબૂ પહોંચતા જ પહેલાંની જેમ અનેક મિત્ર અને ભક્ત એકઠા થવા લાગ્યા.

એક વખત સંધ્યા સમયે સ્વામીજી પોતાના ભક્તોની સાથે માઉન્ટ આબૂના ઊંચા-નીચા રસ્તાઓ પર ટહેલતા-ટહેલતા ત્યાંના ઝરણાની પાસે પહોંચ્યા, પછી ત્યાંના સુંદર શાંત વાતાવરણથી મોહિત થઈને ત્યાં જ બેસી ગયા અને ભજન ગાવા લાગ્યા. એમના ભાવપૂર્ણ સુરીલા કંઠસ્વરથી ધીમે-ધીમે ઘણા લોકો આકર્ષિત થવા લાગ્યા. થોડી જ ક્ષણમાં ત્યાં ખૂબ ભીડ એકઠી થઈ ગઈ. કેટલાક યૂરોપિયન જે ભ્રમણ માટે આવ્યા હતા તેઓ પણ મધુર સંગીતને સાંભળીને મુગ્ધ ભાવથી ત્યાં ઊભા થઈ ગયા અને ગાયકની એક ઝલક મેળવવા માટે આતુર થઈ ઉઠ્યા. ખૂબ જ મુશ્કેલીથી એ લોકોએ સ્વામીજીની પાસે જવા માટે રસ્તો બનાવ્યો અને ત્યાં પહોંચીને સ્વામીજીને શ્રુતિપ્રિય સંગીત માટે અનેક અભિનંદન આપ્યા.

સ્વામીજીએ અહીંયા પહાડની એક ગુફામાં પોતાનો ડેરો નાખ્યો હતો. એક દિવસે ખેતરીનરેશનો એક પ્રસિદ્ધ મુસલમાન વકીલ એ ગુફાની પાસેથી પસાર થઈ રહ્યો હતો કે એની દૃષ્ટિ ગુફાની સામે ધ્યાનમગ્ન બેઠેલા યુવાન સંન્યાસી પર પડી. સંન્યાસીના સૌમ્ય-સ્નિગ્ધ રૂપે સહજ જ એ પથિકને આકર્ષિત કરી લીધો. જ્યારે એ મુસલમાન ભાઈનો સ્વામીજીથી પરિચય થયો, તો એમના અતુલનીય જ્ઞાન અને સ્નેહી સ્વભાવે એને ખૂબ આકર્ષિત કર્યો. વરસાદના દિવસોમાં ગુફામાં દ્વાર ન હોવાને કારણે સ્વામીજીને ખૂબ તકલીફ થતી હતી. ઘણા આગ્રહ પછી એણે સ્વામીજીને પોતાના ઘેર આવી જવા માટે તૈયાર કર્યા. વકીલને ત્યાં અનેક પ્રસિદ્ધ લોકોથી સ્વામીજીનો પરિચય થયો. એ જ દિવસોમાં ખેતરીના મહારાજા પોતાના દરબારીઓની સાથે ગરમી દૂર કરવા માટે માઉન્ટ આબૂ આવ્યા હતા. મૌલવી વકીલે ખેતરીના દીવાન મુંશી જગમોહનલાલને પોતાના ઘેર સ્વામીજીના દર્શન માટે બોલાવ્યા. જ્યારે દીવાન જગમોહનલાલ વકીલ સાહેબને ત્યાં પહોંચ્યા, તો એ સમયે ધોતી પહેરીને સ્વામીજી એક ખાટલા પર વિશ્રામ કરી રહ્યા હતા. દીવાન એમને જોતાં રહ્યાં અને વિચારતા રહ્યા- 'આ તો બિલ્કુલ સાધારણ સાધુ છે. આ પ્રકારના તો ચોર-ઉચક્કા પણ હોય છે.' થોડી ક્ષણમાં સ્વામીજીએ આંખો ખોલી અને સામે એક અપરિચિત વ્યક્તિને જોઈને બેઠા થયા. દીવાને પોતાનો પરિચય આપતા પૂછ્યું- 'સ્વામીજી, તમે હિન્દૂ સંન્યાસી થઈને એક મુસલમાનના ઘર પર રોકાયા છો. તમારા ભોજન વગેરેને આ મુલસમાન સ્પર્શતા હશે.'

સ્વામીજીએ ગંભીરતાથી જવાબ આપ્યો- 'મહાશય, તમારો આવું કહેવાનો આશય શું છે? હું સંન્યાસી છું. હું પણ સામાજિક આચાર-વિચારથી પરે છું. હું એક મેહતરની સાથે પણ બેસીને ભોજન કરું છું. આ તો ઈશ્વરનો નિર્દેશ છે. તેથી હું નિર્ભય છું. શાસ્ત્રનો મને ભય નથી, કેમ કે શાસ્ત્ર એનું સમર્થન કરે છે. પરંતુ હા, મને ભય છે તમારા જેવા કેટલાક અંગ્રેજી જાણવાવાળાઓથી. તમે લોકો શાસ્ત્ર કે ભગવાનની પરવાહ નથી કરતા. હું તો સર્વભૂતોમાં બ્રહ્મને જોઉં છું. મારા માટે કોઈ ઊંચ-નીચ નથી.'

આ પ્રકારની વાતો કરતા-કરતા તેઓ ઉત્તેજનાથી આરક્ત થઈ ઉઠ્યા. સ્વામીજીની વાતોએ દીવાનને ખૂબ જ પ્રભાવિત કરી લીધા. એણે પોતાના મહારાજથી સ્વામીજીની ખૂબ ચર્ચા કરી અને એમના નિમંત્રણ પર તેઓ એમને રાજભવનમાં લઈ ગયા. મહારાજે ખૂબ પ્રેમથી એમનું સ્વાગત કર્યું અને શ્રદ્ધાથી એમને બેસાડીને પછી ખુદ બેઠા. બેસતા જ મહારાજાએ પ્રશ્ન કર્યો- 'સ્વામીજી, જીવન શું છે?'

'એક અંતર્હિત શક્તિ, જે પોતાના સ્વરૂપમાં વ્યક્ત થવા માટે સતત ચેષ્ટા કરી રહી છે, અને બાહ્ય પ્રકૃતિ એને દબાવી રહી છે. આ જ ચેષ્ટાનું નામ જીવન છે.' સ્વામીજીએ તરત જવાબ આપ્યો.

એના પછી મહારાજાએ બીજા પણ કેટલાક પ્રશ્ન પૂછ્યા. બધઆના સુયોગ્ય તેમજ પાંડિત્યપૂર્ણ જવાબ મેળવીને તેઓ ઘણા ખુશ થયા. સ્વામીજીએ એમનાથી ગુરુદેવ શ્રી રામકૃષ્ણનું જીવનચરિત્ર પણ સંભળાવ્યું. મહારાજ ખૂબ શ્રદ્ધા-ભક્તિથી ધ્યાનમગ્ન થઈને શ્રી રામકૃષ્ણની વાર્તા સાંભળતા રહ્યા. પછી થોડા દિવસો પછી મહારાજ એમને ખૂબ આગ્રહથી પોતાના રાજ્યમાં લઈ ગયા.

ખેતરી પહોંચવા પર દીવાન જગમોહન લાલ અને મહારાજા અજિત સિંહ બંનેએ સ્વામીજીનું શિષ્યત્વ ગ્રહણ કર્યું. સ્વામીજીએ ખૂબ અનુરોધ પછી રાજમહેલમાં કેટલાક દિવસો સુધી રહેવાનું સ્વીકાર કર્યું. મહારાજા નિત્ય જ સ્વામીજીથી પાશ્ચાત્ય અને ભારતીય દર્શન, ધર્મ, સંસ્કૃત સાહિત્ય તથા સંગીત વગેરે પર જ્ઞાનવર્ધક વાર્તાલાપ કર્યા કરતા.

સ્વામીજી અને મહારાજા હવે એક-બીજાથી સરળ, નિષ્કપટ અને ઉદાર હૃદયથી પરિચિત થઈને ખૂબ નજીક ખેંચાઈ આવ્યા હતા. એક-બીજા પર બંનેની અસીમ આસ્થા હવે પ્રગાઢ મૈત્રીનું રૂપ લઈ ચુકી હતી. મહારાજાને સંગીતથી ખૂબ પ્રેમ હતો. તેઓ ખુદ એક સારા વીણાવાદક હતા. હારમોનિયમ પર પણ એમનો સારો અધિકાર હતો. ત્યાં સ્વામીજી પણ સંગીતના પ્રેમી હતા. તેથી સંગીતની દુનિયામાં ક્યારેક-ક્યારેક બંને આત્મવિભોર થઈને ખોવાઈ જતા. કોઈ સુરીલા કંઠથી મધુર ગીત ગાતું હોય તો કોઈ એમની સાથે હારમોનિયમ કે વીણા વગાડી રહ્યું હતું. ક્યારેક બંને બે ઘોડાઓ પર બેસીને દર્શનીય સ્થાન જોવા માટે નિકળી જતા. ભોજન પણ બંને સાથે જ કરતા.

મહારાજને સંસ્કૃત અને અંગ્રેજીનું સારું જ્ઞાન હતું. શાસ્ત્રોનો પણ એમણે સારો અભ્યાસ કર્યો હતો. પરંતુ વિજ્ઞાનથી તેઓ ઘણા અપરિચિત હતા. સ્વામીજીએ એમને રસાયણ શાસ્ત્ર, ભૌતિક શાસ્ત્ર તથા જ્યોતિષ શાસ્ત્રની શિક્ષા આપવાની આરંભ કરી. પ્રયોગાત્મક અભ્યાસ માટે રાજમહેલના ઉપલા માળના એક રૂમમાં વિજ્ઞાનની પ્રયોગશાળા પણ બનાવવામાં આવી. નક્ષત્રોની ગતિ અને સ્થાન જોવા માટે એક મોટું દૂરબીન મંગાવવામાં આવ્યું. હંમેશાં જ અંધારી રાતમાં રાજભવનની છત પર ઊભા આ લોકો કલાકો સુધી નક્ષત્રોનો અભ્યાસ કર્યા કરતા.

જ્યારે સ્વામીજી ખેતરી પહોંચ્યા હતા ત્યારે એ સમયે ત્યાં ખૂબ ગરમી હતી. દિવસની તપી રહેલી ધૂળ ભરેલી હવા સ્વામીજીને પરેશાન કરવા લાગી. તેઓ બીમાર જેવા થઈ ગયા. મહારાજે એમની સ્થિતિ જોઈ તો એમને પાઘડી બાંધવાની સલાહ આપી. ગરમ સ્થાનમાં માથાને ઢાંકીને રાખવાથી લૂ નથી લાગતી, એવો ત્યાંના લોકોને વિશ્વાસ હતો. સ્વામીજીએ મહારાજની વાત માની લીધી. મહારાજાએ ખુદ એમને પાઘડી બાંધવાનું શીખવાડ્યું. એના પછીથી સ્વામજીએ જીવનપર્યંત પાઘડી ધારણ કરી. એણે સ્વામીજીના વ્યક્તિત્વને વધારે આકર્ષક બનાવી દીધું.

સંન્યાસ ગ્રહણ પછી સ્વામીજીએ પોતાના કેટલાય નામ બદલ્યા. બડાનગરમ મઠમાં રામકૃષ્ણના બધા શિષ્યોએ જ્યારે પોતાના અતીતના જીવનથી સંબંધ વિચ્છેદ કરી લેવા પર પોત-પોતાના નામ પરિવર્તિત કરી લીધા, એ સમયે નરેન્દ્રનાથનું નામ સ્વામી

સચ્ચિદાનંદ પડ્યું. એના થોડા દિવસો પછી જ ગુરુભાઈઓ પ્રત્યે વધી રહેલી મમતાનો આભાસ મેળવીને નરેન્દ્રએ મઠનો ત્યાગ કર્યો અને ભારત-દર્શન માટે નિકળી પડ્યા. તેઓ નહોતા ઇચ્છતા કે એમના ગુરુભાઈઓને કોઈ પ્રકારે એમના ઠેકાણાની ખબર પડે. તેથી થોડા દિવસોના ભ્રમણ પછી લોકોના ખૂબ આગ્રહ પર તેઓ પોતાનું નામ વિવિદિશાનંદ બતાવવા લાગ્યા. ખેતરી નરેશથી જ્યારે એમનો પરિચય થયો તો તેઓ વિવિદિશાનંદ જ હતા. એક દિવસે ખેતરીના રાજમહેલમાં બેસીને મહારાજે હસતા-હસતા કહ્યું-

'સ્વામીજી, તમારું નામ ખૂબ મુશ્કેલ છે. ટીકાકારની મદદ વગર સાધારણ લોકોની સમજમાં એનો અર્થ સમજમાં નહીં આવે. ઉચ્ચારણ કરવું પણ સહજ નથી. એના સિવાય હવે તો તમારો વિવિદિષા કાળ (વિવિદિષાનો અર્થ છે જાણવાની ઇચ્છા) પણ સમાપ્ત થઈ ચુક્યો છે.'

'તમે કયું નામ પસંદ કરો છો?'- સ્વામીજીએ પૂછ્યું.

મહારાજ થોડું વિચારીને બોલ્યા- 'મારી સમજથી તમારું યોગ્ય નામ છે-વિવેકાનંદ.'

સ્વામીજી મહારાજની ઇચ્છાનો આદર કરતા હતા, તેથી એ દિવસથી એમણે પોતાનું નામ વિવેકાનંદ માનીને એનો વ્યવહાર આરંભ કરી દીધો. એ જ નામથી તેઓ આખી દુનિયામાં વિખ્યાત થયા.

એક દિવસે સંધ્યા સમયે સ્વામીજી મહારાજની સાથે રાજભવનમાં બેઠા હતા. ધાર્મિક વિષયો પર ચર્ચા થઈ રહી હતી. આજે દરબારમાં એક નર્તકીના ગાવાનું પણ આયોજન હતું. જ્યારે ગાયિકાએ સભામાં પ્રવેશ કર્યો તો, એના પર દૃષ્ટિ પડતાં જ સ્વામીજી ત્યાંથી ઊભા થઈને જવા લાગ્યા. થોડા ક્રોધ અને થોડી ઘૃણાથી એમનો ચહેરો લાલ થઈ ગયો, પરંતુ મહારાજે એમનો હાથ પકડીને એમને પુનઃ બેસવાનો આગ્રહ કરતા કહ્યું- 'સ્વામીજી, એનું ગીત તો સાંભળો, એનું ગીત હૃદયની શ્રેષ્ઠ ભાવનાઓને જગાવે છે.'

સ્વામીજીને કશું સમજમાં ન આવ્યું કે આવી સ્થિતિમાં તેઓ શું કરે. એ વિચારીને કોઈ પ્રકારે એક ગીત સાંભળીને ચાલ્યા જશે, તેઓ ત્યાં જ બેસી ગયા. ગાયિકાએ સ્વામીના પ્રથમ વ્યવહારને જોયો, એમના મુખમંડળની ભાવનાઓને વાંચી પરંતુ દૂર હોવાને કારણે મહારાજની વાતો ના સાંભળી શકી. તે અપમાન અને શરમમાં મુકાઈ. હીનતા અને કલુષતાની ભાવનાથી તે દબાઈ રહી હતી. ક્ષણભર એણે પોતાને સંભાળી અને ખૂબ જ માર્મિક શબ્દોમાં મહાકવિ સૂરદાસનું આ ભજન ગાયું-

પ્રભુ મેરે ઔગુન ચિત ન ધરો.
સમદરસી હૈ નામ તિહારો, ચાહો તો પાર કરો. પ્રભુ મેરે...
એક લોહા પૂજા મેં રાખત, ઇક ઘર બધિક પરો.
પારસ ગુન ઔગુન નહિ ચિતવૈ, કન્ચન કરત ખરો. પ્રભુ મેરે...
એક નિદાય એક નાલ કહાવત, મૈલોહિ નીર ભરો.
જબ દોઉ મિલિ એક વરન ભયે, સુરસરી નામ પરો. પ્રભુ મેરે...
યહ માયા ભ્રમ જાલ નિવારો, સૂરદાસ સગરો.
અબકી બર મોહિ પાર ઉતારો નહીં પ્રન જાત ટરો.. પ્રભુ મેરે..

સૂરદાસના સુંદર શબ્દોમાં આ એક પતિતાના હૃદયની પોકાર હતી. હૃદયને સ્પર્શી દેવાવાલા આ ભજને સ્વામીજીના હૃદયમાં કરુણાની ધારા પ્રવાહિત કરી દીધી. એમને પોતાના જ વ્યવહાર પર શરમ આવવા લાગી. આત્મગ્લાનિ થવા લાગી. એક નર્તકી દ્વારા આજે એમને શિક્ષા મળી- માનવતાની શિક્ષા, નૈતિકતાની શિક્ષા અને બધાથી ઉપર ચિરંતન સત્યની શિક્ષા. આ શાશ્વત સત્યને જાણે તેઓ ભૂલી જ ગયા હતા કે બધી વસ્તુઓમાં, બધા જ જીવોમાં એક જ બ્રહ્મ વિદ્યમાન છે. આ ઘટનાના વિષયમાં એમણે ખુદ લખ્યું છે -'આ ગીતને સાંભળીને મેં વિચાર્યું, શું આ જ મારો સંન્યાસ છે. હું એક સંન્યાસી છું અને તો પણ હું પોતાનામાં અને એક સ્ત્રીમાં ભેદની ભાવના રાખું છું.'

સ્વામીજીનું શરીર ખેતરી નરેશના દરબારમાં છે, પરંતુ તે ક્યાંક બીજે છે- હિમાલયની ખીણમાં એક તિબ્બતી પરિવારની સાથે. ત્યાં છ ભાઈ છે પરંતુ એ બધાની એક જ પત્ની છે. પોતાની સંસ્કારગત સામાજિક માન્યતાઓમાં ઘેરાયેલા સ્વામીજીને તિબ્બતીઓનું આ આચરણ ઘણું અનૈતિક અને કલુષિત લાગી રહ્યું છે, તેઓ એમને એમના આ બહુપતિત્વની દૂષિત પ્રથાનું જ્ઞાન કરાવે છે. પરંતુ પતિઓએ સ્વામીજીના ઉપદેશની જ નિંદા કરી, એમણે કહ્યું-

'શું એક માટે એક સ્ત્રીની ઈચ્છા...એમાં કેટલો ઘોર સ્વાર્થ છે.' સ્વામીજીની આંખો પરથી અજ્ઞાનનો પરદો હટી જાય છે. એમણે તિબ્બતીઓની આ પ્રથાના આંતરિક ગુણનો આભાસ મળે છે. એ જ દિવસો સ્વામીજી નિશ્ચય કરે છે કે કોઈ પણ જાતિ વિશેષ અને ગુણ વિશેષની સામાજિક કે ધાર્મિક માન્યતાઓને સમજવા માટે પોતાની નૈતિક માન્યતાઓની પરિધિ વિસ્તૃત કરવા લાગશે.

ખેતરી નરેશની સાથે બેઠેલા સ્વામીજીને આ પ્રકારના ન જાણે કેટલા અનુભવોની યાદ આવવા લાગી. હવે સ્વામીજી પહેલાં કરતાં વધારે પરિવર્તિત થઈ ગયા હતા. એમની ધાર્મિક અને સામાજિક માન્યતાઓ બધી રૂઢીઓની બેડીઓથી મુક્ત થઈ ચુકી હતી. તેઓ જોઈ રહ્યા હતા કે જીવનના પ્રત્યેક પગ પર એમને કેવા કેવા નૂતન અનુભવ થઈ રહ્યા છે. જ્યારે તેઓ અનુવોની ઊંડાઈમાં ઉતરે છે, તો એમને જ્ઞાન ઉપલબ્ધ થાય છે, તે જ્ઞાન જે બીજાઓના જીવનપથને પ્રકાશમય કરે છે. દેશ-વિદેશના ભ્રમણથી આ જ જ્ઞાનની શિક્ષા મળે છે, એને કોઈ પુસ્તકમાં મેળવી નથી શકાતી.

એ દિવસોમાં ખેતરીના દરબારમાં એક અત્યંત પ્રસિદ્ધ સંસ્કૃત વ્યાકરણવેત્તા, પંડિત નારાયણ દાસજી રહેતા હતા. સ્વામીજીએ પાણિનીના સૂત્રો પર આધારિત પાતંજલિના મહાભાષ્યની શિક્ષા પંડિતજીથી લેવાની શરૂ કરી દીધી. થોડા જ દિવસોમાં પંડિતજીએ સ્વામીજીને બધું જ બતાવી દીધું, જેઓ તે જાણતા હતા. હવે સ્વામીજી સંસ્કૃત વ્યાકરણના મહાપંડિત થઈ ગયા. પરંતુ તેઓ પંડિત નારાયણ દાસજીને બરાબર પોતાના ગુરુ કહેતા રહ્યાં.

ખેતરીના મહારાજાને સ્વામીજીની દૈવી શક્તિ પર ખૂબ જ વિશ્વાસ હતો. એમને હજુ સુધી કોઈ પુત્ર ન હતો. એક દિવસે સ્વામીજીથી એમણે પુત્રથી સંબંધિત પોતાના હૃદયની છુપાયેલી વેદનાની ચર્ચા કરી. એમણે કાતરભાવથી નિવેદન કર્યું- 'સ્વામીજી, મને એવો આશીર્વાદ આપો કે મને એક પુત્ર સંતાન થાય.'

મહારાજાના ચહેરાની તરફ જોઈને સ્વામીજીએ શાંત સ્વરમાં કહ્યુ - 'સારું, શ્રી રામકૃષ્ણની કૃપાથી તમારી મનોકામના પૂર્ણ થશે.'

અને હકીકતમાં મહારાજાની મનોકામના પૂર્ણ થઈ. ખેતરીના રાજ દરબારમાં રહીને એવું ન હતું કે સ્વામીજીનો સંપર્ક ગરીબ જનતાથી છૂટી ગયો હોય. તેઓ હંમેશાં પોતાના દુઃખી અને નિર્ધન ભક્તોના ઘેર જતા અને એમનું ભોજન ગ્રહણ કરતા. સંપૂર્ણ ખેતરી શહેર સ્વામીજીના વ્યક્તિત્વથી પ્રભાવિત હતું.

આ પ્રકારે પાંચ મહીના ખેતરીમાં વિતાવીને સ્વામીજી અમદાવાદની તરફ વળ્યાં. કેટલાય દિવસો સુધી પગપાળા ચાલીને અને મધુકરી ભિક્ષા પર નિર્ભર રહ્યાં પછી એમને ત્યાંના કોઈ ન્યાયાધીશના ઘરમાં આશ્રય મળ્યો. અહીંયા રોકાઈને એમણે અમદાવાદના પ્રમુખ સ્થાનોને જોયા. એ દિવસોમાં અમદાવાદમાં જૈન સાહિત્ય અને ધર્મના અનેક વિદ્વાન રહેતા હતા. ધીમે-ધીમે સ્વામીજીથી એમનો પરિચય ઘેરો થતો ગયો અને સ્વામીજીએ એ પરિચયથી લાભ ઉઠાવીને જૈન ધર્મ અને સાહિત્યનું સારું જ્ઞાન અર્જિત કર્યું.

એના પછી તેઓ લિમ્બડી પહોંચ્યા. લિમ્બડીમાં પણ કેટલાય દિવસો સુધી ભૂખ્યા-તરસ્યા ફરવું પડ્યું. ઘણી તપાસ કરવા પર એક સાધુ સમાજના નિવાસ સ્થાનની જાણ થઈ. નગરથી દૂર કોઈ નિર્જન સ્થાન પર આ સાધુ મંડળી રહેતી હતી. આ લોકોએ સ્વામીજીને સસ્નેહ પોતાને ત્યાં આશ્રય આપ્યો. પછીથી સ્વામીજીને જાણ થઈ કે આ લોકો લિંગોપાસના કરવાવાળા તંત્ર ધર્મી છે અને એની સાથે કામિનિઓનો પણ એક જથ્થો છે. સ્વામીજીએ એક રાત્રે એમની આંખ બચાવીને ત્યાંથી ભાગી નિકળવાનો પ્રયત્ન કર્યો પરંતુ એમણે પોતાના રૂમને બહારથી બંધ મેળવ્યો. એમના રૂમની પાસે બે પહેરેદાર પણ બેઠા હતા. સ્વામીજી સ્થિતિને સમજીને પણ અજાણ બની રહ્યા. એક દિવસ એ સાધુઓના મુખીએ એમને બોલાવ્યા અને કહ્યું કે તમારા ચહેરા પર બ્રહ્મચર્યનું તેજ છે. તમે હજુ સુધી આ કઠિન વ્રતનું પાલન કર્યું છે, અમે લોકો એવા જ શ્રેષ્ઠ વ્યક્તિની શોધમાં હતા. તમારું બ્રહ્મચર્ય વ્રત નષ્ટ કરીને અમે લોકો એક વિશેષ સાધનાને પૂર્ણ કરી શકીશું. પછી અમને લોકોને અપૂર્વ બ્રહ્મજ્ઞાન પ્રાપ્ત થશે. સ્વામીજીના અંતરમાં વિદ્રોહની આગ ભડકી ઉઠી હતી પરંતુ બાહ્ય બિલ્કુલ જ શાંત અને શીતળ હતું. સાધુગણ આ વિરોધાભાસને સમજી ના શક્યા. લિમ્બડી નગરનો એક નાનો બાળક હંમેશાં સ્વામીજીના દર્શન માટે આવ્યા કરતો હતો. સ્વામીજીએ પોતાની સુરક્ષાની યાચના કરતા એક ચિઠ્ઠી લિંબડી નરેશની પાસે એ છોકરા દ્વારા મોકલાવી દીધી. પત્ર મળતાં જ લિંબડી નરેશના સંરક્ષક સ્વામીજીને મહેલમાં લઈ ગયા. આ એક નવી અનુભૂતિ હતી જેણે સ્વામીજીને ભવિષ્ય માટે સચેત બનાવી દીધા. લિમ્બડી નરેશની મદદ અને શુભકામનાથી સ્વામીજીએ આસપાસના કેટલાય ક્ષેત્રો, જેમ કે ભાવનગર, જૂનાગઢ વગેરેને જોયા. જૂનાગઢમાં હિન્દૂ અને મુસ્લિમ સભ્યતાના અનેક ભગ્નાવશેષ છે. જ્યાં હિન્દૂ, બૌદ્ધ અને જૈન ધર્મના પાવન મંદિરોથી આજે પણ અગુરુધૂમની સુવાસ આવે છે અને શ્લોકોનું પુનીત ઉચ્ચારણ સંભળાય છે. ત્યાં અનેક સુંદર મસ્જિદો અને મકબરો પર મોટી ભીડ લાગે છે. સ્વામીજીની અહીંનું વાતાવરણ ખૂબ ગમ્યું. ખાસ કરીને ગિરનાર પર્વતે પોતાના આકર્ષણપાશમાં એમને બાંધી લીધા. એની ગુફામાં સ્વામીજીએ પોતાનું નિવાસસ્થાન

બનાવ્યું. અહીંયા ધ્યાન અને ચિંતનમાં વિશેષ સુવિધા થતી હતી. જૂનાગઢના દીવાનની એમના પર વિશેષ કૃપા રહી.

અન્ય સ્થાનોની જેમ અહીંયા પણ સ્વામીજીના અનેક પ્રશંસક, મિત્ર અને ભક્ત એક્ઠા થઈ ગયા. જૂનાગઢના દીવાનથી ભોજના મોટા ઑફિસરોના નામે પરિચય પત્ર લઈને સ્વામીજી ભોજ પહોંચ્યા. ત્યાં તેઓ ભોજરાજના દીવાનને ત્યાં રોકાયા. સોમનાથનું મંદિર, જે ઐતિહાસિક દષ્ટિથી અત્યંત મહત્ત્વનું છે, જેની કેટલાય માઇલની પરિધિની ધૂળિહન્દૂઓ માટે અતિપાવન રહી, જે કટેલીય વખથ યવન આક્રમણકારીઓ દ્વારા શ્રીહીન કરી દેવામાં આવ્યું પરંતુ હિન્દૂઓએ એને વારંવાર સજાવ્યું અને સંવાર્યું; એવા સોમનાથના મંદિરને જોવાની લાલસા સ્વામીજીના હૃદયમાં ઘણા દિવસોથી ઉછરી રહી હતી. જલ્દી જ તેઓ સોમનાથનું પ્રાચીન મંદિર, સૂર્ય-મંદિર તથા રાણી અહિલ્યાબાઈ દ્વારા નિર્મિત સોમનાથનું નવ મંદિર જોવા નિકળી પડ્યા. અહીંયા સ્વામીજી કચ્છના મહારાજાથી મળ્યા. મહારાજાએ એમનું ખૂબ સન્માન કર્યું તથા વધારે સમય સુધી સ્વામીજીથી ધર્મ, દર્શન, સાહિત્ય, વિજ્ઞાન વગેરે વિષયો પર વાદ-વિવાદ કરતા રહ્યા. સ્વામીજીની પ્રગાઢ પાંડિત્યપૂર્ણ વાતો સાંભળીને મહારાજાએ કહ્યું કે જાણે ઘણા સમય સુધી કઠિન વિષયની પુસ્તકોને વાંચ્યા પછી માથામાં ચક્કર આવવા લાગે છે. એ જ પ્રકારની દશા તમારા જ્ઞાનની વાતો સાંભળીને થઈ જાય છે.

રાજસી વ્યક્તિત્વવાળા સ્વામીજી જે રાજ દરબારમાં ગયા, રાજાઓ, મહારાજાઓએ એમને યથોચિત સન્માન આપ્યું અને એમને પોતાની પાસે રહેવા માટેનો આગ્રહ કર્યો. સ્વામીજીએ જ્યાં સુધી એમની સાથે રહેવાનું જરૂરી સમજ્યું ત્યાં સુધી રાજદરબારોમાં રોકાયા અને આરામના દિવસો વિતાવ્યા. કેટલાક લોકોએ સ્વામીજીના આ આચરણ પર આંગળી ઉઠાવી. સાહસ એક્ઠી કરીને કોઈએ એમનાથી પૂછી પણ લીધું કે એક સંન્યાસીનું રાજ દરબારમાં રોકાવું ક્યાં સુધી યોગ્ય છે. સ્વામીજીએ અત્યંત શાંતિપૂર્વક એને પોતાનો ઉદ્દેશ્ય સમજાવી દીધો. એમનું કાર્યક્ષેત્ર ઘણું વ્યાપક હતું. જો તેઓ આ મહારાજાઓને પોતાના ઉદ્દેશ્યથી પ્રભાવિત કરે છે, તો એનાથી એમનો કાર્યભાર ખૂબ હળવો થઈ જાય છે. રાજાઓના હૃદયમાં સાચ્ચા શાશ્વત ધર્મની ભાવનાઓનો ઉદય થાય છે, જે એમને ખુદ જ 'સ્વધર્મ'નું જ્ઞાન કરાવે છે. રાજાઓના સ્વધર્મનો અર્થ છે, રાજાઓનું શાસન જે જનતાની ભલાઈથી ઓતપ્રોત હોય. જનતાની ભલાઈમાં ના ફક્ત એમની શારીરિક જરૂરિયાતો, વસ્ત્ર, નિવાસ અને ભોજનની સમસ્યાનું નિરાકરણ થાય છે. પરંતુ એની સાથે-સાથે એમના માનસિક તેમજ નૈતિક વિકાસ પર પણ યથોચિત ધ્યાન આપવામાં આવે છે. સ્વામીજીના ઉદ્દેશ્ય અને ભાવનાઓથી પ્રભાવિત અનેક નરેશોએ પોત-પોતાના રાજ્યમાં જનતા માટે દરેક પ્રકારના ઉદારતાપૂર્ણ લોકિહતેષી સુધાર કરવાના વચન આપ્યા. 'જો હું પોતાના ઉદ્દેશ્યની પૂર્તિ માટે એ લોકોના હૃદયને જીતી લઉં છું, જેમના અધિકારમાં પૈસા છે અને જે હજારો-હજાર વ્યક્તિઓના જીવન અને કારોબાર પર શાસન કરે છે, તો ખૂબ જલ્દી જ મારો ઉદ્દેશ્ય પૂર્ણ થઈ જાય છે. ફક્ત એક મહારાજાને પ્રભાવિત કરવાથી જ હું હજારો-હજાર વ્યક્તિઓને અપ્રત્યક્ષ રૂપથી લાભાન્વિત કરી શકું છું. સ્વામીજીના આ શબ્દોએ ખરેખર એમના પર આંગળી ઉઠાવવાવાળાઓના મ્હોં

બંધ કરી દીધા. આ અનુચ્છેદથી એ નિષ્કર્ષ ક્યારેય નથી નિકળતો કે સ્વામીજીએ ભારત દર્શન દરમિયાન હંમેશાં ધન અને શક્તિના પ્રભુઓ, રાજાઓ-મહારાજાઓની પાસે જ પોતાનો સમય વિતાવ્યો.

આપમે કેટલીય વખત જોઈ ચુક્યા છીએ કે પોતાના ગરિમાપૂર્ણ શાહી વ્યક્તિત્વમાં સ્વામીજી ક્યારેય કોઈ રાજદરબારમાં ચાર ચાંદ લગાવી રહ્યા છે, તો ક્યારેક ધૂલધૂસરિત વેષમાં ભૂખ્યા-તરસ્યા કોઈ ગરીબ ભક્તના ઘેર ચાલી જઈ રહ્યા છે. ક્યારેક પંડિતો અને સાધુઓની ટોળીમાં શાસ્ત્રાર્થ કરી રહ્યા છે, અને ક્યારેક ગુફાની અંદર આંખો બંધ કરીને બ્રહ્મચિંતનમાં લીન છે. આ પ્રકારે એમને આપણે કોઈ પરિવેશષ-વિશેષમાં બંધાયેલા નથી જોતા.

જૂનાગઢથી સ્વામીજી કચ્છ અને કાઠિયાવાડ પણ ફરવા ગયા. પોરબંદરમાં પોરબંદર રાજ્યના દીવાન, પંડ શંકર પાંડુરંગે, જેમના પર એ દિવસોમાં રાજકુમારના નાબાલિગ હોવાને કારણએ શાસનો ભાર હતો, એમણે સ્વામીજીનું ખૂબ જ સન્માન કર્યું. પં. શંકર પાંડુરંગ સંસ્કૃતના ખૂબ મોટા વિદ્વાન હતા. એ દિવસોમાં તેઓ વેદનો અનુવાદ કરી રહ્યા હતા. જ્યારે એમણે સ્વામીજીના ધર્મશાસ્ત્રોના જ્ઞાનની ઝલક મળી, તો તતેઓ સ્વામીજીની તરફ વિશેષ રૂપથી આકર્ષિત થયા. વેદના કેટલાક દુરુહ શ્લોકોના અનુવાદમાં સ્વામીજીએ પંડિતની ખૂબ મદદ કરી. આ કાર્યના બંધનમાં તેઓ અગિયાર મહીના સુધી પોરબંદર રોકાઈ રહ્યા. આ સમયગાળામાંપંડિતથી એમની ઊંડી મિત્રતા થઈ ગઈ. પંડિતના હૃદયમાં પ્રતિભાશાળી વ્યક્તિઓ માટે વિશેષ સન્માન અને શ્રધ્ધા હતી. અહીં જ સ્વામીજીએ ફ્રેંચ ભાષાનો અભ્યાસ પ્રારંભ કર્યો.

પોરબંદરની આસપાસ કેટલીય જગ્યાઓ ફર્યા પછી વડોદરા અને ખંડવા થઈને ઈ. સ. ૧૮૯૨ના ગ્રીષ્મમાં સ્વામીજી મુંબઈ પહોંચ્યા. મુંબઈમાં થોડા દિવસો વ્યતીત કરીને એમણે પૂનાની યાત્રા આરંભ કરી. કેટલાક ગુજરાતી સજ્જન સ્વામીજીને વિદાય આપવા સ્ટેશન આવ્યા હતા. મુંબઈથી પૂના જવાવાળી જે ગાડીમાં ચઢ્યા, એમાં જ મહાન દેશભક્ત બાલગંગાધર તિલક પણ બેઠા હતા. એમને પણ પૂના જવું હતું. ગુજરાતી સજ્જનોએ સ્વામીજીનો તિલકથી પરિચય કરાવી દીધો. પ્રારંભિક ઔપચારિકતા પછી બંને વ્યક્તિઓમાં ભિન્ન-ભિન્ન વિષયો પર વાતો થવા લાગી. આ તરૂણ સંન્યાસીના જ્ઞાન ભંડાર જોઈને તિલક મુગ્ધ થઈ ગયા. ઘણા આગ્રહની સાથે એમણે આ સાધુને પૂનામાં પોતાના ઘેર રોક્યા. આ સંબંધમાં તિલકે લખ્યું છે- ‘અમે લોકો પૂના પહોંચ્યા અને તે સંન્યાસી મારી સાથે આઠ-દસ દિવસો સુધી રોકાયા. જ્યારે પણ એમનું નામ પૂછવામાં આવતું, તે ફક્ત એ જ કહેતા કે તે એક સંન્યાસી છે. અહીંયા એણે કોઈ સાર્વજનિક સભામાં ભાષણ ના આપ્યું. ઘર પર તેઓ બહુધા વેદાંત કે અદ્વૈત દર્શનના વિષયમાં જ વાર્તાલાપ કરતા. આ સ્વામીને લોકોથી હળવા-મળવામાં રસ ન હતો. એની પાસે બિલ્કુલ પૈસા ન હતા. એક મૃગછલા, એક કે બે કપડાં તથા એક કમંડળ, બસ આ જ એની સંપત્તિ હતી. યાત્રા માટે કોઈને કોઈ એને નિર્ધારિત સ્થાનની રેલ-ટિકિટ ખરીદીને આપ્યા કરતું હતું.’

સ્વામીજી પણ લોકમાન્ય તિલકની પ્રખર પ્રતિભા તથા વેદ-વેદાંતો પર એમનો અધિકાર જોઈને ખૂબ પ્રસન્ન હતા. બંને મહાન વ્યક્તિઓમાં વધારે સમય સુધી ગૂઢ વિચારોનું આદાન-પ્રદાન ચાલતું રહેતું હતું.

આ પ્રકારે પૂનાના તિલકભવનમાં કેટલાક દિવસો વિતાવીને સ્વામીજીએ મહાબળેશ્વર માટે પ્રસ્થાન કર્યું. લિમ્બડી નરેશ ઠાકુર સાહેબ એ દિવસોમાં મહાબળેશ્વર આવ્યા હતા. એક દિવસ અચાનક એમણે સ્વામીજીના દીન-હીન વેશમાં રાજપથ પર ફરતા જોયા. તેઓ સ્વામીજીને ઘેર લાવ્યા અને ખૂબ આજીજી કરી કે સ્વામીજી એમની સાથે લિમ્બડી ચાલે અને સ્થાયી રૂપથી ત્યાં દરબારમાં રહે. પણ સ્વામીજીએ જવાબ આપ્યો-

'ઠાકુર સાહેબ, એક અદ્ભુત શક્તિ મને ફેરવી રહી છે. ભગવાન શ્રી રામકૃષ્ણ મારા ખભાઓ પર એક મહાન કાર્યનો ભાર સોંપીને ગયા છે. જ્યાં સુધી તે કાર્ય સમાપ્ત નહીં થાય, ત્યાં સુધી વિશ્રામની આશા નથી. જો જીવનમાં ક્યારેક વિશ્રામ કરવાનો અવસર મળ્યો તો હું અવશ્ય તમારી પાસે રહીશ.'

એના પછી સ્વામીજી કોલ્હાપુર ચાલ્યા ગયા. કોલ્હાપુરની મહારાણી સ્વામીજીની ભક્ત બની ગઈ. એમણે એક જોડી કાષાય વસ્ત્ર સ્વામીજીને ભેટમાં આપ્યા. સ્વામીજીએ એને સ્વીકાર કરીને મહારાણીને અનુગ્રહીત કરી. પરંતુ નવા વસ્ત્રને ગ્રહણ કર્યા પછી જૂના વસ્ત્રને ત્યાં જ છોડી દીધા. કારણ પૂછવા પર બતાવ્યું કે સંન્યાસીઓને બે વસ્ત્રોથી વધારેની જરૂર નથી હોતી. કોલ્હાપુરના એક મોટા ઑફિસરે બેલગામના એક મરાઠા સજ્જનના નામે સ્વામીજીના વિષયમાં ચિઠ્ઠી લખી. સ્વામીજી બેલગામમાં ઉક્ત સજ્જનની પાસે રોકાયા. એ સજ્જના પુત્ર પ્રો. જી.એસ. ભાટેએ પોતાના સંસ્મરણોમાં લખ્યું છે -

'સ્વામીજીના આગમનના પ્રથમ દિવસથી જ કેટલીક એવી ઘટનાઓ ઘટી, જેના કારણે એમના પ્રત્યે અમારા લોકોનો વિચાર બદલાઈ ગયા. બધાથી પહેલી વાત એ છે કે એમના વસ્ત્ર સંન્યાસીઓવાળા રંગમાં જ રંગાયેલા હતા છતાં પણ તેઓ પોતાના અન્ય સંન્યાસીઓ ભાઈઓથી બિલ્કુલ જ અલગ પ્રકારે કપડાં પહેરેલા નજરે પડતા હતા. તેઓ એક બનિયાન પહેર્યા કરતા હતા. દંડાની જગ્યાએ પાતળી લાકડીનો ઉપયોગ કરતા હતા. એમના મુખ્ય સામાનમાં ગીતાની એક સૌથી નાની નકલ તથા બે અન્ય પુસ્તકો હતી.. વાર્તાલાપના માધ્યમમાં અંગ્રેજી ભાષાનો પ્રયોગ કરતા, ખુલ્લા શરીરની જગ્યાએ બનિયાન પહેરેલા, વિવિધ પ્રકારના જ્ઞાનનું બાહુલ્ય, અનેક પ્રકારની ખબરોની જાણકારી બતાવતા, એવા સંન્યાસથી અમારા લોકોને પરિચય ન હતો.. પહેલા દિવસે સ્વામીજીએ ભોજન પછી પાન કે સોપારી માંગી. એના પછી એ જ દિવસ કે એના એક દિવસ પછી તમ્બાકૂની માંગ કરી. એમની વાતોથી અમે લોકોએ જાણ્યું કે તેઓ બ્રાહ્મણ નથી, છતાં પણ સંન્યાસી છે; તેઓ સંન્યાસી છે છતાં પણ એ વસ્તુઓની લાલસા રાખે છે, જેની ઈચ્છા એક ગૃહસ્થ રાખે છે.' જીવન પ્રત્યે ઉદાસીનતા દૂર કરવા માટે સ્વામીજીએ હરિપદ બાબૂનો ગીતાનો ભાવાર્થ ખૂબ જ રોચક ઢંગથી સમજાવ્યો. પારિવારિક દૈનિક જીવનને સુદઢ અને કર્તવ્યનિષ્ઠ બનાવવામાં ગીતા કેટલી મદદરૂપ થાય છે, એનું જ્ઞાન હરિપદ બાબૂને પહેલાં ન હતું. ગીતા દ્વારા ગાર્હસ્થ્ય ધર્મની શિક્ષા, અને તે પણ એક સંન્યાસીના મુખથી. કેવું આશ્ચર્ય.

હરિપદ બાબૂએ એક દિવસે સ્વામીજીથી સંન્યાસ આશ્રમમાં પ્રવેશ કરવાની વાત કરી. સ્વામીજીએ ખૂબ જ દઢતાથી કહ્યું કે મનુષ્ય માટે સૌથી પહેલાં જરૂરી છે કે તે ઈચ્છે તો વિદ્યાર્થી જીવનમાં કે ગૃહસ્થ જીવનમાં પોતાના મસ્તિષ્કને પોતાના વશમાં કરી લે,

પછી ઈચ્છે તો સાધુ બને કે કંઈક બીજું, એનું જીવન સુખી થશે. એના વગર સંન્યાસીનો વેશ ધારણ કરીને કોઈ સંન્યાસી નથી થઈ શકતો. હરિપદ બાબૂએ પુનઃ શંકા પ્રગટ કરી કે જો તેઓ પોતાના અભિમાન કે ક્રોધને પોતાની પ્રકૃતિમાં સ્થાન ન આપે, તો સમાજના લોકો એમની કોઈ ઈજ્જત નહીં કરે, એમને જીવવા નહીં દે. સ્વામીજીએ રામકૃષ્ણ-કથિત સર્પવાળી કથાને દોહરાવીઃ તે ઝેરી નાગર જેનાથી ગામ આખું થરથર ધ્રૂજતું હતું, એક દિવસે એક સાધુથી મળ્યો, સાધુએ નાગને ઉપદેશ આપ્યો કે તે નિર્દોષ લોકોને ડંસીને પાપનો ભાર ના લે. નાગે એ દિવસથી શાંત રહેવાના સોગંદ ખાધા. ગામના લોકોએ જ્યારે એ જીવિત નાગને ઝાડની નીચે શાંત પડેલો જોયો તો એને મારી-મારીને એને અત્યંત ઘાયલ કરી દીધો અને નાગ કણસતો ચુપચાપ પડી રહ્યો. એ જ સમયે તે સાધુ ફરી એ ગામમાંથી પસાર થયા અને નાગથી મળવા ગયા. નાગે પોતાની દુર્દશાની કથની સંભળાવી. સાધુએ કહ્યું, પોતાની રક્ષા માટે નાગને ફુંફકાર કરીને પોતાના દુશ્મનોને દૂર રાખવામાં કોઈ પાપ નથી. એનાથી તે બીજાઓને કષ્ટ પહોંચાડ્યા વગર પોતાની સુરક્ષા કરી શકે છે. એના પછી સાધુની બતાવેલી રીતને અપનાવીને સાપ સુખપૂર્વક રહેવા લાગ્યો.

સ્વામીજીએ પોતાની વાતોથી એ મરાઠા સજ્જનને સારી રીતે સમજાવી દીધું કે એક સફળ સંન્યાસી જો પાન, સોપારી કે તમ્બાકૂની ઈચ્છા રાખે છે, તો એનાથી એની તપસ્યા પર કોઈ આંચ નથી આવતી.

બેલગામમાં એક જંગલમાં એક બંગાળી ઑફિસર હરિપદ મિત્રથી સ્વામીજીનો પરિષય ઘનિષ્ઠતામાં પરિણત થઈ ગયો. પરંતુ સ્વામીજી હજુ પણ એ મરાઠા પરિવારના અતિથિ હતા. એક દિવસે હરિપદ મિત્રએ સ્વામીજીને પોતાના ઘેર ભોજન માટે આમંત્રિત કર્યા, પરંતુ સ્વામીજી જ્યારે પોતાના વચન અનુસાર નિયત સમય પર હરિપદ બાબૂના ઘેર ના પહોંચ્યા, તો વધારે સમય સુધી એમની રાજ જોયા પછી હરિપદ બાબૂ એ મરાઠા પરિવારના ઘેર ગયા અને જોયું કે સ્વામીજી અનેક પંડિત, સાહિત્યકાર, વૈજ્ઞાનિક, વકીલ, ડૉક્ટર તથા સંસ્કૃતના વિદ્વાનોથી ઘેરાયેલા બેઠા છે, લોકો એમનાથી જાત-જાતના દુરુહ ક્લિષ્ટ પ્રશ્ન પૂછે છે અને સ્વામીજી બધા પ્રશ્નોનો જવાબ સહજ ભાવથી આપે છે. એમની અભિવ્યક્તિની ભાષા અંગ્રેજી, હિન્દી, બંગલા અને સંસ્કૃત છે. હરિપદ બાબૂ આ દશ્યને જોઈને સ્વામીજીથી કશું બોલી ના શક્યા અને ત્યાં જ શ્રોતાઓની વચ્ચે બેસી ગયા, વધારે સમય પછી જ્યારે ભીડ ઓછી થઈ, તો સ્વામીજીએ હરિપદ બાબૂથી નિયત સમય પર ન આવવા માટે ખુદ માફી માંગી. એમણે બતાવ્યું કે આ જિજ્ઞાસુ શ્રોતાઓને છોડીને ભલું તેઓ ભોજન માટે કેવી રીતે આવી શકતા હતા. હરિપદ બાબૂએ સ્વામીજીને પોતાના ઘેર રોકકવા માટે મરાઠા સજ્જનથી ખૂબ આગ્રહ કર્યો. અંતમાં તેઓ તૈયાર થઈ ગયા અને આ પ્રકારે સ્વામીજી આ થોડાક સામાન કમંડળ, લાકડી, એક કપડું અને ત્રણ પુસ્તકો (જેમાં એક ગીતા અને બીજી ફ્રાંસીસી સંગીતની હતી)ની સાથે હરિપદ બાબૂના ઘેર આવી ગયા. હરિપદ બાબૂ ખૂબ દુર્બળ મસ્તિષ્કના વ્યક્તિ હતા- સાધારણ પરિસ્થિતિઓમાં ગભરાઈ જતા હતા, આથી હરિપદ બાબૂના વ્યક્તિગત જીવનની અનેક સમસ્યાઓ અને પરિસ્થિતિઓ પર પણ સ્વામીજી પોતાના વિચાર

પ્રગટ કરતા રહ્યા. એનાથી હરિપદ બાબૂને ખૂબ શાંતિ મળી. સ્વામીજીએ હરિપદ બાબૂને આ વાર્તાનો ભાવાર્થ બતાવ્યો અને એમને સમજાવ્યું કે ક્રોધ અને અભિમાનને જીતીને પણ તેઓ આદરને પાત્ર બનેલા રહી શકે છે. એક દિવસ ભિખારીઓને ભીખ આપવા અને ન આપવા પર વિવાદ શરૂ થયો. હરિપદ બાબૂને વિચાર હતો કે ભિખારીઓને ભીખ આપીને લોકો એમને આકર્મણ્ય બનાવવામાં યોગ આપે છે. સ્વામીજીના વિચાર સ્વચ્છ હતા કે જ્યાં સુધી પોતાના સમાજમાં બેઠેલા-ઠાલા લોકો કે અપંગોના કામ-ધંધાની કોઈ વ્યવસ્થા નથી, ત્યાં સુધી ભિખારીઓને મુઠ્ઠી ભર ભિક્ષા આપવામાં કોઈ નુકસાન નહીં, બલ્કે લાભ જ છે. એવું નહીં કરવાથી તેઓ ભૂખ્યા અને નગ્ન લોકો ચોરી દ્વારા પોતાની જરૂરિયાતો પૂરી કરશે, જે સમાજ મોટા ખૂબ અહિતકર હશે. હરિપદ બાબૂની સાથે સ્વામીજી વિભિન્ન વિષયો પર વાર્તાલાપ કરતા રહ્યાં. આ પ્રકારે હરિપદ બાબૂથી ખૂબ જ આત્મીયતા થઈ ગઈ. હરિપદ બાબૂની પત્ની પણ સ્વામીજીની ભક્ત હતી. એમણે પોતાના પતિની સાથે સ્વામીજીથી દીક્ષા લીધી.

સન્ ૧૮૯૨નું વર્ષ અંતિમ શ્વાસ લઈ રહ્યું હતું. સ્વામીજીએ આ જ સમયે બેલગામથી બેંગ્લોર માટે પ્રસ્થાન કર્યું. ત્યાંના લોકોની વચ્ચે બે-ચાર દિવસ સુધી અજનબી રહ્યા પછી ધીમે-ધીમે એમના પરિચિતો અને મિત્રોની સંખ્યા વધવા લાગી. આ સમયે સ્વામીજીનો પરિચય મૈસૂરના દીવાનથી થયો. થોડી જ ક્ષણોની વાતચીતે દીવાનને મંત્રમુગ્ધ બનાવી દીધો, એમણે આ પ્રકારના અદ્ભુત વ્યક્તિત્વવાળા સંન્યાસીને પહેલાં ક્યારેય જોયા ન હતા. સ્વામીજી એમને ત્યાં ત્રણ-ચાર અઠવાડિયા રોકાયા. આની વચ્ચે રાજ્યના મુખ્ય અધિકારીઓ તથા વિભિન્ન વિષયના વિદ્વાનોથી સ્વામીજીનો વિવિધ વિષય પર વિચાર-વિનિમય થતો રહ્યો. દીવાને સ્વામીજીનો પરિચય મૈસૂરના મહારાજાથી કરાવ્યો. સ્વામીજીના અપૂર્વ પ્રતિભાપૂર્ણ તથા મોહક વ્યક્તિતવના જાદૂએ મહારાજાને પણ ખૂબ આકર્ષિત કર્યા. સ્વામીજી મૈસૂર રાજ્યના અતિથઈના રૂપમાં મહારાજાની સાથે રહેવા લાગ્યા. મૈસૂર નરેશ રાજ્યની કેટલીય મુખ્ય સમસ્યાઓની ગુત્થીઓને દૂર કરવા માટે સ્વામીજીની મદદ લેતા હતા. સ્વામીજી પણ નિર્ભીકતાથી શાસનની નબળાઈઓ તરફ રાજાનું ધ્યાન આકર્ષિત કરતા તથા એમના ઉપચાર તેમજ સલાહ આપતા. સ્વામીજીની આ પ્રકૃતિ હતી કે કોઈ પણ વ્યક્તિના અવગુણ પર તેઓ એમની સામે જ પ્રહાર કરી દેતા, એ વિચારીને કે એનાથી એ વ્યક્તિમાં સુધાર થશે. પરંતુ એ વ્યક્તિની પીઠ પાછ સર્વદા પ્રશંસા જ કરતા.

એક દિવસે રાજદરબારમાં વિદ્વાનોની બેઠક થઈ. દૂર-દૂરના મહાપંડિત અને વિદ્વાન આમંત્રિત હતા. ચર્ચાનો વિષય હતો વેદાન્ત. બધા લોકોના વ્યાખ્યાન પછી સ્વામીજીનો વારો આવ્યો. સ્વામીજીના સૌમ્ય વ્યક્તિત્વ પર લોકોની દૃષ્ટિ જામી ગઈ. મધુર સ્વરમાં જ્યારે એમણે વેદાંતનું અત્યંત સરળ તેમજ સ્પષ્ટ વિશ્લેષણ કર્યું, તો સભામાં એમની ધાક જામી ગઈ. લોકો એમની પ્રતિભા અને પાંડિત્ય પર મુગ્ધ થઈને હર્ષથી કરતલ ધ્વનિ કરવા લાગ્યા. કેટલા અનુભવી તેમજ અભિમાની વિદ્વાનોના ગર્વ ચૂર-ચૂર થઈ ગયા. ત્યાં સ્વામીજીની એક ઑસ્ટ્રિયન સંગીતજ્ઞથી મુલાકાત થઈ. જ્યારે સ્વામીજી એ સંગીતજ્ઞથી યૂરોપીય સંગીતની ચર્ચા કરવા લાગ્યા, તો સ્વામીજીના પશ્ચિમી સંગીત પદ્ધતિના જ્ઞાનને જોઈને સભાના લોકોએ દાંતો નીચે આંગળી દબાવી લીધી. એક દિવસ

દીવાને પોતાના સચિવને એક હજાર રૂપિયા આપીને કહ્યું કે જ્યારે સ્વામીજી શહેર જોવા જાય તો તું પણ એમની સાથે જજે. બજારમાં જો એમનો કોઈ વસ્તુ પસંદ આવે, તો મારી તરફથી એમને ખરીદી આપજે. સંધ્યા સમયે સ્વામીજી બજાર ફરવા નિકળ્યા. પંક્તિબદ્ધ દુકાનોમાં જાત-જાતની વસ્તુઓ. સ્વામીજી એ વસ્તુઓને ખૂબ ધ્યાનથી જોતા, એમની દૃષ્ટિમાં એક નાના બાળકની જિજ્ઞાસા, વિસ્મય અને પ્રફુલ્લતા હતી. પરંતુ જ્યારે સચિવ એમને કોઈ બહુમૂલ્ય વસ્તુ પસંદ કરવાનો આગ્રહ કરતો, તો સ્વામીજી એની વાતની તરફ ધ્યાન ન આપતા- જાણે એમને એ વસ્તુઓને જોવામાં જ રુચિ છે, ખરીદવામાં નહીં. આ પ્રકારે બધું જોતા-ફરતા તે લોકો ધૂમ્રપાન કરવાવાળી વસ્તુઓની દુકાન પર પહોંચ્યા. સ્વામીજીએ સચિવને કહ્યું-

'મિત્ર જો દીવાનની ઇચ્છા છે કે તું મારા માટે એ વસ્તુને ખરીદે, જેને હું પસંદ કરું, તો ઠીક છે, મને એક સારા પ્રકારની સિગાર જ લઈ લેવા દો.' આ પ્રકારે સિગાર ખરીદવામાં આવી અને સ્વામીજી આનંદપૂર્વક એને પીતા-પીતા દરબારમાં પાછા આવ્યા.

મૈસૂરમાં રહેતા-રહેતા સ્વામીજીના વધારે દિવસ થઈ ગયા હતા. તેઓ ત્યાંથી દક્ષિણની તરફ જવાવાળા હતા. વિદાયના સમયે મહારાજાએ એમને કેટલાય પ્રકારની બહુમૂલ્ય ભેટ આપવાનો પ્રયત્ન કર્યો, પરંતુ સ્વામીજીએ કશું પણ ના લીધું. મહારાજનું દિલ ના તૂટે આથી સ્વામીજીએ કહ્યું- 'જો તમે મને કશું આપવા ઇચ્છો છો, તો ધાતુ વગરનો બનેલો એક હુક્કો આપી દે, તે મારા કામનો હશે.' તેથી મહારાજાએ સ્વામીજીને એમની ઇચ્છાનુસાર ખૂબ જ સુંદર નક્કાશી કરેલી લાકડીનો કલાત્મક હુક્કો ભેટમાં આપ્યો. મૈસૂર નરેશનો દીવાન સ્વામીજીને પોતાની તરફથી ઘણા બધા રૂપિયા ભેટ આપવા ગયો. પરંતુ સ્વામીજીએ કશું પણ સ્વીકાર ના કર્યું. દીવાનને દુઃખી જોઈને એમણે કહ્યું કે તે એમને કંઈ આપવા જ ઇચ્છે છે, તો ત્રિચૂર સુધીની બીજી શ્રેણીની એક ટિકિટ ખરીદી આપે, આમ તો સ્વામીજી અહીંયાથી સીધા રામેશ્વરમ જવાના હતા, પરંતુ વિચાર્યું કે વચ્ચે એક-બે દિવસ ત્રિચૂર પણ જોઈ લે. દીવાને ત્રિચૂરની ટિકિટ ખરીદી આપી અને કોચીનના દીવાનના નામે એક પરિચય પત્ર પણ સ્વામીજીને આપી દીધો.

આ પ્રકારે ત્રિચૂરમાં એક-બે દિવસ રોકાયા પછી સ્વામીજી પ્રોફેસર સુન્દરમ ઐય્યરને ત્યાં, જે ટ્રાવનકોરના પ્રથમ મહારાજાના શિક્ષક હતા, ત્યાં રોકાયા. એમની સાથે સ્વામીજીએ લગભગ નવ દિવસ વિતાવ્યા. સુંદરમ ઐય્યરે પોતાના સંસ્મરણોમાં લખ્યું છે -'હું પહેલી વખત સ્વામીજીથી ત્રિવેન્દ્રમમાં ડિસેમ્બર ઈ.સ. ૧૮૯૨માં મળ્યો હતો, એમના વિષયમાં વધારે જોવાનું અને જાણવાનું સૌભાગ્ય મને પણ મળ્યું હતું. તેઓ મારે ત્યાં એક મુસલમાન પથ નિર્દેશકની સાથે આવ્યા. મારો દ્વિતીય પુત્ર, બાર વર્ષનો નાનો છોકરો, એમને મારી પાસે બોલાવી લાવ્યા અને એમને પણ મુસલમાન જ બતાવ્યા. જેવા જ સ્વામીના પોશાકમાં તેઓ દેખાઈ રહ્યા હતા, તેઓ દક્ષિણ ભારતના હિન્દૂ સંન્યસાસીઓ માટે બિલ્કુલ અજાણ્યા હતા. હું એમને ઉપર લઈ ગયો અને વાતચીત શરૂ કરી. જેવી જ મને જાણ થઈ કે તેઓ કયા પ્રકારના વ્યક્તિ છે, મેં એમનું યોગ્ય અભિવાદન કર્યું. સૌથી પહેલી વાત, જે એમણે મારાથી કહી, તે પોતાના મુસલમાન પરિચારકના ભોજનની વ્યવસ્થા કરવાના વિષયમાં. એમનો આ સાથી કોચીન રાજ્ય સરકારનો દરવાન હતો અને ત્યાંના દીવાન દ્વારા, સ્વામીજીને ત્રિવેન્દ્રમ સુધી પહોંચાડવા માટે

આવ્યો હતો. સ્વામીજીએ પહેલાં બે દિવસોમાં ફક્ત થોડા દૂધ સિવાય કશું ના ખાધું કે પીધું હતું. પરંતુ જ્યાં સુધી એમના મુસલમાન દરવાને ભોજન કરીને વિદાય ન લઈ લીધી, ત્યાં સુધી એમણે પોતાની જરૂરિયાતો પર કશું ધ્યાન ન આપ્યું. જ્યારે મેં એમનાથી પૂછ્યું કે તેઓ કયા પ્રકારનું ભોજન કરે છે, તો એમણે કહ્યું 'જે કંઈ પણ તમે આપી દો, અમને સંન્યાસીઓને કોઈ વિશેષ સ્વાદથી મતલબ નથી.'

'સ્વામીજીની ઉપસ્થિતિ, એમનો કંઠ સ્વર, એમની આંખોની દિપ્તી, એમના વિચાર તેમજ શબ્દ પ્રવાહ એટલા પ્રભાવોત્પાદક હતા કે હું એ દિવસે માર્તણ્ડ વર્માને ત્યાં, જે એ દિવસોમાં ટ્રાવનકોરના પ્રથમ નરેશ હતા અને એમ.એ.ના અભ્યાસની તૈયારી કરી રહ્યા હતા અને હું જેમનો શિક્ષક હતો, એમની પાસે ના જઈ શક્યો'. સુંદરમે એમને ત્યાંના અનેક વિદ્વાનોથી મળાવ્યા. બધા લોકોને સ્વામીજીએ પોતાના જ્ઞાન અને વ્યક્તિત્વના આકર્ષણથી પોતાના ભક્ત બનાવી લીધા. સ્વામીજી જ્યાં સુધી ત્રિવેન્દ્રમ રહ્યા, આ જ ક્રમ ચાલતો રહ્યો. સુંદરમના ઘર પર રોકાવા અને બાળકોથી વાતચીત કરતા-કરતા એમણે તમિલ પણ શીખી લીધી. રસોઈ બનાવવાળા બ્રાહ્મણ તથા બાળકોથી તેઓ તમિલમાં જ વાતો કરતા હતા. સુંદરમ લખે છે- 'જ્યારે સ્વામીજીએ વિદાય લીધી તો થોડા સમય માટે એવું લાગ્યું કે જાણે અમારા ઘરની રોશની ઓલવાઈ ગઈ હોય'.

અહીંયાથી સ્વામીજી રામેશ્વરમ્‌ની તરફ ચાલી નિકળ્યા. રસ્તામાં મદુરાઈમાં થોડો સમય માટે વિશ્રામ કર્યો અને ત્યાં રામનદના રાજા ભાસ્કર સેતુપતિથી મળ્યા. મહારાજાએ સ્વામીજીને થોડા દિવસ ત્યાં જ રોકી લીધા. તેઓ એમના ખૂબ મોટા પ્રશંસક અને ભક્ત બની ગયા. જનશિક્ષાના પ્રચાર માટે તથા કૃષિ ઉન્નતિ માટે સ્વામીજીએ એમને અનેક સલાહ આપી. સંસારથી વૈરાગ્ય લઈને એક સંન્યાસીના મુખથી જનશિક્ષા અને કૃષિ વગેરેના ઉત્થાનની વાત સાંભળીને મહારાજાને ખૂબ આશ્ચર્ય થયું. સ્વામીજીએ મહારાજાના નયનોના ભાવ વાંચીને કહ્યું-

'સંન્યાસીનું લક્ષ્ય મોક્ષ પ્રાપ્ત કરવું જરૂર છે પણ મને મારા ગુરુદેવથી એ જ આદર્શ પ્રાપ્ત થયો છે કે ભારતવર્ષની જનતાની પ્રગતિની ચેષ્ટા કરવી પણ મોક્ષ પ્રાપ્તિનું જ એક સાધન છે.'

આ પ્રકારે મદુરાનું ભ્રમણ સમાપ્ત કરીને સ્વામીજી દક્ષિણ ભારતની મહાતીર્થ ભૂમિ રામેશ્વરમ્ તરફ ચાલી નિકળ્યા. લંકાના રાજા રાવણને પરાજિત કરીને રામે જ્યારે મહારાણી સીતાની સાથે ભારતમાં ચરણ રાખ્યા, ત્યારે રામેશ્વરમ્‌માં સર્વપ્રથમ એમણે શિવની પૂજા કરી. એમની જ સ્મૃતિમાં અહીંયા એમક મંદિર બન્યું. આ મંદિરનું મુખ્ય દ્વારા ભૂમિથી એકસો ફૂટ ઊંચું છે. કેટલીય સીડીઓ ચઢ્યાં પછી મંદિરમાં પ્રવેશ કરી શકાય છે. સ્વામીજી બાળપણથી જ રામેશ્વરમ્‌ના શિવ મંદિર સુધી પહોંચવાનું સ્વપ્ન જોયા કરતા હતા. આજે એમની મનોકામના પૂર્ણ થઈ, તો એમનું હૃદય ખુશ-ખુશહાલ થઈ ગયું. રામેશ્વરમ્‌ની પાવન ધરતી પર ફરતા-ફરતા એમના મસ્તિષ્કમાં રામાયણના અનેક માર્મિક ચિત્ર ઉભરતા રહ્યાં અને દૂર થતાં રહ્યા. સમયના પ્રવાહમાં રામ-રાવણ વગેરે બધા ખોવાઈ ગયા, પરંતુ એમની સ્મૃતિ જન-જનના માનસમાં આજે પણ એ જ પ્રકારે તાજી છે, જાણે વાત કાલની જ હોય. એવી છે આપણી સંસ્કૃતિ.

રામેશ્વરમ્ પછી કન્યાકુમારી. ભારતનો અંતિમ ભૂભાગ, જેની કલ્પનામાત્રથી સ્વામીજીનું હૃદય સ્પંદિત થઈ જતું હતું. આજે એને પોતાની બિલ્કુલ નજીક જોઈને તેઓ આનંદવિભોર થઈ રહ્યા છે. કન્યાકુમારીમાં માં કાળીનું મંદિર છે. માં કાળીના દર્શન માટે સ્વામીજીનું હૃદય ઉન્મત્ત થઈ રહ્યું છે, જાણે ઘણા સમયથી અલગ થયેલ શિશુ પોતાની માતાના ખોળામાં પહોંચવાની સુખદ કલ્પનાથી હર્ષોત્તેજિત થઈ રહ્યો હોય. મંદિરમાં પહોંચતા જ તેઓ ભૂમિશાયી થઈને દંડવત કરે છે અને પછી ઘણા સમય સુધી નેત્ર બંધ કરીન માતા કાળીના ધ્યાનમાં લીન રહે છે. જ્યારે આરાધના સમાપ્ત થાય છે, તો તેઓ મંદિર છોડીને સમુદ્રની તરફ ચાલી નિકળે છે, જાણે સાગર એમને આમંત્રિત કરી રહ્યો હતો. દૂર સુધી ફેલાયેલી શ્વેત સિકતાની ભૂમિ પર સાગરની લહેરો અને પવન દ્વારા નિર્મિત અનેક પ્રકારની કલાકૃતિઓ પર સ્વામીના પગલાંઓના ઉભરાતા નિશાન. સામે અથાગ, અસમી જલધીનું શ્યામવર્ણ વિરાટ રૂપ. તટથી ક્રીડા કરતી તરંગોનો ઉન્મુક્ત ફેનિલ હાસ. દૂર ક્ષિતિજ પર બંધાયેલી સ્વામીજીની એકાગ્ર દૃષ્ટિ. મુખમંડળ પર વિચાર-ગાંભીર્યની છાયા.

કાશ્મીરથી કન્યાકુમારી સુધી ચાર વર્ષની અવિરામ યાત્રાથી પ્રાપ્ત જાત જાતના અનુભવોની યાદોથી સ્વામીજીનું હૃદય ભરેલું છે. ક્યારેક રાજા-મહારાજાઓના રાજભવનોમાં એમણે નિવાસ કર્યો, વિવિધ પ્રકારના પકવાન ખાધા, દાસ-દાસીઓએ પંખા નાખ્યા. ક્યારેક ચાર-ચાર, પાંચ-પાંચ દિવસો સુધી ભૂખ્યા-તરસ્યા, શ્રાન્ત-શિથિલ કોઈ વૃક્ષના છાંયડામાં આશ્રય લીધો. ભંગી અને ચમારીની ભીક્ષા ગ્રહણ કરી. ક્યારેક ગૃહસ્થોના ઘરોમાં પોતાના ઘરનું મમત્વ અને સ્નેહ મેળવ્યો, તો ક્યારેક પરિવ્રાજક સાધુઓની ટોળીમાં જપ-તપના વિભિન્ન રૂપ જોયા. રાજા-રંક, ઊંચ-નીચ, પંડિત-મૂર્ખ બધાના દ્વાર પર તેઓ ગયા. બધાને જોવા-પરખવાની એમને તક પ્રાપ્ત થઈ. બધા પ્રાન્તોના આચાર-વિચાર, રીતિ-રિવાજ જોયા. એક પ્રદેશથી બીજા પ્રદેશના લોકોમાં સમતા અને વિષમતા જોઈ. આ સામ્ય અને વૈષમ્યની વચ્ચે એક સંસ્કૃતિની ઝાંખી પણ મેળવી- એક આત્માની ઝલક જોઈ, પરંતુ આ બધાની ઉપર નજરે પડી દરિદ્રતા, કુસંસ્કાર, અંધવિશ્વાસ તથા હિન્દૂ ધર્મના હૃદયહીન નિયમ-બંધન. એનાથી પણ વધારે હૃદયમાં શૂળ ચુભાવવાવાળી હતી અહીંયાની અશિક્ષા. એક ખૂણાથી બીજા ખૂણા સુધી આખું ભારત કુંભકર્ણી ઊંઘથી સૂઈ રહ્યું હતું. એને કેવી રીતે જગાડવામાં આવે, એને કેવી રીતે આગળ વધારવામાં આવે? આ જ પ્રશ્ન સ્વામીજીના મસ્તિષ્કમાં વારંવાર આવતા રહેતા. એનો જવાબ વિચારતા-વિચારતા એમણે એ નિર્ણય લીધો, જેણે ના ફક્ત એમના જીવનને બલ્કે પૂરા ભારતના જીવનને એક નવો વળાંક આપ્યો.

★★

વિશ્વ વિજયની તરફ

કન્યાકુમારીના સાગર તટ પર ઊભા-ઊભા સ્વામીજીના પગ જામી ગયા છે- શરીર જડ થઈ ગયું છે. તટની ચહેલ-પહેલ અને અવાજથી તેઓ બિલ્કુલ નિર્લિપ્ત તેમજ અણસ્પર્શ્યા છે. આ બે વર્ષોના ભારત ભ્રમણમાં મળેલી અનુભૂતિઓના અનેક ચિત્ર એમની આંખોમાં તરી રહ્યાં છે. કાનોમાં વિવિધ ધ્વનિઓ તરંગિત છે. મસ્તિષ્કમાં વિચારોનું તોફાન ઉઠેલું છે. આ ઝંઝા, આ ઝકોર એમને તોડીને રાખી દેશે. તેઓ પોતાનાથી દૂર ભાગવા ઇચ્છે છે, પોતાને પોતાનાથી કાપીને અલગ કરી દેવા ઇચ્છે છે. અજીબ સમસ્યા છે, બેચેની છે, ક્યાં જાય, જ્યાં બે ક્ષણની શાંતિ મળે.

તટથી થોડા હાથ દૂર ચંચલ જળની વચ્ચે એક વૃહત્ શિલાખંડ પડેલ છે. હા ત્યાં એકાંતમાં શાંતિ મળી શકે છે. પરંતુ ત્યાં જાય કેવી રીતે? નોકાઓ તો છે, પણ પૈસા જ નથી. સ્વામીજી વિચારવા લાગે છે કે સામેથી હુલસતી, લલકટી લહેરો તીવ્ર ગતિથી આવીને એમના ચરણ ચૂમીને પાછી જાય છે. સ્વામીજીના પગ અનાયાસ ઉઠીને લહેરોની ગતિની સાથે મળી જાય છે. પરંતુ એ તીવ્રતમ ગતિની હોડમાં એમના પગ લડખડાઈ ઉઠે છે. તેઓ પાછળ રહી જાય છે. પરંતુ અડધા રસ્તાથી પાછું ફરવું એમણે જીવનમાં શીખ્યું જ ન હતું. તેઓ ચપલ તરંગોની ઉપર પોતાને ફેંકતા ગયા અને ક્ષણભરમાં તરીને પડાવ મેળવી લે છે.

સ્વામીજી શિલાખંડ પર સમાધિની મુદ્રામાં બેસી ગયા છે. ભીના વસ્ત્ર એમના શરીરથી ચીપકેલા છે. બંધ પલકોની અંતર ભારતમાતાનું સંપૂર્ણ રૂપ છે- સુદૂર ઉત્તરમાં રજત હિમકણથી આચ્છાદિત હિમાલયના શિખર, માતાના માથા પર જગમગાતો મુગુટ અને અહીંયા દક્ષિણમાં માતાના ચરણ પખારતું આ દરિયાનું જળ. પ્રકૃતિએ તો માતાના રૂપને સજાવવાનો યથાશક્તિ યત્ન કર્યો. પરંતુ આ રૂપ સજ્યું નહીં. સજે પણ કેવી રીતે? પરતંત્રતાની ઝંઝીરોમાં જકડાયેલી ભારત માતાની સ્થિતિ વિવશ, દીન, હીન અને વિષણ્ણ છે. અશ્રુપૂર્ણ નમિત દૃષ્ટિ, કમ્પિત મૌન હોઠ, સ્નેહરિક્ત રુખી કેશરાશિ. કૃશ શરીર પર જર્જર, મેલા વસ્ત્ર છે. એની કોટિ-કોટિ સંતાનો અર્ધનગ્ન, અર્ધક્ષુધિત, શોષિત, મૂઢ અને અશિક્ષિત છે. આખરે શું છે આનું કારણ?

એક તરફ એશોઆરામમાં લીન, અધિકાર અને ઐશ્વર્યમાં ઉન્મત્ત ધનિક વર્ગ અસંખ્ય દીન-દુઃખિઓનું લોહી ચૂસી રહ્યો છે. બીજી તરફ વિશિષ્ટ અને શિક્ષિત કહેવાતા બ્રાહ્મણ

સમુદાય, નિમ્ન શ્રેણીના દરિદ્ર લોકોની સાથે નિર્મમ, કઠોર વ્યવહાર કરી રહ્યો છે. હિન્દૂ ધર્મ પરથી લોકોની શ્રદ્ધા જ નથી ઉઠી રહી, બલ્કે દુઃખના માર્યા લોકો અધિકાધિક સંખ્યામાં ઈસાઈ ધર્મને અપનાવી રહ્યા છે, ત્યાં એમના પેટ ભરાય છે, સહાનુભૂતિ અને શિક્ષા મળે છે તથા બધાની ઉપર એમની સાથે માનવોચિત્ત વ્યવહાર કરવામાં આવે છે. ભલું, તેઓ કેમ ના બીજા ધર્મને અંગીકાર કરે? પોતાના હિન્દૂ ધર્મના માથઆ પર આ કેવું કલંક. આપણે પોતાની દૃષ્ટિમાં ખુદ નીચા પડી રહ્યા છીએ. આપણે પોતાના પગો પર ખુદ કુહાડી મારી રહ્યા છીએ. પછી આપણું સન્માન કોણ કરશે? આપણી મદદ માટે કોણ આવશે?

સ્વામીજીનું હૃદય વેદનાથી વ્યાકુળ છે. એમની બંધ આંખોની અંદર અસીમ ક્લેશ છે. આ ક્લેશનો પડછાયો એમની સંપૂર્ણ મુખાકૃતિ પર વ્યાપ્ત છે. તેઓ વિચારે છે- આ રાજા-મહારાજાઓના ત્યાં મારા રોકાવાનો મુખ્ય ઉદ્દેશ્ય એ જ હતો કે હું એમનું ધ્યાન દેશિહતેષી કર્તવ્યોની તરફ આકર્ષિત કરું. જો તેઓ ઇચ્છે તો આ દિશામાં ઘણો બધો સુધારો લાવી શકે છે, કેમ કે એમની પાસે પૈસા છે, અધિકાર છે. પરંતુ ભારતના દુઃખી-દૈન્ય, અશિક્ષા અને કુસંસ્કારને દૂર કરવા માટે તેઓ પોતાની કેટલીય શક્તિ અને કેટલીય સંપત્તિ અર્પિત કરી શકે છે? સદીઓથી સતાવવામાં અને કુચળવામાં આવેલા ભારતવાસીઓની આંખોના આંસૂ લૂછીને શું તેઓ ત્યાં સુખ અને સંતોષની ક્રાંતિ લાવી શકે છે? શું એમના હૃદયની હીન ભાવનાને ઉખાડીને ત્યાં આત્મવિશ્વાસ ઉપજાવી શકે છે? આ બધું એમના વશની વાત નથી. આ દેશી નરેશો દ્વારા ભારતની સમસ્યાઓનું સમાધાન શક્ય નથી. એના માટે તો મારે બીજું કંઈક કરવું પડશે, એમાં આત્મવિશ્વાસ પેદા કરવો પડશે. આ ત્યારે જ શક્ય છે, જ્યારે ભારતવાસીઓને આધ્યાત્મિક બળનું સંબળ મળે. પરંતુ નહીં. આ બધી થોથી દલીલ છે. ગુરુદેવ કહ્યા કરતા હતા - 'ભૂખ્યા પેટથી ભજન નથી થતું.' ઠીક છે. મારે તો બધાથી પહેલાં ભારતની દરિદ્રતાથી યુદ્ધ કરવું પડશે. એનો એક જ માર્ગ છે, ભારતવાસીઓની શિક્ષા. એક શિક્ષિત મસ્તિષ્ક પોતાની દરેક જરૂરિયાતનું નિરાકરણ આપમેળે શોધી લે છે.

ભગવા વસ્ત્રમાં તે વ્યક્તિ જે શિલાખંડ પર ધ્યાનાવસ્થિત છે, પોતાની આધ્યાત્મિક અનુભૂતિઓમાં લીન એક સંન્યાસી નહીં, બલ્કે સમાજની કાયા પલટવાની ઇચ્છાથી પ્રેરિત એક ક્રાંતિકારી છે. એના હૃદયમાં ભાવનાઓનો સાગર છે અને બહાર યથાર્થનો. સમુદ્રની અગણિત લહેરો ઉઠે છે અને એના પગોની નીચે ચટ્ટાનથી ટકરાઈને ચૂર-ચૂર થઈ જાય છે અને ચટ્ટાન એમની એમ સ્થિર છે. તે વિચારે છે, ઉદ્દેશ્યની પ્રાપ્તિના માર્ગમાં આ જ પ્રકારે અનેક બાધાઓની લહેરો આવશે, પરંતુ એનું હૃદય આ શિલાખંડથી પણ વધારે સુદૃઢ બનેલું રહેશે. એનું સાધ્ય એની આંખોની સામે સ્પષ્ય હતું. પરંતુ સાધન ક્યાંય નજરે પડતું ન હતું. એનું મુખ મ્લાન થઈ ઉઠે છે. તે વિચારે છે- એક સંન્યાસી, જેની ઝોળી બરાબર રિક્ત રહે છે તે ભલું આટલા મોટા કાર્યક્રમનો ભાર કેવી રીતે સહન કરી શકે છે? એના માટે પૈસા મુખ્ય સાધન છે. આ એકમાત્ર પૈસા માટે ક્યાં જાઉં? શું કરું? કોની સામે હાથ ફેલાવું? કોઈ આપશે કે કેમ અને કેટલું? અમારી પાછળ તો કોઈ જનશક્તિ પણ નથી.

નિરાશાના ઘોર અંધકારમાં આશાનું કિરણ ફૂટ્યું. આ સમયે સંસારનો સૌથી સંપન્ન દેશ અમેરીકા છે. ત્યાંથી જ અર્થોપલબ્ધિ શક્ય છે. પરંતુ કેવી રીતે? શું હું ત્યાં ભિક્ષાટન કરીશ? પછી તો ધન મળવાથી રહ્યું. આત્મસન્માન પણ સાથ છોડી દેશે. નહીં. આ દીન-હીન ભારત માતાની ઝોળીમાં એક વસ્તુ, ફક્ત એક વસ્તુ હજુ બાકી છે. એ છે ભારતનું વેદાંત દર્શન. એનો કોષ અપરિમિત છે. કેમ ન હું અમેરીકા, યૂરોપમાં એની શિક્ષા આપીને, એનો પ્રચાર કરીને અર્થોપાર્જન કરું. એના સિવાય મારી પાસે છે જ શું, જેને આ દેશોને આપું, જેનો સહારો લઈને હું આ દેશોમાં ઊભો રહી શકું. કોઈને કશું આપ્યા વગર એનાથી કશું લેવું સન્માનની વિરુદ્ધ છે. આદાન-પ્રદાન પ્રકૃતિનો શાશ્વત નિયમ છે. મારે અમેરીકા જવું છે, તો એના માનસ-ગુરુના રૂપમાં જવાનું છે, ભિખારીના રૂપમાં નહીં. અમારી સફળતાથી દેશનું સન્માન વધશે, લોકોમાં આત્મવિશ્વાસ વધશે. પછી ભારતના કલ્યાણ કાર્યમાં કેટલાય નિષ્ઠાવાન યુવક હાથ વધારવા આગળ આવશે.

સ્વામીજીનું મુખમંડળ દઢ સંકલ્પના તેજથી ચમકવા લાગ્યું. આ તેજ ભારતની ચિંતા, નિરાશા અને અકર્મણ્યતાથી યુદ્ધ કરવા માટે તત્પર હતું. આ તેજની વિભાની સન્મુખ નિર્વિકલ્પ સમાધિનું તેજ પણ મંદ પડી જતું હતું. નિર્વિકલ્પ સમાધિ, આ તો અકર્મણ્યતાને પ્રશ્રય આપે છે. આ ફક્ત વ્યક્તિને સુખ પહોંચાડી શકે છે, સમાજનું કોઈ કલ્યાણ એનાથી શક્ય નથી. આજે સમાજ માટે, દેશ માટે, વિવેકાનંદની જરૂર છે. દેશ એમને અવાજ આપી રહ્યો છે. ગુરુદેવ પણ તો એ જ ઈચ્છતા હતા. 'જો હું ફક્ત એ ઈશ્વરની પૂજા કરી શકું, જેના વિષયમાં મારો વિશ્વાસ છે કે તે સમસ્ત જીવોમાં વિરાજમાન છે, તો હું એના માટે પુનઃ જન્મ લઉં અને હજારો પ્રકારના કષ્ટ સહન કરું. મારા ભગવાન દુષ્ટ જન છે. મારા ભગવાન દુઃખી જન છે. મારા ભગવાન બધી જાતિઓના દરિદ્ર જન છે.' ગુરુદેવ રામકૃષ્ણ પોતાના પ્રિય શિષ્ય નરેન્દ્રના હૃદયમાં આ પ્રકારની ભાવનાનું બીજારોપણ કરી ગયા હતા. આ જ ભાવના હવે પૂર્ણ રૂપથી પ્રસ્ફુટિત થઈને સ્વામીના પૂરા હૃદયમાં લહેરાઈ રહી હતી. પરંતુ વાણીના બંધનમાં એમણે એને ઘણા સમય પછી બાંધ્યા.

એ દિવસે મધ્ય રાત્રિ પછી સ્વામીજીની તંદ્રા તૂટી. આંખો ખુલી, તો દૂર ક્ષિતિજથી જઈને નજરો ટકરાઈ ગઈ. ચાંદ-સિતારાઓથી ચમકતી રાત. સામે વિશાળ જલધિનું ઊંડું ગંભીર રૂપ. પવનસુત હનુમાન આ જ જલધિને એક છલાંગમાં પાર કરીને સીતાની શોધમાં શ્રીલંકા પહોંચી ગયા હતા. કાશ, મારા પણ અંગોમાં આ પ્રકારની જાદુઈ શક્તિ હોત, સ્વામીજી વિચારવા લાગ્યા. પરંતુ નહીં, માનવ અસમર્થ નથી. જો એમાં સંકલ્પ બળ હાય તો એના માટે કશું પણ અશક્ય નથી. તે આકાશના સિતારાને તોડી લાવી શકે છે. સ્વામીજીના સ્મૃતિ પટ પર પાછલી યાત્રાના અનેક દશ્ય ઉભરાવા લાગ્યા, અનેક પ્રકારની અવાજો સંભળાઈ પડવા લાગી.

'સ્વામીજી, મને ભય છે, તમે આ દેશમાં કશું વધારે નથી કરી શકતા. અહીંયાના ઘણા ઓછા લોકો તમારું મૂલ્યાંકન કરી શકે છે. તમારે પશ્ચિમ જવું જોઈએ. તયાંના લોકો તમને અને તમારી કિંમતને ઓળખશે. પોતાના સનાતન ધર્મના ઉપદેશથી તમે પશ્ચિમની જનતા પર નિઃસંદેહ પ્રભાવ નાખી શકશો.' આ શબ્દ પોરબંદરના દીવાન

શંકર પાંડુરંગના હતા. તેઓ ખુદ સંસ્કૃતના પ્રખર વિદ્વાન હતા અને એ દિવસોમાં વેદોનો અનુવાદ કરી રહ્યા હતા. સ્વામીજીએ ત્યાં અગિયાર મહીના સુધી નિવાસ કર્યો હતો. આ અવધિમાં દીવાનથી એમની મિત્રતા થઈ ગઈ હતી. પહેલી વખત એમણે સ્વામીજીને વિદેશ જવા માટે પ્રોત્સાહિત કર્યા. એમનો વિશ્વાસ હતો કે સાચ્ચા પ્રતિભાશાળી વ્યક્તિની પ્રતિભા સર્વપ્રથમ વિદેશોમાં જ ઓળખવામાં આવે છે. એમનું માન-સન્માન પહેલાં વિદેશોમાં થાય છે, પછી સ્વદેશમાં.

પોરબંદર નિવાસની અવધિમાં સ્વામીજીનું હૃદય વધારે અશાંત રહ્યું હતું. વિદેશ જવાની સલાહ સાંભળીને એમને વારંવાર ગુરુદેવની વાતો યાદ આવવા લાગી હતી. તેઓ હંમેશાં કહ્યા કરતા, 'નરેન, તારામાં સંસારને હલાવી દેવાની શક્તિ છે.' શું ખરેખર મારામાં કોઈ મહાન શક્તિ સામેલ છે? સ્વામીજી વિચારવા લાગ્યા, ગુરુદેવે તો મને એક દિવસે પોતાનું બધું જ, બધી દેવી શક્તિ આપી દીધી હતી અને આંખોમાં અશ્રુધારા વહાવતા કહ્યું હતું, 'નરેન- હવે હું એક ફકીર છું.'

આ બધી ભાવુક સ્મૃતિઓના પ્રવાહમાં વહેતા-વહેતા સ્વામીજી એક કગાર પર ક્ષણ ભર રોકાઈ ગયા. આ ખંડવા હતું. અહીં એમણે આગલા વર્ષે શિકાગોમાં સંપન્ન થવાવાળી વિશ્વ ધર્મ મહાસભાના વિષયમાં સાંભળ્યું હતું અને એ સંમેલનમાં ઉપસ્થિત થવાની કામના એમના હૃદયમાં સળવળાટ કરવા લાગી હતી. કાશ કોઈ એમની અમેરીકા યાત્રાનો ખર્ચ વહન કરી શકતો- તેઓ વિચારવા લાગ્યા હતા. પછી એમની આંખોની સામે બીજું એક ચિત્ર આવ્યું- મૈસૂર દરબારનું. મહારાજાએ પૂછ્યું હતું કે તેઓ સ્વામીજીની કયા પ્રકારે મદદ કરી શકે છે? સ્વામીજીએ પોતાના ભારત ભ્રમણ દરમિયાન દેશની તત્કાલીન સ્થિતિનું વર્ણન કરતા કહ્યું હતું- 'આપણી વર્તમાન જરૂર છે, પાશ્ચાત્ય વિદ્યાઓની મદદથી આર્થિક અને સામાજિક સ્થિતિને ઉન્નત બનાવવાનો પ્રયત્ન કરવો. ફક્ત યૂરોપ નિવાસીઓના દ્વાર પર ઊભા થઈને રોવા-પીટવા કે ભીખ માંગવાના ઉદ્દેશ્ય સિદ્ધ નહીં થાય. તે લોકો આપણે જે પ્રકારે વર્તમાન ઉન્નત વૈજ્ઞાનિક પ્રણાલીથી કૃષિ તથા શિલ્પ વગેરેની શિક્ષા આપશે, એના બદલામાં આપણે પણ એમને કશું ક આપવું પડશે. ભારતની પાસે આ સમયે એકમાત્ર આધ્યાત્મિક જ્ઞાન સિવાય આપવા યોગ્ય છે જ શું? આથી ક્યારેક-ક્યારેક મારી ઈચ્છા થાય છે કે વેદાંત દર્શનના પ્રચાર માટે પાશ્ચાત્ય દેશ જાઉં. પ્રત્યેક ભારતવાસીનો સ્વજાતિ અને સ્વદેશના કલ્યાણની કામનાથી એવી ચેષ્ટા કરવી કર્તવ્ય છે, જેનાથી આ પ્રકારના આદાન-પ્રદાનનો સંબંધ સ્થાપિત થઈ શકે. તમારા જેવા મહાન કુળમાં જન્મેલા શક્તિશાળી મહારાજા જો ચેષ્ટા કરે, તો સહજ જ આ કામ પ્રારંભ થઈ શકે છે. તમે આ મહાકાર્યમાં હાથ લગાવશો એ જ મારી એકમાત્ર ઈચ્છા છે.' મૈસૂર નરેશે સ્વામીજીની વાતો ધ્યાનથી સાંભલી હતી અને અમેરિકા યાત્રાનો બધો ખર્ચ વહન કરવા માટે તૈયાર થઈ ગયા હતા. પરંતુ સ્વામીજીએ એ સમયે એને ગ્રહણ ક રવાની જરૂર સમજી ન હતી, કેમ કે શિકાગોના વિશ્વધર્મ મહાસંમેલનનો દિવસ હજુ ઘણો દૂર હતો. મહારાજાના વચનથી સ્વામીનું મન આશ્વસ્ત થઈ ગયું હતું. તેઓ વિચારવા લાગ્યા હતા કે સમય આવવા પર જોયું જશે, એક સંન્યાસી પોતાની સાથે આટલા રૂપિયા ક્યાં-ક્યાં લઈને ફરશે. આજે એમને વિશ્વાસ થઈ ગયો કે ભારતીય દર્શન તથા સનાતન ધર્મના સર્વધર્મ સમન્વયનો સિદ્ધાંત જ ભારતનો મૂળ મંત્ર છે. આ જ બધા ધર્મોની જનની

છે. આ જ તે નિર્ઝર છે, જ્યાંથી અનેકાનેક ધર્મોની નદીઓ ફૂટી નિકળે છે. આનાથી જ આખા વિશ્વને જીતી શકાય છે. એને વશમાં કરી શકાય છે.

સ્વામીજીને અનુભવ થઈ રહ્યો છે કે પરોક્ષ રૂપથી ગુરુદેવ રામકૃષ્ણ એમનું દિશા-નિર્દેશન કરી રહ્યા છે. હવે એમનો માર્ગ પ્રશસ્ત અને કંટકહીન થઈ ગયો છે. એમના મસ્તિષ્કની ચિંતા, આશંકા બધી દૂર થઈ ચૂકી છે. મુખમંડળ આત્મિવશ્વાસ અને સંકલ્પ બળથી ચમકી રહ્યું છે. તેઓ નિશ્ચય કરી લે છે- હું વિદેશ જઈશ. પોતાના માનસ બળથી ધનોપાર્જન કરીશ. પછી સ્વદેશ પાછો આવીને માતૃભૂમિની સેવા માટે તન, મન, ધન અર્પણ કરી દઈશ.

સ્વામીજી સમુદ્ર તટથી નગરની તરફ આવવા લાગ્યા. કલ્પનાને સાકાર રૂપ આપવાથી પહેલાં ભારત ભ્રમણ તો પૂરું કરવાનું જ હતું. મદ્રાસ, હૈદરાબાદ વગેરે કેટલીક જગ્યાઓ જોવાની તેમજ સમજવાની બાકી રહી ગઈ હતી. સ્વામીજીએ હવે પદયાત્રા આરંભ કરી, કન્યાકુમારીથી મદ્રાસની તરફ. થોડા વિશ્રામની ઇચ્છાથી એમના પોંડિચેરીમાં રોકાવું પડ્યું. પુષ્પની માદક મધુ-ગંધથી જાણે પતંગિયાઓ અને ભમરાંઓ આપમેળે એની ચારે તરફ એકત્ર થઈ જાય છે, એવી જ રીતે મદ્રાસ પહોંચવાના થોડા દિવસ પછી જ સ્વામીજીના ઉદાત્ત વ્યક્તિત્વ, પ્રતિભા અને વિદ્વતાએ ત્યાંના શિક્ષિત સમાજને પોતાની તરફ આકર્ષિત કરી લીધો. વિશ્વવિદ્યાલયના અધ્યાપકગણ તેમજ વિદ્યાર્થી બધાની સાથે સ્વામીજીએ વિજ્ઞાન, સાહિત્ય અને દર્શન પર વાતચીત કરવાનું આરંભ કરી દીધું. કેટલાય યુવકક પાશ્ચાત્ય દાર્શનિક યુક્તિઓની ચર્ચા કરીને એમનાથી વાદ-વિવાદ કરતા. સ્વામી એ યુવકોના મનોવિજ્ઞાનથી પરિચિત હતા. થોડા વર્ષ પહેલાં તેઓ પણ તો ગુરુદેવ રામકૃષ્ણની પાસે એવા જ જિજ્ઞાસુ-હૃદય લઈને જતા હતા- અને ગુરુદેવ કેટલી સરળતાથી એમની જિજ્ઞાસા પર, એમની ભ્રાંતિ પર, એમના તાર્કિક મસ્તિષ્ક પર વિજય મેળવી લેતા હતા. સ્વામીજીએ આ યુવક વિદ્યાર્થીઓના જ્ઞાન-પિપાસુ તેમજ તર્કશીલ મસ્તિષ્કમાં પોતાના જ વિદ્યાર્થી-મસ્તિષ્કનું પ્રતિબિંબ જોયું. પોતાના ગુરુદેવની સમાન એમણે પણ ખૂબ સહજ રૂપથી આ તરૂણ વિદ્યાર્થીઓના મસ્તિષ્કની જિજ્ઞાસા અને ભ્રમને દૂર કર્યા. મદ્રાસમાં અનેક શિક્ષિત યુવક સ્વામીજીના શિષ્ય અને ભક્ત બન્યા. સ્વામીજીએ પોતાની વિદેશ યાત્રાનો ઉદેશ્ય પણ એમને બતાવ્યો. એમની સાથે જ તેઓ રાષ્ટ્ર કલ્યાણની યોજના પર વિચાર-વિમર્શ કરીને, રાષ્ટ્ર પ્રત્યે એમના કર્તવ્યની તરફ એમનુ ધ્યાન ખેંચતા. સ્વામીજીના કેટલાક જૂના ભક્તો તેમજ શિષ્યોને આ પદયાત્રાની જાણ થઈ ગઈ હતી. તેથી તે લોકો પણ મદ્રાસ પહોંચી ગયા હતા. સ્વામીજીના આ બધા નવા-જૂના શિષ્યો અને ભક્ત ખૂબ જ કર્તવ્યનિષ્ઠ હતા. સ્વામીજીના વિદેશ ગમન પછી એમના દ્વારા પ્રદર્શિત માર્ગ પર તેઓ લગનથી કામ કરી રહ્યા હતા અને એમણે ત્યાંની પરિસ્થિતિઓને પત્ર વ્યવહારથી અવગત રાખી.

મદ્રાસ હિન્દૂ ધર્મ અને એના કર્મકાંડનું કેન્દ્ર છે. સ્વામીજીના દર્શન અને પ્રવચનથી લાભાન્વિત થવા માટે મદ્રાસના સાધારણ ભણેલા-ગણેલા લોકોની ભીડ તો રહેતી હતી. પરંતુ જ્યારે ત્યાંના પંડિતો અને દાર્શનિકોનાકાનોમાં સ્વામીજીની ખ્યાતિ પહોંચી, ત્યારે તે લોકો એમની સભાઓ અને ગોષ્ઠિઓમાં ઉપસ્થિત થવા લાગ્યા. સ્વામીજીના વ્યક્તિત્વનું એક આકર્ષણ હતું વિનમ્રતા અને અહમ્‌નું સુયોગ્ય સામંજસ્ય. એક અતિ સાધારણ પંડિત જેણે અજ્ઞાનતાવશ એમનું અપમાન કર્યું, એનાથી સ્વામીજી ક્ષમાયાચના કરી લેતા અને

બીજી તરફ શ્રોતાઓ દ્વારા પોતાના વિચારોનું નિરર્થક ખંડન કરવામાં આવવા પર વિવાદના રૂપમાં વાદળની સમાન ફાટી પડતા હતા. એમની આંખોમાં વિજળી ચમકી ઉઠે છે. સ્વામીજીને ઈશ્વરના અદ્વૈત રૂપ પર આસ્થા હતી. કેટલાક વિદ્વાનોની એક સભામાં એમણે ખૂબ જોરદાર શબ્દોમાં એનું પ્રતિપાદન કર્યું. ઉપસ્થિત લોકોએ શંકા પ્રગટ કરી કે જો આપણે સ્વ અને સ્વામી (ઈશ્વર)માં કોઈ અંતર નથી સમજતા, તો પછી આપણી બધી જવાબદારી એક જ વખતમાં સમાપ્ત થઈ જાય છે. આપણે ભલે ખોટા રસ્તા પર ચાલી રહ્યા હોઈ કે સાચા રસ્તા પર, આપણા પર કોઈ અંકુશ નથી રહી જતો. આ સાંભળતા જ સ્વામીજીએ એક જવાબથી જ બધાને મૌન કરી દીધા. એમણે કહ્યું- ' જો આપણે સાચ્ચા દિલથી વિશ્વાસ કરીએ કે પરમાત્મા અને આપણે એક જ છીએ, તો પછી પાપ આપમેળે આપણાથી દૂર થઈ જશે અને કોઈ પ્રકારના અંકુશની જરૂર નહીં રહી જાય.' આ જ પ્રકારે એક દિવસ ક્રિશ્ચિયન કૉલેજના વિજ્ઞાન વિભાગના એક નાસ્તિક અધ્યાપક સિંગારવેલુ મુદાલિયર, સ્વામીજીના ભાષણના સમયે પોતાની વ્યંગ્યાત્મક હસી ના રોકી શક્યા અને ખૂબ જ ધૃષ્ટતાની સાથે ઉત્તેજિત થઈને હિન્દૂ અને ઈસાઈ ધર્મની ટીકા કરી. એમનો અતૂટ વિશ્વાસ હતો કે સ્વામીજી એમની યુક્તિઓનું ખંડન કોઈ પણ પ્રકારે નહીં કરી શકે. પરંતુ સ્વામીજીએ ખૂબ જ સહનશીલતાથી ના ફક્ત એમની યુક્તિઓનું ખંડન કર્યુ, બલ્કે એમને પોતાના અનુયાયી બનાવી લીધા. સ્વામીજી એમને પ્રેમથી 'કીડી' કહીને બોલાવ્યા કરતા હતા. સ્વામીજીએ એક વખત એમની સામે ચપટી લીધી- 'સીજરે કહ્યું હતું હું આવ્યો, જોયું અને વિજયી થયો', પરંતુ 'કીડી આવ્યો, જોયું અને વિજિત થયો.' મુદાલિયાર સંન્યાસી બનીને આજીવન સ્વામીજીના પ્રદર્શિત માર્ગ પર ચાલતા રહ્યા. એમના જ પ્રસ્તાવ પર સર્વપ્રથમ 'પ્રબુદ્ધ ભારત' નામની પત્રિકા પ્રકાશિત થવા લાગી, જે સ્વામીજીના વિચારોને જનતાની સન્મુખ રાખતી હતી. મુદાલિયર એના અવૈતનિક વ્યવસ્થાપક હતા.

અમેરિકામાં આયોજિત થવાવાળી વિશ્વ ધર્મ મહાસાભાનો સમય નજીક આવી રહ્યો હતો. સ્વામીજીએ આ મહાસભામાં ભાગ લેવાનું મંતવ્ય મદ્રાસી ભાઈઓની સામે રાખ્યું. મદ્રાસી લોકોએ આ પક્ષ પર ખૂબ ઉત્સાહ બતાવ્યો. એમણે ખૂબ જલ્દી જન સાધારણથી સ્વામીજીના વિદેશ ગમનના ખર્ચ માટે ફાળો માંગવાનો આરંભ કરી દીધો. વાત-વાતમાં જ પાંચસો રૂપિયા એકઠા થઈ ગયા. પરંતુ સ્વામીજીએ હજુ રૂપિયા લેવાનું ઠીક ના સમજ્યું. આવા અવસરો પર એમના મનમાં દુવિધા આવી જતી હતી. તેઓ નિશ્ચય કરી ચુક્યા હતા કે એમણે અમેરીકા જવાનુ છે. તેઓ એ પણ જાણતા હતા કે એમાં વધારે રૂપિયા ખર્ચ થશે અને ખુદ ક્યારેક-ક્યારેક પોતાના શિષ્યોથી એની ચર્ચા પણ કરી બેસતા હતા. પરંતુ એની સાથે જ સાથે એક સંન્યાસી હોવાના સંબંધે પોતાના હાથમાં વધારે રૂપિયા-પૈસા રાખવામાં એમને ખચકાટ થવા લાગતો. તેઓ વિચારવા લાગ્યા, જો ઈશ્વાર હકીકતમાં મને વિદેશ મોકલીને સનાતન ધર્મના ધ્વજને ઊંચો ઉઠાવવા ઇચ્છશે, તો પછી એના માટે મારે શું ચિંતા. અત્યારથી આટલા ધનનો સાથ યોગ્ય નથી. હું કોઈ ગૃહસ્થ તો છું નહીં કે ભવિષ્યની સુરક્ષા માટે ધન-સંચય કરું. એક સંન્યાસીના રૂપમાં જેમ હું કાલના ભોજન માટે નથી વિચારતો એવી જ રીતે મારે વિદેશ યાત્રાના ખર્ચના વિષયમાં પણ નથી વિચારવાનું. હું તો માતા કાળીના હાથની કઢપૂતળી છું. એમની ઇચ્છા અનુસાર જ મારે કામ કરવાનું છે. એમણે પોતાના શિષ્યોને બોલાવીને કહ્યું કે

તેઓ માતા કાળીની ઇચ્છાનું પાલન કરશે. જો એમની ઇચ્છા થઈ તો ફરી સમય આવવા પર વિદેશ જવાની વ્યવસ્થા આપમેળે થઈ જશે. સ્વામીજીએ ફાળા દ્વારા એકઠા થયેલ પાંચસો રૂપિયાને દરિદ્રોની મદદમાં ખર્ચ કરી દેવાની આજ્ઞા આપી.

સ્વામીજીની પ્રકૃતિનું આ એક વિચિત્ર રૂપ છે કે એક તરફ દેશભક્તિની ભાવનાથી ઓત-પ્રોત, અતિ વિદ્વાન મસ્તિષ લઈને એક વ્યક્તિ 'અહં બ્રહ્માસ્મિ'માં દૃઢ આસ્થા રાખે છે, તો બીજી તરફ અબોધ બાળકની જેમ માતા કાળીની આજ્ઞાની પ્રતીક્ષામાં બેઠા છે, એ વિશ્વાસ લઈને કે એકને એક દિવસે તે જરૂર પોતાની ઇચ્છા પ્રગટ કરશે. એના માટે સ્વામીજીએ પોતાની પ્રાર્થના-ઉપાસના, કોઈમાં કોઈ કસર બાકી ના છોડી.

આની વચ્ચે હૈદરાબાદની જનતા સ્વામીજીના દર્શન અને શ્રવણથી લાભ ઉઠાવવાની ઇચ્છા કરવા લાગી. અહીંયાના લોકોએ પોતાના મદ્રાસી મિત્રોથી સ્વામીજીના વિષયમાં ઘણું બધું સાંભળી રાખ્યું હતું. બાબૂ મધુસૂદન ચેટર્જીના ઘેર, જે હૈદરાબાદના નિઝામના ત્યાંએન્જિનીયર હતા, ત્યાં સ્વામીજીના રોકાવાની વ્યવસ્થા થઈ. સ્વામીજીએ હૈદરાબાદના નિમંત્રણને સ્વીકાર કરી લીધું.

સ્વામીજીના હૈદરાબાદ પહોંચવાના એક દિવસ પહેલાં ત્યાંના હિન્દુઓએ એક ભારે સભા કરી અને સ્વામીજીના ભવ્ય સ્વાગતનો કાર્યક્રમ બનાવ્યો. બીજા દિવસે સ્વામીજીની ગાડી જ્યારે સ્ટેશન પર રોકાઈ, તો ત્યાં લગભગ પાંચસોથી વધારે લોકોની ભીડ એકઠી થઈ ગઈ હતી.

સ્વામીજી અહીંયા લગભગ એક અઠવાડિયું રોકાયા. એક દિવસ તેઓ હૈદરાબાદના નિઝામ સર ખુર્શીદ જંગ બહાદુરથી મળવા ગયા. નિઝામ હિમાલયથી કન્યાકુમારી સુધીના બધા હિન્દૂ સ્થાનોની યાત્રા કરી ચુક્યા હતા. ઇસ્લામ ધર્મમાં પૂરી આસ્થા રાખીને પણ તેઓ હિન્દૂ દાર્શનિકો (તત્ત્વજ્ઞાનીઓ) અને પંડિતોનો આદર કરતા હતા. એમના દરબારમાં સ્વામીજીએ કેટલાય કલાકો સુધી વિભિન્ન ધાર્મિક સિદ્ધાંતોની વિવેચના કરી. સ્વામીજીની નમ્રતા, વિદ્વતા અને સર્વોપરિ એમની વકતૃત્વ કળાએ નિઝામને ખૂબ જ આકર્ષિત કર્યો. તેઓ સ્વામીજીને ધર્મ સંબંધી કાર્યો માટે એક હજાર રૂપિયા આપવા લાગ્યા, પરંતુ સ્વામીજીએ ખૂબ નમ્રતાથી એને અસ્વીકાર કરતા કહ્યું-

'નવાબ બહાદુર, એનાથી પહેલાં મારા પરમ મિત્ર મૈસૂરના મહારાજા તથા શિષ્ય રામનદના રાજા મને પશ્ચિમ જવા માટે આર્થિક મદદ આપવા ઇચ્છતા હતા. પરંતુ હું સમજું છું, અત્યારે સમય નથી આવ્યો. જો ક્યારેય પાશ્ચાત્ય દેશ જવા માટે મને ભગવાનનો આદેશ થશે, તો તમને અવશ્ય જાણ કરીશ.'

સિકન્દરાબાદની 'મહેબૂબ કૉલેજ'માં સ્વામીજીનું એક ખૂબ પ્રભાવશાળી ભાષણ થયું- 'મારી પશ્ચિમ યાત્રાનો ઉદ્દેશ્ય' વિષય પર. અહીંયા લગભગ એક હજારની સંખ્યામાં કેટલાય ગણમાન્ય વિદ્વાન અને યૂરોપીય લોકો ઉપસ્થિત હતા. આ ભાષણએ સ્વામીજીના હૃદયમાં અતૂટ વિશ્વાસના મૂળીયા જમાવી દીધા કે એમની વિદ્વત્તા અને ભાવોની કુશળ અભિવ્યક્તિ પશ્ચિમના લોકોને પ્રભાવિત કર્યા વગર નહીં રહે. નગરમાં તેઓ જ્યાં-જ્યાં ગયા, ચારે તરફથી એમના આદર અને સન્માન મળ્યું. સાથે જ લોકોએ એમને વિશ્વાસ અપાવ્યો કે તેઓ એમની વિદેશ યાત્રા માટે સંપૂર્ણ સહયોગ આપશે. પરંતુ સ્વામીજીની ઝોળી ખાલી જ રહી. આ વખતે પણ એમણે ધનનો અસ્વીકાર કરી દીધો.

ફેબ્રુઆરીના મધ્યમાં સ્વામીજીએ હૈદરાબાદથી પુનઃ મદ્રાસ માટે પ્રસ્થાન કર્યું. એમને વિદાય આપવા માટે સ્ટેશન પર વિશાળ જનસમૂહ એક્ઠો થઈ ગયો હતો. ત્યાં મદ્રાસ સ્ટેશન પર પણ એમના સ્વાગતાર્થે આ જ દૃશ્ય હતું. મદ્રાસ પહોંચ્યાના થોડા જ દિવસ પછી સ્વામીજીએ ગુરુદેવ શ્રી રામકૃષ્ણને સ્વપ્નમાં જોયા, કે તેઓ સમુદ્ર તટથી વિસ્તીર્ણ મહાસાગરની ઉપર પગપાળા ચાલી રહ્યા છે અને પાછળ-પાછળ નરેનને આવવા માટે હાથથી સંકેત કરી રહ્યા છે. બીજા દિવસે ઊંઘ ખુલવા પર એમનું ચિત્ત ખૂબ જ શાંત અને સ્થિર રહ્યું. લાગ્યું જાણે એમને વિદેશ જવાની આજ્ઞા મળી ગઈ હોય.

હવે સ્વામીજીએ માતા શારદાનો આશીર્વાદ લેવા માટે એમને એક પત્ર લખ્યો. પોતાનું પરિવ્રાજક જીવન આરંભ કરવાથી પહેલાં એમણે માતા શારદાનો આશીર્વાદ લીધો હતો. હવે આ પુણ્ય કાર્યના આરંભમાં પહેલાં પણ એક વખત એમના આશીર્વાદની અભિલાષા જાગી ઉઠી. માતા શારદાએ ખૂબ જ સ્નેહસિક્ત પત્ર લખ્યો અને પોતાની શુભકામનાઓ મોકલી. સ્વામીજીએ પોતાના શિષ્યોને બોલાવીને કહ્યું- 'આ માતાની ઈચ્છા છે કે હું વિદેશ જાઉં, આથી મને અહીંયાના જનસાધારણથી પૈસા લેવા દો, કેમ કે હું ભારતના લોકો, દીન-દુઃખીઓ માટે જ વિદેશ જઈ રહ્યો છું.'

બરાબર એ જ સમયે એક વિચિત્ર ઘટના ઘટી. પોતાના ભ્રમણની વચ્ચે સ્વામીજીએ થોડા દિવસ ખેતરી રાજ્યમાં રોકાણ કર્યું હતું. ખેતરી નરેશ સ્વામીજીના મોટા, સાચ્ચા ભક્ત અને મિત્ર હતા. એમને વિશ્વાસ હતો કે સ્વામીજીના આશીર્વાદથી જ એમને પુત્રરત્ન પ્રાપ્ત થયો હતો. પુત્રના શુભ જન્મ-દિવસ પર રાજ્યમાં ભારે ઉત્સવનું આયોજન થયું. ખૂબ મુશ્કેલીથી મહારાજને જાણ થઈ કે સ્વામીજી અત્યારે મદ્રાસમાં છે અને એમના અમેરીકા જવાની તૈયારી થઈ રહી છે. એમણે તત્ક્ષણ પોતાના દીવન જગમોહન લાલને સ્વામીજીની પાસે મોકલ્યા કે તેઓ એમના નવજાત શિશુને આશીર્વાદ આપવા માટે બોલાવી લાવે.

મુંશી જગમોહન લાલ મદ્રાસ આવ્યા. સ્વામીજીથી મળ્યા અને ખેતરી નરેશનો સંદેશ સંભળાવીને એમનાથી સાથે આવવાનો આગ્રહ કર્યો. પરંતુ સ્વામીજીએ કહ્યું કે અત્યારેથી ઠીક એક મહીના પછી જ એમને અમેરીકા માટે પ્રસ્થાન કરવાનું છે અને એના માટે કેટલીય જરૂરી વ્યવસ્થા પણ કરવાની છે, તેથી તેઓ ખેતરી રાજ્યમાં ઉત્સવમાં ઉપસ્થિત નહીં થઈ શકે. પરંતુ જગમોહન લાલ આગ્રહ કરતા જ રહ્યા - 'સ્વામીજી, તમે ઓછામાં ઓછા એક દિવસ માટે પણ ખેતરી અવશ્ય ચાલો. જો તમે આવવામાં અસમર્થ થાઓ છો, તો રાજા પણ નિરાશામાં ડૂબી જશે. તમારે પશ્ચિમ જવા માટે કોઈ પ્રકારની વ્યવસ્થાના કષ્ટ ઉઠાવવાની કોઈ જરૂર નથી. એને મહારાજ પર છોડી દો, તમે ફક્ત મારી સાથે જરૂર ચાલો.' અંતમાં જગમોહન લાલની જીત થઈ અને સ્વામીજીએ ખેતરી જવાની સંમતિ આપી દીધી.

ખેતરીનો ઉત્સવ સમાપ્ત થઈ ગયા પછી સ્વામીજીએ મુંબઈ માટે પ્રસ્થાન કર્યું, ત્યારે ખેતરી નરેશે દીવન જગમોહનને સ્વામીજીની સાથે જવા તથા એમની વિદેશ યાત્રા માટે ટિકીટ, કપડાં વગેરે જરૂરી વસ્તુઓની વ્યવસ્થા કરવાનો આદેશ આપ્યો. રસ્તામાં આબૂરોડ સ્ટેશન પર સ્વામીજીએ એક રાત એક સાધારણ રેલવે કર્મચારીના ઘેર વિતાવી. ભારત-દર્શન દરમિયાન આ દીન વ્યક્તિએ સ્વામીજીની ખૂબ મદદ કરી હતી. માઉન્ટ આબૂમાં

સ્વામીજીની પોતાના બે પ્રિય ગુરુભાઈ સ્વામી તુરીયાનંદ અને સ્વામી બ્રહ્માનંદથી અચાનક મુલાકાત થઈ ગઈ. આ અચાનક થયેલા મિલનથી સ્વામીજીને ખૂબ જ સંતોષ થયો.

મુંબઈ પહોંચવા પર વિદેશ યાત્રાની તૈયારી વિધિવત્ થવા લાગી. દીવાન જગમોહને સ્વામી માટે ભગવા રંગના કીમતી રેશમી કપડાં-અચકન, પાઘડી વગેરે બનાવડાવી દીધા. એના સિવાય યાત્રામાં કામ આવવાવાળી બધી વસ્તુઓ એક બોક્સમાં રાખી દીધી. સ્વામીજીના જીવનમાં આ પ્રથમ પ્રસંગ હતો, જ્યારે આટલી વધારે વસ્તુઓના તેઓ સ્વામી હતા. એના કારણે બહુધા એમના હૃદયમાં અંતર્દ્વન્દ્વ ચાલ્યા કરતું. મધુકરી ભિક્ષા પર જ જેણે જીવન-યાપનનું વ્રત લીધું હતું, એ વ્યક્તિના ભભા પર આટલી વસ્તુઓનો ભાર! પરંતુ જે પથ પર તેઓ જઈ રહ્યા હતા, એના પર એના વિગર તેઓ ચાલી ના શકતા, એ વિચારીને એમણે સંતોષ કરવો પડતો. પરંતુ જ્યારે જગમોહનએ એમને જહાજની યાત્રા માટે પ્રથમ શ્રેણીની ટિકીટ આપી ત્યારે સ્વામી પોતાના વિરોધને દબાવી ના શક્યા અને સાધારણ દરજાની ટિકીટની માંગ કરી. પરંતુ દીવન પોતાના આગ્રહ પર અડગ રહ્યો. એણે એ દલીલ કરી કે સ્વામીજીના સાધારણ દરજામાં જવાથી ખેતરી નરેશને ખૂબ દુઃખ પહોંચશે. ત્યારે જઈને સ્વામીજીએ પોતાનો વિરોધ પાછો લઈ લીધો.

સ્વામીજીને દીવાન તથા અન્ય શિષ્યોનો બીજો એક આગ્રહ માનવો પડ્યો અને વિદાયના સમયે નવા રેશમી વસ્ત્રોને ધારણ કરવા પડ્યા. ૩૧ મે, ૧૮૯૩એ મુંબઈથી જહાજમાં ચઢવાના સમયે સ્વામીજી એક સુંદર રાજકુમારની જેમ લાગી રહ્યા હતા : હૃષ્ટ-પુષ્ટ શરીર, તેજસ્વી મુખમંડળ, શતદલની સમાન મોટી-મોટી આંખો અને એની સાથે મર્યાદાયુક્ત બહુમૂલ્ય વસ્ત્ર. દીવન તથા બે શિષ્ય જહાજના પ્રવેશ દ્વાર સુધી સ્વામીજીની સાથે ગયા. ધરાશાયી થઈને આ લોકોએ સ્વામીની ચરણ-ધૂળને માથાથી લગાવી. બધાના નયન જળમગ્ન થઈ ગયા. હંમેશાં સંયમિત અને શાંત રહેવાવાળા સ્વામીજીનું હૃદય પણ વિદાયના શોકથી ના છુપાઈ શક્યું. એમની આંખો પણ ભીની થઈ ઉઠી.

જહાજ ચાલવાની પહેલી ઘંટડી વાગે છે. બધા યાત્રી જલ્દી-જલ્દી જહાજની અંદર જવા લાગે છે. સ્વામીજી ક્ષણભર મૌન રહીને પોતાના શિષ્યોને જુએ છે, પછી ખૂબ જ શીઘ્રતાથી વળીને અન્ય યાત્રીઓની સાથે આગળ વધી જાય છે. જહાજની અંદર જઈને તેઓ સીધા ઉપરના ડેક પર ચાલ્યા જાય છે. અહીંયાથી તેઓ વિદાય આપવા આવેલા સ્વજનોને સારી રીતે જોઈ શકે છે. ચારે તરફ અજીબ ચહેલ-પહેલ. યાત્રીઓમાં કોઈના મુખમંડળ પર પોતાના પ્રિયજનથી ભાવી મિલનનો ઉલ્લાસ હતો, તો કોઈના ચહેરા પર પોતાના પ્રિયજનથી દૂર થવાનું દુઃખ હતું. સ્વામીજી જહાજના ડેકના ઘેરાને પકડીને ઊભા થઈ ગયા. જહાજ છૂટવાનું અંતિમ ભોંપૂ વાગ્યું. તટથી જહાજ પર ચઢવાવાળા સેતુ તટની તરફ ખેંચી લેવામાં આવ્યા. ધીમે-ધીમે જહાજે કિનારો છોડી દીધો. જહાજની નીચે લાગેલા પૈડાં દ્વારા પાણી કપાવાનો અવાજ સંભળાતો રહ્યો- ઘર્ર-ઘર્ર, છપ્-છપ્ પોતાની માતૃભૂમિથી, માતૃભૂમિના કિનારાથી, માતૃભૂમિના લોકોથી સ્વામીજી પ્રતિપળ દૂર થતા ગયા. તેઓ એ કિનારાને, વિદાય આપવા આવેલા પોતાના લોકોને ત્યાં સુધી જોતા રહ્યા, જ્યાં સુધી તેઓ ક્ષિતિજની પાછળ અદશ્ય ના થઈ ગયા. થોડી ક્ષણમાં તો

ક્ષિતિજની ભૂરી રેખા પણ જોતા-જોતા જ લુપ્ત થઈ ગઈ. જહાજની ગતિ તીવ્રથી તીવ્રતર થતી જઈ રહી હતી. કિનારો છૂટ્યો, લોકો છૂટ્યા, ઉન્મુક્ત ગગન વિહારી પક્ષી જે હજુ સુધી સ્વામીજીની આંખોની સામે સાગર તટથી દૂર ઊંચી ઉડાન ભરી રહ્યા હતા, તેઓ પણ ન જાણે ક્યાં ખોવાઈ ગયા. હવે રહી ગયું ફક્ત અગાધ જલધિની છાતિ પર તરતું એક નાનું એવું જહાજ. ઊપર આસામાની આકાશ અને નીચે આસમાની સાગર; સર્વત્ર માતા કાળીના રૂપની નીલિમા વ્યાપ્ત થઈ રહી હતી. સમુદ્રની લહેરો ઘણા વેગથી ઉપર ઉઠતી અને પછી ન જાણે કયા તળમાં સમાઈ જતી. સ્વામીજીના હૃદયમાં પણ આ પ્રકારે ભઆવનાઓની લહેર ઉમડતી અને સિમટતી રહી. ગુરુદેવની, માતા શારદાની, ગુરુભાઈઓની, સગા-સંબંધિઓની સ્મૃતિઓ ઘટનાઓમાં ઢળીને સ્વામીજીની આંખોની સામે તરવા લાગી. એમના મનમાં એક ટીસ ઉઠી. બડાનગરના ગુરુભાઈ કે પોતાના માતા-ભાઈઓ કોઈને પણ તેઓ પોતાના પ્રવાસની સૂચના ના આપી શક્યા. શું સૂચના આપવી એમની દૃષ્ટિમાં જરૂરી હતી? ના, એની એમણે જરૂર સમજી ન હતી. માતા કાળીની કૃપાથી અમેરીકામાં અર્જિત ખ્યાતિ એ લોકો સુધી આપમેળે જ પહોંચી જશે- એવું એગણે અનુમાન કરી લીધું હતું. આ પ્રકારની સૂચનાનો પ્રભાવ ખૂબ ઊંડો પડશે, એ પણ તેઓ સમજતા હતા.જ

સ્વામીજી થોડા સમય તો પોતાની પહોળી છાતી પર હાથ બાંધીને ડેક પર ટહેલતા રહ્યા પછી એક ખુરશીમાં બેસી ગયા. મસ્તિષ્ક અનેક પ્રકારના વિચારોનો અડ્ડો બની ગયું હતું. ભારતના ગૌરવમય ઇતિહાસનું ચલચિત્ર એમના નેત્રોની સામે હતું. ભારતનું અતીત, ભારતનો ધર્મ અને સંસ્કૃતિ. આ બધાથી એમને એક અજીબ પ્રકારની પ્રેરણા મળવા લાગી. એમના હૃદયમાં સાંસારિક ભોગ વિલાસની કોઈ લિપ્સા ન હતી. તેઓ કઠોર કર્મભૂમિ પર અનવરત પરિશ્રમ કરવા ઇચ્છતા હતા. જેમ-જેમ ભવિષ્યની મુશ્કેલીઓના ચિત્ર એમના મસ્તિષ્કમાં ઉભરાતા, તેમ-તેમ હૃદયમાં વધારે દૃઢતા આવતી જતી હતી. એમના મન-મંદિરમાં ગુરુદેવ શ્રી રામકૃષ્ણ અને માતા કાળીની પ્રતિમા વિરાજતી હતી. જીવન-સંઘર્ષથી જ્યારે ક્યારેય પણ એમના પગ લડખડાયા, ત્યારે આ બંને પ્રતિમાઓએ બરાબર એમને સહારો આપ્યો.

જહાજના પ્રથમ કેટલાક દિવસો સુધી સ્વામીજી નિતાંત એકલા, પોતાનામાં જ ખોવાયેલા રહ્યા. ભારતીય ઇતિહાસના દેશભક્ત સમ્રાટ, સાહિત્યિક અને ધર્મગ્રંથોના ઉદાત્ત ચરિત્ર જ એ દિવસોમાં જાણે માનસ-બંધુ હતા. એ જ લોકોનીસાથે તેઓ પોતાનું મન બહેલાવી લેતા હતા. આ પ્રકારે આ સમુદ્ર યાત્રાના લાંબા સમયગાળાના પૂર્વાર્ધમાં એમે વારા-ફરતી ભારતના બદલાતા રૂપને, એના અતીત, વર્તમાન અને ભવિષ્યના ઝરૂખામાં નજર કરીને જોયું. આ બધા રૂપોમાં એક સામ્ય હતું- એમની આત્માના સ્વરૂપનું સામ્ય. તેઓ આ જ અપૂર્વ રૂપની ખ્યાતિ સંસારમાં ફેલાવવા ઇચ્છતા હતા. સનાતન ધર્મ દ્વારા વિશ્વ આ રૂપને જોઈ શકશે, ઓળખી શકશે. શિકાગો નગરમાં આયોજિત થવાવાળી વિશ્વ ધર્મ મહાસભાનો વિચાર સ્વામીજીના મસ્તિષ્કમાં ચક્કર કાપી ગયો. એમનું મુખમંડળ શાંતિ અને સંતોષથી ચમકી ઉઠ્યું.

જહાજના નવીન પરિવેશમાં સ્વામીજી જલ્દી જ હળીમળી ગયા. બિલ્કુલ નવા પ્રકારના ખાદ્ય વ્યંજન તથા અજાણ્યા લોકોથી એમને કોઈ વિશેષ અસુવિધા ન થઈ.

થોડા જ દિવસોમાં તેઓ જહાજના અનેક યાત્રીઓના આકર્ષણનું કેન્દ્ર બની ગયા. જહાજના મુખ્ય કપ્તાન હંમેશાં પોતાનું કામ સમાપ્ત કરીને સ્વામીજીના એકાંતવાસના સાથી બની જતા. તેઓ હંમેશાં સ્વામીજીને જહાજ પર અહીં-તહીં ફેરવતા, જહાજની મશીનરી બતાવતા તથા એની ચાલવાની વિધિ બતાવતા. સ્વામીજીના સાહચર્યથી કપ્તાનને ખૂબ જ સુખ મળતું હતું.

લગભગ એક અઠવાડિયા પછી જહાજ શ્રીલંકા પહોંચ્યું. કોલંબોના બંદરગાહ પર જહાજને આખો દિવસ રોકાવાનું હતું. સ્વામીજી કેટલાય યાત્રિઓની સાથે જહાજથી ઉતરી પડ્યા અને આખો દિવસ પ્રસિદ્ધ બૌદ્ધ મંદિરોને જોવામાં વિતાવ્યો. એની સાથે જહાજ પેનાંગ થઈને સિંગાપરમાં આવીને રોકાયું. સ્વામીજીએ અહીંયા પણ ઉતરીને આસપાસની મુખ્ય જગ્યાઓ, અજાયબઘર તથા વનસ્પતિશાસ્ત્ર સંબંધી બગીચાઓ જોયા. સિંગાપુરથી જહાજ હૉંગકૉંગ પહોંચ્યું, ત્યાં ત્રણ દિવસ રોકાયું. આની વચ્ચે સ્વામીજીએ સિક્યાંગ નદીથી એંસી માઈલ દૂર સ્થિત દક્ષિણ ચીનની રાજધાની કેન્ટનમાં અનેક બૌદ્ધ મંદિર અને મઠ જોયા. પ્રાચીન બૌદ્ધ સભ્યતાના બે મહાન ઉત્તરાધિકારી દેશ ભારત અને ચીનની એમણે મનમાં ને મનમાં તુલના કરી. ચીનની સભ્યતા અને સંસ્કૃતી પર એમણે ભારતીય પ્રભાવની ઝલક જોઈ. ખાસ કરીને ધાર્મિક ક્ષેત્રમાં બૌદ્ધ ધર્મનો ખૂબ મહત્ત્વપૂર્ણ હાથ હતો. અનેક બૌદ્ધ મંદિરોમાં સંસ્કૃતના મંત્ર બંગાળી રીતિથી પથ્થરો પર લખેલા હતા. ન જાણે કેટલી સંસ્કૃતની હસ્તલિખિત પુસ્તકો પર બંગાળીપણાની છાપ હતી. સ્વામીજી પહેલાં પણ ચીની બૌદ્ધ ધર્મના વિષયમાં ઘણું બધું વાંચી ચુક્યા હતા. પરંતુ હવે ચીનના બૌદ્ધ મઠો અને મંદિરોને જોઈને એમને પૂર્ણ વિશ્વાસ થઈ ગયો કે કોઈ સમયે બંગાળ અને ચીનમાં ખૂબ નજીકનો સંબંધ હતો. આ જ કારણે ચીનમાં અનેક બંગાળી ભિક્ષુઓનો પ્રવેશ થઈ શક્યો હતો. પછી એમણે જોયું કે ચીનની ગરીબી ભારતની ગરીબીની જેમ જ છે. એમના દૈનિક જીવનમાં સાધારણ નાની-નાની વસ્તુઓના અભાવ અને કષ્ટનું બાહુલ્ય હતું.

જાપાનના પણ કેટલાય નગર, યૂકોહામા, ઓસાકા, ક્યોટો અને ટોકિયો જોવા-ફરવાની તક એમને મળી. દરિદ્રતાના ખોળામાં દુઃખી ભારત અને ચીનને જોયા પછી સુંદર, સુરુચિપૂર્ણ જાપાનને જોઈને સ્વામીજી ખૂબ ખુશ થયા. ભારત અને ચીન કરતાં અહીંયા કેટલું અંતર હતું. જાપાની આધુનિક જીવનની સાધારણ જરૂરિયાતોથી વંચિત ન હતા. તેઓ ધનની દૃષ્ટિથી વધારે સંપન્ન તો ન હતા, પરંતુ સ્વચ્છતા, કલાત્મકતા અને વિનમ્રતા એમના જીવનના દરેક ક્ષેત્રમાં વ્યાપ્ત હતી. સાફ-સુથરા નગર, પહોળા રસ્તાઓ, ફૂલ-છોડથી સજેયા સુંદર મકાન, રંગ-બિરંગી નાના-સુકુમાર બગીચા, કૃત્રિમ ઝરણા અને જળાશય આ બધી વસ્તુઓ જોવા જેવી હતી. અહીંયા પણ ચીનની જેમ જ અનેક બૌદ્ધ મંદિર અને મઠ હતા તથા મંદિરોમાં સંસ્કૃતના મંત્ર લખેલા હતા. જાપાની સાહસી હતા, ઉદ્યમી હતા અને ભારતની અપેક્ષાએ શિક્ષિત પણ હતા. સાધારણતયા એમના ચહેરા આશા અને ઉત્સાહથી ચમકતા રહેતા હતા. ધનનું બાહુલ્ય ન હોવા પર પણ લોકો સુખી અને ખુશ હતા. કદાચ ત્યાંની માટી જ કંઈક બીજા પ્રકારની હતી, જેણે એવા લોકોને જન્મ આપ્યો. સ્વામીજીએ જાપાનથી પોતાના મદ્રાસના એક શિષ્યની પાસે એક પત્રમાં લખ્યું- 'જાપાનીઓના સંબંધમાં મારા મનમાં કેટલીય વાતો આવી રહી છે. એક સંક્ષિપ્ત પત્રમાં એને પ્રગટ નથી કરી શકાતી, પરંતુ એટલું કહી શકું છું કે આપણા દેશના

નવયુવકોને પ્રતિવર્ષ દળના દળ સ્વરૂપે ચીન અને જાપાન જવું જોઈએ. ખાસ કરીને જાપાન તો અવશ્ય જવું જોઈએ. જાપાનીઓની દૃષ્ટિમાં ભારતવર્ષ બધા પ્રકારની ઉચ્ચ અને મહાન વસ્તુઓની સ્વપ્નભૂમિની જેમ છે.. અને તમે લોકો શું કરી રહ્યા છો? જીવનભર ફક્ત વૃથા બકો છો, આવો આમને જોઈને જાઓ, એના પછી જાઓ અને શરમથી મ્હોં છુપાવી લો. ભારતની જરાજીર્ણ સ્થિતિથી જાણે બુદ્ધિનો નાશ થઈ ગયો છે. દેશ છોડીને બહાર જવામાં તમારા લોકોની જાતિ બગડી જાય છે. હજારો વર્ષના જૂના કુસંસ્કારનો ભાર માથા પર ધરીને તમે લોકો બેઠા છો. હજારો વર્ષથી ખાદ્ય અખાદ્યની શુદ્ધાશુદ્ધિ પર વિચાર કરતા કરતા તમે લોકો પોતાની શક્તિ બરબાદ કરી રહ્યા છો. પુરોહિતોની મૂર્ખતાના ભારે ભંવરમાં ચક્કર કાપી રહ્યા છો. સેંકડો યુગના સતત સામાજિક અત્યાચારથી તમારું આખું મનુષ્યત્વ સંપૂર્ણ રૂપથી નષ્ટ થઈ ગયું છે... અરે હું કહું છું, શું સમુદ્રમાં જળનો અભાવ થઈ ગયો છે? તમે બધા લોકો એમાં પોતાની પુસ્તકો, વિશ્વવિદ્યાલય ડિપ્લોમાં વગેરે બધું કેમ નથી ડુબાડી દેતા? આવો મનુષ્ય બનો. પહેલાં તો આ દુષ્ટ પુરોહિતોને દૂર કરી દો, કેમ કે આ મસ્તિષ્ક-વિહીન લોકો ક્યારેય સારી વાતો નહીં માને.એમના હૃદય પણ શૂન્ય છે, જેનો વિકાસ ક્યારેય નહીં થાય. સેંકડો સદીઓથી કુસંસ્કાર અને અત્યાચારોની વચ્ચે એનો જન્મ થયો છે. પહેલાં એનો ઉચ્છેદ કરો. આવો મનુષ્ય બનો. પોતાના સંકીર્ણ અંધકૂપથી નિકળીને બહાર જઈને જુઓ, બધા રાષ્ટ્ર કેવી રીતે પ્રગતિના પથ પર ચાલી રહ્યા છે.'

યૂકોહામાથી જહાજ પ્રશાંત મહાસાગાર ઓળંગતું વૈન્કુવર (કેનેડા) પહોંચ્યું. હવે સ્વામીજી પૂર્વ અને પશ્ચિમની તરફ, જૂની દુનિયાથી નવી દુનિયાની તરફ આવી ગયા હતા. અહીંયા પહોંચતા-પહોંચતા જૂનના મહીનામાં ઠંડકનો પ્રકોપ વધારે વધી ગયો.આમ તો ઘણઆ દિવસો પહેલાં જહાજની સમુદ્રી હવામાં જ શીતળતાની લહેર સમાઈ ગઈ હતી, પરંતુ સ્વામીજી એ શીત-લહેરને સહન કરી ગયા હતા. પણ કેનાડામાં ભારતના રાજસી સુકુમાર પરિધાનોની અંદર એમના શરીરના હાડકાં જામવા લાગ્યા. મુંબઈથી વિદાય આપતા સમયે ખેતરી-નરેશના દીવાને સ્વામીજીની સુખ-સુવિધાનું પૂરું ધ્યાન રાખી એક મોટી બેગમાં યાત્રામાં કામ આવવાવાળી બધી વસ્તુઓ સાથે આપી દીધી હતી. પરંતુ આટલો બધો સામાન હોવા છતાં પણ એમની પાસે ઠંડીથી સુરક્ષા માટે કોઈ ઊની કપડું ન હતું. યૂરોપ અને અમેરીકાની ઠંડકથી ના તો ખેતરી નરેશ પરિચિત હતા, ના એમના દીવાન. સ્વામીજી કે એમના શિષ્યો-ભક્તોની પણ એનું ધ્યાન ન હતું. કદાચ આથી એમને ઠંડીનો શિકાર બનવું પડ્યું. વૈંકુવરથી રેલગાડી દ્વારા એમણે શિકાગો સુધીની સફર કરી. રાત-દિવસ ગાડી ચાલતી રહી. નદી, નિર્ઝર, વન-પર્વત, લહેરાતા ખેતર, બંધ્યા ભૂમિ, નગર પછી નગર પાર થતા ગયા. અંતમાં ત્રીજા દિવસે, પોતાના ચિર અભિલષિત શિકાગો નગરમાં સ્વામીજીએ પગ રાખ્યા.

વિલાસિતા અને વૈભવની નગરી શિકાગો આ દિવસોમાં વિશેષ રૂપથી સુસજ્જિત હતી. અહીંયા વિશ્વ મેળો આયોજિત કરવામાં આવ્યો હતો. ફળસ્વરૂપે શહેરમાં વિભિન્ન દેશોના નાગરિક પોતાની વિભન્ન સાજ-સજ્જામાં એક્ઠા થયા હતા. વાતાવરણમાં કોલાહલ અને રંગોનો સમાવેશ હતો. જુલાઈ અડધો વિતી ચુક્યો હતો. વાતાવરણ સોહામણું હતું. પરંતુ હજુ સ્વામીજીને એમને જોવા-પરખવાની સુધિ ક્યાં હતી? એમની સામે તો

મુખ્ય પ્રશ્ન હતો કે સ્ટેશનથી ક્યાં જાય? એમની વેષભૂષાને કારણે લોકો એમને ધારી-ધારીને જોઈ રહ્યા હતા. બાળકો કૌતુકમાં એમની આગળ-પાછળ ચક્કર કાપીને કિલકારીઓ કરી રહ્યા હતા. સ્થિતિ એવી હતી, જાણે તેઓ કોઈ અજાયબઘરની વસ્તુ હોય. એમણે એક સાધારણ હોટલની તપાસ કરી. જ્યારે કુલી સામાનને એમના રૂમમાં પહોંચાડીને પાછો આવ્યો તો એમણે શાંતિનો શ્વાસ લીધો.

બીજા દિવસે વિવેકાનંદ વિશ્વમેળો જોવા નિકળી પડ્યા. મેળામાં લગભગ વિશ્વના બધા મુખ્ય દેશોની દુકાનો હતી તથા હસ્તકળા અને યંત્ર-નિર્મિત વસ્તુઓ વિશેષરૂપથી પ્રદર્શિત હતી. એના સિવાય વિજ્ઞાનની પણ ત્યાં પ્રદર્શની હતી. વિવેકાનંદ એક સૂક્ષ્મ દર્શક હતા. તેઓ મેળામાં બધી વસ્તુઓનું પૂર્ણ રૂપથી નિરીક્ષણ કરતા. યૂરોપ અને અમેરીકા વિજ્ઞાનના ક્ષેત્રમાં કેટલા આગળ વધી ચુક્યા છે, એનો હવે એમને પ્રત્યક્ષ અનુભવ થયો. પશ્ચિમી દુનિયાની શક્તિ, ઐશ્વર્ય તથા આવિષ્કારક પ્રતિભાથી તેઓ અત્યંત પ્રભાવિત થયા. આશ્ચર્યાન્વિત કરી દેવાવાળી વિજ્ઞાનની વસ્તુઓને ક્યારેક-ક્યારેક તેઓમ્હોં ખોલીને વિસ્ફારિત નેત્રોથી એક સાધારણ જનની સમાન જોતા જ રહી જતા. શિકાગોના કોલાહલપૂર્ણ વાતાવરણના તેઓ પૂર્ણ રૂપથી અભ્યસ્ત થઈ ચુક્યા હતા, આ વાતાવરણથી એમને ન હવે કોઈ ગભરાટ હતો, ના કંટાળો. શિકાગો પહોંચ્યાના ચાર-છ દિવસ પછી વિશ્વ ધર્મ મહાસભાના વિષયમાં સ્પષ્ટ રૂપથી તપાસ લગાવવા તેઓ પૂછપરછની ઑફિસે ગયા. અજીબ ધક્કો લાગ્યો. જાણ થઈ કે મહાસભા સપ્ટેમ્બરના બીજા સપ્તાહ પહેલાં આરંભ નહીં થાય. સભાના સદસ્યોનું પંજીકરણ ખૂબ પહેલાં થઈ ચુક્યું છે અને વિશેષ સ્થિતિમાં પણ એ ધર્મસભાના કોઈ મોટા પદાધિકારીની મદદ વગર નવા સદસ્યનું નામ રજિસ્ટરમાં નહીં લખવામાં આવે.

વિવેકાનંદ ઘોર ચિંતામાં ડૂબી ગયા. તેઓ અમેરિકા સ્વેચ્છાથી પોતાના બળ પર આવ્યા હતા. ધર્મ મહાસભામાં ભારતનું પ્રતિનિધિત્વ કરવા માટે ભારતના કોઈ પણ સામાજિક કે ધાર્મિક સંગઠન કે સંસ્થાન દ્વારા તેઓને મોકલવામાં આવ્યા ન હતા. એ સમયે રામકૃષ્ણ મિશનની પણ સ્થાપના થઈ ન હતી. કલકત્તાની પાસે બડાનગરના મઠમાં રામકૃષ્ણના અનેક શિષ્ય અને અનુયાયી યોગાભ્યાસ મનન-ચિંતન તથા સમાજ સેવામાં લાગેલા હતા. એમને એ જાણ પણ ન હતી કે એમને 'નરેન' ક્યારે અને કેવી રીતે વિવેકાનંદ બનીને અમેરીકા પહોંચી ગયા. ખેતરીથી અમેરીકા પ્રસ્થઆનના સમયે પણ કોઈ સંસ્થા દ્વારા એમની વિદાય ન થઈ હતી. આ પ્રકારે જ્યારે તેઓ અમેરીકા પહોંચ્યા, ત્યારે એમની પાસે કોઈ પણ પ્રકારનું પ્રમાણપત્ર ન હતું. આ અડચણ એમની સામે એક મુશ્કેલ સમસ્યા બનીને ઉભી થઈ ગઈ. હવે 'ધર્મ પ્રતિનિધિ સભા મંડળ'માં એક સદસ્યનું સ્થાન મેળવવું અશક્ય જેવું પ્રતીત થવા લાગ્યું.

એ દિવસે પૂછપરછના સરકારી કાર્યાલયથી વિવેકાનંદ સીધા હોટલ આવ્યા- બિલ્કુલ નિરુત્સાહ અને ચિંતાગ્રસ્ત. શિકાગો જેવા ખર્ચીલા શહેરમાં એમનું ખિસ્સુ પણ ખાલી થઈ ગયું હતું. એક-દોઢ મહીનના પછી ઠંડીનો પ્રકોપ પણ વધવાનો હતો. એનાથી બચવાનું પણ એમની પાસે કોઈ સાધન ન હતું. એમના હૃદયમાં ચિંતાના વાદળ ઘેરાઈ આવ્યા. ઘણા સમય પછી આશાનું કિરણ નજરે પડ્યું જો તેઓ પોતાના મદ્રાસના મિત્રો અને ભક્તોની મદદ લે તો કેવું રહે. એમણે પોતાના મિત્રોના નામે મદ્રાસ પત્ર લખ્યા કે

તેઓ કોઈ વિશેષ ધાર્મિક સંસ્થાના કાર્યાલયથી એમના માટે થોડા રૂપિયા મોકલાવે. પરંતુ ધાર્મિક સમિતિઓમાં એટલી ઉદારતા ક્યાં, જે પૂર્વ પરિચય વગર કોઈ વ્યકિતની મદદ કરી શખતી, ખાસ કરીને એવા વ્યક્તિ કે જે કોઈ સંસ્થાની મદદ વગર અમેરીકા જેવા દૂર દેશમાં પહોંચી જાય. સંસ્થઆના મુખ્ય અધિકારીએ વિવેકાનંદના આવેદનના જવાબમાં એમના મિત્રની પાસે લખ્યું- 'દુષ્ટને ઠંડીમાં મરવા દો.'

પરંતુ 'દુષ્ટ' મર્યો નહીં. તે આશાનું દામન થામીને વિધિની વિડમ્બના જોતા રહ્યા. એમનામાં અદમ્ય સાહસ અને આત્મવિશ્વાસ હતો. તેઓ ખુદને ભાગ્યના હાથો સોંપીને, તૃષ્ણારહિત ભાવથી પોતાનું કર્તવ્ય પાલન કરતા રહ્યા.

શિકાગોની હોટલના ખર્ચા ખૂબ વધારે હતા. વિવેકાનંદના પૈસા પાણીની સમાન વહી ગયા હતા. જે થોડા બાકી બચ્યા હતા, એના આધાર પર શિકાગોમાં સપ્ટેમ્બર સુધી રોકાવું મુશ્કેલ હતું. કોઈએ એમને બતાવ્યું કે બોસ્ટન નગરમાં રહેવાનો ખર્ચ શિકાગોથી ઓછો છે. તેથી લગભગ દસ-બાર દિવસ શિકાગો રહ્યા પછી તેઓ બોસ્ટન ચાલી નિકળ્યા. વિધિનું વિધાન ભલું કોને ખબર! ભાગ્યએ અહીંયા એમની મદદ કરી. બોસ્ટન જતા સગયે રેલગાડીમાં એક સંપન્ન વૃદ્ધ મહિલાની નજર એમના પર પડી. વિવેકાનંદ બાજુમાં બેઠેલા યાત્રીથી વાતો કરી રહ્યા હતા. એમની વાતો ખૂબ જ તત્ત્વપૂર્ણ અને મનોરંજક હતી. ઉક્ત મહિલા એ તરફ આકર્ષિત થઈ અને એમની વાતોમાં રસ લેવા લાગી. પછી તે વિવેકાનંદથી એટલી પ્રભાવિત થઈ કે એમને પોતાના ગામડાના ઘર 'બ્રીજીમીડો', જે મૈસાચૂસેટ્સ પ્રદેશમાં હતું, ત્યાં આવવા માટે બાધ્ય કરી દીધા. આ મહિલા કેટ સનબૌર્ન, અવિવાહિત હતી અને વિદ્વાનો તથા કલાકારો પ્રત્યે વિશેષ આદરનો ભાવ રાખતી હતી. પોતાની ઉદારતા અને સમાજ સેવા માટે તે પ્રસિદ્ધ હતી. ભારતના આ વિલક્ષણ વ્યક્તિને એણે પોતાના મહિલા મંડળની વચ્ચે ઉપસ્થિત કર્યા. મહિલાઓ વિવેકાનંદના અનોખા પહેરવેશને કુતૂહલભરી નજરોથી જોતી રહી અને એમના ભાષણનું રસાસ્વાદન કરતી રહી. સનબૌર્ન વિવેકાનંદને પોતાની સાથે ગાડીમાં બેસાડીને આસપાસના નગરો અને વિસ્તારોને જોવા લઈ જતી હતી. જ્યાં-જ્યાં પણ એ લોકો જતા, વિવેકાનંદ બધા માટે મુખ્ય ચર્ચાનો વિષય બની જતા. રેશમી અચકન અને પાઘડીમાં એક સંન્યાસીને લોકો ભારતનો કોઈ રાજા સમજી લેતા. એમના આ વિલક્ષણ પરિધાને એમને બધાની સામે આશ્ચર્યની વસ્તુ બનાવી દીધા કે અંતમાં હંમેશાં પહેરવા માટે એમણે બોસ્ટન જઈને પશ્ચિમી પોશાક ખરીદ્યો. આ વિષયમાં એમણે પોતાના એક પત્રમાં લખ્યું હતું : 'જો મારે અહીંયા વધારે દિવસ રહેવું છે, તો મારા આ અનોખા પોશાકથી કામ નહીં ચાલે. રસ્તામાં મને જોવા માટે એક ખાસી ભીડ લાગી જાય છે. આથી હું કાળા રંગનો એક લાંબો કોટ પહેરવા ઈચ્છું છું, ફક્ત વ્યાખ્યાન આપવાના સમય માટે એક ભગવો પહેરવેશ અને પાઘડી રાખવા ઈચ્છું છું.' સનબૌર્ન મૈસાચ્યૂસેટ્સની અન્ય જગ્યાઓની પ્રસિદ્ધ લોકોથી પોતાના 'ભારતીય રાજા'નો પરિચય કરાવતી રહી. આ જ ઉદાર મહિલાએ પોતાના અતિથિને હાર્વર્ડ વિશ્વવિદ્યાલયના એક સુપ્રસિદ્ધ પ્રાધ્યાપક, જૉન હેનરી રાઈટથી મુલાકાત કરાવી. પ્રોફેસર રાઈટ તથા એમના પરિવારથી વિવેકાનંદનો જલ્દી જ ઘનિષ્ઠ સંબંધ સ્થાપિત થઈ ગયો. એમના વ્યક્તિત્વએ આ પરિવાર પર ખૂબ ઊંડી અસર નાખી. ઉદાહરણસ્વરૂપે પ્રો. રાઈટની પત્નીનો પોતાની માતાના

નામે આ પત્ર જોવા યોગ્ય છે :

એનીસ્ક્વામ,
મૈસાચ્યૂસેટ્સ
૨૯ ઓગષ્ટ, ૧૮૯૩

મારી વ્હાલી માં,

આ સમયે અમારા લોકોને સમય વિચિત્ર રૂપથી પસાર થઈ રહ્યો છે. કેટ સનબૌર્નની પાસે એક હિન્દૂ સંનય્સી આવેલ હતો, જેની ચર્ચા મેં કદાચ પોતાના પાછલા પત્રમાં કરી છે. જૉન એમનાથી મળવા બોસ્ટન ગયા, પછી અહીંયા આવ્યા પછી એમને એની ખૂબ યાદ આવતી રહી, આથી એને અહીંયા બોલાવી લીધો. તે અહીંયા શુક્રવારે આવ્યો, એક કાષાય રંગના લાંબા વસ્ત્રમાં, જેને બધા લોકો આશ્ચર્યની દૃષ્ટિથી જોતા રહ્યાં હતા. તે ખૂબ જ ભવ્ય રૂપ હતું. એણે પોતાના માથા પર એક ખૂબ સરસ વસ્તુ બાંધી રાખી હતી, પ્રાચ્ય દૃષ્ટિથી તે ખૂબ જ સુંદર હતો, ઉંમરની દૃષ્ટિથી લગભગ ત્રીસનો, પરંતુ જ્ઞાનની દૃષ્ટિથી યુગો પ્રાચીન. તે ત્યાં સોમવાર સુધી રોકાયો અને અત્યાર સુધીના મારા પરિચિત લોકોમાંથી સૌથી દિલચસ્પ માણસ લાગ્યો. અમે લોકો આખો દિવસ અને આખી રાત વાતચીત કરતા રહ્યા, અને આગલા દિવસે ફરી નવા આકર્ષથી વાતો આરંભ કરી. નગરના બધા લોકો એને જોવા માટે અત્યંત વ્યાકુળ હતા. કુમારી લેનને ત્યાં રહેવાવાળા લોકો પણ અત્યાધિક ઉત્તેજિત થવાને કારણે એમના ગાલ લાલ થઈ ગયા હતા. મુખ્યતઃ અમે લોકો ધર્મ સંબંધી વાતો કરતા હતા. આ એક પ્રકારનું પુનરુત્થાન હતું. મેં ખુદ ઘણા દિવસોથી આટલી વધારે ઉત્તેજના અનુભવ કરી ન હતી. એના પછી રવિવારે જૉને એને ચર્ચામાં બોલવા માટે આમંત્રિત કર્યા...

આ એક શિક્ષિત સજ્જન છે, કોઈ પણ વિદ્વાનની બરાબર એનું જ્ઞાન છે, અઢાર વર્ષની ઉંમરમાં જ અતે સાધુ બની ગયો... આ સાધુ વિચિત્ર રૂપથી ચુતર છે અને પોતાના તર્ક કે વિચારધારાને સ્પષ્ટ રૂપથી સામે રાખે છું. તમે એને ઉલઝાવી નથી સકતી અને ના એનાથી આગળ જ વધી શકતી.'

ત્યાં પર મોટાભાગની વાતો ધર્મ સંબંધી થતી, પરંતુ એની સાથે જ સાથે ભારતીય ઈતિહાસ, રાજનીતિ, સમાજ વગેરની ચર્ચા પણ ચાલતી રહેતી., સાધારણતઃ વિવેકાનંદ શાન્ત, ગંભીર રહેતા પરંતુ જ્યારે ભારતમાં બ્રિટિશ શાસનની ચર્ચા નિકળી પડતી, તો એમની ભ્રમરો ખેંચાઈ જતી, અવાજ ઊંચો થઈ જતો અને ચહેરો ક્રોધથી તમતમાવવા લાગતો, એમના આ રૂપમાં શ્રોતાઓને ભારતીય જનતાના શોષણનું હૃદય-દ્રાવક ચિત્ર નજરે પડતું હતું, પરંતુ ભારત હવે જાગી રહ્યું છે અને એના દિવસ બદલવાના છે- એના પર એમને વિશ્વાસ હતો અને એને પણ તેઓ ખુલ્લા શબ્દોમાં વ્યક્ત કરતા હતા.

પ્રોફેસર રાઈટે જલ્દી જ વિવેકાનંદની પ્રતિભાને ઓળખી લીધી અને એમને શિકાગોની ધર્મ મહાસભામાં ભાગ લેવા માટે ઉત્સાહિત કર્યા તથા એમની મુશ્કેલીઓનો હલ કરવાનો રસ્તો નિકાળ્યો. એમણે કહ્યું- 'તમને રાષ્ટ્રમાં મોટા પાયા પર પરિચિત કરાવવાનો આ

એક જ રસ્તો છે,' પરંતુ વિવેકાનંદના માર્ગમાં બે બાધાઓ હતી- એક તો એમની પાસે કોઈ પ્રમાણપત્ર કે પરિચય પત્ર ન હતો. બીજું એની ગાંઠ પણ ખાલી હતી. વિવેકાનંદે પોતાની મુશ્કેલી પ્રો. રાઇટની સામે રાખી. પ્રો. રાઈટે કહ્યું- 'તમારા પ્રમાણ પત્રના વિષયમાં હું તમારાથી કહું છું સ્વામીજી, કે આ એ જ પ્રકારે છે, જેમ સૂર્યથી કોઈ એના ચમકવાના અધિકારના સંબંધમાં પૂછે.' પછી એમણે વિવેકાનંદને ધર્મ મહાસભામાં હિન્દૂ ધર્મની વ્યાખ્યાના પ્રતિનિધના રૂપમાં સ્થાન પ્રાપ્ત કરાવી દેવાનું આશ્વાસન આપ્યું. પ્રો. રાઇટની ધર્મ મહાસભાથી સંબંધિત અનેક મુખ્ય વ્યક્તિઓ અને અધિકારીઓથી ઘનિષ્ટતા હતી. એમણે તરત પોતાના એક મિત્રની પાસે, જે એ સમયે સદસ્યોની પસંદગી સમિતિના સભાપતિ હતા, એમને એક પત્ર લખ્યો- ' આ જે વ્યક્તિ છે, એની વિદ્વતા આપણા ત્યાના બધા પ્રોફેસરોની સમ્મિલિત વિદ્વતાથી વધારે છે.' એમણે સ્વામીજી માટે શિકાગો સુધીની ટિકીટ ખરીદી આપી અને એમના આહાર અને આવાસ માટે એનાથી સંબંધિત ધર્મ મહાસભાના વિશેષ સમિતિના નામે સ્વામીજીને પરિચય પત્ર આપ્યો. સ્વામીજીની ખુશીની સીમા ન રહી. લાગ્યું એવું જાણે પ્રો. રાઇટના રૂપમાં ભગવાન જ એમની મદદ માટે ઊભા થઈ ગયા છે, અંધકારમય અને કંટકપૂર્ણ પથ પર જાણે કેવો ઉછાળ છવાઈ ગયો. એના પર આશાઓના શત શત દીવાઓ પ્રકાશમાન થવા લાગ્યા.

એક નવી ઉમંગની સાથે વિવેકાનંદે બોસ્ટનથી શિકાગો માટે રાઇટ પરિવારથી વિદાય લીધી. રસ્તામાં એમનો પરિચય એક વેપારીથી થયો. વેપારીએ એમનાથી કહ્યું કે તેઓ શિકાગો પહોંચીને એમના ગંતવ્ય સ્થાનનું માર્ગ નિર્દેશન કરી દેશે. પરંતુ શિકાગો સ્ટેશન પર ઉતરતા જ ત્યાના જનસમૂહમાં તે જાણે ક્યાંક ખોવાઈ ગયો. કદાચ તે પોતાના કાર્યની વ્યસ્તતાને કારણે જલ્દીમાં સ્વામીજીને સમજાવવાનું ભૂલી ગયો કે ડૉ. જૉન હેનરી બૈરોજ (સદસ્ય-નિર્વાચિન સમિતિના અધ્યક્ષ)નું કાર્યાલય કઈ તરફ છે. વિવેકાનંદે પોતાનું ખિસ્સું ટટોળ્યું- કદાચ પ્રો. રાઇટના આપેલા સરનામાથી ડૉ. બૈરોજનું સરનામું મળી જાય. પરંતુ દુર્ભાગ્યવશ તે સરનામું ક્યાંક ખોવાઈ ગયું હતું. હેવ તો તેઓ મોટા સંકટમાં ઘેરાઈ ગયા. તેઓ જનાથી પણ ડૉ. બૈરોજની ઑફિસ વિશે પૂછતા, તો તેઓ કશું બતાવી ન શકતા, કારણ વિવેકાનંદ હજુ શિકાગોના ઉત્તર-પૂર્વી ભાગમાં હતા. આ ક્ષેત્રમાં મોટાભાગે જર્મનીના લોકો વસતા હતા. તેથી ના તેઓ સ્વામીજીની વાતોને ઠીક રીતે સમજી શકતા અને ન સ્વામીજી એમની વાતોને. આ રીતે પૂછપરછ કરતા-કરતા રાત થઈ ગઈ. વિવેકાનંદ ક્યાં જતા, શું કરતા. ત્યાં સુધી કે તેઓ કોઈ હોટલની પણ તપાસ ન કરી શક્યા, જ્યાં જઈને રાત વિતાવતા. ભટકતા-ભટકતા તેઓ પુનઃ સ્ટેશન તરફ પહોંચી ગયા. સ્ટેશનની પાછળ માલ પરિવહન ક્ષેત્ર હતુ. ત્યાં ખૂબ મોટા-મોટા લાકડીના ખાલી બોક્સ પડેલા હતા. વિવેકાનંદનું શરીર અને મસ્તિષ્ક હવે બિલ્કુલ થાકી ચુક્યું હતું. તેઓ પોતાને પરમેશ્વરના હાથો સોંપીને લાકડીના બોક્ષમાં સૂઈને વિશ્રામ કરવા લાગ્યા, થોડી જ ક્ષણમાં નિદ્રાએ સંસારની બધી ચિંતાઓ અને મુશ્કેલીઓથી એમને મુક્તિ આપી દીધી. તેઓ સુખની ઊંઘ સૂતા રહ્યા. બીજા દિવસે બાળ સૂર્યની સોનેરી કિરણોએ એમને જગાવીને રાખી દીધા, વહેલી સવારે મંદ-મંદ વાયુ ગજબની સુગંધિત સુવાસથી મહેકતો હતો, વિવાકનંદના શરીરમાં એણે નવી સ્ફૂર્તિ નાખી દીધી,

તેઓ ઉઠ્યા અને પોતાની ઝોળી સંભાળી, જેમાં થોડા કપડાં અને પુસ્તકો હતી. માદક પવનનું અનુસરણ કરતા-કરતા થોડા જ સમયમાં તેઓ નગરના એક ખૂબ જ ભવ્ય ક્ષેત્રમાં પહોંચ્યા. મોટા-મોટા આલીશાન ભવન, રંગ-બિરંગી પુષ્પોથી સુસજ્જિત બગીચા, પહોળા ચમકતા રસ્તાઓ, જાણે એવું લાગતું હતું, કે સ્વામીજી કુબેરની વસ્તીમાં ભ્રમણ કરી રહ્યા હોય. અહીંયા ઊંચા સ્તરના વેપારી અને કરોડપતિ રહેતા હતા. વિવેકાનંદની તત્કાલીન અવસ્થા આ પરિવેશથી બિલ્કુલ વિપરીત હતી. મુશ્કેલ યાત્રા તથા રાતનું અદ્‌ભુત શૈય્યા સ્થળને કારણે ધૂમિલ અને અવ્યવસ્થિત વસ્ત્ર, ભૂખની જ્વાળાને કારણે કાંતિહીન મુખમંડળ, પેટ માટે તેઓ દ્વાર-દ્વાર પર હાથ ફેલાવતા રહ્યા તથા ધર્મ મહાસભાના કાર્યાલયનો રસ્તો પૂછતા રહ્યા. પરંતુ ધનવાનોની દુનિયામાં એમણે આ શું જોયું, કેટલા દ્વાર ખુલ્યા, અને જ્યાં સુધી કે તેઓ કંઈક પૂછે, ફટાક થઈને બંધ થઈ ગયા. ના કોઈ દાન, ના આશ્વાસનના બે મીઠા શબ્દ. કેટલા દ્વારો પર તીખા કઠોર વચનોથી સ્વાગત થયું અને કેટલાય દ્વારો પર ભૃત્યો દ્વારા અપમાન સહન કરવું પડ્યું. આ શિવનું ગરલ પાન હતું. એને પીને તેઓ અપમાનની અગ્નિમાં બળી ના ગયા પરંતુ એમનામાં સાચ્ચા સોનાની સમાન નિખાર આવી ગયો. પરંતુ હજુ તો ભૂખ અને થાકથી શરીર નિઃશક્ત થઈ ગયું. આ સમય સુધી એમને શહેરના નામ-ધામ સૂચક પુસ્તક કે ફોન વગેરેનું કશું પણ જ્ઞાન ન હતું, આ કારણે ગંતવ્ય સ્થાનની જાણ લગાવવામાં સ્વામીજી વધારે નિઃસહાય થઈ ગયા. એમને કશું સમજમાં આવી રહ્યું ન હતું કે હવે કરે તો શું કરે? થોડા સમય પછી રસ્તાની બીજી બાજુના મહેલનો એક દ્વાર ખુલ્યો, એક અત્યંત જ સુસંસ્કૃત તેમજ ભદ્ર મહિલા આ સંન્યાસીની પાસે આવીને ઊભી થઈ અને ખૂબ જ વિનમ્રતાથી કોમળ શબ્દોમાં પૂછ્યું- ‘ શ્રીમાન, શું તમે ધર્મ મહાસભાના સદસ્ય છો? સ્વામીજીના જીવમાં જીવ આવ્યો, એમણે ઉક્ત મહિલાથી પોતાની સમસ્યાઓનું વર્ણન કર્યું. મહિલા એમને પોતાની સાથે આદરપૂર્વક મહેલમાં લઈ આવી, પછી પરિચારકોને બોલાવીને આદેશ આપ્યો કે તેઓ સ્વામીજીને અતિથિકક્ષમાં લઈ જાય અને એમની જરૂરિયાતોની દેખભાળ કરે. એણે સ્વામીજીને આશ્વાસન આપ્યું કે સ્નાન વગેરે તથા નાશતાથી નિવૃત્ત થઈને તેઓ એમને ખુદ પોતાની સાથે ધર્મ મહાસભાના કાર્યાલયમાં લઈ જશે. સ્વામીજીના હૃદયનો ખૂણે-ખૂણો મહિલા પ્રતે કૃતજ્ઞતાથી ભરાઈ ગયો, ઈશ્વરની મહિમા અપરિમિત છે, ક્ષણમાં કંઈક અને ક્ષણમાં કંઈક. સ્વામીજીના હૃદયમાં અદમ્ય સાહસ અને અસીમ આત્મવિશ્વાસની અવિરલ ધારા પ્રવાહિત થવા લાગી, લાગ્યું જાણે ગુરુદેવ શ્રી રામકૃષ્ણના વરદ હસ્ત એમના માથા પર છે, હવે દુનિયાની કોઈ શક્તિ એમને પોતાના પડાવથી પાછળ નથી ખેંચી શકતી.

સ્નાન તથા ભોજન પછી વિવેકાનંદ એ મહિલા, શ્રીમતી જૉર્જ ડબ્લ્યૂ હેલની સાથે ધર્મ મહાસભાના કાર્યાલયમાં ગયા અને પ્રો. રાઇટનો આપેલો પરિચય પત્ર આપ્યો. કાર્યાલયે એમને સહર્ષ સદસ્યની માન્યતા પ્રદાન કરી તથા સભામાં બીજા પૂર્વી દેશોના સદસ્યોની સાથે એમના આવાસ અને આહારની વ્યવસ્થા કરી. ત્યાં કેટલાય પ્રમુખ વ્યક્તિઓ તથા સભામંડળના સદસ્યોથી એમની ઓળખાણ થઈ. આ સપ્ટેમ્બર મહીનાની ૧૦મી તારીખ હતી. બીજા દિવસે વિશ્વ ધર્મ-મહાસભાની પ્રથમ બેઠક પ્રારંભ થવાવાળી

હતી. બધા સદસ્ય આ મહત્ત્વપૂર્ણ દિવસની તૈયારીમાં વ્યસ્ત હતા. સ્વામીજી ત્યાંના લોકોથી હળવા-મળવા પછી મનન-ચિંતન તથા મૌન પ્રાર્થનામાં લીન થઈ ગયા. ધર્મ મહાસભાની સદસ્યતાની સમસ્યાનું નિરાકરણ તો થઈ ગયું હતું, પરંતુ પરીક્ષા હવે થવાની હતી. એમને વિજય જોઈએ, એમના સનાતન ધર્મનો વિજય, એમના ભારતનો વિજય. સ્વામીજી એ ધ્યાનમાં ખોવાયેલા રહ્યા, ત્યારે જ ગુરુદેવ રામકૃષ્ણની સ્મૃતિ સાકાર થઈ ઉઠી, ગુરુદેવની અંતિમ વાણી એના કાનોમાં ગૂંજવા લાગી- 'આજે મેં તને પોતાનું સર્વસ્વ આપી દીધું, હવે હું ફક્ત એક ગરીબ ફકીર છું, જેની પાસે કશું જ નથી, આ શક્તિથી તું વિશ્વનું ખૂબ મોટું કલ્યાણ કરજે...'

★★

ધર્મસભાના રંગમંચ પર

૧૧ સપ્ટેમ્બર ૧૮૯૩ની સિહરન ભરી વહેલી સવાર. શિકાગોના નવનિર્મિત 'આર્ટ ઈન્સ્ટીટ્યૂટ'ના ભવન પર ખૂબ રોનક છે. એની અંદર-બહાર ચહેલ-પહેલ થઈ રહી છે. અંદરનો વૃહદ્ રૂમ તથા એની ઉપર બનેલી ચારે તરફની મોટી ગેલેરી લગભગ છ-સાત હજાર શિક્ષિત નર-નારીઓથી ખચાખચ ભરેલી છે. એના સિવાય આ ભવનના અન્ય ઓરડામાં પણ જન સમુદાયનું પૂર આવી ગયું છે. મોટા હૉલમાં એક વિશાળ મંચ. એની ઠીક વચ્ચોવચ્ચ પાછળની દિવાલથી લાગીને યૂનાનના બે મહાન દાર્શનિકોની સંગેમરમરની વૃહદાકારની પ્રતિમાઓ ઉભી છે. એના દક્ષિણમાં વરદ હસ્ત ઉઠાવીને કદાચ વિદ્યા દેવની તામ્ર મૂર્તિ છે. પરંતુ આ બધાથી પણ અસામાન્ય વસ્તુ છે ત્યાં મંચની ઠીક વચ્ચે સ્થિત એક મોટી એવી રાજિસંહાસનનુમા ખુરશી. એની બંને તરફ અને પાછની ત્રણ લાઈનોમાં લાકડી ખુરશીઓ અર્ધગોળાકાર ઢંગથી સજાવવામાં આવી છે. મંચ પર બધા દેશની ધ્વજાઓ સુશોભિત છે. થોડી ક્ષણ પછી એક મોટા ઘંટની ગૂંજભરી ટંકાર સંભળાઈ પડવા લાગે છે- ટન્... ટન્... એક પછી બીજી અને બીજી પછી ત્રીજી. આ રીતે દસ ટંકારો. હૉલનું નિતાંત શાંત વાતાવરણ હવે સ્પદંતિ થઈ ગયું છે. ઘંટની અંતિમ ઝનકારની ગૂંજ શૂન્યમાં વિલીન થઈને મુખ્ય હૉલની પાછળવાળા રૂમમાં સભા સદસ્ય યુગ્મોમાં લાઈનબદ્ધ થઈને પોતાના ધીમા તેમજ ગરિમામય પગલાઓથી મોટા હૉલથી સુસજ્જિત મંચની તરફ વધતા નજરે પડે છે. બધાથી પહેલાં સભાપતિ, ચાર્લ્સ કૈરોલ બોની અને અમેરીકી કેથોલિક ચર્ચના પ્રમુખ પાદરી, કાર્ડિનલ ગિબન્સ હાથમા હાથ નાખીને આ શાનદાર સરઘસનું નેતૃત્વ કરી રહ્યા છે. એમની પાછળ સંમેલનના મુખ્ય અધિકારીગણ અને એમના પછી પ્રતિનિધિઓની લાંબી લાઇન. દશ્ય ખૂબ જ અદ્ભુત છે. પ્રતિનિધિઓના વિચિત્ર રંગ-બિરંગા પરિધાન અને રૂપ, ઘુંટણોથી લઈને એડી સુધી ભિન્ન-ભિન્ન માપ અને આકારમાં ઢીલા એવા કુર્તા, ટોપી અને પાઘડી, ઈસાઈ ધર્મનું ચિહ્ન ક્રોસ અને ઇસ્લામ ધર્મનું ચિહ્ન અર્ધ ચન્દ્ર, કોઈનું માથું લહેરાતું કુંતલયુક્ત અને કોઈનું મુંડિત.

મંચની સિંહાસનનુમા ખુરશી પર ઘેરા રંઘના વસ્ત્રમાં કાર્ડિનલ ગિબન્સ અને એમની બાજુમાં સભાપતિ બોની, પોતાના લાંબા કાળા કોટમાં બેઠા છઠે. એમની જમણે ચીન દેશના શ્વેત વસ્ત્રધારી પાંચ બૌદ્ધ ભિક્ષુ આસન ગ્રહણ કરે છે. ડાબી તરફ પ્રાચીન યૂનાની

ગિરજાઘરના આદરણીય વયોવૃદ્ધ પાદરી લોકો છે. આ લોકોના વસ્ત્ર ઢીલા, કાળા રંગના છે અને માથા પર આ લોકોએ અજીબ આકૃતિની કાળી ટોપીઓ પહેરી રાખી છે. એમના હાથોમાં હાથી દાંતની કલાત્મક રૂપથી નક્કાશી કરેલી છડીઓ (લાકડીઓ) છે. કન્ફ્યૂસિયસના સિદ્ધાંતનું વિવેચન કર વાવાળા ચીની સદસ્ય, જે ત્યાંના સમ્રાટ દ્વારા મોકલવામાં આવ્યા છે, પોતાના કદથી ભારે વસ્ત્રોમાં ગરિમાપૂર્ણ ઢંગથી સજેલા છે. આ પ્રકારે જાપાન, આફ્રીકા, મિશ્ર તથા ભારતના વિભિન્ન સંપ્રદાયોના પ્રતિનિધિ પોત-પોતાની ઉત્કૃષ્ટ વેશભૂષામાં બેઠા છે. ભારતના કેટલાય લોકો છે- બ્રહ્મ સમાજના પ્રતાપચન્દ્ર મજૂમદાર, જૈન ધર્મના વીરચન્દ્ર ગાંધી, થિયોસોફીના પ્રતિનિધિ બનીને શ્રીમતી એની બેસેન્ટ અહીંયા ઉપસ્થિત છે. મુંબઈથી નાગરકર પણ આવ્યા છે. આ જ ભવ્ય તેમજ ક્રમાનુબદ્ધ લોકોની વચ્ચે સ્વામી વિવેકાનંદ બેઠા છે- પોતાના ભગવા અચકન અને બાઘડીમાં એક વિશુદ્ધ પરિવ્રાજકનું રૂપ- અંદરના વિરાગ નયનોના ઝરૂખાથી સાફ દેખાઈ રહ્યું છે. શ્રોતાઓ અને દર્શકોની ઉત્સુક આંખો મંચના સુશોભિત લોકો પર લપસીને આ તરુણ સાધુ પર આવીને ટકી જાય છે.

અહીંયા વિશ્વ ધર્મ મહાસંમેલનના અધિવેશનનો પ્રારંભ હતો. વિશ્વના ભિન્ન-ભિન્ન ભાગોમાં જ્યારે-ત્યારે એક-બીજા ધર્મો કે સંપ્રદાયોની સભાઓ થતી રહી હતી, પરંતુ એ સત્ય છે કે એનાથી પહેલાં ક્યારેય પણ એક સાથે સર્વ ધર્મ મહાસંમેલનનું આયોજન આટલા મોટા રૂપમાં થયું ન હતું. વિશ્વના ઈતિહાસમાં આ ધર્મ મહાસભા નિઃસંદેહ પોતાનું એક વિશિષ્ટ સ્થાન રાખે છે. ધર્મના ઈતિહાસમાં-ખાસ કરીને હિન્દૂ ધર્મના ઈતિહાસમાં તો આ નવા યુગનું દ્વાર ખોલે છે. દુનિયાના ખૂણે-ખૂણાથી સદસ્ય આવ્યા. આ સદસ્ય વિશ્વના વિભિન્ન ધર્મોનું પ્રતિનિધિત્વ કરી રહ્યા હતા. એમની વાણીમાં વિશ્વના કરોડો વ્યક્તિઓની ભિન્ન-ભિન્ન આસ્થાઓ અને માન્યતાઓ ગૂંજી રહી હતી. સંસારના વિભિન્ન ધર્માનુયાયી, કરોડોની સંખ્યામાં પોત-પોતાના ધર્મ પ્રતિનિધિઓને અદશ્ય રૂપથી શક્તિ પ્રદાન કરી રહ્યા હતા.

આ વિશ્વ ધર્મ મહાસંમેલનનું આયોજન એથી થયું હતું કે મનુષ્ય એક-બીજાના ધાર્મિક દૃષ્ટિકોણનું મૂલ્યાંકન યોગ્ય રૂપથી કરી શકે. વિશ્વના વિભિન્ન ધર્મો પ્રત્યે માનવ સમાજમાં આદર અને સન્માનના ભાવ જાગૃત થઈ શકે, મનુષ્ય એક-બીજાની નજીક આવે અને પ્રેમના બંધનમાં બંધાઈ જાય. આ સંમેલનના આયોજનથી સંબંધિત કેટલાય એવા વ્યક્તિ પણ હતા, જે કોઈ વિશેષ ધર્મના બંધનમાં ન હતા. તેઓ માનવ ધર્મમાં વિશ્વાસ કરતા હતા. એમનો વિચાર હતો કે આ સંમેલન સત્યના અન્વેષકોના હૃદયમાં સદ્ભાવના અને સમજ સ્થાપિત કરવામાં સહયોગ આપશે. સભાપતિ બોની આ જ મહાન આત્માઓમાંથી એક હતા. સ્વામી વિવેકાનંદે એમના વિષયમાં એક પત્ર લખ્યો છે- 'શ્રી બોની કેટલા અદ્ભુત વ્યક્તિ છે, જરા એમના મસ્તિષ્ક વિશે વિચારો, જેણે આટલા વિશાળ આયોજનની કલ્પાન કરી અને એને સફળતાપૂર્વક કાર્યમાં પરિણત કર્યું; અને ઉલ્લેખનીય એ છે કે તેઓ પાદરી ન હતા; એક સાધારણ વકીલ થઈને પણ એમણે સમસ્ત ધર્મ સંપ્રદાયોના પરિચાલકોનું નેતૃત્વ કર્યું હતું. એમો સ્વભાવ અત્યંત મધુર છે, તેમજ તેઓ વિદ્વાન અને ધીર વ્યક્તિ છે, એમના હૃદયના ગંભીર મર્મસ્પર્શી ભાવ એમના ઉજ્જવળ નેત્રોથી પ્રગટ થાય છે.'

પરંતુ સંમેલનના સંયોજકોમાં કેટલાક એવા પ્રાણી પણ હતા, જે સમજતા હતા કે આ

અધિવેશનથી હંમેશાં માટે ઈસાઈ ધર્મની અસંદિગ્ધ ભવ્યતા અને શ્રેષ્ઠતા પ્રમાણિત થશે. બોની પ્રત્યે ઉદાર તેમજ શ્રદ્ધાપૂર્ણ ભાવ રાખીને પણ સ્વામી વિવેકાનંદનો આ વિશ્વ ધર્મ મહાસભાન પ્રત્યે એ જ વિચાર હતો. એમના એક પત્રમાં લખ્યું છે- 'વિશ્વના અન્ય ધર્મો પર ઈસાઈ ધર્મની શ્રેષ્ઠતા બતાવવા માટે જ અમેરીકામાં વિશ્વ ધર્મ સભાનું આયોજન થયું છે.' જે ધર્મ સભાએ સ્વામી વિવેકાનંદનું નામ ઇતિહાસના પૃષ્ઠો પર સોનેરી અક્ષરોમાં લખાવ્યું, જેણે એમને દેશ-વિદેશમાં ખ્યાતિ અપાવીને અમર બનાવ્યા, એના પ્રત્યે એમના આવા વિચાર થોડા અયોગ્ય અને અનુદાર લાગી શકે છે. પરંતુ હકીકતમાં સમ્મેલનના આયોજન અને વક્તવ્ય પર ઊંડી દૃષ્ટિ નાખવાથી એ સ્પષ્ટ થઈ જાય છે કે આ સંમેલન પર ઈસાઈ મતના પક્ષાઘાતનો રંગ ચઢેલો હતો. વિશ્વ ભ્રાતૃત્વના મુખોટાની અંદરથી ઈસાઈ ધર્મ પોતાની પ્રધાનતાના બોલ બોલી રહ્યું હતું.

આ બધી સંકીર્ણતાઓથી દૂર હટીને વિચાર કરવા પર આ ધર્મ સંમેલનનું થોડું બીજું જ સ્વરૂપ નજરે પડે છે. ઓગણીસમી સદીના અંતમાં જ્યારે કે સંસાર વેગપૂર્ણ ગતિથી ભૌતિકતાની તરફ પગ વધારી રહ્યો હતો, એ સમયે ખાસ કરીને અમેરીકા જેવા દેશમાં વિશ્વ ધર્મ સભાનું આયોજન થવું એક અદ્વિતીય ઘટના હતી, લાગતું હતું, જાણે બધાની ઉપર કોઈ અદૃશ્યનો હાત છે. એ જ બધું કરાવી રહ્યો છે. સ્વામી વિવેકાનંદને પણ કંઈક એવું જ ભાન થઈ રહ્યું હતું. ભારતથી વિદાય લેતા સમયે એમણે પોતાના ગુરુભાઈ સ્વામી તુરીયાનંદ (જે એમને મુંબઈ પહોંચાડવા માટે આવ્યા હતા)થી કહ્યું હતું- 'આ ધર્મ સભાનું આયોજન એના માટે (પોતાની તરફ સંકેત કરતા) થયું છે, મારું મન એવું કહી રહ્યું છે. થોડા જ દિવસોમાં તું એની જાણ કરી શકીશ.'

આ પંક્તિઓમાં સ્વામી વિવેકાનંદનો અહમ્ બોલી રહ્યો છે, છતાં પણ ઘણા અંશોમાં એમના મનએ ઠીક જ કહ્યું હતું. આ સંમેલને પશ્ચિમી દુનિયામાં એક નવી વિચારધારા પ્રવાહિત કરી- ભારતીય હિન્દૂ દર્શન શાસ્ત્રની વિચારધારા. આ ધારાની સ્વચ્છતાથી, એની કલકલ ધ્વનિથી તથા બધાથી દૂર એના વિરાટ રૂપથી પશ્ચિમી દુનિયા હજુ સુધી ઘણી બધી અપરિચિત હતી.

આદરણીય મરવિન મરી સ્નેલ, જે એ સમયે ધર્મ સંમેલનના વિજ્ઞાન વિભાગના સભાપતિ હતા, તેઓ આ સભાના વિષયમાં કહે છે- 'આનો સૌથી મોટો લાભ એ છે કે ઈસાઈ સમાજને, ખાસ કરીને અમેરીકાના લોકોને આણે પૂર્ણ રૂપથી બતાવી દીધું કે ઈસાઈ ધર્મથી પણ આદરણીય બીજા ધર્મ છે, જે પોતાના નૈતિક સૌંદર્ય અને કાર્યકુશળતા વગર એક વાળ પણ વાંકો કર્યા વગર, દાર્શનિક ઊંડાઈમાં, આધ્યાત્મિક તીવ્રતામાં, સ્વતંત્ર વિચારશક્તિમાં અને માનવ સંવેદનાની સચ્ચાઈમાં ખૂબ આગળ વધેલા છે.'

આ પ્રકારના ધર્મનું પ્રતિનિધિત્વ કરવા સ્વામી વિવેકાનંદ વિશ્વ ધર્મ મહાસભામાં ઉપસ્થિત થયા હતા. સભાનું ઉદ્‌ઘાટન મધુર વાદ્ય સંગીત દ્વારા કરવામાં આવ્યું. એના પછી બધા વ્યક્તિ ઊભા થઈ ગયા અને સર્વવ્યાપી પરમેશ્વરની પ્રાર્થના એક સ્વરમાં કરવા લ્ગાય. પ્રત્યેક શ્લોક પછી કાર્ડિનલના હાથ ઉપર ઉઠતા અને થોડી ક્ષણ માટે સંગીત રોકાઈ જતું. પ્રાર્થના સમાપ્ત થવા પર સભાપતિ વારા-ફરતી પ્રતિનિધિઓના

નામ ઉચ્ચારિત કરતા અને એ જ ક્રમમાં પ્રતિનિધિ ઊભા થઈને થોડા શબ્દોની સાથે પોતાનો પરિચય આપતા. સભાનું સવારનું અધિવેશન મુખ્યતઃ સદસ્યોના પરિચય તથા નાના-નાના ભાષણોમાં વીત્યું. એમાં સૌથી પહેલાં યૂનાની ગિરજાઘરના પ્રધાન ધર્માધ્યક્ષે નાનું-એવું ભાષણ આપ્યું. ભાષણ ખૂબ જ ઉદાર અને ભાવપૂર્ણ હતું. શ્રોતાઓએ ખૂબ સમય સુધી તાળીઓ વગાડી. પછી બીજા કેટલાક લોકોના નાના-નાના વ્યાખ્યાન થયા. શ્રોતાઓએ બધાને પર્યાપ્ત કરતલ ધ્વનિથી ઉત્સાહિત કર્યા.

આની વચ્ચે સભાપતિએ સ્વામી વિવેકાનંદથી કેટલીય વખત વ્યાખ્યાન આ પવા માટે આગ્રહ કર્યો પરંતુ એમણે દરેક વખતે એ જ ઉત્તર આપ્યો- 'ના, અત્યારે નહીં.' સંમેલનની ભવ્યતા અને ગુરુતાને કારણે એમને ગભરાટ થઈ રહ્યો હતો. આવું દૃશ્ય ના તો એમણે ક્યાંય જોયું હતું, ના તો સાંભળ્યું હતું, ભલું એમાં ભાગ લેવાની વાત કોણ કહે. પરંતુ ગભરાટની છાયા રંચમાત્ર પણ એમના ચહેરા પર ના ઉતરી, અંદરને અંદર જ સમેટાયેલી રહી. એનો આભાસ તો એમના એક પત્રથી આપણને મળે છે, જેને સંમેલન પછી એમણે પોતાના એક શિષ્યની પાસે ભારત મોકલ્યો હતો- 'નિઃસંદેહ મારું હૃદય ધઢકી રહ્યું હતું અને જીભ બહુધા સુકાઈ ગઈ હતી. હું એટલો ગભરાયેલો હતો કે સવારે બોલવાની હિમ્મત ના થઈ. એમને કશું જ સમજમાં આવી રહ્યું ન હતું કે આટલી મોટી સભામાં તેઓ કેવી રીતે બોલશે- શું બોલશે! ત્યાં લગભગ બધા લોકો ખૂબ તૈયારીથી, ઊંડા અભ્યાસ પછી લેખિત વ્યાખ્યાન આપી રહ્યા હતા. પરંતુ એમની પાસે તો એવું કશું પણ ન હતું. છતાં પણ તેઓ બેસહારા ન હતા. એમની પાસે એક ઘણી મોટી શક્તિ હતી- રામકૃષ્ણની શક્તિ, જગદમ્બા કાળીની શક્તિ. તેઓ એના અજાણ્યા હોય, એવું પણ ન હતું. આથી તો તેઓ સભાકક્ષમાં સતત જગદમ્બાની મૌન પ્રાર્થનામાં લીન હતા. બપોરે પણ વ્યાખ્યાન માટે સ્વામી વિવેકાનંદને તૈયાર થતા ન જોઈને સભાપતિ મહાશય કદાચ વિચારમાં પડી ગયા કે આ સંન્યાસી કશું બોલી પણ શકશે કે નહીં. અંતમાં ચાર પ્રતિનિધિઓના લેખિત વક્તવ્ય પછી પ્રધાનાધ્યક્ષના ખૂબ આગ્રહ પર તેઓ બોલવા માટે ઊભા થયા.

સ્વામી વિવેકાનંદના મુખમંડળ પર પ્રજ્જવલિત અગ્નિનું તેજ હતું. એમની મોટી-મોટી દીપ્તિપૂર્ણ, ગંભીર આંખો એક વખત એક ખૂણાથી બીજા ખૂણા સુધી સંપૂર્ણ શ્રોતાઓની તરફ ફરી ગઈ. ચારે તરફ ઉત્સુકતાભરી શાંતિ છવાઈ ગઈ. સ્વામીજીએ જ્ઞાનની દેવી સરસ્વતીને મનમાં ને મનમાં નમસ્કાર કરીને (અંગ્રેજી)માં બોલવાનું પ્રારંભ કર્યું.

પ્રથમ વાક્ય- 'અમેરીકાની બહેનો અને ભાઈઓ' એમના હોઠોથી નિકળ્યું જ હતું કે એનો વિદ્યુત પ્રવાહ શ્રોતાઓ પર દેખાવા લાગ્યો. વધારે સમય સુધી તાળીઓની ગડગડાહટથી સભા ભવન ગૂંજતો રહ્યો. સ્વામીજીએ પાછળ આ ઘટનાના વિષયમાં ખુદ લખ્યું- 'બે મિનિટ સુધી કાનોને બધિર બનાવી દેવાવાળી આ ધ્વનિ હતી.'

આ સંબંધમાં બીજો ઉલ્લેખ શ્રીમતી એસ.કે. બ્લોજેટ દ્વારા મળે છે, જે લૉસએન્જેલ્સમાં સ્વામીજીની આતિથેય બની. એમણે લખ્યું છે- '૧૮૯૩ના શિકાગો ધર્મ મહાસંમેલનમાં હું પણ હતી...જ્યારે આ યુવક ઉઠ્યો અને બોલ્યો, અમેરીકાની બહેનો અને ભાઈઓ, ત્યારે લગભગ સાત હજાર વ્યક્તિ, કોઈ વસ્તુની શ્રદ્ધામાં, જેને તેઓ સમજી ના શક્યા કે શું છે, તેઓ ઊભા થઈ ગયા. જ્યારે એ સમાપ્ત થયું ત્યારે મેં જોયું કે કેટલીય સ્ત્રીઓ

એમની નજીક પહોંચવા માટે બેંચોને કૂદતી-કૂદતી આગળ વધી રહી હતી. મેં ખુદથી કહ્યું- 'ઓ મારા પુત્ર, જો આ આક્રમણને સંભાળી શકે, તો તું નિશ્ચય જ પરમેશ્વર છો.' એવું લાગતું હતું જાણે બધા દર્શક ખુશીથી ઉન્મત્ત થઈ ગયા હોય.

સ્વામીજીના સ્વાગત સ્વરૂપ દર્શકોએ પોતાની તુમુલ કરતલ-ધ્વનિથી જે અપાર હર્ષને વ્યક્ત કર્યો, એનો યોગ્ય જવાબ તો સ્વામીજીએ જ આપવાનો હતો. એમણે પુનઃ બોલવાનું શરૂ કર્યું - 'તમે જે સૌહાર્દ અને સ્નેહની સાથે અમારું સ્વાગત કર્યું છે, એના પ્રત્યે આભાર પ્રગટ કરવાના નિમિત્તે ઊભા થતા સમયે મારું હૃદય અવર્ણનીય હર્ષથી ભરાઈ રહ્યું છે. સંસારમાં સંન્સાસીઓની સૌથી પ્રાચીન પરંપરા તરફથી હું તમારો આભાર વ્યક્ત કરું છું. ધર્મોની માતા તરફથી હું તમારો આભાર પ્રગટ કરું છું અને બધા સંપ્રદાયો તેમજ મતોના કોટિ-કોટિ હિન્દુઓની તરફથી આભાર પ્રગટ કરું છે.' આ સ્વાગત ઉત્તર આરંભ થવાની થોડી ક્ષણ પછી સભાભવનમાં જય ધ્વની થતી રહી હતી. પરંતુ જ્યારે તેઓ એના પછી હિન્દૂ ધર્મની વિશાળ-હૃદયતાનું સ્પષ્ટીકરણ કરવા લાગ્યા, તો ધીમે-ધીમે ભવનમાં પૂર્ણ શાંતિ છવાઈ ગઈ, એમણે કહ્યું- 'હું એક એવા ધર્મનો અનુયાયી હોવામાં ગર્વનો અનુભવ કરું છુ, જેણે સંસારને સહિષ્ણુતા તથા સાર્વભૌમ સ્વીકૃતિ બંનેની જ શિક્ષા આપી છે.' હિન્દૂ ધર્મની વિશાળહૃદયતાની પુષ્ટી માટે એમણે ત્યાં ધર્મગ્રંથના બે શ્લોકોની પણ ચર્ચા કરી-

રુચીનાં વૈચિત્ર્યાદજુ કુટિલનાનાપથ જુષામ્ ।
નૃણામેકો ગભ્યસ્ત્વમસિ પયસામર્ણવ ઈવ ॥

જેમ વિભિન્ન નદીઓ ભિન્ન-ભિન્ન સ્રોતોથી નિકળીને સમુદ્રમાં મળી જાય છે, એ જ પ્રકારે હે પ્રભુ! ભિન્ન-ભિન્ન રુચિ અનુસાર વિભિન્ન વાંકા-ચૂંકા સીધા રસ્તાથી જવાવાળા લોકો અંતમાં તારામાં જ મળી જાય છે.

યે યથા માં પ્રપદ્યાન્તે તાંસ્તથૈવ ભજામ્યહમ્ ।
મમ વર્ત્માનુવર્ત તે મનુષઅયાઃ પાર્થ સર્વશઃ ॥

જે કોઈ મારી અંદર આવે છે ભલે કોઈ પણ પ્રકારનો હોય, હું એને પ્રાપ્ત થાઉં છું. લોકો ભિન્ન-ભિન્ન માર્ગ દ્વારા પ્રયત્ન કરતા-કરતા અંતમાં મારી જ તરફ આવે છે.

શિકાગોની આ ધર્મસભા જે સંસાર માટે આશાનો સંદેશ લઈને આવી હતી- વિશ્વને સ્વર્ણિમ્ પ્રભાતની રાગિણી સંભળાવી રહી હતી- એના ઉદેશ્યના સંબંધમાં સ્વામીજીએ પોતાના ભાષણના અંતમાં આ વિચાર વ્યક્ત કર્યા :

'સામ્પ્રદાયિકતા, હઠદર્મિતા અને એની વીભત્સ ધર્માંધિતા આ સુંદર પૃથ્વી પર ઘણા સમય સુધી રાજ્ય કરી ચુકી છે. તે પૃથ્વીને હિંસાથી ભરતી રહી છે, એને વારંવાર માનવતાના લોહીથી નવડાવતી રહી છે, સભ્યતાઓને વિધ્વંસ કરતી અને આખે-આખા દેશોને નિરાશાની ખાઈમાં નાખતી રહી છે. જો તે વીભત્સ દાનવી શક્તિઓ ના હોત તો માનવ સમાજ આજની અવસ્થાથી ક્યાંય વધારે ઉન્નત થઈ ગયો હોત. પણ હવે એમનો સમય લદાઈ ચુક્યો છે, અને હું હૃદયથી આશા કરું છું કે આજે સવારે આ સભાના સન્માનમાં જે ઘંટ ધ્વનિ થઈ છે તે સમસ્ત ધર્માંધિતાનો, તલાવર કે કલમ દ્વારા થવાવાળી બધી ઉત્પીડનોનો તથા એક જ લક્ષ્યની તરફ અગ્રેસર થવાવાળી માનવોની

પારસ્પરિક કટુતાનો મૃત્યુનાદ સિદ્ધ થાય.

૧૧ સપ્ટેમ્બરનો ત્રીજો પહેર સમાપ્ત થતા-થતા સ્વામીજીએ પોતાના આ પ્રથમ લઘુ વ્યાખ્યાનનું સમાપન કર્યું. સભાની સમાપ્તિ પછી રાત્રિમાં જ્યારે સ્વામીજી પોતાના વિશ્રામ કક્ષમાં પધાર્યા તો ફૂટી-ફૂટીને રોવા લાગ્યા- બિલ્કુલ એક બાળકની જેમ, જે પોતાના પ્રિય રમકડાંને તૂટેલું જોઈને રોઈ રહ્યો હોય. ભારતના લોકોની તૂટેલી આત્મા, વિખેરાયેલું સાહસ અને અભિમાન, એમની નિરાશાપૂર્ણ દરિદ્રતા અને ક્લેશ બધા એક સાથે સ્વામીજીના હૃદયને ટુકડે-ટુકડાં કરી રહ્યા હતા. અમેરીકા જેવા સુખી સમ્પન્ન તેમજ ભૌતિકવાદી દેશમાં એમને એટલું સન્માન મળ્યું, આટલી જયધ્વનિ થઈ. શું આ જયનાદથી ભારત માતાનું કષ્ટ દૂર થશે? શું એનાથી ત્યાંના લોકો સુખી થશે? નિરાશાના અંધકારમાં પડેલા ભારતના કોટિ-કોટિ ભારતવાસીઓના અશિક્ષિત મસ્તિષ્ક, ભૂખ્યા પેટ અને નગ્ન શરીરના સજીવ ચિત્ર સ્વામીજીની આંખો સામે ઉભરાવા લાગ્યા. ભારતના લોકો ના કષ્ટનું ધ્યાન આવતા જ, સભા-સદનના રૂપમાં મળેલી અહીંયાની સુખ-સુવિધા એમને કરડવા લાગી. થોડી વાર સુધી તેઓ ખૂબ જ વિક્ષિપ્તાવસ્થામાં હતા. તેઓ વિચારી રહ્યા હતા જો એમનાથી સ્વજનોનું દુ:ખ-દર્દ દૂર ના થઈ શક્યું તો અહીંયાનું જીવન, અહીંયાની ખ્યાતિ બધું વ્યર્થ છે- કોઈની કોઈ કિંમત નહીં.

સંમેલનની બેઠકો- સવાર, બપોર અને સાંજ - નિરંતર સત્તર દિવસો સુધી ચાલતી રહી. સેંકડો નિબંધ આ સંમેલનમાં વાંચવામાં આવ્યા અને એના પર વાદ-વિવાદ થયા. દિવસે-દિવસે દર્શકોની સંખ્યા વધતી ગઈ. ચોથા દિવસે તો જનસાગર એટલો વધી ગયો કે એની ધારાને 'આર્ટ ઇન્સ્ટીટ્યૂટ'માં બાંધવો મુશ્કેલ થઈ ગયો. પાડોશના 'વૉશિંગ્ટન હૉલ'માં લોકોના બેસવાની વ્યવસ્થા કરવામાં આવી. ત્યાં સંપૂર્ણ કાર્યક્રમ અક્ષરશઃ વિવરણ સાંભળવાની વ્યવસ્થા હતી. સ્વામી વિવેકાનંદનું પ્રારંભિક વ્યાખ્યાન ખૂબ જ નાનું હતું છતાં પણ એણે દર્શકોના હૃદયને સ્પર્શી લીધું. સનાતન ધર્મની સહિષ્ણુતા, સાર્વભૌમિકતા, એની આંતરિક સચ્ચાઈ તથા હૃદયની વિશાળતાએ સભાસદો તથા દર્શકોને પ્રચુર માત્રામાં પ્રભાવિત કર્યા હતા.

એના પછી સ્વામી વિવેકાનંદે ૧૫ સપ્ટેમ્બરે પણ એક નાનું વ્યાખ્યાન આપ્યું. વિષય હતો- 'આપણા મતભેદના કારણ'. સ્વામજીના ભાષણના પહેલાં અપરાહ્ન અધિવેશનમાં વિભિન્ન ધર્માવલમ્બી પોત-પોતાના ધર્મની પ્રધાનતાનું પ્રતિપાદન કરવામાં જીવ લગાવીને લાગેલા હતા. ગરમાગરમ વાદ-વિવાદ ચાલી રહ્યો હતો. જ્યારે સ્વામીજીનો વારો આવ્યો તો એમણે પોતાના ધર્મના સમર્થનમાં કશું ના કહ્યું, બલ્કે વિભિન્ન ધર્મોમાં મતભેદના કારણ સમજાવવા માટે, લોકોને એક દેડકાની રોચક વાર્તા સંભળાવી. 'એક દેડકાનો જન્મ અને લાલન-પાલન એક કુવામાં થયું હતું, નાનો કુવો જ એનો આખો સંસાર હતો. એક દિવસે સમુદ્રમાં રહેવાવાળો એક દેડકો ત્યાં આવ્યો અને કુવામાં પડી ગયો. પહેલાં દેડકાએ બીજા દેડકાથી પૂછ્યું- 'તું ક્યાંથી આવ્યો છે?' બીજા દેડકાએ કહ્યું- 'સમુદ્રથી'. પછી સમુદ્રવાળા દેડકાએ કૂવાના દેડકાથી પોતાના સમુદ્રાના વિસ્તારની વાત કહી. પરંતુ કૂવાના દેડકાને સમુદ્રની છલાંગનો અનુભવ તો હતો નહીં, તેથીએને સમુદ્રી દેડકાનીવાત પર વિશ્વાસ થઈ રહ્યો ન હતો અને તે પોતાના કૂવાને જ સૌથી મોટો સંસાર

માની રહ્યો હતો. એણે કહ્યું- 'કૂવાથી મોટું બીજું કશું નથી હોઈ શકતું. તું જૂઠ્ઠો છે. અરે, આને બહાર કાઢી દો.' સ્વામીજીએ કહ્યું, 'આપણે બધા ધર્માવલમ્બી આ જ પ્રકારે પોત-પોતના ક્ષુત્ર કુવામાં બેસીને પોત-પોતાના ધર્મને એક-બીજાથી મોટો કહીને ઝઘડો કરી રહ્યા છીએ. હું તમને અમેરીકાવાળાઓને ધન્ય કહું છું, કેમ કે તમે અમારા લોકોના આ નાના-નાના સંસારોની ક્ષુદ્ર સીમાઓને તોડવાનો મહાન પ્રયત્ન કરી રહ્યા છો.'

તદોપરંતા ૧૯ સપ્ટેમ્બરે સ્વામી વિવેકાનંદે ધર્મ સભામાં પોતાનું પ્રમુખ ભાષણ- 'હિન્દૂ ધર્મ' પર આપ્યું. આ લિખિત નિબંધ હતો. એમાં એમણે હિન્દૂ ધર્મની વ્યુત્પત્તિ, વિસ્તાર, મનોવિજ્ઞાન અને દર્શનના સિદ્ધાંતોનું વૈજ્ઞાનિક આધાર પર પ્રતિપાદન કર્યું. હિન્દૂ ધર્મની વ્યુત્પત્તિ અને વિસ્તારના સંબંધમાં એમના નિબંધમાં આ વિચાર હતા :- 'હિન્દૂ જાતિએ પોતાનો ધર્મ વેદોથી પ્રાપ્ત કર્યો છે, એમની ધારણા છે કે વેદ અનાદિ અને અનંત છે. શ્રોતાઓને શક્ય છે, આ વાત હાસ્યાસ્પદ લાગે કે કોઈ પુસ્તક અનાદિ અને અનંત કેવી રીતે હોઈ શકે છે. વેદોના અર્થ છે ભિન્ન-ભિન્ન વ્યક્તિઓ દ્વારા આવિષ્કૃત આધ્યાત્મિક સત્યોનો સંચિત કોષ. જે પ્રકારે ગુરુત્વાકર્ષણનો સિદ્ધાંત મનુષ્યોને જાણ લગાવવાના પહેલાં જ પોતાનું કામ કરતો ચાલી આવ્યો હતો, અને આજે જો મનુષ્ય જાતિ એને ભૂલી પણ જાય તો પણ એ નિયમ પોતાનું કામ કરતો જ રહેશે, ઠીક આ જ વાત આધ્યાત્મિક જગતનું શાન કરવાવાળા નિયમોના સંબંધમાં પણ છે. એક આત્માનો બીજા આત્માની સાથે અને જીવાત્માનો આત્માઓના પરમપિતાની સાથે જે નૈતિક કે આધ્યાત્મિક સંબંધ છે, તે એમના પહેલાં પણ હતો, અને આપણે જો એને ભૂલી પણ જઈએ તો પણ એ જળવાઈ રહેશે. વેદાંત દર્શનની અતિઉચ્ચ આધ્યાત્મિક ઉડાનોથી લઈને આધુનિક વિજ્ઞાનના નવીનતમ આવિષ્કાર, જેની ફક્ત પ્રતિધ્વનિમાત્ર પ્રતીત થાય છે, મૂર્તિપૂજાના નિમ્નસ્તરીય વિચારો તેમજ તદાનુષંગિક અનેકાનેક પૌરાણિક દંતકથાઓ તક અને બૌદ્ધોના અજ્ઞેયવાદ તથા જૈનોના નિરીશ્વરવાદ એમાંથી પ્રત્યેકને હિન્દૂ ધર્મમાં સ્થાન છે.'

હિન્દૂ ધર્મના વેદાંત દર્શનની વ્યાખ્યા કરતા એમણે બતાવ્યું કે હિન્દૂ ધર્મ બધા પ્રકારના ધાર્મિક વિચારો તથા બધા પ્રકારની આરાધનાઓનો સમન્વય કરે છે. 'હિન્દુઓ અનુસાર આત્મા પૂર્ણ પરબ્રહ્મ પરમાત્માનો અંશ છે. આ પરમાત્મા સર્વત્ર છેઃ શુદ્ધ, નિરાકાર અને સર્વશક્તિશાળી. આ અનાદિ અને અનંત છે. એના આદેશથી વાયુ ચાલે છે, અગ્નિ દહેકે છે, વાદળ વરસે છે અને મૃત્યુ પૃથ્વી પર નાચે છે. આ કારણે આત્મા પણ નિત્ય શુદ્ધ, બુદ્ધ અને મુક્ત છે. આ અનાદિ અને અમર છે. એને શસ્ત્ર કાપી નથી શકતા, અગ્નિ બાળી નથી શકતી, જળ ભીંજવી નથી શકતું અને વાયુ સુકવી નથી શકતી.' સ્વામીજીએ કહ્યું- 'આત્મા એક એવું વૃત્ત છે, જેની પરિધિ ક્યાંય નથી, પરંતુ જેનું કેન્દ્ર શરીરમાં સ્થિર છે. અને મૃત્યુનો અર્થ છે આ કેન્દ્રનું એક શરીરથી બીજા શરીરમાં સ્થાનાંતરિત થઈ જવું.' હિન્દૂ ધર્મ પૂર્વજન્મમાં વિશ્વાસ કરે છે. મનુષ્યનું વર્તમાન પૂર્વજન્મના કર્મો પર તથા ભવિષ્ય, વર્તમાનના કર્મોથી નિર્ધારિત થાય છે.' મુક્તિના સંબંધમાં સ્વામીજીએ વેદની વાણીનુ ઉદ્ધરણ પ્રસ્તુત કર્યું- 'આત્મા દિવ્ય સ્વરૂપ છે, તે ફક્ત પંચભૂતોના બંધનમાં બંધાઈ ગઈ છે અને એ બંધનોના તૂટવા પર તે પોતાના પૂર્ણત્વને પ્રાપ્ત કરી લેશે. આ અવસ્થાનું નામ મુક્તિ છે, જેનો અર્થ છે સ્વાધીનતા-

અપૂર્ણતાના બંધનથી છુટકારો, જન્મ-મૃત્યુથી છુટકારો.' આ બંધન ફક્ત ઈશ્વરની દયાથી જ તૂટી શકે છે અને એ દયા પવિત્ર લોકોને જ પ્રાપ્ત થાય છે. તેથી આત્માની પવિત્રતા જ ભગવાનના અનુગ્રહની પ્રાપ્તિનું એકમાત્ર સાધન છે.

એમણે કહ્યું કે 'પરમબ્રહ્મના સાક્ષાત્કાર, એમનામાં આત્મસાત થવા માટે મનુષ્યએ અહમ્ ભાવનાની ભ્રમજાળમાંથી નિકળીને ભાગવું જોઈએ. એ અસીમ વિશ્વ-વ્યક્તિત્વ મુક્તિની પ્રાપ્તિ માટે આ કારાસ્વરૂપ દુઃખમય ક્ષુદ્ર વ્યક્તિત્વનો અંત થવો જોઈએ. જ્યારે હું પ્રાણરૂપથી એક થઈ જઈશ, ત્યારે જ મૃત્યુના હાથોથી મારો છુટકારો થઈ શકે છે; જ્યારે હું આનંદસ્વરૂપ થઈ જઈશ, ત્યારે જ દુઃખનો અંત થઈ શકે છે; જ્યારેહું જ્ઞાનસ્વરૂપ થઈશ, ત્યારે જ બધા અજ્ઞાનનો અંત થઈ શકે છે. આ અનિવાર્ય વૈજ્ઞાનિક નિષ્કર્ષ પણ છે. વિજ્ઞાને મારી નજીક આ સાબિત કરી દીધું છે કે આપણું આ ભૌતિક વ્યક્તિત્વ ભ્રમમાત્ર છે, હકીકતમાં મારું આ શરીર એક અવિચ્છિન્ન જડ સાગરનું એક ક્ષુદ્ર સદા પરિવર્તિત થવાવાળું પિન્ડ છે, અને મારા બીજા પક્ષ- આત્માના સંબંધમાં અદ્વૈત જ અનિવાર્ય નિષ્કર્ષ છે.'

પોતાના નિબંધના અંતિમ અનુચ્છેદોમાં સ્વામીજી વેદાંત દર્શનની નિર્ગુણ ઉપાસનાથી હટીને પરમેશ્વરની સગુણ ઉપાસનાનું મહત્ત્વ સમજાવે છે. એમના વિચારથી ભારતવર્ષમાં અનેકેશ્વરવાદ નથી. ઈશ્વરની સગુણ ઉપાસનામાં આસ્થા રાખવાવાળા ભક્ત અનેકાનેક દેવી-દેવતાઓની પૂજા અર્ચના કરે છે છતાં પણ- 'જો પ્રત્યેક મંદિરમાં કોઈ ઊભું થઈને સાંભળે, તો તે એ જ મેળવેશે કે ભક્તગણ સર્વવ્યાપિત્વ વગેરે ઈશ્વરના બધા ગુણોનો આરોપ એ મૂર્તિઓમાં કરે છે. આ અનેકેશ્વરવાદ નથી, અને ના એકદેવવાદથી જ આ સ્થિતિની વ્યાખ્યા થઈ શકે છે. ગુલાબને ભલે બીજું કોઈ પણ નામ કેમ ન આપવામાં આવે, પણ સુગંધિ તો એક જેવી જ મધુર રહેશે. નામની વ્યાખ્યા નથી થતી.' મૂર્તિપૂજાના સમર્થનમાં એમણે ફરી કહ્યું- 'મનમાં કોઈ મૂર્તિના આવ્યા વગર વિચારી શકવું એટલું જ અશક્ય છે, જેટલું શ્વાસ લીધા વગર જીવિત રહેવું.. આથી તો હિન્દૂ આરાધના કરતાં સમયે બાહ્ય પ્રતીકનો ઉપયોગ કરે છે.' હકીકતમાં જો કોઈ બાહ્ય પ્રતીક મનમાં ન રહે તો, ઈશ્વરનું એકાગ્રચિત્ત થઈને ધ્યાન નથી કરી શકાતું. લગભગ બધા સગુણોપાસક આ સારી રીતે જાણે છે કે એમના ઇષ્ટ-દેવની મૂર્તિ સર્વવ્યાપી, અનાદિ, અનંત અને અરૂપ પરમેશ્વરનું પ્રતીક માત્ર છે.

સ્વામીજીએ ધર્મશાસ્ત્રનો એક શ્લોક સંભળાવ્યો. અર્થ હતો - 'બાહ્યપૂજા કે મૂર્તિપૂજા સૌથી નીચેની અવસ્થા છે; આગળ વધવાનો પ્રયત્ન કરતાં સમયે માનસિક પ્રાર્થના સાધનાની બીજી અવસ્થા છે, અને સૌથી ઉચ્ચ અવસ્થો તો એ છે, જયરે પરમેશ્વરના સાક્ષાત્કાર થઈ જાય.' એમણે ઉપનિષદથી એક અન્ય શ્લોક કહ્યો. એક મૂર્તિપૂજક ભક્ત પોતાની ઉપાસનાની અંતિમ સીમા સુધી પહોંચી ગયો છે અને કહી રહ્યો છે- 'સૂર્ય એ પરમાત્માને પ્રકાશિત નથી કરી શકતો, ના ચંદ્રમા કે તારાગણ જ; તે વિદ્યુત પ્રભા પણ પરમેશ્વરને ઉદ્ભાસિત નથી કરી શકતી, ત્યારે આ સામાન્ય અગ્નિની વાત જ શું? આ બધા તો એ જ પરમેશ્વરને કારણે પ્રકાશિત થાય છે.'

પણ તે મૂર્તિપૂજક ભક્ત કોઈની મૂર્તિને અપમાનિત નથી કરતો, ના એની પૂજાને

પાપ બન્તાવે છે. એને જીવનની એક જરૂરી અવસ્થા સમજીને એને સ્વીકાર જ નથી કરતો, બલ્કે નતમસ્તક થાય છે. ભારતમાં અનેક સાધકોએ મૂર્તિપૂજાની મદદતી જ ઈશ્વરના દિવ્ય સ્વરૂપને જોયું છે. દિવ્ય સ્વરૂપની પ્રાપ્તિ પછી પણ એમણે મૂર્તિપૂજાને ભ્રમાત્મક ક્યારેય નથી કહી, પરંતુ ભાવપૂર્ણ સ્થિતિમાં એમણે એ મૂર્તિમાં જ ઈશ્વરનું વિરાટ દિવ્ય રૂપ દેખાયું છે. સ્વામીજીએ વિષયને ફરી સ્પષ્ટ કર્યો- 'હિન્દૂ ધર્મની દષ્ટિમાં મનુષ્ય ભ્રમથી સત્યની તરફ નથી જઈ રહ્યો, તે તો સત્યથી સત્યની તરફ, નિમ્ન શ્રેણીના સત્યથી ઉચ્ચ શ્રેણીના સત્યની તરફ અગ્રેસર થઈ રહ્યો છે.

આ જ પ્રકારે હિન્દુઓના ધાર્મિક વિચારોની સંક્ષિપ્ત રૂપરેખા પ્રસ્તુત કર્યા પછી નિબંધના અંતમાં સ્વામીજીએ એક સાર્વભૌમિક ધર્મની ચર્ચા કરી- 'જે કોઈ દેશ અને કાળથી સીમાબદ્ધ નહીં થાય- તે એ અસીમ ઈશ્વરની સમાન જ અસીમ હશે.' જે સંસારની બધી કોટિઓના બધા પ્રાણીઓ પર એક જેવો પ્રકાશ વિતરણ કરતો રહેશે. આ વિશ્વ ધર્મ બધા ધર્મોની સારાઈઓને પોતાના બાહુપાશમાં આબદ્ધ કરી લેશે અને માનવતાને સુકાર્ય તેમજ પ્રેમનો સંદેશ આપશે. અંતમાં એમણે અમેરીકાને સંબોધિત કરતા કહ્યું- 'એ સ્વાધીનતાની માતૃભૂમિ કોલમ્બિયા, તૂ ધન્ય છે. આ તારું જ સૌભાગ્ય છે કે તેં પોતાના પાડોશીઓના લોહીથી પોતાના હાથ ક્યારેય નથી ભીંજવ્યા, તેં પોતાના પાડોશીઓનું સર્વસ્વ હરણ કરીને સહજમાં ધનવાન અને સંપન્ન થવાની ચેષ્ટા નથી કરી, આથી સમન્વયની ધ્વજા લહેરાવીને સભ્યતાની અગ્રણી થઈને ચાલવાનું સૌભાગ્ય તારું જ હતું.'

અમેરીકાની પ્રશંસા સાંભળીને અમેરીકાવાસીઓના હૃદયમાં હર્ષનો સંચાર થવો સ્વાભાવિક હતો. પરંતુ એના પરે એક બીજી વસ્તુ હતી, જેણે સભાના સદસ્યો તથા બધા દર્શકો પર જાદૂ નાખી રાખ્યો હતો. આ વસ્તુ ખુદ સ્વામી વિવેકાનંદ હતા. એમના કાષાય વસ્ત્ર, હૃષ્ટ-પુષ્ટ શરીર, મોટી-મોટી ચુભતી કાળી આંખો, નોકીલું નાક, પ્રસ્તર મૂર્તિની સમાન કુશળતાથી તરાશેલા હોંઠ અને એમાંથી પ્રસ્ફુટિત અમર સત્યની ઓજસ્વી વાણી- આ બધાએ સ્વામીજીના વ્યક્તિત્વને ચુંબકનું આકર્ષણ આપી રાખ્યું હતું. એમનું વ્યાખ્યાન ભાવપૂર્ણ હતું અને ભાષા કવિત્વમયી-જાણે સોનામાં સુગંધ. એમની સન્મુખ અમેરીકાની જિજ્ઞાસુ અને જાગૃત જનતા હતી. અમેરીકાવાસીઓની સામે એમની જ આંગ્લ ભાષામાં એમને ખૂબ જ સહજ ભાવથી એક એવી અતિ ઉત્તમ રચના પ્રસ્તુત કરી કે સભા ભવનના બધા લોકો મુગ્ધ થઈ ગયા. એની આત્મા સમન્વયની ભાવનાથી સુવાસિત હતી.

બહેન નિવેદિતાએ સ્વામીજીના આ ભાષણના સંબંધમાં કહ્યું છે- 'જ્યારે એમણે પોતાનું ભાષણ આરંભ કર્યું તો વિષય હતો, 'હિન્દુઓના ધાર્મિક વિચાર', પરંતુ જ્યારે એમણે અંત કર્યો, ત્યાં સુધી હિન્દૂ ધર્મની સૃષ્ટિ થઈ ચુકી હતી.' સ્વામીજીના સન્મુખ ઉપસ્થિત વિશાળ શ્રોતા સમૂહ પાશ્ચાત્ય વિચારધારાનો જ સમર્થક હતો- એનું જ પ્રતિનિધિત્વ કરી રહ્યા હતા. પંરતુ આ ભાષણ પછી એમની વિચાર પદ્ધતિની દિશા પરિવર્તન થઈ ગઈ. પાશ્ચાત્ય વિચારધાર સિવાય કોઈ સરિતા છે, જેનું સ્વચ્છ, નિર્મળ જળ બીજાઓને આકર્ષિત કરવાનું સામર્થ્ય રાખે છે, એનો આભાસ પશ્ચિમને મળી ગયો.

૨૦ સપ્ટેમ્બરે સ્વામીજીએ ખૂબ નાનું એવું ભાષણ આપ્યું. વિષય હતો 'ધર્મ ભારતની

પ્રધાન જરૂરિયાત નથી.' એમાં એમણે ઈસાઈઓ દ્વારા ભારતમાં મોકલેલા ધર્મ પ્રચારકોની કડક ટીકા કરી. કોઈ અપ્રિય સત્યને હૃદયમાં છુપાવી રાખવું એમણે શીખ્યું ન હતું. ઈસાઈઓના દેશમાં જ એમણે ઈસાઈ ધર્મના આ 'ધર્મ પ્રચાર'ના કાર્યની નિંદા કરી. એમણે કહ્યું - 'તમે ઈસાઈ લોકો જે મૂર્તિપૂજકોની આત્માનો ઉદ્ધાર કરવા માટે ધર્મ પ્રચારકોને મોકલવા માટે એટલા ઉત્સુક રહો છો, એમના શરીરોને ભૂખથી મરી જવાથી બચાવવા માટે કેમ કશું નથી કરતા? ભારતવર્ષમાં જ્યારે ભયાનક દુકાળ પડ્યો હતો, તો સહસ્રો અને લાખો હિન્દૂ ભૂખથી પીડિત થઈને મરી ગયા, પણ તમે ઈસાઈઓએ એમના માટે કશું ના કર્યું. તમે લોકો આખા ભારતમાં જઈને ગિરજા બનાવડાવો છો, પણ પૂર્વનો પ્રધાન અભાવ ધર્મ નથી, એમની પાસે ધર્મ પર્યાપ્ત છે- સળગતા ભારતના લાખો દુખાર્તર ભૂખ્યા લોકો સૂકાયેલા ગળાથી રોટલી માટે ચીસો પાડી રહ્યા છે. તેઓ આપણાથી રોટલી માંગે છે અને આપણે એમને પથ્થર આપીએ છીએ. ક્ષુધાર્તને ધર્મનો ઉપદેશ આપવો એમનું અપમાન કરવું છે. ભારતવર્ષમાં જો કોઈ પુરોહિત દ્રવ્ય પ્રાપ્તિ માટે ધર્મનો ઉપદેશ કરે, તો તે જાતિથી દૂર કરી દેવામાં આવશે અને લોકો એના પર થૂંકશે. હું અહીંયા પર પોતાના દરિદ્ર ભાઈઓ માટે મદદ માંગવા આવ્યો હતો, પણ હું આ પૂરી રીતે સમજી ગયો છું કે મૂર્તિપૂજકો માટે ઈસાઈ ધર્માવલંબીઓથી, અને ખાસ કરીને એમના જ દેશમાં મદદ પ્રાપ્ત કરવી કેટલી મુશ્કેલ છે.'

૨૬ સપ્ટેમ્બરે 'બૌદ્ધ ધર્મ અને હિન્દૂ ધર્નીં નિષ્પત્તિ' પર સ્વામીજીએ એક અન્ય વ્યાખ્યાન આપ્યું. એમણે બતાવ્યું કે બૌદ્ધ ધર્મ અને હિન્દૂ ધર્મમાં કોઈ વધારે મોટી અસમાનતા નથી. બૌદ્ધ ધર્મ પણ એક પ્રકારે હિન્દૂ ધર્મ અર્થાત્ વૈદિક ધર્મથી જ પ્રસ્ફુટિત થયો છે. એમણે બતાવ્યું કે હિન્દૂ ધર્મના બે ભાગ છે - કર્મકાંડ અને જ્ઞાનકાંડ, જ્ઞાનકાંડનો વિશેષ અભ્યાસ સંન્યાસી લોકો કરે છે, બૌદ્ધ ધર્મ મુખ્યતઃ આનાથી જ સંબંધિત છે. જ્ઞાનકાંડમાં જાતિ ભેદ નથી, તેથી બૌદ્ધ ધર્મમાં પણ આપણે જાતિભેદ નથી જોતા. હિન્દૂ ધર્મ અને બૌદ્ધ ધર્મમાં એવો જ સંબંધ છે, જેવો યહૂદી તથા ઈસાઈ ધર્મમાં. ઈસામસીહ યહૂદી હતા, અને શાક્ય મુનિ હિન્દૂ. યહૂદીઓએ ઈસાને ના સમજ્યા અને એમને શૂળી પર ચઢાવી દીધા, પરંતુ હિન્દુઓએ શાક્ય મુનિને ઈશ્વરના રૂપમાં જોયા. એ વાત બીજી છે કે હિન્દુઓએ હિન્દૂધર્મ અને બૌદ્ધ ધર્મને અલગ-અલગ રૂપમાં ગ્રહણ કર્યા. એનું મુખ્ય કારણ એ છે કે એ યુગમાં હિન્દૂ ધર્મના કર્મકાંડ રૂપમાં ઘણી બધી અશુદ્ધિઓ આવી ગઈ હતી, હિન્દૂ ધાર્મિક ગ્રંથોની ભાષા સંસ્કૃત હવે જનભાષા નહોતી રહી ગઈ, આ કેટલાક પસંદ કરાયેલા પંડિતોની ભાષા હતી. તેથી હિન્દૂ ધર્મનું વાસ્તવિક દર્શન શું છે એને સાધારણ જનતા સમજી શકતી ન હતી. પરંતુ બુદ્ધદેવ જનભાષાનો સહારો લઈને ઊંચ-નીચ બધાને એક સપાટી પર રાખીને જ્ઞાનોપદેશ આપતા રહ્યાં. બુદ્ધનો આવિર્ભાવ હિન્દૂ ધર્મના વિનાશ કરવા માટે નહીં, બલ્કે એમાં સુધાર લાવવા માટે થયો હતો. બૌદ્ધ ધર્મ, પોતાની જન્મભૂમિ ભારતવર્ષમાં ખૂબ જ ઓછા સમય સુધી જીવિત રહી શક્યો, કારણ 'એણે જનતાની વચ્ચે એ સનાતન પરમેશ્વરને ઉઠાવી લીધો, જેમાં દરેક નર-નારી આટલા અનુરાગથી આશ્રય લે છે.' પરંતુ એની સાથે જ સાથે બૌદ્ધ ધર્મમાં સમાજ સુધારનો ઉત્સાહ, સર્વભૂતો પ્રત્યે, દીન, દુર્બળ અને અજ્ઞાનીઓના પ્રત્યે આશ્ચર્યજનક સહાનુભૂતિ અને કરુણાના ભાવ સામેલ હતા, એના પ્રત્યે તત્કાલીન હિન્દૂ ધર્મ પોતાની

આંખો બંધ કરીને બેઠો હતો.

પોતાના ભાષણમાં હિન્દૂ ધર્મને બૌદ્ધ ધર્મની જનનીના રૂપમાં ચિત્રિત કરતા હોવા છતાં પણ સ્વામીજી એના પર ભાર આપવાનું ના ભૂલ્યા કે બૌદ્ધ ધર્મમાં કેટલીક પોતાની જ મૌલિકતાઓ હતી. અંતમાં એમણે કહ્યું- 'હિન્દૂ ધર્મ બૌદ્ધ ધર્મ વગર નથી રહી શકતો અને બૌદ્ધ ધર્મ હિન્દૂ ધર્મ વગર. હિન્દૂ ધર્મનું પાંડિત્યપૂર્ણ દર્શન અને બૌદ્ધ ધર્મનું વિશાળ હૃદય બંને જ્યાં સુધી પૃથક-પૃથક રહેશે, ભારતનું પતન અવશ્યંભાવી છે, બંનેના સમાવેશથી જ ભારતનું કલ્યાણ શક્ય છે.'

અધિવેશનમાં સ્વામીજી પ્રતિદિન કોઈને કોઈ વિષય પર ભાષણ આપતા. ક્યારેક-ક્યારેક તો એમની બોલવાની તબિયત ના રહેવા પર પણ એમનાથી અધિવેશનના અંતમાં દસ-પંદર મિનિટ નાના વ્યાખ્યાન આપવા માટે આગ્રહ કરવામાં આવતો. એનુંએક વિશેષ કારણ હતું કે સભા ભવનમાં દસ વાગ્યે દિવસથી બેઠેલા શ્રોતાગણ સંધ્યા પહેલાં જ ધીમે-ધીમે ઉઠીને જવા લાગતા. પરંતુ જ્યારે મંચ પર એ ઘોષણા કરવામાં આવતી કે સભા વિસર્જિત થવાથી પહેલાં સ્વામીજી દસ મિનિટનું લઘુ ભાષણ આપશે, ત્યારે બધા શ્રોતાગણ અને દર્શક આ દસ મિનિટના આનંદ માટે ન જાણે કેટલાય કલાક પોતાની સીટ પર કંટાળીને બેસી રહી જતા.

૨૭ સપ્ટેમ્બર વિશ્વ ધર્મ મહાસભાનો અંતિમ દિવસ હતો. સબાના અંતિમ અધિવેશનમાં સ્વામીજી પુનઃ બોલવા માટે ઊભા થયા. ધર્મ મહાસભાની સફળતા માટે એમણે બધાને ભાવભિના શબ્દોમાં ધન્યવાદ આપ્યો- 'એ મહાનુભાવોને મારા ધન્યવાદ છે, જેમના વિશાળ હૃદય તથા સત્ય પ્રત્યે અનુરાગે પહેલાં આ અદ્‌ભુત સ્વપ્ન જોયું અને એને કાર્યરૂપમાં પરિણત કર્યું, એ ઉદાર ભાવોને મારો આભાર, જેનાથી આ સભામંચ આપ્લાવિત થતો રહ્યો છે, આ પ્રબુદ્ધ શ્રોતામંડળીને મારો આભાર, જેણે મારા પર અવિકલ કૃપા રાખી છે અને જેણે મત-મતાંતરોના મનોમાલિન્યને હળવા કરવાનો પ્રયત્ન કરવાવાળા પ્રત્યેક વિચારનો સત્કાર કર્યો છે, આ સમસુરતામાં કેટલાક બેસૂરા સ્વર પણ વચ્ચે-વચ્ચે સાંભળવામાં આવ્યા છે, એમને મારો વિશેષ ધન્યવાદ, કેમ કે એમણે પોતાના સ્વર વૈચિત્ર્યથી આ સમરસતાને વધારે મધુર બનાવી દીધું છે.' એના ઉપરાંત એમણે શ્રોતાઓને ધાર્મિક એક્તાનો સાચો અર્થ સમજાવ્યો- ' જો કોઈ એ આશા કરી રહ્યું છે કે આ એકતા કોઈ એક ધર્મના વિજય અને બાકી ધર્મોના વિનાશમાં સાબિત થશે, તો એમનાથી મારું એ કહેવાનું છે કે ભાઈ, તમારી આ આશા અશક્ય છે. શું હું એ ઇચ્છું છું કે ઈસાઈ લોકો હિન્દૂ થઈ જાય? ક્યારેય નહીં, ઈશ્વર એવું ના કરે. શું મારી એ ઇચ્છા છે કે હિન્દૂ કે બૌદ્ધ લોકો ઈસાઈ થઈ જાય? ઈશ્વર આ ઇચ્છાથી બચાવે... ઈસાઈને હિન્દૂ કે બૌદ્ધ ના થઈ જવું જોઈએ અને ના તો હિન્દુ કે બૌદ્ધએ ઈસાઈ થવું જોઈએ. પણ હા, પ્રત્યેકને જોઈએ કે તે બીજાઓના સારભાગને આત્મસાત કરીને પુષ્ટિ લાભ કરે અને પોતાના વૈશ્ષ્ટ્યની રક્ષા કરતા-કરતા પોતાની અંગત વૃદ્ધિના નિયમ અનુસાર વૃદ્ધિને પ્રાપ્ત થાય.'

ધર્મ મહાસભાની પ્રગતિ આ જ વિચારની પુષ્ટિ હતી. સ્વામીજીના જ ઓજસ્વી શબ્દોમાં : 'આ ધર્મ મહાસભાએ જગતની સમક્ષ જો કંઈ પ્રદર્શિત કર્યું છે, તો તે એ છે : એણે એ સાબિત કરી દીધું છે કે શુદ્ધતા, પવિત્રતા અને દયાશીલતા કોઈ સંપ્રદાય વિશેષની

એકાંતિક સંપત્તિ નથી, તેમજ પ્રત્યેક ધર્મે શ્રેષ્ઠ તેમજ અતિશય ઉન્નત ચરિત્ર સ્ત્રી-પુરુષોને જન્મ આપ્યો છે. હવે આપણે પ્રત્યક્ષ પ્રમાણો છતાં પણ જો કોઈ એવું સ્વપ્ન જોઈએ કે અન્યાન્ય ધર્મ નષ્ટ થઈ જશે અને ફક્ત એ જ ધર્મ જીવિત રહેશે, તો એના પર હું પોતાના હૃદયના અંતસ્તળથી દયા કરું છું અને એને સ્પષ્ટ બતાવી દઉં છું કે જલ્દી જ બધા પ્રતિરોધોના રહેતા પ્રત્યેક ધર્મની પતાકા પર એ લખેલું હશે - 'મદદ કરો, લડો નહીં. પર-ભાવ-ગ્રહણ, ના કે પર-ભાવ-વિનાશ; સમન્વય અને શાંતિ, ના કે મતભેદ અને કલહ.'

આ પ્રકારે ખુદમાં એકલા આ ભારતીય સંન્યાસીએ હૃદયની સંપૂર્ણ સચ્ચાઈની સાથે વિશ્વના બધા ધર્મોનું યોગ્ય મહત્ત્વ સમજાવ્યું તથા અનેક વાતોમાં એમણે એક-બીજાથી સંબંધિત બતાવ્યો. પરંતુ એની સાથે સાથે હિન્દૂ ધર્મ અને એના દર્શનની આટલી પ્રભાવોત્પાદક રૂપમાં વ્યાખ્યા કરીને એમણે અસંખ્ય વિદેશીઓના હૃદય જીતી લીધા. પોતાનું આકર્ષક વ્યક્તિત્વ, વિદ્વત્તા, વિનમ્રતા, વક્તૃત્વકળા તેમજ મધુર સંભાષણને કારણે તે શિકાગો શહેરમાં ચર્ચાનો મુખ્ય વિષય બની ગયા. નગરના રસ્તા-રસ્તા ઠેર-ઠેર આદમકદ તસ્વીરો લગાવવામાં આવી અને એની નીચે મોટા અક્ષરોમાં લખવામાં આવ્યું- 'સંન્યાસી વિવેકાનંદ'. માર્ગમાં પસાર થવાવાળા વિભિન્ન સંપ્રદાયોના હજારો પથિક આ ચિત્રો પ્રત્યે ભક્તિની સાથે સન્માન પ્રદર્શિત કરતા, નતમસ્તક થતા અને ચાલ્યા જતા.અમેરીકાના ન જાણે કેટલાય મુખ્ય સમાચાર પત્ર તેમજ પત્રિકાઓએ સ્વામીજીની પ્રશંસાત્મક ચર્ચા છાપી. ન્યૂયૉર્ક હેરાલ્ડે પત્રએ લખ્યું - 'ધર્મ મહાસભામાં તેઓ નિઃસંદેહ સર્વશ્રેષ્ઠ વ્યક્તિ છે. એમને સાંભળ્યા પછી લાગે છે કે એમના રાષ્ટ્રમાં અમારા ધર્મ-પ્રચારકો મોકલીને કેવું મૂર્ખતાપૂર્ણ કાર્ય કરીએ છીએ.'

'બોસ્ટન ઈવનિંગ ટ્રાન્સપોર્ટ'એ કહ્યું- 'તેઓ પોતાના વ્યક્તિત્વ અને ભાવનાની મહાનતાના કારણે સંમેલનમાં સૌથી વધારે પ્રિય હતા. જો તેઓ ફક્ત મંચની તરફ પસાર થતાં તો તાળીયો વાગતી રહેતી. હજારો લોકોએ આ વિશેષ રૂપથી લક્ષિત અનુમોદન તેમજ હર્ષને બાળ-સુલભ કૃતજ્ઞતાના રૂપમાં સ્વીકાર કરતા, ત્યાં લેશમાત્ર પણ અહંકારનું ચિહ્ન નજરે પડતું ન હતું. ધર્મ સભામાં લોકોને અધિવેશનના અંત સુધી રોકી રાખવા માટે તેઓ વિવેકાનંદનો કાર્યક્રમ સૌથી અંતમાં રાખતા હતા.'

' ધ પ્રેસ ઑફ અમેરિકા'એ સ્વામીજીના સંબંધમાં લખ્યું- 'હિન્દૂ દર્શન અને વિજ્ઞાનમાં સુપંઠિત ઉપસ્થિત સભાસદોમાં અગ્રગણ્ય પ્રચારક સ્વામી વિવેકાનંદે પોતાના ભાષણ દ્વારા વિરાટ સભાને જાણે સમ્મોહિની શક્તિના બળ પર મુગ્ધ કરી રાખ્યા હતા. પ્રત્યેક આધુનિક ઈસાઈ ચર્ચના પાદરી, પ્રચારકગણ બધા ઉપસ્થિત હતા, પરંતુ સ્વામીજીની ભાષણપટુતાની આંધીમાં એમના વક્તવ્યના બધા વિષય વહી ગયા હતા. 'ધ ઈન્ટીરિયર શિકાગો', ' ધ સદરફોર્ડ અમેરીકા', 'ધ ન્યૂયૉર્ક ક્રિટિક' વગેરે અખબારોએ પણ આ પ્રકારના પ્રશંસાત્મક લેખ છાપ્યા. કેટલાક અખબારોએ તો એમના સંપૂર્ણ ભાષણોને ઉદ્ધત કરી દીધું.

શિકાગો ધર્મ સંમેલનના વિજ્ઞાન વિભાગના સભાપતિ શ્રી મરવિન સ્નેલે લંડનની સુપ્રસિદ્ધ પત્રિકા 'પાયોનિયર'માં આ મહાસભાના વિષયમાં આ પ્રકારે લખ્યું- 'હિન્દૂ ધર્મે આ મહાસભા અને જનસાધારણ પર જે પ્રભાવનો વિસ્તાર કર્યો છે, એવું કરવામાં

કોઈ બીજો ધર્મસંઘ સમર્થ નથી થયો. હિન્દૂ ધર્મના એકમાત્ર આદર્શ પ્રતિનિધિ સ્વામી વિવેકાનંદ જ આ મહાસભાના નિર્વિવાદ રૂપથી સૌથી વધારે લોકપ્રિય અને પ્રભાવશાળી વ્યક્તિ છે. એમણે આ ધર્મ મહામંડળના વ્યાખ્યાન મંચ પર તથા વિજ્ઞાન શાખાની સભામાં હંમેશાં ભાષણ આપ્યા છે. ઈસાઈ અથવા કોઈ પણ અન્ય ધર્મના વ્યાખ્યાતાને કોઈ પણ સમયે આ પ્રકારના ઉત્સાહની સાથે આદર પ્રાપ્ત નથી થયો. તેઓ જ્યાં પણ જતા હતા, ત્યાં જનતાની ભીડ એકઠી થઈ પડતી હતી અને લોકો એમની પ્રત્યેક વાત સાંભળવા માટે આગ્રહની સાથે ઉત્કંઠિત રહ્યા કરતા હતા... જેમણે એમનું ભાષણ સાંભળ્યું છે અને વિશેષ રૂપથી જે લોકો એમની સાથે વ્યક્તિગત રૂપથી પરિચય પ્રાપ્ત કરી શક્યા છે, તેઓ હંમેશાં જ એમની મુક્ત કંઠથી પ્રશંસા કરી રહ્યા છે. ઘોર કટ્ટર ઈસાઈ પણ એમના સંબંધમાં કહી રહ્યા છે, 'સ્વામીજી મનુષ્યોની વચ્ચે રહેતા અતિમાનવ છે! ... ભારતવર્ષે સ્વામીજીને મોકલ્યા છે- આથી અમેરીકા ધન્યવાદ આપી રહ્યું છે. પરંતુ જેમણે હજુ સુધી વિશ્વમ્બંધુત્વ તથા હૃદય તેમજ મનની ઉદારતાની શિક્ષા પ્રાપ્ત નથી કરી, અમેરીકાની એવી સંતાનોને પોતાના આદર્શનું પ્રદર્શન કરવા તથા શિક્ષા આપવા માટે જો શક્ય હોય, તો સ્વામીજીની જેમ બીજા કેટલાક આદર્શ પુરુષોને મોકલવા માટે અમેરીકા પ્રાર્થના કરી રહ્યું છે.'

આ મહાસભામાં થિયોસોફિકલ સોસાયટીની પ્રમુખ નેત્રી ડૉ. એની બેસેન્ટ પણ ઉપસ્થિત હતી. સભા સદસ્યોને રોકાવા માટે 'આર્ટ ઇન્સ્ટીટ્યૂટ'માં કેટલાક રૂમ અલગ રાખવામાં આવ્યા હતા. એની બેસેન્ટ પહેલી વખત સ્વામી વિવેકાનંદને એવા જ એક રૂમમાં મળી. ઘણા દિવસો પછી 'બ્રહ્મવાદિન' પત્રિકામાં આ ચિરસ્મરણીય મુલાકાતનો ઉલ્લેખ કરતા એમણે લખ્યું- 'એક અનોખું વ્યક્તિત્વ, ભગવા વસ્ત્ર મંડિત, શિકાગો નગરમાં ધૂમ્રમલિન વાતાવરણમાં ભારતીય સૂર્યની સમાન દીપ્તિમાન, સિંહની સમાન ઉન્નત માથું, ચુભતી આંખો, ફડકતા હોંઠ, તીવ્ર અને આકસ્મિક અંગભંગિમા- ધર્મ સભાના પ્રતિનિધિઓ માટે નિર્દિષ્ટ રૂમમાં સ્વામી વિવેકાનંદ મારી આંખોમાં સર્વપ્રથમ આ જ રૂપમાં પ્રતિભાસિત થયા. તેઓ સંન્યાસીના નામથી વિખ્યાત હતા, પરંતુ એ સુયોગ્ય ન હતું કેમ કે પ્રથમ દૃષ્ટિથી તેઓ સ્વામીજી સિવાય યોદ્ધા પણ લાગતા હતા- અને તેઓ હકીકતમાં એક યોદ્ધા સંન્યાસી પણ હતા. તેઓ ભારતના ગૌરવ, પોતાના રાષ્ટ્રના મુખને ઉજ્જવળ કરવાવાળા, સૌથી પ્રાચીન ધર્મના પ્રતિનિધિ, બીજા પ્રતિનિધિઓથી ઉંમરમાં સૌથી નાના હોવા છતાં પણ પ્રાચીનતમ અને શ્રેષ્ઠતમ સત્યની જીવતી જાગતી પ્રતિમૂર્તિ સ્વામીજી, બીજા કોઈથી કોઈ વાતમાં ઓછા ન હતા. અહંકારપૂર્ણ અને ઉન્નતશીલ પાશ્ચાત્ય જગતમાં, દૂતનું કામ કરવા માટે, પોતાની યોગ્યતમ સંતાનને નિયુક્ત કરીને ભારત માતા ગૌરવાન્વિત થઈ.'

ધર્મ મહાસભા સમાપ્ત થવાના લગભગ મહીનાઓ સુધી સ્વામીજીની અદ્ભુત પ્રતિભાની ચર્ચા અમેરીકાના સમાચાર પત્રોમાં થતી રહી. સમાચાર પત્રોના પ્રતિનિધિગણ, સ્કૂલ અને કૉલેજના વિદ્વાન અધ્યાપકગણ, વિખ્યાત થિયોસોફિસ્ટ, ગણ્યા-ગાંઠ્યા દાર્શનિક તથા સત્યના અન્વેષક બધા સ્વામીજીથી મળવા આવવા લાગ્યા. આ લોકોમાં સ્ત્રીઓની સંખ્યા પણ ઓછી ન હતી. પશ્ચિમના ઘોર ભૌતિકવાદી સંસારમાં એક ભારતીય સંન્યાસીના આધ્યાત્મવાદનો આટલો પ્રભાવ! આટલી ખ્યાતિ! સ્વામી વિવેકાનંદના સ્થાન પર જો કોઈ અન્ય હોત તો નિશ્ચય જ અહંકારના મદમાં એના પગ

ડગમગાવા લાગતા. પરંતુ તેઓ આ બધી શુદ્ર ભાવનાઓથી ખૂબ ઉપર હતા. તેઓ તો પોતાને એક યંત્ર સમજતા હતા, જેણે ગુરુદેવ રામકૃષ્ણના સંદેશને સંસારની સામે રાખવાનો હતો, જેણે અદ્વૈતવાદના દર્શનથી પાશ્ચાત્ય જાતિના અંધકારમય પથને આલોકિત કરવાનો હતો. ઐશ્વર્ય અને વિલાસના ખોળામાં ઉછરવાવાળા અમેરીકી રાષ્ટ્રનું હૃદય અશાંત હતું, અસંતુષ્ટ હતું- એમાં આધ્યાત્મિકતાની તૃષ્ણા હતી. સ્વામીજીએ ભારતીય દર્શનનું અમૃત પીવડાવીને અમેરીકી રાષ્ટ્રની આત્માને સંતુષ્ટ કરી.

સ્વામીજી કટુથી કટુ સત્યને કોઈ પણ વ્યક્તિ કે સમાજની સામે નગ્ન રૂપથી રાખી દેતા હતા. પોતાનીઆ નિર્ભીક પ્રકૃતિને કારણે સ્વદેશ અને વિદેશમાં કેટલાય પ્રસંગો પર એમને અનેક મુશ્કેલીઓ ઉઠાવવી પડી. છતાં પણ એમણે સત્યને ચાટુકારિતાના આકર્ષક પર્દામાં છુપાવીને પ્રસ્તુત કરવાનો સ્વાંગ ક્યાંય ના ભરાયો. ઈસાઈઓના દેશમાં જઈને જે શ્રદ્ધા-ભક્તિના લયમાં એમણે ઈસા મસીહ તથા એમના ઉપદેશોના ગુણગાન કર્યા, એ જ લયમાં ઈસાઈ ધર્મના પ્રચારકોની તીવ્ર આલોચના પણ કરી. ધર્મ મહાસભાના મંચ પર એમણે ઈસાઈ મિશનરીઓના ભારતમાં પ્રચાર કાર્યની ખરાબ રીતે નિદા કરી. આ અલ્પ-શિક્ષિત ઈસાઈ મિશનરી ભારતમાં શિક્ષાનું કાર્ય કરતા હતા. ત્યાં ગિરજાઘર બનતા હતા, ભૂખ્યા-નગ્ન અસ્થિપંજરોને પહેલાં ઈસાઈ બનાવતા હતા- પછી એમને રોટલી-કપડાં આપતા હતા. શુ ભારતીયો પ્રત્યે આ જ એમની સહાનુભૂતિ અને દાનશીલતા હતી? જ્યારે ભારતમાં દુષ્કાળ કાળા નાગની સમાન ફુંકારતો, વિકરાળ રૂપ ધારણ કરી આવતો અને લાખો સ્ત્રી પુરુષ તેમજ નાના-મુન્હાઓને ઓગળી જતો હતો, ત્યારે એમની રક્ષા માટે આ મિશનરીઓએ શું કર્યું હતું? સ્વામીજીની આ નિર્ભીક તેમજ તીવ્ર આલોચનાથી પોતાના ધર્મના કટ્ટર ઈસાઈ મિશનરી નિશ્ચય જ ખૂબ ખીજાઈ ઉઠ્યા હતા. આ નગર નગરમાં એમના વિરુદ્ધ જૂઠ્ઠો પ્રચાર કરવા લાગ્યા. ત્યાં સુધી કે એમણે એમના પાવન ચરિત્ર પર પણ કલંક લગાવવાનું ઇચ્છ્યું. તેઓ કેટલીક સુંદર યુવતિઓ દ્વારા સ્વામીજીને પથભ્રષ્ટ કરવાની ચેષ્ટા કરવા લાગ્યા. પરંતુ સ્વામીજીની પાસે તો બ્રહ્મચર્ય ધર્મનું કવચ હતું, જે વજ્રથી પણ વધારે કઠોર હતું. સ્વામીજીના નિંદકોની બધી કુચર્ચાઓ, એ લોખંડી કવચથી ટકરાઈને છિન્ન-ભિન્ન થઈ ગઈ. તેઓ નિર્વિકાર ભાવથી પોતાનું કાર્ય કરતા રહ્યા.

સ્વામીજીના વિરુદ્ધ આ લોક ચર્ચાથી એમના શુભેચ્છુ ખૂબ જ દુઃખી અને ચિંતિત થયા. એમણે સ્વામીજીને ઘણા પ્રકારથી સલાહ આપી કે તેઓ મધુર વાણીથી બધા લોકોને સંતુષ્ટ રાખે તથા કટુ સત્યની એટલા ખુલ્લા શબ્દોમાં ટીકા ના કરે. આ સંબધમાં કોઈ સહૃદય અમેરીકી મહિલાએ એમની પાસે લખ્યું હતું. પરંતુ સ્વામીજીએ એનો જવાબ આ પ્રકારે આપ્યો- 'સંસારના ક્રીત દાસગણ શું કરી રહ્યા છે. એના દ્વારા હું પોતાના હૃદયમાં તપાસ-વિચાર કરીશ. છિઃ બહેન, તમે સંન્યાસીને નથી ઓળખતી. વેદોનું કથન છે, સંન્યાસી વેદશીર્ષ છે, કેમ કે તે ગિરજા, ધર્મમત, ઋષિ, શાસ્ત્ર વગેરે કોઈની પણ પરવાહ નથી કરતા. મિશનરી કે બીજો કોઈ પણ કેમ ન હોય, તે ભરચક ચીત્કાર કરીને આક્રમણ કરે, હું એમની પરવાહ નથી કરતો.' એમણે સંન્યાસીઓની સ્થિર અને શાંત પ્રકૃતિના વિષયમાં અનેક ઉદાહરણ આપ્યા. એમાંથી એક અહીંયા પ્રસ્તુત છે-

હાથી ચલે બાજાર, કુત્તા ભૌંકે હજાર,

સાધુ કા દુર્ભાવ નહી, જબ નિન્દે સંસાર।

અર્થાત્, જ્યારે હાથી બજારની વચ્ચેથી ચાલે છે, તો હજારો કુતરાઓ એની પાછળ ભસવા લાગે છે, પરંતુ હાથી પાછળ વળીને નથી જોતો- તે આગળની તરફ શાંત મનથી વધતો જાય છે. આ જ પ્રકારે સંતોના નિઃસ્વાર્થ કાર્યની અનેક સંસારી વ્યક્તિ આલોચના કરે છે, પણ એની અસર સંન્યાસીઓ પર કશું નથી પડતી.

શુદ્ધ યોગીઓનું હૃદય એક તરફ ફૂલથી પણ વધારે કોમળ હોય છે અને બીજી તરફ પાષાણથી પણ વધારે કઠોર. પર-દુઃખથી જે હૃદય ક્ષણભરમાં દ્રવિત થઈ જાય છે, એ જ હૃદય બીજાઓ દ્વારા પોતાની ટીકા સાંભળીને સહિષ્ણુ બની રહે છે. એના પર સ્તુતિ-નિન્દાનો કોઈ પ્રભાવ નથી પડતો.

સ્વામીજીના પ્રશસ્ત પથ પર કાંટા બિછાવવાવાળા ના ફક્ત ઈસાઈ પાદરી અને મિશનરીગણ હતા, બલ્કે એની સાથે ધર્મસભામાં બ્રહ્મ સમાજનું પ્રતિનિધિત્વ કરવાવાળા કલકત્તાથી આવેલા એક પ્રતાપચન્દ્ર મજુમદાર પણ હતા. ધર્મસભામાં સ્વામીજીની અપરિમિત ખ્યાતિથી મજુમદારનું હૃદય ઈર્ષ્યાથી સળગી ઉઠ્યું અને તેઓ સ્વામીજીના વિરુદ્ધ અફવા ફેલાવવામાં પાછળ ના રહ્યા. ૧૯ માર્ચ, ૧૮૯૪ ઈ.એ સ્વામીજીએ પોતાના એક પ્રિય શિષ્ય શશિને નામે લખવામાં આવેલા પત્રમાં એની ચર્ચા આ પ્રકારે કરી :

'પ્રભુની ઈચ્છાથી મજુમદાર મહાશયથી મારી અહીંયા મુલાકાત થઈ. પહેલાં તો ખૂબ પ્રીતિ હતી, પણ જ્યારે આખા શિકાગો શહેરના નર-નારી મારી પાસે ઝુંડના ઝુંડ રૂપમાં આવવા લાગ્યા, ત્યારે મજુમદાર ભૈયાના મનમાં આગ સળગવા લાગી. હું તો જોઈ-સાંભળીને દંગ રહી ગયો. ..અને મજુમદારે ધર્મ મહાસભામાં તેમજ પાદરીઓથી મારી યથેષ્ટ નિંદા કરી. 'તે કોઈ નથી, તે ઠગ છે, ઢોંગી છે, તે તે તમારા દેશમાં કહે છે કે હું સાધુ છું.' વગેરે વાતો કહીને એમના મનમાં મારા વિશે ખોટી ધારણા પેદા કરી દીધી.'

૯ એપ્રિલ ૧૮૯૪એ સ્વામીજી પોતાના બીજા એક શિષ્ય આલાસિંગા પૈરૂમલના નામે પત્રમાં પુનઃ આ વિષયની ચર્ચા કરે છે :

'નિઃસંદેહ કટ્ટર પાદરી મારી વિરુદ્ધ છે અને મારાથી મુઠભેડ કરવી મુશ્કેલ જાણીને દરેક પ્રકારથી મારી નિંદા કરે છે અને મને બદનામ કરવા તેમજ મારો વિરોધ કરવામાં પણ નથી ખચકાતા અને એમાં મજુમદાર એમની મદદ કરી રહ્યા છે. તે દ્વેષના માર્યા પાગલ થઈ ગયા છે. એણે એ લોકોથી કહ્યું છે કે હું ખૂબ મોટો દગાબાજ અને ધૂર્ત છું. અને અહીં તે કલકત્તામાં કહેતો ફરી રહ્યો છે કે હું અમેરીકામાં અત્યંત પાપપૂર્ણ તેમજ લમ્પટ જીવન વ્યતીત કરી રહ્યો છું. ભગવાન એમનું કલ્યાણ કરે. મારા ભાઈ, કોઈ વિરોધ વગર કોઈ પણ સારું કામ નથી થઈ શકતું. જે અંત સુધી પ્રયત્ન કરે છે, એમને જ સફળતા મળે છે.'

ઈસાઈ મિશનરીઓએ સ્વામીજીના વિરોધમાં ભારતમાં પણ અનેક પ્રકારની સાચ્ચી-જૂઠ્ઠી વાતોમાં મીઠું-મરચું ભભરાવીને ફેલાવવાની શરૂ કરી દીધી હતી. ભાવાવેશમાં ક્યારેક-ક્યારેક સ્વામીજી અમેરીકી જાતિની ભૌતિકવાદી આસ્થાની કડી ટીકા કરી દેતા હતા. મિશનરી લોકો સ્વામીજીના આ જ ભાષણોનો અંશ-વિશેષ, એના પૂર્વ પ્રસંગ વગર, લઈને પોતાના પરચાઓમાં ઉદ્ઘૃત કરતા હતા અને જનતાને ભડકાવ્યા કરતા

હતા. એ દિવસોમાં 'બંગવાસી' હિન્દૂ ધર્મનું એક મુખ્ય સમાચાર પત્ર નિકળતું હતું - તે સ્વામી વિવેકાનંદની નિન્દાથી ઓત-પ્રોત રહેવા લાગ્યું. આ પ્રકારની પત્ર-પત્રિકાઓને તે લોકો અમેરીકાના પાદરીઓની પાસે પણ મોકલ્યા કરતા. એ લોકોએ સ્વામીજીના ખાન-પાન તથા રહેન-સહેનની પણ કટુ-આલોચન કરી. એમણે કહ્યું કે આ ઢોંગી સંન્યાસી અમેરીકામાં નિરામિષ ભોજન નથી કરતો. આ વાત ઘણી સીમા સુધી સત્ય હતી. પોતાના ઉદ્દેશ્યમાં લીન સ્વામીજીને પોતાના ખાન-પાનની ચિંતા ક્યાં હતી? જ્યાં જે મળી ગયું એને પોતાનું પેટ ભરી લીધું. તેઓ જીવવા માટે ખાતા હતા. ખાવા માટે એમને જીવવાનું ન હતું. પોતાના નિરામિષ ભોજન માટે તેઓ પોતાના અતિથેયને મુશ્કેલીમાં નાંખવા ઇચ્છતા ન હતા, અને ના પોતાનું ભોજન ખુદ બનાવવાનો એમની પાસે સમય હતો. જેનું મસ્તિષ્ક આધ્યાત્મિક મનન ચિંતનમાં વ્યસ્ત હતું, જે દર્શનના સૂક્ષ્માતિસૂક્ષ્મ ભાવોના વિશ્લેષણમાં ડૂબેલું હતું, એને ભોજન જેવી અતિ સાધારણ વસ્તુની તરફ ધ્યાન આપવાનો ક્યાં સમય હતો? ભારતથી સ્વામીજીના કેટલાક શુભેચ્છુઓએ એમની પાસે એના વિષયમાં પત્ર લખ્યા કે એમણે શાકાહારી ભોજન પર જ રહેવું જોઈતું હતું. જવાબમાં સ્વામીજીએ એમની પાસે આ પ્રકારે લખ્યું :

'મને આશ્ચર્ય થઈ રહ્યું છે તમે લોકો મિશનરીઓ દ્વારા પ્રચારિત બેવકૂફીઓને સાંભળીને વિચલિત થયા છો. જો કોઈ હિન્દૂ મને કટ્ટર હિન્દૂની જેમ ખાદ્ય પ્રણાલી અવલંબન કરવા માટે અયોગ્ય સલાહ આપતું હોય તો એને કહો કે તેઓ એક બ્રાહ્મણ રસોઈયા અને એની સાથે થોડું ધન મોકલી દે. એક પૈસાથી મદદ કરવાની શક્તિ નથી- પરંતુ વિજ્ઞ વ્યક્તિની જેમ ઉપદેશ આપવાની ખૂબ યોગ્યતા છે, આ જોઈને હું હાસ્યને રોકી નથી શકતો, બીજી તરફ, જો મિશનરીગણ એવું કહે છે કે મેં 'કામિનીકંચન'ના ત્યાગરૂપી સંન્યાસ-જીવનના મહાન વ્રતને ભંગ કર્યું છે, તો એમનાથી કહો કે તેઓ ઘોર મિથ્યાવાદી છે. યાદ રાખો, હું કોઈના નિર્દેશ પર ચાલવા માટે તૈયાર નથી. પોતાના જીવનનો ઉદ્દેશ્ય સારી રીતે જાણું છું. કોઈ પ્રકારના હલ્લાગુલ્લા તથા નિન્દા વગેરેની હું પરવાહ નથી કરતો. શું કું કોઈ વ્યક્તિ વિશેષ કે જાતિ વિશેષનો ક્રીત દાસ છું?'

અમેરીકાના મિશનરીગણ તથા બ્રહ્મસમાજી મજુમદારના પ્રભાવમાં આવેલા કેટલાક હિન્દૂઓએ સ્વામીજીને તંગ કરવાના વધારે પ્રયત્ન કર્યો. ક્યારેક-ક્યારેક એવું પણ થયું કે સ્વામીજી કોઈ સંસ્થા કે પરિવારમાં ધર્મોપદેશ આપવા માટે આમંત્રિત કરવામાં આવતા. જ્યારે એમના વિરોધીઓને આનો આભાસ થઈ જતો તો તેઓ ઉક્ત સંસ્થા કે પરિવારને જાત-જાતની ઉલ્ટી-સીધી વાતો સ્વામીજીના વિષમયાં સમજાવી દેતા અને આ પ્રકારે સ્વામીજીનું નિમંત્રણ પાછું કરાવી દેવામાં સફળ થઈ જતા હતા. કેટલીય વખત ઉપદેશ માટે આમંત્રિત સ્વામીજી નિયત સમય પર કોઈના ઘેર જતા, તો ત્યાંનો દ્વાર બહારથી બંધ જોતા, પરંતુ વાસ્તવિક સ્થિતિની જાણ થવા પર આ પ્રકારે મેજબાનોએ પોતાની ભૂલ સ્વીકાર કરીને સ્વામીજીથી ક્ષમા-યાચના પણ કરી.

મજુમદાર અને ઈસાઈ મિશનરીઓએ મળીને સ્વામીજીના ઘણા મિત્રોની પાસે ગુમનામ પત્ર લખ્યા. આ પ્રકારે સ્વામીજીના ચરિત્ર પર કલંક લગાવીને એક ગુમનામ ચિઠ્ઠી, મિ. હેલને પણ મળી. એમને સાવધાન કરતા સલાહ આપવામાં આવી હતી કે

તેઓ પોતાની બંને પુત્રીઓ અને ભત્રિજીઓને હિન્દૂ સંન્યાસીથી ના મળવા દે. મિ. હેલે પત્ર વાંચ્યો અને બાજુની ધધકતી અગ્નિમાં નાંખી દીધો. સ્વામીજીનો જેનાથી પણ સંપર્ક હતો, જે પણ એમને જાણતા હતા, એમના પર આવી વાતોની લેશમાત્ર પણ અસર પડતી ન હતી. સ્વામીજી આ વાતને સારી રીતે જાણતા હતા. આથી તેઓ આ પ્રકારની ઘટનાઓથી બરાબર આશ્વસ્ત રહ્યાં. એમને ચિંતા હતી, તો બસ પોતાના દેશ માટે, જ્યાં તેઓ ન હતા. એમની અનુપસ્થિતિમાં લોકો પર ન જાણે એની કેવી પ્રતિક્રિયા થતી હશે, એ વિચારીને એમનું હૃદય ક્યારેક-ક્યારેક અશાંત થઈ જતું- ખાસ કરીને આ બધું સાંભળીને એમની માતા શું વિચારશે, એની કલ્પનાથી એમને અત્યંત દુઃખ થતું હતું. એની ચર્ચા કરતા-કરતા એમણે ઈસાબેલ મૈંકિડલેને એક પત્ર લખ્યો- 'મારા જ લોકો મારા વિષયમાં શું કહે છે, એની હું પરવાહ નથી કરતો- ફક્ત એક વાતને છોડીને. મારી વૃદ્ધ માતા છે. આખા જીવનભર એમણે તકલીફ સહન કરી અને એની વચ્ચે એમણે મને, જેને તેઓ પોતાના બધા બાળકોથી વધારે પ્રેમ કરતી હતી, એમણે મને ભગવાન અને મનુષ્યની સેવા કરવા માટે છોડી દીધો. એમની આશાનું શું થશે? કલકત્તામાં મજુમદાર જે ચારે તરફ કહેતો ફરી રહ્યો છે કે હું દૂર દેશમાં બેઠો પશુવત્ અનૈતિક જીવન જીવી રહ્યો છું, તે મારી માતાના પ્રાણ હરી લેશે.'

થિયોસોફિકલ સોસાયટીના સદસ્યોએ પણ સ્વામીજીના પ્રચાર કાર્યમાં વિભિન્ન પ્રકારથી ટાંગ અડાવવાની ચેષ્ટા કરી, પરંતુ એ પ્રતિભાશાળી વ્યક્તિત્વની સામે એમનું કંઈ ખાસ ન ચાલ્યું. આ હિન્દૂ સંન્યાસીના પવિત્ર પ્રભાવને તેઓ રોકી ના શક્યા. વિવેકાનંદની જૂઠ્ઠી નિન્દા કરીને એ લોકોએ જે અપકીર્તિનો ચાંલ્લો પોતાના મુખ પર લગાવ્યો હતો, કદાચ એના જ પ્રક્ષાલન માટે શ્રીમતી એની બેસેન્ટે 'બ્રહ્મવાદિન' પત્રિકામાં એમના પર પ્રશંસાત્મક લેખ લખ્યો હતો.

પછીથી જ્યારે અમેરીકી જનતાને સારી રીતે જાણ થઈ ગઈ કે સ્વામીજીની વાણી અને કાર્યમાં સમરસતા છે, ત્યારે એમણે પોતાના મિશનરીઓની વાતો પર જરા પણ ધ્યાન ના આપ્યું અને એ સારી રીતે સમજી ગયા કે સ્વામીજીનું ચરિત્ર સાધાનાની અગ્નિમાં તપેલું સોનુ છે. ત્યાં કલુષનું નામ ન હતું. એમના જીવનમાં કશું પણ ગુપ્ત ન હતું. તેઓ કહ્યા કરતા હતા - 'હું સત્યનો આગ્રહી અને સત્યનો ઉપાસક છું. સત્ય ક્યારેય પણ કોઈ પણ સ્થિતિમાં મિથ્યાની સાથે સંધિ નહીં કરે.' સ્વામી વિવેકાનંદનો પોતાનો અહંકાર તો કશું હતો જ નહીં. તેઓ યંત્રવત વેદોની વાણી, સત્યની વાણી કે પરમેશ્વરની વાણીમાં બોલ્યા કરતા હતા.

આ પ્રકારે અમેરીકી મિશનરીઓ, મુઠ્ઠીભર પાદરીઓ તથા કેટલાક હિન્દુઓની સ્વામીજી પ્રત્યે ઉલ્ટી-સીધી વાતોનું તોફાન ધીમે-ધીમે શાંત થઈ ગયું. વિવેકાનંદના વ્યક્તિત્વ, ચરિત્ર, વાણી કે કાર્યપ્રણાલીમાં ગજબની ગરિમા હતી. એની પ્રખર જ્યોતિએ જૂઠ્ઠી અફવાઓના કલંકને છિન્ન-ભિન્ન કરી દીધું. મિથ્યા પર સત્યનો વિજય થવો જરૂરી જ હતો. થોડા જ સમયમાં સ્વામીજીના વિરોધી એમના મિત્ર બનવા લાગ્યા. એ જાણીને સ્વામીજીનું હૃદય ફૂલ્યું ના સમાયું અને ભૌતિકવાદી દેશમાંસાચ્ચા સત્યના ઉપાસકોની કમી નથી. એમને લાગ્યું જાણે અમેરીકી જનતા ખૂબ મોટી સંખ્યામાં આધ્યાત્મિક વિકાસ માટે આતુર છે.

★★

અમેરીકાના અનુભવ

ધર્મ મહાસભા સમાપ્ત થવાના થોડા દિવસો સુધી સ્વામીજી શિકાગો નગરમાં રોકાઈને અહીંયા-તહીંયા વ્યાખ્યાન આપતા રહ્યા. શિકાગોના સન્માનિત ઋષિ જૉન બી. લીન તથા એમની વિદુષી પત્નીએ એમને પોતાના ઘર પર રોકાણ માટે આમંત્રિત કર્યા. સ્વામીજી જલ્દી જ આ પરિવારમાં હળી-મળીને એના અભિન્ન અંગ બની ગયા. શ્રીમતી લીનનું વ્યક્તિત્વ ઘણા અંશોમાં એમની માતાથી મળતું આવતું હતું. કદાચ આ જ કારણે શ્રીમતી લીનના પ્રત્યે એમનું આટલું મમત્વ હતું. શ્રીમતી લીન પણ એમને પુત્રવત્ સ્નેહ પ્રદાન કરતી હતી. એક વખત શ્રીમતી લીનના કોઈ મિત્રએ એમને ખૂબ જ કડવી તેમજ ચટપટી ચટણી લાવીને આપી. ખાવાના સમયે મેજબાને ચટણીની બોટલ ટેબલ પર રાખી. જ્યારે બધા લોકોએ ભોજન આરંભ કર્યું, તો શ્રીમતી લીને સ્વામીજીથી કહ્યું કે ચટણી ખૂબ તેજ છે, એની બે બૂંદો થી જ તમારું ભોજન ચટપટું સ્વાદિષ્ટ થઈ જશે. આ સાંભળતા જ સ્વામીજીએ બોટલ ઉઠાવી અને ખૂબ વધારે ચટણી પોતાની ભોજન સામગ્રી પર નાખી દીધી. એમને આવું કરતા જોઈને બધા લોકો એમને આશ્ચર્યની દૃષ્ટિથી જોવા લાગ્યા. પરંતુ સ્વામીજી તો હસતા-હસતા ખૂબ પ્રેમથી ભોજનનો આનંદ લઈ રહ્યા હતા. એમના તે કડવી ચટણી એટલી સારી લાગી કે શ્રીમતી લીનને વેશ્ષ રૂપથી એમના માટે એ ચટણીની બીજી બોટલો ખરીદીને મંગાવડાવી.

સ્વામીજી લગભગ એક મહીના સુધી લીન દમ્પત્તિના અતિથિ રહ્યાં. અહીંથી તેઓ શિકાગો તથા શિકાગોના નજીકવર્તી નગરોમાં ભાષણ માટે આમંત્રિત કરવામાં આવતા. એમના ભાષણોની સારી એવી આવક એમને મળવા લાગી. કેટલાક દયાળુ સજ્જન એમને ભારતના લોકહિતકારી કાર્યો માટે દાનસ્વરૂપ પૈસા પણ આપી જતા. બધા પૈસાને સ્વામીજી રૂમાલમાં બાંધીને ઘેર લાવતા અને ગર્વીલા બાળકની સમાન હસતા-હસતા શ્રીમતી લીનના હાથોમાં રાખી દેતા. શ્રીમતી લીન જ એમના પૈસાની આવક-ખર્ચનો હિસાબ-કિતાબ રાખ્યા કરતી હતી.

સ્વામીજીનું વ્યક્તિત્વ એટલું સશક્ત હતું કે ખાસ કરીને યુવતીઓ એમની તરફ જલ્દી જ આકર્ષિત થઈ જતી હતી અને જાત-જાતની ભાવ-ભંગિમા તેમજ વાતચીતથી એમની દિલચસ્પી પોતાની તરફ જગાવ્યા કરતી. શ્રીમતી લીનને આ બધું સારું લાગતું ન હતું. એમના મનમાં બહુધા ભય ઉત્પન્ન થઈ જતો હતો કે ક્યાંક આ સીધા-સાધા સંન્યાસીના પગ ના લપસી જાય. તેથી એમણે સ્વામીજીને આ બાબતે થોડું સાવધાન થઈ જવાનો સંકેત આપ્યો. શ્રીમતી લીનની વાતોએ સ્વામીજીના હૃદયને સ્પર્શી લીધું. તેઓ

શ્રીમતી લીનના હાથોને આશ્વાસનથી થપથપાવતા રમૂજની સાથે બોલ્યા- 'શ્રીમતી લીન, તમે મારી માતા છો, મારી પ્રેમાળ અમેરીકી માતા! તમે મારા માટે ના ડરો. એ સત્ય છે કે બહુધા કોઈ દયાળુ કૃષક દ્વારા આપવામાં આવેલા એક કટોરા ચાવલને લઈને હું કોઈ વડના ઝાડ નીચે સૂતો રહ્યો છું. પરંતુ એની સાથે-સાથે એ પણ સત્ય છે કે ક્યારેક-ક્યારેક કોઈ મોટા મહારાજાના મહેલમાં હું અતિથિના રૂપમાં પણ રોકાયું છું અને ત્યાં દાસીઓ આખી રાત મને મયૂર-પંખના પંખથી હવા આપતી રહી છે. હું આ પ્રલોભનોનું અભ્યસ્ત છું. તમે મારા વિષયમાં ચિન્તા ન કરો.'

લીન દંપત્તિને ત્યાં એક મહીનો રહ્યા પછી સ્વામીજી એક-દોઢ મહીનો વધારે શિકાગોમાં નગરના સંપન્ન તેમજ શ્રદ્ધાળુ લોકોના અતિથિના રૂપમાં રહ્યા. આ અવધિના વિષયમાં એમણે એક પત્રમાં લખ્યું હતું -'શહેરના ઘણા બધા સુંદરતમ ગૃહોના દ્વાર મારા માટે ખુલ્લા છે. હું દરેક સમયે કોઈ એક કે બીજાનો અતિથિ બનીને રહી રહ્યો છું.' આ ગૃહોમાંથી શ્રી અને શ્રીમતી જૉર્જ ડબલ્યૂ હેલનું ગૃહ, લીન દમ્પતિના ગૃહની સમાન જ પોતાનું વિશેષ મહત્ત્વ રાખતું હતું. આ ઘરથી સ્વામીજીને ખૂબ વધારે પ્રીતિ હતી. શ્રીમતી હેલ જ હતી, જેમણે શિકાગોમાં સ્વામીજીના નૈરાશ્યપૂર્ણ પથ પર સૌથી પહેલાં આશા અને વિશ્વાસનો દીપ પ્રગટાવ્યો હતો; એ વિશાળ નગરીમાં એક ભૂખથી પીડિત, માર્ગ ભ્રમિત પથિકને ભોજનાદિથી તૃપ્ત કરીને એને એના પડાવ સુધી પહોંચાડ્યો હતો. ધર્મ સંમેલન શરૂ થવાના એક દિવસ પહેલાં જો દેવી સ્વરૂપા શ્રીમતી હેલ સ્વામીજીની સન્મુખ ઉપસ્થિત થઈને એમને ધર્મ સંમેલનના આયોજિત થવાના સ્થાન સુધી ના પહોંચાડતી તો ન જાણે આજે સ્વામી વિવેકાનંદનું નામ ઈતિહાસના પાનાઓમાં ક્યાં હોત!

સ્વામી હેલ પરિવારના ખૂબ જ આદરણીય તેમજ વ્હાલા સદસ્ય હતા. શ્રદ્ધાવશ સ્વામીજી શ્રી હેલને 'ફાધર પોપ' અને શ્રીમતી હેલને 'મધર ચર્ચ' સંબોધિત કરતા હતા. ઈ.સ. ૧૮૯૪ના અંત સુધી જ્યાં સુધી તેઓ અમેરીકાના વિભિન્ન નાના-મોટા નગરોમાં ભાષણ અને ભ્રમણ કરતા રહ્યાં, ત્યાં સુધી એમનું સરનામું હેલ પરિવારનું જ હતું. ભારતથી એમની બધી ચિઠ્ઠીઓ અહીં જ આવતી અને અહીંયાથી આ લોકો એમને સ્વામીજીના નામ, એમના તત્કાલીન સરનામા પર મોકલ્યા કરતા. શ્રી અને શ્રીમતી હેલની બે યુવાન પુત્રીઓ હતી- મેરી હેલ અને હેરિએટ હેલ. શ્રી હેલની બે ભત્રિજીઓ હેરિએટ મૈંકિડલે અને ઈસાબેલ મૈકિંડલે પણ ત્યાં જ રહેતી હતી. આ બંને બેનો પોતાની પિતરાઈ બહેનોની બરાબરની ઉંમરની હતી. સ્વામીજી આ ચારેય બહેનોથી ખૂબ જ હળીમળી ગયા હતા. આ ચારેય બહેનોને સ્વામીજીની તરફથી એક ભાઈનો પવિત્ર પ્રેમ મળ્યો અને સ્વામીજીને બહેનોનો સ્નેહ અને દુલાર મળ્યો.

સ્વામીજીના શિકાગોથી બહાર રહેવા પર એમની સાથે પત્ર વ્યવહાર બરાબર ચાલતો રહેતો, ખાસ કરીને મેરી હેલ અને ઈસાબેલ મૈંકિડલેની સાથે. સ્વામીજીને આ બંને બહેનો એથી ગમતી કે એમનો માનસિક ઝૂકાવ આધ્યાત્મિકતાની તરફ હતો. ક્યારેક-ક્યારેક તો સ્વામીજી એટલા ભાવમગ્ન થઈ જતા કે આ બહેનોથી કાવ્યમાં જ પત્ર-વ્યવહાર કરવા લાગતા. નાની બહેન હોવાના સંબંધે સ્વામીજી કાવ્યમય પત્રમાં

એમને જ્ઞાનની શિક્ષા આપતા, પ્રેમ દર્શાવતા તથા જરૂર પ્રમાણે દાંટ-ફટકાર પણ બતાવતા. પ્રમાણસ્વરૂપ એમની કવિતાઓના કેટલાક અંશોનું ગુજરાતી અનુવાદ પ્રસ્તુત છે :

બહેન મારી,
દુઃખ ન માનો,
જે તકલીફ આપી મેં
જાણો છો તમે સારી રીતે
પરંતુ છતાં પણ ઈચ્છો છો, હું કહું,
સ્નેહ કરું હું તમને સંપૂર્ણ મનથી.
... ...
પ્રકૃતિની ત્યોરિઓ ચઢે, જાણે હમણા તે કુચળી નાખશે,
પરંતુ હે મારા આત્મન, દિવ્ય છો તમે,
વધો આગળ, અને આગળ,
ના જમણે અને ડાબે જરાક જૂઓ,
દૃષ્ટિ હોય ગન્તવ્ય પર જ.
દેવદૂત, મનુજ, દનુજ પણ હું નથી,
દેહ કે મસ્તિષ્ક, નારી કે પુરુષ પણ,
ગ્રન્થ ફક્ત મૂક, વિસ્મિત,
જુએ છે પ્રકૃતિ મારી, પરંતુ હું 'તે'
ખૂબ પહેલાં, ખૂબ પહેલાં,
જ્યારે કે રવિ, શશિ અને ઉડુગન પણ ન હતા,
આ ધરાનું પણ ન હતું અસ્તિત્વ કોઈ,
બલ્કે આ જ્યારે સમય પણ જન્મ્યો ન હતો,
હું હંમેશાં હતો, આજે પણ છું, અને આગળ પણ રહીશ.
... ...
તત્વ ફક્ત એક હું જ,
છે ક્યાંય ન અનેક, હું જ એક,
તેથી મારાથી જ બધા, 'મારા' છે
હું ખુદથી ઘૃણા કરી શકતો નથી,
પ્રેમ, પ્રેમ, જ છે મને શક્ય.
ઉઠો, જાગો સ્વપ્નથી, તોડી દો બંધન,
ચાલો નિર્ભય,
આ રહસ્ય, કુહેલિકા, છાંયડો ડરાવી ના શકે મને
કેમ કે હું જ સત્ય, જાણો તમે હંમેશાં આ.

સ્વામીજી કોઈ કવિ ન હતા. કાવ્ય કળાની દૃષ્ટિથી એમની કવિતાઓ ઉત્કૃષ્ટ નહીં

માનવામાં આવે. પરંતુ ભાવપ્રવણ સ્થિતિઓમાં એમના અત્યંત ભાવુક તરુણ હૃદયથી કવિતા આપમેળે જ ફૂટી નિકળતી હતી. બહેન મેરીના નામે આ પત્ર કાવ્યમાં સ્વામીજીએ અદ્વૈત દર્શનને ખૂબ જ મધુર શબ્દોમાં સમજાવવાનો પ્રયત્ન કર્યો છે. પરંતુ પાશ્ચાત્ય મસ્તિષ્કમાં આ પ્રાચ્ય દર્શન પૂર્ણ રૂપથી ના સમાઈ શક્યું. કુમારી મેરીએ આનો પ્રત્યુત્તર પણ કવિતામાં આપતા સ્વામીજીની કાવ્ય-કલાનીઆલોચના કરી છે :

સંન્યાસી, જેને સ્વામિત્વ મળ્યું ચિંતન પર
હવે કવિ પણ છે,
શબ્દો અને વિચારોમાં પણ વધારે આગળ,
પરંતુ, જેને વ ધારે મુશ્કેલ થઈ છંદમાં.
ક્યાંક ચરણ નાના છે, ક્યાંક વધી ગયા છે એકાએક,
કવિતાના ઉપયુક્ત છંદ
મળી ના શક્યા જેને,
એણે સાનેટ, ગીત અજમાવ્યા છે
અને પ્રબંધ લખ્યો છે,
ઘણો કર્યો શ્રમ,
પરંતુ, એને અજીર્ણ થઈ ગયું.
... ...
તમે, અમને ચારે બહેનોને
જે કશું લખી મોકલ્યું, ભાઈ છો.
હંમેશાં રહેશો સર આંખો પર
બતાવી દીધું તમે, એમને જીવનનું ચિર પરમ સત્ય
'બધા બ્રહ્મ છે.'

બહેનની નાસમજી પર ભાઈ એને મીઠી વાતો સંભળાવવાથી પાછળ નથી રહેતો. તે રામાયણના એ શ્રોતાનું વર્ણ પોતાની કવિતામાં કરે છે, જેણે પૂરી રામકથા સાંભળ્યા પછી કથા વાચકથી પૂછ્યું હતું કે આ સીતા-રામ કોણ હતા.

મારી હેલ, બહેન, તમે પણ તો
કંક એવા જ,
મારા ઉપદેશો, વ્યાખ્યાનો, શબ્દો-છન્દોના
અજીબ એવા અર્થ લગાવતી.
'બધું' જ બ્રહ્મ કહ્યું જે મેં
એનો ફક્ત એ જ અર્થ છે, યાદ કરો તમે-
ફક્ત બ્રહ્મ સત્ય છે, અને બધું જ જૂઠું,
વિશ્વ સ્વપ્ન છે, યદ્યપિ સત્ય દેખાઈ દેતું,
મારામાં પણ જે સત્ય,
બ્રહ્મ છે, શાશ્વત, અવિનશ્વર, અખંડ છે,

તે જ સત્ય છે માત્ર સત્ય છે.

કુમારી મેરીની પકડમાં વાત આવી જાય છે, તેઓ પુનઃ ઉત્તર આપે છે :

થઈ ગયું હવે સ્પષ્ટ અંતર
તમે જે કહ્યું, તે તો ઠીક બિલ્કુલ,
પરંતુ મારી બુદ્ધિ મર્યાદિત,
પૂર્વનું દર્શન સમજવામાં
મને મુશ્કેલીઓ છે.

... ...

આગલા પત્રમાં ભાઈની મીઠી વાતો હજુ ચાલુ છે. પરંતુ બહેન મેરીની ભાવ ગ્રાહ્યતાની ક્ષમતાથી એને હર્ષ પણ થાય છે. બહેનના સૌંદર્ય અને સ્વભાવનું વિશ્લેષણ ભાઈની કાવ્યમય વાણીમાં :

ઝક્કી, તેજ મિજાજ, અનોખી,
સુંદર છે તે બાળા, બેશક,
અનુપમ આત્મા,
જેને મિસ મેરી કહે છે.
ઊંડી ભાવનાઓ છે જેની,
ખુદ પ્રગટ થઈ જાય છે જે,
મુક્ત હૃદયવાળી મિસ મેરી,
ખરેખર, તે તો જ્વાલામયી છે.
જેનું ચિંતન અદ્વિતીય છે,
તે સંગીતમયી,
છતાં પણ કેટલી તીક્ષ્ણ છે.
ઠંડા મનવાળી બાળા,
નહીં કોઈની સગી, ભલે જ
આવે કોઈ, હૃદય એને આપે, નયન બિછાવે
મારી બહેન, સાંભળ્યું છે મેં
રૂપવાન છે વ્યક્તિત્વ તારું,
બહુચર્ચિત છે,
નથી રોકાઈ શકતું કોઈ પણ સૌંદર્ય તારી આગળ.
છતાં પણ સાવધાન થઈ જાઓ,
ભૌતિક બંધન ખૂબ મધુર,
છતાં પણ બંધન છે, એને ના સ્વીકારો.
એક નવો સ્વર ગૂંજશે
જ્યારે રૂપ તારું, ગર્વીલું વ્યક્તિત્વ તારું,
ક્યાંક એક જીવન કુચળશે,

શબ્દ તારા ટૂક-ટૂક કરી દેશે મનને-
પરંતુ બહેન, ખરાબ ના માનો,
આ જવાબ જેવાને તેવો,
સંન્યાસી ભાઈની આ ફક્ત રમૂજ છે.

સ્વામી વિવેકાનંદ એક યોગી હતા, સંન્યાસી હતા. પરંતુ એમનો યોગ અને સંન્યાસ મનુષ્યને સંસારથી વિમુખ બનાવી દેવાવાળો ન હતો. એવા યોગ સંન્યાસની એમને જરૂર ન હતી, જે મનુષ્યને સંસારથી હટાવીને આત્મમુક્તિના સ્વાર્થમાં લીન એકાંતવાસી બનાવી દે. એમનો યોગ હતો મનુષ્યને પ્રબુદ્ધ બનાવવા માટે. એમનો સંન્યાસ હતો મનુષ્યને આત્મસ્વાર્થની તરફથી હટાવીને પરમાર્થની તરફ અગ્રેસર કરવા માટે. તેઓ મુખ્યતઃ સમાજસેવી હતા. એમનું જીવન રાગ અને વિરાગની સમાન્તર રેખાઓની વચ્ચે વહી રહ્યું હતું. જે વ્યક્તિને સમાજથી, સમાજના પ્રાણીઓથી અનુરામગ નથી, તે ભલું સંસારની શું સેવા કરશે? સ્વામીજીને તો જીવનથી પ્રેમ હતો, ભલે તે પ્રાણિમાત્રનો હોય કે પ્રકૃતિના. કુમારી મેરી હેલ અને ઈસાબેલ મૈંકિડલેના કાવ્યમય પત્ર-વ્યવહારથી ભલે જ પ્રેમી અને પ્રેમિકાના પ્રણયની ઝાંકી ના થઈ હોય, છતાં પણ એક ભાઈના સંબંધે યુવા હૃદયનું પ્રેમ નિવેદન જરૂર છે. સ્ત્રી-પુરુષના પ્રેમ પરથી જો વાસના અને એકાધિકારની અશુદ્ધિ હટાવી દેવામાં આવે, તો પછી આ પ્રેમ ઈશ્વરીય બની જાય છે. સ્વામીજીનો પ્રેમ મેરી હેલ અને ઈસાબેલ મૈંકિડલે બહેનો પ્રત્યે આ જ પ્રકારનો હતો.

પોતાની ઉપર વૈરાગ્યનું સબળ અંકુશ રાખતા હોવા છતાં પણ સ્વામીજી સ્વાદિષ્ટ ભોજન કરવામાં, ધૂમ્રપાન કરવામાં કે ગરિમાપૂર્ણ વસ્ત્ર પહેરવામાં ખૂબ જ આનંદ લેતા હતા. આથી સ્વામીજીના વૈરાગ્યપૂર્ણ, પ્રશાંત તેમજ અદ્વિતીય વ્યક્તિત્વમાં ક્યારેક-ક્યારેક એક અતિસાધારણ વ્યક્તિ નજરે પડી જાય છે, જાણે તે આપણા લોકોમાંથી જ એક હોય, જીવનની દુર્બળતાઓને લઈને. પરંતુ જ્યારે આપણે એમના જીવન પર ઊંડી દૃષ્ટિ નાખીએ છીએ, તો ભેદ સ્પષ્ટ થઈ જાય છે- જીવનની દુર્બળતાઓ આપણને નષ્ટ કરી દે છે અને એક તે છે, જે દુર્બળતાઓથી રમે છે અને જરૂર પડવા પર એમને નષ્ટ કરી દે છે.

કુમારી ઈસાબેલ મૈંકિડલેની પાસે મોકલવામાં આવેલા સ્વામીજીના આ પત્રમાં એમના વ્યક્તિત્વનું બહુદર્શી રૂપ મળશે :

ન્યૂયૉર્ક ૨ (હકીકતમાં પહેલી) મે, ૯૪

પ્રિય બહેન,

હું વિવશ છું, અત્યારે તત્કાળ તમને પુસ્તિકા નહીં મોકલી શકું. અખબારની કેટલીક નકલો ભારતથી આવી છે, જેને હું તમારી પાસે મોકલું છું. તમે વાંચવા પછી એને કૃપા કરીને શ્રીમતી બૈગ્લીની પાસે મોકલી દેશો. આ પત્રના સંપાદક મજુમદારના સંબંધી છે. હું બિચારા મજુમદાર માટે દુઃખી છું.

મને અહીંયા પોતાના કોટ માટે અભિષ્ટ નારંગી રંગના કપડાં નથી મળી શક્યા, તેથી જે બધાથી વધારે એની સમાન મળ્યું, એનાથી જ સંતોષ કરવો પડ્યો. ઘેરા લાલ

રંગના ચટક પીળાની આભવાળા કપડાં. થોડા દિવસોમાં કોટ તૈયાર થઈ જશે.

એ દિવસે વાલ્ડોર્ફમાં વ્યાખ્યાનથી મને ૭૦ ડૉલર પ્રાપ્ત થયા. કાલના વ્યાખ્યાનથી આશા છે કે કેટલાક વધારે જ પ્રાપ્ત થશે.

૭ તારીખથી ૧૯ તારીખ સુધી બોસ્ટનમાં કાર્યક્રમ છે, પણ તે લોકો ખૂબ ઓછું આપશે.

કાલે મેં ૧૩ ડૉલરની એક પાઈપ ખરીદી છે- કૃપા કરીને 'ફાધર પોપ'થી એની ચર્ચા ના કરતા. કોટના ૩૦ ડોલર લાગશે. મને ખાવાનું ઠીક મળી રહ્યું છે... અને પર્યાપ્ત રૂપિયા પણ. આગામી લેક્ચર પછી બેંકમાં કેટલાક રૂપિયા જમા કરાવી શકીશ. સાંજે હું એક નિરામિષ મેજબાની સંમેલનમાં બોલવા જઈ રહ્યો છું.

હા, હું નિરામિષ છું..., કેમ કે જ્યારે એવું ખાવાનું મળે છે, તો હું એને વધારે પસંદ કરું છું. પરમ દિવસે ખાવાનું બીજું નિમંત્રણ છે.. લીમન એવોંટને ત્યાં. સમય ખૂબ સારો વીતશે, ફક્ત એ ગર્હિત લેક્ચરબાજીને છોડીને. જેવી જ ૧૯ તારીખ વિતશે, બોસ્ટનથી શિકાગો, એક કુદાન... અને પછી આરામ અને વિશ્રામનો એક લાંબો શ્વાસ, બે ત્રણ અઠવાડિયા સુધી વિશ્રામ. બસ બેઠો રહીશ અને વાતો કરીશ, વાતો અને ધૂમ્રપાન.

હા, તમારા ન્યૂયૉર્કના લોકો ખૂબ ભલા છે, ફક્ત બુદ્ધિની અપેક્ષાએ ધન વધારે છે. હું હાર્વર્ડ વિશ્વવિદ્યાલયના વિદ્યાર્થીઓની વચ્ચે વ્યાખ્યાન આપવા જઈ રહ્યો છું. શ્રીમતી બ્રીડે બોસ્ટન અને હાર્વર્ડમાં ત્રણ-ત્રણ વ્યાખ્યાન આયોજિત કર્યા છે. કેટલાકનું આયોજના લોકો અહીંય પણ કરી રહ્યા છે, જેનાથી શિકાગો જતા સમયે હું ન્યૂયૉર્ક ફરી એક વખત આવીશ અને એમને કેટલાક જોરદાર મુક્કા લગાવીને મજાક કરીશ અને શિકાગો ઉડી જઈશ.

ન્યૂયૉર્ક કે બોસ્ટનથી જો તમારે કશુંક મંગાવવું છે, જે શિકાગોમાં ના મળતું હોય, તો જલ્દી લખી દેજો. હવે મારી પાસે ડોલરના ઢેર છે. તમે જે ઈચ્છશો, ક્ષણભરમાં મોકલી દઈશ. એ ના વિચારતા કે એમાં કંઈ અશોભન થશે. મારા સંબંધમાં કોઈ પાખંડન થી. જો હું ભાઈ છું, તો ભાઈ છું. હું દુનિયામાં કોઈ વાતથી નફરત કરું છું, તો પાખંડથી.

તમારો સ્નેહી ભાઈ, વિવેકાનંદ.

સ્વામી વિવેકાનંદના જીવનમાં એવા કેટલાય વ્યક્તિ આવ્યા, જેમના માટે એમના હૃદયમાં અગાઢ શ્રદ્ધા અને સ્નેહ હતા. મનની આ ભાવનાઓ સમય-સમય પર કાવ્યના રૂપમાં ઢળતી ગઈ હતી. હાર્વર્ડ વિશ્વવિદ્યાલયના પ્રોફેસર રાઈટ, જેમણે સ્વામીજીને વિશ્વધર્મ મહાસભાના સદસ્યના રૂપમાં સામેલ થવા માટે પરિચય-પત્ર આપીને શિકાગો મોકલ્યા, એમના પ્રત્યે પણ એમના મનમાં અસીમ પ્રેમ હતો. સ્વામીજી જ્યોર પણ એમની પાસે પત્ર લખતા, તો એમને 'અધ્યાપકજી' લખીને સંબોધિત કરતા. એક વખત 'અધ્યાપકજી'ની પાસે પત્ર લખતા સમયે તેઓ ખૂબ જ વધારે શ્રદ્ધાથી ભાવવિભોર થઈ ગયા. એવી સ્થિતિમાં એમની કલમથી સ્વતઃ કવિતા ફૂટી નિકળી. કવિતાનું શીર્ષક હતું 'અન્વેષણ'. આ લાંબી કવિતામાં એમણે જગતવ્યાપી પરમેશ્વરની શોધ અને એની મહિમાનું સુંદર વર્ણન કર્યું છે. સ્વામીજીના અંતરમાં એક કવિ પણ છે, એનાથી પ્રોફેસર રાઈટ

અજાણ હતા. જ્યારે તેઓ એમની આ નવી પ્રતિભાથી પરિચિત થયા તો ખૂબ ખુશ થયા. આ પ્રકારે ભવિષ્યની કેટલીય ભાવ-પ્રવણ પરિસ્થિતિઓમાં એમની ભાવભિવ્યક્તિ કાવ્યના રૂપમાં થઈ.

શિકાગો નગરમાં ધર્મ સંમેલન પછી લગભગ બે મહીના સુધી સ્વામીજી કયા કયા પરિવારના અતિથિ રહ્યા એ પૂર્ણ રૂપથી અજ્ઞાત છે. શ્રી અને શ્રીમતી જૉન બી લીન તથા શ્રી અને શ્રીમતી જૉર્જ ડબલ્યૂ હેલને ત્યાં એમનો વધારે સમય વીત્યો. એના પ્રમાણ સ્વરૂપ એમના કેટલાય પત્ર મળ્યા છે, જેના પર બે વ્યક્તિઓના નામ-સરનામા તથા તારીખ લખેલા છે. હેલ પરિવારના સદસ્યોની પાસે એમના દ્વારા લિખિત પત્રોથી એ સ્પષ્ટ થઈ જાય છે કે આ પરિવારથી જેવો ઘનિષ્ઠ સંબંધ એમનો હતો, તેવો કોઈ અન્યની સાથે ન હતો.

ધર્મ સંમેલનના ઉપરાંત આ બે મહીનાઓના સમયગાળામાં સ્વામીજીએ ભારતીય ધર્મ, સમાજ અને સંસ્કૃતિ પર અસંખ્ય વ્યાખ્યાન આપ્યા. એની ખ્યાતિ આ સમયે ચરમસીમા પર હતી. એમનું પૂર્ણ વિકસિત યૌવન એમનામાં નવી સ્ફૂર્તિ અને નવઉમંગ ભરી રહ્યું હતું. એમના આનન પર ગજબનું તેજ હતું. આ બે મહીનાઓમાં એમણે ફક્ત વ્યાખ્યાન જ ન આપ્યા, બલ્કે એમણે પાશ્ચાત્ય સભ્યતા અને સંસ્કૃતિનો પણ ઊંડો અભ્યાસ કર્યો. પશ્ચિમની સભ્યતા તેમજ એની સામાજિક રૂપરેખાનું ભારતીયકરણ કેવી રીતે શક્ય છે, એનાથી ભારત કયા પ્રકારે લાભાન્વિત થઈ શકે છે, એના વિષયમાં તેઓ વધારે ચિંતન-મનન કરતા રહ્યા. ભારતીય સમાજના વિગલિત અંગોને હૃષ્ટ-પુષ્ટ બનાવીને એની આત્મામાં તેઓ પશ્ચિમનું જોશ ભરવા ઇચ્છતા હતા. સદીઓથી કુચળવામાં આવેલી ભારતીની સૂકી ફૂલવારીમાં તેઓ પશ્ચિમની સુગંધ ભરવા ઇચ્છતા હતા. અમેરીકામાં ભારત, પોતાના ભક્તો અને શિષ્યોની પાસે, લખવામાં આવેલા અનેક પત્રોમાં સ્વામી વિવેકાનંદ, પશ્ચિમી સમાજના માળખા તથા એના આચાર-વ્યવહારની સારાઈઓની તરફ ધ્યાન આકર્ષિત કરે છે તથા એને અજમાવવા માટે વિકલ દેખાઈ પડે છે. તેઓ ઈચ્છે છે કે તેઓ હંસની સમાન દૂધને ગ્રહણ કરી લે અને પાણીને છોડી દે. શિકાગોમાં જૉર્જ ડબલ્યૂ હેલને ત્યાંથી તેઓ ભારત પોતાના એક શિષ્યની પાસે પત્રમાં લખે છે- 'હું આ દેશમાં કુતૂહલવશ નથી આવ્યો, ન નામ માટે, ના યશ માટે પરંતુ ભારતના દરિદ્રોની પ્રગતિ કરવાનો ઉપાય શોધવા આવ્યો છું. જો પરમાત્મા મદદરૂપ થયા તો ધીમે-ધીમે તમને એ ઉપાયની જાણ થઈ જશે.' આ જ પત્રમાં તેઓ એ પણ લખે છે કે - 'અમેરીકાવાળાઓમાંઅનેક દોષ પણ છે. તેઓ આધ્યાત્મિકતામાં આપણાથી નિમ્ન સ્તર પર છે, પરંતુ એનું સામાજિક સ્તર અતિ ઉચ્ચતર છે. આપણે એમને આધ્યાત્મિકતા શીખવાડીશું અને એમના સમાજના ગુણોને ખુદ ગ્રહણ કરીશું.'

અમેરીકી સ્ત્રીઓના વિષયમાં સ્વામીજીની ખૂબ ઉચ્ચ ધારણા હતી. એમના જીવનમા અમેરીકી નારીઓનું ખૂબ જ મહત્ત્વપૂર્ણ સ્થાન હતું. જેમ કે ભારતથી જ્યારે તેઓ ખાલી હાથે, એક પરિવ્રાજક બનીને, નામ-યશરહિત અસહાય દશામાં અમેરીકા જેવા ભૌતિકવાદી દેશમાં આવ્યા, એ સમયે અમેરીકી મહિલાઓએ જ એમની મદદ કરી, એમના નિવાસ અને ભોજનની વ્યવસ્થા કરી. તેઓ એમના ઘેર લઈ ગઈ, એમની સાથે ભાઈ અને પુત્ર જેવો વ્યવહાર કર્યો. એમના પાદરીઓએ જ્યારે સ્વામીજીને ભયાનક

વિધર્મીના વિશેષણથી સજાવીને, એમને ત્યાગ આપવા માટે લોકોને બાધ્ય કર્યા તથા મિશનરીઓએ જ્યારે એમના ઉજ્જવળ ચરિત્ર પર કાળા ડાઘ લગાવવા ઈચ્છ્યા, ત્યારે એવી સ્થિતિમાં અમેરીકી મહિલાઓ એમને સહારો આપતી રહી, એમની મિત્ર બનીને રહી. આ સ્ત્રીઓ એમની નિરાશાપૂર્ણ પ્રવાસના સમયગાળામાં આશાનું કિરણ બનીને આવી. પછી ભલું સ્વામીજીના હૃદયમાં અમેરીકી મહિલાઓ પ્રત્યે કેમ ના કોમળ સ્થાન હોય? કેમ ના તેઓ એમની પ્રશંસા કરતા-કરતા નહીં થાકતા? ખેતરીના મહારાજાના પત્રમાં સ્વામીજીએ અમેરીકી મહિલાઓના વિષયમાં આ પ્રકારે લખ્યું- 'અમેરીકાના પારિવારિક જીવનના સંબંધમાં મને અનેક નિરર્થક વાર્તાઓ સાંભળવા મળી. મેં સાંભળ્યું કે ત્યાં અનર્ગલતાની સીમા સુધી સ્વચ્છંદતા છે, કે ત્યાંની નારીઓનું ચાલ-ચલન નારીઓ જેવું નથી, સ્વતંત્રતાની ઉન્મત્તતામાં આવીને તેઓ પોતાના પારિવારિક જીવનની સુખ-શાંતિને પદ-દલિત કરી ચૂર-ચૂર કરી દે છે. આ પ્રકારના બીજા પણ બકવાસ સાંભળવામાં આવ્યા. પરંતુ હવે એક વર્ષ પછી અમેરીકી પરિવાર તથા અમેરીકી સ્ત્રીઓના સંબંધમાં મને જે અનુભવ પ્રાપ્ત થયો છે, એનાથી એ સ્પષ્ટ પ્રતીત થાય છે કે ઉક્ત પ્રકારની ધારણાઓ કેટલી ભ્રાંત અને નિર્મૂળ છે. અમેરીકી મહિલાઓ! સો જન્મમાં પણ હું તમારા ઋણને ચૂકવી નહીં શકું. મારી પાસે તમારા પ્રત્યે કૃતજ્ઞતા જ્ઞાપિત કરવાની ભાષા નથી. 'પ્રાચ્ય અતિશયોક્તિ' જ પ્રાચ્યવાસી-માનવોની આંતરિક કૃતજ્ઞતા પ્રગટ કરવાની એક માત્ર ભાષા છે : 'જો સમુદ્ર મસિ-પાત્ર, હિમાલય પર્વત મસિ, પારિજાત વૃક્ષની શાખા કલમ તથા પૃથ્વી પત્ર હોય તથા ખુદ સરસ્વતી લેખિકા બનીને અનંતકાળ સુધી લખતી રહે, છતાં પણ તમારા પ્રત્યે મારી કૃતજ્ઞતા પ્રગટ કરવામાં આ બધું સમર્થ નહીં થઈ શકે.

'કેટલાય સુંદર પારિવારિક જીવન મેં અહીંયા જોયા છે, કેટલીય એવી માતાઓને મેં જોઈ છે, જેમના નિર્મળ ચરિત્ર તથા નિઃસ્વાર્થ સંતાન-સ્નેહનું વર્ણ ભાષા દ્વારા નથી કરી શકાતું. કેટલીય એવી કન્યાઓ તથા કુમારીઓને જોવાની તક મળી છે, જે ડાયના દેવીના મંદિર પર સ્થિત તુષાર કણિકાઓની સમાન નિર્મળ, અસાધારણ શિક્ષિતા તથા માનસિક તથા આધ્યાત્મિક, દરેક દૃષ્ટિથી ઉન્નત છે. ત્યારે શું અમેરીકાની બધી નારીઓ દેવી સ્વરૂપા છે? એ વાત નથી, સારા-ખરાબ તો બધા સ્થાનોમાં હોય છે.'

બીજા એક પત્રમાં, પોતાના શિષ્ય 'હરિપદ'ની પાસે અમેરીકી સ્ત્રીઓના વિષયમાં સ્વામીજી આ પ્રકારે લખે છે- '.....મેં અહીંયા હજારો મહિલાઓ જોઈ, જેમના હૃદય હિમની સમાન પવિત્ર અને નિર્મળ છે. અહા! તે કેવી સ્વતંત્ર હોય છે. સામાજિક અને નાગરિક કાર્યોનું તેઓ જ નિયંત્રણ કરે છે. પાઠશાળાઓ અને વિદ્યાલય મહિલાઓથી ભરેલી છે અને આપણા દેશમાં મહિલાઓ માટે રસ્તા ચાલવું પણ નિરાપદ નથી! અને આ કેટલી દયાળુ છે. જ્યારથી હું અહીંયા આવ્યો છું, પોતાના ઘરોમાં મને સ્થાન આપ્યું છે, મારા ભોજનની વ્યવસ્થા કરે છે, વ્યાખ્યાનોની વ્યવસ્થા કરે છે, મને બજાર લઈ જાય છે અને મારા આરામ અને સુવિધા માટે શું નથી કરતી. હું કયા પ્રકારે વર્ણન કરું! હું સો જન્મોમાં પણ આ મહાન કૃતજ્ઞતાના ઋણને થોડું પણ ચુકવવામાં સર્વથા અસમર્થ રહીશ. ...અહીંયાની નારીઓ કેવી પવિત્ર છે. ૨૫ કે ૩૦ વર્ષની ઉંમર પહેલાં ખૂબ ઓછા લગ્ન થાય છે. ગગનચારી પક્ષીની જેમ આ સ્વતંત્ર છે. હાટ-બજાર, રોજગાર, દુકાન,

કૉલેજ, પ્રોફેસર, સર્વત્ર બધા વ્યવસાય કરે છે, છતાં પણ કેટલી પવિત્ર છે. જેમની પાસે પૈસા છે, તેઓ ગરીબોની ભલાઈમાં તત્પર રહે છે. અને આપણે શું કરી રહ્યા છીએ? આપણે લોકો નિયમપૂર્વક પોતાની કન્યાઓના લગ્ન ૧૧ વર્ષની ઉંમરે જ કરી દઈએ છીએ, જેનાથી તેઓ ભ્રષ્ટ અને દુશ્ચરિત્ર ન થાય. અમારા મનુજી અમને શું આજ્ઞા આપી ગયા છે? 'પુત્રીઓના પુત્રોની સમાન સાવધાની અને ધ્યાનથી પાલન અને શિક્ષણ હોવું જોઈએ.' - કન્યાપ્યેવં પાલનીયા શિક્ષણીયાતિયન્તઃ. જેમ ૩૦ વર્ષ સુધી બ્રહ્મચર્ય-પાલન પૂર્વક પુત્રોની શિક્ષા હોવી જોઈએ, એ જ રીતે માતા-પિતાને પુત્રીઓને પણ શિક્ષા આપવી જોઈએ અને એમનાથી બ્રહ્મચર્ય વ્રત ધારણ કરાવવું જોઈએ. પરંતુ આપણે શું કરી રહ્યા છીએ? શું તમે પોતાના દેશની મહિલાઓની દશા સુધારી શકો છો?''

એનો એ અર્થ ક્યારેય નથી કે ભારતીય મહિલાઓ પ્રત્યે સ્વામીજીના હૃદયમાં આદરની કમી હતી. બલ્કે એમનો વિચાર હતો કે જ્યારે ભારતમાં મહિલાઓની દશામાં સુધાર નહીં થાય ત્યાં સુધી આપણો સમાજ ઉન્નત નથી થઈ શકતો. એક શિક્ષિત નારી પોતાના બાળકોને સફળ નાગરિક બનાવી શકે છે અને આ સફળ નાગરિક જ સમાજનું મંજબૂત અંગ બનેલ છે. સ્વામીજીએ અમેરિકામાં 'ભારતીય નારી' પર વ્યાખ્યાન આપ્યું. સ્વદેશ પ્રેમ તથા સ્વદેશાભિમાનની ભાવનાઓથી ઓતપ્રોત પોતાના ભાષણમાં તેઓ ભારતીય નારીના ગુણગાન કરતા નથી થાકતા. તેઓ પોતાના ત્યાંની સ્ત્રીઓના રીતિ-રિવાજ, એમની શિક્ષા તથા પારિવારિક જીવનમાં એમના સ્થાનની ખૂબ જ વિશિષ્ટ રૂપથી વ્યાખ્યા કરતા. સ્ત્રીના આ ચાર રૂપો- માતા, પત્ની, કન્યા અને બહેનના શબ્દ-ચિત્ર પોતાના ભાષણ દ્વારા એમણે પ્રદર્શિત કર્યા. ભારતીય માતાનું ચિત્ર પ્રદર્શિત કરતા એમણે કહ્યું - 'ભારતમાં સ્ત્રી-જીવનના આદર્શનો આરંભ અને અંત માતૃત્વમાં થાય છે.' એમણે સમજાવ્યું કે ભારતમાં સ્ત્રી પહેલા માતા છે, પછી પત્ની. પરંતુ અમેરીકામાં સ્થિતિ ઠીક એનાથી વિપરીત છે. અહીંયા સ્ત્રી પહેલા પત્ની છે, પછી માતા.

શિકાગો ધર્મ મહાસભાના સમાપ્ત થયાના અઢી મહીના પછી સ્વામી વિવેકાનંદને પ્રમુખ વ્યાખ્યાન સંસ્થા દ્વારા નિમંત્રણ મળ્યું કે તેઓ અમેરીકાના પ્રધાન નગરોનું ભ્રમણ કરે અને વેદાંત દર્શન તથા ભારતીય સંસ્કૃતિ પર ભાષણ આપે. જગતપ્રભુનો આદેશ સમજીને સ્વામીજીએ આ નિમંત્રણનો સ્વીકાર કરી લીધો. આ નિમંત્રએ સ્વામીજીના જીવનની એક ખૂબ મોટી અભિલાષાને પૂર્ણ કરી. ભારતીય સભ્યતા અને સંસ્કૃતિના સંબંધમાં પાશ્ચાત્ય જગતની સામે જે એક ભ્રમાત્મક વિચારનો ઘેરો પરદો પડેલો હતો, એને સ્વામીજીએ જ હટાવવાનો હતો. એના હટ્યા વગર ભારતનું વાસ્તવિક રૂપ તે લોકો ના જોઈ શકતા, એને ઠીક પ્રકારથી સમજી શકતા ન હતા. અને સાચ્ચી પરિસ્થિતિની જાણકારી પ્રાપ્ત કર્યા વગર એ લોકોથી કોઈ પ્રકારની મદદની આશા નથી કરી શકાતી હતી. સ્વામીજીની પ્રસન્નતાનું બીજું કારણ એ હતું કે આ ભાષણોથી તેઓ સારું એવું પારિશ્રમિક સંચય કરી શકતા હતા. એમને ધનની અતિ જરૂર હતી. એનાથી એમને ભારતના ધાર્મિક તેમજ લોકહિતૈષી કાર્યોમાં મદદ પ્રદાન કરવાની શક્તિ મળતી.

સન્ ૧૮૯૩ના નવેમ્બરના મધ્યમાં જ્યારે ઋતુ પૂર્ણરૂપથી પોતાનું ગૌરવ જમાવી

ચુકી હતી, એ જ દિવસોમાં સ્વામીના ભ્રમણ-ભાષણનો કાર્યક્રમ શરૂ થયો. શિકાગો શહેરથી તેઓ સર્વપ્રથમ મેડિસન, મિનિએપોલિસ તથા આયોવા ગયા. જ્યાં-જ્યો તેઓ જતા ત્યાં જનતા દ્વારા એમનું હાર્દિક સ્વાગત થતું હતું. વક્તૃત્વ સંસ્થા દ્વારા નિર્દેશિત કરવામાં આવેલા નગરના કોઈ પ્રમુખ વ્યક્તિને ત્યાં એમને રોકવામાં આવતા. આમ-સભામાં ભાષણ સિવાય, કેટલીય નાની-મોટી વૈયક્તિક વિચાર-ગોષ્ઠિઓનું પણ આયોજન કરવામાં આવતું હતું. આ જ રીતે એના પછી સ્વામીજી સેન્ટ લુઈ, હાર્ટફોર્ડ, બુફેલો, બોસ્ટન, કેમ્બ્રિજ તથા બાલ્ટિમૂર ગયા. વક્તૃત્ય સંસ્થાએ સ્વામીજીને ક્યાંય પણ ચેન ના લેવા દીધું- સતત ભ્રમણ અને ભાષણ- આજની રાત ક્યાંક અને કાલની રાત ક્યાંક બીજે. શ્રી રોમ્યા રોલાંના શબ્દોમાં સ્વામીજી સંસ્થાન દ્વારા જાહેરાતના પૃષ્ઠો પર 'નવીન ભારતના ભવિષ્ય-દૃષ્ટા'ના રૂપમાં બતાવવામાં આવતા હતા. લાગતું હતું, જાણે ભારતની કોઈ અજનબી વસ્તુને બતાવવા માટે જનતાને એકત્ર કરવામાં આવી રહી છે. નાની-નાની જગ્યાઓ, ગામડાંઓ અને વિસ્તારોની ભોલી-ભાલી જનતા, જેનું માનસિક સ્તર જીવનની દૈનિક જરૂરિયાતોની પૂર્તિશી ક્યારેય ઉપર ઉઠ્યું જ નથી, જે આધ્યાત્મિકતાના બે શબ્દોથી બિલ્કુલ અપરિચિત હતી, એ જનતા સ્વામીજીના ભાષણના સમયે પ્રસ્તરમૂર્તિ બનીને રહેતી હતી. અહીંયા ભેંસની આગળ બીન વગાડવામાં આવી રહ્યું હતું. ખબર નહીં સ્વામીજી એવી સ્થિતિમાં પોતાને કેવી રીતે સંભાળી શકતા હતા. એમને ભારત માટે ધનની ખૂબ જરૂર હતી કદાચ આથી તેઓ આ પ્રકારની માનસિક યાતનાઓ સહન કરતા ગયા. પાનખરની ઓટમાં મધુમાસ છુપાઈ રહે છે, નિરાશાના કાળા પરદાની પાછળ આશાની કિરણો જગમગાતી રહે છે. ભ્રમણ દરમિયાન એવી કારુણિક સ્થિતિ સ્વામીજીને ઓછી જ મળી. મોટાભાગે એમનો સંબંધ વિદ્વાનો અને બુદ્ધિમાનોની સાથે જ રહ્યો. સન્ ૧૮૯૪ના ફેબ્રુઆરી મહીનાના અંતમાં સ્વામી ડિટ્રાએટ ગયા. ત્યાં તેઓ ટામસ ડબ્લ્યૂ પામર, જે શિકાગો ધર્મ મહાસભાના આયોગના સભાપતિ હતા, એમને ત્યાં બે સપ્તાહ અતિથિના રૂપમાં રહ્યા. અહીંયા એમનું ખૂબ શાનદાર સ્વાગત થયું. હેલ બહેનોને સ્વામીજીએ અહીંયાથી એક પત્રમાં લખ્યું હતું :

ડિટ્રાએટ, ૧૫ માર્ચ ૧૮૯૪

પ્રિય બાળકીઓ,

હું વૃદ્ધ પામરની સાથે આનંદમાં છું. તેઓ ખૂબ રમૂજી અને ભલા વૃદ્ધ છે. પાછલા વ્યાખ્યાનથી મને ૧૨૬ ડૉલર મળ્યા. હું સોમવારે ફરી ડિટ્રાએટમાં ભાષણ આપવા જઈ રહ્યો છું. - મારા વિષયમાં અહીંયાના એક સમાચાર પત્રએ બધાથી અજીબ વાત એ લખી છે, 'તોફાની હિન્દૂ' અહીંયા આવી ધમક્યો છે, અને તે શ્રી પામરનો અતિથિ છે. શ્રી પામર હિન્દૂ થઈ ગયા છે અને ભારત આવી રહ્યા છે. ...હું હકીકતમાં 'તોફાની' ક્યારેય નથી, એનાથી બિલ્કુલ દૂર. જે વસ્તુઓને હું ઈચ્છું છું તે અહીંયા નથી, અને હું આ 'તોફાની' વાતાવરણને વધારે સમય સુધી સહન કરવામાં અસમર્થ છું, પૂર્ણતાનો માર્ગ એ છે કે ખુદ પૂર્ણ બનવાનો પ્રયત્ન કરવો તથા કેટલાક થોડા સ્ત્રી-પુરુષોને પૂર્ણ બનાવવાનો પ્રયત્ન કરવો. ભલું કરવામાં મારો એ અર્થ છે કે કેટલાક અસાધારણ યોગ્યતાના મનુષ્યોનો વિકાસ કરું, ના કે ભેંસની આગળ બીન વગાડીને સમય, સ્વાસ્થ્ય

અને શક્તિનો અપવ્યય કરું.

ચિર કૃતજ્ઞ, તમારો ભાઈ,
વિવેકાનંદ

એના પછી સ્વામી નિશિગનના ભૂતપૂર્વ ગવર્નરની વિદુષી પત્ની શ્રીમતી જૉન જે બૈગ્લેના ઘર પર અતિથિ બન્યા. શ્રીમતી બૈગ્લે ડિટ્રાએટની પ્રમુખ મહિલાઓમાં અગ્રગણ્ય સ્થઆન રાખતી હતી. શ્રી પામરને ત્યાંથી એ સ્વામીજીને પોતાના ઘેર લાવી અને એમના સ્વાગતમાં નગરના વિખ્યાત લોકોના પ્રીતિ ભોજનનું આયોજન પોતાના ઘર પર કર્યું. 'ડિટ્રાએટ ટ્રિબ્યૂન'માં બીજા દિવસે એક મોટો એવો લેખ નિકળ્યો. એમાં લખ્યું હતું - 'શ્રીમતી બૈગ્લેના વિશાળ બંગલાની પ્રકાશયુક્ત બેઠકમાં સ્ત્રી-પુરુષોની વચ્ચે, કોઈ પણ સ્વામીજીને પોતાની પાઘડી અને ચોંગામાં ચમકતા જોઈ શકતા હતા.' આ પ્રકારનો સ્વાગત સમારોહ ડિટ્રાએટમાં ખૂબ વર્ષો પછી જોવામાં આવ્યો. શ્રીમતી બૈગ્લે શિકાગોની ધર્મ મહાસભામાં ઉપસ્થિત હતી. એ જ સમયથી એમની ખૂબ તમન્ના હતી કે સ્વામીજી એક વખત એમને ત્યાં આવે. અહીંયાના યૂનિટેરિયન ચર્ચમાં ત્રણ દિવસો સુધી સત રાત્રિના સમયે સ્વામીના ભાષણ થતાં રહ્યા. અહીંયા વેદાંત દર્શન સિવાય 'ભારતના રીતિ-રિવાજ' પણ એમના ભાષણના વિષય હતા. અહીંયાના સમાચાર પત્રોમાં એનું ખૂબ સુંદર વિવરણ છપાયું. શ્રીમતી બૈગ્લેની સંપત્તિ અને સ્નેહનો, જે સોનામાં સુગંધ હતું, ડિટ્રાએટની જનતા પર ખૂબ પ્રભાવ હતો. શ્રીમતી બૈગ્લેની મધ્યસ્થતાથી ત્યાંની જનતા પણ સ્વામીજીને નજીકથી જોઈ અને સમજી શકી.

સ્વામીજીએ અહીંયાથી કુમારી ઈસાબેલ મેકિંડલેને પત્ર લખ્યો હતો. આ પત્રથી એમની એ દિવસોની ભાવનાઓનું સારું ચિત્ર મળે છે.

ડિટ્રાએટ, ૧૭ માર્ચ ૧૮૯૪

પ્રિય બહેન,

તમારું પેકેટ મને કાલે મળ્યું. તમે મોજા ખોટા મોકલ્યા, એ તો હું અહીંયા ખુદ જ ક્યાંકથી લઈ લેતો. પણ ખુશીની વાત છે કે આ તમારો સ્નેહ વ્યક્ત કરે છે. મારો થેલો તો પહેલેથી જ માંસ ભરવાવાળા ચામડાના થેલાથી પણ વધારે કડો થઈ ગયો છે. સમજમાં નથી આવતતું કે હવે હું એને કેવી રીતે લઈ જાઉં.

આજે શ્રીમતી બૈગ્લેને ત્યાં પાછો આવ્યો. શ્રી પામરને ત્યાં વધારે દિવસ રોકાવાને કારણે તે નારાજ હતી. નિશ્ચય જ પામરના ઘરમાં દિવસો ખૂબ આરામથી વિત્યા. તે ખૂબ જ મૌજી અને હસમુખ માણસ છે, જરૂરથી જરા વધારે, અને પાછી એમની ગરમ સ્કૉચ. પરંતુ તેઓ છે એકદમ અકલંક અને બાળકો જેવા સરળ.

મારા ચાલી આવવાથી તેઓ દુઃખી હતા, પરંતુ હું વિવશ હતો. અહીંયા એક ખૂબ સુંદર છોકરી છે. હું એનાથી બે વખત મળ્યો. હું એનું નામ ભૂલી રહ્યો છું. પરંતુ એટલી તેજ, સુંદર, આધ્યાત્મિક તેમજ અસાંસારિક, ઈશ્વર એના પર કૃપા રાખે. આજે સવારે તે શ્રીમતી મેકડ્યૂવેલની સાથે આવી અને એટલી સુંદરતા અને આધ્યાત્મિક ગંભીરતાથી એણે વાતો કરી કે હું તો ચકિત રહી ગયો. તે યોગના વિશે બધી વાતો જાણે છે અને સાધનામાં વધારે આગળ વધી ચુકી છે.

'તારો ઢંગ શોધથી પરે છે.' ઈશ્વર એના જેવી ભોળી, પવિત્ર અને નિર્મળ છોકરીને ખુશ રાખે. આ મારા કઠોર અને કષ્ટપ્રદ જીવનનું મહાન પ્રતિફળ છે કે સમય સમય પર તમારા જેવા પવિત્ર અને આનંદિત લોકોના દર્શન મને થઈ જાય છે. બૌદ્ધોની એક મુખ્ય પ્રાર્થના છે- 'પૃથ્વી પર સમસ્ત પવિત્ર મનુષ્યોની સમક્ષ હું નતમસ્તક છું.' એ પ્રાર્થનાના સાચા અર્થનો અનુભવ મને ત્યારે જ થાય છે, જ્યારે હું એવી આકૃતિ જોઉં છું, જેના પર પરમાત્મા પોતાની આંગળીથી 'મારું' શબ્દ સ્પષ્ટ રૂપથી અંકિત કરી દે છે. ઈશ્વર હંમેશાં-હંમેશાં માટે તમને બધાને પવિત્ર તેમજ નિર્મળ બનાવી રાખે. આ ભયાવહ સંસારના પંક અને ધૂળ તમારા ચરણોને સ્પર્શ ના કરે. તમારા ભાઈની આ જ પ્રાર્થના છે કે તમે પુષ્પોની જેમ જીવો, જેની સમાન તમે જન્મ લીધો છે.

તમારો ભાઈ ***વિવેકાનંદ***

ભલે તે પુરુષ હોય કે નારી, જેના જીવનમાં પવિત્રતા અને આધ્યાત્મિકતાની આભા હતી, તે સ્વામીજીને સહજ જ આકર્ષિત કરી લેતો હતો. માર્ચ, એપ્રિલ અને મે મહીનામાં સ્વામીજી બહુધા શિકાગો, ન્યૂયૉર્ક અને બોસ્ટનમાં ફરતા રહ્યાં અને અવિરામ વ્યાખ્યાન આપતા રહ્યા. જૂન મહીનામાં ન્યૂ ઇંગ્લેન્ડના અંતર્ગત 'ગ્રીન એકર'માં તેઓ વ્યાખ્યાન આપવા માટે કુમારી સારા ફારમર દ્વારા આમંત્રિત કરવામાં આવ્યા. કુમારી સારા ફારમર, ધર્મ સંમેલનમાં સ્વામીજીથી મળી હતી અને ત્યારે જ એમણે ગ્રીન એકરમાં ધાર્મિક સભા આયોજિત કરવા તથા એમાં સ્વામીજીને આમંત્રિત કરવાની યોજના બનાવી હતી. ગ્રીન એકર પ્રાકૃતિક દૃષ્ટિથી ખૂબ રમણીય સ્થાન હતું, એક નાની એવી નદીના તટ પર વસેલું સ્થાન. સ્વભાવતઃ અહીંયા ન્યૂયૉર્કની તપાવવાવાળી ગરમી ન હતી. અહીંયા એક ખૂબ મોટી ધર્મશાળા હતી તથા 'ફાર્મ હાઉસ' હતું. સંમેલનના ધનીમાની લોક તો અહીંયા રોકાઈ ગયા અને કેટલાક સાધારણ લોકો માટે નદી તટ પર તંબૂ તાણવામાં આવ્યા.

હૈલ બહેનોના પત્રમાં ગ્રીન એકરના જીવનના વિષયમાં સ્વામીજીએ આ પ્રકારે લખ્યું છે- 'આ સ્થાન અત્યંત સુંદર અને મનોરમ્ય છે. નહાવાની અહીંયા ખૂબ સુવિધા છે. શ્રી કોરા સ્ટૉકહમે મારા માટે નહાવાનો એક પોશાક બનાવી દીધો છે અને હું બતકની જેમ જળનો આનંદ લઈ રહ્યો છું.' અહીંયા સ્વામીજીને સુંદર ધર્મશાળા ગૃહમાં રોકવામાં આવ્યા છે. શિકાગોના એમના અનેક મિત્ર અને પરિચિત લોકો પણ ત્યાં જ રોકાયા હતા. ગ્રીન એકરના સંમેલનમાં સ્વામીજીએ પહેલાં-પહેલાં વેદાન્તના અદ્વૈત દર્શન પર ધારાવાહિક રૂપથી કેટલાય ભાષણ આપ્યા. આ સંમેલનમાં ગ્રીન એકરના ધની-નિર્ધન બધા પ્રકારના વ્યક્તિ સામેલ હતા. બધા લોકોના હૃદયમાં અપૂર્વ શ્રદ્ધા તથા જ્ઞાનવર્ધન કરવાની અભિલાષા હતી. સ્વામીજીએ બધાને 'શિવોઽહં'નો અર્થ સમજાવ્યો. સ્વામીજીના આદેશાનુસાર બધા લોકો પવિત્ર ભાવથી આ શબ્દની અનેકાનેક વખત આવૃત્તિ કરતા રહ્યાં. એવા વ્યક્તિઓને શિક્ષા પ્રદાન કરીને સ્વામીજી ખૂબ જ આનંદ અને ગૌરવનો અનુભવ કરતા હતા.

અહીંયા કેટલાક ઉત્સાહી વિદ્યાર્થીગણ સ્વામીજીથી વેદાંત દર્શનની નિયમિત રૂપથી શિક્ષા પ્રાપ્ત કરવા એકત્ર થયા. આ લોકો ભારતીય રીતિ અનુસાર ગુરુ પ્રત્યે શ્રદ્ધા અને સન્માન પ્રદર્શિત કરવાના વિચારથી એક ઘેરા વૃક્ષના છાંયડામાં ક્લાસ જમાવતા.

સ્વામીજીને વચ્ચે આસન આપવામાં આવતું અને એમની સામે અર્ધગોળાકાર રૂપથી વિદ્યાર્થીગણ ભૂમિ પર બેસતા અને એમના ઉપદેશ સાંભળતા. એક વખત છાવણીના બધા લોકોની ખુલ્લા આકાશની નીચે સૂવાની ઇચ્છા થઈ. સ્વામીજી પણ બધા લોકોની સાથે બહાર આવ્યા. નક્ષત્ર-જટિત નભમંડળની નીચે જનની ધરિત્રીના ખોળામાં બધા લોકોએ સૂઈને ખૂબ આનંદની સાથે રાત વિતાવી. સ્વામીજીને વિદેશમાં આ પ્રકારે ખુલ્લા આકાશની નીચે ભૂમિ પર સૂઈને રાત વિતાવવાનો આ પ્રથમ અવસર હતો. આ પ્રકારે એમણે અન્ય કેટલીય રાત્રિ ધરતી પર સૂઈને જ વિતાવી. પૃથ્વી પર સૂવું, જંગલમાં વૃક્ષની નીચે બેસીને ધ્યાન લગાવવું, આ બધું કેટલા આનંદદાયક અવસર એમને ગ્રીન એકરમાં પ્રાપ્ત થયા. વેદાંત-દર્શન તથા યોગના ચિંતન-મનનમાં રમવાવાળા સ્વામીજીનો પ્રશાંત ગંભીર સ્વાભાવ ક્યારેક-ક્યારેક ખૂબ જ વિનોદશીલ થઈ જતો હતો. એમની આ પ્રકૃતિથી બીજાઓનું ખૂબ મનોરંજન થતું હતું.

કુમારી સારા ફારમર, જેમણે સ્વામીજીને ગ્રીન એકરમાં નિમંત્રિત કરવામાં આવ્યા હતા, એમના ગયા પછી પણ એમના ધાર્મિક ઉપદેશોનો પ્રચાર કરતી રહી તથા એમણે જનસાધારણના જીવનમાં સ્વામીજીના ઉપદેશોનો વ્યવહારિક રૂપથી સમાવેશ કરાવવાનો યથોચિત પ્રયત્ન કર્યો. સ્વામીજીના ગ્રીન એકરથી બોસ્ટન, વૉશિંગ્ટન વગેરે નગરોમાં વ્યાખ્યાન આપતા-આપતા સપ્ટેમ્બરમાં ન્યૂયૉર્ક પહોંચતા જ એમને એક નિમંત્રણ મળ્યું, ચાર્લ્સ હિંગિંગ્સનું. હિગિંગ્સ ન્યૂયૉર્ક સ્થિત 'બ્રુકલિન નૈતિક સભા'ના પ્રસિદ્ધ સદસ્ય હતા. એમણે સ્વામીજીના ન્યૂયૉર્ક પહોંચવાના પહેલાં જ પ્રચાર હેતુ એક દસ પૃષ્ઠોની પુસ્તિકા, 'બ્રુકલિન નૈતિક સભા'ના સદસ્યો તથા અન્ય વિદ્વતસમાજના લોકોમાં વિતરિત કરાવી દીધી. આ પુસ્તિકામાં સ્વામીજીના વિષયમાં અનેક પ્રમુખ સમાચાર પત્રોના પ્રકાશિત લેખના અંશોને એકત્રિત કરવામાં આવ્યા હતા, જેનાથી લોકોને એમની યોગ્યતા અને પ્રતિભાનું પૂર્વ જ્ઞાન થઈ શકે. બ્રુકલિન નૈતિક સભાના સભાપતિ, સુપ્રસિદ્ધ વિદ્વાન ડૉ. લુઇસ જી. જેમ્સે પહેલાં પણ સ્વામીજીનું ભાષણ સાંભળી રાખ્યું હતું. તેઓ એમનાથી એટલા વધારે પ્રભાવિત થયા કે ત્યારથી જ તેઓ સ્વામીજીને બ્રુકલિન નિમંત્રિ કરવા માટે આતુર હતા. આ બ્રુકલિન નૈતિક સભાની તરફથી 'પાંચ મૈંશન' નામના વિશાળ ભવનમાં સ્વામીજીના ભાષણની વ્યવસ્થા કરવામાં આવી. સન્ ૧૮૯૪ વર્ષની અંતિમ સંધ્યાએ પાંચ મૈંશન ભવનના મોટા હોલમાં સ્વામીજીએ હિન્દૂ ધર્મના સંબંધમાં વ્યાખ્યાન આપ્યું. હૉલનો ખૂણે-ખૂણો હજારો દર્શકો અને શ્રોતાઓથી ભરેલો હતો. ભાષણ ખૂબ જ સફળ રહ્યું. લોકો એટલા મુગ્ધ હતા કે સભાપતિ ડૉ. લુઈ જેમ્સના આગ્રહ પર સ્વામીજીએ કેટલાય દિવસ સુધી સતત આ સભામાં વ્યાખ્યાન આપવાનું સ્વીકાર કરી લીધું. પ્રાચ્ય ધર્મોની વિવેચના સિવાય સ્વામીજીએ ભારતીય સમાજ અને સંસ્કૃતિ પર પણ ભાષણ આપ્યા. સમાજમાં સ્ત્રીઓના સ્થાન પર જ્યારે ચર્ચા ચાલતી તો ત્યાંના પુરુષોએ એમાં કંઈ ખાસ દિલચસ્પી ના લીધી. આ સંબંધમાં સ્વામીજી કુમારી ઈસાબેલ મેકિંડલેને પત્રમાં આ પ્રકારે લખે છે- 'પુરુષોએ મારા પાછલા વ્યાખ્યાનની ખૂબ પ્રશંસા ના કરી, પરંતુ સ્ત્રીઓએ એને આશાતીત રૂપથી પસંદ કર્યું. તમે જાણો છો, બ્રુકલીન સ્ત્રી અધિકારોના આંદોલનના પ્રતિકૂળ વિચારોનું કેન્દ્ર છે, અને જ્યારે મેં કહ્યું કે સ્ત્રીઓ યોગ્ય હોય છે અને પ્રત્યેક કામ માટે ઉપયુક્ત છે, તો નિશ્ચય જ લોકોને પસંદ નહીં આવ્યું હોય. કોઈ વાત નહીં, સ્ત્રીઓ વિભોર હતી.' બ્રુકલિન ભાષણમાળાએ સ્વામીજીના મનમાં પૂર્ણ

વિશ્વાસ જમાવી દીધો કે અમેરીકામાં વેદાંતનો પ્રચાર અવશ્ય જ સુચારુ રૂપથી થશે. અહીંયા એમને ખૂબ જ વિશ્વાસી અને શ્રદ્ધાળુ વ્યક્તિ મળ્યા, જે વેદાંતની પૂર્ણ શિક્ષા લઈને લોકહિત માટે એનો પ્રચાર કરવા ઈચ્છતા હતા.

વ્યાખ્યાન કંપની દ્વારા આયોજિત ભ્રમણ અને ભાષણથી સ્વામીજીને અમેરીકાની જનતાને જોવા અને સમજવાની સારી એવી તક મળી. સાથે જ ભારતના લોકહિતૈષી કાર્યો માટે પર્યાપ્ત ધન પણ મળ્યું. જીવનની નિત નૂતન અનુભૂતિઓ, માન-સન્માન, યશ-પ્રતિષ્ઠા આ બધાએ એમના હૃદયને ઉત્સાહથી ભરી દીધું હતું. પરંતુ અવિરામ વ્યાખ્યાન અને પરિશ્રમથી એમનું શરીર થાકીને તૂટી રહ્યું હતું. છતાં પણ જ્યારે તેઓ ભવિષ્યની તરફ દૃષ્ટિ નાખતા, તો કામોનો અંબાર નજરે પડતો. આરામ કરતા તો પણ કેવી રીતે? વ્યાખ્યાન સંસ્થાની તરફથી અહીં-તહીં વ્યાખ્યાન આપતા રહેવાથી પૈસા તો વધારે એકઠા થતા જઈ રહ્યા હતા, પરંતુ એમનો બધો સમય આ જ કાર્યમાં લાગ્યો રહ્યો, એ એમને પસંદ ન હતું. ભારતમાં અભીષ્ટ કાર્યક્રમના પ્રારંભ માટે ધનની જરૂરિયાતને સ્વામીજી સારી રીતે સમજતા હતા, પરંતુ જેમ-જેમ અમેરીકા છોડવાનો સમય નજીક આવવા લાગ્યો, એમને એની પણ ચિંતા થવા લાગી કે અહીંયા નહીં રહેવા પર આ કાર્ય સ્થાયી રૂપથી ચાલતું રહે. એના માટે કેટલાક લોકોને વ્યવસ્થિત ઢંગથી પ્રશિક્ષિત કરવા જરૂરી હતા. એના સિવાય પૈસા લઈને ભાષણ આપવાના કામથી એમને અરુચિ થઈ ગઈ હતી. ધન લઈને ધર્મની શિક્ષા આપવી એમને અયોગ્ય લાગવા લાગી. તેથી એમણે વ્યાખ્યાન સંસ્થાથી પોતાનો સંબંધ વિચ્છેદ કરી લીધો અને ન્યૂયૉર્કમાં સ્થાયી રૂપથી વેદાંત અને યોગની નિઃશુલ્ક શિક્ષા આપવા માટે એક ક્લાસ ખોલવાનો નિર્ણય કર્યો. આ ક્લાસનો પાઠ્યક્રમ સ્વામીજીએ પોતાના મનથી તૈયાર કરી લીધો હતો. ન્યૂયૉર્કમાં જ્યારે આ પ્રકારની નિઃશુલ્ક શિક્ષાના ક્લાસ શરૂ થયા, તો ગ્રીન એકર તથા બ્રુકલિનથી એમના અનેક શિષ્ય ત્યાં સ્થાયી રૂપથી શિક્ષા ગ્રહણ કરવા આવી ગયા. એના સિવાય અન્ય લોકો પણ એમનો ઉપદેશ સાંભળવા માટે નિયમિત રૂપથી આવવા લાગ્યા. ઘણા બધા અમેરીકી લોકોને એ વાત સમજમાં આવતી ન હતી કે સ્વામીજીએ ભાષણ દ્વારા ધન-પ્રાપ્તિનો રસ્તો કેમ છોડી દીધો! તે લોકો એને સ્વામીજીની એક મોટી ભૂલ સમજતા હતા પરંતુ સ્વામીજી પોતાના નિશ્ચય પર અટલ રહ્યા.

અહીંયા ન્યૂયૉર્કના ક્લાસમાં મોટાભાગે જ્ઞાનયોગ અને રાજયોગ પર જ વ્યાખ્યાન થતા હતા. ગુરુ અને શિષ્યોની ક્લાસમાં બેસવાની રીતિ વિશુદ્ધ ભારતીય હતી. વિદ્યાર્થી-વિદ્યાર્થિનીઓની આધ્યાત્મિક જીવન જીવવાની કળા પર પણ સ્વામીજી ભાર આપતા હતા. ત્યાં યોગશાસ્ત્રના નિયમાનુસાર બ્રહ્મચર્ય અને સાત્વિક આહાર, ચરિત્ર નિર્માણની પ્રથમ સીડી હતી. સ્વામીજી પ્રત્યેક વિદ્યાર્થી અને વિદ્યાર્થિનીના દૈનિક કાર્યક્રમ, એમની ચાલઢાલ, રીત-રીવાજ, વાતચીત, તર્ક-વિતર્ક તેમજ એમની પ્રકૃતિ પર પોતાની કડી દૃષ્ટિ રાખતા હતા. આધ્યાત્મિક માનદંડથી ક્યાંય પણ ચૂક થવા પર એમને સચેત કરા. સ્વામીજીના શબ્દોમાં- 'રાજયોગ વિદ્યા પહેલાં મનુષ્યને એની પોતાની આભ્યંતરિક અવસ્થાઓના પર્યવેક્ષણનો ઉપાય બતાવે છે, મન જ એ પર્યવેક્ષણનું યંત્ર છે. આ જ્ઞાનની પ્રાપ્તિનો એક માત્ર ઉપાય છે, એકાગ્રતા. મનની શક્તિઓ અહીં-તહીં વિખેરાયેલી

પ્રકાશની કિરણોની સમાન છે. જ્યારે એને કેન્દ્રીભૂત કરવામાં આવે છે, ત્યારે તેઓ બધું જ પ્રકાશિત કરી દે છે.' કોઈ પણ પ્રકારના જ્ઞાનની પ્રાપ્તિનો આ પ્રથમ સોપાન છે.

આ પ્રકારે રાજયોગની વ્યાખ્યા કરતા-કરતા સ્વામીજીએ કેટલાય વ્યાખ્યાન આપ્યા. એમના આ વક્તવ્યોની ખ્યાતિ વધારે દૂર-દૂર સુધી ફેલાઈ. આ વ્યાખ્યાનોના સમયે નગરના કેટલાય પ્રસિદ્ધ દાર્શનિક, વૈજ્ઞાનિક તેમજ અધ્યાપકગણ પણ ઉપસ્થિત થતા. જરૂર પ્રમાણે ક્લાસમાં પ્રશ્નોત્તર પણ ચાલતો રહેતો. આ ક્લાસના કામમાં જ સ્વામીજી દિવસ-રાત લાગ્યા રહેતા. એમને લાગતું હતું કે અત્યાર સુધી અમેરીકાએ જે કંઈ પણ આપ્યું- ધન-સંપત્તિ, નામ-યશ, બધું જ વ્યર્થ આપ્યું; ખરું મહત્વનું કામ હવે તેઓ કરી રહ્યા હતા. એનાથી જ શ્રીરામકૃષ્ણનો સંદેશ ચિરસ્થાયી બનશે. ક્લાસની સામે ધ્યાનાવસ્થિત થવાની કળાને પ્રદર્શિત કરતા-કરતા એમની દૃષ્ટિ કોઈ એક વસ્તુ પર જઈને ટકી જતી, શરીર પાષાણવત્ થઈ જતું અને શ્વાસ ગતિ મંદ થતા-થતા એકદમ બંધ થઈ જતી. તેઓ એટલા તન્મય થઈ જતા કે પોતાની પૂરી બાહ્ય ચેતના ખોઈ બેસતા. ઘણા સમય પછી ધ્યાન ખુલવા પર જ્યારે એમને પોતાની સ્થિતિનું જ્ઞાન થતું તો તેઓ દુઃખી થઈ જતા. કેમ કે ત્યાં એમનું કામ હતું બીજાઓને શિક્ષા આપવાનું, ના કે ખુદ ધ્યાનમાં લીન થઈ જવાનું. આ સ્થિતિથી બચવા માટે એમણે કેટલાક શિષ્યોને એક રીત બતાવી. હવે જ્યારે પણ ધ્યાનાવસ્થિત થઈને તેઓ પોતાની ચેતના ખોઈ બેસતા, તો કોઈ શિષ્ય એમના કાનોમાં કોઈ વિશેષ મંત્રોચ્ચારણ કરતા. સંસ્કૃતના એ મધુર શ્લોકની ધ્વનિ જેવી જ એમના કાનોમાં જતી, એમની સમાધિ ધીમે-ધીમે તૂટવા લાગતી.

આ પ્રકારે સ્વામીજીનો પોતાનો યોગાભ્યાસ પણ ક્લાસના કાર્યની સાથે-સાથે ચાલતો રહ્યો. આ ક્લાસમાં મોટાભાગે રાજયોગ પર જ વ્યાખ્યાન થયા. પોતાના બધા ભાષણોને ક્રમાનુસાર સંગ્રહ કરીને સ્વામીજીએ એમને એક પુસ્તકના રૂપમાં પણ પ્રકાશિત કરાવ્યો. આ પુસ્તકનું નામ 'રાજયોગ' હતું. પુસ્તકના પરિશિષ્ટમાં એમણે પાતંજલ દર્શનનું એક ભાષ્ય પણ લખીને જોડી દીધું. આ પુસ્તકે અમેરીકામાં ખૂબ પ્રસિદ્ધિ પ્રાપ્ત કરી તથા ઘણા બધા જ્ઞાન પિપાસુ વાચકો તેમજ મનીષિઓની તૃષ્ણા દૂર કરી. અમેરીકાના અત્યંત પ્રસિદ્ધ મનોવિજ્ઞાનના પ્રોફેસર જેમસ આ પુસ્તકને વાંચીને સ્વામીજીની પ્રતિભાથી એટલા પ્રભાવિત થયા કે તેઓ એમનાથી મળવા એમના નિવાસ સ્થાન પર ગયા અને અંતમાં એમના અભિન્ન મિત્ર બની ગયા.

ન્યૂયૉર્કની આ સ્કૂલમાં કેટલાય મહીના સુધી દર્શનના તત્વોનું વિશ્લેષણ અને યોગાભ્યાસ કરતા-કરતા સ્વામીજી અત્યંત થાકી ગયા હતા. આ સ્કૂલની ખ્યાતિ ખૂબ ફેલાઈ ગઈ હતી. ફળસ્વરૂપે અહીંયા પણ સ્કૂલના સ્થાયી વિદ્યાર્થી-વિદ્યાર્થિનીઓ સિવાય વધારે લોકો એકત્ર થતા રહેતા હતા. હવે ગરમીની ઋતુ પણ આવી ગઈ. ન્યૂયૉર્કની તપવાવાળી ગરમીથી ગભરાઈને કેટલાક લોકો ઠંડા સ્થાનોમાં ચાલ્યા ગયા. સ્વામીજી અહીંયાથી દૂર કોઈ એકાંત સ્થાનમાં જઈને વિશ્રામ કરવાનું વિચારવા લાગ્યા.

અનુકૂળ પરિસ્થિતિ જોઈને એમની એક વિદ્યાર્થિની, કુમારી ડચરે એમને થોડા દિવસો માટે પોતાના ઘેર ચાલવા માટે આગ્રહ કર્યો. પોતાના અતિ વ્યસ્ત જીવન તથા કથળી રહેલા સ્વાસ્થ્યની દશા જોઈને સ્વામીજીએ સ્વીકૃતિ આપી દીધી. એમના દસ-બાર પરમ

પ્રિય શિષ્ય, કોઈ પણ કિંમત પર સ્વામીજીનો સાથ છોડવા તૈયાર ન હતા. કુમારી ડરે એમને પણ સ્વામીજીની સાથે પોતાના ઘર પર આમંત્રિત કર્યા.

કુમારી ડચરનું મકાન ન્યૂયૉર્ક નગરથી ૩૦૦ માઇલ દૂર થાઉલેન્ડ આઈલેન્ડ પાર્ક નામના દ્વીપમાં હતું. આ લઘુ દ્વીપ સેન્ટ લૉરેન્સ નદીના વક્ષ પર સુશોભિત હતું. આ દ્વીપની લંબાઈ નવ માઇલ અને પહોળાઈ દોઢ-બે માઇલથી વધારે ન હતી. ત્યાંના વન-ઉપવન તથા પહાડીઓ પર પ્રકૃતિનું સ્વાભાવિક સૌંદર્ય વિખેરાયેલું હતું. કુમારી ડચરનું મકાન એક પહાડીના ઢળાવ પર સ્થિત હતું; પાછળ ઘેરું વન, અને આગળ સેન્ટ લૉરેન્સ નદીનો કિનારો. મકાનના નિચલા ભાગમાં એક મોટી એવી બેઠક તથા રસોઈઘર હતું. ઉપરા માળ પર ખૂબ નાના-નાના રૂમ શયન માટે હતા. આ જ રૂમોમાંથી જે સૌથી વધારે છેલ્લે હતો, તે સ્વામીજી માટે સુરક્ષિત હતો. એની સીડી સામાન્ય સીડીઓ કરતા અલગ હતી તથા એનાથી લાગેલું એક મોટું આંગણ પણ હતું. અહીંયાની પ્રકૃતિનું રૂપ જોવા જેવું હતું. મકાન ઊંચાઈ પર હોવાને કારણે નીચે સઘન વન-વૃક્ષોના હાલતા-ડુલતા શિખરોની હરીતિમાનો સાગર લહેરાઈ રહ્યો હતો. આ રમણીય દ્વીપની આબાદી કોઈ વિશેષ ન હતી. નીચે ખીણમાં દૂર-દૂર પર બનેલા નાના-નાના ઘર ઘેરા વૃક્ષોની ઓટમાં છુપાઈ ગયા હતા. ચારે તરફ શાંતિનું સામ્રાજ્ય. આ અક્ષુણ્ણ શાંતિ ભંગ થતી હતી, તો ફક્ત પંખીઓના ચહેકવાથી અને ઝીંગુરોની ઝણઝણાટથી. આ ઘરના લોકોને છોડીને ક્યાંય કોઈ બીજે માનવનો અવાજ સંભળાઈ પડવો દુર્લભ હતો. એક તરફ દૂર નદીની લોલ લહેરોની સાથે ક્રીડા કરતી નાની-નાની નૌકાઓ પ્રાકૃતિક શોભામાં ચાર ચાંદ લગાવી રહી હતી.

અહીંયા આવીને સ્વામીજીએ નિશ્ચય જ ખૂબ સ્વચ્છંદતાનો અનુભવ કર્યો. જેમ પિંચરાનું બંધ પક્ષી હવે મુક્ત થઈ ગયું હોય. ન્યૂયૉર્કના કોલાહલપૂર્ણ પરિવેશમાં વ્યસ્ત જીવનથી અહીંયાનું જીવન કેટલું ભિન્ન હતું, કેટલું પોતાનું હતું. સ્વામીજીનું માનસ આધ્યાતિમકતાના પ્રકાશથી દ્યુતિમાન થઈ ઉઠ્યું. અહીંયા આવવાનો પ્રથમ દિવસ ૧૯ જૂનથી જ સ્વામીજીએ નિયમિત રૂપથી ક્લાસનો આરંભ કરી દીધો. નીચેના મોટા રૂમમાં બધા વિદ્યાર્થી-વિદ્યાર્થિનીઓ અર્ધગોળાકાર રૂપથી ભૂમિ પર બેઠા, વચ્ચે સ્વામીજી બેઠા. સ્વામીજીના હાથમાં બાઈબલ હતી. એમણે એને ખોલતા કહ્યું કે કેમ કે અહીંયા બધા ઈસાઈ છે, તેતી આજે સર્વપ્રથમ હું બાઈબલ ધર્મગ્રંથથી જ પોતાનો ઉપદેશ આરંભ કરું છું. એના પછી ૬ ઓગસ્ટ સુધી પ્રતિદિવસ બ્રહ્મવેલામાં બે કલાક સુધી એમના ક્લાસમાં વેદાંત દર્શન, ગીતા તથા ન્યૂ ટેસ્ટામેન્ટના જ્ઞાનની ચર્ચા થતી. પરંતુ એમની શિક્ષા ફક્ત ક્લાસની શિક્ષા સુધી જ મર્યાદિત ન હતી.

આ અભ્યાસ-મનન પછી ગુરુ-શિષ્યોની ટોળી દ્વીપ-ભ્રમણ માટે નિકલી પડતી. ત્યારે સવારના મનમોહક વાતાવરણમાંથી બાળસૂર્યને જોવા લાગતા અને સેન્ટ લૉરેન્સ નદી તરફથી આવતો શીતળ મંદ પવન, મલયાનિલની સમાન સ્ફૂર્તિ પ્રદાન કરતો. તે ટોળી વન-ઉપવનની ઊંચી-નીચી ધરતી પાર કરતી-કરતી નદીના તટ તરફથી પોતાના ઘેર પાછી આવી જતી.

આ ભ્રમણ દરમિયાન સ્વામીજીનું પ્રવચન બરાબર ચાલતું રહેતું. આ માર્ગમાં પોતાની કોઈ પણ વાતને સ્પષ્ટ કરવાના હેતુથી તેઓ જલ્દી જ પ્રકૃતિની વચ્ચેથી કોઈ ઉપયોગી દૃષ્ટાંત

શોધી લેતા. નદી-નિર્ઝર, વન-પર્વત, વૃક્ષ-છોડ તથા પશુ-પક્ષીઓ જેવી સાધારણ વસ્તુઓના માધ્યમથી તેઓ મોટી-મોટી આધ્યાત્મિક વાતોને ક્ષણભરમાં સ્પષ્ટ કરી દેતા હતા.

સ્વામીજી જ્યાં સુધી આ દ્વીપ પર રહ્યાં, બરાબર એક-બે શિષ્યોની સાથે નદીની તરફ ફરવા નિકળતા અને નિતાન્ત શાન્ત વાતાવરણમાં તટ પર બેસીને સમાધિમાં મગ્ન થઈ જતા. એમણે શિષ્યોને બતાવી રાખ્યું હતું કે કઠિન સમાધિની સ્થિતિથી એમને ચેતનાવસ્થામાં લાવવા માટે કયા પ્રકારનું મંત્રોચ્ચારણ એમના કાનમાં કરવું જોઈએ. તેથી જ્યારે ક્યારેય સમાધિ તૂટવામાં વિલંબ થતો, તો એમના શિષ્ય સ્થિતિ સંભાળી લેતા.

કુમારી ડચરના બધા અતિથિ સામૂહિક રૂપથી દૈનિક ગૃહકાર્યમાં મદદ કરતા. ત્યાં સુધી કે સ્વામીજી પણ ક્યારકે-ક્યારેક ભોજન પકાવવું કામ પોતાના હાથમાં લઈ લેતા. ભારતીય પાકકળા અનુસાર ચિકણાસ અને મરચા-મસાલા નાખીને તેઓ ચટપટું વ્યંજન તૈયાર કરતા અને ખૂબ મનથી ખવડાવતા. પરંતુ એ પ્રકારના ભોજનથી કેટલાક શિષ્યોની નાક અને આંખોથી પાણી નિકળવા લાગતું, કંઠમાં બળતરાં થતી, પરંતુ તેઓ બધું ખાઈ જતા, કશું બાકી ના રાખતા. ભલું સ્વામીજીની બનાવેલી વસ્તુને એંઠી છોડીને એનું અપમાન કેવી રીતે કરે?

ભોજન પછી મધ્યાહ્નમાં સ્વામી વિદ્યાર્થી-વિદ્યાર્થિનીઓની સાથે ઘરની ઉપરના આંગણમાં બેસીને ભારતની પ્રાચીન સભ્યતાના વિષયમાં વાત કરતા. એની સાથે જ તેઓ મધ્યકાલીન ઇતિહાસ પર પણ પ્રકાશ નાખતા અને લોકોને બતાવતા કે ભારતમાં મુસલમાન વિજેતા બનીને આવ્યા હતા અને વિજિત થઈને જીવન ગુજારી રહ્યા છે. તેઓ મુસલમાનોને બરાબર 'મારા મુસલમાન ભાઈ' કહીને સંબોધિત કરતા. એમની દૃષ્ટિમાં ભારત ફક્ત હિન્દુઓનો જ દેશ ન હતો, બલ્કે એમના 'મુસલમાન ભાઈઓ'નો પણ દેશ હતો.

ક્યારેક-ક્યારેક સ્વામીજીને પોતાના અંતર્મનની ધ્વનિ સંભળાઈ પડતી અને તેઓ એક ભવિષ્યવક્તા બની જતા. એક વખત આ જ પ્રકારની મનઃસ્થઇતિમાં એમણે કહ્યું હતું કે થોડા સમય પછી સંસારમાં એક મોટી ઉથલ-પુથલ થશે, જેનાથી એક નવા યુગનો પ્રારંભ થશે. ખૂબ વિચિત્ર વાત, કે સ્વામીજીએ એ પણ કહ્યું હતું કે આ ઉથલ-પુથલ રશિયા અને ચીન દ્વારા થશે. થોડી ક્ષણ પછી એમણે ફરી કહ્યું- 'યૂરોપ જ્વાળામુખીના મુખ પર ટકેલું છે. જો આધ્યાત્મિકતાના પૂરથી એની આગ ના ઓલવવામાં આવી, તો એનો વિધ્વંસ થઈ જશે.' આ વાત ૧૮૯૫ ઈ.સ.ની છે. વીસ વર્ષની અંદર ૧૯૧૪માં પ્રથમ વિશ્વ યુદ્ધનો જ્વાળામુખી ફૂટી પડ્યો અને ૧૯૧૭માં રશિયાની મહાન ક્રાંતિ જેણે ખરેખર સંસારમાં એક મોટી ઉથલ-પુથલને જન્મ આપ્યો.

સ્વામીજીની એક શિષ્યા એસ.ઈ. બાલ્ડોએ, જે એમની સાથે ન્યૂયૉર્ક આવી હતી, એણે અહીંયાના જીવનનું ખૂબ જ સુંદર વર્ણન કર્યું છે- 'સ્વામીજી ક્રીડાશીલ, વિનોદપ્રિય, ઉલ્લાસની સાથે પરિહાસ કરવા તથા વાતનો તરત વ્યંગ્યાત્મક જવાબ આપવામાં પ્રવીણ હતા, છતાં પણ એક ક્ષણ માટે તેઓ કંઈક ને કંઈક બોલવા કે ઉદાહરણ આપવાનો વિષય મેળવી લેતા હતા અને ક્ષણમાં જ તેઓ અમને આકર્ષક હિન્દુ પૌરાણિક કથાઓથી એકદમ ગંભીર દર્શનની વચ્ચે ખેંચીને લઈ જતા હતા. સ્વામીજી પૌરાણિક કથાઓના અશેષ ભંડાર હતા. હકીકતમાં પ્રાચીન આર્યોથી વધીને અન્ય કોઈ પણ જાતિમાં એટલી

વધારે પૌરાણિક કથાઓ નથી. તેઓ અમને એ વાર્તાઓને સંભળાવીને ખુશ થતા હતા અને અમે પણ એમને સાંભળવા ઇચ્છતા હતા, કેમ કે તેઓ એ વાર્તાઓની પાછળ જે સત્ય સમાયેલ હતું, એને બતાવી દેવા તથા એનાથી મૂલ્યવાન ધર્મ વિષયક ઉપદેશોનો આવિષ્કાર કરવાનું ભૂલતા ન હતા.'

વાર્તાની સાથે-સાથે કવિતા. એક વખત અહીંયા પોતાના શિષ્યોની સામે સંન્યાસીઓના ત્યાગની મહિમાની ચર્ચા કરતા-કરતા સ્વામીજી એટલા આત્મ-વિભોર થઈ ગયા કે એકાએક તેઓ આસન છોડીને ઊભા થઈ ગયા અને ટહેલવા લાગ્યા. પછી થોડી જ ક્ષણો પછી પોતાની જગ્યા પર બેસી ગયા, અને 'સંન્યાસી ગીત' શીર્ષક કવિતા લખવા લાગ્યા. ગીતમાં કડી પર કડી જોડાતી ચાલી ગઈ. આ પ્રકારે એમણે કેટલાય પૃષ્ઠોને રંગી નાખ્યા. જ્યારે એમમે ગીતની અંતિમ પંક્તિને પૃષ્ઠ પર સજાવી લીધું તો રાહતનો શ્વાસ લીધો. એમને ચહેરા પર અસીમ ધીરતા અને કોમળતા ઉભરી આવી હતી. સ્વામીજી એ કવિતાના પૃષ્ઠોને જમણા હાથમાં ઉઠાવીને મધુર સ્વરમાં ગાવા લાગે છે :

છેડો સંન્યાસી, છેડો એ તાન મનોહર,
ગાઓ એ ગાન, જાગ્યું જે અચ્યુત હિમાદ્રિ શિખર પર.

... ...

તોડો સાંકળો, જેનાથી ઝકડાયેલા છે પગ તમારા
એ સોનાની છે, તો શું કસવામાં તમને હારે?
અનુરાગ-ઘૃણા-સંઘર્ષણ, ઉત્તમ વા અધમ વિવેચન,
આ દ્વન્દ્વ ભાવને ત્યાગો, હે ત્યાજ્ય ઉભય આલંબન.
આદર ગુલામ મેળવો, અથવા કોડાઓનો માર ખાઓ,
તે હંમેશાં ગુલામ રહેશે, કલંકનું તિલક લગાવીને.

... ...

તું ચિત્ત-શાંતિ ના ત્યાગતો, આનંદ નિમજ્જિત,
યશ ક્યાં, ક્યાં અપયશ, આ ધારામાં ના વહેજે.
જ્યારે નિંદક અને પ્રશંસક, જ્યારે નિંદિત અને પ્રશંસિત,
એકાત્મક એક જ છે બધું, ત્યારે કોણ પ્રશંસિત, નિંદિત?
આ ઐક્ય-જ્ઞાન હૃદયંગમ કરીને હે સંન્યાસીવર,
નિર્ભય આનંદિત ઉરથી ગાઓ એ ગાન મનોહર.

જ્યારે 'સંન્યાસી ગીત' સમાપ્ત થાય છે, તો એ પૃષ્ઠોને ભૂમિ પર રાખીને તેઓ જલ્દીથી ઊભા થઈ જાય છે. એવું લાગે છે, જાણે કોઈ અતિ જરૂરી કાર્ય, જેને તેઓ ભૂલી ગયા હતા, તે હવે યાદ આવી ગયું છે. પછી પોતાના સ્વરમાં મીઠાશ ઉમેરીને તેઓ બોલ્યા, હું હવે તમારા લોકો માટે ખાવાનું બનાવવા જઈ રહ્યો છું અને ખૂબ શાંતિથી ઊભા થઈને પોતાના શિષ્યોને માટે એ જ ક્ષણે કેટલાક ભારતીય વ્યંજન તૈયાર કરવામાં લાગી ગયા.

સ્વામીજી પોતાના શિષ્યોના નાનાથી નાના અભાવોની પૂર્તિ કરવી પોતાનો ધર્મ સમજતા હતા તથા આ ધર્મને કાર્યાન્વિત કરીને ખુશ થતા હતા. એમના શિષ્યોમાં ઘણાની અવસ્થા એમની પોતાની અવસ્થાથી વધારે મોટી હતી, છતાં પણ તેઓ બધાને

પુત્રવત્ પ્રેમ પ્રદાન કરતા હતા. સાથે જ જ્યારે પણ પશ્ચિમી શિષ્ટાચારના સ્વરૂપથી તેઓ પોતાને અનભિજ્ઞ સમજતા તો બાલસુલભ સરળતાની સાથે પોતાના વિદેશી શિષ્યો અને મિત્રોથી પૂછી બેસતા કે અમુક સ્થિતિમાં એમણે કયા પ્રકારનો વ્યવહાર કરવો જોઈએ અથવા અમુક પ્રસંગ પર એમણે શું બોલવું જોઈએ. અને લોકોથી ભિન્ન એક સંન્યાસી હોવા પર પણ તેઓ શિષ્ટાચારના સામાજિક નિયમોનું ઉલ્લંઘન કરવા ઇચ્છતા ન હતા. પરંતુ આખરે તો મનુષ્ય જ હતા, ક્યારેક-ક્યારેક આ ઉલ્લંઘન થઈ પણ જતું. સ્વામીજીની પ્રિય શિષ્યા સિસ્ટર ક્રિસ્ટીનના શબ્દોમાં - 'એ યુગમાં જ્યારે પુરુષ સ્ત્રીઓની સન્મુખ સિગારેટ પીતા ન હતા, ત્યારે તેઓ સિગારેટનો ધુમાડો એમના મુખ પર જાણીજોઈને ઉડાવ્યા કરતા. જો તે કોઈ બીજું હોય તો હું એની તરફ પીઠ ફેરવીને બેસી જતી અને એનાથી ક્યારેય ના બોલતી. ક્ષણભર માટે હું પોતાનામાં સમેટાઈ ગઈ પરંતુ ફરી તરત મેં પોતાને ધિક્કારી અને ત્યાં આવવાનું કારણ યાદ કર્યું. હું એ વ્યક્તિની પાસે આવી હતી, જેમાં મેં એવી આધ્યાત્મિકતા જોઈ હતી, જેની હું સ્વપ્નમાં પણ કલ્પના કરી શકી ન હતી.'

થાઉજેન્ડ આઈલેન્ડ પાર્કમાં સ્વામીજી લગભગ બે મહીના રોકાયા. અહીંયા દસ-બાર વિદ્યાર્થી-વિદ્યાર્થિનીઓની વચ્ચે એમણે જે ઉપદેશ આપ્યા, એને એક શિષ્યાએ લિપિબદ્ધ કરી લીધા હતા. પછીથી એ 'ઇન્સપાયર્ડ ટાક્સ' નામથી પુસ્તકના રૂપમાં પ્રકાશિત થયા. 'દેવવાણી' એ જ પુસ્તકનું અનુવાદ છે. અહીંયા સ્વામીજીએ પોતાના બે શિષ્યોને સંન્યાસની દીક્ષા પણ આપી. સંન્યાસાશ્રમ અનુસાર એમના નામ બદલીને સ્વામી કૃપાનંદ અને સ્વામી અભયાનંદ કરી દેવામાં આવ્યા. અન્ય પાંચ શિષ્યોએ પણ બ્રહ્મચર્ય વ્રત ધારણ કરવાની પ્રતિજ્ઞા કરી. એના પછી જે અન્ય લોકો બચ્યા, એમને મંત્ર દ્વારા સાધારણ શિષ્યના રૂપમાં દીક્ષિત કરવામાં આવ્યા. સ્વામીજી પોતાના આ જ વિશ્વસનીય શિષ્યો દ્વારા અમેરીકામાં વેદાંત દર્શનનું પ્રચાર કાર્ય કરાવવા ઇચ્છતા હતા. સિસ્ટર ક્રીસ્ટીને એમને ભારતમાં લોક હિતેષી કાર્ય માટે પસંદ કર્યા. પરંતુ એક અન્ય શિષ્યા શ્રીમતી ફંકીની અભિલાષા મનમાં જ રહી ગઈ. જ્યારે એણે પોતાની ઇચ્છા સ્વામીજીની સામે રાખી તો એમણે કહ્યું : ' તારે ઘરબાર છે. ડિટ્રાએટ જાઓ, પોતાના પતિ અને પરિવારની સેવામાં જ ભગવાનને જુઓ. વર્તમાન માટે તારો એ જ માર્ગ છે.'

સ્વામીજી અહીંયા ધર્મ અને દર્શનના ચિંતન-મનન, અધ્યયન-અધ્યાપનમાં લાગ્યા રહ્યા છતાં પણ એમને વિશ્રામનો અવકાશ પ્રચુર માત્રામાં મળતો હતો. અહીંયાના પર્યાપ્ત વિશ્રામ, સોહામણું વાતાવરણ, ઉત્તમ જળવાયુ તથા શાંત વાતાવરણે એમના કથળેલા સ્વાસ્થ્યમાં ધીમે ધીમે સુધાર લાવી દીધો. બે મહીના પછી તેઓ પુનઃ પોતાના શિષ્યોની સાથે ન્યૂયૉર્ક ચાલ્યા ગયા અને નવા ઉત્સાહની સાથે વેદાંત-પ્રચારના કામમાં સંલગ્ન થઈ ગયા.

આ પ્રકારે અમેરીકામાં પૂર્ણ રીતે વ્યસ્ત રહીને પણ સ્વામીજીનું ધ્યાન બરાબર ભારતની તરફ રહેતું હતું. ખાસ કરીને એમની વિશ્વધર્મ મહાસભામાં જે શાનદાર વિજય થયો, એની ભારતમાં કોઈ પ્રતિધ્વનિ થઈ કે નહીં, એ જાણવા માટે તેઓ વધારે વ્યગ્ર હતા.

શિકાગોની વિશ્વ ધર્મ મહાસભાનું વૃતાંત ભારતની પત્ર-પત્રિકાઓમાં ખૂબ જ ભવ્ય રપથી છપાયું. એમાં અમેરીકી સમાચાર પત્રોથી ઉદ્ધૃત સ્વામીજીના વિષયમાં પ્રશંસાત્મક પંક્તિઓ પણ છપાઈ. સ્વામીજીએ અમેરીકા જેવા દેશમાં હિન્દૂ ધર્મનું માન વધાર્યું,

વેદાંતની ધ્વજા લહેરાવી, એ જાણીને ભારતવાસી ફૂલ્યા ના સમાયા. પરંતુ જ્યારે ધર્મ મહાસભામાં સ્વામીજીએ ભારત સ્થિતિ ઈસાઈ મિશનરીઓના પ્રચાર કાર્યની ખરાબ રીતે નિંદા કરી, તો અમેરીકાની સાથે-સાથે ભારતના ઈસાઈ મિશનરી પણ ક્રોધિત થઈ ઉઠ્યા અને સ્વામીજીની વિરુદ્ધ અફવાઓ ફેલાવવા લાગ્યા. સ્વામીજીની અપરિમિત ખ્યાતિથી ઈર્ષ્યાગ્રસ્ત બ્રહ્મસમાજ પ્રતાપચન્દ્ર મજુમદાર ભારત પાછા આવ્યા હતા અને હવે ઈસાઈ મિશનરીઓની આગમાં ઘી નાંખી રહ્યા હતા. સ્વામી વિવેકાનંદના નામ-યશનું પવિત્ર વાતાવરણ કેટલીક હદ સુધી દૂષિત થવા લાગ્યું. આ દૂષિત વાતાવરણની દુર્ગંધ અમેરીકાના વાયુમંડળને પણ વિષાક્ત કરવા લાગી હતી, તેમ છતાં અમેરીકામાં સ્વામીજીને નજીકથી જોવા-પરખવાવાળા લોકો એના પ્રભાવથી અલગ હતા. સ્વામીજી જાણતા હતા કે એમની પાછળ એક અદૃશ્ય શક્તિ કામ કરી રહી છે. તેથી એમને ખૂબ જ આત્મવિશ્વાસ હતો કે અમેરીકી જનતા પર આ અફવાઓની કોઈ ચિરસ્થાયી અસર નહીં પડે.

છતાં પણ તેઓ ભાગ્યના સહારે હાથ પર હાથ રાખીને બેસવાવાળા સંન્યાસી ન હતા. તેઓ કર્મઠ યોગી હતા. એમનામાં કુશળ રાજનીતિજ્ઞની પ્રતિભા હતી. કોઈ કામમાં સફળતા પ્રાપ્ત કરવા માટે સચ્ચાઈની સાથે કયો માર્ગ અપનાવવો જોઈએ, એ એમને સારી રીતે જ્ઞાત હતો. અમેરીકામાં ફેલાઈ રહેલી અફવાઓથી મુક્તિ મેળવવા માટે સ્વામીજીએ પોતાના એક ભારતના શિષ્ય અલાસિંગાની પાસે ૯ એપ્રિલ, ૧૮૯૪એ એક પત્રમાં લખ્યું કે તે કોઈ પ્રભાવશાળી વ્યક્તિની અધ્યક્ષતામાં એક સભા આયોજિત કરે, જેમાં વિશ્વ ધર્મસભાના હિન્દૂ ધર્મનું પ્રતિનિધિત્વ કરવા માટે વિવેકાનંદનું જોરદાર સમર્થન કરવામાં આવે અને પારિત પ્રસ્તાવને અમેરીકાના કેટલાય મુખ્ય પત્ર-પત્રિકાઓના કાર્યાલયોમાં મોકલી દેવામાં આવે. એમણે એ પણ લખ્યું કે એની નકલો વિશ્વ ધર્મ મહાસભાના સભાપતિ તથા અને કેટલાય પ્રમુખ વ્યક્તિઓની પાસે મોકલી દેવામાં આવે. સ્વામીજીએ આ પ્રમુખ વ્યક્તિઓ તથા સભાપતિના નામ-સરનામા અલાસિંગાને લખી મોકલ્યા. એની સાથે-સાથે સ્વામીજીએ અલાસિંગાને એ પણ લખ્યું : 'આ સભાને જેટલી વધારે મોટી બનાવી શકો, તેટલી બનાવો. ધર્મ તેમજ દેશના નામ પર બધા મોટા માણસોને એમાં ભાગ લેવા માટે પકડો. મૈસૂરના મહારાજા તથા દીવાનથી આ સભા અને એના ઉદ્દેશ્યનું સમર્થન કરવાવાળો પત્ર પ્રાપ્ત કરવાની ચેષ્ટા કરો. એવો જ એક પત્ર ખેતરી નરેશથી પણ પ્રાપ્ત કરો. મતલબ એ કે જેટલી મોટી સભા અને એનો અવાજ ઉઠાવી શકો, એટલું જ સારું છે. પ્રસ્તાવ કંઈક આ પ્રકારના આશયનો હશે કે, મદ્રાસની હિન્દૂ જનતા મારા અહીંયાના કાર્યો પ્રત્યે પોતાનો પૂર્ણ સંતોષ પ્રગટ કરે છે, વગેરે. .. એનાથી જેટલી જલ્દી હોય એટલું જ ઠીક એનું વ્યાપક પરિણામ હશે. મારા ભાઈ, બ્રહ્મ સમાજના લોકો અહીંયા મારી વિરુદ્ધ દરેક પ્રકારની બકવાસ કરી રહ્યા છે. આપણે જેટલું જલ્દી થઈ શકે, એમનું મ્હોં બંધ કરાવવું પડશે.

પરંતુ આ કામ જલ્દી ના થઈ શક્યું. એપ્રિલ વીત્યો, મે વીત્યો અને જૂન પણ વીતવા આવી ગયો. ભારતથી કોઈ વાંછિત સમાચાર ના મળ્યા. ત્યાં અમેરીકામાં એમના પર બોછારો પડી રહી હતી. એવી સ્થિતિમાં કોઈ આશ્ચર્ય નથી કે સ્વામીજી નિરાશ અને

ક્ષુબ્ધ થઈ ઉઠ્યા. ૨૮ જૂને એમણે પુનઃ પોતાના એક મદ્રાસના શિષ્યની પાસે લખ્યું - 'મેં હિન્દુઓને વધારે પરખી લીધા છે. હવે જે કંઈ પ્રભુની ઇચ્છા છે એ જ થશે. નતમસ્તક થઈને બધું સ્વીકારવામાં પ્રસ્તુત છું. મને અકૃતજ્ઞ ન સમજતા, મદ્રાસીઓએ મારા માટે જે કંઈ કર્યું છે, હું એના યોગ્ય ન હતો અને એમણે પોતાની શક્તિથી વધારે મારી મદદ કરી છે. આ મારી જ મૂર્ખતા હતી કે ક્ષણભર માટે પણ મને એ ખ્યાલ ના આવ્યો કે આપણે હિન્દૂ લોકો હજુ મનુષ્યતા પ્રાપ્ત નથી કરી શક્યા અને હું પોતાની આત્મનિર્ભરતા ગુમાવીને એમના પર નિર્ભરશીલ થઈ ચુક્યો હતો, આથી મારે આટલું કષ્ટ ઉઠાવવું પડ્યું. પ્રતિક્ષણ હું એ જ આશા લગાવીને બેઠો હતો પણ ભારતથી એક પણ સમાચાર પત્ર સુધી મને પ્રાપ્ત ના થયું. મારા મિત્ર મહીનાઓ સુધી પ્રતીક્ષા કરતા રહ્યાં, કરતાં રહ્યા, જ્યારે કોઈ પણ સમાચાર ન મળ્યા, એક અવાજ સુધી ના સંભળાયો, ત્યારે ઘણાઓનો ઉત્સાહ ભંગ થઈ ગયો અને એ લોકોએ મારો ત્યાગ કર્યો. મનુષ્યો પર, પશુધર્મીઓ પર નિર્ભર રહેવાનો દંડ મને મળ્યો, કેમ કે મારા દેશવાસીઓમાં હજુ સુધી મનુષ્યતાનો વિકાસ નથી થયો. પોતાની પ્રશંસા સાંભળવા માટે તેઓ અત્યંત ઉત્સુક રહે છે, પણ જ્યારે બીજાઓની મદદ માટે કશું કહેવાનો અવસર આવે છે, ત્યારે તેઓ ક્યાં ખોવાઈ જાય છે એની ખબર નથી પડતી.'

સ્વામીજીના અનુયાયી વધારે દિવસો સુધી નિષ્ક્રિય ના રહ્યા. સ્વામીજીનું નામ તો ભારતના મોટા-મોટા નગરોમાં ફેલાઈ જ ચુક્યું હતું. હવે કેટલીય જગ્યાએ સભાઓનું આયોજન કરવામાં આવ્યું અને સ્વામી વિવેકાનંદના કાર્યોની ખૂબ જોરદાર શબ્દોમાં પ્રશંસા કરવામાં આવી. મદ્રાસમાં રાજા સર રામાસ્વામી મુદાલિયર અને દીવાન બહાદુર સર સુબ્રહ્મણ્યમ ઐય્યર, સી.આઈ.ઈ. મહાશયના નેતૃત્વમાં વિરાટ સભા આયોજિત થઈ. નગરના વિખ્યાત વિદ્વાન અને પ્રસિદ્ધ સજ્જનોએ ઉપસ્થિત થઈને સ્વામીજીના પ્રચાર કાર્યનું સમર્થન કર્યું અને સભાની કાર્યવિધિઓના વિવરણની સાથે સ્વામીજીની પાસે ઉત્સાહવર્ધક પત્ર લખ્યા. એની સાથે-સાથે શિકાગોના વિશ્વ ધર્મ સંમેલનમાં સ્વામી વિવેકાનંદ દ્વારા હિન્દૂ ધર્મના પ્રતિનિધિત્વનું સમર્થન કરતા અમેરીકાની મુખ્ય પત્ર-પત્રિકાઓમાં પણ આ લોકોએ પ્રસ્તાવ મોકલ્યા. રામનદના રાજા ભાસ્કર સેતુપતિ તથા ખેતરી મહારાજા શ્રી અજીતસિંહ બહાદુર બંને રાજશિષ્યોએ પોત-પોતાના દરબારમાં ખૂબ જ શાનની સાથે, પોતાની પ્રજાને બોલાવીને, હિન્દૂ જાતિનું માન વધારવાવાળા પોતાના ગુરુદેવ સ્વામી વિવેકાનંદના કાર્યોની પ્રશંસા કરી. એની સાથે જ એમણે વિશ્વ ધર્મ મહાસંમેલનમાં સનાતનધર્મની શ્રેષ્ઠતા પ્રતિપાદન કરવા માટે આભાર વ્યક્ત કરીને એમની પાસે ખૂબ જ સુંદર પત્ર લખ્યા.

સૌથી મોટો સમારંભ કલકત્તામાં થયો. કેમ ન થાય, આખરે સ્વામી વિવેકાનંદ અહીંના જ તો હતા. અહીંયાના કેટલાય લોકો એમને વ્યક્તિગત રૂપથી ઓળખતા હતા. ખાસ કરીને એમના ગુરુભાઈ તો આનંદ અને ઉત્સાહથી ફુલ્યા નહોતા સમાઈ રહ્યા. શરૂમાં જ્યારે એમણે સમાચાર પત્રો દ્વારા અમેરીકામાં સ્વામી વિવેકાનંદની સફળતા અને ખ્યાતિની સૂચના મેળવી, તો એમને વિશ્વાસ જ ન તયો કે આ સ્વામી વિવેકાનંદના રૂપમાં એમનો જ સાથી, એમનો જ ગુરુભાઈ 'નરેન' છે. પરંતુ એમણે પોતાના હૃદયનો અવાજ સાંભળ્યો. એમનું હૃદય બૂમો પાડી-પાડીને કહી રહ્યું હતું કે આ વ્યક્તિ અન્ય કોઈ નહીં, પણ એમનો 'નરેન' જ છે. એમાં એવી શક્તિ છે, જે ભૂમંડળને હલાવી દે.

પછી શિકાગોની ધર્મસભા સમાપ્ત થવાના છ મહીના પછી એમને વિવેકાનંદનો એક પત્ર મળ્યો, જેનાથી એમની ધારણા સાચી સાબિત થઈ. કલકત્તાની સભાની સફળતામાં એમનો પણ હાથ હતો એ સહજમાં અનુમાન કરી શકાય છે. ૫ સપ્ટેમ્બર, ૧૮૯૪એ રાજા પ્યારામોહન મુખર્જી, સી.એસ.આઈ.ના સભાપતિત્વમાં ટાઉનહૉલમાં એક ખૂબ મોટી સભા થઈ. સભા આરંભથવાના ખૂબ પહેલાં જ એ ટાઉનહૉલ હજારો શ્રોતાઓથી ઠસાઠસ ભરાઈ ગયો. સભાનું આયોજન હિન્દૂ જાતિના અનેક પ્રમુખ અને પ્રભાવશાળી વ્યક્તિઓ દ્વારા કરવામાં આવ્યું. એમાં કેટલાય સુવિખ્યાત વિદ્વાન, જમીનદાર, અમીર, ઉચ્ચ ન્યાયાલયના ન્યાયાધીશ, પ્રસિદ્ધ સમાજ સેવક, વિશ્વવિદ્યાલયના આચાર્ય, અધ્યાપક, વકીલ અને રાજનીતિજ્ઞ વગેરે તથા કલકત્તા નગરના પ્રતિષ્ઠિત સજ્જન હતા. ઉપસ્થિત સજ્જનોએ વિવેકાનંદના ગૌરવના ગર્વથી ઉત્સાહિત થઈને ઓજસ્વી ભાષણો દ્વારા સ્વામીજીના કાર્યોની પ્રશંસા કરી. આખી સભાએ સ્વરમાં સ્વર મિલાવીને હિન્દૂ સમાજ તરફથી સ્વામી વિવેકાનંદનો આભાર વ્યક્ત કરવા માટે પ્રસ્તુત કરવામાં આવેલા પ્રસ્તાવનું સમર્થન કર્યું. આ સભાના સભાપતિએ સર્વસમ્મતિથી શિકાગો ધર્મ મહાસભાના સભાપતિની પાસે આભારપત્ર મોકલ્યો. રાજા પ્યારામોહન મુખર્જી સી.એસ.આઈ.ના પત્રોત્તરમાં શિકાગો ધર્મ મહાસભાના અધ્યક્ષ ડૉ. બેરોજે આ પ્રકારે લખ્યું : 'શિકાગો ધર્મ મહાસભામાં તમારા મિત્ર સ્વામી વિવેકાનંદ ખૂબ સન્માનની સાથે લેવામાં આવ્યા હતા. એમણે પોતાના ભાષણના બળથી ચુંબકીય આકર્ષણની જેમ બધાને આકૃષ્ટ કરી દીધા હતા. તેઓ પોતાના વ્યક્તિગત પ્રભાવને સારી રીતે વિસ્તારિત કરવામાં સમર્થ થયા હતા. એમના યત્નથી અહીંયાના લોકોમાં ધર્મ અનુશીલનની વિશેષ રૂપથી પ્રવૃત્તિ ઉત્પન્ન થઈ છે. પ્રધાન-પ્રમુખ વિશ્વવિદ્યાલયોમાં એમના ભાષણ તથા અધ્યાપનની વ્યવસ્થા થઈ રહી છે. અમેરીકાની જનતાના હૃદયમાં ભારતવર્ષ પ્રત્યે વિશેષ કૃતજ્ઞતા તેમજ પ્રેમ છે. અમારો વિશ્વાસ છે કે તમારા પ્રાચીન તેમજ પવિત્ર સાહિત્યથી અમારે અનેક વિષયોને ગ્રહણ કરવા પડશે.'

ભારતમાં સ્વામી વિવેકાનંદના કાર્યોની જે પ્રશંસા થઈ, એનું પૂરું વિવરણ એમને પણ મળ્યું. હવે એમની માનસિક વ્યગ્રતા શાંત થઈ ગઈ. મોડેથી જ ભલે, પણ એમના દેશવાસીઓએ એમના કાર્યનું મહત્ત્વ તો સમજ્યું, એને વિચારીને એમને વધારે સંતોષ થયો. એમણે ન્યૂયૉર્કથી નવેમ્બર ૧૮૯૪ ઈ.સ.એ પોતાના અભિનંદન પત્રના ઉત્તરમાં શ્રી રાજા પ્યારા મુખર્જી, સી.એસ.આઈ.ને ખૂબ જ સ્નેહપૂર્ણ પત્ર લખ્યો. એ પત્રનો એક નાનો એવો અંશ અહીંયા પ્રસ્તુત છે : 'કલકત્તા ટાઉનહૉલની જનસભામાં સ્વીકૃત પ્રસ્તાવ મને પ્રાપ્ત થયો. હું પોતાની જન્મભૂમિના નિવાસીઓના સ્નેહપૂર્ણ વાક્યો તથા મામૂલી કાર્ય પ્રત્યે એમના સહૃદય અનુમોદન માટે હાર્દિક કૃતજ્ઞતા પ્રગટ કરું છું.' મદ્રાસના પોતાના શિષ્ય અલાસિંગાની પાસે એમણે લખ્યું : 'હજુ સુધી તમે અદ્ભુત કાર્ય કર્યું છે. મારા બાળકો, ક્યારેક-ક્યારકે હું ગભરાઈને કંઈક લખી દઉં છું, એના પર ધ્યાન ન આપતા. પોતાના દેશથી પંદર હજાર માઇલ દૂર પર એકલો રહેવા અને કટ્ટરપંથી શત્રુભાવોપન્ન ઈસાઈઓની સાથે એક-એક ઇંચ જમીન માટે લડતા રહેવા પર ક્યારેક-ક્યારેક ગભરાઈ ઉઠવું સ્વાભાવિક છે. મારા સાહસી બાળકો, તમારે આ વાતોને ધ્યાનમાં રાખીને જ કાર્ય કરતા રહેવું જોઈએ.'

સ્વામીજીના ભારતીય મિત્ર, શિષ્યગણ તથા એમના પ્રશંસક ઇચ્છતા હતા કે તેઓ જલ્દી ભારત પાછા આવે અને નવભારત નિર્માણ માટે એમના પથ-પ્રદર્શક બને. પરંતુ સ્વામીજી હજુ તરત ભારત પાછા ફરવા માટે તૈયાર ન હતા. આ પત્રોના જવાબમાં એમણે લખ્યું : 'મારા ભારત પાછા આવવા માટેની વાત આ પ્રકારે છે. જેમ કે તમે સારી રીતે જાણો છો કે હું પોતાની ધુનનો પાક્કો છું. મેં આ દેશમાં એક બીજ વાવ્યું છે, તે હજુ છોડ બની ગયું છે અને હું હવે આશા કરું છું કે તે જલ્દી જ વૃક્ષ બની જશે. મારા બે-ચાર સો અનુયાયી છે. હું અહીંયા કેટલાયને સંન્યાસી બનાવીશ. ત્યારે એમને કામ સોંપીને ભારત આવીશ. ઈસાઈ પાદરી જેટલો મારો વિરોધ કરે છે, એટલું જ મેં નક્કી કરી લીધું છે કે એમના દેશમાં સ્થાયી ચિહ્ન છોડી જઈશ.' સ્વામીજી ઇચ્છતા હતા કે ભારત પાછા ફરવાથી પહેલાં તેઓ અમેરીકામાં વેદાંત પ્રચાર માટે જગ્યા-જગ્યાએ કેટલીય સમિતિઓ સ્થાપિત કરી દે. કોઈ મતનો પ્રચાર કરવા માટે અમેરીકા વિશ્વમાં સૌથી ઉપયોગી સ્થાન છે, તેઓ એવો અનુભવ કરતા હતા. એક સ્થાન પર પોતાના શિષ્યોને તેઓ લખે છે :'આ વિદેશી લોકો મારો એટલો આદર કરે છે, જેટલો કે ભારતમાં આજ સુધી ક્યારેય નથી થયો જો હું ઇચ્છું તો પોતાનું જીવન એશોઆરામમાં વિતાવી શકું છું. પરંતુ હું સંન્યાસી છું, અને હે ભારત, તારા બધા અવગુણોના હોવા છતાં પણ હું તારાથી પ્રેમ કરું છું. આથી થોડા મહીનાઓ પછી હું ભારત પાછો આવીશ.'

અમેરીકના કામ હજુ પૂરા થયા ન હતા કે ઇંગ્લેન્ડથી આમંત્રણ આવવા લાગ્યા. ઘણા દિવસોથી સ્વામીજીના હૃદયમાં ઇંગ્લેન્ડ જવા અને ત્યાં હિન્દૂ ધર્મનો પ્રચાર કરવાની લાલસા હિલોળા લઈ રહી હતી. કુમારી હેનરીએટા મૂલરે, જેમને ભારતીય દર્શન શાસ્ત્રથી વિશેષ અનુરાગ હતો, એમણે સ્વામીજીને કેટલીય વખત ઇંગ્લેન્ડ બોલાવ્યા હતા. પરંતુ સ્વામીજી એમની ઇચ્છા પૂરી કરી શક્યા ન હતા. સ્વામીજીના થાઉજેન્ડ આઈલેન્ડ પાર્કથી ન્યૂયૉર્ક પાછા ફરવા પર શ્રી ઈ.ટી. સ્ટર્ડી સ્વામીજીને લંડન બોલવવા માટે વારંવાર પત્ર લખવા લાગ્યા. તેઓ સ્વામીજીના મોટા ભક્ત હતા. એમણે પોતાના પત્રોમાં સ્વામીજીને ખૂબ જ આશ્વાસન આપ્યા કે તેઓ સ્વામીજીના પ્રચાર કાર્યમાં યથાસંભવ મદદ કરશે, પરંતુ સ્વામીજી હજુ સુધી નિશ્ચય કરી શક્યા ન હતા કે કયા સમયે ઇંગ્લેન્ડ જવું યોગ્ય રહેશે. ઠીક એ જ સમયે ન્યૂયૉર્કના એક ધનવાન મિત્રએ સ્વામીજીને પોતાની સાથે ફ્રાંસ અને ઇંગ્લેન્ડ ચાલવા માટે આગ્રહ કર્યો. આટલી સરળતાથી મનની અભિલાષા પૂરી થતી જોઈને સ્વામીજીએ પોતાની સંમતિ આપી દીધી.

અમેરીકામાં બે વર્ષના અનવરત પરિશ્રમથી સ્વામીજી ખૂબ થાકી ગયા હતા. આમ તો થાઉજેન્ડ પાર્કમાં એમને વધારે વિશ્રામ મળ્યો હતો. પરંતુ ક્લાસ, ભાષણ, ગોષ્ઠી, મનન-ચિંતન તથા સમાધિ વગેરેથી પૂર્ણ રૂપથી છુટકારો મળ્યો ન હતો. એમણે વિચાર્યું કે સમુદ્રની શાંત યાત્રાથી એમના શરીર અને મસ્તિષ્કને પૂર્ણ આરામ મળશે. પછી ઇંગ્લેન્ડ પહોંચીને તેઓ બમણા ઉત્સાહથી ત્યાંના લોકોની સામે પોતાના સનાતન ધર્મનો સંદેશ ફેલાવવામાં લાગી જશે.

ઓગષ્ટના મધ્યમાં સ્વામીજીએ પોતાના મિત્રની સાથે ઇંગ્લેન્ડ જવા માટે પ્રસ્થાન કર્યું. ત્યાં તેઓ લગભગ સાડા ત્રણ મહીના રહ્યા. એમનો ઇંગ્લેન્ડ પ્રવાસ કેટલીય દૃષ્ટિઓથી અત્યંત મહત્ત્વપૂર્ણ હતો. પરંતુ એનું વિવરણ આગલા અધ્યાયમાં આપવામાં આવશે. ઇંગ્લેન્ડના કામના મહત્ત્વને સ્વામીજી સારી રીતે સમજતા હતા, પરંતુ એમનો

અમેરીકી કાર્યક્રમ હજુ પૂરો થયો ન હતો, આથી ૬ ડિસેમ્બર, ૧૮૯૫એ તેઓ પુનઃ ન્યૂયૉર્ક પહોંચી ગયા. પોતાના શિષ્ય સ્વામી કૃપાનંદની સાથે એમણે ન્યૂયૉર્કમાં જ બે મોટા રૂમ, જેમાં લગભગ ૧૫૦ વ્યક્તિઓના ક્લાસ લઈ શકાય, એને ભાડા પર લીધા. અહીંયા કર્મ-યોગ પર નિયમિત રૂપથી ક્લાસ ચાલવા લાગ્યા. કર્મયોગ પર ક્રમબદ્ધ વ્યાખ્યાન પાછળ જઈને 'કર્મયોગ' નામના પુસ્તકના રૂપમાં પ્રકાશિત થયા. આ પુસ્તકને ખૂબ જ પ્રસિદ્ધિ મળી. 'કર્મયોગ'ના વ્યાખ્યાનના સિવાય ૧૫ દિવસોમાં સ્વામીજીએ અન્ય પણ અનેક વિષયો પર તથ્યપૂર્ણ ભાષણ આપ્યા. એમાંથી મુખ્ય વિષય હતા- ધર્મના દાવાઓ એની વિધિઓ અને પ્રયોજન, સાર્વભૌમિક ધર્મનું આદર્શ વિશ્વ, વૃહત્ બ્રહ્માંડ વિશ્વ, સૂક્ષ્મ બ્રહ્માંડ. સ્વામીજીના આ બહુમૂલ્ય વ્યાખ્યાનોને લિપિબદ્ધ કરવા જરૂરી હતા. એના માટે ક્રમશઃ બે વ્યક્તિઓને નિયુક્ત કરવામાં આવ્યા. પરંતુ આ બંનેમાંથી એક પણ ઠીક કામ ના કરી શક્યો. સ્વામીજીના પ્રવાહની સાથે તેઓ ના ચાલી શક્યા. ઠીક એ જ સમયે ઇંગ્લેન્ડથી સ્વામીજીના એક પરિચિત સાંકેતિક લિપિક, જે.જે. ગુડવિન, ન્યૂયૉર્ક આવ્યા. સ્વામીજીના શિષ્યોના આગ્રહ પર તેઓ સ્વામીજીના વ્યાખ્યાનોને લિપિબદ્ધ કરવા લાગ્યા. ગુડવિનને આ કાર્ય માટે બરાબર સ્વામીજીની સાથે રહેવું પડતું હતું. તેથી તેઓ સ્વામીજીની વિચારધારાથી જલ્દી જ પરિચિત થઈ ગયા. સ્વામીજીના સંયમિત-જીવન અને કર્મનો એમના પર ખૂબ ઉંડો પ્રભાવ પડ્યો. તેઓ સ્વામીજીના વૈયક્તિક કામોમાં પણ મદદ કરવા લાગ્યા અને મન, વચન-કર્મથી એમના નજીકના શિષ્ય બની ગયા. સ્વામીજીનો પણ એમના પર ઘણો સ્નેહ હતો. તેઓ હંમેશાં એમને 'મારા વિશ્વાસી ગુડવિન' કહીને સંબોધિત કરતા હતા. એ સમયે સ્વામીજીના મ્હોંથી અનાયાસ નિકળી પડ્યું : 'હવે મારો જમણો હાથ નષ્ટ થઈ ગયો.' સ્વામીજીના બહુમૂલ્ય વ્યાખ્યાન જે પુસ્તકોના રૂપમાં પ્રાપ્ય છે, એમાં ફક્ત 'રાજયોગ' પુસ્તકને છોડીને બાકી બધી ગુડવિનના અથાગ પરિશ્રમનું પરિણામ છે.

ઇંગ્લેન્ડથી સ્વામીજીના પાછા ફરવાના થોડા સમય પછી હિમકણોથી આચ્છાદિત અમેરીકા ક્રિસમસ પર્વની ચહેલ-પહેલથી રંગાઈ ગયું. આ અવસર પર બોસ્ટનથી શ્રીમતી ઓલીના નિમંત્રણ પર સ્વામીજી બોસ્ટન પહોંચી ગયા. ત્યાં કેમ્બ્રિજ વિશ્વવિદ્યાલયની મહિલાઓએ સ્વામીજીના ભાષણ સાંભળવાની ઇચ્છા પ્રગટ કરી. 'ભારતીય નારી જાતિનો આદર્શ'ને વિષય બનાવીને સ્વામીજીએ એક રોચક વ્યાખ્યાન આપ્યું. ઉપસ્થઇત વિદુષી મહિલાઓ પર એનો ખૂબ પ્રભાવ પડ્યો. એમનું હૃદય એટલું મુગ્ધ થઈ ગયું કે એમણે સ્વામીજીની માતાની પાસે ધન્યવાદનો એક પત્ર લખવાનો નિશ્ચય કર્યો. ક્રિસમસ પર્વના અવસર પર એમણે વર્જિન મેરીના ખોળામાં સ્થિત બાળક ઈસાના એક સુંદર ચિત્રની સાથે તે પત્ર સ્વામી વિવેકાનંદની માતાની પાસે ભારત મોકલી દીધો. પત્ર આ પ્રકારે હતો :

'સ્વામી વિવેકાનંદની માતા'ની પાસે,

પ્રિય મહાશયા,

'માતા મેરીના દાનસ્વરૂપ ઈસા મસીહના આવિર્ભાવનો દિવસ અમે આજે ઉત્સવના આનંદમાં વિતાવી રહ્યા છીએ. આ સમયે સ્મૃતિ જાગી ઉઠે છે. પોતાની વચ્ચે તમારા

પુત્રને જોઈને, અમે તમારું શ્રદ્ધાપૂર્વક અભિવાદન કરીએ છીએ. તમારા આશીર્વાદથી પાછલા દિવસ, 'ભારતમાં માતૃત્વનો આદર્શ'ના સંબંધમાં ભાષણ આપીને એમણે અમારા નર-નારીઓ અને બાળકો પર મોટો ઉપકાર કર્યો છે. એમની માતૃપૂજા, શ્રોતાઓના હૃદયમાં પ્રેરણા ભરશે અને એમને ઉન્નત કરશે.'

'તમારા આ પુત્રમાં તમારા જીવન અને કાર્યનો જે પ્રભાવ પ્રગટ થયો છે, એના માટે અમે તમારી સેવામાં અમારી આંતરિક કૃતજ્ઞતા પ્રગટ કરીએ છીએ. માતૃભાવ અને એકતાના જે નિયંતા છે, એ ઈશ્વરના મંગલ આશીર્વાદ સંપૂર્ણ પૃથ્વી પર ફેલાઈ જાય. હૃદયમાં આ આકાંક્ષાને લઈને તમારો જીવતો-જાગતો આદર્શ એમને કાર્યક્ષેત્રની તરફ અગ્રેસર કરે, આ સ્મરણની સાથે અમારી કૃતજ્ઞતા તમે સ્વીકાર કરો.'

બોસ્ટનથી પાછા ફર્યા પછી સ્વામીજીએ ન્યૂયૉર્કમાં હાર્ડિમેન હૉલમાં ૫ જાન્યુઆરી, ૧૮૯૬થી, પ્રતિદિવસ સાર્વજનિક વ્યાખ્યાન આપવાનું શરૂ કર્યું. બ્રુકલિન મેટાફિઝિકલ સોસાયટી અને ન્યૂયૉર્ક પીપલ્સ ચર્ચમાં આપવામાં આવનાર ભાષણોને સાંભળવા માટે અપાર જનસમૂહ એકઠો થવા લાગ્યો. સ્વામીજીના શરીરમાં જાણે ક્યાંથી શક્તિ એકત્ર થઈ ગઈ કે તેઓ આ વ્યાખ્યાનો સિવાય પ્રતિદિવસ બે વખત પ્રશ્નોત્તર ક્લાસનો સમય અલગથી કાઢી લેતા અને જિજ્ઞાસુ શ્રોતાઓના ભ્રમનું નિવારણ કરતા હતા. એની સાથે કેટલાક વ્યક્તિઓને સાધનાનું પ્રશિક્ષણ પણ આપ્યા કરતા હતા. સ્વામીજીના વ્યાખ્યાનથી લોકો દિન-પ્રતિદિન વધારેમાં વધારે સંખ્યામાં આકૃષ્ટ થવા લાગ્યા. થોડા જ સમયમાં લોકો એટલી મોટી સંખ્યામાં આવવા લાગ્યા કે અહીંયા એ બધાના ઊભા રહેવાની જગ્યા પણ ઓછી પડવા લાગી. તેથી ફેબ્રુઆરી મહીનામાં મેડિસન સ્ક્વાયર ગાર્ડનને, જ્યાં લગભગ પંદરસો લોકોને બેસવાની જગ્યા મળી શકતી હતી, એને ભાષણ માટે ઠીક કરવામાં આવ્યો. પરંતુ સ્થિતિ એ થઈ ગઈ કે ત્યાં પણ બધા લોકોને બેસવાની જગ્યા ના મળી શકી. છતાં પણ લોકો લગભગ બે કલાક સુધી મંત્રમુગ્ધ થઈને, ઊભા રહીને વ્યાખ્યાન સાંભળીને જ ઘેર પાછા જતા. આ જ મહીનામાં સ્વામીજીએ હાર્ટફોર્ડ મેટાફિઝિકલ સોસાયટીમાં 'આત્મા અને ઈશ્વર' પર ભાષણ આપ્યું તથા એના પછી બ્રુકલિન નૈતિક સભામાં પણ કેટલાય ઉચ્ચકોટિના વ્યાખ્યાન આપ્યા. આ ભાષણોથી પ્રભાવિત થઈને 'હાર્ટફોર્ડ ડેલી ટાઈમ્સ' તથા 'ન્યૂયૉર્ક હેરલ્ડ' જેવા પ્રમુખ સમાચારપત્રોએ સ્વામી વિવેકાનંદના વિષયમાં ખૂબ ઉત્સાહવર્ધક લેખ લખ્યા. બ્રુકલિનના એક પ્રસિદ્ધ વિદ્વાન હેલેન હંટિગ્ટને 'બ્રહ્મવાદિન' પત્રિકામાં લખ્યું :

''.....ઈશ્વરની એ કૃપા છે કે એમણે ભારતથી અમારા માટે એક આધ્યાત્મિક પથ પ્રદર્શક મોકલ્યો છે. આ શિક્ષકનો સુંદર દાર્શનિક દૃષ્ટિકોણ ધીમે ધીમે પરંતુ નિશ્ચિત રૂપથી આ દેશના નૈતિક જીવનમાં પ્રવેશ કરતો જઈ રહ્યો છે. અસાધારણ શક્તિ અને પાવન ચરિત્ર યુક્ત આ વ્યક્તિએ એક ઉન્નત અને આધ્યાત્મિક તથા માનવ બુદ્ધિ દ્વારા સમજવા યોગ્ય પવિત્ર ભાવોની વ્યાખ્યા કરી છે. સ્વામી વિવેકાનંદે અમારા લોકોની સામે એવા ધર્મનો પ્રચાર કર્યો છે, જે સંપ્રદાય કે મતવાદના બંધનોથી પૂર્ણ રૂપથી મુક્ત છે; આત્મોન્નતિ, પવિત્રતા તેમજ સ્વર્ગીય આનંદને આપવાવાળો છે તથા બધી પ્રકારે

નિષ્કલંક છે.' આગળ ચાલીને એમણે એ જ લેખમાં લખ્યું : *'સ્વામી વિવેકાનંદે પોતાના શિષ્યો અને અનુયાયીઓની સીમાની બહાર પણ અનેક મિત્ર પ્રાપ્ત કર્યા છે; એમણે મિત્રતા અને ભ્રાતૃત્વની ભાવનાથી સમાજના બધા સ્તરોમાં પ્રવેશ કર્યો છે; એમના ભાષણ અને ક્લાસની વાતચીત સાંભળવા માટે નગરના શ્રેષ્ઠ ચિંતનશીલ અને વિદ્વાન વ્યક્તિ ઉપસ્થિત થતા હતા; અને એમનો પ્રભાવ આધ્યાત્મિક જાગૃતિના પ્રબળ પ્રવાહના રૂપમાં ફેલાઈ ગયો છે. કોઈ પ્રકારની પ્રશંસા તેમજ નિંદા, કોઈ વાતનું અનુમોદન કે પ્રતિવાદ એમને ઉત્તેજિત ના કરી શક્યા. ધન અથવા સન્માન પણ એમના પર પોતાનો કોઈ પ્રભાવ ના છોડી શક્યા અને ના કોઈ પણ વિષયમાં પક્ષપાતી બનાવી શક્યા.'*

૨૮ ફેબ્રુઆરીએ સ્વામીજીએ મેડિસન સ્ક્વેયર ગાર્ડનમાં સાર્વજનિકસભા કરવી સમાપ્ત કરી દીધી. એના પહેલાં એમણે 'ભક્તિયોગ', 'જ્ઞાન યોગ' તથા 'સાંખ્ય અને વેદાંત' જેવા દાર્શનિક વિષયો પર ભાષણ આપ્યા હતા. આ જ મહીનામાં શ્રીરામકૃષ્ણના જન્મ દિવસનો ઉત્સવ પણ મનાવવામાં આવ્યો. આ અવસર પર 'મારા ગુરુદેવ' શીર્ષકથી એમણે ખૂબ જ કવિત્મય ભાષામાં વ્યાખ્યાન આપ્યું, જેની લોકોએ ખૂબ પ્રશંસા કરી. સ્વામીજીએ આ સમયે ત્રણ વ્યક્તિઓને સંન્યાસની દીક્ષા આપી. આ સંન્યાસી શિષ્યોના સિવાય કેટલાય સાધારણ ગૃહસ્થ પણ સ્વામીજીના શિષ્ય બની ગયા, એવા શિષ્યોમાં વિલ્કાક્સ દંપત્તિ ખાસ કરીને ઉલ્લેખનીય છે. શ્રીમતી વિલ્કાક્સ પહેલાં-પહેલા પોતાના પતિની સાથે કૌતૂહલવશ સ્વામીજીનું ભાષણ સાંભળવા ગઈ હતી. કેટલાય વર્ષ પછી ૧૯૦૭માંએમણે પોતાના એ સમયના અનુભવના સંબંધમાં 'ન્યૂયૉર્ક અમેરિકન' નામની પત્રિકામાં લખ્યું : 'દસ મિનિટ વીતવાથી પહેલાં જ હું અનુભવ કરવા લાગી કે અમને લોકોને એક સૂક્ષ્મ જીવનદાયક રહસ્યપૂર્ણ ભાવલોકમાં લઈ જવામાં આવી રહ્યા છે. ભાષણનો અંત થવા પર અમે નવીન સાહસ, નવીન આશા, નવીન શક્તિ અને નવીન વિશ્વાસ લઈને ઘેર આવ્યા. મારા પતિએ કહ્યું- 'આ જ દર્શન શાસ્ત્ર છે, આ જ ઈશ્વરની ધારણા છે. હું અનેક દિવસોથી જેનું અન્વેષણ કરી રહ્યો છું, તે આ જ ધર્મ છે.'

ન્યૂયૉર્કમાં પોતાનું કામ સમાપ્ત કરીને સ્વામીજી ૧૫ દિવસો માટે ડિટ્રાએટ ચાલ્યા ગયા. એમની સાથે એમના સંકેત લેખક, 'વિશ્વાસી ગુડવિન' હતા. એમણે 'રિશલૂ' નામની એક નાની પારિવારિક હોટલમાં બે રૂમ ભાડા પર લઈ લીધા. અહીંયાના વિશાળ કક્ષને તેઓ ક્લાસની બેઠક તથા ભાષણ માટે વ્યવહાર કરતા. પરંતુ તે એટલો મોટો ન હતો કે એમાં ઘણા બધા લોકો એકઠા થઈ શકે. અનેક લોકોને નિરાશ થઈને પાછા જવું પડતું હતું. બેઠક કક્ષ, આંગણ, સીડી તેમજ પુસ્તકાલય રૂપ બધા એટલા ભરાઈ જતા હતા કે ત્યાં એક માણસના બેસવાની જગ્યા પણ બચતી ન હતી. આટલા લોકોની વચ્ચે રહીને તથા એમનાથી વાતચીત કરતા સ્વામીજી એ દિવસોમાં બધા સાંસારિક કોલાહલથી દૂર ભાવના લોકમાં વિચરણ કરતા લાગી રહ્યા હતા. શ્રીમતી ફૂંકીના શબ્દોમાં : 'એ સમયે તેઓ ભક્તિથી ઓત-પ્રોત રહેતા હતા. ઈશ્વર પ્રેમ જ એમની ભૂખ-તરસ હતી. એક પ્રકારના દેવી ઉન્માદથી તેઓ ગ્રસ્ત લાગતા હતા. લાગતું હતું, જાણે જગત્ જનનીના તીવ્ર પ્રેમથી એમનું હૃદય વિદીર્ણ થઈ રહ્યું છે.' ડિટ્રાએટમાં જનસાધારણની સામે એમની અંતિમ ઉપસ્થિતિ 'બેથેલ' મંદિરમાં થઈ. એક શ્રદ્ધાળુ ભક્ત શ્રી રાવી લુઈ ગ્રોસમેન એ મંદિરમાં પૂજારી હતા. એ રવિવારની સંધ્યાએ ત્યાંએટલી

વધારે ભીડ હતી કે સેંકડો વ્યક્તિઓને પાછા જવું પડ્યું. સ્વામીજીએ પોતાના ભાષણથી એ વિશાળ શ્રોતા સમૂહને મંત્રમુગ્ધ કરી દીધા. વિષય હતો- 'પાશ્ચાત્ય જગતમાં ભારતનો સંદેશ' અને 'વિશ્વ ધર્મનો આદર્શ'. ભાષણ આપતા સમયે સ્વામીજીનું સ્વાભાવિક તેજ ઉપર આવી જતું હતું, પરંત એ દિવસે એ તેજની અંદર કેટલાક લોકોએ એમનું એક બીજું રૂપ પણ જોયું. એની થોડી ઝલક આપણને શ્રીમતી ફૂંકીના વર્ણનમાં મળે છે- 'મેં એ રાત્રે સ્વામીજીને જે પ્રકારે જોયા, એવું ફરી ક્યારેય ના જોયું. એમના સૌંદર્યમાં થોડી એવી વસ્તુ હતી, જે આ પૃથ્વીની ન હતી. એવું લાગતું હતું જાણે આત્મા શરીરના બંધનને તોડીને ભાગી નિકળવાનો પ્રયત્ન કરી રહી હોય. અને એ સમયે પહેલા-પહેલા મને એમના આસન્ન દેહાવસાનનો પૂર્વાભાસ મળ્યો. અનેક વર્ષોના અથાગ પરિશ્રમથી તેઓ શ્રાન્ત થઈ ગયા હતા. આ જ કારણે એવું લાગી રહ્યું હતું કે તેઓ વધારે દિવસો સુધી આ પૃથ્વી પર નહીં રહે. મેં પોતાના મનને સમજાવવાનો પ્રયત્ન કર્યો. પરંતુ મારી અંતરાત્મા સત્યને ઓળખતી હતી. એમને વિશ્રામની જરૂર હતી. પરંતુ તેઓ સમજી રહ્યા હતા કે એમને કાર્ય કરતાં જ રહેવાનું છે.'

તેઓ ડિટ્રાએટમાં હંમેશાં જ પોતાના શિષ્યોથી એવું કહેતા સાંભળવામાં આવ્યા, 'ઓહ, આ શરીર એક મહાબંધન છે.' ક્યારેક-ક્યારેક એમના મ્હોંથી નિકળી પડતું : 'કાશ, હું ખુદને હંમેશાં માટે છુપાવી લેતો.'

એ શક્ય છે કે ડિટ્રાએટમાં વિવેકાનંદ થોડા વિશેષ થાકેલા નજરે પડી રહ્યા હોય, પરંતુ હકીકત તો એ હતી કે હંમેશાં એમની અંદર બે વ્યક્તિત્વ નિવાસ કરતા હતા - એક કાર્યક્ષેત્રમાં રત અને બીજું મનન-ચિંતનમાં. બહુધા રોજ જ એમના આ બંને સ્વરૂપો નજરે પડી શકતા હતા. જ્યાં એક તરફ તેઓ ભાષણો, ક્લાસો વગેરેમાં વ્યસ્ત રહેતા, ત્યાં બીજી તરફ અવસર મળવા પર ઊંડા ચિંતનમાં ડૂબી જતા, લાગતું કે બધું છોડીને તેઓ ચિર શાંતિમાં લીન થઈ જવા ઇચ્છે છે. એમના આ સ્વરૂપની ઝાંખી એમના ૧૮૯૫ના વસંતકાળમાં ન્યૂયૉર્કમાં લખેલી કવિતા - 'મેરા ખેલ સમાપ્ત હુઆ (મારો ખેલ સમાપ્ત થયો)'માં મળે છે. એનું ગુજરાતી અનુવાદ અહીં પ્રસ્તુત છે.

સમયની લહેરોની સાથે,
નિરંતર ઉઠતા અને પડતા
હું ચાલ્યો જઈ રહ્યો છું,
જિન્દગીના જ્વાર-ભાટાની સાથે-સાથે
આ ક્ષણિક દશ્ય એક પર એક આવે-જાય છે.
આહ, આ અપ્રતિહત પ્રવાહથી
કેટલો થાક થઈ ગયો છે મને,
આ દશ્ય બિલ્કુલ નથી ગમતા,
આ અનવરત વહેણ અને પહોંચવું ક્યારેય નહીં,
ત્યાં સુધી કે તટની દૂરની ઝલક પણ નથી મળથી.
જન્મ જન્માન્તરોમાં, એ દ્વારો પર વ્યાકુળ પ્રતીક્ષા કરી,
પરંતુ, હાય, તેઓ ના ખુલ્યા.

પ્રકાશનું એક કિરણ પણ મેળવવામાં અસફળ આ આંખો
પથરાઈ ગઈ.
જીવનના ઊંચા અને સાંકડા પુલ પર ઊભા હોય
નીચે નજર કરું છું અને જોઉં છું-
સંઘર્ષરત, ક્રન્દન કરતા અને અટ્ટહાસ્ય કરતા લોકોને
કેમ?
કોઈ નથી જાણતું.
તે જુઓ સામે-
અંધકાર ત્યોરી ચઢાવીને અડ્યો છે, અને કહે છે-
'આગળ ડગલું ન રાખો, આ જ સીમા છે,
ભાગ્યને લલચાઓ નહીં, સહન કરો, જેટલું કરી શકો!
જાઓ, એમાં જ મળી જાઓ
અને આ જીવનનો પ્યાલો પીને
એમના જેવા જ પાગલ બની જાઓ!
જે જાણવાનું સાહસ કરે છે,
દુઃખ ભોગવે છે;
ત્યારે રોકાઓ અને એમની જ સાથે રોકાઓ;
આહ, મને વિશ્રામ પણ નથી!
આ પરપોટાની જેમ ભટકતી ધરતી
એનું ખોખલું રૂપ, ખોખલું નામ,
એના ખોખલા જન્મ-મરણ,
આ નિરર્થક છે મારા માટે.
ખબર નહીં, નામ-રૂપની સપાટીઓની પાર
ક્યારે પહોંચીશ.
ખોલો, દ્વાર ખોલો, મારા માટે એમને ખુલવું જ પડશે.
ઓ માં, પ્રકાશના દ્વાર ખોલો!
માં! તારો થાકેલો બાળક છું હું.
હું ઘેર આવવા ઈચ્છું છું માં! ઘેર આવવા ઈચ્છું છું !
હવે મારો ખેલ સમાપ્ત થઈ ચુક્યો.
તેં મને અંધકારમાં રમવા મોકલી દીધો,
અને ભયાનક આવરણ ઓઢી લીધું,
ત્યારે જ આશાએ સાથ છોડી દીધો,
ભયે આતંકિત કર્યો
અને આ રમત એક કઠિન કર્મ બની ગઈ
અહીંથી તહીં, લહેરોના થપાટા સહન કરવા,

ઉદ્દામ લાલસાઓ અને ઊંડી પીડાઓના ઉછળી રહેલા,
ઉત્તાલ તરંગોથી પૂર્ણ મહાસમુદ્રમાં
સુખોની આશામાં
જ્યાં જીવન મૃત્યુ જેવું ભયાનક છે અને જ્યાં
મૃત્યુ પછી નવું જીવન આપીને એ જ સમુદ્રની લહેરોમાં
સુખ-દુઃખની થપાટો, સહન કરવા ધકેલી દે છે.
જ્યાં બાળકો સુંદર, સોનેરી, ચમકીલા સ્વપ્ન જુએ છે.
અને એ ધૂળમાં જ મળી જાય છે,
જરા પાછળ વળીને જુઓ-
ખોવાયેલું જીવન, જાણે જંગનો ઢેર.
ઘણા સમયથી ઉંમરને જ્ઞાન મળે છે.
જ્યારે પૈડું અમને દૂર પટકી દે છે,
નવા સ્ફૂર્ત જીવન પોતાની શક્તિઓ આ ચક્રને પીવડાવી દે છે,
જે ચાલતું રહે છે અનવરત, દિવસ પર દિવસ, વર્ષ પર વર્ષ.
આ ફક્ત છે માયા એક રમકડું !
જૂઠી આશાઓ, ઈચ્છાઓ અને સુખ-દુઃખના અરોંથી બનેલું
આ પૈડું!
હું ભટક્યો છું, ખબર નહીં, ક્યાં ચાલ્યો જાઉં,
મને આ આગથી બચાવો!
રક્ષા કરો દયામયી માં! આ ઈચ્છાઓમાં વહેવાથી બચાવો.
પોતાનું ભયાવના રૌદ્ર મુખ ના દેખાડો માં!
એ મારા માટે અસહ્ય છે,
મારા પર કૃપા કરો, દયા કરો
માં, મારા અપરાધોને સહન કરો
માં, મને એ તટ પર પહોંચાડો
જ્યાં સંઘર્ષ ના હોય,
આ પીડાઓ, આ આંસુઓ અને ભૌતિક સુખોથી દૂર,
જે તટની મહિમાને
આ રવિ, શશિ, ઉડુગન અને વિદ્યુત પણ અભિવ્યક્તિ નથી આપતા
ફક્તએના પ્રકાશનું પ્રતિબિંબ લઈને ફરે છે.
ઓ માં! મૃગ-પિપાસા, મારા સ્વપ્નોના આવરણ
તને જોવાથી મને ના રોકી શકે,
મારો ખેલ હવે સમાપ્ત થઈ રહ્યો છે માં!
આ શ્રૃંખલાની કડીઓ તોડો,
મુક્ત કરો મને!

ડિટ્રાએટથી ન્યૂયૉર્ક પાછા ફરવાના થોડા સમય પછી સ્વામીજી ફરી હારવર્ડ ગયા. ત્યાં ૨૫ માર્ચ, ૧૮૯૬એ એમનું વેદાંત દર્શન પર ખૂબ જ મહત્ત્વપૂર્ણ ભાષણ થયું. ત્યાંના પ્રાધ્યાપકો તથા વિદ્યાર્થીઓ પર એની ખૂબ ઊંડી અસર પડી. એમના ત્યાં આપવામાં આવેલા ભાષણોને પછીથી પુસ્તકાકાર રૂપમાં પ્રકાશિત કરવામાં આવ્યું. એ વિશ્વવિદ્યાલયના પ્રાધ્યાપક શ્રી સી.સી. એવરેટે ખૂબ હર્ષની સાથે એ પુસ્તકની વિસ્તૃત ભૂમિકા લખી. એમાં એક સ્થાન પર એમણે લખ્યું છે- '.....સ્વામી વિવેકાનંદે પોતાના વ્યક્તિત્વ અને પોતાના કાર્યોમાં લોકોમાં ખૂબ મોટી રુચિ ઉત્પન્ન કરી છે. હિન્દૂ વિચારધારાથી વધીને હકીકતમાં કોઈ અન્ય વિષય નથી.' સ્વામીજીને હારવર્ડમાં 'પ્રાચ્ય દર્શન શાસ્ત્ર'ના પ્રાધ્યાપકનું પદ પણ પ્રદાન કરવાની ઇચ્છા પ્રગટ કરવામાં આવી. પરંતુ એમણે એક સંન્યાસી હોવાના સંબંધે એનો અસ્વીકાર કરી દીધો.

અમેરીકા છોડવાથી પહેલાં સ્વામી વિવેકાનંદ ત્યાં એક એવી સંસ્થાનો પાયો નાખવા ઇચ્છતા હતા, જે વિદાંત પ્રચાના કાર્યને બરાબર ચાલુ રાખે. એમના હાર્વર્ડ પાછા ફરવા પર આ કામ પૂરું થઈ ગયું. એને ચલાવવાનો ભાર લીધો વિવેકાનંદ દ્વારા દીક્ષિત અમેરીકી સંન્યાસીઓએ, જેમાં મુખ્ય હતા : સ્વામી કૃપાનંદ, સ્વામી અભયાનંદ, સ્વામી યોગાનંદ અને બહેન હરિદાસી. સંસ્થાનું નામ 'વેદાંત સોસાયટી' પડ્યું. એના સિવાય સ્વામીજીના અન્ય કેટલાય સંપન્ન મિત્ર, ભક્ત અને શિષ્ય લોકોએ એમના વેદાંત દર્શનના પ્રચાર કાર્યમાં સાથ આપવાનું વચન આપ્યું. શ્રી એચ. લિગેટ જે ત્યાંના એક સંપન્ન વ્યક્તિ હતા, એમને વેદાંત સોસાયટીના સભાપતિ બનાવવામાં આવ્યા. આ પ્રકારે આ સમિતિનું કામ સુચારૂ રૂપથી ચાલવાનું આરંભ થઈ ગયું. સ્વામીજીને પોતાના મિત્રો, ભક્તો અને શિષ્યો પર વધારે વિશ્વાસ હતો. આથી ૧૫ એપ્રિલ ૧૮૯૬એ અમેરીકાથી વિદાય લેવાના અવસર પર એમનું મન વધારે શાંત અને પ્રસન્ન હતું.

જેમ કે સ્વાભાવિક હતું કે અમેરીકા છોડતા સમયે એમણે ત્યાંના પોતાના જીવન પર વારંવાર વિચાર્યું. અહીં-તહીં દોડતા-દોડતા ભાષણ આપતા, ક્લાસ લેતા-લેતા તેઓ વધારે થાકી ગયા હતા અને થોડી શાંતિ અને વિશ્રામનો અવસર મેળવવા માટે વ્યગ્ર હતા. પરંતુ અમેરીકામાં જે કંઈ એમણે કર્યું હતું એનાથી એમને સંતોષ હતો. અમેરીકા છોડવાના થોડા સમય પહેલાં ૨૫ જાન્યુઆરી ૧૮૯૬એ શ્રીમતી ઓલી બુલના નામે પત્રમાં એમણે લખ્યું- 'મેં પોતાની શક્તિભર કામ કર્યું છે. જો એમાં સત્યોનું કોઈ બીજ છે,તો તે યથાકાળ અંકુરિત થશે. આથી મને કોઈ ચિંતા નથી. વ્યાખ્યાન આપતા-આપતા અને ક્લાસ લેતા-લેતા હું હવે થાકી પણ ગયો છું. ...મારો એ વિશ્વાસ વધારેમાં વધારે વધતો જઈ રહ્યો છે કે કર્મનો ધ્યેય ફક્ત ચિત્તની શુદ્ધિ છે, જેનાથી તે જ્ઞાન પ્રાપ્ત કરવાના અધિકારી થઈ શકે. આ સંસાર પોતાના ગુણ-દોષ સહિત અનેક રૂપોમાં ચાલતો રહેશે. પુણ્ય અને પાપ ફક્ત નવા નામ અને નવા સ્થાન બનાવી લેશે. મારી આત્મા નિરવચ્છિન્ન તેમજ અનશ્વર, શાંતિ અને વિશ્રામ માટે આતુર છે.' આ પત્રમાં આગળ ચાલીને વિવેકાનંદે લખ્યું છે : 'આહ! હું તરસતો છું - પોતાના ચિંથરાઓ માટે, પોતાના મુંડિત મસ્તક માટે, વૃક્ષની નીચે સૂવા માટે અને ભિક્ષાના ભોજન માટે બધી બુરાઈઓ છતાં પણ ભારત એકમાત્ર સ્થાન છે, જ્યાં આત્મા પોતાની મુક્તિ, પોતાના ઈશ્વરને

મેળવે છે. આ પશ્ચિમી ચમક-દમક નિસ્સાર છે, ફક્ત આત્માનું બંધન છે. સંસારની નિસ્સારતાનું મેંપોતાના જીવનમાં પહેલાં ક્યારેય આવી દઢતાથી અનુભવ કર્યો ન હતો.'

અમેરીકા છોડવાથી પહેલાં સૌથી વધારે ભાવભીના પત્ર સ્વામીજીએ કુમારી મેરી હેલને લખ્યા. ૧૦ ફેબ્રુઆરી, ૧૮૯૬એ 'ચિર સ્નેહી ભાઈ'ના પોતાની 'પ્રિય બહેન'ને લખવામાંઆવેલા પત્રના નિમ્નલિખિત ઉદ્ધરણ ના ફક્ત બંનેના પવિત્ર મધુર બંધનના સ્વરૂપની ઝાંખી આપે છે, બલ્કે અમેરીકા પ્રવાસના અંતિમ દિવસોમાં વિવેકાનંદની મનોદશાનું પણ માર્મિક ચિત્ર ઉપસ્થિત કરે છે :

'સતત કામ કરવાને કારણે મારું સ્વાસ્થ્ય આ વર્ષે ખૂબ જ તૂટી ગયું છે. હું ખૂબ જ ગભરાઈ રહ્યો છું. આ કારણે હું એક પણ રાત ઠીકથી નથી સૂઈ શક્યો. મને લાગે છે, હું કામ તો ખૂબ કરી રહ્યો છું, છતાં પણ ઈંગ્લેન્ડમાં ખૂબ વધારે કામ મારી પ્રતીક્ષા કરી રહ્યું છે.

મારે આ સહન કરવું જ પડશે અને ત્યારે, હું આશા કરું છું કે ભારત પહોંચીને વિશ્રામ લઈશ. જીવનભર મેં સંસારની ભલાઈ માટે શક્તિ અનુસાર ચેષ્ટા કરી છે. ફળ ભગવાનના હાથમાં છે.

હવે હું વિશ્રામ કરવા ઈચ્છું છું. આશા કરું છું કે મને વિશ્રામ મળશે અને ભારતના લોકો મને રજા આપશે. હું કેટલુંય ઈચ્છું છું કે કેટલાય વર્ષો સુધી ગૂંગો થઈ જાઉં અને એક શબ્દ પણ ન બોલું.

હું સાસરના આ ઝમેલાઓ અને સંઘર્ષો માટે બન્યો ન હતો. હકીકતમાં હું સ્વપ્ન વિલાસી અને આરામતલબ છું. હું જન્મજાત આદર્શવાદી છું, ફક્ત સપનાઓની દુનિયામાં રહી શકું છું. હકીકતનો સ્પર્શમાત્ર મારી દૃષ્ટિ ધુંધળી કરી દે છે અને મને દુઃખી બનાવી દે છે. તારી ઈચ્છા પૂર્ણ થાય.

હું તમે ચારેય બહેનોનો ચિર કૃતજ્ઞ છું. આ દેશમાં મારું જે કંઈ પણ છે, બધું તમારા લોકોનું છે. ભગવાન તમારી હંમેશાં મંગલ કરે અને સુખી રાખે. હું જ્યાં પણ રહીશ, તમારી યાદ, પ્રેમ તથા હાર્દિક કૃતજ્ઞતાની સાથે આવતી રહેશે. મારી આકાંક્ષા, જાગતા સ્વપ્ન જોતા રહેવાની છે. બસ ! મારો પ્રેમ જોસેફિનને પણ.'

કેવી વિડમ્બના ! વારંવાર વિવેકાનંદ વિચારે છે; વધારે દોડ થઈ ચુકી. હવે ભારત પહોંચીને શાંતિ મળશે, ભારત પહોંચીને આરામ મળશે. બીજી તરફ તેઓ સારી રીતે જાણતા હતા કે સૌથી વધારે કામ, સૌથી વધારે કામ તો એમણે ભારત પહોંચીને જ કરવું પડશે.

હકીકતમાં અમેરીકામાં ફરતા સમયે તેઓ પોતાના ભારતના કાર્યક્રમના સંબંધમાં બરાબર વિચારતા રહેતા હતા.ધીમે-ધીમે એનું સ્વરૂપ એમના માનસ-પટલ પર ઉભરતું જઈ રહ્યું હતું અને ભારતીય શિષ્યો અને અનુયાયીઓની પાસે લખવામાં આવેલા પત્રોમાં તેઓ એનું નિરુપણ કરતા પોતાના ભારતીય શિષ્યો અને અનુયાયીઓની પાસે લખવામાં આવેલા પત્રોમાં તેઓ એનું નિરુપણ કરતા જતા હતા. સૌથી પહેલાં તેઓ એ જરૂરી સમજતા હતા કે એમના અનુયાયી ધર્મના વાસ્તવિક સ્વરૂપને સમજી જાય. એમના ભગવાન ગ્રંથો અને મંદિરો સુધી જ મર્યાદિત ન હતા. શિષ્ય આલસિંગાના નામે પત્રમાં તેઓ લખે છે : 'હું એ ભગવાન કે ધર્મનો વિશ્વાસ નથી કરતો, જે ના વિધવાઓના આંસૂ

લૂછી શકે છે અને ના અનાથોના મ્હોંમાં એક રોટલીનો ટુકડો જ પહોંચાડી શકે છે. કોઈ ધર્મના સિદ્ધાંત કેટલા જ ઉદાત્ત તેમજ એનું દર્શન કેટલું જ સુગઠિત કેમ ન હોય, જ્યાં સુધી તે કેટલાક ગ્રંથો અને મતો સુધી જ પરિમિત છે, હું એને નથી માનતો. અમારી આંખોની સામે છે. પાછળ નહીં, સામે વધતા રહો. જેને તમે પોતાનો ધર્મ કહીને ગૌરવનો અનુભવ કરો છો, એને કાર્ય રૂપમાં પરિણત કરો. ...જો ભલાઈ ઈચ્છો છો, તો ઘંટ વગેરેને ગંગાજીમાં સોંપીને સાક્ષાત્ ભગવાન નારાયણની વિરાટ અને સ્વરાટની,માનવ દેહધારી પ્રત્યેક મનુષ્યની પૂજામાં તત્પર થાઓ. આ જગત્ ભગવાનનું વિરાટ રૂપ છે તેમજ એની પૂજાનો અર્થ છે એની સેવા. હકીકતમાં કર્મ એનું જ નામછે, નિરર્થક વિધિ ઉપાસનાના પ્રપંચનું નહીં. કલાકો પછી ચમર લેવાનું અથવા ભોજનની થાળી ભગવાનની સામે રાખીને દસ મિનિટ બેસવું છે કે અડધો કલાક, આ પ્રકારના વિચાર-વિમર્શનું નામ કર્મ નથઈ, આ તો પાગલપણું છે. લાખો રૂપિયા ખર્ચ કરીને કાશી તથા વૃંદાવનના મંદિરોના દ્વાર ખુલે છે અને બંધ થાય છે. ક્યાંક ઠાકુરજી વસ્ત્ર બદલી રહ્યા છે, તો ક્યાંક ભોજન અથવા અન્ય કશુંક કરી રહ્યા છે, જેનું ઠીક તાત્પર્ય આપણે નથી સમજી શકતા. પરંતુ બીજી તરફ જીવિત ઠાકુર ભોજન તથા વિદ્યા વિશે મરી જઈ રહ્યા છે. મુંબઈના વાણિયા લોકો માકણો માટે હૉસ્પિટલ બનાવી રહ્યા છે. પરંતુ મનુષ્યોની તરફ એમનું કશું પણ નથી, ભલે તે મરી જ કેમ ન જાય. તમારા લોકોમાં આ વાતોને સમજવા સુધીની પણ બુદ્ધિ નથી. આ આપણા દેશ માટે પ્લેગની સમાન છે અને પૂરા દેશમાં પાગલોનો અડ્ડો.'

શ્રીમતી એની બેસેન્ટની દૃષ્ટિમાં સ્વામી વિવેકાનંદ એક 'સંન્યાસી યોદ્ધા' હતા. આ એમણે વિવેકાનંદના અમેરીકામાં વેદાંત પ્રચારના કામને ધ્યાનમાં રાખીને લખ્યું હતું. આ જ અર્થમાં કેટલાક લોકો એમને 'હિન્દૂ નેપોલિયન' પણ કહે છે. પરંતુ એમના યોદ્ધા રૂપની સૌથી સબળ ઝાંખી તો એમના ભારતની અંદરના કામોમાં જ મળે છે. અમેરીકાથી તેઓ પોતાના ભારતીય અનુયાયીઓને બરાબર આગળ વધતા રહેવાનું આહ્વાન કરતા રહેતા, જેનાથી તેઓ ધર્મના નવા સ્વરૂપને સાકાર બનાવવાના કામમાં અવિલમ્બ હોય છે- આ ઝાંખી છે એક કમાંડરની, જેને સેનાનું નેતૃત્વ કરવાનું છે : 'મારી તરફ ના જુઓ, પોતાની તરફ જુઓ. સામે વધતા રહો. ...તમારી સામે વિસ્તૃત કાર્યક્ષેત્ર છે. વધતા ચાલો, બધું જ ઠીક થઈ જશે. જો હકીકતમાં તમે બધા મારા બાળકો છો, તો તમે કોઈ વસ્તુથી નહીં ડરો, ક્યાંય પણ રોકાશો નહીં. તમે સિંહની જેમ બની જશો.'

સ્વામીજીની દૃષ્ટિમાં મુખ્ય કામ ભારતની ગરીબી અને અજ્ઞાનથી યુદ્ધ હતું. તેઓ ઈચ્છતા હતા કે ભારતના અગણિત સાધુ-સંન્યાસી સ્વમુક્તિની કામના લઈને નિષ્ક્રિય બનીને અહીં-તહીં ભટકતા ન ફરે, પરંતુ સમાજ સેવાના કામમાં લાગી જાય. આ જ સંદર્ભમાં એમનો એક પત્ર ગુરુભાઈના નામે. ' ભાઈ, ... દેશની ગરીબી અને અજ્ઞતા જોઈને મને ઊંઘ નથી આવતી. મેં એક યોજના વિચારી, એને કાર્યાન્વિત કરવાનો મેં દૃઢ સંકલ્પ કર્યો. કન્યાકુમારીના માતા કુમારીના મંદિરમાં બેસીને, ભારતની અંતિમ ચટ્ટાન પર બેસીને મેં વિચાર્યું કે આપણે જે આટલા સંન્યાસી ફરતા રહીએ છીએ અને લોકોને દર્શન શાસ્ત્રની શિક્ષા આપતા રહીએ છીએ, આ બધું નર્યું પાગલપણું છે. શું

આપણા ગુરુ કહ્યા નહોતા કરતા કે ખાલી પેટે ધર્મ નથી થતો? તે જે ગરીબ જાનવરો જેવું જીવન વ્યતીત કરી રહ્યા છે, એનું કારણ અજ્ઞાનતા છે. પાજિઓએ યુગ-યુગથી લોહી ચૂસીને પીધું છે અને એમણે પગોથી કુચળ્યા છે.

'વિચારો, ગામડે-ગામડે કેટલા સંન્યાસી ફરે છે, તેઓ શું કામ કરે છે? જો કોઈ નિઃસ્વાર્થ પરોપકારી સંન્યાસી ગામડે-ગામડે વિદ્યા દાન કરતો ફરે અને જાત-જાતના ઉપાયથી માનચિત્ર, કેમેરા, ભૂ-ગોલક વગેરેના સહારે ચાંડાલ સુધી બધાની પ્રગતિ માટે ફરે તો શું એનાથી સમય પર મંગલ નહીં થાય? (આ બધી યોજનાઓ હું આ નાના પત્રમાં નથી લખી શકતો) વાત એ છે કે 'જો પહાડ મોહમ્મદની પાસે ન જાય, તો મોહમ્મદ જ પહાડની પાસે જશે. (અર્થાત્ જો ગરીબ છોકરાં વિદ્યાલયોમાં ના આવી શકે, તો એમના ઘેર જઈને જ એમને શીખવાડવું પડશે.)' ગરીબ લોકો એટલા બેહાલ છે કે તેઓ સ્કૂલો અને પાઠશાળાઓમાં નથી આવી શકતા. અને કવિતા વગેરે ભણાવવાથી કોઈ લાભ નથી. આપણે રાષ્ટ્રની હેસિયતથી પોતાનું વ્યક્તિત્વ ગુમાવી દીધું છે અને આ બધી ખરાબીનું કારણ છે. આપણે રાષ્ટ્રને, એના ખોવાયેલા વ્યક્તિભાવને પાછો લાવવાનો છે અને જન-સમુદાયને ઉઠાવવાનો છે. હિન્દૂ, મુસલમાન, ઈસાઈ બધાએ એમને પગો તળે કુચળ્યા છે. એમને ઉઠાવવાવાળી શક્તિ પણ અંદરથી અર્થાત્ હિન્દુઓથી જ આવશે.'

અમેરીકાના અતિ ઉચ્ચ સામાજિક સ્તરને જોઈને એમનું હૃદય પોતાના ભારતના દીન-દુઃખી અશિક્ષિત વ્યક્તિઓની પ્રગતિ માટે વધારે વિકળ થઈ જતું હતું. ભારતના દીન-દુઃખી તેમજ પછાત લોકોની દશામાં સ્થાયી સુધાર લાવવાનો એક જ માર્ગ એમની દૃષ્ટિમાં શ્રેયષ્કર હતો. આ માર્ગ હતો શિક્ષાનો. એમણે પોતાના મિત્રો અને શિષ્યોના પત્રોમાં વારંવાર એ લોકોના ધ્યાન આ તરફ આકર્ષિત કર્યા. એમના એક જ એવા પત્રના કેટલાક અંશ : ''જીવનમાં મારી સર્વોચ્ચ અભિલાષા એ જ છે કે એક એવું ચક્ર પ્રવર્તિત કરી દઉં, જે ઉચ્ચ તેમજ શ્રેષ્ઠ વિચારોને બધાના દ્વારે પહોંચાડી દે અને પછી સ્ત્રી-પુરુષ પોતાના ભાગ્યનો નિર્ણય ખુદ કરી લે. આપણા પૂર્વજો તથા અન્ય દેશોએ પણ જીવનના મહત્ત્વપૂર્ણ પ્રશ્નો પર શું વિચાર કર્યો છે, એ સર્વ-સાધારણને જાણવા દો. ખાસ કરીને એમને એ જોવા દો કે બીજા લોકો આ સમયે શું કરી રહ્યા છે અને ત્યારે એમને પોતાનો નિર્ણય કરવા દો. રાસાયણિક દ્રવ્ય એકઠાં કરી દો અને પછી પ્રકૃતિના નિયમાનુસાર તે કોઈ વિશેષ આકાર ધારણ કરી લેશે. પરિશ્રમ કરો, અટલ રહો અને ભગવાન પર શ્રદ્ધા રાખો. કામ શરૂ કરી દો. મોડેથી જ ભલે, હું આવી જ રહ્યો છું. 'ધર્મને નુકસાન પહોંચાડ્યા વગર જનતાની ઉન્નતિ' એને પોતાનું આદર્શ વાક્ય બનાવી લો.''

''યાદ રાખો કે રાષ્ટ્ર ઝૂંપડીમાં વસેલું છે. પરંતુ શોક! એ લોકો માટે ક્યારેય કોઈએ કશું નથી કર્યું. આપણા આધુનિક સુધારક વિધવાઓના પુનર્વિવાહ કરાવવામાં ખૂબ વ્યસ્ત છે. નિશ્ચય જ મને પ્રત્યેક સુધારથી સહાનુભૂતિ છે, પરંતુ રાષ્ટ્રની ભાવી પ્રગતિ વિધવાઓને વધારેમાં વધારે પતિ મળવા પણ નહીં પરંતુ 'આમ જનતાની અવસ્થા' પર નિર્ભર છે. શું તમે જનતાની પ્રગતિ કરી શકો છો? એમનું ખોવાયેલું વ્યક્તિત્વ, એમની

સ્વાભાવિક આધ્યાત્મિક વૃત્તિ નષ્ટ કર્યા વગર એમને પાછું અપાવી શકો છો? શું સમતા, સ્વતંત્રતા, કાર્યકૌશલ અને પૌરુષમાં તમે પાશ્ચાત્યોના ગુરુ બની શકો છો?''

પાશ્ચાત્ય જગતથી જે બધાથી મોટી શિક્ષા સ્વામી વિવેકાનંદે ગ્રહણ કરી, તે હતી સંગઠનની શિક્ષા. જ્યારે સ્વામીજી ડિટ્રાએટમાં લીન પરિવારની સાથે રોકાયા હતા, તો એક વખત એમણે શ્રીમતી લીનથી કહ્યું કે અમેરીકામાં એમને પોતાના જીવનથી સૌથી મોટા પ્રલોભનથી સામનો થયો. શ્રીમતી લીને એમને છંછેડવાના વિચારથી પૂછ્યું કે તે કોણ યુવતી છે, જેના પ્રત્યે સ્વામીજીને આટલું મોટું પ્રલોભન છે. સ્વામીજી ખડખડાટ હસી પડ્યા અને બોલ્યા- 'અરે એ યુવતી નહીં, સંગઠન છે.' અમેરીકામાં એમણે જે કંઈ જોયું એનાથી તેઓ સ્પષ્ટ સમજી ગયા કે સંગઠન-શક્તિ દ્વારા સમાજનું કેટલું કલ્યાણ કરી શકાય છે. ભારતમાં એમના કેટલા ગુરુભાઈ અલગ-અલગ ગામડાઓમાં સમાજ સેવાના કામમાં લાગેલા હતા. પરંતુ સંગઠન વગર તેઓ વધારે ઉપલબ્ધિ કરી શકતા ન હતા. જો તેઓ બધા સંગઠિત થઈને કામ કરે, તો એમની ઉપલબ્ધિ કેટલી વધી જાય. હજું એમના મસ્તિષ્કમાં એ સ્પષ્ટ ન હતું કે આ સંગઠનનું શું રૂપ હશે. પરંતુ સંગઠનનું મહત્ત્વ તેઓ સ્પષ્ટ રૂપથી સમજી ગયા હતા. આ જ વિચારધારાએ આગળ ચાલીને રામકૃષ્ણ મિશનનું રૂપ ગ્રહણ કર્યું.

★★

બ્રિટન તથા અન્ય દેશોમાં

એક

ઓગષ્ટ ૧૮૯૫માં જ્યારે પેરિસ થઈને પોતાના અમેરીકી મિત્રની સાથે સ્વામી વિવેકાનંદ પહેલી વખત બ્રિટન પહોંચ્યા, ત્યારે એમનું મન જાત-જાતની શંકાઓથી ગ્રસ્ત હતું. હજુ એમણે એ દેશની ભૂમિ પર પગ રાખ્યા હતા, જે પ્રભુત્વનાઅહંકારમાં, સામ્રાજ્યના ગર્વમાં ફૂલાયેલા ન હતા, તે દેશ હતો જેણે ભારતનું સ્વાભિમાન છીનવી રાખ્યું હતું, એમના પગોમાં બેડીઓ નાખી દીધી હતી, એને પોતાનો દાસ બનાવી રાખ્યો હતો. એવા દેશની દહેલીજ પર પગ રાખવાના સમયે સ્વાભિમાની સ્વામીજીના હૃદયમાં સંશયનો જન્મ થવો સ્વાભાવિક હતો. ખબર નહીં, સ્વામિત્વના મદમાં ગર્વિત આ અંગ્રેજ જાતિ પોતાના ગુલામ દેશથી આવેલા એક સંન્યાસી ધર્મ પ્રચારને કયા ભાવથી ગ્રહણ કરશે. પરંતુ એમના મનથી સંશયના વાદળ જલ્દી જ ઉડી ગયા. લંડન સ્ટેશન પર સ્વાગતાર્થે આવેલા શ્રીમાન સ્ટર્ડી અને કુમારી હેનરીએટા મુલર, જેનાથી તેઓ અમેરીકામાં મળી ચુક્યા હતા, તથા અન્ય કેટલાય અંગ્રેજ ભાઈઓથી એમણે પોતાને ઘેરાયેલા જોયા. કેટલાય લોકોએ એમને પોતાના અતિથિ બનાવવાની ઇચ્છા પ્રગટ કરી. સ્વામીજીએ ક્યારેક એક તો ક્યારેક બીજાને ત્યાં રહીને એમની ઇચ્છા પૂરી કરી. પ્રથમ બે-ચાર દિવસો સુધી દિવસમાં તેઓ લંડનના ઐતિહાસિક તેમજ કલાત્મક સ્થાનોને જોયા કરતા તથા સવારે અને સાંજે વિચારગોષ્ઠી કરતા હતા. ખૂબ જ જલ્દી એમની ખ્યાતિ ચારે તરફ ફેલાઈ ગઈ. ઉચ્ચ, મધ્ય તથા સાધારણ શ્રેણી, દરેક પ્રકારના અંગ્રેજ એમની પાસે આવવા લાગ્યા.

લગભગ ત્રણ સપ્તાહની અંદર જ સ્વામીજી પોતાની કાર્યજાળમાં ફસાઈ ગયા. કેટલાય પ્રમુખ પત્રોના પત્રકારોએ એમના ઇન્ટરવ્યૂ કર્યા. 'ધ વેસ્ટ મિનિસ્ટર ગજટ' તથા 'ધ સ્ટાન્ડર્ડે તો એમના વધારે ગુણગાન કર્યા. લંડનના પિકૈડલી નામના ભવ્ય સ્થાનના પ્રિસેજ હૉલમાં ૨૨ ઑક્ટોબરની સંધ્યા સમયે સ્વામીજીએ હજારો શ્રોતાઓની સન્મુખ ભારતીય દર્શન પર ભાષણ આપ્યું. વિષય હતો- આત્મજ્ઞાન. એ સમયે લંડનના દરેક ક્ષેત્રથી લોકો પ્રંસેજ હૉલમાં એકઠા થઈ ગયા હતા. ત્યાં સુધી કે હૉલની બહાર પણ લોકોની ભીડ લાગેલી હતી. બીજા દિવસે પ્રમુખ સમાચાર પત્રોમાં આ ભાષણની સવિસ્તાર સમાલોચના પ્રકાશિત થઈ. 'ધ લંડન ડેલી ક્રૌનિકલ'એ લખ્યું -'પ્રસિદ્ધ હિન્દૂ સંન્યાસી વિવેકાનંદે, જેમની મુખાકૃતિ બુદ્ધની ભવ્ય મુખાકૃતિથી હળે-મળે છે, આપણી

વ્યાવસાયિક સમૃદ્ધિને, આપણા રક્ત પિપાસુ યુદ્ધોને, આપણી ધાર્મિક અસહિષ્ણુતાને દોષપૂર્ણ બતાવી અને કહ્યું કે આ મૂલ્ય પર કોમળ પ્રકૃતિ હિન્દૂ લોકો આપણી બહુપ્રશંસિત સભ્યતાને ક્યારેય નથી અપનાવવી ઈચ્છે.' 'ધ વેસ્ટ મિનિસ્ટર ગજટ' નામની પત્રિકાના સંવાદદાતાએ સ્વામીજીનો ઈન્ટરવ્યૂ કર્યો અને પોતાના પત્રમાં એમના પર મોટો લેખ પ્રકાશિત કર્યો. એના અનુસાર '...સ્વામી વિવેકાનંદ પોતાના પાઘડી તથા પોતાના પ્રશાંત, પરંતુ સદય વ્યક્તિત્વમાં એક ચિત્તાકર્ષિત કરવાવાળા મનુષ્ય છે. એક બાળકની સમાન એમનું દીપ્તિમાન મુખમંડળ, ખૂબ જ સરળ, સ્પષ્ટ તેમજ નિષ્કપટ છે.' આ પત્રકારથી વાર્તાલાપના સિલસિલામાં સ્વામીજીએ કહ્યું કે તેઓ પોતાના ગુરુ શ્રી રામકૃષ્ણ પરમહંસના સંદેશને સંસારમાં ફેલાવવા ઈચ્છે છે. એમનો ઉદ્દેશ્ય ના કોઈ નવીન સંપ્રદાયની સ્થાપના કરવાનો છે અને ના કોઈ વિશેષ ધર્મમતનો પ્રચાર કરવાનો છે. તેઓ ફક્ત વેદાંતનો પ્રચાર કરવા ઈચ્છે છે. એના જ્ઞાનથી જગતનું કલ્યાણ થશે. એને બધા ધર્મ સંપ્રદાયના વ્યક્તિ પોત-પોતાની ધાર્મિક સ્વતંત્રતા જાળવી રાખીને પણ ગ્રહણ કરી શકે છે.

'ધ સ્ટાન્ડર્ડ'એ એમના સંબંધમાં આ પ્રકારે લખ્યું- 'કેશવચંદ્ર સેનને છોડીને રામમોહન પછી, પ્રિંસેજ હૉલમાં આ હિન્દૂ વક્તાની જેમ કોઈ પણ દિલચસ્પ ભારતીય વ્યક્તિ લંડનના વ્યાખ્યાન મંચ પર ઉપસ્થિત નથી થયા. એમણે પોતાના વ્યાખ્યાનમાં બુદ્ધ કે ઈસાના ડજનો શબ્દોની તુલનામાં અમારા કારખાનાઓ, એન્જિનો, વૈજ્ઞાનિક શોધો તથા પુસ્તકોએ માનવ જાતિ માટે જે કંઈ કર્યું છે, એની અત્યંત તીવ્ર તેમજ ઉપેક્ષાપૂર્ણ આલોચન કરી. વ્યાખ્યાન આપતા સમયે એમણે કાગળ પર લખેલા કોઈ પ્રકારના સ્મરણના સંકેતની મદદ ના લીધી. એમનો સુંદર કંઠસ્વર સ્પષ્ટ તેમજ દ્વિવિધાહીન હતો.'

આ પ્રકારે લગભગ મહીનાભરમાં જ સ્વામીજીએ લંડનમાં ખૂબ ખ્યાતિ પ્રાપ્ત કરી લીધી. તેઓ જ્યાં પણ જતા, ત્યાં લોકો તુમુલ હર્ષધ્વનિ કરવા લાગતા અને એમને ચારે તરફથી ઘેરી લેતા. ત્યાંના લોકો એમને 'તોફાની હિન્દૂ' કહ્યા કરતા હતા. પ્રિંસેજ હૉલના સાર્વજનિક વ્યાખ્યાન પહેલાં સ્વામીજીનો વધારે સમય વેદાંત પર ક્લાસ તથા વિચારગોષ્ઠીમાં વ્યતીત થતો હતો. સાર્વજનિક સભા માટે હંમેશાં લોકો આગ્રહ કર્યા કરતા, પરંતુ સ્વામીજીએ અમેરીકામાં જ સમજી લીધું હતું કે સાર્વજનિક સભામાં ભાષણ પટુતા અને પાંડિત્ય પ્રદર્શનથી લાભ નથી થાય. આથી એમણે ક્લાસ લેવાના કાર્ય પર વધારે ભાર આપવાનું યોગ્ય સમજ્યું. જે લોકો વેદાંત દર્શનથી આકૃષ્ટ થઈને એમના ક્લાસમાં ઉપસ્થિત થતા, એમને તેઓ નિયમિત ઢંગથી પ્રશિક્ષિત કરતા. 'ઇન્ડિયન મિરર' નામની પત્રિકાએ સ્વામીજીના આ કાર્યની આ પ્રકારે ચર્ચા કરી -'અમને એ લખતા ખૂબ જ ખુશી થઈ રહી છે કે સ્વામી વિવેકાનંદે લંડનના અનેક ભદ્ર સ્ત્રી-પુરુષોની દૃષ્ટિ આકર્ષિત કરી છે. એમના હિન્દૂ-દર્શન અને યોગ સંબંધી ક્લાસોમાં અનેક ઉત્સાહી અને શ્રદ્ધાળુ શ્રોતાગણ ઉપસ્થિત થાય છે.' લંડનના એક દૈનિક પત્રના સંવાદદાતાએ, જે સ્વામીજીના અનેક ક્લાસોમાં ઉપસ્થિત હતા, એમણે આ પ્રકારે લખ્યું- 'લંડનની કેટલીક ફેશનપરસ્ત ઉચ્ચ ઘરાનાઓની મહિલાઓ ખુરશીઓના અભાવમાં ભૂમિ પર પગ વાળીને બેસી ગઈ, ભારતીય શિષ્યની ભક્તિની સાથે સ્વામીજીના ઉપદેશ સાંભળી રહી છે. આ હકીકતમાં વિરલ દૃશ્ય છે.'

નવેમ્બરના મધ્યમાં સ્વામીજીએ પોતાના એક મદ્રાસના શિષ્યની પાસે પોતાના કાર્યના સંબંધમાં લખ્યું- 'ઇંગ્લેન્ડમાં મારા કાર્યને આશાતીત સફળતા મળી છે... જથ્થાના જથ્થા લોકો આવે છે કે મારી પાસે આટલા લોકો માટે સ્થાન નથી રહેતું, આથી તે સ્ત્રીઓ અને બધા લોકો ભૂમિ પર જ બેસી જાય છે.... એ સાંભળીને જ આગલા સપ્તાહે હું ચાલ્યો જઈશ, કેટલાય વ્યક્તિ ખૂબ દુ:ખી થયા છે. કેટલાય લોકો તો આ પ્રકારે વિચારે છે કે મારા ચાલ્યા જવા પર જે કાર્ય અહીંયા થયું છે, એમાં ક્ષતિ થશે, પરંતુ હું એવું નથી સમજતો. હું મનુષ્ય અથવા કોઈ વસ્તુ પર નિર્ભર નથી કરતો. ઈશ્વર જ મારો સહારો છે. તેઓ જ મને યંત્ર બનાવીને કર્મ કરાવી રહ્યા છે.'

અમેરીકાની જેમ અહીંયા પણ ક્યારેક-ક્યારેક પોતાના ક્લાસમાં કે સામાન્ય સભઆમાં કેટલાક લોકો એવા મળે છે, જે સ્વામીજી દ્વારા આપવામાં આવેલ આંગ્લ જાતિની વિરુદ્ધ્થ કોઈ પણ કટુ સત્ય સ્વીકાર નથી કરતા, બલ્કે એને પોતાની નિંદા સમજીને એને વિપક્ષમાં અવાજ ઉઠાવતા કે સભા સ્થળ છોડીને ચાલ્યા જતા. એવી સ્થિતિમાં સ્વામીજીનું રૂપ જોવા જેવું થઈ જતું. પોતાના ધર્મ અને પોતાની જાતિના સમર્થનમાં જ્યારે તેઓ છાતી તાણીને મંચ પર ઊભા થતા ત્યારે એમની આંખોમાં વીજળીની ચમક અને વાણમાં વાદળની ગરજ હતી. એક અભિમાન શૂન્ય વિનીત સંન્યાસીનું વ્યક્તિત્વ જાણે ક્યાં લોપ થઈ જતું. એક દિવસે એક સભામાં સ્વામીજી ભારતના ગૌરવનું વર્ણન કરી રહ્યા હતા, એ જ સમયે એક સમાલોચકે પ્રશ્ન કર્યો- 'ભારતના હિન્દુઓએ શું કર્યું છે?... તેઓ આજ સુધી કોઈ જાતિ પર વિજય પ્રાપ્ત નથી કરી શક્યા.' તત્કાળ તીક્ષ્ણ જવાબ મળ્યો- 'નથી કરી શક્યા, નથી; કહો કે એમણે કરી નહીં. અને આ જ હિન્દૂ જાતિનું ગૌરવ છે કે એણે ક્યારેય બીજી જાતિના રક્તથી પૃથ્વીને રંજિત નથી કરી. તેઓ બીજાઓના દેશ પર અધિકાર કેમ કરશે? તુચ્છ ધનની લાલસાથી? ભગવાને હંમેશાં ભારતને દાતાના રૂપમાં પ્રતિષ્ઠિત કર્યું છે. ભારતવાસી સંસારના ધર્મ ગુરુ રહ્યા છે. તેઓ બીજાઓના ધનને લૂંટવાળા રક્ત પિપાસુ દસ્યુ ન હતા. અને આથીહું પોતાના પૂર્વજોના ગૌરવથી ગર્વનો અનુભવ કરું છું.' પોતાનીજાતિની આટલી ભર્ત્સના સાંભળીને ભલું કયો વ્યક્તિ ચૂપ રહી શકતો હતો. કોઈ બીજા વ્યક્તિએ પ્રશ્ન કર્યો - 'તમારા પૂર્વજ જો માનવ સમાજને ધર્મદાન આપવા માટે આટલા વ્યગ્ર હતા, તો તેઓ આ દેશમાં ધર્મ પ્રચાર કરવા કેમ ન આવ્યા?' સ્વામીજીના હોઠો પર હાસ્યની લહેર દોડી ગઈ. એમણે કહ્યું- 'એ સમયે તમારા પૂર્વજ તો જંગલી બર્બર હતા, પાંદડાઓના લીલા રંગથી પોતાના શરીરને રંગીને પ્રવતોની ગુફાઓમાં નિવાસ કરતા હતા, તો શું તેઓ જંગલમાં ધર્મ પ્રચાર કરવા આવતા?' આ જ પ્રકારે કેટલાય વ્યક્તિ ઈસા મસીહ કે ઈસાઈ ધર્મ પ્રત્યે સ્વામીજીના વિચાર સાંભલીને, એને એમની અનધિકાર ચેષ્ટા સમજીને પૂછ્યા કરતા- 'સ્વામીજી, તમે જ્યારે ઈસાઈ નથી, તો ઈસાઈ ધર્મના આદર્શને કેવી રીતે સમજશો?' સ્વામીજીએ કહ્યું- 'તેઓ પૂર્વ દેશના સર્વત્યાગી સંન્યાસી હતા. હું પણ પૂર્વ દેશીય સંન્યાસી છું. હું સમજું છું, પાશ્ચાત્ય જગત હજુ એમને નથી ઓળખી શક્યું. એમના દ્વારા પ્રચારિત ધર્મને ઠીક રીતે નથી સમજી શક્યા. શું એમણે એ નથી કહ્યું કે, 'જાઓ તમે પોતાનું બધું જ વેહંચી દો અને એના પછી મારું અનુસરણ કરો.' તમારા દેશના કેટલા વિલાસી લોકો ઈસાની એ ઉક્તિને સત્ય માનીને સર્વત્યાગી થયા છે? આ પ્રકારે જ્યારે સ્વામીજી કઠોર

સત્યને ઉભારતા તો પ્રશ્નકર્તા મૂક બની જતા અને શરમભર્યું મ્હોં લઈને ઘેર પાછા જતા. એની સાથે-સાથે ઇંગ્લેન્ડની જનતા જેમાં વધારે સંખ્યામાં શિક્ષિત લોકો હતા, આ ભારતીય સંન્યાસી પ્રત્યે શ્રદ્ધા ભક્તિની સાથે આકૃષ્ટ થયા. એમને યથોચિત સન્માન અને ખ્યાતિ આપી. સ્વામીજીએ આશાના વિપરીત અંગ્રેજોના આ નૂતન ચરિત્રનું અન્વેષણ કર્યું. આંગ્લ જાતિ પ્રત્યે એમની ધારણા પરિવર્તિત થઈ ગઈ. એક સ્થાન પર એમણે કહ્યું- 'અંગ્રેજ જાતિ પ્રત્યે મારાથી વધારે ઘૃણા ભાવ લઈને અન્ય કોઈ વ્યક્તિએ બ્રિટિશ ભૂમિ પર પદાર્પણ નથી કર્યું. પણ આજે અહીંયા પર એવો કોઈ વ્યક્તિ નથી, જે અંગ્રેજ જાતિને મારાથી વધારે ચાહતો હોય.'

અમેરીકાની જેમ ઇંગ્લેન્ડમાં પણ ધર્મ પ્રચારના કામમાં સ્વામીજીને ત્યાંના લોકોથી યથેષ્ટ મદદ મળી. પ્રથમ આગમનમાં જ આટલી સફળતા, આટલું માન-સન્માન મળશે, એની એમને આશા ન હતી. તેઓ તો ત્યાંની સ્થિતિ પરખવા આવ્યા હતા કે વેદાંતના પ્રચાર માટે ત્યાં એમને કયા પ્રકારના પગલાં ઉઠાવવા જોઈએ. બે મહીનામાં જ એમણે અમેરીકા અને ઇંગ્લેન્ડના લોકોના માનસિક દૃષ્ટિકોણનો ભેદ સ્પષ્ટ થઈ ગયો. અમેરીકી જનતા એમનાવક્તવ્યની નવીનતા પર અતિશીઘ્ર મંત્રમુગ્ધ થઈ જતી હતી. એના વિપરીત ઇંગ્લેન્ડની પરંપરાવાદી જનતા કોઈ નૂતન વિચારધારાની પ્રશંસામાં અત્યંત જ કૃપણ હતી, એવી સ્થિતિમાંએના માટે એ વિચારધારાને આત્મસાત કરવાની વાત અત્યંત સરળ ન હતી. પરંતુ આ વિષમ પરિસ્થિતમાં જે લોકો અનેક વાત-વિવાદ, ઉત્તર-પ્રત્યુત્તર પછી સ્વામીજીના વિચારધારાથી એક વખત સંમત થઈ ગયા, તેઓ પછીથી એમના અંતરંગ મિત્ર જ નહીં, બલ્કે અતિ ગંભીર, વિશ્વસનીય શિષ્ય પણ બની ગયા.

આ શિષ્યોમાં કુમારી માર્ગરેટ નોબલ અગ્રગણ્ય છે. સ્વામી વિવેકાનંદથી મળવાના પહેલાં આ અસાધારણ વિદુષી મહિલા એક વિદ્યાલયની પ્રાચાર્યા હતી. વિદ્વત સમાજમાં એમની ઘણી પ્રતિષ્ઠા હતી. તેઓ સુવિખ્યાત સીસેમ ક્લબની, જેનું શિક્ષા પ્રચાર કાર્યમાં ખૂબ જ મહત્ત્વપૂર્ણ સ્થાન હતું, તેની એક સન્માનિત સદસ્યા હતી. શિક્ષાના માર્ગમાં આધુનિક વિચારધારા તથા એના પ્રભાવના વિશ્લેષણમાં એમને વિશેષ રુચિ હતી. સ્વામી વિવેકાનંદની ચર્ચા એમણે કેટલાય શિક્ષા શાસ્ત્રીઓ તથા વિદ્વાનોથી સાંભળી રાખી હતી. એમના મનમાં પણ જિજ્ઞાસાએ જન્મ લીધો- ભલું આ કેવો ભારતીય સંન્યાસી છે, જેના જ્ઞાન અને વ્યક્તિત્વની પ્રશંસા કરતા લોકો નથી થાકતા? આ સંન્યાસીના દર્શન અને સંભાષણથી તો એક વખત પોતાને અવગત કરવી જ પડશે- ભલે જ એમાં કોઈ સાર હોય કે ના હોય.

નવેમ્બર મહીનાની શરદ ઋતુ, હાડકાંઓને છેદવાવાળી બર્ફીલી હવા, ઠંડીના પ્રકોપથી વ્યાકુળ લંડન નગર. આ જ દિવસોમાં એક રવિવારે, બપોરના સમયે કુમારી નોબલ, સ્વામી વિવેકાનંદથી મળવાચાલી પડી. લેડી ઈસાબેલ મારગેસનનું ભવન. આજે અહીં સ્વામીજીનું ભાષણ હતું. પાશ્ચાત્ય ઢંગથી સુસજ્જિત બેઠકમાં કાષાય વસ્ત્ર પહેરેલા સ્વામીજી પૂર્ણ ભારતીય પદ્ધતિ અનુસાર ભૂમિ પર બેઠા હતા. એમની સામે અર્ધગોળાકાર રૂપથી શ્રદ્ધાયુક્ત લગભગ પંદર-સોળ શ્રોતાગણ બેઠા હતા. એમની પાછલ અગ્નિસ્થળ પર લાલ-લાલ અંગાર ધધકી રહ્યા હતા. સ્વામીજી પોતાા દૂર દેશના સંદેશ શ્રોતાઓને સંભળાવી રહ્યા હતા. સંદેશ સંભળાવતા-સંભળાવતા, વચ્ચે-વચ્ચે તેઓ 'શિવમ્ શિવમ્' બોલી ઉઠતા. શ્રોતાગણ એક પછી એક પ્રશ્નોની ઝડી લગાવતા.

ત્યાં સ્વામીજી ધીર ભાવથી બધાના અવિરામ જવાબ આપી રહ્યા હતા. પોતાના ઉત્તરની પુષ્ટિ માટે વચ્ચે-વચ્ચે સંસ્કૃતના શ્લોકો તેમજ ઉદ્ધરણોનો સમાવેશ કરી દેતા હતા. આજનો એમનો વિષય હતો : આધ્યાત્મિક વિકાસના ત્રણ માર્ગ - કર્મ, ભક્તિ અને જ્ઞાન. જાણે ક્યારે બપોર સાંજમાં ઢળી ગઈ અને સાંજ રાતમાં, કોઈને કશી જ ખબર ના પડી. અગ્નિ સ્થળની અનલ-શિખા રાત્રિના અંધકારમાં વધારે ચમકવા લાગી. લંડનની એ બેઠકમાં ભારતના કોઈ ગામનું દૃશ્ય નજરે પડવા લાગ્યું- જાણે જાડાની ઠિઠુરનથી બચવા માટે બગલમાં ઘાસ-ફૂસ સળગાવીને ચાંદની રાતમાં, કોઈ સાધુ કોઈ વૃક્ષની નીચે નદી તટ પર અથવા કુવાની પાસે પોતાના શિષ્યોથી ઘેરાયેલા બેસીને ઉપદેશ આપી રહ્યા હોય. થોડા સમય પછી બેઠકમાં હળવી રોશની પ્રગટાવવામાં આવી. આ મંદ પ્રકાશના જાદૂએ ક્ષણ ભરમાં એ ભારતીય પરિવેશને જાણે ક્યાં લુપ્ત કરી દીધી. હવે ત્યાં રહી ગયું ફક્ત ભારતીય સાધુ અને એની શાશ્વત વાણી. બાકી બધી વસ્તુઓ પાશ્ચાત્ય રંગમાં પૂર્વવત ડૂબી ગઈ. પ્રાચ્ય અને પશ્ચિમનું આવું મિલન દર્શનીય હતું.

કુમારી નોબલે ધીમેથી બેઠકમાં પગ રાખ્યા અને શ્રોતાઓની વચ્ચે સિમટાઈને બેસી ગઈ. આંખોમાં વિનમ્રતા પરંતુ મુખમંડળ પર સ્વાભિમાનની ચમક. તેઓ ધીર ભાવથી સ્વામીજીને સાંભળતી રહી. વિષય સમાપ્ત થવા પર જ્યારો બધા લોકો જવા લાગ્યા, એમણે પણ વિદાય લીધી. લેડી મારગેસનથી એમણે કેટલાય શ્રોતાઓને કહેતા સાંભળ્યા કે સ્વામીજીના ભાષણમાં કોઈ વિશેષ તત્વ ન હતું, કોઈ વિશેષ વાત ન હતી. લાગતું હતું જાણે એમણે પહેલેથી એ નિશ્ચય કરી રાખ્યું હતું કે સ્વામીજી ભલે કંઈ પણ કહે, એમણે એને નથી માનવાનું. કુમારી નોબલે સ્વામીજી દ્વારા કહેવામાં આવેલી વાતો પર કોઈ વિશેષ મહત્ત્વ ન આપ્યું. ઘેર પાછા ફરીને તેઓ પોતાના કામકાજમાં વ્યસ્ત થઈગઈ, પરંતુ સ્વામીજીના વાતોને આટલા સહજ રૂપથી તે ના ભૂલી શકી. વારંવાર એમને અંતરાત્માનો અવાજ સંભળાઈ પડવા લાગ્યો. 'કોઈ પણ અજનબી સંસ્કૃતિની અજનબી વાતોને આટલા સહજ રૂપથી ઠુકરાઈ દેવું યોગ્ય નથી, સત્યના પુજારીનું માનસપટ સર્વદા ખુલ્લું હોવું જોઈએ. ત્યાં કોઈ પણ પ્રકારના પક્ષપાતનો પ્રશ્રય અયોગ્ય છે.' સ્વામીજીની વાતોને તેઓ જેટલી ઉંડાણથી વિચારતી એમને એટલું જ એમાં સત્યનો આભાસ લક્ષિત થતો. નવેમ્બર મહીનાના અંતિમ દિવસોમાં એમણે સ્વામીજીના બે અન્ય ભાષણોને સાંભળ્યા. આ વખતે તેઓ એ વિચારીને ગઈ હતી કે સ્વામીજીની વાતોને તેઓ ઠીક રીતે સમજવાનો પ્રયત્ન કરશે; પોતાના દેશ પોતાની જાતિ અને પોતાના ધર્મની પરિધિથી પોતાને દૂર ખેંચી લઈ જશે. પરંતુ એમના સંશયાત્મક હૃદયે એમનો સાથ ના છોડ્યો. ફળસ્વરૂપે સ્વામીજીના પ્રશ્નોત્તર ક્લાસમાં હંમેશાં 'પરંતુ', કેમ અને કેવી રીતે એમના હોઠો પર ફફડતા રહ્યા. સ્વદેશાભિમાન અને આત્મવિશ્વાસ એમની રક્ત-મજ્જાના અંશ હતા. સ્વામીજીના હોઠોથી નિકળેલી વાતોને જેમની તેમ કેવી રીતે આત્મસાત કરવામાં આવતી? તેઓ એમની બધી વાતોને, ઉપદેશોને પોતાના માપદંડથી તોલતી અને એમનાથી તર્ક-વિતર્ક કરતી. જ્યારે સ્વામીજી એમને પૂરી રીતે સમજાવી લેતા, ત્યારે એમના વિચારોનું હૃદયંગમ કરતી હતી.

કુમારી નોબલના પ્રશ્નોને સાંભળીને સ્વામીજીની આંખોની સામે એમનું પોતાનું અતીત સજાગ થઈ ઉઠ્યું- ગુરુદેવ શ્રી રામકૃષ્ણની સામે બેસેલ નાસ્તિક, હઠીલો

સ્વાભિમાની 'નરેન'. જાણે ગુરુદેવની કહેવામાં આવેલી વાતોને નર્મમતાથી કાપવાના ધ્યેયથી જ તે ત્યાં બેઠો હોય એમ. પરંતુ ગુરુદેવના બે વિશ્વાસયુક્ત અર્ધનિમીલિત નેત્રો અને મુખમંડળના ભોળાપણામાં જાણે કેવો જાદુ હતો, જેણે વિદ્રોહી 'નરેન'ને વશમાં કરી લીધો, પોતાનો દાસ બનાવી લીધો. નરેનના હોઠોથી પણ એ દિવસોમાં આ પ્રકારે 'પરંતુ, કેમ અને કેવી રીતે' શબ્દ વહેતા રહેતા. આજે જાણે એ જ ઘટનાની પુનરાવૃત્તિ થઈ રહી હતી. આ બીજો 'નરેન' કુમારી માર્ગરેટ નોબલના રૂપમાં ઉપસ્થિત હતો. કુમારી નોબલના હૃદયમાંપોતાના કોઈ પણ વિચારની છાપ છોડવામાં સ્વામીજીને વધારે પરિશ્રમ કરવો પડતો હતો. પરંતુ તેઓ સમજી ચુક્યા હતા કે આ છાપ હંમેશાં અમિટ રહેશે. સ્વામી વિવેકાનંદના વિચારો માટે કુમારી નોબલથી વધીને કોઈ બીજો વ્યક્તિ નહીં હોય. એક વખત ભાષણ આપતા સમયે સ્વામીજીએ એક મહિલા શ્રોતાને કુમારી નોબલથી કહેતા સાંભળ્યું કે તે સ્વામીજીની વાતોને જલ્દી સમજી જાય છે તથા એમની બધી વાતોથી તે સંમત છે. સ્વામીજીએ એ સમયે તો આ વિષય પર કશું ના કહ્યું, પરંતુ પછીથી તેઓ કુમારી નોબલથી બોલ્યા- 'કોઈને એનો પશ્ચાતાપ ના થવો જોઈએ કે એમને સમજાવવું મુશ્કેલ છે. હું પોતાના ગુરુદેવની સાથે છ વર્ષો સુધી લડતો રહ્યો, વાદ-વિવાદ કરતો રહ્યો, ફળ એ મળ્યું કે હું પોતાના માર્ગનો ખૂણે-ખૂણો જાણું છું. આંગળી-આંગળી ઓળખું છું.' સ્વામીજીના લંડન છોડવાથી પહેલાં કુમારી નોબલે એમને ગુરુદેવ કહીને સંબોધિત કરવાનું આરંભ કરી દીધું. પછીથી પોતાની પુસ્તક 'ધ માસ્ટર એજ આઈ સા હિમ'માં પોતાના આ નિર્ણયના સંબંધમાં એમણે લખ્યું : 'મેં એણના ઉદાત્ત રૂપને ઓળખી લીધું અને એમના સ્વજનો પ્રત્યે એમના પ્રેમની દાસી બની જવાની ઇચ્છુક થઈ ગઈ.' આ જ કુમારી માર્ગરેટ નોબલ આગળ ચાલીને બહેન (સિસ્ટર) નિવેદિતાના નામથી સ્વામી વિવેકાનંદની સૌથી પ્રસિદ્ધ શિષ્યા બની.

બે

બ્રિટનમાં વેદાંત પ્રચારનું કાર્ય આરંભ જ થયું હતું કે અમેરીકાથી આમંત્રણ પર આમંત્રણ આવવા લાગ્યું. હજું ત્યાં કશું કામ બાકી હતું. એવી સ્થિતિમાં સ્વામીજીએ થોડા સમય માટે ત્યાં જઈ આવવાનો નિશ્ચય કર્યો. આ રીતે નવેમ્બર ૧૮૯૫ના અંતમાં એમની બ્રિટનની પ્રથમ યાત્રા સમાપ્ત થઈ.

અમેરીકામાં પોતાનું કામ સમેટીને ૧૫ એપ્રિલ, ૧૮૯૬એ સ્વામી વિવેકાનંદે ઇંગ્લેન્ડની ભૂમિ પર બીજી વખત પગ રાખ્યા. લંડનમાં જ્યારે તેઓ પોતાના મિત્ર તેમજ શિષ્ય સ્ટર્ડીના ઘેર પહોંચ્યા, તો એમની ખુશીનો પારાવાર ના રહ્યો. કલકત્તાથી સ્વામી શારદાનંદ ત્યાં પહેલેથી જ અતિથિના રૂપમાં વિરાજમાન હતા. અનેક વર્ષો પછી આ બંને ગુરુભાઈઓનું મિલન જોવા યોગ્ય હતું. બંનેના ભાવવિહ્વળ નેત્રોમાં આનંદાશ્રુ છવાઈ ગયા. સ્વામી શારદાનંદની પાસે કલકત્તાની ખબરોનો પિટારો હતો. એમણે પોતાના ગુરુભાઈને અનેક પ્રકારના સમાચારો (જેમાં આલમ બજારનું મઠ તથા ગુરુભાઈઓની ચર્ચા હતી)થી અવગત કરાવ્યા. લંડનમાં સ્વામી વિવેકાનંદના ફરી આવી જવાના સમાચાર વિજળીની જેમ ફેલાઈ ગયા. ફળસ્વરૂપે અનેક સ્ત્રી-પુરુષ એમના દર્શન અને ઉપદેશથી લાભાન્વિત થવા માટે ટોળે-ટોળા થઈને આવવા લાગ્યા. સ્વામીજીનો

કાર્યક્રમ ખૂબ જ વ્યસ્ત થઈ ગયો. ઘર પર કેટલાક પસંદ કરેલા લોકોના ક્લાસ લેવા સિવાય સાર્વજનિક સભાઓમાં ભાષણ આપવું તથા જ્ઞાનપિપાસુ વિદ્વાનોની સાથે ભારતીય દર્શન પર વાતચીત દરમિયાન એમની શંકાઓનુ સમાધાન કરવું એમનું મુખ્ય કામ હતું. ભારતીય દર્શન અને આધુનિક જીવનમાં એની ઉપયોગિતા પર એમણે આધુનિક જીવનમાં યોગનું સ્થાન જેવા ગંભીર વિષયને ખૂબ જ રોચક ઢંકથી લોકોની સામે રાખ્યા. મે મહીનાના પ્રારંભથી તેઓ જ્ઞાન યોગ પર નિયમિત રૂપથી ક્લાસ લેવા લાગ્યા. મેના અંત થતાં-થતાં એમણે લંડનમાં પિકેડલીના 'રૉયલ ઈન્સ્ટીટ્યૂટ ઑફ પેન્ટર્સ'ના ભવનમાં 'ધર્મની જરૂરિયાત' 'સાર્વભૌમિક ધર્મ' તથા 'મનુષ્યનું યથાર્થ સ્વરૂપ' વિષય પર ત્રણ ખૂબ જ ઉચ્ચ કોટિના ભાષણ પ્રતિ રવિવારે ક્રમાનુસાર આપ્યા. એનાથી એની ખૂબ ખ્યાતિ ફેલાઈ. લોકોના હૃદયમાં ખૂબ જોશ ઉમટ્યું. એ લોકોએ પ્રિંસેજ હૉલમાં ફરી એમના વ્યાખ્યાનનું આયોજન કર્યું. અહીંયા સ્વામીજીએ 'ભક્તિ' અને 'કર્મ યોગ'ના સંબંધમાં લોકોને બતાવ્યું. એના સિવાય ક્લબ તથા ડ્રૉઈંગરૂમમાં વાર્તાલાપ અને વ્યાખ્યાન માટે લોકો એમને વારંવાર આમંત્રિત કરતા રહ્યાં. શ્રીમતી એની બેસેન્ટ અને શ્રીમતી માર્ટિનના બંગલા પર આમંત્રિત થઈને એમણે 'ભક્તિ' તથા આત્મા સંબંધી હિન્દૂ વિચાર પર ક્રમશઃ ભાષણ આપ્યા. હવે તેઓ પ્રતિદિવસના ક્લાસોમાં દર્શન સંબંધી વિષયો સિવાય વેદ આર્ય જાતિનો ઈતિહાસ પણ ભણાવતા હતા. જ્યાં જે સ્થિતિમાં સ્વામીજી હતા, એમના 'વિશ્વાસી ગુડવિન' વારંવાર એમની સાથે હોતા અને એમની સુવિધાઓનું ધ્યાન રાખીને એમના ભાષણોને પણ લિપિબદ્ધ કરતા જતા.

શારદાનંદે ૬ જૂને 'બ્રહ્મવાદિન' પત્રિકામાં સ્વામી વિવેકાનંદના પ્રચાર કાર્યના સંબંધમાં આ પ્રકારે લખ્યું : 'સ્વામી વિવેકાનંદે ખૂબ સુંદર ઢંગથી પોતાનું કાર્ય આરંભ કર્યું. એમના ક્લાસોમાં, નિયમિત રૂપથી ખૂબ મોટી સંખ્યામાં લોકો ઉપસ્થિત થઈ રહ્યા હતા. એમના વ્યાખ્યાન ખૂબ જ મનોરંજક હોય છે. છેલ્લા દિવસે ઍંગ્લિકન ચર્ચના નેતા શ્રી કેનન હેરિસ ત્યાં આવ્યા અને એમનું ભાષણ સાંભળીને ખૂબ જ મુગ્ધ થયા. એમણે શિકાગો મહામેળામાં જ સ્વામીજીને જોયા હતા અને એ જ સમયથી એમને સ્વામીજીથી સ્નેહ હતો. ગત મંગળવારે સ્વામીજીએ સીસેમ ક્લબમાં શિક્ષા પર ભાષણ આપ્યું. સ્ત્રી શિક્ષાના વિસ્તાર માટે અહીંયાની મહિલાઓએ આ મહત્ત્વપૂર્ણ ક્લબની સ્થાપના કરી છે. આ ભાષણમાં એમણે (સ્વામીજી) પ્રાચીન ભારતીય શિક્ષા પદ્ધતિની સાથે આધુનિક શિક્ષા પદ્ધતિની તુલના કરીને એ પૂર્ણ રીતે સ્પષ્ટ કરી દીધું કે મનુષ્યને મનુષ્ય બનાવવો જ શિક્ષાનો ઉદ્દેશ્ય હોવો જોઈએ ના કે અનેક પ્રકારના વિષયોને મસ્તિષ્કમાં ઠૂંસી દેવા.'

શ્રીમતી માર્ટિનના બંગલા પર 'આત્મા સંબંધી હિન્દૂ વિચાર' પર જે ભાષણ સ્વામીજીએ આપ્યું હતું, એના પર 'ધ લંડન અમેરીકન' નામની પત્રિકામાં એક ખૂબ જ સુંદર આલોચનાત્મક નિબંધ પ્રકાશિત થયો હતો. પોતાના આ માન-સન્માન, પ્રશંસા અને પ્રશસ્તિથી ભારરૂપ વાતાવરણમાં સ્વામીજીએ વારંવાર પોતાના ગુરુદેવ શ્રી રામકૃષ્ણને યાદ કર્યા અને અનેક અવસરો પર ખૂબ વિનમ્રતાથી કહ્યું કે તેઓ જે કંઈ છે અથવા જે કંઈ કરી રહ્યા છે, બધું પોતાના ગુરુદેવને કારણે જ. પોતાના ગુરુના ગુણોની ચર્ચા કરતા-કરતા તેઓ હંમેશાં ભાવ વિહ્વળ થઈ જતા હતા.

એ સમયે સ્વામી વિવેકાનંદનું જીવન અત્યંત જ વ્યસ્ત હતું. લાગતું હતું, જાણે તેઓ પોતાના જીવન કાર્યોને જલ્દીથી જલ્દી સમાપ્ત કરવા ઇચ્છતા હતા. લાગતું હતું, જાણે એમને આ જીવન પથ પર ક્યાંય પણ વિશ્રામ કરવો ન હતો. આ વખતે એમણે ઑક્સફોર્ડ વિશ્વવિદ્યાલયના પ્રસિદ્ધ સંસ્કૃતજ્ઞ પ્રોફેસર મેક્સમૂલરના પણ દર્શન કર્યા. પ્રાચ્ય દર્શનના પ્રેમી આ સજ્જનના વિષયમાં સ્વામીજીએ ખૂબ પહેલેથી જ સાંભળી રાખ્યું હતું અને ત્યારથી એમના હૃદયમાં એમનાથી મળવાની ઇચ્છા જાગી પડી હતી. પછીથી 'નાઇંટિન્થ સેન્ચુરી' નામની પત્રિકામાં સ્વામીજીએ શ્રી રામકૃષ્ણના સંબંધમાં એક પ્રકાશાત્મક લેખ વાંચ્યો. આ લેખ મેક્સમૂલરનો જ લખેલો હતો. લેખ વાંચ્યા પછી સ્વામીજી એમનાથી મળવાની ઉત્કંઠાને રોકી ના શક્યા. ઠીક એ જ સમયે મેક્સમૂલરે સ્વામીજીને પોતાના નિવાસ સ્થાન પર આમંત્રિત કર્યા. વિભિન્ન પ્રકારના લીલા-લીલા વૃક્ષો-છોડ, તેમજ લતા-વિતાઓથી ઘેરાયેલું નાનું રહેઠાણ. સત્તર વર્ષના સુખ-દુઃખની અનુભૂતિઓને પોતાની સ્મૃતિના દામનમાં છુપાવીને મેક્સમૂલર એક સાચ્ચા દાર્શનિક લાગી રહ્યા હતા. માથા પર રજત કેશ રાશિ, ભોલું-ભાલુ મુખમંડળ. પરંતુ આંખો? આંખો તો દર્પણ હતી. એમના જીવનની ચિરસાધના તેમજ ઊંડી આધ્યાત્મિકતાની ઝલક નજરે પડતી હતી.

એમણે ખૂબ જ પ્રેમથી સ્વામીજીનું સ્વાગત કર્યું. વાતચીતના સિલસિલામાં ભારતવર્ષના સંબંધમાં મેક્સમૂલરના અસીમ જ્ઞાનનો પરિચય મેળવીને સ્વામીજી આશ્ચર્યચકિત રહી ગયા. ભારતવર્ષના પ્રત્યે વૃદ્ધ પ્રોફેસરના હૃદયના અનુરાગને જોઈને સ્વામીજી મુગ્ધ થઈ ગયા. સ્વામિત્વના મદથી ગર્વિત દેશના નાગરિકના હૃદયમાં ભારત માટે આટલો અસીમ પ્રેમ? આવા વ્યક્તિ વિરલા જ હોય છે. મેક્સમૂલર શ્રી રામકૃષ્ણના સંબંધમાં સ્વામીજીથી વાતો કરતા રહ્યા. એમણે કહ્યું : 'શ્રી રામકૃષ્ણના સંપર્કમાં આવીને કેશવચન્દ્રના એકાએક ધર્મમતના પરિવર્તનથી પહેલાં-પહેલાં એમની તરફ મારું ધ્યાન ગયું. એ સમયેથી જ એ મહાત્માનું જીવનચરિત્ર કે ઉપદેશમાં સંબંધમાં જે કંઈ પણ મળ્યું, એને હું શ્રદ્ધા-ભક્તિની સાથે ભણાવવા આવ્યો છું.' પ્રોફેસરે પણ કહ્યું : 'જો તમે મારા માટે જરૂરી સાધન એકઠા કરી દો, તો હું શ્રી રામકૃષ્ણનું જીવનચરિત્ર લખવા માટે તૈયાર છું.' સ્વામજી એમના વિચાર સાંભળીને ખૂબ ખુશ થયા. એમણે સ્વામી શારદાનંદને આ કામ સોંપ્યું કે તેઓ ભારતથી શ્રી રામકૃષ્ણથી સંબંધિત બધા પ્રકારની જરૂરી વસ્તુઓ એકઠી કરી પ્રોફેસર મહાશયને આપી દે. ફળસ્વરૂપે થોડા દિવસો પછી મેક્સમૂલરે 'શ્રી રામકૃષ્ણનું જીવનચરિત્ર અને ઉપદેશ' નામની પ્રસિદ્ધ પુસ્તકની રચના કરી. આ પુસ્તક દ્વારા સ્વામીજીના ભારતીય દર્શનના પ્રચાર કાર્યમાં વધારે મદદ મળી. સ્વામીજીએ પ્રોફેસરને બતાવ્યું કે હજું પણ શ્રી રામકૃષ્ણ ભારતમાં હજારો, લાખો વ્યક્તિઓ દ્વારા પૂજવામાં આવે છે. પ્રોફેસરે એને સાંભળીને કહ્યું : 'જો આ પ્રકારના મહાપુરુષની પૂજા ન થાય તો પછી કોની પૂજા થશે?' એમણે સ્વામીજીથી ફરી પૂછ્યું : 'સંસારને એમનો પરિચય પ્રાપ્ત કરવાવા માટે તમે લોકો શું કરી રહ્યા છો?' સ્વામીજીએ એમને વેદાંતના પ્રચાર કાર્યના વિષયમાં સમજાવ્યું. પ્રોફેસરે સ્વામીજીના આ પ્રચાર કાર્યની ખૂબ પ્રશંસા કરી. વાતવાતમાં સ્વામીજીએ એમનાથી પૂછ્યું કે 'તમે ભારત ક્યારે આવશો? જેમણે અમારા પૂર્વજોના ચિંતનની શ્રદ્ધાથી અને સચ્ચાઈથી ચર્ચા કરી છે, એમના સ્વાગત માટે ત્યાંના પ્રત્યેક વ્યક્તિ તૈયાર

હશે, એમાં શંકા નથી.' સ્વામજીની આ વાતને સાંભળીને વૃદ્ધ મનીષીનું મુખમંડળ ચમકી ઉઠ્યું. નેત્રોમાં આંસૂ છલકાઈ ઉઠ્યા. સકારાત્મક રૂપથી માથું હલાવીને ધીમેથી એમણે કહ્યું : 'પછી હું ત્યાંથી પાછો નહીં આવું. મારા શરીરના અંતિમ સંસ્કાર તમારે જ કરવા પડશે.' ... એ દિવસે પ્રોફેસર મહાશયે એમનાથી વાતચીત કરતા એમને ઑક્સફોર્ડ વિશ્વવિદ્યાલય ફેરવવા માટે લઈ ગયા. રાત્રે જ્યારે સ્વામીજી સ્ટેશન પર રેલગાડીની પ્રતીક્ષા કરી રહ્યાહતા, એ સમયે ઘોર તોફાન-પાણીમાં શિષ્યોએ પ્રોફેસરની સાથે ચા પીધી અને એમની જ સાથે નગરમાં આયોજિત એક ઔદ્યોગિક પ્રદર્શની જોવા ચાલી નિકળ્યા. વિદ્યુતના પ્રકાશમાં સ્વામીજીએ જર્મનીના વૈજ્ઞાનિક અભ્યુત્થાનના અનેક રૂપ જોયા. બીજા દિવસે પ્રોફેસરે એ લોકોને કીલ નગરના તથા નગરની બહાર આસપાસના પ્રસિદ્ધ સ્થાનોને બતાવ્યા. ડાયસનની ઈચ્છા હતી કે સ્વામીજી થોડા દિવસો એમની સાથે રહે, જેનાથી દર્શન, અધ્યાત્મ વગેરે પર પૂરી રીતે વિચાર વિનિમય થઈ શકે. પરંતુ આ યાત્રામાં લગભગ દોઢ મહીનાનો સમય નિકળી ચુક્યો હતો અને સ્વામીજી લંડન જઈને પોતાના પ્રચાર કાર્યમાં જલ્દી લાગી જવા ઈચ્છતા હતા. સ્વામીજીની અસમર્થતાને પ્રોફેસર સમજી ગયા. તેથી એમણે ખુદ લંડન જઈને સ્વામીજીના સંપર્કથી લાભાન્વિત થવાની યોજના બનાવી. હેમ્બર્ગથી સ્વામીજીને યાત્રામાં સામેલ થવાનું વચન આપીને ડાયસને સ્વામીજી તથા એમના શિષ્યોને વિદાય કર્યા.

જૂન મહીનાના અંતમાં સ્વામીજીએ શારદાનંદને અમેરીકા મોકલી દીધા અને લંડનના કાર્યમાં મદદ પહોંચાડવા માટે ભારતથી પોતાના બીજા ગુરુભાઈ અભેદાનંદને બોલાવી લીધા. આગળ ચાલીને અભેદાનંદને લંડનમાં વેદાંત પ્રચારનો કાર્યભાર ગ્રહણ કરવો પડસે એ વિચાર કરીને સ્વામીજી એમને વિવિધ પ્રકારથી પ્રશિક્ષિત કરવા લાગ્યા. થોડા જ દિવસોમાં અભેદાનંદ પણ વેદાંત પર ક્લાસ લેવા તથા યોગ સાધનામાં પણ લોકોને પ્રશિક્ષિત કરવા લાગ્યા.

યૂરોપીય દેશોની યાત્રા પછી લંડનમાં સ્વામી વિવેકાનંદે 'જ્ઞાનયોગ' પર કેટલાય સાર્વજનિક ભાષણ આપ્યા. દિવસો દિવસ જનતાની વધતી સંખ્યા જોઈને એમના શિષ્ય સ્ટર્ડીએ વિક્ટોરિયા સ્ટ્રીટ પર સભા કર વા માટે એક મોટો રૂમ ઠીક કરી દીધો. એની જ પાસે સ્વામીજી અને એમના ગુરુભાઈ અભેદાનંદના રહેવા માટે સેવિયર દંપત્તિએ એક નાનો ફ્લેટ ભાડા પર લઈ લીધો. જર્મનીથી પ્રોફેસર ડાયસન સ્વામીજીની સાથે લંડનથી આવ્યા હતા. તેઓ પ્રતિદિવસ સ્વામીજીથી મળતા રહેતા અને વેદાંતના સિદ્ધાંત પર વાતચીત કરતા રહેતા. સ્વામીજીના સંપર્કથી એમણે વેદાંત દર્શનના સૂક્ષ્મ તત્વોને ખૂબ સરળતાથી ગ્રહણ કર્યા. ડાયસને સ્વામીજીથી કહ્યું કે માનવ મસ્તિષ્કના સત્યની શોધમાં જે વસ્તુઓનો આવિષ્કાર કરવામાં આવ્યો છે, એમાં ઉપનિષદ, વેદાંત દર્શન અને શાંકર ભાષ્ય સર્વશ્રેષ્ઠ છે. ડાયસનની ભારતીય દર્શન શાસ્ત્રમાં એટલી રુચિ હતી કે લાગતું હતું કે વેદાંતની ચર્ચા જ એમના જીવનનો એકમાત્ર ધ્યેય હતો.

ઑક્ટોબર અને નવેમ્બર મહીનામાં સ્વામીજીએ લંડનની સાર્વજનિક સભાઓમાં અનેક ઉચ્ચ કોટિના ભાષણ આપ્યા. વ્યાખ્યાન-માળાનો સૌથી પહેલો વિષય હતો 'માયા'. 'માયા'ના સિદ્ધાંતોના વિભિન્ન પાસાઓનું વિવેચન એમણએ ખૂબ જ કુશળતાથી કર્યું.

એના પછી માયા અને ભ્રમ, માયા અને ઈશ્વર-ધારણાનો ક્રમ વિકાસ, માયા તેમજ મુક્તિ, બહુત્વમાં એકત્વ, બધી વસ્તુઓમાં બ્રહ્મ દર્શન, અપરોક્ષાનુભૂતિ, આત્માની મુક્તિ તથા વ્યાવહારિક વેદાંત પર એમણે વ્યાખ્યાન આપ્યા. સ્વામીજીની આ એક મોટી વિશેષતા હતી કે વિષય ભલે કેટલો પણ ઊંડો કે સૂક્ષ્મ કેમ ન હોય, તેઓ એને જનતાની સામે એટલા સરળ રૂપમાં રાખતા હતા કે સર્વસાધારણ પણ એને સારી રીતે સમજી શકતા હતા. લોકોના જીવનની કાર્યપ્રણાલીથી, આસપાસના પ્રાકૃતિક દશ્યોથી તેઓ અનેક દૃષ્ટાંત શોધી લેતા હતા. જ્ઞાનયોગના આ ભાષણોથી એમને આશાતીત સફળતા મળી. 'વ્યાવહારિક જીવનમાં વેદાંતનો પ્રયોગ' શીર્ષકવાળા વ્યાખ્યાનમાં એમણે સર્વપ્રથમ વેદાંતના અદ્વૈતવાદના સિદ્ધાંતનું વિસ્તૃત વિવેચન કર્યું. જગતમાં એ જ એક 'અસીમ સત્તા' છે, જેને આપણે 'સત્-ચિત્-આનંદ' કહીએ છીએ. આ જ સત્ય છે, આ જ જ્ઞાન છે, આ જ પરમાનંદ છે.આ જ માનવની આંતરિક પ્રકૃતિ છે, આ જ મનુષ્યની આત્મા છે, આ જ મનુષ્યનો સાર છે. આ પૂર્ણરૂપેણ મુક્ત છે, દિવ્ય છે. સંસારની ભલે જેટલી પણ વસ્તુઓ છે, એમાં બસ આ જ આત્માની અભિવ્યક્તિ છે. અદ્વૈતવાદની વ્યાખ્યા પછી જીવનમાં એના પ્રયોગની ચર્ચા છેડાઈ. સ્વામીજીએ આ વાતને વારંવાર દોહરાવી કે અંધની જેમ જડ વિજ્ઞાનના પુજારી પશ્ચિમી જગત જો વેદાંત દર્શનનો અનુગામી ના થયો, તો ભવિષ્યમાં એકને એક દિવસે તે પોતાના જ વિજ્ઞાનના ચમત્કારો દ્વારા વિનષ્ટ થઈ જશે. તેઓ એ સ્પષ્ટ જોઈ રહ્યા હતા કે એ સમયે પશ્ચિમી જગત અદમ્ય આકાંક્ષા અને અતૃપ્તિના જ્વાળામુખીની ઉપર ઊભેલો હતો.

ઑક્ટોબર અને નવેમ્બર મહીનાઓમાં સ્વામીજીને અનેક ક્લબો તથા વિદ્વાનો તરફથી વ્યાખ્યાન આપવાના નિમંત્રણ મળ્યાં. સ્વામીજીની પાસે હવે ખૂબ જ ઓછો સમય હતો. તેથી કેટલાક નિમંત્રણ તો એમણે સ્વીકૃત કરી લીધા અને કેટલાક અસ્વીકૃત કરીને માફી માંગી લીધી. સ્વામીજી હવે જલ્દી ભારત પાછા આવવા ઇચ્છતા હતા. છતાં પણ એમની ખૂબ લાલસા હતી કે ભારત પાછા ફરવાથી પહેલાં હિન્દૂ દર્શન પર એમની એક પુસ્તક પ્રકાશિત થઈ જાય. પરંતુ એમને બે પળ પણ બેસીને લખવાનો સમય મળી રહ્યો ન હતો. આખરે 'રાજયોગ' પર આપવામાં આવેલા સાર્વજનિક ભાષણો તથા ક્લાસોના વક્તવ્યોનું એક સુંદર સંકલન લંડનમાં ઑક્ટોબર મહીનામાં પ્રકાશિત થયું અને હાથો-હાથ વેચાઈ ગયું. નવેમ્બરમાં જ્યારેએનું બીજું સંસ્કરણ પ્રકાશિત થવા લાગ્યું તો કેટલાય વ્યક્તિઓએ પહેલેથી જ એની માંગ કરી રાખી હતી.

સ્વામી અભેદાનંદ હવે વેદાંત પ્રચાર કાર્યમા વધારે યોગ્યતા બતાવી રહ્યા હતા. વેદાંત ક્લાસના વિદ્યાર્થીઓ દ્વારા તેઓ સન્માન અને ભક્તિની સાથે ગ્રહણ કરવામાં આવ્યા. એક વખત બ્લૂમ્સબરી સ્ક્વાયરમાં સ્વામી વિવેકાનંદના ભાષણનું આયોજન થયું. પરંતુ કોઈ કારણવશ સ્વામીજી ત્યાં ના જઈ શક્યા. તેથી એમના સ્થાન પર અભેદાનંદે વેદાંત દર્શનના વિષયમાં વ્યાખ્યાન આપ્યું. મોટી સંખ્યામાં જનતા ઉપસ્થિત હતી. બધા લોકોએ શાંતભાવથી ભાષણ સાંભળ્યું અને વક્તાની પ્રશંસા કરી. સ્વામી અભેદાનંદની વધતી લોકપ્રિયતાથી સ્વામીજીને ખૂબ પ્રસન્નતા અને શાંતિ મળી. હવે એમને પૂર્ણ વિશ્વાસ થઈ ગયો કે એમની અનુપસ્થિતિમાં અભેદાનંદ વેદાંત પ્રચારનો કાર્યભાર સારી રીતે સંભાળી લેશે. આ રીતે અમેરીકામાં વેદાંત પ્રચારનો કાર્યભાર એમણે સ્વામી શારદાનંદને સોંપી રાખ્યો હતો. ન્યૂયૉર્ક પહોંચીને સ્વામી શારદાનંદ પોતાના કામમાં કમર કસીને

લાગી ગયા હતા. અમેરીકી જનતા એમને સ્વામી વિવેકાનંદની સમાન જ સન્માન આપી રહી હતી.

અમેરીકામાં જ્યારે આ સમાચાર શ્રીમતી ઓલીબુલને મળ્યા કે સ્વામીજી જલ્દી જ લંડનથી ભારત પાછા જવાના છે, ત્યારે એમણે સ્વામીજીને સૂચિત કર્યા કે તેઓ ભારતીય જન કલ્યાણ કાર્ય માટે જરૂર પ્રમાણે ધન આપવા તૈયાર છે. અમેરીકામાં શ્રીમતી બુલની સાથે સ્વામીજીની 'રામકૃષ્ણ સંન્યાસી સંઘ' માટે એક મઠ બનાવવાના વિષયમાં વાતચીત થઈ હતી. શ્રીમતી બુલે પોતાના પત્રમાં આ મઠના નિર્માણની પણ ચર્ચા કરી હતી. સ્વામીજી શ્રીમતી બુલના પત્રને મેળવીને ખૂબ ખુશ થયા. કલકત્તા, મદ્રાસ અને હિમાલયના ખોળામાં શ્રી રામકૃષ્ણના નામ પર સંન્યાસીઓ માટે મઠ બનાવવાની ઇચ્છા ઘણા દિવસોથી એમના હૃદયમાં જડ પકડી ચુકી હતી. છતાં પણ હડબડીમાં અને કોઈ પૂર્વકલ્પના વગર તેઓ આ કામને આરંભ કરવા ઇચ્છતા ન હતા. કોઈ પણ કાર્યને ધીરભાવથી પ્રારંભ કરવો જ એમની પ્રકૃતિના પક્ષમાં હતો. તેથી એમણે શ્રીમતી બુલના પત્રના જવાબમાં લખ્યું કે ભારત જઈને તેઓ વિષયમાં લખશે કે ધનની જરૂર ક્યારે છે. આ સમયે પોતાની સાથે એમને ધનની જરૂર નથી.

સ્વામીજીએ ડિસેમ્બરના અંતમાં ભારત પાછા ફરવાનો નિશ્ચય કર્યો. સેવિયર દંપત્તિએ ભારત પાછા ફરવા માટે ટિકીટ ખરીદી. સ્વામીજીએ ઇટાલીની યાત્રા કરતા-કરતા પાછા ભારત ફરવાનો નિર્મય કર્યો હતો, આથી નેપલ્સથી સમુદ્રી જહાજમાં સ્થાન સુરક્ષિત કરવામાં આવ્યું. શ્રી અને શ્રીમતી સેવિયરે ભારતમાં સેવાકાર્ય માટે પોતાનું જીવન દાન કર્યું હતું, આથી આ લોકો પણ સ્વામીજીની સાથે ભારત આવવાના હતા.

લંડનમાં જ્યારે લોકોને સ્વામીજીના ભારત પાછા ફરવાના સમાચાર મળ્યા, તો લોકો ખૂબ દુઃખી થયા. એમના મિત્રો અને શિષ્યોએ એમને વિદાયના અભિનંદન આપવા માટે સ્ટર્ડી મહાશયની અધ્યક્ષતામાં પિકેડલીના 'રોયલ સોસાયટી ઑફ પેન્ટર્સ'ના વિશાળ હૉલમાં એક સભાનું આયોજન કર્યું. એ દિવસે ૧૩ ડિસેમ્બરનો રવિવાર હતો. નગરની દુકાનો બંધ હતી, વ્યવસાય અને રોજગાર બધું જ રોકાઈ ગયું હતું. સવારીઓની સરસરાહટ અને હડહડાહટથી રસ્તાઓ શાંત હતા. ચારે તરફ શરદઋતુનું સામ્રાજ્ય. લંડન કોહરાના દામનમાં લપેટાયેલું અતિ શાંત લાગી રહ્યું હતું. રસ્તાઓ અને ગલીઓ પર કેટલાક નાગરિક પોતાની રવિવારીય પોશાકમાં શાંતભાવથી ચર્ચની તરફ જઈ રહ્યા હતા. બસ એનાથી જ લાગે છે કે નગરમાં થોડા પ્રાણ બાકી છે. આ જ દિવસે બપોરે સ્વામીજીના શિષ્ય, મિત્ર અને શુભેચ્છુ લોકો એમને વિદાયના અભિનંદન આપવાના હતા. કલાકારોના એ વિશાળ હૉલને સ્વામીજી માટે પુષ્પલતાઓથી સજાવવામાં આવ્યો હતો. ત્યાં વાદ્યસંગીત વાદકોની પૂરી મંડળી બધા પ્રકારના વાદ્યયંત્રો માટે વિદ્યમાન હતી. સ્વામીજીનું આજે ઇંગ્લેન્ડની ભૂમિ પર અંતિમ વ્યાખ્યાન થવાવાળું હતું. હૉલ સેંકડો નર-નારીઓથી ખચાખચ ભરેલો હતો. સ્વામીજીના મંચ પર આવ્યા પછી વિશાલ જનસમૂહે નીરવ ભાષામાં ગંભીર ભાવથી પોતાનો વિષાદ વ્યક્ત કરીને સ્વામીજીના વિદાય સમારંભમાં ભાગ લીધો. કેટલાય વ્યક્તિ સ્વામીજીથી થોડી વાતો કરવા ઇચ્છતા હતા, પરંતુ ભાવાધિક્યને કારણે એમના કંઠ રુંધાયેલા હતા. અસંખ્ય અશ્રુપૂર્ણ નયન

અને વિહ્વળ હૃદય, મૂકભાવથી સ્વામીજીને વિદાય આપી રહ્યા હતા. મૃદુ હૃદય સ્વામી વિવેકાનંદ પણ આ દૃશ્યને જોઈને દ્રવિત થઈ ગયા. કારુણિક ભાવથી ખૂબ જ મધુર ભાષામાં એમણે બ્રિટિશ જનતાનો આભાર વ્યક્ત કરતા પોતાની તરફ અને એમની વચ્ચેના શાશ્વત પ્રેમ સંબંધની ચર્ચા કરી. અંતમાં એમના હોઠોથી એકાએક એ વાત નિકળી પડી કે - 'એ શક્ય છે કલ્યાણ સમજીને હું શરીર ત્યાગી દઉં, એને ફાટેલા વસ્ત્રની જેમ ત્યાગી દઉં. પરંતુ જ્યાં સુધી સંસારનો પ્રત્યેક વ્યક્તિ ઉચ્ચતમ સત્યની ઉપલબ્ધિ નહીં કરી લે, ત્યાં સુધી હું માનવતાના કલ્યાણની કામનાથી ધર્મ-પ્રચાર બંધ નહીં કરું.' હા, ખરેખર મૃત્યોપરાન્ત પણ એમનો ધર્મ પ્રચાર ક્યાંય બંધ ના થયો. અમેરીકા, ઇંગ્લેન્ડ કે ભારતના પોતાના ભારતીય શિષ્યોના હૃદયમાં એમણે ધર્મ-પ્રચાર અને માનવ સેવાના જે બીજ ઉગાડ્યા હતા, તે સમય અનુસાર ફળ્યા-ફૂલ્યા. માનવ જાતિનું કલ્યાણ કરતા-કરતા તેમના શિષ્યોએ પુનઃ નવા બીજોનું નિર્માણ કર્યું. નવા રક્તમાં માનવ સેવાના ઉત્સાહ ભર્યા. આ ક્રમ આજ સુધી જારી છે. આજ સુધી પોતાના અનુયાયીઓ દ્વારા સ્વામી વિવેકાનંદનો ધર્મ પ્રચાર ચાલી જ તો રહ્યો છે.

એમાં કોઈ શંકા નથી કે બ્રિટનમાં સ્વામી વિવેકાનંદના ભાષણોનો વધારે પ્રભાવ પડ્યો. ત્યાંથી પ્રસિદ્ધ રાજનીતિક નેતા શ્રી વિપિનચંદ્ર પાલે ૧૫ ફેબ્રુઆરી, સન્ ૧૮૯૮એ ઇન્ડિયન મિરરમાં લંડનથી લખ્યું હતું- 'ભારતમાં કેટલાક લોકો વિચારે છે કે ઇંગ્લેનડમાં સ્વામી વિવેકાનંદના ભાષણોનું કોઈ વિશેષ ફળ ના થયું અને એમના મિત્ર તથા પ્રશંસકોએ એમના કામને અતિરંજિત કરીને વ્યક્ત કર્યુંછે. પરંતુ હું અહીંયા આવીને એમનો અસાધારણ પ્રભાવ જોઈ રહ્યો છું. ઇંગ્લેન્ડના અનેક સ્થાનોમાં મેં અનેક વ્યક્તિઓથી વાતચીત કરી છે, જે હકીકતમાં વિવેકાનંદ પ્રત્યે ઊંડી શ્રદ્ધા ભક્તિ રાખે છે. હું એમના સમાજનો નથી અને એ પણ સત્ય છે કે એમના વિચારોથી મારો મતભેદ છે, છતાં પણ મારે એ જરૂર કહેવું જોઈએ કે વિવેકાનંદે અહીંયા અનેક લોકોની આંખો ખોલી દીધી છે અને એમના હૃદયને વિશાળ બનાવ્યા છે. એમના ઉપદેશોથી અહીંયાના અનેક લોકોને એ વિશ્વાસ થઈ ગયો છે કે પ્રાચીન હિન્દૂ શાસ્ત્રોમાં અનેક આધ્યાત્મિક સત્ય છુપાયેલું છે. એમણે ફક્ત અહીંયાના લોકોના હૃદયમાં આ ભાવોને નથી જગાવ્યા, બલ્કે ભારત અને ઇંગ્લેન્ડની વચ્ચે સુંવાળા સંબંધ સ્થાપિત કરવામાં સફળ થયા છે.'

સ્વામીજીના લંડન છોડવાની બધી તૈયારી થઈ ચુકી હતી. તેઓ પોતાના મદ્રાસના શિષ્યોની પાસે ઇંગ્લેન્ડ, અમેરીકાના કાર્યોના સંબંધમાં બરાબર લખતા રહેતા હતા. લંડનથી ચાલવાથી પહેલાં પણ એમણે પોતાનો ભાવી કાર્યક્રમ પોતાના શિષ્ય આલાસિંગાની પાસે લખ્યો :

'હું લડનથી ઇટાલી માટે ૧૬ ડિસેમ્બરે રવાના થઈશ અને નેપલ્સથી 'નોર્થ જર્મન લૉયડ એસ.એસ. પ્રિન્સ રીજેન્ટ લિયોપોલ્ડ' નામના જહાજથી પ્રસ્થાન કરીશ. .. મારી સાથે ત્રણ અંગ્રેજ મિત્ર છે- કેપ્ટન, શ્રીમતી સેવિયર તથઆ ગુડવિન. શ્રી સેવિયર અને એમની પત્ની અલમોડાની પાસે હિમાલયમાં એક આશ્રમ બનાવવાનું વિચારી રહ્યા છે, જેને હું પોતાનું હિમાલય કેન્દ્ર બનાવવા ઇચ્છું છું અને ત્યાં જ પાશ્ચાત્ય શિષ્યોને બ્રહ્મચારી સંન્યાસીના રૂપમાં રાખીશ. ગુડવિન અવિવાહિત નવયુવક છે. તે મારી સાથે ભ્રમણ કરશે અને મારી જ સાથે રહેશે. તે સંન્યાસી જેવા છે.'

'મારી તીવ્ર અભિલાષા છે કે શ્રી રામકૃષ્ણના જન્મોત્સવથી પહેલાં હું કલકત્તા પહોંચી જાઉં.. મારી વર્તમાન કાર્ય યોજના એ છે કે યુવક પ્રચારકોના પ્રશિક્ષણ માટે કલકત્તા અને મદ્રાસમાં બે કેન્દ્ર સ્થાપિત કરું. કલકત્તાના કેન્દ્ર માટે મારી પાસે પર્યાપ્ત ધન છે. કલકત્તા શ્રી રામકૃષ્ણના કર્મજીવનનું ક્ષેત્ર રહી ચુક્યું છે, આથી તે મારું ધ્યાન પહેલાં આકર્ષિત કરે છે. હું આશા કરું છું કે મદ્રાસના કેન્દ્ર માટે મને ધન મળી જશે.'

'આપણે કામ આ ત્રણ કેન્દ્રોથી આરંભ કરીશું. પછી એના પછી મુંબઈ અને ઈલાહાબાદમાં પણ કેન્દ્ર બનાવીશું. આ ત્રણ સ્થાનોથી જો ભગવાનની કૃપા થઈ, તો આપણે ભારતભરમાં જ નહીં, પરંતુ સંસારના પ્રત્યેક્ષ દેશમાં પ્રચારકોનું દળ મોકલીશું. તમારે એ ના ભૂલવું જોઈએ કે મારા કાર્ય આંતરરાષ્ટ્રીય છે, ફક્ત ભારતીય નથી.'

૧૬ ડિસેમ્બર, ૧૮૯૬એ સ્વામીજીએ સેવિયર દંપત્તિની સાથે લંડનથી વિદાય લીધી. શ્રી ગુડવિન સાઉથ હેમ્પટનથી અને સ્વામી નેપલ્સથી જહાજમાં ચઢવાના હતા.

લગભગ ચાર વર્ષો સુધી અમેરીકા અને ઈંગ્લેન્ડમાં અવિરામ કાર્ય કર્યા પછી સ્વામીજી પોતાની માતૃભૂમિની તરફ જઈ રહ્યા હતા. લાગતું હતું, જાણે ખભાઓ પરથી અચાનક કાર્યનો ભાર દૂર થઈ ગયો છે અને તેઓ બિલ્કુલ નિશ્ચિંત થઈ ગયા છે, સ્વામી શારદાનંદ અને સ્વામી અભેદાનંદ દ્વારા ક્રમશઃ અમેરીકા અને ઈંગ્લેન્ડમાં વેદાંત પ્રચારનું કાર્ય સુચારુ રૂપથી ચાલતું રહેશે, એના પર એમને પૂર્ણ વિશ્વાસ હતો. શ્રી અને શ્રીમતી સિવયરથી તેઓ હર્ષ મિશ્રિત સ્વરમાં બોલ્યા- 'હવે મારા મસ્તિષ્કમાં બસ એક જ વિચાર છે, અને તે છે ભારતનો વિચાર. હું પોતાની સામે ભારતને જોઈ રહ્યો છું.'

લંડનથી વિદાયના સમયે એક અંગ્રેજ મિત્રએ એમનાથી પૂછ્યું હતું- 'સ્વામીજી, ચાર વર્ષો સુધી આ ભવ્ય શક્તિશાળી અને વિલાસપૂર્ણ પશ્ચિમની ભૂમિ પર રહ્યા પછી તમને તમારી માતૃભૂમિ કેવી લાગશે? સ્વામીજી તત્કાળ બોલી ઉઠ્યા- 'અહીંયા આવવાથી પહેલાં હું ભારતથી પ્રેમ કરતો હતો. આ સમયે ભારતના ધૂળની એક-એક કણ મારા માટે પવિત્ર છે, એની હવા પાવન છે, હવે તે પૂણ્યભૂમિ છે, એક તીર્થસ્થાન છે.'

ફ્રાંસની ધરતી અને આલ્પ્સ પર્વતમાળાને પાર કરતા-કરતા સ્વામીજીની ટ્રેન મિલાન નગર પહોંચી. ત્યાં તેઓ પોતાના શિષ્યોની સાથે એક હોટલમાં રોકાયા. અહીંયા લિયાનાર્દો ધ વિચીનું 'અતિત ભોજ' નામનું ચિત્ર જોઈને ખૂબ પ્રભાવિત થયા. એના પછી એમણે પીસા નગરની ઝૂકેલી મીનાર તથા કેટલાય ઇતિહાસ પ્રસિદ્ધ સ્થાનોને જોયા. પીસાના પછી આ લોકો ફિરેજે ગયા. અહીંયાની ચિત્રશાળા તથા દર્શનીય સ્થાનોએ સ્વામીજીને મુગ્ધ કરી લીધા.

એક ઉદ્યાનમાં ફરતા-ફરતા સંયોગવશ શિકાગોના હેલ દંપત્તિથી મુલાકાત થઈ ગઈ. એમનાથી સ્વામીજીને ખૂબ લગાવ હતો. આ લોકોએ સ્વામીજીને પુત્રવત્ સ્નેહ આપ્યો હતો. અમેરીકાના કોઈ પણ ખૂણાથી તેઓ જ્યારે શિકાગો આવતા હતા, તો આ જ લોકોને ત્યાં રોકાતા હતા. ફિરેંજેમાં આ અપ્રત્યાશિત મિલનથી સ્વામીજી અત્યંત ખુશ થયા. આ પતિ-પત્ની ઇટાલી ભ્રમણ માટે આવ્યા હતા અને એને સ્વામીજીની ઉપસ્થિતિની કોઈ પણ જાણકારી ન હતી. સ્વામીજીએ આ લોકોની સાથે ખૂબ વધારે સમય વિતાવ્યો. ફિરેંજે પછી તેઓ સેવિયર દંપત્તિની સાથે રોમ પહોંચ્યા. અહીંયા આ લોકો એક અઠવાડિયું

રોકાયા અને ઐતિહાસિક દર્શનીય સ્થાનોને જોયા. આ દિવસોમાં રોમમાં ચારે તરફ ખૂબ ચહેલ-પહેલ હતી. ક્રિસમસ ઉત્સવની તૈયારીમાં સંપૂર્ણ નગર એક મેળાની સમાન સુસજ્જિત હતો. રસ્તાઓ અને દુકાનો પર લોકોની અપાર ભીડ હતી. ગિરજાઘર વિશેષ રૂપથી સજાવવામાં આવ્યા હતા. સ્વામીજી છ-સાત દિવસો સુધી ત્યાં ખૂબ ફર્યા એ ખૂબ ખુશ રહ્યાં.

અંતમાં ૩૦ ડિસેમ્બરે આ લોકોએ નેપલ્સથી ત્યાં જહાજ પકડ્યું, જે સાઉથ હેમ્પટનથી ચાલ્યું હતું અને જેના પર ગુડવિન પહેલાં જ સવાર હતા. જહાજ પરગુડવિનને જોઈને સ્વામીજીને ખુબ જ આનંત થયો. કેટલાક દિવસોમાં આ જહાજ અદન પહોંચ્યું. ત્યાંથી એને કેટલાક કલાક રોકાવાનું હતું. કેટલાય યાત્રી જહાજથી ઉતરીને અદન ફરવા ગયા. સ્વામીજી પણ પોતાના સાથીઓની સાથે ઉતર્યા અને નગર જોવા લાગ્યા. ઊંચા-નીચા પહાડી માર્ગની બંનેતરફ નાની દુકાનો ખૂબ જ સુંદર લાગી રહી હતી.

સ્વામીજી પોતાના શિષ્યોની સાથે વાતો કરતા-કરતા ટહેલી રહ્યા હતા કે અચાનક દૂર પાનની દુકાન પરબેઠેલા એક વ્યક્તિ પર એમની નજર ટકી ગઈ. ભારતીય દેખાવાવાળો આ વ્યક્તિ હુક્કો પી રહ્યો હતો. સ્વામીજી પોતાના શીષ્યોને પાછળ છોડીને એની તરફ વધી ગયા. ત્યાં પહોંચતા જ બાળસુલભ સરળતાથી એમણે કહ્યું, કૃપા કરીને તમે પોતાનો હુક્કો મને આપો. તે અપરિચિત વ્યક્તિ પોતાની સન્મુખ ભગવા વસ્ત્ર પહેરેલા એક ભારતીય સંન્યાસીને આ રીતે પોતાના એંઠા હુક્કાની માંગ કરતા જોઈને થોડો વિસ્મિત થયો અને પછી હુક્કો એમના હાથમાં થમાવી દીધો. સ્વામીજીએ આનંદની સાથે કેટલીય ફૂંકો લગાવી. શ્રી સેવિયર આ દશ્ય ખૂબ આશ્ચર્યથી જોઈ રહ્યા હતા. જ્યારે આ લોકો સ્વામીજીની પાસે પહોંચ્યા, તો શ્રી સેવિયરે કહ્યું –' હવે અમે લોકો સમજ્યા. આ જ વસ્તુ છે, જેના માટે તમે અમને લોકોને છોડીને એકાએક દોડી પડ્યા.' સ્વામીજીએ હસતા-હસતા હુક્કો પાછો આપ્યો અને શિષ્યોની સાથે ચાલી નિકળ્યા. જ્યારે એ વ્યક્તિને ખબર પડી કે આ સંન્યાસી કોણ છે, તો તે દોડતો-દોડતો આવીને સ્વામીજીના ચરણોમાં પડી ગયો. અદનની આ ઘટનાએ સેવિયર દંપત્તિ તથા ગુડવિનના હૃદય પર ખૂબ પ્રભાવ નાખ્યો. થોડા કલાકો અદનના રસ્તાઓ પર ફર્યા પછી આ લોકો જહાજ પર પાછા ચાલી આવ્યા. જહાજના ગતિમાન થવાની સાથે ચંચળ લહેરોની છપ્-છપ્ ધ્વનિ સંભળાવા લાગી. ગંભીર સાગરની છાતીની ચીરતું જહાજ ખૂબ જ જલ્દીથી આગળ વધી રહ્યું હતું. ૧૫ જાન્યુઆરીએ એને શ્રીલંકા પહોંચવાનું હતું.

દિવસો વિતતા વાર ન લાગી. ૧૫ જાન્યુઆરી ૧૮૯૭ની સવાર, સ્વામીજી જહાજની છત પર ઊભા, પ્રતિપળ નજીક આવતી શ્રીલંગાની તટની ભૂમિને નિહારી રહ્યા હતા. આ લંકા લાગે છે, જે ભારતનું એક અંગ છે. અહીંયાના લોકો ભારતના છે. અહીંયાની ધરતી! આહ! આ સમયે એની શોભા કેટલી મનમોહક છે. પીત બાલુકામય સાગર તટની પાછળ હવામાં ઝૂમી રહેલા નારિયેળના વૃક્ષોની લાઇનો. સોનેરી ચાદરમાં લપેટાયેલી, લલાટ પર લાલ સૂર્યની બિંદી લગાવીને, ઊષા સુંદરી ક્ષિતિજના ઝરૂખામાં ધરતીનું સૌંદર્ય નિહારવા આવી ગઈ છે. તટ સમીપ આવી ગયો છે. જહાજના ભોંપૂની ગંભીર અવાજથી સાગરની ઉત્તાલ તરંગોનો કલ્લોલ જાણે ડૂબવા લાગ્યો છે. સ્વામીજીનો

ખુશીનો પારાવાર નથી. જહાજના છજ્જા પર થી જ એમણે સ્વાગતાર્થે આવેલા ગુરુભાઈઓ અને કેટલાક મદ્રાસી શિષ્યોને ઓળખી લીધા. એમની સાથે જ ત્યાં ન જાણે કેટલાય લોકોની ભીડ હતી. સ્વામીજીને જહાજની બહાર આવતા જ કોલમ્બોનો તે સમુદ્ર તટ તાળીઓની ગડગડાહટથી ગૂંજી ઉઠ્યો. એમના ભક્તો અને શિષ્યોએ પુષ્પહારોથી એમનું સ્વાગત કર્યું. સ્વામીજીનું નિવાસ સિનેમન ગાર્ડનનાડાક બંગલામાં રાખવામાં આવ્યું હતું. ફૂળમાળાઓથી સુસજ્જિત ઘોડાગાડી પર સ્વામીજીને બેસાડવામાં આવ્યા. રસ્તાઓ પણ વિશેષ રૂપથી સજાવવામાં આવ્યા હતા. જગ્યા-જગ્યાએ ફૂલ પત્રોની સાથે મંડિત સ્વાગત દ્વાર બનાવવામાં આવ્યા હતા. સ્વામીજીની મંદ ગતિથી ચાલતી ગાડીની સાથે-સાથે ભારતીય વૈદ્ય સંગીતની મંડળી પણ ચાલી રહી હતી. ગાડીની બંને તરફ અપાર જનસમૂહ. સ્વામીજીની ગાડી ધીમે-ધીમે ચાલતી-ચાલતી સિનેમન ગાર્ડેનની સામે એક વિરાટ મંડપની નીચે આવીને રોકાઈ ગઈ. સ્વામીજીના ગાડીથી ઉતરવાની સાથે જ સેંકડો વ્યક્તિ પદધૂળ લેવા લાગ્યા.

સંધ્યાકાળે સ્વામીજી મંડપ પર આવ્યા. કોલંબોના હિન્દૂ જન સમુદાયની તરફથી એમને અભિનંદન પત્ર સમર્પિત કરવામાં આવ્યો. અભિનંદન સમાપ્ત થવા પર સ્વામીજી અભિનંદન પત્રનો જવાબ આપવા ઊભા થયા. સ્વામીજીએ અભિનંદનનો જવાબ આપતા કહ્યું : ‘હું કોઈ શ્રેષ્ઠ રાજનીતિજ્ઞ કે કોઈ મહાન સૈનિક કે કરોડપતિ નથી, બલ્કે ભિક્ષાજીવી સંન્યાસી છું. તમે લોકોએ જે મારું રાજસી સ્વાગત કર્યું છે, એનાથી એ પ્રમાણિત થાય છે કે હિન્દુઓમાં આધ્યાત્મિકતા હજુ પૂર્ણ રૂપથી વર્તમાન છે. ત્યારે જ તો એક નિર્ધન સંન્યાસીનું આટલું ભવ્ય સ્વાગત થયું. પોતાના ભાષણમાં સ્વામીજીએ આ વાત પર ભાર આપ્યો કે આધ્યાત્મિકતા હિન્દુઓની જાતિય વિશેષતા છે. એને ક્યારેય પણ નષ્ટ ના થવા દેવી જોઈએ. હિન્દુઓએ નાના પ્રકારની પ્રતિકૂળ સ્થિતિમાં પણ ધર્મના આદર્શ પર દટ્યા રહેવું જોઈએ.

બીજા દિવસે ૧૬ જાન્યુઆરીએ એમણએ ફ્લોરલ હૉલમાં પુણ્ય ભૂમિ ભારતવર્ષ પર એક ભાષણ આપ્યું. સાંજે તેઓ સ્થાનીય શિવ મંદિર ગયા. માર્ગમાં અનેકાનેક વ્યક્તિ એમને પુષ્પમાળાઓ તથા ફળોની ભેટ આપતા રહ્યા. માર્ગની બંને તરફના મહેલોથી નારીઓ પુષ્પ અને ગુલાબજળની વૃષ્ટિ કરી રહી હતી. મંદિરના દ્વાર પર સેંકડો વ્યક્તિઓએ જય મહાદેવના નારા લગાવીને એમની અભ્યર્થના કરી. મંદિરમાં શઈવ પૂજન પછી એમણે ત્યાંના પુરોહિતોથી વાતચીત કરી. પછી નિવાસ સ્થાન પર પાછા ફર્યા પછી લગભગ બે વાગ્યે રાત સુધી કેટલાક લોકોની સાથે ચર્ચા કરતા રહ્યા. આગલા દિવસે કોલમ્બોના પબ્લિક હૉલમાં વેદાંત દર્શન પર એમનું વ્યાખ્યાન થયું. ભાષણનો વિષય મુખ્યતઃ વેદોમાં ચર્ચિત સાર્વભૌમિક ધર્મ પર આધારિત હતો. શ્રોતા સમૂહમાં એક મંડળી એ ભારતીય નવયુવકોની પણ હતી, જે પૂર્ણ રૂપથી અંગ્રેજી લિપાસમાં હતા તથા પોતાના આચાર-વ્યવહારથી એ પ્રદર્શિત કરી રહ્યા હતા કે અંગ્રેજીના રંગમાં ડૂબેલા તેઓ અન્ય લોકોથી દરેક વાતમાં વિશિષ્ટ છે. એમના પોશાક અને ભાવભંગીમામાં અંગ્રેજોનુ અનુકરણ જોઈને સ્વામીજીનું મન દુઃખી થઈ ઉઠ્યું. ભાષણ દરમિયાન એમણે કહ્યું કે બીજાઓના મૂઢ અનુકરણની પ્રવૃત્તિ ખરાબ થાય છે. બીજા રાષ્ટ્ર કે બીજા દેશોના

ગુણોને પોતાના કરીને પોતાની રીતિથી એને પ્રયોગમાં લાવવી વધારે શ્રેયસ્કર હોય છે.

૧૯ જાન્યુઆરીએ સ્વામીજી વિશેષ ટ્રેનથી અહીંયાથી કેંડી, પછી ત્યાંથી બૌદ્ધકાલિન પ્રાચીન નગર અનુરાધાપુરમ્ ગયા. બંને જગ્યાઓમાં એમનું ભવ્ય સ્વાગત થયું. સેંકડો બૌદ્ધ તથા હિન્દૂ એમના દર્શન માટે આવ્યા હતા. લોકોના અભિનંદન પત્ર સ્વીકાર કર્યા પછી ઉપાસના વિષય પર એમણે એક વ્યાખ્યાન આપ્યું. અહીંયાથી સ્વામીજીની ગાડી જાફનાની તરફ ચાલી નિકળી. સંધ્યાવેળામાં જ્યારે આ લોકો જાફના પહોંચ્યા તો સ્વાગતમાં સુસજ્જિત રાજપથથી એમની સવારી ધીમે-ધીમે હિન્દૂ કૉલેજના પ્રાંગણમાં જઈને રોકાઈ. અહીંયા એમના સ્વાગત અને ભઆષણ માટે ખૂબ જ સુંદર મંડપ બનાવવામાં આવ્ય હતો. જનતાના ઉત્સાહની સીમા ન હતી. એમના સ્વાગતનો સંક્ષિપ્ત જવાબ આપ્યા પછી સ્વામીજીએ વેદાંતના સંબંધમાં ભાષણ આપ્યું. ભાષણ પછી પણ હજારો લોકો સ્વામીજીના દર્શનાર્થે તથા ચરણ રજ માટે આવતા રહ્યા.

જાફનામાં સ્વામીજીની લંકા યાત્રા સમાપ્ત થઈ. અહીંયાથી એક નાના જહાજ પર ભારતની તરફ ચાલી નિકળ્યા. જલ્દીથી જલ્દા ભારત પહોંચવાની ઈચ્છા એગના હૃદયને વ્યગ્ર બનાવી રહી હતી. એવું લાગતું હતું, જાણે દીન-દુઃખી ભારતમાતા, વર્ષોથી છૂટા પડેલા પોતાના પુત્રને પોકારી રહી હોય, અને પુત્ર એ પોકારને સાંભળીને એનાથી મળવા માટે, એની સેવા માટે અધીર થઈ ઉઠ્યો હોય!

★★

'ઉત્તિષ્ઠત જાગ્રત' (ઉઠો, જાગો)

સ્વામી વિવેકાનંદના સ્વદેશ પાછા ફરવાના સમાચાર ભારતમાં જલ્દી જ ફેલાઈ ગયા. ભારતની જનતા એમના સ્વાગતની તૈયારીઓમાં વ્યસ્ત થઈ ગઈ. મદ્રાસ, બંગાળ તથા અન્ય કેટલાય મુખ્ય પ્રદેશોના સમાચાર પત્રોમાં એમના વ્યક્તિત્વ તથા ક્રોય પર લેખ છપાવા લાગ્યા. મદ્રાસ તથા બંગાળના મુખ્ય નગરોમાં સ્વાગત સમિતિઓ બનાવવામાં આવી. સ્વામીજીના બે ગુરુભાઈ એમના સ્વાગતાર્થે કોલંબો ગયા હતા. તથા કેટલાક મદ્રાસ રોકાઈને સ્વાગત સમારોહનું આયોજન કરી રહ્યા હતા. પરંતુ સ્વામીજી આ બધા આયોજનોથી અજાણ ભારતના નૂતન ભવિષ્ય નિર્માણની કલ્પનામાં લીન હતા.

વિદેશમાં ચાર વર્ષનો લાંબો સમયગાળો સમાપ્ત કરીને સ્વામીજીએ પામ્બનમાં ભારતની ધરતી પર પગ રાખ્યા. રામનદ નરેશ ભાસ્કર વર્મા વધારે લોકોની સાથે એમના સ્વાગતાર્થે પામ્બન આવી ગયા અને સમુદ્રતટ પર અધીરતાથી એમના જહાજની રાહ જોઈ રહ્યા હતા. જહાજથી ઉતરીને સ્વામી રામનન્દ નરેશની સુસજ્જિત નોકા પર ચાલ્યા ગયા. નૌકાનું કિનારે લાગતા જ અસીમ ઉત્સાહથી ઉન્મત્ત જનતા એમનો જય-જયકાર કરવા લાગી. રામનદના રાજા તથા અન્ય કેટલાય લોકોએ ભૂમિ પર સૂઈને એમની ચરણ રજ લીધી. પામ્બનની જનતાએ સુંદર સ્વાગત પત્ર વાંચ્યો તથા સ્વામીજીએ પણ એના જ અનુરૂપ આભાર વ્યક્ત કર્યો. પોતાના ધન્યવાદમાં એમણે રામનદ નરેશ પ્રત્યે ખૂબ જ કૃતજ્ઞતા પ્રગટ કરી. એમણે કહ્યું કે એમને શિકાગો મોકલવાની કલ્પના સર્વપ્રથમ આ જ મહાપુરુષના મનમાં આવી. સભા સ્માપ્ત થવા પર સ્વામીજીને એમના નિવાસ પર લઈ જવા માટે સુંદર ઘોડાથી જુલતી, ફૂળમાળાઓથી સુસજ્જિત ગાડી આવી. રામનદ નરેશે ગાડીથી ઘોડાઓને અલગ કરાવી દીધા. સ્વામીજીની ગાડી ખુદ રાજા બહાદુર તથા અન્ય ભક્તોએ મળીને ખેંચી. બીજા દિવસે સ્વામીજી રામેશ્વરમ્ મંદિર ગયા. મંદિરના દ્વાર પર ખૂબ મોટા સરઘસે જય-જયકાર તથા મધુર વાદ્યસંગીતથી એમનું સ્વાગત કર્યું. રામનદમાં પણ આ પ્રકારનું સ્વાગત થયું. રામનદ નરેશે પોતાના માનપત્ર એક અત્યંત સુંદર નક્કાશી કરેલ શુદ્ધ સોનાના મોટા બક્સામાં રાખી દીધું.

મદ્રાસનો સ્વાગત સમારોહ સૌથી સુંદર હતો. સુબ્રહ્મણ્યમ ઐય્યરના નેતૃત્વમાં સ્વાગત સમિતિ ગઠિત થઈ હતી. રાજપથની બંને તરફના ભવન રંગ-બિરંગા ઝંડાઓથી સુશોભિત

હતા. માર્ગના બંને કિનારાએ બંદનવાર, જગ્યા-જગ્યાએ સ્વાગત દ્વાર અને એના પર સ્વાગતના શબ્દ, સરઘસ અને વાજા-ગાજાથી આખું નગર આલોકિત હતું. બાળ-યુવા-વૃદ્ધ લગભગ બધા લોકોના હોઠો પર વિવેકાનંદનું જ નામ હતું. સ્કૂલ-કૉલેજ, હાટબજાર, ગલી-રસ્તાઓ, ઝૂંપડી-મહેલ બધી જગ્યાએ વિવેકાનંદની જ ચર્ચા હતી. સ્વામીજીના મદ્રાસ પહોંચવાના એક સપ્તાહ પહેલાંથી એમના અભિનંદનના નારા લગાવવામાં આવી રહ્યા હતા. પૂરા નગરમાં કોઈ મહત્ત્વપૂર્ણ ઉત્સવની ચહેલ-પહેલ હતી. લાગતું હતું, જાણે સંપૂર્ણ નગરી એક સજી સજાવેલી દુલ્હનની જેમ સ્વામીજીના સ્વાગત માટે ઉત્સુક્તાથી રાહ જોઈ રહી છે.

રામનદથી મદ્રાસ આવતા સમયે માર્ગના કેટલાય પ્રમુખ નગરોમાં પણ સ્વામીજીનો પ્રચુર સ્વાગત સમારોહ થયો. ટ્રેનથી આવતા સમયે જે સ્ટેશન પર ટ્રેન રોકાતી, ત્યાં દર્શકોની ભીડ, ફૂલમાળાઓની ભેટ તથા 'સ્વામી વિવેકાનંદ મહારાજની જય'ના નારાના દૃશ્ય જોવા યોગ્ય હતા. એક જગ્યાએ તો લોકોએ ટ્રેનને જબરદસ્તી રોકવા માટે મજબૂર કરી દીધી. સ્વામીજીની ટ્રેન જે એમને મદ્રાસ લઈ જઈ રહી હતી, એક નાના ગામડાના સ્ટેશન પર રોકાતી ન હતી. એ ગામના લોકો સ્વામીજીના દર્શન માટે આતુર હતા. એ લોકોએ સ્ટેશન માસ્ટરથી સ્વામીજીની ટ્રેન થોડા સમય માટે રોકાવા માટે ખૂબ વિનંતી કરી. પરંતુ સ્ટેશન માસ્ટરે એમની એક ન સાંભળી. આના પર ભીડ ખૂબ જ ઉત્તેજિત થઈ ગઈ. જે તરફથી ટ્રેન આવવાવાળી હતી, એની સામેવાળા પાટા પર સેંકડો વ્યક્તિ સૂઈ ગયા. આ દૃશ્યને જોઈને સ્ટેશન માસ્ટરના હોશ ઉડી ગયા. તે ખૂબ જ ગભરાઈ ગયો. ટ્રેન હવે જલ્દીથી સ્ટેશન તરફ આવી રહી હતી. પરંતુ દૂરથી જ એના ગાર્ડે ત્યાંની સ્થિતિ સમજી લીધી અને ટ્રેનને તરત જ રોકવાની આજ્ઞા આપી. ટ્રેન રોકાતા જ પ્રસન્નચિત્ત જનતા સ્વામીજીના ડબ્બાની પાસે આવી તથા પુષ્પહાર તેમજ જય-જયકારના નારાથી સ્વામીજીનું હાર્દિક સ્વાગત કર્યું. સ્વામીજીએ ટ્રેનના દ્વાર ઊભા થઈને પોતાના બંને હાથોથી લોકોને આશીર્વાદ પ્રદાન કર્યા. લોકોના આ ભાવભીના સ્વાગતથી એમનું હૃદય ભરાઈ ઉઠ્યું.

મદ્રાસ સ્ટેશનનું પ્લેટફોર્મ બંદનવાર, ફૂળમાળાઓ તથા રંગ-બિરંગી ઝંડીઓથી ખૂબ સજેલું હતું. લગભગ દસ હજાર વ્યક્તિ ત્યાં ઉપસ્થિત હતા. સ્ટેશન પર ઓછી ભીડ એકઠી થવાના ખ્યાલથી સ્વાગત સમિતિના લોકોના સ્ટેશનની અંદર જવા માટે ટિકિટ લગાવી રાખી હતી. પરંતુ તેમ છતાં ત્યાં એટલી મોટી સંખ્યામાં લોકો એકઠા થયા હતા. સ્વામીજીના ટ્રેન સ્ટેશન પર સવારે સાડા સાત વાગ્યે આવવાની હતી. ત્યાંથી જ ગાડી આવવાની હતી. અંતમાં નિયત સમય પર ગાડીની સીટી સંભળાઈ અને જોતા-જોતા મંથર ગતિથી ગાડી આવીને સ્ટેશન પર રોકાઈ ગઈ. ગાડીની ગતિ મંદ થતાં જ ત્યાં ઉપસ્થિત જનસમૂહ આકાશને વિદીર્ણ કરી દેવાવાળા જય-જયકારના નારા લગાવવા લાગ્યા. સ્વામીજીની સાથે એમના બે ગુરુભાઈ, સ્વામી નિરંજનાનંદ અને સ્વામી શિવાનંદ, તથા એમના યૂરોપીય શીષ્ય ગુડવિન હતા. સ્વાગત સિમતિના લોકોએ એમને આદરપૂર્વક ગાડીથી ઉતાર્યા તથઆ ભીડની વચ્ચેથી ખુબ મુશ્કેલીથી બહાર લાવ્યા. એક સુસજ્જિત ઘોડાગાડી પર એ લોકોને બેસાડવામાં આવ્યા. માર્ગનું દૃશ્ય જોવા જેવું હતું. રસ્તાની બંને તરફ અપાર જનસમૂહ-રસ્તાના કિનારે લાગેલા વૃક્ષોની ડાળીઓ પર, મહેલોની

છતો પર અને ઝરૂખાઓ પર તમામ લોકો જ લોકો દેખાતા હતા, રસ્તાઓ પર ઠેર-ઠેર સ્વાગત દ્વાર બનેલા હતા. મંદ ગતિથી ચાલી રહેલી સ્વામીજીની ગાડીની સાથે શહેનાઈની મધુર ધુન અને વચ્ચે-વચ્ચે જય-જયકારના નારા ખૂબ જ આનંદદાયક હતા.

મદ્રાસની જનતામાં એટલી ઉત્તેજના, આટલો ભાવોદ્રેક પહેલાં ક્યારેય જોવા નહોતો મળ્યો. એમની સામે સ્વામી વિવેકાનંદ આજે એક વિશ્વવિજેતાના રૂપમાં વિદ્યમાન હતા. આ વિશ્વવિજેતા કોઈ રણ જીતીને આવ્યા ન હતા. એણે તો પશ્ચિમ અને પૂર્વના લોકોના હૃદય જીતી લીધા હતા. સ્વામીજી વારંવાર ગાડી પર ઊભા થઈને, ક્યારેક બેઠા-બેઠા, જનતાના સ્વાગત અને અભિનંદનના જવાબમાં હાથ ઉઠાવી-ઉઠાવીને આશ્વાસન અને આશીષ આપતા રહ્યાં. થોડી દૂર ગાડી ચાલ્યા પછી ઉત્સાહિત નવયુવકોએ સ્વામીજીની ગાડીથી ઘોડાઓને અલગ કરી દીધા અને ખુદ એને ખેંચવા લાગ્યા. ઘણી બધી સ્ત્રીઓ માર્ગમાં જ સ્વામીજી માટે ફળ અને પુષ્પોની ભેટ લઈને આવી તથા એમણે એમની આરતી પણ ઉતારી. આ સંબંધમાં એક દૃશ્ય ભૂલી નથી શકાતું. સ્વામીજીનું સરઘસ જ્યારે સ્ટેશનથી એમના નિવાસસ્થાનની તરફ જઈ રહ્યું હતું. ત્યારે જ માર્ગમાં એક સ્થાન પર કઠિન ભીડને ચીરતી એક અતિ વૃદ્ધ મહિલા સ્વામીજીના દર્શનાર્થે થાળમાં નારિયેળ, ફળ-પુષ્પ તેમજ આરતી લઈને સ્વામીજીની ગાડી પાસે આવી. એની આંખોમાં પ્રેમાશ્રુ છલકાઈ ઉઠ્યા હતા. એને વિશ્વાસ હતો કે સ્વામી વિવેકાનંદ સાક્ષાત્ શિવના અવતાર છે. અને એમનું દર્શન એના બધા પાપોને દૂર કરી દેશે. એ વૃદ્ધાના આ પવિત્ર કાર્યને જોઈને ઉપસ્થિત બધા વ્યક્તિ વિસ્મિત રહી ગયા.

સ્વાગત સમિતિની તરફથી સ્વામીજીનો કાર્યક્રમ નિશ્ચિત કરવામાં આવ્યો હતો. એના અનુસાર એમણે મદ્રામાં નવ દિવસ રોકાવાનું હતું. આ નવ દિવસો સુધી મદ્રાન ગર જાણે ઉત્સવના સમારોહમાં વહી ગયું હતું. સ્વામીજીના મદ્રાસમાં પધારવાના બીજા દિવસે રવિવારે સ્વાગત સમિતિની તરફથી અભિનંદન પત્ર પ્રદાન કરવામાં આવ્યો. એના પછી ખેતરી નરેશ દ્વારા મોકલવામાં આવ્યા. અભિનંદન પત્રને વાંચવામાં આવ્યા, પછી એના ઉપરાંત અનેક સંપ્રદાય તેમજ સમિતિઓની તરફથી અનેક ભાષાઓ (જેમ કે સંસ્કૃત, તમિલ, તેલુગૂ વગેરે)ના અભિનંદન પત્ર વાંચીને સમર્પિત કરવામાં આવ્યા. સ્વામીજીના આ સાર્વજનિક ભાષણનું આયોજન વિક્ટોરિયા હૉલમાં કરવામાં આવ્યું હતું. વિક્ટોરિયા હૉલ પાંચ હજાર શ્રોતાઓથી ઠસાઠસ ભરેલો હતો. આ વિશાળ હૉલની બહાર મુખ્ય દ્વારથી લઈને રસ્તા સુધી જનતાની અપાર ભીડ એકઠી થઈ હતી. આ લોકો હૉલની અંદર જઈ શકતા ન હતા. હૉલની અંદર સ્વામીજી જ્યારે પોતાના માનપત્રનો જવાબ આપી રહ્યા હતા, એ સમયે હૉલની બહાર જનતા અદમ્ય ઉત્સાહ અને અસંતોષથી સ્વામીજીના દર્શન અને ભાષણ સાંભળવા માટે ઉન્મત્ત થઈ રહી હતી. એમનામાં એક અજબ શક્તિ આવી ગઈ અને તેઓ અંદરજવા માટે હૉલના મુખ્ય દ્વાર પર તૂટી પડ્યા. ભારે કોલાહલના કારણે સ્વામીજીનું ભાષણ સાંભળવું મુશ્કેલ થઈ ગયું. સ્વામીજી હૉલની બહાર નિકળી આવ્યા. બહાર તે ઘોડાગાડી હજુ પણ ઊભઈ હતી, જેના પર તેઓ બેસીને વિક્ટોરિયા હૉલ આવ્યા હતા. તેઓ એ જ ગાડીના કોચ બૉક્સ પર ઊભા થઈ ગયા અને ભાવાવેગથી ઉત્તેજિત જનતાને સંબોધિત કરીને કહેવા લાગ્યા : 'મિત્રો, હું તમારો જોશ જોઈને ખૂબ ખુશ છું. આ પરમ પ્રશંસનીય છે. .. બસ આવો જ અદમ્ય

ઉત્સાહ જોઈએ, આવે જ જોશ હોય. ફક્ત એટલું જ કે એને ચિરસ્થાયી રાખજો, એને જાળવી રાખજો, આ આગને ઓલવવા ના દેતા. આપણે ભારતમાં મોટા-મોટા કાર્ય કરવાના છે. .. પોતાનું વિસ્તૃત વ્યાખ્યાન હું કોઈ બીજા અવસર પર આપીશ. તમારા ઉત્સાહપૂર્ણ સ્વાગત માટે પુનઃ આભાર.'

સ્વામીજીના ભાષણનું આ દૃશ્ય ખૂબ જ આકર્ષક હતું. કુરુક્ષેત્રમાં ભગવાન શ્રીકૃષ્ણના રથ પર ઊભા થઈને ગીતાના ઉપદેશ આપવા જેવું સજીવ ચિત્ર હજારો-હજાર જનતાની આંખોની સામે ઉપસ્થિત થઈ રહ્યું હતું. સ્વામીજીનું આ ભાષણ હજુ બિલ્કુલ સંક્ષિપ્ત પરંતુ ઓજપૂર્ણ હતું. આજના સેંકડો વર્ષ પહેલાં શ્રીકૃષ્ણએ અર્જુનના હૃદયની સૂઈ રહેલી ભાવનાને જગાવી હતી. એમના હૃદયના અંધકારમાં પડેલા સત્યને પ્રકાશ બતાવ્યો છે. અહીંયા સ્વામી વિવેકાનંદે અદ્વૈત દર્શનના સહારે ભારતની નિર્બળ, હતોત્સાહ તેમજ મૃતપ્રાય જનતામાં પ્રાણ ફૂંકી દીધા : 'હું દ્વૈતવાદ પર વિશેષ ભાર નથી આપતો, બલ્કે અદ્વૈતવાદનો જ પ્રચાર કર્યા કરું છું. દ્વૈતવાદના પ્રેમ, ભક્તિ અને ઉપાસનામાં કેવો અપૂર્વ આનંદ પ્રાપ્ત થાય છે એ હું જાણું છું... પરંતુ ભાઈઓ, આપણે આનંદ પુલકિત થઈને આંખોથી પ્રેમાશ્રુ વરસાવવાનો હવે સમય નથી. આપણે ઘણા આંસૂ વહાવ્યા છે. હવે આપણએ કોમળ ભાવ ધારણ કરવાનો સમય નથી. કોમળતાની સાધના કરતા-કરતા આપણે લોકો રૂના ઢગલાની જેમ કોમળ અને મૃતપ્રાય થઈ ગયા છીએ.આપણા દેશને આ સમયે જરૂર છે આ પ્રકારની દૃઢ ઇચ્છાશક્તિ સંપન્ન થવાની કે કોઈ એનો પ્રતિરોધ કરવામાં સમર્થ ન થાય. આ જ આપણા માટે પરમ આવશ્યક છે અને એનો આરંભ, સ્થાપના અને દૃઢીકરણ અદ્વૈતવાદ અર્થાત્ સર્વાત્મભાવના મહાન આદર્શને સમજવા તથા એના સાક્ષાત્કારથી જ સંભવ છે. અદ્વૈતવાદના સિદ્ધાંતમાં વિશ્વાસ કરવાવાળા વ્યક્તિ ખુદ અને ઇશ્વરમાં કોઈ ભેદ નથી માનતા. તે ત્યાં જ છે, જે પરમાત્મા છે. તેથી અદ્વૈતવાદી સર્વશક્તિસંપન્ન, આત્મબળ અને આત્મશ્રદ્ધાપૂર્ણ હોય છે.' સ્વામી ભાવાવેગમાં બોલતા ગયા : 'શ્રદ્ધા, શ્રદ્ધા, પોતાના પર શ્રદ્ધા, પરમાત્મામાં શ્રદ્ધા- આ જ માનવતાનું એકમાત્ર રહસ્ય છે. જો પુરાણોમાં કહેવામાં આવેલા તેંત્રીસ કરોડ દેવતાઓની ઉપર અને વિદેશીઓની વચ્ચે-વચ્ચે જે દેવતાઓને તમારી વચ્ચે ઘુસાડી દીધા છે, એમના બધા પર પણ જો તમારી શ્રદ્ધા હોય અને ખુદ પર શ્રદ્ધા ન હોય, તો તમે ક્યારેય મોક્ષના અધિકારી નથી થઈ શકતા. પોતાના પર શ્રદ્ધા કરવાનું શીખો. આ જ શ્રદ્ધાના બળથી પોતાના પગો પર તમે ઊભા થાઓ એ શક્તિશાળી બનો. આ સમયે આપણે એની જ જરૂરછે. આ તેંત્રીસ કરોડ ભારતવાસી હજારો વર્ષોથી મુટ્ઠીભર વિદેશીઓ દ્વારા શાસિત અને પદદલિત કેમ છે? એનું કારણ એ જ છે કે આપણી ઉપર શાસન કરવાવાળાઓમાં ખુદ પર શ્રદ્ધા હતી, પણ આપણામાં એ વાત ન હતી. ...આપણે પોતાની આત્મશ્રદ્ધા ખોઈ બેઠા છીએ. આથી વેદાંતના અદ્વૈતવાદના ભાવોનો પ્રચાર કરવાની જરૂર છે, જેથી લોકોના હૃદય જાગી જાય અને પોતાની આત્માની મહત્તા સમજી શકે.'

આ વાણીથી ખરેખર લોકો જાગવા લાગ્યા, આત્માની મહત્તા સમજવા લાગ્યા. કુંભકરણી નિદ્રામાં સૂઈ રહેલા ભારતને જાણે સ્વપ્નમાં સમરનો શંખનાદ સંભળાયો.

કમસમાકર એણે આંખો ખોલી. એણે પોતાના શરીરની તરફ જોયું, પોતાની શક્તિ ઓળખી. આ શક્તિ એની ભુજાઓથી વધીને એના હૃદયની હતી. સ્વામીજીની જોશભરી લલકારો એના હૃદયને વધારે ઉત્તેજિત કરવા લાગી : ઇચ્છાશક્તિ જ જગતમાંઅમોઘ શક્તિ છે.આ વિશ્વાસ રાખો કે પ્રત્યેક આત્મામાં અનંત શક્તિ છે. ત્યારે જ તમે બધા ભારતવર્ષને પુનર્જીવિત કરી શકશો. ...ઉત્તિષ્ઠ જાગ્રત પ્રાપ્ય વરાન્નિબોધત- ઉઠો, જાગો, જ્યાં સુધી અભીપ્સિત વસ્તુને પ્રાપ્ત નથી કરી લેતા, ત્યાં સુધી બરાબર એની તરફ વધતા જાઓ. હિમ્મદ કરો, ડરો નહીં, નિર્ભય થવું પડશે ત્યારે આપણે પોતાના કાર્યમાં સિદ્ધઇ પ્રાપ્ત કરીશું. મદ્રાસના યુવકો, તમારી ઉપર જ મારી આશા છે. શું તમે પોતાની જાતિ અને રાષ્ટ્રની પોકાર સાંભળશો? જો તમને મારા પર વિશ્વાસ છે, તો હું કહીશ કે તમારામાંથી પ્રત્યેકનું ભવિષ્ય ઉજ્જવળ છે. ખુદ પર અગાઢ-અતૂટ વિશ્વાસ રાખો, એવો જ વિશ્વાસ, જેવો હું બાલ્યકાળમાં પોતાની ઉપર રાખતો હતો અને જેને હું હવે કાર્યાન્વિત કરી રહ્યો છું. તમારામાંથી પ્રત્યેક ખુદ પર વિશ્વાસ રાખો. આ વિશ્વાસ રાખો કે પ્રત્યેકની આત્મામાં અનંત શક્તિ વિદ્યમાન છે. ત્યારે જ તમે આખા ભારતવર્ષને પુનરુજ્જીવિત કરી શકશો. વેદોમાં કહ્યું છે - યુવક, બળશાલી, સ્વરૂપ તીવ્ર મેઘાવાળા અને ઉત્સાહયુક્ત મનુષ્ય જ ઈશ્વરની પાસે પહોંચી શકે છે. તમારા ભવિષ્યમને નિશ્ચિત કરવાનો આ જ સમય છે. આથી હું કહુ છું કે હજુ આ ભરી જવાનીમાં, આ નવા જોશના જમાનામાં જ કામ કરો, જીર્ણ-શીર્ણ થઈ જવા પર કામ નહીં થાય. કામ કરો, કેમ કે કામ કર વાનો આ જ સમય છે. સૌથી વધારે તાજા, સ્પર્શ કર્યા વગરના અને સૂંઘ્યા વગરના ફૂલ જ ભગવાનના ચરણો પર ચઢાવવામાં આવે છે અને તેઓ એને જ ગ્રહણ કરે છે. જીવનનો સમયગાળો અલ્પ છે, પણ આત્મા અમર અને અનંત છે, મૃત્યુ અનિવાર્ય છે. આથી આવો, આપણે પોતાની આગળ એક મહાન આદર્શ ઊભો કરીએ અને એના માટે પોતાનું જીવન ઉત્સર્ગ કરીએ.'

મદ્રાસમાં સ્વામી વિવેકાનંદ નવ દિવસ રોકાયા. ત્યાં એમના પાંચ પ્રમુખ ભાષણ થયા. એમના વિષય હતા- મારી ક્રાંતિકારી યોજના, ભારતીય જીવનમાં વેદાન્તનો પ્રયોગ, ભારતના મહાપુરુષ, આપણું વર્તમાન કાર્ય તથા ભારતનું ભવિષ્ય. એમની જોશીલી અને ઉત્સાહવર્ધક વાણીએ ચિરકાળથી શાંત ભારતીય જનસમૂહમાં આધીની જેમ ઉથલ-પુથલ મચાવી દીધી અને તન, મનથી દુર્બળ લોકોમાં અપરિમિત શક્તિનો સંચાર કર્યો. ભારતનું ભવિષ્ય શીર્ષક વ્યાખ્યાનમાં સર્વપ્રથમ એમણે લોકોને ભારતની ગરિમાનું ભાન કરાવ્યું : 'આ એ જ પ્રાચીન ભૂમિ છે, જ્યાં બીજા દેશોને જાણવાથી પહેલાં તત્વજ્ઞાને આવીને પોતાની વાસભૂમિ બનાવી હતી, આ એ જ ભારત છે, જ્યાંના આધ્યાત્મિક પ્રવાહનું સ્થૂળ પ્રતિરૂપ એના વહેવાવાળા સમુદ્રાકાર નદ છે, જ્યાં ચિરંતન હિમાલય શ્રેણીબદ્ધ ઉઠેલો પોતાના હિમશિખરો દ્વારા જાણે સ્વર્ગ રાજ્યના રહસ્યોની તરફ નજર કરી રહ્યો છે. આ એ જ ભારત છે, જેની ભૂમિ પર સંસારના સર્વશ્રેષ્ઠ ઋષિઓની ચરણધૂલી પડી ચુકી છે. અહીં જ સૌથી પહેલાં મનુષ્ય પ્રકૃતિ તથા અંતર્જગતના રહસ્યોદ્‌ઘાટનની જિજ્ઞાસાઓના અંકુર ઉગ્યા હતા. આત્માનું અમરત્વ, અંતર્યામી ઈશ્વર તેમજ જગત પ્રપંચ તથા મનુષ્યની અંદર સર્વવ્યાપી પરમાત્મા વિષયક મતવાદોનો પહેલા-પહેલાં અહીં જ ઉદ્‌ભવ થયો હતો અને અહીં ધર્મ દર્શનના આદર્શોને પોતાની

ચરમ ઉન્નતિ પ્રાપ્ત કરી હતી. આ એ જ ભૂમિ છે, જ્યાંથી ઉમડી રહેલા પૂરની જેમ ધર્મ તથા દાર્શનિક તત્વોના સમગ્ર સંસારને વારંવાર પરિપ્લાવિત કર્યો. આ એ જ ભૂમિ છે, જ્યાંથી પુનઃ એવા તરંગો ઉઠીને નિસ્તેજ જાતિઓમાં શક્તિ અને જીવનનો સંચાર કરી દેશે. આ એ જ ભારત છે, જે શતાબ્દિઓના આઘાત, વિદેશીઓના શતશત આક્રમણ અને સેંકડો આચાર વ્યવહારોના વિપર્યય સહીને પણ અક્ષય બનેલો છે. આ એ જ ભારત છે, જે પોતાના અવિનાશી વીર્ય અને જીવનની સાથે હજુ સુધી પર્વતથી પણ દઢતર ભાવથી ઉભો છે. આત્મા જેવી રીતે અનાદિ, અનંત અને અમૃત સ્વરૂપ છે, એવી જ રીતે આપણી ભારતભૂમિનું જીવન છે, અને આપણે આ દેશની સંતાન છીએ.'

પોતાના પૂર્વ ગૌરવની સ્મૃતિ જ સ્વાભિમાનનો પાયો છે. આ પાયા પર સ્વામી વિવેકાનંદે દેશના ભવિષ્યનું નિર્માણ કરવાનું હતું. ઘણા લોકોથી એવી ધારણા છે કે અતીતની તરફ દૃષ્ટિ નાખવાથી મનની ફક્ત અવનતિ થાય છે, એનાથી માનવની કે દેશની પ્રગતિ નથી થઈ શકતી. તેથી અતીતને ભુલાવીને, સમયની ગતિની સાથે ખભાથી ખભો ગિલાવની, નવેસરથી ભવિષ્યનું નિર્માણ કરવું જોઈએ. પરંતુ સ્વામીજીને એના પર વિશ્વાસ ન હતો. એમણે આ ધારણાની આલોચના કરતા કહ્યું : 'અતીતથી જ ભવિષ્યનું નિર્માણ થાય છે. તેથી જ્યાં સુધી થઈ શકે, અતીતની તરફ જૂઓ, પાછળ જે ચિરન્તન નિર્ઝર વહી રહ્યું છે. આકંઠ એનું જળ પિઓ અને એના પછી સામે જુઓ અને ભારતને ઉજ્જવળતર, મહત્તર અને પહેલાંથી પણ ઊંચો ઉઠાવો. આપણા પૂર્વજ મહાન હતા. પહેલાં એ વાત આપણે યાદ કરવી પડશે. આપણે સમજવું પડશે કે આપણે કયા ઉપાદાનોથી બનેલા છીએ; કયું લોહી આપણી નસોમાં વહી રહ્યું છે. એ લોહી પર આપણે વિશ્વાસ કરવો પડશે અને અતીતની કૃતિત્વ પર પણ. આ વિશ્વાસ અને અતીત ગૌરવના જ્ઞાનથી આપણએ અવશ્ય એક એવા ભારતનો પાયો નાખીશું, જે પહેલાં કરતાં શ્રેષ્ઠ હશે. સત્ય છે કે અહીંયા વચ્ચે-વચ્ચે દુર્દશા અને અવનતિના યુગ પણ રહ્યા છે, પણ એમને હું વધારે મહત્ત્વ નથી આપતો. આપણે બધા એમના વિષયમાં જાણીએ છીએ. એવા યુગોનું હોવું જરૂરી હતું. કોઈ વિશાળ વૃક્ષથી એક સુંદર પાકેલું ફળ પેદા થયું, ફળ જમીન પર પડ્યું, મુરઝાઈ ગયું અને સડી ગયું. આ વિનાશથી જે અંકુર ઉગ્યું, શક્ય છે કે તે પહેલાંના વૃક્ષથી મોટું થઈ જાય. અવનતિના જે યુગની અંદર આપણએ પસાર થવું પડ્યું, તે બધું જરૂરી હતું. આ અવનતિની અંદરથી ભવિષ્યનું ભારત આવી રહ્યું છે, તે અંકુરિત થઈ ચુક્યું છે, એના નવા પલ્લવ નિકળી ચુક્યા છે અને એ શક્તિ પર વિશાળકાય ઊર્ધ્વમૂળ વૃક્ષનું નિકળવાનું શરૂ થઈ ચુક્યું છે.'

તત્કાલીન ભારતની જરૂરિયાતોને ધ્યાનમાં રાખીને એમણે ધર્મ, દેવી-દેવતા, પૂજા આરાધના વગેરેના વિષયમાં એક નવી વાત કહી. 'આગામી પચાસ વર્ષો માટે આ જનની જન્મભૂમિ ભારતમાતા જ માનો આરાધ્ય દેવી બની જાય. ત્યાં સુધી આપણા મસ્તિષ્કથી વ્યર્થના દેવી-દેવતાઓનું દૂર થઈ જવામાં કોઈ નુકસાન નથી. પોતાનું બધી ધ્યાન આ એક જ ઈશ્વર પર લગાવો. આપણઓ દેશ જ આપણો જગત દેવતા છે. સર્વત્ર એના હાથ છે, સર્વત્ર એના પગ છે અને સર્વત્ર એના કાન છે. સમજી લો, બીજા દેવી-દેવતા સૂઈ રહ્યા છે, જે વ્યર્થના દેવી-દેવતાઓને આપણે જોઈ નથી શકતા, એમની પાછળ આપણે બેકાર દોડ્યા અને જે વિરાટ દેવતાને આપણે પોતાની ચારે તરફ જોઈ

રહ્યા છીએ, એની પૂજા જ ન કરીએ. જ્યારે આપણે આ પ્રત્યક્ષ દેવતાની પૂજા કરી લઈશું, ત્યારે જ બીજા દેવી-દેવતાઓની પૂજા કરવા યોગ્ય થઈશું, નહીંતર નહીં.'

જનની જન્મભૂમિશ્ચ: સ્વર્ગાદપિ ગરીયસી- જનની અને જન્મભૂમિ સ્વર્ગથી પણ મહાન છે,- એવું તો ઘણા લોકોએ કહ્યું છે અને જન્મભૂમિનું માતાની સમાન આદર સન્માન પણ કર્યું. પરંતુ એવું હજુ સુધી કોઈએ કહેવાનું સાહસ નથી કર્યું કે જન્મભૂમિ ભારતવર્ષ જ આપણા એકમાત્ર દેવતા છે, જેની તન-મન-ધનથી પૂજા કરવી આપણું પ્રથમ કર્તવ્ય હોવું જોઈએ. આ દેવતાની સામે કોઈ અન્ય દેવતાનું કોઈ મહત્ત્વ નથી. અહીંયા સ્વામી વિવેકાનંદ ના સંન્યાસી છે, ના યોગી, ના ધર્મ પ્રચારક, ના સમાજ સુધારક. અહીંયા પૂર્ણરૂપથી તેમજ સાચ્ચા અર્થમાં તેઓ દેશભક્ત છે. સેંકડો વર્ષોથી પદદલિત, પરાધીન, નિરીહ, દુર્બળ અને દરિદ્ર ભારતમાતાની સેવા અને પૂજાને જ એમણે પોતાનો ધર્મ માન્યો.

સ્વામી વિવેકાનંદની એ માન્યતા હતી કે પ્રત્યેક રાષ્ટ્રનું એક હૃદય હોય છે; એના સહસ્ત્ર-સહસ્ત્ર બાહુઓમાં એક જેવી તાકાત હોય છે. એમણે અમેરીકાથી પોતાના એક ભક્ત મિત્રની પાસે પત્રમાં આ વિષય પર લખ્યું હતું- 'પૂર્વ તેમજ પશ્ચિમમાં આખું અંતર એ છે કે તે એક રાષ્ટ્ર છે, આપણે નહીં, અર્થાત્ સભ્યતા તેમજ શિક્ષાનો પ્રસાર ત્યાં વ્યાપક છે, પરંતુ બંને દેશોના નિમ્ન વર્ગોમાં જમીન-આકાશનું અંતર છે. અંગ્રેજો માટે ભારતને જીતવો આટલું સરળ કેમ થયું? આથી કે તેઓ એક રાષ્ટ્ર હતા અને આપણે નહીં.' સ્વામી વિવેકાનંદ ભારતવર્ષને એક રાષ્ટ્રના રૂપમાં જોવા ઇચ્છતા હતા. તેઓ ચ્છિતા હતા કે આપણે બધા પોતાને ભારતીય કહીએ, ના કે બંગાળી, બિહારી, પંજાબી, મરાઠી, ગુજરાતી કે મદ્રાસી. આપણે લોકો વિચારીએ તો સંપૂર્ણ ભારતવર્ષ માટે, આપણે લોકો જોઈએ તો પૂરા ભારતવર્ષને, આપણે લોકો કાર્ય કરીએ તો આખા દેશ માટે. મારી તરફથી તારાની ભાવના હંમેશાં વિનાશકારી સાબિત થઈ છે. સ્વામીજીએ અમેરીકાં પોતાના મિત્રની પાસે એ પણ લખ્યું હતું- 'જીવનમાં મારી સર્વોચ્ચ અભિલાષા એ જ છે કે એક એવું ચક્ર પરિવર્તન કરી દઉં, જે ઉચ્ચ તેમજ શ્રેષ્ઠ વિચારોને સૌના દ્વાર-દ્વાર પર પહોંચાડી દે અને પછી સ્ત્રી-પુરુષ પોતાના ભાગ્યનો ખુદ નિર્ણય કરી લે. રાસાયણિક દ્રવ્ય એક્ઠા કરીને અને પ્રકૃતિના નિયમાનુસાર તેઓ કોઈ વિશેષ આકાર ધારણ કરી લેશે. કહેવું ના પડે કે આ રાસાયણિક દ્રવ્યનો અભિપ્રાય શિક્ષાથી છે. દેશની દરિદ્રતા, દેશનું સંકટ દૂર કર વાનો ઉપાય એમની દૃષ્ટિમાં શિક્ષા જ હતી. એક શિક્ષિત વ્યક્તિ પોતાનું સારું-ખરાબ, પોતાના સમાજનું સારું-ખરાબ, પોતાના દેશનું સારું-ખરાબ ખુદ વિચારી શકે છે અને એના અનુરૂપ કાર્ય કરી શકે છે.'

મદ્રાસના નવયુવકોએ સ્વામીજીના કાર્યમાં સહયોગ આપવામાં ખૂબ ઉત્સાહ બતાવ્યો. ત્યાંના કેટલાક પ્રતિષ્ઠિત વ્યક્તિઓએ એમને એક પ્રાર્થના પત્ર પણ આપ્યો અને એમનાથી અનુરોધ કર્યો કે તેઓ મદ્રાસમાં એક પ્રચાર કેન્દ્રની સ્થાપના માટે થોડા દિવસ અહીં રોકાય. સ્વામીજીએ આ પ્રસ્તાવની પ્રશંસા કરી,પરંતુ હવે તેઓ ત્યાં વધારે દિવસો સુધી રોકાવા ઇચ્છતા ન હતા. તેથી એમણે આ કાર્ય માટે જલ્દી જ પોતાના એક સુયોગ્ય ગુરુભાઈને કલકત્તાથી બોલાવી લેવાનું વચન આપ્યું. થોડા જ દિવસોમાં સ્વામી રામકૃષ્ણએ મદ્રાસના પ્રચાર કેન્દ્રનો ભાર પોતાના ખભા પર લઈ લીધો. મદ્રાસમાં નવ દિવસોના

સમયગાળામાં કલકત્તાથી સ્વામીજીની પાસે જાણે કેટલાય નિમંત્રણ પત્ર આવતા રહ્યા. ગુરુદેવ શ્રી રામકૃષ્ણનો જન્મ દિવસ પણ નજીક આવી ચુક્યો હતો. ઘણા દિવસો ઉપરાંત ગુરુદેવના જન્મદિવસના ઉત્સવ સમારોહમાં સામેલ થવાનો સુઅવસર છોડવો એમના માટે અશક્ય હતો. આખરે દુઃખી હૃદય અને સજળ નયનોથી મદ્રાસના લોકોએ ૧૫ ફેબ્રુઆરીએ સ્વામીજીને કલકત્તા માટે વિદાય કર્યા.

સ્વામી વિવેકાનંદ યાત્રા, સ્વાગત-સત્કાર, વ્યાખ્યાન અને વાર્તાલાપથી વધારે થાકી ગયા હતા. તેથી મદ્રાસથી કલકત્તા એમણે જહાજથી જ જવાનું યોગ્ય સમજ્યું. આની વચ્ચે લોકમાન્ય બાલ ગંગાધર તિલકે એમને પૂના આવવા માટે નિમંત્રણ મોકલ્યું. સ્વામીજીની એમનાથી મળવાની ખૂબ ઇચ્છા હતી, પરંતુ પોતાની શારીરિક સ્થિતિને કારણે વિવશ, તેઓ પૂના ના જઈ શક્યા.

સ્વામી વિવેકાનંદના સ્વાગત માટે કલકત્તામાં શાનદાર તૈયારી થઈ રહી હતી. મદ્રાસની જેમ ત્યાંના રસ્તાઓ પત્ર-પુષ્પ, પલ્લવ, ધ્વજા, પતાકા વગેરેથી પૂરી રીતે સુસજ્જિત હતા. સ્થાન-સ્થાન પર સ્વાગત દ્વાર બનેલા હતા. સ્વામીજી જહાજથી ખિદિર પુરમાં ઉતર્યા. ત્યાં એક સ્પેશ્યલ ટ્રેન એમને સ્યાલદેહ લઈ જવા માટે ઉભી હતી. સાડા સાત વાગ્યે સવારે એમની ગાડી સ્યાલદહ સ્ટેશન પર ધીમે-ધીમે આવીને રોકાઈ. ત્યાં સેંકડો લોકો એમના સ્વાગત માટે આંખો બિછાવીને ઊભા હતા. ટ્રેન રોકાતા જ 'સ્વામી વિવેકાનંદની જય'ના નારાથી સ્ટેશન ગૂંજી ઉઠ્યું. સ્વામીજી બંને હાથ જોડીને નમસ્કાર કરવાની મુદ્રામાં પોતાના ડબ્બાના દ્વાર પર ઊભા હતા. એમની ચરણધૂળી લેવા માટે જનતાની ભીડ એમની તરફ તૂટી પડી રહી હતી. સ્વાગત સમિતિના સદસ્યોએ નરેન્દ્રનાથ સેન (ઇન્ડિયન મિરર અખબારના સંપાદક)ના નેતૃત્વમાં, સ્વામીજી તથા શ્રી અને શ્રીમતી સેવિયરને ખૂબ મુશ્કેલીથી કોઈ પ્રકારે ભીડથી બહાર કાઢ્યા. એમના માટે ચાર ઘોડાવાળી ગાડી, વિશેષ સાજ-સજ્જાની સાથે સ્ટેશનની બહાર ઉભી હતી. એની સાથે સાથે લોકોનું એક લાંબુ સરઘસ ચાલવા લાગ્યું. ગાડી હજુ આઠ-દસ પગ જ આગળ વધી હશે કે સરઘસના કેટલાક નવયુવકોએ ગાડીથી ઘોડાઓને અલગ કરી દીધા અને ખુદ એને ખેંચવા લાગ્યા. સરઘસની આગળ-આગળ ભારતીય વાદ્ય સંગીતની એક ટોળી ચાલી રહી હતી. બાજાની મધુર ધુન અને જોશીના નારાઓની સાથે સરઘસ રિપન કૉલેજના પ્રાંગણમાં પહોંચ્યું. સ્વાગત સમિતિના લોકોએ સ્વામીજી તથા એમના યૂરોપીય શિષ્યોને ત્યાં જળપાન કાવ્યું તથા થોડો સમય વિશ્રામનો સમય પણ આપ્યો. પરંતુ સ્વામીજીને ભલું વિશ્રામથી શું મતલબ! અહીંયા કેટલાક વિદ્વાનોથી વાતચીત કરતા રહ્યા. ન જાણે કેટલા લોકો એમને શ્રદ્ધાની સાથે નજીકથી જોવા આવ્યા. એના પછી રાય પશુપતિનાથના નિવાસ સ્થાન પર બાગ બજારમાં સ્વામીજી પોતાના કેટલાક ગુરુભાઈઓની સાથે સ્વાગત સમારોહમાં ભાગ લેવા માટે આમંત્રિત કરવામાં આવ્યા. હવે સંધ્યા થઈ ગઈ હતી. સ્વાગત સમિતિના અધિકારીઓએ સ્વામીજી તથા એમના પાશ્ચાત્ય શિષ્યો માટે કાશીપુરના શ્રી ગોપાલલાલ શીલના બગીચાવાળા ભવનમાં અસ્થાયી નિવાસસ્થાન યોગ્ય કરાવી દીધું. અહીંયા પ્રતિદિવસ સવારે-સાંજે દર્શનાર્થીઓની ભીડ

લાગી રહેતી. એમાંથી કેટલાક વિદ્વાન લોકો, સ્વામીજીથી વેદાંત દર્શન પર પણ વાર્તાલાપ કરતા હતા. રાત્રે લગભગ રોજ જ સ્વામીજી આલમ બજારના મઠમાં જતા અને ભવિષ્યની કાર્યપ્રણાલીના સંબંધમાં પોતાના ગુરુભાઈઓની સાથે વાતચીત કરતા. ભારતના વિભિન્ન ભાગોથી એમની પાસે ન જાણે કેટલાય નિમંત્રણ પત્ર આવ્યા કે તેઓ ત્યાં આવે અને લોકોને પોતાના દર્શન તથા શિક્ષાથી કૃતાર્થ કરે.

એક અઠવાડિયાના વિશ્રામ પછી ૨૮ ફેબ્રુઆરીએ શ્રી રાજા રાધાકાન્ત દેવના શોભા બજાર સ્થિત ભવ્ય ભવનના પ્રાંગણમાં વિશાળ સ્વાગત સમારોહનું આયોજન કરવામાં આવ્યું. આ સાર્વજનિક સભા હતી. લગભગ પાંચ હજાર વ્યક્તિ ઉપસ્થિત હતા. એમાં કલકત્તાના મહાવિદ્વાન પંડિત, કુશળ રાજનીતિજ્ઞ, ખ્યાતિપ્રાપ્ત વકીલ, ડૉક્ટર, સાહિત્યકાર, વિદ્યાવિદ્દ, સંન્યાસી, યોગી, રાજા-મહારાજા તથા ઉચ્ચ યૂરોપીય અધિકારીગણ પણ હતા. સભાપતિનું આસન રાજા વિનયકૃષ્ણ દેવે ગ્રહણ કર્યું. મંચ પર સ્વામીજીના પધારતા જ કાનોને બધિર બનાવી દેવાવાળી જયધ્વનિ કરવામાં આવી. સભાપતિએ અભિનંદન પત્ર વાંચ્યો અને ખૂબ આદરથી એને ચાંદીના પાત્રમાં રાખીને સ્વામીજીને અર્પિત કર્યો.

એમાં હિન્દૂ ધર્મ તથા ભારતીય સભ્યતા અને સંસ્કૃતિનો વિદેશોમાં પ્રચાર કરવાવાળા આ સંન્યાસીની ભારો-ભાર પ્રશંસા કરવામાં આવી હતી. આ કલકત્તા નગરીમાં સ્વામીજીનો જન્મ થયો હતો અને અહીંની માટીમાં ખેલકૂદ કરીને તેઓ મોટા થયા હતા. આ જગ્યાએ પુનઃ પાછા આવીને અને આ પ્રકારનું સ્વાગત અભિનંદન મેળવીને એમનું ભાવુક હૃદય ગદ્દગદ્દ થઈ ઉઠ્યું અને એમના હોઠોથી ભાવભીના શબ્દોની ધારા ફૂટી નિકળી : 'મનુષ્ય પોતાની વ્યક્તિ-ચેતનાને સાર્વભૌમ ચેતનામાં લીન કરી દેવા ઈચ્છે છે, આ જગત પ્રપંચનો કુલ સંબંધ છોડી દેવા ઈચ્છે છે. તે પોતાના સમસ્ત સંબંધોની માયા કાપીને સંસારથી દૂર ભાગવા ઈચ્છે છે. તે સંપૂર્ણ, દૈહિક, જૂના સંસ્કારોને છોડવાની ચેષ્ટા કરે છે. ત્યાં સુધી કે આ દેહધારી મનુષ્ય છે, એને પણ ભૂલવાનું ભરચક પ્રયત્ન કરે છે. પરંતુ પોતાના અંતરમાં હંમેશાં જ એક મૃદુસ્ફુટ ધ્વની એને સંભળાઈ પડે છે. એના કાનોમં હંમેશાં જ એક સ્વર વાગે છે. ન જાણે કોણ એના કાનોમાં દિવસ-રાત મધુર સ્વરમાં કહેતું રહે છે કે પૂર્વમાં હોવ કે પશ્ચિમમાં હોવ, જનની જન્મભૂમિશ્ચ સ્વર્ગાદપિ ગરિયસી. ભારત સામ્રાજ્યની રાજધાનીના અધિવાસીઓ, તમારી પાસે હું સંન્યાસીના રૂપમાં નહીં, ધર્મપ્રચારકની હેસિયતથી પણ નહીં, બલ્કે પહેલાંની જેમ કલકત્તાના એ બાળકના રૂપમાં વાતચીત કરવા આવ્યો છું. હા, મારી ઈચ્છા થાય છે કે આજે આ નગરના રસ્તાની ધૂળ પર બેસીને બાળકની જેમ સરળ અંતઃકરણથી તમારાથી પોતાના મનની વાતો ખુલીને કહું. તમે લોકોએ મને અનુપમ ભાઈ શબ્દથી સંબોધિત કર્યો છે, એના માટે તમારો હૃદયથી આભાર વ્યક્ત કરું છું. હા, તમારો ભાઈ છું, તમે પણ મારા ભાઈ છો.'

સ્વામીજી પોતાના બંગાળના ભાઈઓની સામે જનની જન્મભૂમિશ્ચ સ્વર્ગાદપિ ગરીયસીની વ્યાખ્યા કરતા થાકી રહ્યા ન હતા. પોતાની જનનીના ભરણ-પોષણ તથા સુખ-સુવિધાનું ધ્યાન તો બધી માતાના લાલ રાખે છે, પરંતુ માતૃભૂમિની સેવાનું ધ્યાન વિરલાને જ થાય છે. સ્વામીજી આ સેવા માટે યુવકોનું આહ્વાન કરી રહ્યા હતા. એમને

જનશક્તિની જરૂર હતી. આ જનશક્તિ ત્યારે જ મળી શકતી હતી, જ્યારે જનતાને આત્મબળ પર વિશ્વાસ હોય. આથી બધી જગ્યાએ સ્વામીજી વેદાંત દર્શનની ચર્ચા કરતા. જેમ કે પોતાના કલકત્તાના ભાષણમાં એમણે કહ્યું : 'પ્રત્યેક જાતિ માટે ઉદ્દેશ્ય સાધનની અલગ-અલગ કાર્યપ્રણાલી છે. કોઈ રાજનીતિ, કોઈ સમાજ સુધાર અને કોઈ બીજા વિષયને પોતાનો પ્રધાન આધાર બનાવીને કાર્ય કરે છે. આપણા માટે ધર્મની પૃષ્ઠભૂમિ લઈને કાર્ય કરવા સિવાય બીજો કોઈ ઉપાય નથી. અંગ્રેજ રાજનીતિના માધ્યમથી ધર્મ સમજી શકીએ છીએ. અમેરીકી કદાચ સમાચ સુધારના માધ્યમથી પણ ધર્મ સમજી શકે છે. પરંતુ હિન્દૂ રાજનીતિ, સમાજ વિજ્ઞાન અને બીજું જે કંઈ પણ છે, બધાને ધર્મના માધ્યમથી જ સમજી શકીએ છીએ. અહીંયા બીજા દર્શનો અને ભારતના દર્શનોમાં મહાન અંતર મેળવવામાં આવે છે. દ્વૈતવાદી હોય, ભલે વિશિષ્ટાદ્વૈતવાદી કે અદ્વૈતવાદી હોવ, બધાને એ દૃઢ વિશ્વાસ છે કે આત્મામાં સંપૂર્ણ શક્તિ સમાયેલ છે. ફક્ત એને વ્યાપ્ત કરવાની હોય છે. આ આત્મા અનંત શક્તિનો આધાર છે, કોઈ એનો નાશ નથી કરી શકતું. એની તે અનંત શક્તિ પ્રગટ થવામાટે ફકત આહ્વાનની પ્રતીક્ષા કરી રહી છે. અને આ આહ્વાનને મુખરિત કરવાવાળી શ્રદ્ધા છે. શ્રદ્ધા જ હૃદયના તારોને ઝંકૃત કરી આહ્વાનની ધ્વનિ કાઢે છે. જે મનુષ્યના હૃદયમાં પોતાના વર્ગના પ્રત્યે, પોતાના વેદાંત દર્શનના પ્રત્યે શ્રદ્ધા છે, તે બધા અશક્યને શક્ય કરી શકે છે.'

બંગાળના યુવકોને પોતાના કર્મ પ્રત્યે સજાગ કરતા સ્વામીજીએ પુનઃ બધાને લલકાર્યા : 'આપણે પૂરા સંસારને જીતવાનો છે. હા, આ આપણે કરવું જ પડશે. ભારતને અવશ્ય જ સંસાર પર વિજય પ્રાપ્ત કરવાનો છે. આની અપેક્ષાએ કોઈ નાના આદર્શથી મને ક્યારેય પણ સંતોષ નહીં થાય. અથવા તો આપણે સંપૂર્ણ સંસારનો વિજય પ્રાપ્ત કરીશું અથવા મરી જઈશું. એના સિવાય બીજો કોઈ વિકલ્પ નથી. જીવનનું ચિહ્ન વિસ્તાર છે. આપણે સંકીર્ણ સીમાની બહાર જવું પડશે, હૃદયનો પ્રસાર કરવો પડશે, એ બતાવવું પડશે કે આપણે જીવિત છીએ. નહીંતર આપણે આ જ પતનની દશામાં સડીને મરી જવું પડશે.'

અહીંયા વિજયનું તાત્પર્ય ભૂમિ વિજયથી નથી, બલ્કે નૈતિક વિજયથી છે. વિવેકાનંદનું કહેવું હતું કે આપણા પૂર્વજ ધર્મના રૂપમાં જે અમૂલ્ય રત્ન આપણી પાસે છોડી ગયા છે, એને મેળવવા માટે, એનાથી લાભાન્વિત થવા માટે પશ્ચિમના દેશ આતુર છે. એમણે પોતાના ભાષણોમાં વારંવાર આના પર ભાર આપ્યો છે કે આપણે કૂવાના દેડકાં બનીને ખુદમાં જ સીમિત નથી રહેવાનું, બલ્કે પશ્ચિમના દેશોમાં જઈને પોતાના આધ્યાત્મિક જ્ઞાન, પોતાના વેદાંત દર્શનથી લોકોને અવગત કરાવવાના છે અને એના બદલામાં એમનાથી વિજ્ઞાનની વાતો શીખવાની છે. બંને તરફના આદાન-પ્રદાનમાં જ આત્મસન્માનની ભાવના સમાયેલી છે. નહીંતર જેમ આજે આપણએ બીજા ઉન્નત દેશોની સામે હીન ભાવનાથી દબાયેલી છીએ, એવી જ રીતે હંમેશાં દબાયેલા રહીશું. સ્વામીજીના જ શબ્દોમાં : 'શું આપણે બીજાઓથી હંમેશાં લેતા જ રહીશું? શું આપણે લોકો હંમેશાં પશ્ચિમવાસીઓની નજીક બેસીને બધી વાતો, ત્યાં સુધી કે ધર્મ પણ શીખીશું? હા, આપણે એ લોકોથી કલ-કારખાનાના કામ શીખી શકીએ છી, અન્ય પણ ઘણી વાતો શીખી શકીએ છીએ, પરંતુ આપણે એમને કશુંક શીખવાડવું પડશે. અને તે છે આપણો ધર્મ,

આપણી આધ્યાત્મિકતા. ...આ જ ભારતમાં આપણા પૂર્વજ જે સંજીવન અમૃત રાખી ગયા છે, એનું એક ટીપું માત્ર મેળવવા માટે પણ ભારતની બહાર આજે પણ લાખો મનુષ્ય કેટલા આગ્રહની સાથે ફેલાયેલા છે, આ આપણી સમજમાં ભલું કેવી રીતે આવી શકે છે? આથી આપણે ભારતની બહાર જવું જ પડશે. અમારી આધ્યાત્મિકતાના બદલે ચૈતન્ય રાજ્યના અપૂર્વ તત્વ સમૂહોના બદલે, આપણે જડરાજ્યના અદ્ભુત તત્વોને પ્રાપ્ત કરો. ચિરકાળ સુધી શિષ્ય બની રહેવાથી આપણું કામ નહીં થાય, આપણે આચાર્ય પણ બનવું પડશે. સમભાવના ન રહેવા પર મિત્રતા શક્ય નથી.

બંગાળના લોકો અન્ય પ્રાંતોના લોકોની અપેક્ષાએ વધારે ભાવુક, કલ્પનાશીલ અને કલાપુજારી સમજવામાં આવતા રહ્યા છે. એક તરફ એના માટે એમને વધારે પ્રસિદ્ધિ મળી, તો બીજી તરફ કેટલાક લોકોએ એમને નબળી જાતિની પદવી આપીને એમની મજાક પણ ઉટાવી. આ વાતની ચર્ચાની સાથે ભાવુક બંગાળી ભાઈઓને સંબોધિત કરતા સ્વામીજીએ પોતાના ભાષણમાં કહ્યું- 'ઉત્તિષ્ઠત જાગ્રત પ્રાપ્ય વરાન્નિબોધત. - ઉઠો, જાગો, જ્યાં સુધી અભીપ્સિત વસ્તુને પ્રાપ્ત નથી કરી લેતા ત્યાં સુધી બરાબર એની તરફ વધતા જાઓ. કલકત્તાના નિવાસી યુવકો! ઉઠો, જાગો, શુભ મુહૂર્ત આવી ગયું છે. બધી વસ્તુઓ ખુદ તમારી સામે ખુલતી જઈ રહી છે. હિમ્મત કરો, ડરો નહીં. ...ઉઠો, જાગો. તમારી માતૃભૂમિને આ મહાબલિની જરૂર છે. આ કાર્યની સિદ્ધિ યુવકો દ્વારા જ થશે. દૃઢ સંકલ્પ, મેધાવી તેમજ બલિષ્ઠ યુવા સમાજ માટે જ આ કાર્ય છે. ...ભારતના અન્ય ભાગોમાં બુદ્ધિ છે, ધન પણ છે, પરંતુ ઉત્સાહની આગ ફક્ત આપણી જ જન્મભૂમિમાં છે, એને બહાર આવવું જ પડશે. આથી કલકત્તાના યુવકો, પોતાના લોહીમાં ઉત્સાહ ભરીને જાગો. એમ ના વિચારો કે તમે ગરીબ છો, ના વિચારો કે તમારા મિત્ર નથી. અરે, શું ક્યારેય તમે જોયું છે કે રૂપિયા મનુષ્યનું નિર્માણ કરે છે? નહીં, મનુષ્ય જ હંમેશાં રૂપિયાનું નિર્માણ કરે છે. આ સંપૂર્ણ સંસાર મનુષ્યની શક્તિથી, ઉત્સાહની શક્તિથી, વિશ્વાસની શક્તિથી નિર્મિત થયો છે.'

જે લોકોએ આ શબ્દોને સાંભળ્યા, એમના પર શું અસર પડી હશે, એની કલ્પના સરળતાથી કરી શકાય છે. નિશ્ચય જ એ લોકોને ભારતમાં એક નવા પ્રભાતના આગમનની સૂચના મળી હશે. એમની ભોલી-ભાળી નિશ્ચલ આંખોમાં આંખો નાખીને સ્વામીજીએ ફરીથી કહ્યું : 'ડરતા નહીં, કેમ કે મનુષ્ય જાતિના ઈતિહાસમાં જોવામાં આવે છે કે જેટલી શક્તિઓનો વિકાસ થયો છે, સાધારણ મનુષ્યોની અંદરથી જ થયો છે. સંસારમાં મોટા-મોટા જેટલા પ્રભાવશાળી મનુષ્ય થયા છે. બધા સાધારણ મનુષ્યોની અંદરથી જ થયા છે, અને ઈતિહાસની ઘટનાઓની પુનરાવૃત્તિ થશે જ. કોઈ વાતથી ડરો નહીં. તમે અદ્ભુત કાર્ય કરશો. જે ક્ષણે તમે ડરી જશો, એ જ ક્ષણે તમે બિલ્કુલ શક્તિહીન થઈ જશો. સંસારમાં દુઃખનું મુખ્ય કારણ ભય જ છે. આ સૌથી મોટો કુસંસ્કાર છે. આ ભય આપણા દુઃખોનું કારણ છે, અને આ નિર્ભીકતા છે જેનાથી ક્ષણભરમાં સ્વર્ગ પ્રાપ્ત થાય છે.'

કલકત્તાનો વિદ્યાર્થી સમાજ સ્વામી વિવેકાનંદના વ્યાખ્યાનથી વિશેષ પ્રભાવિત હતો. વિદ્યાથીઓને વશમાં કરવાની કળા એમને સારી રીતે ખબર હતી. એમની સાથે તેઓ ફક્ત અધ્યાત્મની જ નહીં બલ્કે શારીરિક અને માનસિક સ્વાસ્થ્યની, ખેલકૂદની,

અભ્યાસની તથા વિભિન્ન પ્રકારના વિષયોની ચર્ચા પણ કરતા હતા. એની સાથે-સાથે તેઓ ખૂબ જ કુશળતાથી એમાં પોતાની પ્રાચીન સભ્યતા અને સંસ્કૃતિના આદર્શો પ્રત્યે પ્રેમ તથા આત્મવિશ્વાસની ભાવના જગાવતા. તેઓ નવયુવકોની શારીરિક અને માનસિક દુર્બળતાનું પ્રત્યક્ષ કારણ બાળલગ્ન બતાવતા હતા. બાળ લગ્નથી માનવ શક્તિનો હ્રાસ થાય છે. એવો એમનો વિશ્વાસ હતો. તેઓ કેટલાક એવા અવિવાહિત યુવકોને સંગઠિત કરવા ઇચ્છતા હતા, જે નિઃસ્વાર્થ ભાવથી લોક હિતૈષી કાર્યો માટે પોતાનું તન-મન-ધન અર્પિત કરવા માટે તૈયારહોય. પરંતુ આ કાર્યમાં એમને ખૂબ વધારે સફળતા ના મળી. એમની સમાજ સેવાના કાર્ય માટે કેટલાક લોકો જ એમના વિશ્વાસપાત્ર બની શક્યા. પરંતુ જે એમની પાસે આવ્યા તેઓ હંમેશાં માટે એમના બની ગયા.

એક વખત થિયોસોફિકલ સોસાયટીથી સંબંધિત એક નવયુવક એમની પાસે આવ્યો. એનું ચિત્ત ખૂબ જ અશાંત હતું. એણે દુઃખી થઈને કહ્યું કે તે સત્યની શોધમાં ઘણા દિવસોથી વ્યસ્ત છે. દેવમૂર્તની સામે તે કલાકો આંખો બંધ કરીનેબેઠો રહ્યો- પૂજા-અર્ચના કરી, યોગ જાપ કર્યા. પરંતુ એના મનને શાંતિ ના મળી. તે એકાગ્રચિત્ત ના થઈ શક્યો. ખિન્નમન થઈને એણે નિતાંત સૂનાપણાને પોતાના રૂમના દ્વાર બંધ કરીને ધ્યાન લગાવ્યું. પરંતુ ત્યાં પણ તે અસફળ રહ્યો. એને સમજમાં નહોતું આવી રહ્યું કે સત્યની ઉપલબ્ધિ આખરે તે કયા પ્રકારે કરી શકશે. સ્વામીજીએ ખૂબ શાંતિથી એ યુવકની વાતો સાંભળી રહ્યા હતા. પોતાના વાણીમાં સ્નેહ અને સહાનુભૂતિ ભરીને એમણે કહ્યું : 'મારા પુત્ર, જો તું મારી વાત માને, તો સૌથી પહેલાં પોતાના રૂમના દ્વાર ખોલવા પડશે અને આંખો બંધ કરવાની અપેક્ષાએ પોતાની ચારે તરફ જોવું પડશે. તારા ઘરની આસપાસ સેંકડો અસહાય અને દરિદ્ર લોકો છે. પોતાની સમજશક્તિથી તારે એમની સેવા કરવાની છે. જે બીમાર છે અને જેની દેખરેખ કરવાવાળું કોઈ નથી, એમના માટે તારે દવા લાવવી પડશે, પથ્યની વ્યવસ્થા કરવી પડશે, એમની સેવા-સુશ્રૂષા કરવી પડશે. જેની પાસે ભોજન નથી, એમને તારે ખવડાવવું પડશે. જે અજ્ઞાની છે, તારે એમને શિક્ષિત કરવા પડસે, ખૂબ સારી રીતે બિલ્કુલ પોતાની જેમ. મારા વિચારથી જો તું માનસિક શક્તિ ઇચ્છે છે, તો તારે બીજાઓની સેવા કરવી પડશે, તારામાં જેટલી સામર્થ્ય શક્તિ છે એટલી સેવા કરવી પડશે.' જન સેવાને સ્વામીજી મનુષ્યનું સૌથી મહત્ત્વપૂર્ણ કર્તવ્ય સમજતા હતા. આ કાર્ય યોગ-જાપ, પૂજા-પાઠ, દાન-પુણ્ય સૌથી વધારે મૂલ્યવાન હતું. પોતાના ગુરુભાઈઓથી તેઓ બરાબર કહ્યા કરતા હતા કે આજના સંન્યાસીઓ માટે એ યોગ્ય નથી કે પ્રાચીન કાળની જેમ કંદરાઓમાં કે ઝૂંપડીઓમાં બેસીને આત્મસાક્ષાત્કારની ચેષ્ટામાં લાગ્યા રહે. આજનો સંન્યાસી સમાજ સેવક છે. સંસારના કર્મક્ષેત્રમાં ઊભા થઈને એણે સંપૂર્ણ માનવ જાતિની સેવા કરવી પડશે. કરોડો દીન-દુઃખીઓના સંકટ દૂર કરવા પડશે. ભૂખ્યાને ભોજન, નિર્વસ્ત્રને વસ્ત્ર અને રોગીને દવા આપવાથી જ એમનું કામ શેષ નથી થઈ જતું. એમને તો ભારતની દરિદ્રતા અને અજ્ઞાનતાના આ ભીષણ રોગથી ત્યાં સુધી લડતા રહેવાનું છે, જ્યાં સુધી કે સમૂળગા નષ્ટ ન થઈ જાય. આ રોગની સૌથી મોટી દવા છે : શિક્ષા. સ્વામીજી પોતાના ગુરુભાઈઓ અને શિષ્યોથી એ હંમેશાં કહ્યા કરતા હતા કે આ સત્કાર્ય માટે જો સંન્યાસી સંપ્રદાયને મુક્તિની અપેક્ષાએ નરકમાં જવું પડે, તો એના માટે એમણે સહર્ષ તૈયાર રહેવું જોઈએ. બહુજન હિતાય,

સુખાય જ શ્રીરામકૃષ્ણ પરમહંસનો આર્વિભાવ થયો હતો. એમના શિષ્ય થઈને જો તેઓ સંન્યાસી લોકો જનહિત માટે પોતાના જીવનનું બલિદાન નથી કરી શક્યા તો એમનામાં અને કોઈ સાધારણ વ્યક્તિમાં ભલું શું અતર છે? સ્વામીજીના આ વક્તવ્યનુંએમના શિષ્યો અને ગુરુભાઈઓ પર ખૂબ મોટો પ્રભાવ પડ્યો. સ્વામીજ રામકૃષ્ણાનંદ જે આલમ બજારમાં છેલ્લાં બાર વર્ષોથી શ્રી રામકૃષ્ણ પરહંસની પૂજા-અર્ચના, કથા, યોગ-જાપમાં લીન હતા, સ્વામીજીના અનુરોધ પર વેદાંતના પ્રચાર તથા સેવાકાર્ય માટે દક્ષિણ ચાલ્યા ગયા. સ્વામીજીના અન્ય બે ગુરુભાઈ, શ્રી અભેદાનંદજી અને શારદાનંદજી પાશ્ચાત્ય દેશોમાં પ્રચારકાર્ય ઘણા દિવસોથી કરી રહ્યા હતા. હવે સ્વામીજી અખંડાનંદ મુર્શિદાબાદમાં દુષ્કાળથી પીડિત લોકોની સેવા કરવા ચાલ્યા ગયા.

સ્વામી વિવેકાનંદની ખ્યાતિ આ સમયે ચરમ સીમા પર હતી. પરંતુ જૂઠું અભઈમાન એમને સ્પર્શી ના શક્યું હતું. પોતાના વિનીત સ્વભાવથી તેઓ બધાનું હૃદય જીતી રહ્યા હતા. એક વખત તેઓ નગરના કેટલાક પ્રસિદ્ધ પ્રતિષ્ઠિત વ્યક્તિઓથી વાર્તાલાપ કરી રહ્યા હતા, ત્યારે જ ગુરુદેવ શ્રી રામકૃષ્ણના ભત્રીજા શ્રી રામલાલ ચટ્ટોપાધ્યાય એમનાથી મળવા આવ્યા. સ્વામીજી તથા એમના ગુરુભાઈ એમને રામલાલ દાદા કહ્યા કરતા હતા. સ્વામીજીની દૃષ્ટિ જેવી જ રામલાલ દાદા પર પડી, તેઓ ખુરશીથી ઉઠી ગયા, પોતાના અતિથિને નમસ્કાર કર્યા અને ખૂબ વિનમ્રતાથી એમને ખુરશી પર બેસવાનો અનુરોધ કર્યો. ખુદ રૂમમાં ટહેલતા-ટહેલતા સ્વામીજીએ કહ્યું: 'ગુરુવત્ ગુરુપુત્રેષુ!' અર્થાત્ ગુરુનાપુત્ર કે અન્ય ગુરુ સંબંધી ગુરુના જ સમાન આદરણીય છે.

સ્વામી વિવેકાનંદનો વિશ્વાસ હતો કે પોતાની પ્રાચીન સંસ્કૃતિ પર શ્રદ્ધા રાખ્યા વગર કોઈ પણ રાષ્ટ્ર પ્રગતિશીલ નથી થઈ શકતો. છતાં પણ પોતાની પરંપરા અને સંસ્કૃતિની દરેક વસ્તુને તેઓ આંખો બંધ કરીને સ્વીકાર કરતા ન હતા. ભલે વિચારધારા પ્રાચીન હોય કે અર્વાચીન, પોતાની વિવેકશીલ બુદ્ધિથી તેઓ સ મજી લેતા હતા કે એમને કોનો અંગીકાર કરવાનો છે.

એક વખત ગૌ સુરક્ષા સમિતિના કેટલાક લોકો એમનાથી ફાળો માંગવા આવ્યા. એમણે સ્વામીજીથી કહ્યું કે તે લોકો કસાઈઓથી ગાયોને ખરીદી લે છે. આ પ્રકારે ખરીદેલી ગાયો સિવાય વૃદ્ધા તથા રોગગ્રસ્ત ગાયોની પણ તેઓ રક્ષા કરે છે. સ્વામીજીએ એમનાથી જાણવા ઇચ્છ્યું કે મધ્ય ભારતમાં જે હજારો-હજાર દુષ્કાળ પીડિત વ્યક્તિ મૃત્યુના ખોળામાં જઈ રહ્યા છે, એમના માટે ગૌરક્ષા સમિતિ શું કરી રહી છે? સમમિતની તરફથી જવાબ મળ્યો કે તે લોકો પોતાના પૂર્વ જન્મના ફળ ભોગવી રહ્યા છે; એમના માટે એ સમિતિ કશું નથી કરી શકતી, એનું કામ ફક્ત ગોમાતાની રક્ષા કરવાનું છે. આ સાંભળતા જ સ્વામીજીનું મુખ લાલ થઈ ગયું. આંખોથી અંગારા વરસવા લાગ્યા. પોતાના ક્રોધને સંયમિત કર્યો પરંતુ સ્પષ્ટ શબ્દોમાં સ્વામીજીએ કહ્યું કે એમને આ પ્રકારની સંસ્થાથી કોઈ સહાનુભૂતિ નથી, જે ભૂખથી તડપતા લોકોને બે રોટલી ન આપે અને પશુ-પક્ષીઓ પર હજારો રૂપિયા ખર્ચ કરે. ભૂખ્યાને અન્ન, નગ્નને વસ્ત્ર અને રોગીઓને ઔષધી આપ્યા પછી જે પૈસા બચશે ત્યારે તેઓ એમને પશુ-પક્ષીઓ માટે આપશે. સ્વામીજીની વાતો સાંભળીને સમિતિના પ્રતિનિધિ નાનું મોઢું કરીને ચાલ્યા ગયા.

કલકત્તા પહોંચવાના થોડા જ દિવસ પછી ગુરુદેવ શ્રી રામકૃષ્ણનો જન્મ દિવસ ખૂબ

ધૂમધામથી દક્ષિણેશ્વરના કાલી મંદિરમાં મનાવવામાં આવ્યો. એ દિવસે વહેલી સવારે સ્વામીજી પોતાના પાશ્ચાત્ય શિષ્યો અને શિષ્યાઓની સાથે દક્ષિણેશ્વર આવ્યા. ત્યાં દક્ષિણેશ્વરમાં અતીતની મધુર સ્મૃતિઓ હૃદયમાં આવવા લાગી. ગુરુદેવ અને ગુરુભાઈઓની સાથે વિતાવેલા દિવસોની યાદો સજીવ થવા લાગી. એમના દર્શનાર્થે આવેલા લોકો એમનાથી ભાષણ આપવાનો આગ્રહ કરી રહ્યા હતા. એમને પણ વ્યાખ્યાન આપવાની ઈચ્છા હતી. પરંતુ ત્યાંના શોરગુલમાં એ શક્ય ના થઈ શક્યું.

જન્મોત્સવ પછી સ્વામીજીએ કલકત્તાના સ્ટાર થિયેટરમાં એક સશક્ત ભાષણ આપ્યું. વિષય હતો- સર્વાંગ વેદાન્ત. આ ભાષણમાં એમણે વેદાંત દર્શનના ઉદ્ભવ તથા વિકાસનું વર્ણન કરતા એ બતાવવાનો પ્રયત્ન કર્યો કે વર્ણાશ્રમી બ્રાહ્મણ પંડિતોએ વેદના કર્મકાંડને પોતાના કુતર્કોથી કેટલો પ્રભાવિત કર્યો છે અને સાથે જ સાથે એ કુતર્કો અને કુયુક્તિઓને ખૂબ જોરદાર શબ્દોમાં ખંડન પણ કર્યું. સૌથી પહેલાં એમણે એ બતાવ્યું કે વેદાંત શાસ્ત્રની વિભિન્ન આચાર્યોએ સમય-સમય પર અલગ-અલગ રૂપથી વ્યાખ્યા કરી હતી. એના જ ફળસ્વરૂપ અનેક વિરોધી મતવાદ ઉત્પન્ન થઈ ગયા અને ધીમે-ધીમે અધ્યાત્મ સાધના, જે વેદાન્ત શાસ્ત્રની કઠિનતમ અને ઉચ્ચતમ વસ્તુ હતુ, એનાથી લોકો દૂર થવા લાગ્યા. લોકોએ પુરાણ તથા કેટલાક સ્મૃતિ ગ્રંથોના લોકાચારને જ અપનાવી લીધા, કેમ કે વર્ણાશ્રમી બ્રાહ્મણ પંડિતો અનુસાર જનતાને દરેક પ્રકારના પાપોથી મુક્તિ અપાવીને સ્વર્ગના અધિકારી બનાવવા માટે આ લોકાચારનો માર્ગ ખૂબ સરળ હતો. સ્વામીજીએ કહ્યું : 'આજે રસોઈ ઘર આપણું મંદિર છે, ભોજન બનાવવાવાળા વાસણ આપણા દેવતા છે અને ધર્મ છે કે મને ના સ્પર્શો, હું પવિત્ર છું. વેદાંતના પ્રકાશમાં સ્વામીજીએ તત્કાળ ધાર્મિક આચાર-વિચારનો પરિચય આપ્યો. આગળ ચાલીને એમણે બંગાળીની કુલગુરુ પ્રથાની મજાક ઉટાવી- કુલગુરુ ઈચ્છે તે શાસ્ત્રનું જ્ઞાન વિહીન મહામૂર્ખ જ કેમ ન હોય, એમનાથી ધાર્મિક શિક્ષા ગ્રહણ કરવી ભલું ક્યાં સુધી યોગ્ય છે? 'કુલગુરુ'ની પ્રથા એક ધાર્મિક વ્યવસાય સિવાય અન્ય કશું નથી. સ્વામીજીએ હજારો લોકોની સામે એ ઘોષણા કરી કે અદ્વૈત વેદાન્ત દર્શન શાસ્ત્રથી વર્તમાન પ્રચલિત બધા ધાર્મિક અને સામાજિક કુસંસ્કારોને કાપી નાખવા એમનું પ્રથમ કર્તવ્ય છે. એના પછી એમણે કલકત્તામાં કોઈ બીજું સાર્વજનિક ભાષણ ના આપ્યું. અનવરત ભાષણ અને ભીડ-ભાડથી એમની તબિયત કંટાળી ગઈ હતી. તેઓ હવે થોડા દિવસો માટે શાંતિ ઈચ્છતા હતા, જેનાથી તેઓ પોતાના ભાવી કાર્યક્રમની સ્પષ્ટ રૂપરેખા તૈયાર કરી શકે.

પરંતુ કલકત્તામાં એમને શાંતિ ક્યાંથી મળી શકતી હતી? જ્યાં સુધી તેઓ ત્યાં રોકાયા, લોકો બરાબર એમની પાસે વેદાંતદર્શન પર વાતચીત કરવા આવતા રહ્યા. એક વખત કેટલાક ગુજરાતી જે વેદ અને દર્શનશાસ્ત્રના પ્રકાંડ પંડિત હતા, સ્વામીજીની પાસે શાસ્ત્રાર્થે આવ્યા. આવતા જ એ લોકોએ સ્વામીજીને ચારે તરફથી ઘેરી લીધા અને સંસ્કૃત ભાષામાં એક પર એક પ્રશ્નોની ઝડી લગાવી દીધી. તે લોકો ધારાપ્રવાહ રૂપથી બોલી રહ્યા હતા. સ્વામીજી ખૂબ શાંત ભાવથી એક પછી એક એમના બધા પ્રશ્નોના જવાબ આપતા ગયા. વાતચીત કરતા સમયે એક સ્થાન પર સ્વતિની જગ્યાએ અસ્તિ કહીને સ્વામીજીએ વ્યાકરણની નાની અશુદ્ધિ કરી દીધી. એના પર પંડિત મંડળી વ્યંગ્યાત્મક

રૂપથી હસી પડી. સ્વામીજી એ હાસ્યનો ભેદ સમજી ગયા. એમણે તરત પોતાને સુધારી લીધા અને કહ્યું : 'હું પંડિતોનો દાસ છું, મારા વ્યાકરણની આ અશુદ્ધિ માટે તમે બધા મને ક્ષમા કરો. પંડિતગણ સ્વામીજીના આ વિનયી સ્વભાવથી ખૂબ ખુશ થયા. વાદ-વિવાદ વધારે સમય સુધી ચાલતો રહ્યો. અંતમાં એ લોકોએ સ્વામીજીની મીમાંસાને ખૂબ જ મહત્ત્વપૂર્ણ બતાવી. વાદ-વિવાદ પછી અને થોડા સમય મધુર સંભાષણ કરીને જ્યારે તે લોકો જવા લાગ્યો, તો કેટલાક અન્ય આગન્તુકોએ આગળ વધીને એ પંડિતોથી પૂછ્યું કે સ્વામીજીની સાથે શાસ્ત્રાર્થ કેવો રહ્યો? પંડિત મંડળીના મુખ્ય એક વૃદ્ધે જવાબ આપ્યો કે સંસ્કૃત વ્યાકરણનું ઊંડું જ્ઞાન ન હોવા પર પણ સ્વામીજી નિ:સંદેહ શાસ્ત્રોના ગૂઢ તત્વના જાણકાર છે, એના પર એમનો અસાધાર અધિકાર છે.

અત્યાધિક પરિશ્રમને કારણે સ્વામીજીનું શરીર અસ્વસ્થ રહેવા લાગ્યું. ડૉક્ટરોએ એમને પૂર્ણ વિશ્રામની સલાહ આપી. પરંતુ આ સમયે પણ શારીરિક અસ્વસ્થતાની પરવાહ ન કરીને સ્વામીજી ન જાણે કેટલી યોજનાઓને કાર્યાન્વિત કરવાની વાત વિચારી રહ્યા હતા. એમની પ્રથમ યોજના તો હતી હિમાલયના ખોળામાં એક મઠ સ્થાપિત કરવાની. આ આશ્રમથી ધાર્મિક તથા લોકહિતૈષી કાર્યો માટે એક સંઘનો પાયો પણ તેઓ નાખવા ઇચ્છતા હતા, રામકૃષ્ણ મિશનના નામથી. પરંતુ ચિકિત્સકોએ એમને શારીરિક અને માનસિક પરિશ્રમ પર કડક પ્રતિબંધ લગાવી દીધો. ફળસ્વરૂપે એમને કલકત્તા તો જલ્દીથી છોડવું પડ્યું, ભારતના અન્ય ભાગોનું ભ્રમણ પણ સ્થગિત કરી દેવામાં આવ્યું. સેવિયર દંપતિની સાથે સ્વામીજી દાર્જિલિંગ ચાલ્યા ગયા. બર્દવાન નગરના મહારાજાએ ખૂબ શ્રદ્ધાથી દાર્જિલિંગમાં નિર્મિત પોતાના રોજ બેંક નામના ભવનના એક ભાગને એમના નિવાસ માટે આપી દીધું. સ્વામીજી ત્યાં પહોંચ્યા પછી સ્વામી બ્રહ્માનંદ, ગુડવિન, ડૉ. ટર્નબુલ, ગિરીશચન્દ્ર ઘોષ, સ્વામી તુરીયાનંદ, સ્વામી જ્ઞાનાનંદ તથા એમના ત્રણ મદ્રાસી શિષ્ય પણ દાર્જિલિંગ પહોંચી ગયા. સ્વામીજીને અહીંયા પૂર્ણ રૂપથી શારીરિક તેમજ માનસિક વિશ્રામ મળ્યો. સવારે અને સાંજે તેઓ હિમાલયની પહાડીઓમાં ફરતા, આસ-પડોશના બૌદ્ધ મઠોમાં જતા તથા પોતાના પ્રિય લોકોથી વાર્તાલાપ કરતા. સ્વામીજીએ લગભગ બે મહીના સુધી દાર્જિલિંગમાં આરામ કર્યો. પરંતુ એમને કોઈ વિશેષ સ્વાસ્થ્ય લાભ ના થયો. આ પ્રકારે સમય વિતાવવો સ્વામીજી માટે ખૂબ જ દુષ્કર હતો. તેથી બે મહીના વીતવા-ન વિતતા તેઓ કલકત્તા પાછા આવી ગયા. જલ્દી કલકત્તા આવવાનું એમને એક બહાનું પણ મળી ગયું હતું. ખેતરી નરેશ અજીત સિંહ વિદેશથી પાછા આવ્યા પછી પહેલાં પોતાના રાજ્યમાં ગયા. જ્યારે એમને ખબર પડી કે સ્વામીજીનું શરીર અસ્વસ્થ છે, ત્યારે તેઓ સ્વામીજીથી મળવા કલકત્તા આવ્યા હતા. આવા અવસર પર સ્વામીજીને કલકત્તા પાછઆ જવું જ યોગ્ય લાગ્યું. ખેતરી નરેશ પોતાના અન્ય પ્રમુખ દરબારીઓની સાથે આલમ બજાર મઠમાં રોકાયા. મઠના નિવાસી, સ્વામીજીના ગુરુભાઈઓએ એમનું ભવ્ય સ્વાગત કર્યું. સ્વામીજીના દર્શન અને વાર્તાલાપથી ખેતરી નરેશનો જીવ ના ભરાયો; તેઓ સ્વામીજીને ખેતરી લઈ જવા ઇચ્છતા હતા. પણ ચિકિત્સકોએ સ્વામીજી પર કડક નજર રાખી હતી. તેઓ એમને પૂર્ણ વિશ્રામની સ્થિતિમાં રાખવા ઇચ્છતા હતા. તેથી સ્વામીજીએ એમનાથી નજીકના ભવિષ્યમાં મળવાનું વચન આપીને એમને વિદાય કર્યા.

સ્વામીજી ફરી પાછા દાર્જિલિંગ નથી ગયા. પોતાના બધા ગુરુભાઈઓની વચ્ચે

આલમ બજારના મઠનું જીવન એમના માટે વિશેષ આકર્ષક હતું. સ્મૃતિની ડોર ખેંચતા જ વર્તમાનની યવનિકા હટી જતી અને અતીતની ન જાણે કેટલી ભૂલી-વિસરાયેલી ઘટનાઓ ત્યાં ઉપસ્થિત થઈ જતી હતી. કલ્પનાપ્રિય વિવેકાનંદ આ જ દશ્યોમાં બહુધા ખોવાયેલા રહેતા. દક્ષિણેશ્વરનું કાળી મંદિર અહીંયાથી પાસે જ હતું. અહીંયા ગુરુદેવના સાન્નિધ્યનો એમને ભાસ થતો. એનાથી એમને નવી શક્તિ અને નવી પ્રેરણા પ્રાપ્ત થતી હતી. અહીંયા સ્વામીજીની પાસે કેટલાય ભણેલા-ગમેલા શિક્ષિત યુવક સંન્યાસાશ્રમની દીક્ષા લેવા આવ્યા. સ્વામીજીએ ઘણાઓને દીક્ષિત પણ કર્યા. પ્રતિદિવસ થોડા સમયે માટે તેઓ વેદાંત તથા ભગવત્ ગીતાના ક્લાસ લીધા કરતા. પરંતુ એમાંથી એક વ્યક્તિના સંબંધમાં એમના ગુરુભાઈઓએ થોડી અડચણ ઉત્પન્ન કરી દીધી. કારણ એ વ્યક્તિનું જીવન પવિત્ર ન હતું. તેથી એ વ્યક્તિને સંન્યાસની દીક્ષા આપીને આશ્રમમાં રહેવા દેવા તેઓ ઇચ્છતા ન હતા. એ લોકોનું કથન હતું કે એનાથી અન્ય ગુરુભાઈઓ પર ખરાબ અસર પડશે. સ્વામી ગુરુભાઈઓના આ વિચારથી સંમત ના થયા. એમણે કહ્યું : ‘આ શું? જો આપણએ પાપીઓથી દૂર રહીશું તો ભલા એમની રક્ષા કોણ કરશે? એના સિવાય જ્યારે અહીંયા આશ્રમમાં સંન્યાસ ગ્રહણ કરી એ આપણી શરણમાં આવ્યો છે, ત્યારે એનાથી પ્રત્યક્ષ માલૂમ થાય છે કે એના વિચાર પવિત્ર છે. એવી સ્થિતિમાં આપણે એની ચોક્કસ મદદ કરવી જોઈએ. જો કોઈ ખરાબ અને પતિત છે પણ તો તમારે લોકોએ એના ચરિત્રનું સંશોધન કરવું જોઈએ. જો એવું નથી કરી શકતા તો પછી આ ભગવા વસ્ત્ર પહેરવાથી શું લાભ? પછી તમે શિક્ષકનું રૂપ કેમ ધારણ કર્યું છે?

આ રીતનો પ્રસંગ એક વખત પહેલાં પણ થઈ ચુક્યો હતો. સન્ ૧૮૯૬માં જ્યારે સ્વામીજી સ્વીટ્ઝરલેન્ડમાં હતા, એ જ દિવસોમાં દક્ષઇણેશ્વરમાં ગુરુદેવ શ્રી રામકૃષ્ણ પરમહંસનો વાર્ષિકોત્સવ મનાવવામાં આવી રહ્યો હતો. એ મહોત્સવના દિવસે મંદિરમાં ઘણી બધી વેશ્યાઓ ભગવત્ દર્શન-પૂજન માટે આવી હતી. કેટલાય લોકોએ આના પર આપત્તિ પ્રગટ કરી અને એના વિરુદ્ધ સ્વામીજીની પાસે ચિઠ્ઠી લખી. સ્વામીજી પોતાના એક ગુરુભાઈ રામકૃષ્ણનંદની પાસે આ વિષયમાં લખે છે : ‘(૧) જો વેશ્યાઓને દક્ષિણેશ્વર જેવા મહાન તીર્થમાં જવાની અનુમતિ નથી, તો તેઓ બીજે ક્યાં જાય? ઈશ્વર વિશેષ પાપીઓ માટે પ્રગટ થાય છે, પુણ્યવાનો માટે ઓછા.(૨) જે લોક મંદિરમાં પણ એ વિચારે છે કે આ વેશ્યા છે, એ મનુષ્ય નીચ જાતિનો છે, દરિદ્ર છે અથવા સામાન્ય માણસ છે- એવા લોકોની સંખ્યા (જેને તમે સજ્જન કહો છો) જેટલી ઓછી હોય, એટલું સારું. શું તે લોકો જે ભક્તોની જાતિ, લિંગ કે વ્યવસાય જુએ છે, તેઓ આપણા પ્રભુને સમજી શકે છે? હું પ્રભુથી પ્રાર્થના કરું છું કે સેંકડો વેશ્યાઓ આવે અને એમના ચરણોમાં પોતાનું માથું નમાવે અને જો એક પણ સજ્જન ન આવે તો પણ કોઈ નુકસાન નથી. વેશ્યાઓ આવે, શરાબીઓ આવે, ચોર-ડાકૂ આવે, બધા આવે, શ્રી પ્રભુના દ્વાર બધા માટે ખુલ્લા છે.’

સતત અથાગ પરિશ્રમથી એમનું શરીર તૂટી ચુક્યું હતું, પરંતુ અપરિમિત આત્મબળથી તેઓ પોતાને ખેંચી રહ્યા હતા. એમની શારીરિક સ્થઈતિ જોઈને એમના ગુરુભાઈ તેમજ શિષ્યગણ ભયભીત થઈ ગયા. ચિકિત્સકોએ એમને કોઈ ઠંડા સ્થાન પર જઈને વિશ્રામ કરવાની સલાહ આપી. આની વચ્ચે અલ્મોડાના કેટલાય ખ્યાતિપ્રાપ્ત તેમજ સંપન્ન નિવાસીઓના નિમંત્રણ પત્ર સ્વામીજીના પાસે પહોંચ્યા. પોતાના માટે નહીં-

ભારત માટે હજુ એમની જરૂર હતી. તેથી એમને હિમાલયની ગોદમાં વિશ્રામ કરીને જલ્દી સ્વાશતય લાભ કરવો પડશે- એવી વાતો એમના મસ્તિષ્કમાં ચક્કર કાપવા લાગી હતી. ઈચ્છા ન હોવા પર પણ એમણે સ્થિતને ગંભીર સમજીને અલ્મોડામાં જળવાયુ પરિવર્તન માટે ચાલ્યા જવાનો નિશ્ચય કર્યો.

આ નિશ્ચય ૬ મે, ૧૮૯૬એ કાર્યાન્વિત થયો. કેટલાક ગુરુભાઈઓ અને શિષ્યોની સાથે સ્વામીજીએ કલકત્તાથી અલ્મોડા માટે પ્રસ્થાન કર્યું. એમના સ્વાગત માટે અલ્મોડાના હિન્દૂ નિવાસી પહેલેથી જ તૈયાર હતા. અલ્મોડાથી થોડે દૂર પહેલાં જ લોદિયા નામના સ્થાનમાં પહોંચીને એ લોકોએ એમની અગવાની કરી. સ્વામીજીને લોકોએ સુસજ્જિત ઘોડા પર બેસાડ્યા. એની સાથે-સાથે એક લાંબુ સરઘસ ચાલી નિકળ્યું. છતો અને બારીઓથી સ્ત્રીઓ પુષ્પો અને અક્ષતોનો વરસાદ કરવા લાગી. સ્વામી વિવેકાનંદની જય-જયકારની સાથે સરઘસ સભા મંડપમાં પહોંચ્યો. બીમારી, યાત્રા અને ભીડથી શ્રાન્ત, સ્વામીજીની મનઃસ્થિતિનું જ્ઞાન ભલું ત્યાંના ઉત્સુક દર્શકોને કેવી રીતે થતું? એમનો અદમ્ય ઉત્સાહ દર્શનીય હતો. સભા મંડપમાં બે અભિનંદન પત્ર વાંચવામાં આવ્યા. ઘણા દિવસોથી સ્વામીજીના હૃદયમાં આ વિચાર ઉછરી રહ્યો હતો કે તેઓ હિમાલયની ગોદમાં પોતાનું જીવન વિતાવે. તે સનાતન ધર્મની શિક્ષા અને પ્રચાર માટે એક આશ્રમની સ્થાપના કરતા. પોતાના ભાષણમાં એમણે હિમાલયની, જે ત્યાગના પ્રતીકના રૂપમાં યુગોથી ઊભો છે, જેની બાહુઓમાં મોટા-મોટા પ્રાચીન ઋષિઓએ શરણ મેળવી છે, એની ખૂબ જ ભાવભીની અભ્યર્થના કરી. એમણે કહ્યું : ‘આ સ્થાન આપણા પૂર્વજોના સ્વપ્નનો દેશ છે, જેમાં ભારત જનની શ્રી પાર્વતીજીએ જન્મ લીધો હતો. આ એ જ પવિત્ર સ્થાન છે, જ્યાં ભારતવર્ષનો પ્રત્યેક યથાર્થ સત્યપિપાસુ વ્યક્તિ પોતાના જીવનકાળના અંતિમ દિવસ વ્યતીત કરવા ઇચ્છે છે. આ જ દિવ્ય સ્થાન છે કે પહાડોના શિખરો પર, એની ગુફાઓની અંદર તથા એના કલ-કળ વહેવાવાળા ઝરણાઓના તટ પર મહર્ષિઓએ અનેકાનેક ગૂઢ ભાવો તથા વિચારો કર્યા છે, એમનું મનન કર્યું છે અને આજે આપણે જોઈએ છીએ કે એ વિચારોના ફક્ત એક અંશ જ કેટલો મહાન છે કે એના પર વિદેશી સુધી મુગ્ધ છે તથા સંસારના ધુરંધર વિદ્વાનો તેમજ મનીષીઓએ એને અતુલનીય કહ્યા છે. હિમાલયને વૈરાગ્ય અને ત્યાગનું પ્રતીક બતાવતા એમણે એ આશા વ્યક્ત કરી કે ભવિષ્યમાં જ્યારે ભિન્ન-ભિન્ન ધર્મોના આપસી ઝઘડાઓનો અંત થઈ જશે, તો વિશ્વના ખૂણે-ખૂણાથી લોકો શાંતિની શોધમાં હિમાલયની શરણમાં આવશે. એમના શબ્દોમાં, ‘જે પ્રકારે આપણા પૂર્વજ પોતાના જીવનના અંતકાળમાં આ હિમાલય પર ખેંચ્યા ચાલ્યા જતા હતા, એ જ પ્રકારે ભવિષ્યમાં પૃથ્વીભરની શક્તિશાળી આત્માઓ આ ગિરિરાજની તરફ આકર્ષિત થઈને ચાલી આવશે. આ એ સમય હશે જ્યારે કે ભિન્ન-ભિન્ન સંપ્રદાયોના આપસી ઝઘડા આગળ યાદ કરવામાં નહીં આવે, જ્યારે ધાર્મિક રૂઢિઓના સંબંધનું વૈમન્સ્ય નષ્ટ થઈ જશે, જ્યારે અમારા અને તમારા ધર્મ સંબંધી ઝઘડા બિલ્કુલ દૂર થઈ જસે તથા જ્યારે મનુષ્યમાત્ર એ સમજી લેશે કે ફક્ત એક જ ચિરન્તન ધર્મ છે અને તે છે ખુદમાં પરમેશ્વરની અનુભૂતિ. બાકી જે કંઈ છે તે બધું વ્યર્થ છે.’ અંતમાં હિમાલયમાં એક આશ્રમની સ્થાપનાના પોતાના નિર્ણયનું કારણ બતાવતા એમણે કહ્યું : ‘આ પર્વત શ્રેણીઓની સાથે આપણી હિન્દૂ જાતિની સર્વોત્તમ સ્મૃતિઓ સમ્બદ્ધ છે. જો આ હિમાલય

ધાર્મિક ભારતના ઈતિહાસથી પૃથક કરી દેવામાં આવે, તો બાકી ખૂબ ઓછું રહી જશે. આથી અહીં પર એક કેન્દ્ર હોવું જોઈએ- જે કર્મ પ્રધાન ન હોય, પરંતુ શાન્તિનું હોય, ધ્યાન ધારણનું હોય અને મને પૂર્ણ આશા છે કે એકને એક દિવસે એવું અવશ્ય થશે.'

વારંવાર સ્વામીજીનું ધ્યાન શાંતિની તરફ ધ્યાન-ધારણની તરફ જતું હતું, પરંતુ એમનું જીવન તો કર્મપ્રધાન હોવા માટે જ બન્યું હતું. થોડા દિવસ તેઓ અવશ્ય ખૂબ શાંતિથી રહ્યા. અલ્મોડા નગરના એક પ્રસિદ્ધ વ્યવસાયી લાલા બદ્રીસહાયે ખૂબ આગ્રહથી સ્વામીજી તથા એમના ગુરુભાઈ અને શિષ્યોને પોતાના અતિથિ બનાવ્યા. અલ્મોડાથી લગભગ ૨૦ માઈલ દૂર પોતાના એક બગીચાવાળા મકાનમાં આ લોકોને રોકવામાં આવ્યા તથા દરેક પ્રકારની સુવિધાનું ધ્યાન રાખ્યું. વૈરાગ્ય ઉત્પન્ન કરવાવાળી હિમાલયની ગરિમાપૂર્ણ શોભાની વચ્ચે સ્વામીજીનું સ્વાસ્થ્ય ધીમે-ધીમે સુધરવા લાગ્યું. સવાર-સાંજ ટહેલવું, પોતાના થોડા શિષ્યો અને ગુરુભાઈઓની સાથે ધર્મ વાર્તા તથા મોટાભાગનો સમય ભગવત્-ધ્યાન, આ જ સ્વામીજીની દિનચર્યા હતી. પરંતુ આ દિનચર્યા થોડા જ દિવસો સુધી શાંતિપૂર્ણ ઢંગથી ચાલી ન્શકી. હિમાલયના નિર્જન જંગલોમાં છુપાઈને રહેવા પર પણ સ્વામીજી બાહ્ય જગતની ગતિવિધિઓથી પોતાને અછૂતા ના રાખી શક્યા. વિદેશ યાત્રા પછી ભારતની ભૂમિ પર પગ રાખતા જ જે એમનો ભવ્ય સ્વાગત સત્કારનો સિલસિલો ચાલ્યો, તે હજુ સુધી ચાલતો જ રહ્યો હતો. સંપૂર્ણ ભારતમાં સ્વામીજીની વધી રહેલી ખ્યાતિ, લોકોમાં પોતાના ધાર્મિક ભાવનાની સજાગતા, હિન્દુઓનું સંગઠન, આ બધાએ ભારતમાં આવેલા અમેરીકી મિશનરીઓના હૃદયમાં અગ્નિ સળગાવી દીધી. શિકાગો ધર્મસંમેલનમાં સ્વામીજી દ્વારા સનાતન ધર્મની વિજય પતાકા લહેરાવ્યા પછી, ભારતમાં ધાર્મિક જાગૃતિની લહેર શીઘ્રતાથી ફેલાઈ રહી હતી. આ લહેરના પ્રબળ વેગને રોકવામાં મિશનરી લોકો સર્વથા અસમર્થ થઈ રહ્યા હતા. તેઓ સ્વામીજીની વિરુદ્ધ જૂઠ્ઠી નિંદાનો પ્રચાર કરવા લાગ્યા. પરંતુ અહીંયા એમના કપોલ કલ્પિત વાગ્જાળમાં ફસાવાવાળા ખૂબ ઓછા હતા. તેથી આ મિશનરીઓએ અમેરીકામાં સ્વામીજીના વિરુદ્ધ જૂઠ્ઠી નિંદાના પ્રચારમાં પોતાની પૂર્ણ શક્તિ લગાવી દીધી, જેથી સ્વામીજીની અનુપસ્થિતિમાં અમેરીકામાં થઈ રહેલા વેદાંત પ્રચારનું કાર્ય જડમૂડથી નષ્ટ થઈ જાય.

આ કામમાં એમને શિકાગો ધર્મ-સભાના અધ્યક્ષ, ડૉક્ટર બૈરોજથી ખૂબ જ મદદ મળી. બૈરોજ સ્વામીજીના ભારત પાછા ફરવાથી પહેલાં જ ભ્રમણના ઉદ્દેશ્યથી ભારત આવ્યા હતા. એમના યથોચિત સ્વાગત માટે સ્વામીજીએ લંડનથી પોતાના ગુરુભાઈઓને લખ્યું હતું. તેથી કલકત્તામાં એમનો પૂર્ણ સ્વાગત સમારોહ થયો. પરંતુ તેઓ પોતાના ભાષણો અને વ્યવહારથી લોકોના હૃદય ના જીતી શક્યા. આ સંબંધમાં સ્વામીજીએ પોતાના એક શિકાગોના મિત્રની પાસે લખ્યું હતું : 'ડૉ. બૈરોજના સ્વાગત માટે મેં લંડનથી પોતાના દેશવાસીઓને પત્ર લખ્યો. એ લોકોએ અત્યંત આવભગતની સાથે એમની અભ્યર્થના કરી હતી. પરંતુ તેઓ અહીંયાના લોકોમાં પ્રેરણાસંચાર ના કરી શક્યા. એના માટે હું દોષી છું.' સ્વામી વિવેકાનંદના યશ અને કીર્તિની લહેરમાં બૈરોજનું વ્યક્તિત્વ ખોવાઈ ગયું હતું. એ એમને ગમ્યું નહીં. જે હૃદયે શિકાગોમાં ક્યારેક વિવેકાનંદ માટે અથાગ પ્રેમ અને સહાનુભૂતિ દર્શાવી હતી, એ જ હૃદય હવે ઈર્ષ્યાની જ્વાળામાં

દહેકતું સ્વામીજીના ચરિત્ર પર, એમના કાર્યો પર અંગારા ઉગલવા લાગ્યા. બૈરોજ પોતાના દેશ પાછા ફરીને સ્વામીજીની વિરુદ્ધ મિશનરીઓના કાર્યમાં સહયોગ આપવા લાગ્યા. અમેરીકામાં એમણે પત્રકારોની વચ્ચે સ્વામીજીની ખરાબ રીતે આલોચના કરી, જૂઠ્ઠા આરોપ લગાવ્યા. એમણે ત્યાં સુધી કહી નાખ્યું કે સ્વામીજીએ ભારત જઈને અમેરીકી સ્ત્રિઓના આચાર-વિચારની ઘોર નિંદા કરી છે. ફળસ્વરૂપે અમેરીકામાં સ્વામીજીની વિરુદ્ધ એક આંદોલનની ચેષ્ટા ચાલી પડી. કેટલાય પત્ર-પત્રિકામાં સ્વામીજીના કટુ આલોચનાથી ચટપટા સમાચારો બનાવવામાં આવ્યા. ભારતમાં પણ એક-બે પત્રોમાં સ્વામીજીની આલોચના છપાઈ, જેમાં મિશનરીઓનો હાથ હતો. આ બધા દેશી-વિદેશી પત્ર-પત્રિકાઓની કતરનો સ્વામીજીની પાસે પહોંચવા લાગી.

આ રીતના સમાચારોથી હિમાલયનું તે શાંત-સ્નિગ્ધ અને આધ્યાત્મિક વાતાવરણ, ક્ષુદ્ર સાંસારિકતાની ગંધથી દૂષિત થવા લાગ્યું. પરંતુ સ્વામીજી ગંભીર અને અડગ બની રહ્યા, બિલ્કુલ હિમાલયની જેમ. અલ્મોડાના સુંદર પહાડી ઉદ્યાનો, ક્ષિતિજ સુધી વિસ્તૃત હિમાલયના હિમાચ્છાદિત શિખરોમાં એમણે પોતાના ભાવુક મનને ઉલઝાવી દીધું, અને સ્વદેશ અને વિદેશમાં ઉત્પન્ન બધી નિંદાઓના ગરલની ઉપેક્ષાની સાથે અવિચલતિ રૂપથી પી ગયા. તેઓ આ સત્યથી પરિચિત હતા કે નૂતન નીતિના પ્રચારકોને વિઘ્ન-વિપત્તિ અને નિંદા-અપવાદનો સામનો કરવો તથા આગળ જીવ સુધી પણ હાથ ધોવા પડ્યા છે. સ્વામીજીની સાથે આ કોઈ નવી વાત નહોતી થઈ રહી. તેઓ એ પણ સમજી રહ્યા હતા કે બૈરોજ તેમજ ઈસાઈ મિશનરીઓની સ્પર્ધા અને ઈર્ષ્યાએ જ અમેરીકામાં આટલું મોટું તોફાન ઉભું કરી દીધું હતું.

સ્વામીજીએ પોતાની એક મિત્ર તુલ્ય અમેરીકી શિષ્યાને બૈરોજની ભારતમાં અસફળતાના વિષયમાં ૨૮ એપ્રિલ, ૧૮૯૭માં લખ્યું : 'મને આશા છે કે ડૉ. બૈરોજ આ સમયે અમેરીકા પહોંચી ગયા હશે. બિચારા, તેઓ અહીંયા અતિ કટ્ટર ઈસાઈ ધર્મનો પ્રચાર કરવા આવ્યા હતા, અને એવું થયું કે કોઈએ એમની વાત ન સાંભળી. એટલું જરૂર છે કે એમણે પ્રેમપૂર્વક એમનું સ્વાગત કર્યું, પરંતુ તે પણ મારા પત્રને કારણે જ થયું હતું. હું એમને બુદ્ધિ તો નથી આપી શકતો. એના સિવાય તેઓ થોડા વિચિત્ર સ્વભાવના વ્યક્તિ હતા. મેં સાંભળ્યું છે કે મારા ભારત આવવા પર રાષ્ટ્રએ જે ખુશી મનાવી એનાથી ઈર્ષ્યાના માર્યા તેઓ પાગલ જેવા થઈ ગયા હતા. કંઈ પણ હોય, તમારે લોકોએ એનાથી બુદ્ધિશાળી વ્યક્તિને મોકલવો યોગ્ય હતો, કેમ કે ડૉ. બૈરોજને કારણે હિન્દુઓના મનમાં ધર્મ પ્રતિનિધિ સભા એક સ્વાંગ બની ગઈ છે. અધ્યાત્મ-વિદ્યાના સંબંધમાં પૃથ્વીનો કોઈ પણ રાષ્ટ્ર હિન્દુઓનુ માર્દર્શન ના કરી શક્યો અને વિચિત્ર વાત તો એ છે કે ઈસાઈ દેશોથી કેટલાય લોકો અહીંયા આવે છે, તેઓ બધા એક જ પ્રાચીન મૂર્ખતાપૂર્ણ તર્ક આપે છે કે ઈસાઈ ધનવાન અને શક્તિશાળી છે, હિન્દૂ નહીં-આથી ઈસાઈ ધર્મ હિન્દૂ ધર્મ ઈસાઈ ધર્મ કરતા શ્રેષ્ઠ છે. એવું લાગે છે કે પશ્ચિમી રાષ્ટ્ર વૈજ્ઞાનિક સંસ્કૃતિમાં ભલે કેટલાય ઉન્નત કેમ ન હોય, તત્વજ્ઞાન અને આધ્યાત્મિક શિક્ષામાં તેઓ નર્યા બાળક જ છે. ભૌતિક જ્ઞાન ફક્ત લૌકિક સમૃદ્ધિ આપી શકે છે પરંતુ અધ્યાત્મ વિજ્ઞાન શાશ્વત જીવન માટે છે.'

૯ જૂને અલ્મોડાથી સ્વામીજીએ મેરી હેલને, અમેરીકામાં પોતાના પ્રચાર વિરુદ્ધ

પ્રચાર સંબંધમાં ફરી લખ્યું અને એ સ્વીકાર કર્યું કે એમણે એક વખત કેટલાક અમેરીકી સ્ત્રીઓની અફવા ફેલાવવાની આદતની ચર્ચા કરી હતી. એમનો અંદાજ હતો કે મિશનરી લોકો આનો જ ઉપયોગ એમના વિરુદ્ધ કરી રહ્યા હતા.એમના જ શબ્દોમાં : 'વાત એ થઈ કે પોતાની એક વક્તૃતામાં મેં ઈંગ્લિશ ચર્ચવાળા સજ્જનોને છોડીને બાકી કુલ પાદરીઓ તથા એમની ઉત્પત્તિ વિશે કંઈક કહ્યું હતું. પ્રસંગવશ મારે અમેરીકાની અત્યંત ધાર્મિક સ્ત્રીઓ અને એમની ખરાબ અફવાઓ ફેલાવવાની શક્તિનો પણ ઉલ્લેખ કરવો પડ્યો હતો. મારા અમેરીકાના કાર્યને બગાડવા માટે આને જ પાદરી લોકો આખી અમેરીકી જાતિ પર લાંછન કહીને શોર મચાવી રહ્યા છે, કેમ કે તેઓ જાણે છે કે મારી વિરુદ્ધ જે પણ કંઈ કહેવામાં આવશે, તે અમેરીકાવાસીઓને પસંદ જ હશે.' સ્વામીજી આ પોતાની સફાઈમાં બિલ્કુલ કહી રહ્યા ન હતા, એમનું તો કહેવીુ હતું કે અમેરીકીઓએ પોતાની આલોચનાથી ગભરાવવું ના જોઈએ, ખાસ કરીને ત્યારે, જ્યારે તેઓ બીજાઓની આલોચના કરવામાં સહેજ પણ અચકાતા નથી. જેમ કે એમણે લખ્યું : 'પ્રિય મેરી, જો માની પણ લેવામાં આવે કે મેં અમેરીકીઓની વિરુદ્ધ બધા પ્રકારની કડક વાતો કહી છે, તો પણ શું તેઓ અમારી માતાઓ અને બહેનો વિશે કહેવામાં આવેલી દૂષિત વાતોના લઘુ અંશને પણ સ્વચ્છ કરી શકશે? ઈસાઈ અમેરીકી નર-નારી આપણને ભારતીય બર્બર કહીને જે ઘૃણાનો ભાવ રાખે છે, શું સાત સમુદ્રોનું જળ પણ એને વહાવી દેવામાં સમર્થ થશે? અને આપણે એમનું બગાડ્યું જ છે શું? અમેરીકીવાસી પહેલાં પોતાની સમાલોચના સાંભળીને ધૈર્ય રાખવાનું શીખે, ત્યારે બીજાઓની સમાલોચના કરે.'

વિવેકાનંદે એ સ્પષ્ટ કરવામાં કોઈ કસર ના છોડી કે એમને એની સહેજ પણ પરવાહ ન હતી કે અમેરીકીવાસી એમના સંબંધમાં શું વિચારશે. એમણે લખ્યું : 'હું એમનો કર્જદાર થોડો જ છું. તમારા પરિવાર, શ્રીમતી બુલ, લેગેટ પરિવાર અને બે-ચાર સહૃદય જનોને છોડીને મારા પર કોણ મહેરબાન રહ્યું છે? પોતાના વિચારોને વ્યાવહારિક રૂપ આપવામાં કોણે મારી મદદ કરી? મને પરિશ્રમ કરતા-કરતા બહુધા મોતનો સામનો કરવો પડ્યો છે. મારે પોતાની બધી શક્તિઓ અમેરીકામાં ખર્ચ કરવી પડી, ફક્ત એથી કે ત્યાંના લોકો વધારે ઉદાર અને આધ્યાત્મિક થવાનું શીખે. ઈંગ્લેન્ડમાં મેં ફક્ત છ મહીના જ કામ કર્યું. ત્યાં કોઈએ મારી નિંદા ના કરી, સિવાય એકના અને તે પણ એક અમેરીકી સ્ત્રીની કરતૂત હતી, જેને જાણીને મારા અંગ્રેજ મિત્રોને આશ્વાસન મળ્યું.' મેરી હેલને પોતાના સંબંધમાં આશ્વસ્ત કરતા એમણે લખ્યું : 'પ્રિય મેરી, મારા માટે તમને ભયની કોઈ વાત નથી. અમેરીકાના લોક મોટા છે, ફક્ત યૂરોપના હોટલવાળાઓ, કરોડપતિઓ તથા પોતાની દૃષ્ટિમાં સંસાર ખૂબ મોટો છે, અને અમેરીકાવાળાઓના રુષ્ટ થઈ જવા પર પણ મારા માટે કોઈ ને કોઈ જગ્યા જરૂર રહેશે. કંઈ પણ હોય, મને પોતાના કાર્યથી ખૂબ પ્રસન્નતા છે. ...લોકો શું કહે છે, એની મને શું પરવાહ! તેઓ તો અબોધ બાળક છે, તેઓ એનાથી વધારે શું જાણશે? હું જે આત્માનો સાક્ષાત્કાર કરી ચુક્યો છું અને આખા સાંસારિક પ્રપંચોની અસારતા જાણી ચુક્યો છું, શું બાળકોની તોતળી બોલીઓથી પોતાના માર્ગથી હટી જાઉં? - મને જોવાથી એવું કંઈ લાગી શકે છે?

વિવેકાનંદને પૂરો વિશ્વાસ હતો કે મિશનરી ભલે જે પણ કરે, ભારતમાં જાગરણની

જે લહેર ચાલી પડી હતી, એને હવે કોઈ રોકી નથી શકતું. એ જ પત્રમાં એમણે આગળ લખ્યું : 'હું જાણું છું કે મારું કામ સમાપ્ત થઈ ચુક્યુ- વધારેથી વધારે ત્રણ કે ચાર વર્ષ ઉમર બચી છે. મને પોતાની મુક્તિની ઇચ્છા હવે બિલ્કુલ નથી, સાંસારિક ભોગ તો મેં ક્યારેય ઇચ્છ્યો જ નથી. મારે ફક્ત પોતાના યંત્રને કાર્યોપયોગી અને મજબૂત જોવો છે. નિશ્ચિત રૂપથી એ જાણીને કે ઓછામાં ઓછું ભારતમાં મેં માનવ જાતિના કલ્યાણનું એક એવું યંત્ર સ્થાપિત કરી દીધું છે, જેને કોઈ શક્તિ નષ્ટ નથી કરી શકતી, હું સૂઈ જઈશ અને આગળ શું થવાનું છે, એની પરવાહ નહીં કરું. મારી અભિલાષા છે કે હું વારંવાર જન્મ લઉં અને હજારો દુઃખ ભોગવતો રહું, જેથી હું એ એકમાત્ર સંપૂર્ણ આત્માઓના સમષ્ટિ રૂપ ઈશ્વરની પૂજા કરી શકું, જેની ખરેખર સત્તા છે અને જેના પર મને વિશ્વાસ છે.'

સ્વામી વિવેકાનંદને ખરેખર હવે એવુંલાગવા લાગ્યું હતું કે એમના જીવનના ત્રણ-ચાર જ વર્ષ બાકી રહી ગયા છે. તેથી એમની મનોદશા હંમેશાં વિરાગપૂર્ણ રહેવા લાગીહતી. એમને લાગતું હતું કે એમનું કામ સમાપ્ત થઈ ગયું છે. ઊંઘમાં સૂઈ રહેલા સ્વદેશવાસીઓને જાગ્રત કરી દેવા જ એમનું મુખ્ય કામ હતું. એમને વિશ્વાસ હતો કે આ કામ નિયત ગતિથી ચાલતું રહેશે, હવે એમની જરૂર નથી. પોતાની પરમ પ્રિય શિષ્યા બહેન નિવેદિતા (કુમારી નોબલ)ની પાસે એમણએ અલ્મોડાથી લખ્યું : 'આ જ સત્ય છે.આપણે એક ફંદામાં ફસાઈ ગયા છીએ અને જેટલી જલ્દી એનાથી નિકળી શકીશું, એટલું જ આપણા માટે સારું થશે. મેં સત્યના દર્શન કરી લીધા છે, હવે જો આ શરીર જવાર-ભાટાની સમાન વહે છે, તો મને શું ચિંતા?'

અહીં આ સમયે બંગાળના મુર્શિદાબાદમાં દુષ્કાળનો પ્રકોપ શરૂ થયો.સ્વામી અખંડાનંદ દુષ્કાળ પીડિત વ્યક્તિઓના દુઃખ દર્દ દૂર કરવામાં તન-મનથી લાગેલા હતા. એમણે પોતાના બે ચાર શિષ્યોને અલ્મોડાથી સહાયતા કાર્ય માટે મુર્શિદાબાદ મોકલ્યા. પ્રોત્સાહન પત્ર લખ્યા. એમનું મન ત્યાં જઈને દુઃખીજનોની સેવા કરવા માટે અધીર થઈ ઉઠ્યું. પરંતુ ચિકિત્સકોએ એમને ત્યાં ના જવા દીધા. કલકત્તા અને મદ્રાસમાં વેદાંત પ્રચારનું કામ પણ પૂરા ઉત્સાહથી ચાલી રહ્યું હતું. એનાથી સ્વામીજીને શાંતિ મળતી હતી. અભેદાનંદ દ્વારા ઇંગ્લેન્ડમાં, અને મિશનરીઓની બધી બાધાઓ છતાં શારદાનંદ દ્વારા અમેરીકામાં વેદાંત પ્રચારનું કાર્ય સારી રીતે ચાલતું જોઈને પણ સ્વામીજીને ખૂબ પ્રસન્નતા થતી હતી. એવું લાગતું હતું જાણે એમના વ્યાધિગ્રસ્ત શરીરમાં એક નૂતન શક્તિ પ્રસ્ફુરિત થઈ રહી હોય. એમને લાગતું હતું, જાણે કોઈ અદશ્યનું કાર્ય કરવા માટે એમને સહારો આપી રહ્યું હોય. છતાં પણ મૃત્યુની છાયા ક્યાંક આસપાસ જ ઉભી છે, એનો આભાસ એમને મળી ચુક્યો હતો. હવે દિવસ થોડા છે અને કાર્ય ખૂબ છે, એ વિચારતા-વિચારતા તેઓ વ્યગ્ર થઈ ઉઠતા. એમણે પોતાના શિષ્યોથી કહ્યું કે શરીર પૂરી રીતે સ્વસ્થ ના હોવા પર પણ તેઓ હવે અલ્મોડામાં અકર્મણ્યની રીતે બેસી નથી રહી શકતા. એમને ઉત્તર ભારતનું ભ્રમણ કરવાનું છે, લોકોને વેદાંતદર્શનથી અવગત કરાવવા છે. એમણે શરીર અને મસ્તિષ્કથી શક્તિમાન બનાવવા છે, જેનાથી ખુદ તેઓ પોતાના જીવનમાં સુખ-શાંતિ લાવી શકો. એમના ચિકિત્સક ઇચ્છતા હતા કે તેઓ અલ્મોડામાં થોડા દિવસ અને આરામ કરી લો, પરંતુ એમના નિર્ણય પર ત્યાંના ચિકિત્સકોની સલાહની કોઈ અસર

ના પડી. એમના આ અકસ્માત ભ્રમણના નિશ્ચયે શિષ્યો અને ગુરુભાઈઓને ચિંતિત બનાવી નાખ્યા. એમાં થોડું પણ પરિવર્તન લાવવાનું સાહસ કોઈનામાં ન હતું.

સ્વામીજીના અલ્મોડા છોડવાની વાત પળભરમાં ચારે તરફ ફેલાઈ ગઈ. અલ્મોડા નિવાસી ઘણા દિવસોથી સ્વામીજીનું ભાષણ સાંભળવા માટે આતુર હતા, પરંતુ એમના અસ્વસ્થ રહેવાને કારણે વધારે ભાર આપી રહ્યા ન હતા. જ્યારે લોકોએ સ્વામીજીના જવાની વાત સાંભળી, તો એમનાથી ભાષણ આપવાનો આગ્રહ કરવા લાગ્યા. સ્વામીજીએ સ્વીકૃતિ આપી દીધી અને સ્થાનીય જિલ્લા સ્કૂલમાં વેદાંત દર્શન પર સુલલિત હિન્દીમાં ભાષણ આપ્યું. આ વક્તવ્યથી સ્વામીજીની ખ્યાતિ ચારે તરફ ફેલાઈ ગઈ. ત્યાંના અંગ્રેજ નિવાસીઓએ સ્વામીજીના વિષયમાં સાંભળ્યું અને તેઓ પણ એમનું ભાષણ સાંભળવા માટે ઉત્સુક થયા. ફળસ્વરૂપે ગુરખા સૈનિક દળના કર્નલ પુલીના સભાપતિત્વમાં ત્યાંના 'ઇંગ્લિશ ક્લબ'માં એક સભા થઈ. સભાસ્થળ સ્થાનીય અંગ્રેજો તેમજ ઉચ્ચ શ્રેણીના ભારતીયથી ભરેલું હતું. સ્વામીજીના ભાષણનો વિષય હતો- 'વૈદિક ઉપદેશઃ તાત્વિક અને વ્યાવહારિક.' સ્વામીજીએ ઉપાસના પદ્ધતિના ઉદ્‌ગમથી પોતાનું ભાષણ આરંભ કર્યું, પછી વેદોના રૂપ, વિશેષતાઓ તથા એની શિક્ષાઓનું સંક્ષેપમાં વર્ણન કર્યું, તથા અંતમાં આત્મા-પરમાત્માના સંબંધો પર પ્રકાશ નાખ્યો. ભાષણ સમાપ્ત કરતા-કરતા તેઓ એટલા ભાવવિભોર થઈ ગયા કે ત્યાનું આખું વાતાવરણ આધ્યાત્મિકતાથી ભરાઈ ઉઠ્યું. એમની શિષ્યા કુમારી મુલર, જે એ સભામાં ઉપસ્થિત હતી, તેઓ લખે છેઃ 'થોડી ક્ષણ માટે એવું લાગ્યું જાણે વ્યાખ્યાતા, વ્યાખ્યાન તથા શ્રોતાગણ બધા એક થઈ ગયા છે. જાણે હું, તમે, તે કશું પણ નથી. જે બધા વિભિન્ન વ્યક્તિ અહીં આવ્યા હતા, જાણે તેઓ થોડી ક્ષણ માટે એ સ્વામીજીના શરીરમાં મહાશક્તિની સાથે નિકળવાવાળી આધ્યાત્મિક જ્યોતિમાં મળીને પોતાના ભૂલીને, મંત્રમુગ્દ થઈ ગયા હોય.'

અલ્મોડામાં અઢી મહીનાનો સમય વ્યતીત કર્યા પછી ૭ ઓગષ્ટ ૧૮૯૭એ અસ્વસ્થતાની સ્થિતિમાં જ સ્વામીજીની યાત્રા ફરી આરંભ થઈ ગઈ. પંજાબ અને કાશમીરથી એમની પાસે કેટલાય નિમંત્રણ પત્ર આવી ચુક્યા હતા. પોતાના કેટલાક ગુરુભાઈઓ અને શિષ્યોની સાથે ૯ ઓગષ્ટે તેઓ બરેલી પહોંચ્યા. બરેલી પહોંચતા જ તેઓ તેજ તાવના શિકાર થઈ ગયા. ત્યાંની સ્વાગત સમિતિએ બરેલીના ક્લબ હાઉસમાં એમના નિવાસ અને ભોજનની સારી વ્યવસ્થા કરી રાખી હતી. સ્વામીજી ત્યાં ચાર દિવસ રોકાયા. તાવ પૂરી રીતે દૂર ના થયો. શારીરિક દુર્બળતા હોવા છતાં પણ તેઓ પોતાના કાર્યમાં પૂરી લગનની સાથે લાગ્યા રહ્યા. સવારે, સાંજે ધાર્મિક વાર્તાની સાથે-સાથે એમણે આર્ય સમાજના અનુયાયીઓને પોતાના આદર્શોને કાર્યરૂપમાં પરિણત કરવાનો ઉત્સાહ અપાવ્યો અને એક વિદ્યાર્થી સમિતિની સ્થાપના કરી. ૧૨ ઓગષ્ટે એમણે બરેલી છોડવાની યોજના બનાવી. પરંતુ મધ્યાહ્નમાં ભોજનના ઉપરાંત ફરી એમના પર તેજ તાવનું આક્રમણ થઈ ગયું. પરંતુ એની યાત્રા ના રોકાઈ. એ જ રાત્રે એમણે અમ્બાલાની તરફ પ્રસ્થાન કર્યું. ત્યાં તેઓ એક અઠવાડિયું રોકાયા. સ્ટેશન પર એમની શ્રી અને શ્રીમતી સેવિયરની મુલાકાત થઈ ગઈ. અમ્બાલાનિવાસીઓએ સ્વામીજીની સુયોગ્ય આવભગત કરી. અહીંયા પહોંચીને સ્વામજીનો તાવ પૂરી રીતે ઉતરી ગયો. હવે તેઓ પોતાના કામમાં ઝડપથી લાગી ગયા અને પ્રતિદિવસ મુસલમાન, બ્રાહ્મણ, આર્યસમાજ વગેરે વિભિન્ન સંપ્રદાયોના પ્રમુખ કાર્યકર્તાઓની સાથે ધાર્મિક

તથા સામાજિક વિષયો પર વિચાર-વિમર્શ કરતા રહ્યાં.

અમ્બાલાથી અમૃતસર અને અમૃતસરથી રાવલપિંડી, સર્વત્ર એમનું યથાયોગ્ય આદર, માન થતું રહ્યું. શારીરિક અસ્વસ્થતાને કારણે ઇચ્છા રહેવા છતાં પણ તેઓ મોટા ભાષણની યોજના ના બનાવી શક્યા. રાવલપિંડીથી પોતાના સાથીઓની સાથે મરી માટે પ્રસ્થાન કર્યું. મરી અને બારામૂલા થઈને એમને કાશ્મીર જવું હતું. સેવિયર સાથે ચાલી રહ્યા હતા. મરીમાં શ્રી સેવિયરની તબિયત ખરાબ થઈ ગઈ. એ યાત્રાનો શ્રમ એમની સહનશક્તિથી બહાર હતો. તેથી તેઓ પોતાની પત્નીની સાથે ત્યાં જ રોકાયા. સ્વામીજીની કાશ્મીર યાત્રાના એક દિવસ પહેલાં એમણે સ્વામીજીના નામે એક કવરમાં આઠસો રપિયા કાશ્મીર યાત્રાના ખર્ચ માટે મોકલ્યા અને પોતાની શારીરિક અસ્વસ્થતાની વિવશતાને કારણે કાશ્મીર જવાથી ક્ષમા માંગી. સ્વામીજી એક સાથે આટલા રૂપિયાને જોઈને ચકિત રહી ગયા. એમણે મનમાં હિસાબ લગાવ્યો કે યાત્રા માટે આટલા રૂપિયા જરૂર કરતાં વધારે છે. બીજા દિવસે સ્વામીજી અને એમની પાર્ટીના ઘોડાગાડી દ્વારા બારામૂલાની તરફ પ્રસ્થાન કર્યું; પછી બારામૂલાથી નૌકા દ્વારા શ્રીનગર. શ્રીનગરના પ્રધાન જજ ઋષિવર મુખ્યોપાધ્યાયે સ્વામીજીને પોતાના ઘેર રોક્યા. અહીંયા પહોંચવાના ત્રીજા દિવસે તેઓ કાશ્મીરના મહારાજા અમરસિંહના રાજભવનમાં સન્માનિત કરવામાં આવ્યા. ત્યાં મહારાજાના એક પ્રમુખ કર્મચારીએ સ્વામીજીથી આગ્રહ કર્યો કે તેઓ મહારાજના નાના ભાઈ, રાજા રામસિંહના દરબારમાં અવશ્ય ઉપસ્થિત થાય, કેમ કે રાજા સાહેબને એમના દર્શનની ખૂબ જ લાલસા છે. બીજા દિવસે સ્વામીજી પોતાના દળની સાથે રાજા રામસિંહના રાજભવનમાં ઉપસ્થિત થયા. રાજાએ સ્વામીજીનો યથાયોગ્ય આદર-સત્કાર કર્યો, ખુદ પોતાની ખુરશી છોડીને ઉઠ્યા અને ત્યાં સ્વામીજીને આગ્રહ કરીને બેસાડીને તેઓ અન્ય દરબારીઓની સાથે ભૂમિ પર બેસી ગયા. લગભઘ બે કલાક સુધી ધર્મ ચર્ચા ચાલતી રહી. ભારતીય જનતાના કલ્યાણ માટે કયા પ્રકારે પગલાં ઉઠાવવામાં આવે, એ વિષય પર પણ વિચાર-વિમર્શ થયો. મહારાજ અમરસિંહના મંત્રીએ મહારાજાની આજ્ઞા અનુસાર સ્વામીજીના યથાયોગ્ય સ્વાસ્થ્ય લાભ માટે નૌકાગૃહની વ્યવસ્થા કરી દીધી. અહીંથી તેઓ નૌકા ભ્રમણ દ્વારા કાશ્મીરના અનુપમેય પ્રાકૃતિક સૌંદર્યનું નિરીક્ષણ કરવા લાગ્યા. સાથે-સાથે એમણે કાશ્મીરના ઈતિહાસ પ્રસિદ્ધ સ્થાનોને પણ જોયા. શ્રીનગરના ભણેલા-ગણેલા લોકોએ મોટા સમારોહની સાથે પોતાનો અભિનંદન પત્ર એમને સમર્પિત કર્યો. જવાબમાં સ્વામીજીએ નાનું ભાષણ આપ્યું. પરંતુ લોકોને એનાથી સંતોષ ક્યાં? એમના અનુરોધ પર સ્વામીજીએ બે કલાક સુધી હિન્દૂ ધર્મ પર ધારાપ્રવાહ રૂપમાં અંગ્રેજીમાં ભાષણ આપ્યું. કાશ્મીરના મહારાજ જમ્મૂ ચાલ્યા ગયા હતા. એમણે સ્વામીજીને જમ્મૂ આમંત્રિત કર્યા. તેથી લગભગ ૨૦ દિવસના સમય કાશ્મીરમાં વિતાવ્યા પછી સ્વામીજી જમ્મૂ તરફ ચાલી નિકળ્યા.

જમ્મૂ સ્ટેશન પર રાજકર્મચારી સ્વામીજીના સ્વાગત માટે ઉપસ્થિત હતા. રાજ્યના મહેમાનના રૂપમાં એમની યોગ્ય અભ્યર્થના થઈ, પછી એમને એક નિર્દિષ્ટ નિવાસ સ્થાન પર લઈ જવામાં આવ્યા. બપોરે ભોજનોપરાનંત તેઓ રાજભવનમાં પધાર્યા. અહીયં વધારે સમય સુધી ધર્મ ચર્ચા પછી સમાજની કથળી રહેલી સ્થિતિ પર વાતચીત થતી રહી. સ્વામીજીએ એના પર ખૂબ ભાર આપ્યો કે સમાજના નિરર્થક બ્રાહ્માચાર,

અંધવિશ્વાસો તથા કુસંસ્કારોને ચિપકી રહેવા પર રાષ્ટ્રની પ્રગતિ નથી થઈ શકતી; આ બધી સમાજને અજ્ઞાનતા અને એનાથી પણ ઊંડા પાપના ખાડામાં ફેંકી દે છે. મહારાજે સમુદ્ર યાત્રા પર વાત ઉઠાવી. સ્વામીજીએ વિદેશ યાત્રાની સાર્થકતા પર ભાર આપ્યો અને કહ્યું કે વિદેશ ગયા વગર વાસ્તવિક શિક્ષા પ્રાપ્ત નથી થઈ શકતી. વિદેશ ગયા પછી જ માણસ સમજી શકે છે આપણે કેટલા પાણીમાં છીએ. વિદેશોની સારાઈઓને આપણે પોતાના ઢંગથી અપનાવી શકીએ છીએ તથા એમની બુરાઈઓથી આપણે પોતાને સચેત કરી શકીએ છીએ. મહારાજના આગ્રહ પર સ્વામીજીએ એક સાર્વજનિક સભામાં પણ ભાષણ આપ્યું. ૨૯ ઑક્ટોબરે અહીંયા આઠ દિવસ રોકાયા પછી એમણે મહારાજથી વિદાય લીધી.

સિયાલકોટ થઈને ૫ નવેમ્બરે સ્વામીજી પોતાની સાથીઓની સાથે લાહોર આવ્યા. અહીંયાના સ્ટેશન પર સનાતન ધર્મ સભાના સદસ્યો તથા વિશાળ જનતાએ એમનું સ્વાગત કર્યું. સનાતન ધર્મસભાના સદસ્યોના ખભાઓ પર સ્વામીજીની દેખભાળની જવાબદારી હતી. સ્ટેશનથી તે લોકો સ્વામીજીને રાજા ધ્યાનસિંહના મહેલમાં લઈ ગયા. થોડા સમય પછી લાહોર ટ્રિબ્યૂનના સંપાદક નરેન્દ્રનાથ ગુપ્તની સાથે સ્વામીજીના સાક્ષાત્કાર થયા. બીજા દિવસે રાજા ધ્યાનસિંહના મહેલના વિશાળ પ્રાંગણમાં સભાનું આયોજન થયું. ચારે તરફથી ઘેરાયેલું આ સ્થાન ચાર હજાર વ્યક્તિઓથી ઠસાઠસ ભરાઈ ગયું હતું. પરંતુ સિંહદ્વાર પર હજુ અપાર જનસમૂહ અંદર આવવા માટે વ્યગ્ર હતો. તે લોકો અંદર ઘુસી ના શક્યા અને નિરાશ થઈને પાછા ફરવું પડ્યું. ભાષણનો વિષય હતો- 'આપણી સમસ્યાઓ.' એના સિવાય લાહોરના પોતાના અલ્પકાલિક પ્રવાસમાં સ્વામીજીએ અન્ય પણ ત્રણ અતિ મહત્ત્વપૂર્ણ ભાષણ આપ્યા, જેના વિષય હતા - હિન્દૂ ધર્મ પર સામાન્ય આધાર, ભક્તિ અને વેદાંત. ભાષણોના વિષયમાં ભલે જે હોય, પણ સ્વામીજી દરેક વાતે એ જ વિષય પર પહોંચી જતા હતા કે ભારત ફરી કઈ રીતે વિશ્વમાં પોતાનું જૂનું સ્થાન પ્રાપ્ત કરી શકશે. તેઓ ઇચ્છતા હતા કે બધા દેશવાસી સામ્પ્રદાયિકતાના મતભેદને ભૂલીને તન-મન-ધનથી ભારતમાતાની સેવામાં લાગી જાય. એમણે વારંવાર લોકોને એ યાદ અપાવી કે ભારતની વિભિન્ન જાતિઓ અને મતોના લોકો પોતાની જાતીય કે સાંપ્રદાયિક વિશિષ્ટતાને જાળવી રાખીને પણ સાથે મળીને ભારતને ફરીથી ઊંચો ઉઠાવવાનું કાર્ય કરી શકે છે. એમણે કહ્યું- 'હું અહીંયા એ જોવા નથી આવ્યા કે આપણી વચ્ચે શું-શું મતભેદ છે, પરંતુ હું તો એ શોધવા આવ્યો છું કે આપણા બધાની મિલન ભૂમિ કઈ છે. અહીંયા હું એ જાણવાનો પ્રયત્ન કરી રહ્યો છું કે તે કયો આધાર છે, જેના પર આપણે લોકો આપસમાં હંમેશાં ભાઈ-ભાઈ બની રહી શકીએ છીએ, કયા પાયા પર પ્રતિષ્ઠિત થવાથી આ વાણી, જે અનંત કાળથી સંભળાઈ રહી છે, ઉત્તરોત્તર વધારે પ્રબળ થતી રહેશે. હું અહીંયા તમારી સામે રચનાત્મક કાર્યક્રમ રાખવા આવ્યો છું- ધ્વંસાત્મક નહીં. કેમ કે આલોચનાના દિવસ હવે ચાલ્યા ગયા, આજે આપણે રચનાત્મક કાર્ય માટે ઉત્સુક છીએ. ...હવે તો પુનર્નિમાણનો, ફરીથી સંગઠનનો સમય આવી ગયો છે. પોતાની બધી વિખેરાયેલી શક્તિઓને એકત્ર કરવાની અને એ સમ્મિલિત શક્તિ દ્વારા દેશના બહુધા સદીઓથી રોકાયેલી પ્રગતિના મરાગમાં અગ્રેસર કરવાનો સમય આવી ગયો છે. આર્ય સંતાનો, હવે આગળ વધો.'

લાહોરમાં સ્વામીજીને આર્યસમાજી નેતાઓથી નજીકના સંબંધ સ્થાપિત કરવાનો

તથા એમને સમજવાની સારી તક મળી. એ લોકોએ પણ સ્વામીજીની વાતોમાં વિશેષ રુચિ બતાવી. મૂર્તિપૂજાના વિરોધમાં આર્યસમાજીઓની સાથે સ્વામી વિવેકાનંદનો વાદ-વિવાદ ખૂબ પ્રેમથી ચાલતો હતો. તેઓ આર્યસમાજી નેતાઓના ચરિત્ર, ત્યાગ તથા સમાજ કલ્યાના વ્રતના વિષયમાં શ્રદ્ધાથી નતમસ્તક થઈ જતા પરંતુ એમના સાંપ્રદાયિક કટ્ટરપણાનો પ્રતિવાદ તેઓ ખુલ્લા શબ્દોમાં કરતા હતા. સ્વામીજી પોતાના વિરોધી પક્ષના મતોનું નિર્મમ ભાવથી ખંડન કરતા હતા. પરંતુ એમના મત ખંડનની રીતિ, એની વાતચીતની કળા એટલી મધુર તથા અસાંપ્રદાયિકતાના ભાવથી રંજિત રહેતી કે વિરોધી પક્ષના હૃદયમાં એમના પ્રત્યે સદ્‌ભાવના સિવાય બીજું કશું ના રહી જતું. વિચારના મતભેદ થવા પર પણ આર્યસમાજી સ્વામીજીને શ્રદ્ધાની દૃષ્ટિથી જોતા હતા અને એ ભાષણોને સાંભળવા માટે મોટી સંખ્યામાં ઉપસ્થિત થતા હતા. સ્વામીજીની ઉદારતા અને અસાંપ્રદાયિકતાને જોઈને સનાતન ધર્મમાં વિશ્વાસ રાખવાવાળા હિન્દૂ અને આર્યસમાજી બંને જ દળમાં એમની તરફ સહજ આકૃષ્ટ થઈ ગયા. આર્યસમાજીઓના સેવા-ધર્મે એમને સ્વામીજીની નજીક ખેંચી લીધા. તેઓ કોઈ ગુણવાન વ્યક્તિ વિશેષની પ્રશંસા કરતા થાકતા ન હતા, ભલે તે કોઈ પણ જાતિ કે કોણ પણ સંપ્રદાયનો કેમ ન હોય. આર્યસમાજના ભૂતપૂર્વ પ્રચારક અને સાથે જ સ્વામી વિવેકાનંદના વિશેષ ભક્ત સ્વામી અચ્યુતાનંદે પોતાની ડાયરીમાં લખી રાખ્યું છે : 'એક દિવસે સ્વામીજી કોઈ વ્યક્તિની ખૂબ પ્રશંસા કરી રહ્યા હતા. ત્યારે જ એમના ભક્તોમાંથી કોઈએ કહ્યું : સ્વામીજી, એ વ્યક્તિ તો તમને નથી માનતો? સ્વામીજીએ તત્ક્ષણ ઉત્તર આપ્યો- ભલું માણસ બનાવા માટે મને માનવો જ પડશે, એવું થોડું જ છે?'

લાહોરમાં સ્વામીજીથી મળવાવાળાઓમાં ત્યાંથી એક ગણિતના પ્રોફેસર શ્રી તીર્થરામ ગોસ્વામી પણ હતા. સ્વામીજીના વ્યક્તિત્વ અને વક્તવ્યથી તેઓ ખૂબ પ્રભાવિત હતા. એમણે પ્રોફેસરનું પદ ત્યાગીને વેદાંત પ્રચારમાં પોતાનું બાકી જીવન લગાવી દીધું. એ જ આગળ ચાલીને સ્વામી રામતીર્થના નામે પ્રસિદ્ધ થયા. ભારત સિવાય ઇંગ્લેન્ડ અને અમેરીકા જઈને પણ એમણે વેદાંત પ્રચારનું કાર્ય કર્યું. સ્વામીજી જ્યારે લાહોરથી વિદાય લેવા લાગ્યા તો શ્રી રામતીર્થે પોતાની સોનાની ઘડીયાળ એમને ભેટ કરી દીધી. સ્વામીજીએ સહર્ષ સ્વીકાર કરી લીધો. પછી તરત જ એને શ્રી રામતીર્થના ખિસ્સામાં નાખતા કહ્યું- આ ઘડીયાળનો વ્યવહાર હું આ જ ખિસ્સાથી કરીશ. શ્રી રામતીર્થ એમની અર્થપૂર્ણ દૃષ્ટિનો ભેદ સમજી ગયા.

લાહોરના દસ દિવસ સ્વાસ્થ્યની દૃષ્ટિથી સ્વામીજી માટે અત્યંત કઠિન સાબિત થયા- રાત-દિવસ લોકોની ભીડ, ભાષણ અને શાસ્ત્રાર્થ. હિમાલયના ખોળામાં સ્વચ્છંદ જીવન વિતાવીને જે કંઈ પણ એમણે શક્તિ સંચય કરીહતી, એનું તીવ્ર ગતિથી હ્રાસ થઈ રહ્યો હતો. પરંતુ કામની દૃષ્ટિથી એમની લાહોર યાત્રા ખૂબ સફળ રહી. પંજાબમાં આર્યસમાજીઓનું હૃદયજીતવું કોઈ સરળ કામ ન હતું, પરંતુ એમાં પણ સ્વામીજીના આશાતીત સફળતા મળી. છતાં પણ એમને પંજાબના પોતાના કામથી સંતોષ ન હતો. એમને લાગતું હતું કે ત્યાંના લોકોમાં આધ્યાત્મિક તરફ ઝુકાવ ખૂબ ઓછો છે. એક વખત એમણે કહ્યું કે પંચ નદીઓના જળથી પ્લાવિત તે સજલ ભૂમિ આધ્યાત્મિકતાની દૃષ્ટિથી શુષ્ક છે. તેઓ ઇચ્છતા હતા કે પંજાબના જન-માનસમાં ભક્તિનો સ્રોત પ્રવાહિત કરી દે. ઈશ્વરની ભક્તિપૂર્ણ આરાધનામાં તે શક્તિ છુપાયેલી છે, જે માનવને વધારે

સંવેદનશીલ બનાવે છે. જ્યાં સુધી હૃદયમાં સંવેદના નથી, ત્યાં સુધી ભલું સમાજનું કલ્યાણ કેવી રીતે થઈ શકે છે. પરંતુ શારીરિક અસ્વસ્થતાને કારણે સ્વામીજી લાહોરમાં વધારે સમય ના વિતાવી શક્યા. વિશ્રામ માટે એમણે જલ્દી જ દેહરાદૂન જવું પડ્યું. પણ એમના જીવનમાં ભલું વિશ્રામ ક્યાં હતો. દેહરાદૂનમાં ખેતરી રાજ્યના નિમંત્રણ પત્ર આવવાના શરૂ થઈ ગયા. ખેતરી નરેશની ઇચ્છા હતી કે ખેતરી રાજ્યની જનતા સ્વામીજીના સાન્નિધ્યથી લાભાન્વિત થાય.

સ્વામીજી ખેતરી નેરશના આમંત્રણને વધારે દિવસો સુધી ટાળી ના શક્યા. તેઓ દેહરાદૂનથી દિલ્લી આવ્યા. ત્યાં શ્રી અને શ્રીમતી સેવિયર તથા પોતાના ગુરુભાઈઓની સાથે પાંચ દિવસો સુધી રોકાઈને સંપૂર્ણ દિલ્લીને ભ્રમણ કર્યું. દિલ્લીની પ્રાચીન ઇમારતો, લાલ કિલ્લો, જૂનો કિલ્લો, કુતુબમીનાર તથા અનેક ભગ્નાવશેષ અને ધરાશાયી ખંડેર મૂક ભાષામાં સ્વામીજીને પોતાના અતીતની વાર્તા સંભળાવવા લાગ્યા, તે અતીત જેની યવનિકા રામાયણ અને મહાભારત કાળથી જ ઉઠી જાય છે. સ્વામીજીની આઁખોનીસામે આ દિલ્લી ક્યારેય સજેલી-સંવરેલી ખુશહાલ સધવાના રૂપમાં, ક્યારેક ઉજડેલી, સિસકતી વિધવાના રૂપમાં ન જાણે કેટલી વખત પોતાના વેષ બદલતી રહેતી હતી. ઉત્કર્ષ અને અપકર્ષ પ્રકૃતિનો શાશ્વત નિયમ છે, આ દિલ્લીનું રૂપ જોવા પર પ્રત્યક્ષ લક્ષિત થવા લાગ્યું. સ્વામીજીનું ભાવ-ભીનું હૃદય વર્તમાનથી દૂર થઈને અતીતમાં વિચરણ કરવા લાગ્યું. તેઓ જ્યાં પણ જતા, પોતાની ટોળીને ત્યાંના ઇતિહાસથી પરિચય કરાવતા જતા. એમના વર્ણન એટલા સજીવ હતા કે એમની ટોળીને ખબર પડતી હતી, જાણે તેઓ પણ અતીતના જ અંગ બની ગયા હોય. આ પ્રકારે દિલ્લીમાં પાંચ દિવસોમાં ફક્ત ફરવાનું જ થયું. ત્યાં ભાષણ અને પ્રવચનથી એમનો જીવ બચેલો રહ્યો.

દિલ્લી પછી સ્વામીજી અલવર પધાર્યા. અલવર સ્ટેશન પર વધારે સંખ્યામાં લોકો એકઠા થયા હતા. સ્થાનીય ધનવાન, પ્રસિદ્ધ તેમજ શિક્ષિત વ્યક્તિઓએ એમનું ખૂબ સ્વાગત કર્યું. પોતાના પરિવ્રાજક કાળમાં પણ સ્વામીજી એક વખત અલવર આવ્યા હતા. એ દિવસે અને આજની દશામા કેટલું અંતર હતું. અલવર રાજ્યની તરફથી સ્વામી અને એમના સાથીઓને રાજભવનમાં રોકાવાની વ્યવસ્થા કરવામાં આવી. સ્વામીજી એ લોકોની સાથે પોતાના નિવાસ સ્થાનની તરફ જવા જ વાળા હતા કે ભીડને ચીરતી એમની દૃષ્ટિ દૂર ઉભેલા એક વ્યક્તિ પર જઈને ટકી. એ સ્વાગત સમારોહના આધાર વિચારનો ખયાલ કર્યા વકર તેઓ એ અકિંચન વ્યક્તિને બોલાવવા લાગ્યા- રામસનેહી! રામસનેહી!! અતિ સાધારણ અને ધૂમિલ વસ્ત્રોમાં લપેટાયેલા એ વ્યક્તિની આંખો ચમકી ઉઠી. જાણે એને કુબેરનું ધન મળી ગયું હોય. પહેલી વખત જ્યારે નિતાંત અપરિચિત વ્યક્તિના રૂપમાં સ્વામીજી અલવર પધાર્યા હતા ત્યારે રામસનેહીએ એમને પોતાના અતિથિ બનાવ્યા હતા અને પછી સ્વામીજીના શિષ્ય બની ગયા હતા. રામસનેહી સ્વામીજીની પાસે ભાવવિહ્વળ બનીને આવ્યો. સ્વામીજીએ ખૂબ પ્રેમથી વધારે સમય સુધી એની સાથે વાતો કરતા રહ્યા. રામસનેહીની સાથે વિતાવેલા જૂના દિવસો ની યાદ કરીને સ્વામીજી એક વિચિત્ર પ્રકારનો આનંદ લૂટવા લાગ્યા.

એ દિવસે સ્વામીજી રાજભવનમાં રોકાવા ચાલ્યા ગયા. પરંતુ અલવરની અતિ સંક્ષિપ્ત યાત્રામાં પણ તેઓ પોતાના નિર્ધન શિષ્યો અને ભક્તોના ઘેર જઈને સરળ ભાવથી ભિક્ષા ગ્રહણ કરવાનું ના ભૂલ્યા. પોતાની પ્રથમ યાત્રા દરમિયાન એમણે એક

દરિદ્ર વૃદ્ધા વિધવાના ઘેર ભોજન ગ્રહણ કર્યું હતું, આ વાત તેઓ ભૂલ્યા ન હતા. એમણે આ વખતે એ વદ્ધાને કહે મોકલ્યું કે તેઓ એના હાથની બનેલી મોટી રોટલીઓ ફરી ખાવા ઇચ્છે છે. વૃદ્ધાએ જ્યારે ભોજનની થાળી સ્વામીજીની સામે રાખી તો એમની આંખો ડબડબાઈ ગઈ. એણે રૂંધાયેલા કંઠથી કહ્યું- હું ગરીબ છું, ઇચ્છા હોવા છતાં પણ તમને આપવા યોગ્ય પકવાન ક્યાંથી લાઉં, મારા પુત્ર! ...એની પિરસવામાં આવેલી સામગ્રીને આનંદથી ખાતા-ખાતા સ્વામીજીએ કહ્યું - માં, તમારી આ રોટલીઓ જેવું મધુર ભોજન મને ક્યાંય ખાવા નથી મળ્યું. મહિલાના ઘરની દરિદ્રતા છુપાયે છુપાતી ન હતી. ભોજન ઉપરાંત જ્યારે સ્વામીજી ચાલવા લાગ્યા, તો એમણે એના ઘરના પરિચાલકના હાથમાં સો રૂપિયાની એક નોટ હઠપૂર્વક પકડાવી દીધી.

અલવર પછી જયપુર અને જયપુર પછી ખેતરી. જયપુરથી ખેતરીનું અંતર લગભગ ૬૦ માઇલ છે. ખેતરી નરેશે જયપુરથી જ સ્વામીજી તથા એમની ટોળી માટે રથ, ઘોડા તથા ઊંટની વ્યવસ્થા કરી દીધી હતી. ખુદ મહારાજાએ ખેતરીથી બાર માઇલ આગળ વધીને સ્વામીજીનું યથોચિત સ્વાગત કર્યું. ખેતરી નગર ફૂલ-માળા, ઝંડી-પતાકા, સ્વાગત દ્વાર તથા દીપકોથી સજાવવામાં આવ્યું હતું. લોકો અતિ ખુશ અને ઉત્તેજિત હતા. રાત્રિમાં આતિશબાજીનો ખેલ થયો. દરિદ્રનારાયણોને ભોજનથી પરિતૃપ્ત કરવામાં આવ્યા. સ્વાગત સભામાં જ્યારે સ્વામીજી પધાર્યા ત્યારે ત્યાંની પ્રથા અનુસાર બધા વ્યક્તિઓએ એમની ચરણ-ધૂળી માથાથી લગાવી અને બે-બે રૂપિયા ભેટ આપ્યા. મહારાજાએ ખુદ એક થાળમાં ત્રણ હજાર રૂપિયા એમને ભેટમાં આપ્યા. સ્વામીજીને ભેટ આપવાનો કાર્યકર્મ સમાપ્ત થયા પછી અભિનંદન પત્ર વાંચવામાં આવ્યો. પછી અભિનંદન પત્રનો જવાબ આપતા સ્વામીજીએ બાળશિક્ષા પર એક નાનું વ્યાખ્યાન આપ્યું.

સ્વામીજી પોતાના શિષ્યોની સાથે રાજભવનમાં રોકાયા હતા. ૨૦ ડિસેમ્બરે ત્યાં એમણે વેદાંતના સંબંધમાં લગભગ દોઢ કલાક સુધી ભાષણ આપ્યું. સભામાં સ્થાનીય શિક્ષિત ભદ્ર વ્યક્તિ તથા કેટલીય યૂરોપીય મહિલાઓ પણ ઉપસ્થિત હતી. મહારાજ ખુદ સભાપતિ હતા. એમણે ઉપસ્થિત શ્રોતાઓથી સ્વામીજીનો પરિચય કરાવ્યો. વેદાંત પર ભાષણ આપતા સ્વામીજીએ સર્વપ્રથમ યૂનાની અને આર્ય જાતિની પ્રાચીન સભ્યતા અને સંસ્કૃતિનું ચિત્ર ખેંચ્યું, પછી પાશ્ચાત્ય જગત પર વિભિન્ન યુગોમાં કયા પ્રકારે ભારતીય વિચારનો પ્રભાવ પડતો રહ્યો, એનું વરમન પણ એમણે વિસ્તૃત રૂપથી કર્યું. એના પછી આદિગ્રનથ વેદની ચર્ચા ચાલી. એમણે કહ્યું - વેદ કોઈ વ્યક્તિ વિશેષના વાક્ય નથી. પહેલાં કતિપય વિચારોનો ધીમે ધીમે વિકાસ થયો, અંતે એમને ગ્રંથનું રૂપ આપવામાં આવ્યું અને તે ગ્રંથ પ્રમાણ બની ગયા. અનેક ધર્મ આ પ્રકારે ગ્રંથબદ્ધ થયા છે. આ ગ્રથોનો પ્રભાવ પણ અસીમ પ્રતીત થાય છે. હિન્દુઓનો ગ્રંથ વેદ છે, જેના પર હજુ હજારો વર્ષો સુધી હિન્દુઓએ નિર્ભર રહેવું પડશે. પરંતુ એ વેદોના સંબંધમાં પોતાના વિચાર બદલવા પડશે અને એને નવેસરથી દઢ ચટ્ટાનના પાયા પર સ્થાપિત કરવો પડશે. એના પછી ક્રમથી આગળ વધીને એમણે વેદના બે ભાગો-કર્મકાંડ અને જ્ઞાનકાંડની વિસ્તૃત સમીક્ષા કરતા અદ્વૈતવાદનું મહત્ત્વ સમજાવ્યું.

ખેતરીમાં વિતાવેલા દિવસ સ્વામીજી માટે ખૂબ જ આનંદદાયક સાબિત થયા. સ્વાગત,

સન્માન, પુષ્પમાળા, ભાષણ-પ્રવચન, થાકથી તૂટી રહેલા એમના શરીરના આધાર સ્તંભ હતા. આ બાહ્ય શોરગુલમાં તેઓ પોતાના શરીરની પોકાર સાંભળીને પણ અણસાંભળી કરી દેતા હતા. એકનું આતિથ્ય સમાપ્ત થયું નહીં કે અન્ય સ્થાનોથી આતુર તેમજ સાગ્રહ નિમંત્રણ પત્ર આવવા લાગતા. આખરે તેઓ કોની-કોની ઉપેક્ષા કરતા? ઉપેક્ષા કરવી તો એમને ખબર જ ન હતી, ભલે તે વ્યક્તિની હોય કે નિમંત્રણ પત્રની. ખેતરીના કિશનગઢ, અજમેર, જોધપુર અને ઇન્દોર થઈને તેઓ ખંડવા પહોંચ્યા. ખંડવાથી વડોદરા, ગુજરાત વગેરેથી એમની પાસે નિમંત્રણના અનેક પત્ર અને તાર મળ્યા. પરંતુ અત્યાર સુધી એમનું શરીર ખરાબ રીતે હારી ચુક્યું હતું. ચિકિત્સકોએ એમને અતિ જલ્દી પૂર્ણ વિશ્રામ કરવાની સલાહ આપી. તેથી તેઓ પોતાના શિષ્યોની સાથે ૧૮૯૮ના જાન્યુઆરીના મધ્યમાં કલકત્તા પાછા આવી ગયા.

આ રીતે ભારતના એક ભાગથી બીજા ભાગમાં ભ્રમણ કરતા-કરતા લગભગ એક વર્ષ પૂરું થઈ ગયું હતું. સ્વામીજી જ્યાં-જ્યાં ગયા, દરેક જગ્યાએ ભારતીય જાગરણનો શંખનાદ ફૂંકતા રહ્યા અને કર્મક્ષેત્રની તરફ યુવકોને લલકારતા રહ્યાં. જ્યારે અત્યાધિક અસ્વસ્થતાને કારણે ભ્રમણ કેટલાક સમય માટે બંધ થઈ જતું અને ક્યારેક દાર્જિલિંગ તો ક્યારેક અલ્મોડા કે શ્રીનગરમાં રોકાવું પડતું, તો સ્વામીજી ભાષણોની જગ્યાએ પત્રો દ્વારા ત્યાં કામ કરતા રહેતા. ચુપચાપ વિશ્રામ કરવો એમના માટે અશક્ય હતો. તેઓ સમજતા હતા કે જે (મધુમેહની) બીમારી એમને લાગી ચુકી હતી તે છૂટવાવાળી ન હતી, આથી જે કંઈ જરૂરી છે, એને જલ્દી-જલ્દી કરી લેવાનું છે, કોણ જાણે ક્યારે શરીર સાથ છોડી દે. અલ્મોડાથી ૨૦ મે, ૧૮૯૭એ સ્વામી બ્રાહ્મનંદને એમણે લખ્યું- તમે ડરો કેમ છો? શું માનવની મૃત્યુ આટલી જલ્દી થઈ શકે છે? હજું સુધી ફક્ત સાંધ્ય દીપ જ પ્રગટાવવામાં આવ્યો છે, અને હજુ તો આખી રાત ગાયન-વાદન કરવાનું છે. સાહસની સાથે કાર્યમાં લાગી જાઓ; આપણે એક વખત તોફાન પેદા કરવાનું છે.'

સ્વામીજીના મનમાં બરાબર બસ એ જ કામની ધુન સવાર રહી. તેઓ ના ખુદ આરામ ઇચ્છતા હતા, ના પોતાના ગુરુભાઈઓ કે શિષ્યોને આરામ લેવા દેતા હતા. જ્યારેક્યારેય કોઈને તેઓ પત્ર લખતા, એને કામમાં જોડાઈ જવાનું આહ્વાન કરતા. એમના એક શિષ્ય સ્વામી અખંડાનંદ મુર્શિદાબાદમાં એ જ સમયે દુકાળ પીડિતોની મદદમાં લાગ્યા હતા. એમના કામોનું વિવરણ સાંભળીને સ્વામીજીએ એમની પાસે અલ્મોડાથી ૧૫ જૂન, ૧૮૯૭એ લખ્યું : તમારા સમાચાર મને વિસ્તારપૂર્વક મળતા જઈ રહ્યા છે, અને મારો આનંદ વધારેમાં વધારે વધતો જઈ રહ્યો છે. આ જ પ્રકારના કાર્ય દ્વારા જગત પર વિજય પ્રાપ્ત કરી શકાય છે. સંપ્રદાય અને મતનુંઅંતર શું અર્થ રાખે છે? શાબાશ! મારા લાખો આલિંગન અને આશીર્વાદ સ્વીકાર કરો, કર્મ, કર્મ, કર્મ- મને બીજી કોઈ વસ્તુની પરવાહ નથી. મૃત્યુપર્યંત, કર્મ, કર્મ કર્મ. જે દુર્બળ છે, એમને ખુદને મહાન કાર્યકર્તા બનાવવાના છે, મહાન નેતા બનાવવાના છે. ધનની ચિંતા ના કરો, તે આકાશથી વરસશે.

સ્વામીજીની દૃષ્ટિમાં સૌથી મોટું કામ દલિતોની, ગરીબોની મદદ કરવાનું હતું. દુકાળ પીડિત ક્ષેત્રોમાં એ શિષ્યો એ જ કામ કરી રહ્યા હતા. આથી એમનું અત્યાધિક પ્રસન્ન તેમજ ગૌરવાન્વિત થવું સ્વાભાવિક હતું. ચાર જુલાઈ, ૧૮૯૭એ ભગિની નિવેદિતાની પાસે એમણે લખ્યું- બુદ્ધદેવ પછી આ પહેલી વખત પુનઃ જોવા મળી રહ્યું છે

કે બ્રાહ્મણ સંતાનો કોલેરાગ્રસ્ત અંત્યજોની પથારીની નજીક એમની સેવા-સુશ્રુસામાં સંલગ્ન છે. ભારતમાં વક્તૃતા તથા શિક્ષાથી કોઈ વિશેષ કાર્ય નહીં હોય. આ સમયે સક્રિય ધર્મની જરૂર છે. ૯ જુલાઈએ એમણે સ્વામી બ્રહ્માનંદને ફરી લક્યું- બરહામપુરમાં જેવું કામ થઈ રહ્યું છે તે ખૂબ જ સારું છે. આ જ પ્રકારના કામોનો વિજય થશે. શું માત્ર મતવાદ અને સિદ્ધાંત હૃદયને સ્પર્શ કરી શકે છે? કર્મ, કર્મ, કર્મ. આદર્શ જીવનયાપન કરો. સિદ્ધાંત અને મતોનું શું મૂલ્ય? દર્શન, યોગ અને તપસ્યા- પૂજાગૃહ. અક્ષત, ચોખા કે શાકનો ભોગ-આ બધું વ્યક્તિગત અથવા દેવગત ધર્મ છે. પરંતુ બીજાઓની ભલાઈ અને સેવા કરવી એક મહાન સાર્વલૌકિક ધર્મ છે. આવાલવૃદ્ધવનિતા, ચાંડાલ, ત્યાં સુધી કે પશું પણ આ ધર્મને ગ્રહણ કરી શકે છે. શું માત્ર કોઈ નિષેધાત્મક ધર્મથી કામ ચાલી શકે છે? પથ્થર ક્યારેય અનૈતિક કર્મ નથી કરતો. ગાય ક્યારેય જૂઠું નથી બોલતી, વૃક્ષ ક્યારેય ચોરી નથી કરતા, ના જૂઠું બોલે છે, ના અનૈતિક જીવન વ્યક્તિ કરે છે, બલ્કે ચાર કલાક પ્રદિધન ધ્યાન કરતા હોય અને એના બમણા કલાકો સુધી ભક્તિપૂર્વકની ઘંટડી વગાડતા હોય, પરંતુ અંતમાં એનો ઉપયગો શું છે?

સમાજ સેવાનું મહત્ત્વ બતાવતા વિવેકાનંદે આગળ લખ્યું : કામ વગર ફક્ત વ્યાખ્યાન શું કરી શકે છે? શું મીઠા શબ્દોથી રોટલી ચોપડી શકાય છે? જો તમે દસ જિલ્લાઓણાં એવું કરી શકો તો તે દસેય તમારી મુઠ્ઠીમાં આવી જશે. આથી સમજદાર છોકરાનીજેમ આ સમયે પોતાના કર્મ વિભાગ પર જ સૌથી વધારે ભાર આપો, અને એની ઉપયોગિતાને વધારવાની પ્રાણપણથી ચેષ્ટા કરો. કેટલાક છોકરાઓ દ્વાર-દ્વાર જવા માટે સંગઠિત કરો અને અલખિયા સાધુઓની સમાન એમને જે મળે તે લાવવા દો. ધન, જૂના વસ્ત્ર, ચોખા, ખાદ્ય પદાર્થ કે અન્ય જે કંઈ પણ મળે. પછી એને વહેંચી દો. હકીકતમાં આ જ સાચ્ચું કાર્ય છે. એના પછી લોકોને શ્રદ્ધા થશે અને પછી તમે જે કહેશો, તે કરશે. વિવેકાનંદ એ કહેવાનું ના ભૂલ્યા કે દુષ્કાળના સમયે પૂજાનો ખર્ચ પણ ઘટાડીને ન્યૂનતમ સ્તર પર લાવવો જોઈએ, જેથી બચેલા બૈસાનો યોગ્ય ઉપયોગ કરી શકાય. પૂજાનો ખર્ચ ઘટાને એક કે બે રૂપિયા મહીના પર લાવો. પ્રભુની સંતાનો ભૂખે મરી રહી છે. ફક્ત જળ અને તુલસીપત્રથી પૂજા કરો અને એના ભોગના નિમિત્ત ધનને એ જીવિત પ્રભુના જીવનમાં ખર્ચ કરો, જે દરિદ્રોમાં વાસ કરે છે. ત્યારે જ પ્રભુની બધા પર અપાર કૃપા થશે.

એનાથી એ સમજવું ખોટું થશે કે વિવેકાનંદની દૃષ્ટિમાં ગરીબોની સૌથી મોટી સેવા એ હતી કે એમની વચ્ચે ભોજન વહેંચવામાં આવે. પોતાના પત્રોમાં તેઓ વારંવાર આ વાત પર ભાર આપતા હતા કે સૌથી મોટું કામ શિક્ષા પ્રચારનું છે. એવી શિક્ષાનો પ્રચાર જેનાથી લોકો સ્વાવલંબી બને અને એમનામાં આત્મગૌરવનો વિકાસ થાય. દુષ્કાળના સમયે ભોજન વહેંચવું મહત્ત્વપૂર્ણ કામ હોઈ શકે છે, પરંતુ એની સાથે જો સ્વાવલંબની શિક્ષા ન આપવામાં આવે, તો સમાજ સેવા સાચા અર્થોમાં નથી થઈ શકતી. ૧૧ જુલાઈ, ૧૮૯૭એ અલ્મોડાથી એમણએ એક પત્રમાં લખ્યું : અખંડાનંદ મહૂલામાં અદ્‌ભુત કાર્ય કરી રહ્યા છે, પરંતુ એની કાર્યપ્રણાલી ઠીક નથી લાગતી. એવું માલૂમ થઈ રહ્યું છે કે તે લોકો એક નાના ગામડામાં જ પોતાની શક્તિનો ક્ષય કરી રહ્યા છે અને તે પણ

એકમાત્ર ચોખાના વિતરણ કાર્યમાં. એની સાથે-સાથે કોઈ પ્રકારનું પ્રચાર કાર્ય પણ થઈ રહ્યું છે, આ વાત મારા સાંભળવામાં નથી આવી રહી. લોકોને જો આત્મનિર્ભર બનાવવાની શિક્ષા ન આપવામાં આવે, તો આખા સંસારની દોલતથી પણ ભારતના એક નાના એવા ગામડાની મદદ નથી કરી શકાતી. શિક્ષા પ્રદાન કરવી આપણું પહેલું કાર્ય હોવું જોઈએ, નૈતિક તથા બૌદ્ધિક બંને જ પ્રકારની શિક્ષા. મને આ વિશે તો કોઈ સમાચાર નથી મળી રહ્યા. ફક્ત એટલું જ સાંભળી રહ્યો છે આટલા ભિખમંગાઓને મદદ આપવામાં આવી છે. દયાથી લોકોના હૃદય--દ્વાર ખુલી જાય છે, પરંતુ એ દ્વારથી એમના સામૂહિક હિત સાધના માટે આપણે પ્રયત્ન કરવો પડશે.

૧૮૯૭માં વિવેકાનંદને એ સ્પષ્ટ કરી દેવાની તક મળી કે સમાજ સેવાના કામમાં ધર્મ કે સંપ્રદાયના આધાર પર કોઈ પ્રકારનો ભેદભાવ અયોગ્ય છે, જો કે વસ્તુસ્થિતિને ધ્યાનમાં રાખીને કોઈ એવો રસ્તો પણ ના અપનાવવો જોટઈએ, જે બિલ્કુલ અવ્યાવહારિક હોય. જ્યારે અખંડાનંદે પોતાના દુષ્કાળ-પીડિત ક્ષેત્રમાં એક અનાથાલય ખોલવાની યોજના બનવી અને એ પ્રશ્ન ઉઠાવ્યો કે એમાં મુસલમાન છોકરાઓને રાખવા જોઈએ કે નહીં, ત્યારે વિવેકાનંદે મરીથી ૧૦ ઑક્ટોબરે એમને લખ્યું- તમારે મુસલમાન છોકરાઓને પણ લઈ લેવા જોઈએ, પરંતુ એમના ધર્મને ક્યારેય દૂષિત ના કરતા. તમારે ફક્ત એ જ કરવું પડશે કે એમના ભોજન વગેરેનો પ્રબંધ અલગથી કરી દો અને એમને શુદ્ધાચરણ, પુરુષાર્થ અને પરહિતમાં શ્રદ્ધાપૂર્વક તત્પરતાની શિક્ષા આપો. આ નિશ્ચય જ ધર્મ છે. આગળ એમણે ફરી લખ્યું - વેદ, કુરાન, પુરાણ અને બધા શાસ્ત્રોને થોડા સમય માટે વિશ્રામ કરવા દો. મૂર્તિમાન ઈશ્વર જે પ્રેમ અને દયાસ્વરૂપ છે, એની ઉપાસના દેશમાં થવા દો. ભેદના બધા ભાવ બંધન છે અને અભેદના મુક્તિ, વિષયોના ભેદથી મતવાળા સંસારી જીવોના શબ્દોથી ના ડરો. બધા ધર્મોના છોકરાઓને લેવા- હિન્દૂ, મુસલમાન, ઈસાઈ કે કોઈ પણ હોય, પરંતુ ધીમે-ધીમે આરંભ કરજો, અર્થાત્ એ ધ્યાન રાખવાનું છે કે એમનું ખાન-પાન અલગ હોય, તથા ધર્મની સાર્વભૌમિકતાનો જ ફક્ત એમને ઉપદેશ આપજો.

વિવેકાનંદ એ સારી રીતે સમજતા હતા કે જે કામ એમણે શરૂ કર્યું હતું, એને બરાબર ચલાવતા રહેવા માટે એક સંગઠનની જરૂર છે. હકીકતમાં તેઓ એને એટલું મહત્ત્વ આપતા હતા કે વિદેશથી પાછા ફર્યાના તરત પછી જ એમણે એની તરફ ધ્યાન આપ્યું અને ૧૮૯૭માં અસ્વસ્થતા તેમજ ભ્રમણ ભાષણની વચ્ચે એક સંગઠનનો પાયો પણ રાખ્યો. એના માટે એમણે સૌથી પહેલાં એક મે-ના રોજ કલકત્તામાં બલરામ બાબૂના મકાન પર શ્રી રામકૃષ્ણના ગૃહસ્થ શિષ્યો અને સંન્યાસીઓને નિમંત્રિત કરીને એક સભા કરી. બધા લોકોને લક્ષ્ય કરીને સ્વામીજીએ કહ્યું- 'અનેક દેશોમાં ભ્રમણ કરીને મારો એ વિચાર થઈ ગયો છે કે સંઘ વગર કોઈ વિશાળ અને સ્થાયી કાર્ય નથી થઈ શકતું. પરંતુ ભારત જેવા દેશમાં પહેલેથી જ લોકતંત્ર અનુસાર સંઘ બનાવવો અથવા જનસાધારણની સંપત્તિ લઈને કાર્ય કરવું એટલું સુવિધાજનક નથી લાગતું. પશ્ચિમી વાત બીજી છે. આ દેશમાં શિક્ષાના વિસ્તાર દ્વારા જ્યારે આપણે સમાજની ભલાઈ માટે અથવા દેશની ભલાઈ માટે પોતાને બલિદાન કરવાનું શીખીશું, જ્યારે આપણે પોતાના સ્વાર્થી ઉપર ઉઠીશું, ત્યારે લોકતંત્ર અનુસાર કાર્ય ચાલી શકે છે. આ બધા વિચારોને

ધ્યાનમાં રાખીને આપણે લોકોએ પોતાના સંઘ માટે એક પ્રધાન પરિચાલક જરૂર છે, જેનો આદેશ બધાએ માનવો પડશે. ત્યારે સમય આવવા પર સંઘના અન્ય બધા સદસ્યોની સંમતિથી કામ કરવામાં આવશે.

આ કામના પ્રશ્નની ચર્ચા કરતા સ્વામીજીએ કહ્યું- આ સંઘ એમના જ નામ ગ્રહમ કરશે, જેના નામ પર આપણે લોકો સંન્યાસી બન્યા છીએ, જેમના જીવનનો આદર્શ બતાવીને તમે લોકો ગૃહસ્થ જીવનના કાર્યક્ષેત્રમાં લાગેલા છો અને જેનું પવિત્ર નામ તથા અદ્‌ભુત જીવન અને શિક્ષાનો પ્રભાવ, એમની મૃત્યુના બાર વર્ષ પછી અને પાશ્ચાત્ય જગતમા ખૂબ જ આશ્ચર્યજનક રૂપમાં ફેલાયેલ છે. આથી આ સંઘ કે સમિતિના નામ આપણે લોકો 'રામકૃષ્ણ મિશન' રાખી દઈએ. આપણે લોકો પ્રભુના દાસ છીએ. આ કાર્યમાંતમે બધા સહાયક બનો.

આ પ્રસ્તાવનું બધા લોકોએ અનુમોદન કર્યું. એના પછી આ 'રામકૃષ્ણ મિશન'ના ઉદ્દેશ્ય અને કાર્ય પ્રણાલીના વિષયમાં ચર્ચા થવા લાગી. એ નિશ્ચિત થયું કે માનવતાની ભલાણી માટે શ્રી રામકૃષ્ણએ જે પણ ઉપદેશ આપ્યા હતા અથવા પોતાના જીવનના કાર્યથી જે પણ આદર્શ સ્થાપિત કર્યા, એનો પ્રચાર કરવો આ સંઘનો મુખ્ય ઉદ્દેશ્ય હશે. શ્રી રામકૃષ્ણના વિચારથી સંસારના બધા ધર્મ, અખંડ સનાતન ધર્મના જ રૂપાંતરમાત્ર છે. તેથી આ સંબંધે જગતના વિભિન્ન ધર્માવલંબિઓની વચ્ચે આત્મીયતાની સ્થાપના કરવી આ સંઘનું વ્રત હતું.

આ સંઘે પોતાના કાર્ય સંપન્ન કરવા માટે એક યોજના બનાવી. એમાં નિમ્નલિખિત વાતો હતી :

(ક) મનુષ્યની સાંસારિક અને આધ્યાત્મિક પ્રગતિ માટે વિદ્યાદાન આપવા યોગ્ય વ્યક્તિઓને શિક્ષિત કરવા.

(ખ) શિલ્પ અને ઉદ્યોગ ધંધાઓને પ્રોત્સાહિત કરવા.

(ગ) વેદાંત અને બીજા ધર્મોના ભાવોને, જેમ કે તેઓ શ્રી રામકૃષ્ણના જીવનમાં ગુંથાયેલા હતા, એને સમાજમાં પ્રચારિત કરવા.

આ કાર્યને સંપન્ન કરવા માટે બે વિભાગ બનાવવામાં આવ્યા. એકના સંરક્ષણમા ભારતીય અને બીજાના સંરક્ષણમાં વિદેશી કાર્યોની રૂપરેખા તૈયાર કરવામાં આવી. આ સંઘનું ભારતીય કાર્ય હતું, ભારતના વિભિન્ન નગરોમાં મઠ કે આશ્રમોની સ્થાપના કરવી. આ આશ્રમો કે મઠોમાં સંન્યાસીઓની સાથે-સાથે એ ગૃહસ્થોને પણ શિક્ષણ-પ્રશિક્ષણ થવાનું હતું, જે ભવિષ્યમાં બીજાઓને શિક્ષિત કરવાનું વ્રત લેતા. એમણે એવા ઉપાયોને શોધી કાઢવાના હતા, જેના દ્વારા તેઓ પ્રત્યેક પ્રાન્તની જનતાને વિભિન્ન પ્રકારથી શિક્ષિત કરતા. વિદેશી કાર્ય વિભાગનું કામ ભારતથી પ્રશિક્ષિત પ્રબુદ્ધ સંન્યાસીઓને વિદેશોમાં મોકલવાનું હતું. આ સંન્યાસીઓનું વ્રત હતું વિદેશોમાં જઈને રામકૃષ્ણ મઠની સ્થાપના કરવી અને ત્યાંના લોકોને વેદાંતની શિક્ષા આપવી. આ કાર્યથી ભારતની અન્ય દેશોની સાથે ઘનિષ્ઠતા તથા સહાનુભૂતિની ભાવના વધવાની શક્યતા હતી.

આ સંઘને રાજનીતિથી કોઈ સંબંધ ન હતો. સ્વામીજીએ સભામાં ઉપસ્થિત બધા

ગુરુભાઈઓ, ભક્તો તેમજ ગૃહસ્થાશ્રમવાસી લોકોને આ વાતથી સારી રીતે અવગત કરાવી દીધા કે જેને આ સંઘના વિચારો પર આસ્થા હોય, અને જે તનમનથી એના ઉદ્દેશ્ય પ્રાપ્તિમાં સહયોગ આપી શકે છે, તે જ આ સંઘનો સદસ્ય થઈ શકે છે. ત્યાંના લોકોએ પોતાની સંમતિ આપી દીધી. જ્યારે સંઘના પ્રસ્તાવનો બધા લોકોએ સ્વીકાર કરી લીધો ત્યારે અધ્યક્ષની પસંદગી થઈ અને સ્વામી વિવેકાનંદ સંઘના પ્રધાન અધ્યક્ષ બન્યા. સાથે જ સાથે એ પણ નિશ્ચિચ થયું કે પ્રતિ રવિવારે ત્રીજા પહેરમાં સ્વર્ગીય બલરામ બાબૂના મકાન પર આ સંઘની બેઠક થશે. આ બેઠકમાં ગીતા, ઉપનિષદ તથા વેદાંતિક ગ્રંથોનો પાઠ થશે તથા કેટલાક બૌદ્ધિક પત્ર વાંચવામાં આવશે. પ્રત્યેક બેઠકના કાર્યોની રૂપરેખા અધ્યક્ષ જ તૈયાર કરશે, એવું નિશ્ચિત થયું. પ્રથમ બેઠક પછી ત્રણ વર્ષો સુધી 'રામકૃષ્ણ મિશન'ના સદસ્યોની બેઠક પ્રતિ રવિવારે બલરામ બાબૂના મકાન પર થતી રહી. જો વિવેકાનંદ કલકત્તામાં હોય તો તેઓ અવશ્ય જ આ બેઠકોમાં ભાગ લેતા અને કોઈને કોઈ વિષય પર બોલ્યા કરતા, વેદ ઋચાઓનું સુમધુર પાઠ કરતા અથવા ભાવ-વિહ્વલ થઈને ભજન ગાતા.

આ કોઈથી છુપાયેલું ન હતું કે વિવેકાનંદ રામકૃષ્ણ મિશનનું મુખ્ય કાર્ય સમાજ સેવા જ માનતા હતા. એમના કેટલાક ગુરુભાઈઓને એ જોઈને આશ્ચર્ય થતું કે તેઓ પૂજા-પાઠ, ભજનક-કીર્તથી ક્યાં વધારે સમાજસેવાને મહત્ત્વ આપતા હતા. રામકૃષ્ણ મિશનની સ્થાપના ઉપરાંત સ્વામીજીના અનેક ગુરુભાઈઓ અને શિષ્યગણોના હૃદયમાં એ ધારણા બંધાવા લાગી કે તેઓ મિશન દ્વારા જે પણ કાર્ય કરાવી રહ્યા છે, એના પર વિદેશી આદર્શોનો પ્રભાવ છે અને તેઓ શ્રી રામકૃષ્ણ દ્વારા પ્રચારિત આદર્શોથી સર્વદા ભિન્ન છે. એમના મતાનુસાર રામકૃષ્ણ બરાબર એકાંત ભક્તિ, ચિંતન-મનન તથા ઈશ્વરના સાક્ષાત્કાર પર ભાર આપતા હતા, પરંતુ વિવેકાનંદ વિદેશી પ્રભાવને કારણે વૈરાગી સંન્યાસીઓને ઈશ્વરના એકાગ્ર ચિંતનના માર્ગથી હટાવીને એમને સંસારના કાર્યક્ષેત્રની તરફ અગ્રેસર કરી રહ્યા હતા, દીન-દુઃખીઓની સાવે, શિક્ષાનો વિસ્તાર, વેદાંતનો પ્રચાર વગેરે કાર્યોને તેઓ એ જ દૃષ્ટિથી જોતા હતા, ગુરુભાઈઓ અને શિષ્યોનો વિચાર હતો કેઆ બધા સાંસારિક કાર્ય સાધના-ઉપાસનામાં વિઘ્ન ઉપસ્થિત કરે છે.

એક સાંજે વિવેકાનંદ બલરામ બાબૂના મકાન પર પોતાના ગુરુભાઈઓ અને શિષ્યોથી વાતો કરી રહ્યા હતા, ત્યારે જ એક ગુરુભાઈએ એમના સન્મુખ પોતાની શંકાઓને ખુલ્લા શબ્દોમાં ખોલીને રાખી અને રામકૃષ્ણ મિશનના લોકહિતકારી કાર્યોનો ઘોર વિરોધ કર્યો. હાસ્યપ્રિય સ્વામીજીનું મુખ એકાએક ગંભીર થઈ ગયું. એમની આંખો ભાવાવેગથી ચમકવા લાગી અને એમણે એ જ ક્ષણે કહ્યું : 'તમે કહો છો કે આ કામ એમના (રામકૃષ્ણના) વિચારો અનુસાર નથી થઈ રહ્યું? શું તમે શ્રી રામકૃષ્ણને, જે અનંત વિચારોના પ્રતીક છે, પોતાની સીમામાં બાંધી શકો છો? હું આ સીમાઓને તોડીને એમના વિચારોને વિખેરી દઈશ, આખા સંસારમાં ફેલાવી દઈશ. એમણે જે રીતિથી આધ્યાત્મિક અભ્યાસ, ધ્યાન અને મનન કે ધર્મના અન્ય મહાન વિચારોની શિક્ષા આપી, આપણે લોકોએ એને અવશ્ય યાદ રાખવી જોઈએ અને માનવતાને એની શિક્ષા આપવી જોઈએ. એમના વિચાર અપરિમિત છે અને એવી જ રીતે નિઃસીમ માર્ગ છે, જે આપણને ઉદ્દેશ્યની તરફ લઈ જાય છે. આ સંસારમાં એક નવો સંપ્રદાય કાયમ કરવા માટે મેં જન્મ નથી લીધો- આ તો પહેલેથી જ મતવાદોથી ભરેલો પડ્યો છે. આપણે લોકો ધન્ય છીએ

કે આપણને ગુરુદેવના ચરણોમાં સ્થાન મળ્યું અને આપણા લોકોનું મુખ્ય કર્તવ્ય છે કે જે વિચાર એમણે આપણને સોંપ્યા છે એને આખા સંસારમાં નિર્બન્ધ રૂપમાં ફેલાવી દઈએ.'

સ્વામીજીએ વારંવાર કહ્યું કે તેઓ જે કંઈ પણ કાર્ય કરે છે, બધું ગુરુદેવની ઇચ્છાને કારણે જ કરે છે, એમને લાગે છે કે ગુરુદેવ પગ-પગ પર એમની સાથે છે અને તેઓ જ એમના દ્વારા કામ કરાવી રહ્યા છે. સ્વામીજીએ પોતાના ગુરુભાઈની તરફ જોયું અને હસીને કહ્યું : 'શું તમારો કહેવાનો ઉદ્દેશ્ય એ છે કે લખવું-વાંચવું, જન સાધારણમાં ધર્મનો પ્રચાર, આર્ત, રોગી, અનાથ વગેરેની સેવા કે જનતાનું દુઃખ દૂર કરવાની ચેષ્ટાથી જ માયામાં આબદ્ધ થઈ જવું પડશે. હા, એક વખત શ્રીરામકૃષ્ણએ કોઈ વ્યક્તિ વિશેષથી જરૂર કહ્યું હતું કે, 'ઈશ્વરની શોધ કરો, જગતનો ઉપકાર કરતા જવાનો અનધિકાર ચર્ચા છે.' જો ફક્ત એનાથી જ એ કામોને ખરાબ સમજો, તો તમે શ્રી રામકૃષ્ણનો ઉદ્દેશ્ય જરા પણ નથી સમજ્યા.'

આમ કહેતા-કહેતા એમની મુખ મુદ્રા પુનઃ કઠોર થઈ ગઈ અને તેઓ ગરજી ઉઠ્યા- 'તમે સમજો છો કે શ્રીરામકૃષ્ણને મારાથી વધારે તમે સમજ્યા છે. તમે સમજો છો કે જ્ઞાનશુષ્ક પાંડિત્ય માત્રથી હૃદયની કોમળ વૃત્તિઓનો વિનાશ કરીને બંજર પથ પર પ્રાપ્ત કરી શકાય છે. તમારી ભક્તિ મૂર્ખોની ભાવુકતા માત્ર છે, જે મનુષ્યને કાપુરુષ બનાવી દે છે. તમે શ્રી રામકૃષ્ણના પ્રચારની વાત કરો છો, જેમ કે તમે એમને સમજી ચુક્યા છો, અને આ તમારું સમજવું ખૂબ જ ઓછું છે. છોડો આ વાતોને. તમારા શ્રી રામકૃષ્ણની કોણ પરવાહ કરે છે? કોણ તમારી ભક્તિ અને મુક્તિને જોઈને માથાપચ્ચી કરે છે? શાસ્ત્ર શું કહી રહ્યું છે કે નહીં, કોણ સાંભળે છે? જો હું તમોગુણમાં ડૂબેલા પોતાના દેશવાસીઓને કર્મ યોગ દ્વારા હકીકતમાં મનુષ્યની જેમ પોતાના પગો પર ઊભા કરી શકવામાં સમર્થ છું- તો હું આનંદની સાથે લાખ વખત નરક જઈશ. હું તમારા રામકૃષ્ણ કે અન્ય કોઈનું અનુસરણ કરવાવાળો નથી. હું ફક્ત એનું અનુસરણ કરું છું, જે મારી યોજનાઓને પૂરી કરાવે છે. જે લોકો પોતાની મુક્તિની કામના છોડીને બીજાઓની સેવા કરે છે. હું એમનો જ ચેલો છું.

બોલતા-બોલતા ભાવાધિક્યથી સ્વામીજીનું ગળુ રુંધાઈ ગયું. મુખમંડળ લાલ થઈ ઉઠ્યું. આંખોમાં અશ્રુ આવી ગયા. આખું શરીર ધ્રૂજવા લાગ્યું. એવું લાગતું હતું, જાણે તેઓ પોતાને કોઈ રીતે સંભાળી નથી રહ્યા. જાણે માનવતાનું દુઃખ-દર્દ એમના હૃદયને ટુકડે-ટુકડાં કરી રહ્યું હોય. એકાએક તેઓ ઊભા થયા, જલ્દીથી પોતાના શયનકક્ષમાં ચાલ્યા ગયા અને અંદરથી દ્વાર બંધ કરી લીધું. એમના ગુરુભાઈ, જેમણે શ્રી રામકૃષ્ણના વિચારો અને આદર્શોના સંબંધમાં એમની આલોચના કરી હતા, તે હતપ્રભ થઈને પશ્ચાતાપ કરવા લાગ્યા. ત્યાં ઉપસ્થિત અન્ય લોકો વિસ્મય અને ભયથી એક-બીજાનું મ્હોં જોવા લાગ્યા. બે ગુરુભાઈ ગભરાયેલા-ગભરાયેલા દબાયેલા ચરણથી એમના શયનકક્ષની પાસે ગયા. બારી ખુલ્લી હતી. એમણે જોયું, સ્વામીજી ભૂમિ પર બેસીને ધ્યાનાવસ્થિત હતા- મુખમુદ્રા ગંભીર, શરીર જડવત્ અને અર્ધખુલ્લી સ્થિર આંખોથી અવિરલ જળધાર. બંને વ્યક્તિ જેવા ત્યાં ગયા હતા, તેવા જ પાછા આવી ગયા. બધા ચુપ, કોઈની જીભ ના હલી.

લગભગ એક કલાક વિત્યો હશે. લોકોએ જોયું, સ્વામીજીના કક્ષનું દ્વાર ખુલ્યું. તેઓ બહાર આવ્યા. ઠંડા પાણીથી પોતાનું મુખમંડળ પ્રક્ષાલિત કર્યું અને બેઠકમાં પધાર્યા.

બેઠકનું વાતાવરણ પૂર્વવત્ ગંભીર હતું. ક્ષણ ભર મૌન રહીને એમણે કહ્યું - જેનું હૃદય ભક્તિથી પૂર્ણ થઈ ગયું છે, એના સ્નાયુ એટલા કોમળ થઈ જાય છે સાધારણ પુષ્પઘાત પણ સહન નથી કરી શકતા. તમે જાણો છો, હું આ દિવસોમાં પ્રેમ ભક્તિપૂર્ણ કોઈ વિષય નથી વાંચી શકતો. હું શ્રી રામકૃષ્ણના સંબંધમાં ભાવાભિભૂત થયા વગર ના તો વધારે સમય સુધી વિચારી શકું છું, ના વાતો કરી શકું છું. હું બરાબર હૃદયના આ ભક્તિ-પ્રવાહની ગતિને રોકવાની ચેષ્ટા કરી રહ્યો છું. મેં પોતાને જ્ઞાનની કઠિન શ્રૃંખલામાં બાંધી રાખ્યો છે કેમ કે હજું પણ પોતાની માતૃભૂમિનું સેવા કાર્ય સમાપ્ત નથી થયું અને જે સંદેશ મારે જગતને આપવાના હતા તે હજુ બાકી છે. આથી જ્યારે પણ ભક્તિની ભાવનાઓ મને પોતાની ધારામાં સમેટવા ઇચ્છે છે, ત્યારે જ હું પ્રખર જ્ઞાન દ્વારા એમને પૂર્ણ શક્તિથી દમિત કરું છું. ઓહ! હજુ મારે કામ કરવાના છે. હું રામકૃષ્ણનો ક્રીતદાસ છું. તેઓ પોતાના કર્મોનો ભાર મારા ખભાઓ પર છોડી ગયા છે. જ્યાં સુધી હું એને પૂરા નહીં કરીલધું, તેઓ મને ચેન નહીં લેવા દે.

સ્વામીજી ગુરુદેવની વાતો કરતા-કરતા ફરી ભાવાવેશમાં આવવા લાગ્યા. એમના ગુરુભાઈઓ અને શિષ્યોએ ખૂબ કુશળતાથી સ્થિતિ સંભાળી. સંધ્યા જાણે ક્યારનીય ખસકી ચુકી હતી. રાત્રિની કાલિમા રૂમનો ધુંધળો બનાવી લાગી હતી. હવાનું નામ નહીં. ઉમસભરી ગરમીથી બધા પરેશાન હતા. સ્વામીજીનું ધ્યાન હટાવવા માટે કેટલાક ગુરુભાઈઓએ છત પર ટહેલવાનો પ્રસ્તાવ રાખ્યો. સ્વામીજી છત પર એ લોકોની સાથે ફરવા લાગ્યા. જાત-જાતની બીજી વાતોમાં સ્વામીજીનું મન ઉલઝાવવામાં આવ્યું. રાત્રે ખાવાનું ખાવાના સમય સુધી એમનો મનોવેગ પૂર્ણ રૂપથી નિયંત્રિત થઈ ચુક્યો હતો.

આ પ્રકારને અન્ય કેટલાય અવસર આવ્યા, પરંતુ વિવેકાનંદ પોતાના વિચારો પર દૃઢતાથી દટ્યા રહ્યા. એમના ગુરુભાઈઓને એ સમજતા વાર ન લાગી કે તેઓ જે કામ કરી રહ્યા હતા, તે રામકૃષ્ણનું જ કામ હતું. આ પ્રકારે રામકૃષ્ણ મિશની દિશા સ્પષ્ટ થઈ અને સમાજ સેવાનું કામ ઉત્સાહથી ચલાવવામાં આવવા લાગ્યું. એનાથી એમને કેટલો સંતોષ હતો, એનો ઉલ્લેખ ઉપર કરી ચુકાયો છે. એમને હવે ફક્ત એક જ ચિંતા હતી : કલકત્તામાં એક એવું મઠ સ્થાપિત થઈ જાય, જે દેશભરમો ફેલાયેલા રામકૃષ્ણ મિશનના કાર્યકર્તાઓ માટે કેન્દ્રીય કાર્યાલયનું કામ કરે અને એમને યોગ્ય નિર્દેશ આપતું રહે. જેમ-જેમ એમનું સ્વાસ્થ્ય બગડતું ગયું, એમની આ ચિંતા વધતી ગઈ. લાહોરથી ૧૫ નવેમ્બર ૧૮૯૭એ એમણે શ્રીમતી ઇન્દુમતી મિત્રને સિંધ જવા અને એમનાથી મળવામાં પોતાની અસમર્થતા વ્યક્ત કરતા લખ્યું : 'મૂત્રાશયમાં ગરબડી થઈ જ વાને કારણે મને પોતાના જીવન પર વિશ્વાસ નથી. હું હજું પણ એ ઇચ્છું છું કે કલકત્તામાં એક મઠ સ્થાપિત થાય, પરંતુ એની કોઈ વ્યવસ્થા પણ હું નથી કરી શક્યો. કલકત્તામાં એક મઠ સ્થાપિત થઈ જવા પર હું નિશ્ચિંત થઈ જઈશ. ત્યારે જ મને એ વિશ્વાસ થઈ શકે છે કે જીવનભર દુઃખ-કષ્ટ ઉઠાવીને મેં જે કંઈ કાર્ય કર્યું છે, મારા શરીરાંત પછી તે સમાપ્ત નહીં થાય.' વિવેકાનંદનીઆ ઇચ્છા પૂરી થઈને રહી.

★★

સંગઠન તેમજ પ્રશિક્ષણ

કલકત્તાથી લાગેલું, ભાગરથીના પશ્ચિમી તટ પર વસેલું બેલૂર ગામ. ગામની મુખ્ય આબાદી ગંગાના રેતીલા કિનારાથી હટીને ચાર માઈલ દૂર વસેલી છે. વચ્ચેની ધરા મુક્ત અને સ્વચ્છંદ છે- દિશાઓ શાંત, સાંજ-સવારે પક્ષીઓનો કલરવ મૌન દિશાઓમાં હર્ષધ્વની લહેરાવી દે છે. તટની ઊપર-નીચે, વાંકા-ચૂંકા વિષમ કંગારાઓથી અનેક નાની મોટી નવી જૂની નૌકાઓ બંધાયેલી છે. લાગે છે અહીંયા માછીમારોનો એકાધિકાર છે. કિનારાથી થોડા હટીને એમની ભગ્ન થતી ઝૂંપડીઓ છે, જે એમની વિપન્નતાને છુપાવવાનો અસફળ પ્રયત્ન કરી રહી છે. ગંગાના પાવન તટ, કલકલાતી છલછલાતી નિર્મળ જળધારા, દૂર સુધી ફેલાયેલી નિસ્તબ્ધતા, ઉન્મુક્ત ગગન, સંપૂર્ણ પરિવેશ માનવને આધ્યાત્મિક ચિંતનની તરફ પ્રેરિત કરવામાં મદદરૂપ છે.

સન્ ૧૮૯૮ ઈ.ના જાન્યુઆરી મહીનામાં વિવેકાનંદની આંગ્લ શિષ્યા કુમારી હેનરીએટા મુલરના આર્થિક સહયોગથી અહીં લગભગ સાત એકર ભૂમિ મઠ-નિર્માણ માટે ઉપલબ્ધ થઈ ગઈ. આ ભૂભાગ પર સ્થિત એક પ્રાચીન અર્ધ જર્જર મકાન પણ સ્વતઃ પોતાનું બની ગયું. ઉત્તર ભારતની યાત્રા સમાપ્ત કરીને કલક્ત્તાત પાછા ફર્યા બાદ સ્વામી મઠના નિર્માણ કાર્યમાં લાગી ગયા. બેલૂર ગ્રામના નીલામ્બર મુખોપાધ્યાયના બગીચાલાળા મકાન પણ ગુરુભાઈઓ તેમજ શિષ્યોના રહેવા માટે અસ્થાયી રૂપથી ભાડા પર લઈ લેવામાં આવ્યું. સ્વામીજી પોતાના શિષ્યો અને ગુરુભાઈઓ સહિત આલમ બજાર મઠથી આ ઉદ્યાન પરિવેષ્ઠિત મકાનમાં ચાલ્યા આવ્યા. સ્વામીજીની એક વૈભવશાલિની પરંતુ શ્રદ્ધાળુ અમેરીકી શિષ્યા શ્રીમતી ઓલીબુલે બેલૂર મઠ તેમજ શ્રી રામકૃષ્ણ મંદિરના નિર્માણ તથા સંન્યાસીઓના મકાનના ભાડે વગેરેનો ખર્ચભાર પોતાના ખભાઓ પર લઈ લીધો. આ પ્રકારે સ્વામીજીના મનનો ભાર હળવો થયો અને મઠ નિર્માણનું કાર્ય દ્રુત ગતિથી ચાલવા લાગ્યું.

એક પ્રસિદ્ધ સંગીતજ્ઞની પત્ની, શ્રીમતી ઓલીબુલ બોસ્ટનની એક સંભ્રાન્ત તેમજ વિદુષી મહિલા હતી, સમાજમાં એમનું ખૂબ માન-સન્માન હતું. જનકલ્યાણના કાર્યોમાં એમની આર્થિક મદદ સર્વોપરિ હતી. બોસ્ટનમાં સ્વામીજી એમના અતિથિ પણ રહી ચુક્યા હતા. એમણે સ્વામીજીના અનેક ભાષણ સમારોહોનું આયોજન કર્યું હતું.

સ્વામીજીની કલ્પનાને રૂપ આપવામાં શ્રીમતી ઓલીબુલની સાથે કુમારી હેનરીએટા

મુલરે પણ સાથ આપ્યો. આ સહૃદય કુમારીથી સ્વામીજીની મુલાકાત અમેરીકા અને ઇંગ્લેન્ડ, બંને દેશોમાં થઈ હતી. એમણે જ સ્વામીજીને ઇંગ્લેન્ડમાં સેવિયર દંપતિ તથા ઈ.ટી. સ્ટર્ડીથી પરિચિત કરાવ્યા હતા. તેઓ ખૂબ જ ધાર્મિક પ્રવૃત્તિની મહિલા હતી. એમણે સ્વામીજીના વ્યક્તિત્વ અને વક્તવ્યમાં આધ્યાત્મિકતાનું સંપૂર્ણ રૂપ જોયું. સંસારથી વિરક્ત થઈને એમણે ભિક્ષુણીનું જીવન વિતાવવાનું ઇચ્છ્યું હતું. પરંતુ સ્વામીજીએ એમને એવું કર વાથી રોક્યા અને એમને બતાવ્યું કે સંસારમાં રહીને પણ મનુષ્ય નિઃસ્વાર્થફૂર્ણ જીવન જીવી શકે છે તથા નિરાશાઓ અને વિષમતાઓથી ઘેરાયેલા, જીવન સંઘર્ષના વિવાદોને સહન કરીને, દિગ્ભ્રમિત માનવનું કરુણ ગીત સાંભળી શકે છે. એમની સેવા કરીને, એમનું કલ્યાણ કરીને એક નવીન સમાજનું સર્જન કરવું મનુષ્યનો પરમ ધર્મ છે. કુમારી મુલરના હૃદયમાં આધ્યાત્મિક ઝુકાવ હોવાની સાથે-સાથે કેટલીક એવી વિરોધી પ્રવૃત્તિઓ હતી, જે એમને પૂર્ણ રૂપથી સંસારત્યાગી ભિક્ષુણી બનવા દેવામાં બાધક હતી. એમનામાં ધનનો અહંકાર હતો. એમનો વિશ્વાસ હતો કે સંસારને વશમાં કરવા માટે કે ખ્યાતિ પ્રાપ્ત નેતા બનવા માટે ધનના સિવાય કોઈ અન્ય ગુણની જરૂર નથી. થોડા જ દિવસોના સંપર્કથી સ્વામીજી એમની પ્રકૃતિથી સારી રીતે પરિચિત થઈ ગયા હતા. તેથી વ્યાવહારિકતાની દૃષ્ટિથી કુમારી મુલરને સંસારત્યાગી સંન્યાસીની નહીં બનાવીને, કાર્યની બીજી દિશા બતાવી. કુમારી મુલરે પણ સ્વામીજીને પોતાના પથ- પ્રદર્શક સમજ્યા અને એમની આજ્ઞાનો શિરોધાર્ય કર્યો.

બેલૂર મઠ તથા રામકૃષ્ણ મંદિરના નિર્માણ કાળમાં ઘણી બધી ઘટનાઓ ઘટી. સંયોગ એવો થયો કે બેલૂર ગામના શ્રી નીલામ્બર મુખર્જીના ભવનમાં સ્વામીજીના પહોંચતા જ, એમના જેટલા ગુરુભાઈ જનસેવા કે વેદાંત પ્રચાર કાર્ય માટે દેશ-વિદેશમાં કામ કરી રહ્યા હતા, બધાના બધા ત્યાં પહોંચી ગયા. સ્વામી શારદાનંદ અમેરીકાની તરફ સ્વામી શિવાનંદ શ્રીલંકાને વેદાંત પ્રચાર કાર્યમાં યથેષ્ટ સફળતા પ્રાપ્ત કરીને પાછા આવ્યા હતા. સ્વામી ત્રિગુણાનંદ દિનાજપુરમાં દુષ્કાળ-પીડિત લોકોની સેવામાં લીન હતા. પરંતુ એમનું કાર્ય પણ હવે સમાપ્ત થઈ ચુક્યું હતું અને તેઓ પણ પાછા આવી ગયા હતા. સ્વામી વિવેકાનંદની અનુપસ્થિતિમાં શ્રી રામકૃષ્ણ મિશનનું કાર્ય સ્વામી બ્રહ્માનંદના નિરીક્ષણમાં ચાલી રહ્યું હતું. નવા સંન્યાસીઓ અને બ્રહ્માચારીઓના શિક્ષણ પ્રશિક્ષણનું કાર્ય સ્વામી તુરીયાનંદ મઠમાં જ રહીને ખૂબ ઉત્સાહની સાથે નિભાવી રહ્યા હતા. સ્વામીજીના આ બંને જ ગુરુભાઈ હવે એમની પાસે નવા આદેશની આકાંક્ષા લઈને આવી ગયા હતા. નીલામ્બર મુખર્જીના મકાનનું વાતાવરણ આધ્યાત્મિકતાથી રંગાઈ ગયું હતુ. કાષાય ધારણ કરેલા સંન્યાસીઓ દ્વારા ઉચ્ચરિત વૈદિક ઋચાઓ અને મંત્રોના સુમધુર સ્વરથી આખું ભળન ગૂંજવા લાગ્યું. ગુરુભાઈઓના નિઃસ્વાર્થપૂર્ણ કઠિન કર્મરત જીવને સ્વામીજીના મર્મને સ્પર્શી લીધું હતું. એમની આંખો નવી આશા સાથે ચમકી ઉઠી. હા એ સાથી, એ સહયોગી એમના સ્વપ્નોને અવશ્ય જ પૂરા કરશે. એમને વિશ્વાસ હતો કે જીવનની અગ્નિ સ્ફુલ્ગિોંને તેઓ હવે હૃદયથી લગાવી શકે છે. એમના શરીર ફૌલાદથી પણ કઠોર ધાતુની નિર્મિત છે. તેઓ કોઈ પણ પ્રકારનો સઘર્ષ સહજ રૂપથી સહન કરી શકે છે. સ્વામીજીને પોતાના સહયોગીઓને એમની જનસેવા માટે ધન્યવાદ આપવું અનિવાર્ય લાગે છે. શિવરાત્રિના દિવસે ત્રીજા પ્રહરે એમણે ગુરુભાઈઓ અને શિષ્યોની એક નાની-એવી સભા બોલાવી અને એમની કર્મઠતાની પ્રશંસા કરી. સાથી જ

સાથે એણના ભાવી કાર્યક્રમના વિષયમાં વાતચીત પણ થઈ.

ઠીક એ જ સમયે મઠભૂમિની સાથે મેળવવામાં આવેલા જૂના મકાનને નવાગતા પાશ્ચાત્ય ભક્ત મહિલાઓનું નિવાસ સ્થાન બનાવવામાં આવ્યું. સર્વપ્રથમ કુમારી મુલર, જેમના ઉદારતાપૂર્ણ આર્થિક સહયોગથી બેલૂર મઠ તેમજ મંદિર માટે સાત એકરની જમીન ખરીદવામાં આવી હતી, તે બેલૂર આવી. એના પછી અમેરીકાથી શ્રીમતી બુલ, કુમારી મેકિલઉડ અને ઇંગ્લેન્ડથી કુમારી માર્ગરિટ નોબલ આવી. આ બધી મહિલાઓ સ્વામીજીના દેશ-વિદેશના કાર્યોમાં હંમેશાં દરેક પ્રકારનો સહયોગ આપતી રહી. એમને સ્વામીજી પર ખૂબ જ શ્રદ્ધા હતી. સ્વામીજીની જન્મભૂમિ જોવા અને અહીંયાના લોકોને મળવા, એમને સમજવા અને એમની સેવા કરવાની આંતરિક અભિલાષા હતી. તેઓ પ્રત્યક્ષ રૂપથી અહીંયાની પરિસ્થિતિથી પરિચિત થવા માટે ઉત્સુક હતી. સ્વામીજીએ એમને બતાવી દીધું હતું કે અહીંયા જળવાયુ એમના માટે કષ્ટપ્રદ હશે તથા ત્યાંના સામાજિક રીતિ-રિવાજ એમને અસહ્ય લાગશે છતાં પણ તેઓ પોતાની ઉત્કટ આકાંક્ષાને દબાવી ના શકી અને ભારત ચાલી આવી. કુમારી નોબલ તો હંમેશાં માટે પોતાની જન્મભૂમિ છોડી રહી હતી તથા તન-મનથી ભારતીય સંન્યાસીના રૂપમાં ભારતની સેવા કરવાનો સંકલ્પ કરી ચુકી હતી. એમને પણ સ્વામીજીએ ઘણા પ્રકારથી સમજાવ્યું કે તેઓ અહીંયા આવવાથી પહેલાં સારી રીતે વિચાર કરી લે. આમ તો સ્વામીજી ઇંગ્લેન્ડની પ્રથમ મુલાકાતમાં જ પોતાની અન્યતમ શિષ્યા કુમારી નોબલને પૂરી રીતે ઓળખી ગયા હતા કે એમના વારંવાર મનાઈ કરવા પર પણ તે પોતાની હઠ નહીં છોડે.

છતાં પણ અલ્મોડાથી ૨૯ જુલાઈ, ૧૮૯૭એ એમણે એક પત્રમાં લખ્યું :

'હું તમને સ્પષ્ટ રૂપથી કહેવા ઇચ્છું કે મને વિશ્વાસ છે કે ભારતના કામમાં તમારું ભવિષ્ય ઉજ્જવળ છે. જરૂર છે સ્ત્રીની, પુરુષની નહીં-સાચ્ચી સિંહિનીની જે ભારતીયો માટે ખાસ કરીને સ્ત્રીઓ માટે કામ કરે.

ભારત જ્યાં સુધી મહાન મહિલાઓ નહીં પેદા કરી શકતો, એને બીજા રાષ્ટ્રોથી ઉધાર લેવી પડશે. તમારી શિક્ષા, સાચ્ચો ભાવ, પવિત્રતા, મહાન પ્રેમ, દૃઢ નિશ્ચય અને સૌથી વધારે તમારા કેલ્ટિક રક્તે તમને એવી જ નારી બનાવી છે, જેની જરૂર છે.

પરંતુ મુશ્કેલીઓ પણ ઘણી છે. અહીંયા જે દુઃખ, કુસંસ્કાર અને દાસત્વ છે, એની તમે કલ્પના નથી કરી શકતી. તમારે અર્ધનગ્ન સ્ત્રી-પુરુષોના સમૂહમાં રહેવું પડશે, જેમના જાતિ અને પૃથકતાના વિચાર વિચિત્ર છે, જે ભય અને દ્વેષથી સફેદ ચામડીથી દૂર રહેવા ઇચ્છે છે અને જેનાથી સફેદ ચામડીવાળા ખુદ અત્યંત ઘૃણા કરે છે. બીજી તરફ શ્વેત જાતિના લોકો તમને સનકી સમજશે અને તમારા આચાર-વ્યવહારને સશંકિત દૃષ્ટિથી જોતા રહેશે.

વળી અહીંયા ભયંકર ગરમી પડે છે. મોટાભાગના સ્થઆનોમાં અમારો શીતકાળ તમારી ગરમીની સમાન હોય છે અને દક્ષિણમાં હંમેશાં આગ વરસે છે. નગરોની બહાર વિલાયતી આરામની કોઈ સામગ્રી નથી મળી શકતી. આ બધી વાતો હોવા છતાં પણ જો તમે કામ કરવાનું સાહસ કરશો, તો અમે તમારું સ્વાગત કરીશું, સો વખત સ્વાગત કરીશું. મારા વિષયમાં એ વાત છે કે જેવી રીતે અન્ય સ્થાનોમાં એવી જ રીતે અહીંયા પણ હું કસું નથી. છતાં પણ જે કંઈ મારું સામર્થ્ય હશે, તે તમારી સેવામાં લગાવી

દઈશ.

આ કાર્યમાં પ્રવેશ કરવાથી પહેલાં તમારે સારી રીતે વિચાર કરી લેવો જોઈએ અને જો કામ કર્યા પછી તમે અસફળ થઈ જશો અથવા અપ્રસન્ન થઈ જશો તો હું પોતાની તરફથી તમારાથી પ્રતિજ્ઞા કરું છું કે ભલે તમે ભારત માટે કામ કરો કે ના કરો, તમે વેદાંતને ત્યાગી દો અથવા એમાં સ્થિત રહો, હું આમરણ તમારી સાથે છું. 'હાથીના દાંત બહાર નિકળે છે, પરંતુ અંદર નથી જતા' આ જ રીતે મર્દના વચન પાછા નથી ફરી શકતા. આ હું તમારાથી પ્રતિજ્ઞા કરું છું અને ફરીથી હું તમને સાવધાન કરું છું.'

સ્વામીજીના આ પત્રએ કુમારી નોબલના સંકલ્પને હલાવવાના બદલે એને વધારે સદઢ કરી દીધો. ભારતનો કણ-કણ જો એમનાથી ઘૃણા કરવા લાગે, એમને અસ્વીકાર કરી દે, તો શું થયું? એક વ્યક્તિનું સમ્બલ તો રહેશે. એની જ પ્રેરણાથી તેઓ જીવનના આ કઠિન વ્રતનું પાલન કરશે. સ્વામીજીના એક અન્ય પત્રની કેટલીક પંક્તિઓ એમની આંખોની સામે આવવા લાગી- 'આપત્તિ પડવા પર પણ હું તમારી નજીક રહીશ. ભારતમાં જો મને એક રોટલીનો ટુકડો પણ મળે, તો તમને એનો સમગ્ર અંશ પ્રાપ્ત થશે- એ તમે નિશ્ચિત જાણજો.'

કુમારી નોબલ પોતાના વિચાર પર અટલ રહી. તે ૨૮ જાન્યુઆરીએ પશ્ચિમી સમાજના બધા બંધનો તોડીને ભારત આવી ગઈ. બેલૂર ગામમાં પહોંચાવ પર એમને અન્ય પાશ્ચાત્ય શિષ્યોની સાથે મઠભૂમિની સાથે ખરીદવામાં આવેલા મકાનમાં રોકવામાં આવ્યા. એક નાના મકાનમાં એક સાથે કેટલાય વ્યક્તિઓના રહેવામાં મુશ્કેલી થવા લાગી. તેથી એ મકાનની પાસે જ શિષ્યાઓ માટે કેટલીક અને ઝૂંપડીઓનું પણ નિર્માણ કરવામાં આવ્યું. સ્વામીજીની ઈચ્છાથી સ્વામી સ્વરૂપાનંદે કુમારી નોબલની શિક્ષાનો ભાર ગ્રહણ કર્યો. પરંતુ કુમારી નોબલ તન-મનથી સંઘની સદસ્યા બનવા ઈચ્છતી હતી. તેઓ જાણતી હતી કે સ્વામી વિવેકાનંદના પદચિહ્નો પર ચાલવા માટે પૂર્ણરૂપથી આત્મસમર્પણ કરવું પડશે. પોતાના વ્રતની જવાબદારીથી તેઓ સારી રીતે પરિચિત હતી. પોતાની શિષ્યાની હાર્દિક ઈચ્છા જોઈને સ્વામીજીએ એમને બ્રહ્મચર્ય વ્રત માટે દીક્ષિત કરવાની સંમતિ આપી દીધી. અહીંયા આવ્યાના ચાર દિવસ પછી શુક્રવારેસ સ્વામીજીએ એણને બ્રહ્મચર્ય વ્રતની દીક્ષા આપી અને એની સાથે જ એમનું નવીન નામકરણ પણ થયું. કુમારી માર્ગરેટ નોબલ પોતાની પાશ્ચાત્ય વેશભૂષા અને આચાર વ્યવહારની સાથે જાણે ક્યાં લુપ્ત થઈ ગઈ. એમના સ્થાન પ્રગટ થઈ એક નવી ભિક્ષુણી, આંગ્લ વ્યક્તિત્વનું ભારતીય સંસ્કરણ, કાષાય વસ્ત્રમાં લપેટાયેલી, શાંત, સૌમ્ય તેમજ ગરિમાપૂર્ણ, નામ બહેન નિવેદિતા. નવદીક્ષિતા શિષ્યાને આશીર્વાદ આપીને સ્વામીજીએ કહ્યું- 'જાઓ, પુત્રી, તમે એમનું જ અનુસરણ કરો, જેમણે બુદ્ધત્વ પ્રાપ્ત કરવાથી પહેલાં પાચસો વખત જન્મ લીધો અને જનસેવામાં પોતાના પ્રાણોનો ઉત્સર્ગ કર્યો.' મઠ-જીવનના ઈતિહાસમાં આ ઘટનાનું મહત્ત્વપૂર્ણ સ્થાન છે કેમ કે બહેન નિવેદિતાના પહેલાં કોઈ પણ મહિલાને બ્રહ્મચર્યની દીક્ષા આપીને સંન્યાસિની બનાવવામાં આવી ન હતી.

આ ઘટનાના થોડા દિવસ પછી ખૂબ સાજ-સજ્જાની સાથે શ્રીરામકૃષ્ણ પરમહંસનો જન્મ દિવસ મનાવવામાં આવ્યો. સ્વામીજીએ મહોત્સવની વ્યવસ્થાનો ભાર ખુદ સંભાળ્યો.

આ શુભ દિવસ ઘણાઓ માટે ચિરસ્મરણીય બની ગયા, કેમ કે લગભગ પચાર અબ્રાહ્મણ વ્યક્તિઓને યજ્ઞોપવીત પ્રદાન કરવામાં આવ્યું. એમાંથી કેટલાક શ્રી રામકૃષ્ણના તથા કેટલાક સ્વામીજીના ભક્ત હતા. સ્વામીજીએ પોતાના પ્રિય શિષ્ય શ્રી શરત્ચંદ્ર ચક્રવર્તીને ઉપનયન પ્રદાન કરવા તથા ગાયત્રી મંત્રની દીક્ષા આપવાનો ભાર સોંપ્યો. આ શુભ અવસર પર વહેલી સવારે સ્વામીજીએ પોતાના શિષ્યો અને ઉપનયન માટે આવેલા વ્યક્તિઓની સમક્ષ એક નાનું ઓજસ્વી ભાષણ આપ્યું :

અમારા ગુરુદેવના બધા ભક્ત વસ્તુતઃ બ્રાહ્મણ છે. વેદોએ કહ્યું છે કે બ્રાહ્મણ સિવાય બે અન્ય જાતિઓ, ક્ષત્રિયો અને વૈશ્યોને પણ ઉપનયન સંસ્કારનો અધિકાર છે. એમાં કોઈ શંકા નથી કે આ સંસ્કારના અભાવમાં તે લોકો વ્રાત્ય (ઉપનયન સંસ્કાર રહિત) બની ગયા છે. પરંતુ આજે તે લોકો પુનઃ પોતાના અધિકારાનુસાર વૈશ્યત્વ અને ક્ષત્રિયત્વને પ્રાપ્ત કરશે. આજે શ્રી રામકૃષ્ણની જન્મતિથિ છે. એમનું નામ લઈને આજે પ્રત્યેક વ્યક્તિ પવિત્ર બની શકે છે. આથી આજનો દિવસ યજ્ઞોપવીત માટે સર્વોત્તમ છે. ક્ષત્રિયો અને વૈશ્યોની સમાન આ બધાને આજે ગાયત્રી મંત્રની દીક્ષા આપો. સમય આવવા પર એમને બ્રાહ્મણ બનાવવા પડશે. બધા હિન્દૂ આપસમાં ભાઈ છે. આપણે હિન્દૂ જ પોતાના કેટલાક ભાઈઓને સદીઓથી એ કહીને નીચા સમજતા આવ્યા છીએ કે 'અમે લોકો તમને સ્પર્શ નથી કરી શકતા, અમે લોકો તમને સ્પર્શ નથી કરી શકતા.' આ જ કારણ છે કે આપણો દેશ આજે દૈન્ય, કાયરતા, જડતા તેમજ મૂર્ખથાની સીમા પર આવીને પડી ગયો છે. તમારે એમને આશા અને ઉત્સાહની શીખામણ આપીને એમને ઉપર ઉઠાવવાના છે. એ લોકોથી કહો, તમે અમારી જેમ મનુષ્ય છો, તમને અમારી જેમ જ બધા અધિકાર પ્રાપ્ત છે.

આ જ દિવસોમાં સ્વામીજીની શિષ્ય મંડળીની પરિધિ બે નવા સદસ્યોથી થોડી વધારે વિશાળ થઈ ગઈ. આ બે નવા વ્યક્તિ હતા સ્વામી સ્વરૂપાનંદ અને સ્વામી સુરેશ્વરાનંદ. બંનેએ જ માર્ચ મહીનામાં સંન્યાસની દીક્ષા લીધી. આ બંને સ્વામીજીથી એના પહેલાં પણ બે ત્રણ વખત મળી ચુક્યા હતા તતા એમના વ્યક્તિત્વ તેમજ જ્ઞાનથી ખૂબ પ્રભાવિત થયા હતા. પછી અચાનક એક દિવસે આ બંને વ્યક્તિ પોતાના મિત્રોની સાથે સ્વામીજીથી મળવા આવ્યા અને પાછા ના ફર્યા. મિત્રોએ જ્યારે એમના પરિવારોમાં જઈને એમના કઠિન સંન્યાસ વ્રત લેવાની વાત કરી, તો બિચારા પરિવારવાળા ખૂબ હતપ્રભ થઈ ગયા પરંતુ એમણે કોઈ પણ પ્રકારે એમને સાંસારિક બંધનમાં બાંધવાની ચેષ્ટા ના કરી. સ્વામી સ્વરૂપાનંદ તો ખૂબ જ વિનમ્ર, વિદ્વાન તથા સમાજના આદરણીય વ્યક્તિ હતા. એમને દીક્ષા આપ્યા પછી સ્વામીજીએ કહ્યું હતું : 'સ્વરૂપાનંદની સમાન દક્ષ કાર્યકર્તા મળવા, હજારો સુવર્ણમુદ્રાઓ મેળવવાથી વધારે મૂલ્યવાન છે.' સ્વામીજીના એના પર ખૂબ વિશ્વાસ હતો. દીક્ષા લીધાના થોડા દિવસ પછી તેઓ રામકૃષ્ણ મિશનના મુખપત્ર, 'પ્રબુદ્ધ ભારત'ના સંપાદક બની ગયા. આગલા વર્ષે જ્યારે સ્વામીજીએ અલ્મોડામાં અદ્વૈત આશ્રમની સ્થાપના કરી, એ સમયે સ્વામી સ્વરૂપાનંદને જ એમણે આશ્રમના અધ્યક્ષ નિયુક્ત કર્યા.

સ્વામી વિવેકાનંદનો કાર્યભાર દિવસો-દિવસ વધતો ગયો. બેલૂર ગામમાં વિદેશી શિષ્યોના આવવા-જવા પછી એમને ભારતીય વાતાવરણ અનુસાર શિક્ષિત પ્રશિક્ષિત કરવાની જવાબદારી સ્વામીજીના ખભા પર હતી. વિદેશમાં સ્વામી વિવેકાનંદ એક ધાર્મિક નેતાના રૂપમાં પ્રગટ થયા હતા; ત્યાં તેઓ વિશ્વ એકતા તેમજ વિશ્વ શાંતિ માટે

વેદાંતનો પ્રચાર કરી રહ્યાં હતા. પરંતુ સ્વદેશમાં એમની વિદેશી શિષ્યાઓએ એમનું બીજું રૂપ પણ જોયું. અહીંયા તેઓ ધાર્મિક નેતાથી વધારે દેશભક્ત હતા. તેઓ દેવભક્તિથી વધારે દેશભક્તિને જરૂરી સમજતા હતા. ભારતવર્ષની યથોચિત સેવા માટે આ વિદેશી શિષ્યાઓના હૃદયમાં આ દેશના પ્રત્યે ભક્તિની ભાવનાને સ્ફુરિત કરવી સ્વામીજીનું મુખ્ય લક્ષ્ય હતું. એના માટે શિષ્યાઓને અહીંયાના જનજીવનથી એકસ્થ કરી દેવાની હતી. એના પછી જ તે લોકો અહીંયાના લોકોના રહેન-સહેન અને આચાર-વિચારને સમજી શકતી હતી તથા પોતાને એમની સેવાના યોગ્ય બનાવી શકતી હતી.

સ્વામીજીના આ ધ્યેયની પ્રાપ્તિનો રસ્તો અત્યંત બીહડ હતો. જન્મથી પહેલાં જ સ્નાયુઓમાં પરોવવામાં આવેલા સંસ્કારો અને જન્મ પછી વિકસિત દેશ અને કાળની માન્યતાઓને તોડી નાખવી, કોઈ પૂર્ણ વિકસિત વ્યક્તિત્વને એક ઝટકામાં બદલી નાખવું, તે કોઈ રમત ન હતી. પરંતુ સ્વામીજીમાં અસીમ ધૈર્ય હતું. નીલામ્બર મુખર્જીવાળા ભવનથી તેઓ બહુધા રોજ જ ગંગાના કિનારાવાળા જૂના મકાનની તરફ ચાલી નિકળ્યા, જ્યાં એમની વિદેશી શિષ્યાઓ નિવાસ કરતી હતી. ત્યાં કોઈ વટવૃક્ષની છાયામાં તેઓ પોતાની શિષ્યાઓની સામે ભારતીય સંસ્કારના ગૂઢતમ રહસ્યોનું ઉદ્‌ઘાટન કરતા. ભારતીય ઇતિહાસના, પૌરાણિક તેમજ દંત કથાઓના, વિભિન્ન રીતિ રિવાજો, વસ્ત્રાભૂષણ તથા બહુજાતિઓના સજીવ ચિત્ર તેઓ ખૂબ સહજ ભાવથી પ્રસ્તુત કરતા. ભલે તેઓ કોઈ પણ વિષયની ચર્ચા કરી રહ્યાં હોય, વિષયનો અંત અનાદિ-અનંત પરમાત્માથી જ સંબંધિત હતો. ભારતવર્ષની સભ્યતા અને સંસ્કૃતિને લઈને વિદેશીઓના હૃદયમાં જો કોઈ ખોટી ધારણા નજરે પડતી, તો એને દૂર કરવા માટે સ્વામીજી કોઈ કસર ના છોડતા. હિન્દૂ ધર્મના અનેક વિવાદાસ્પદ વિષયોને તેઓ એમની સામે પૂર્ણ રૂપથી ખોલીને રાખી દેતા હતા અને એમના મસ્તિષ્કને જાગૃત્ત બનાવવા માટે એમના વિપક્ષમાં બોલવા લાગતા હતા. આ પ્રકારે શિષ્યાઓના મસ્તિષ્કની શંકાઓને તેઓ સારી રીતે બહાર ખેંચી કાઢતા હતા. પછી એના પછી એક એક કરીને પોતાની જ કહેલી વાતોને તર્ક દ્વારા ખંડિત કરતા હતા અને ભારતીય સાંસ્કૃતિક પરંપરાનો મત પ્રગટ કરતા હતા. આ પ્રકારે એમણે હિન્દૂ ધર્મના આદર્શ, વિભિન્ન દેવતાઓની આરાધના-અર્ચનાની વિધિઓ તેમજ જન્મ મૃત્યુ પર આધારિત હિન્દુઓના દષ્ટિકોણોને સ્પષ્ટ કર્યા.

શિષ્યાઓમાં બહેન નિવેદિતા બ્રહ્મચારિણી બનીને ભારતવર્ષ માટે પોતાનું જીવન અર્પિત કરી ચુકી હતી. તેથી સ્વામીજીનો એમના પર વિશેષ સ્નેહ હતો. એમના દેહાવસાન પછી તે એમના નિર્દેશિત પથ પર આજીવન ચાલતી રહેશે, એ તેઓ જાણતા હતા. એમણે બહેન નિવેદિતાની સામે એક ધર્મપરાયણ હિન્દૂ વિધવાના જીવનનો આદર્શ રાખ્યો. બહેન નિવેદિતાએ પણ આ આદર્શને અપનાવ્યો- સાત્વિક આહાર, સાત્વિક વસન અને સાત્વિક વૃત્તિ. એક વિધવા બ્રાહ્મણીએ નિઃસ્વાર્થ ભાવથી પરિવારની સેવાની અપેક્ષા રહે છે. પરંતુ બહેન નિવેદિતાના પરિવારની પરિધિ ખૂબ મોટી હતી. આ વિશાળ વૃત્તમાં સંપૂર્ણ ભારત સમાઈ જવાનું હતું. સ્વામજી એમને તન, મનથી હિન્દૂ બનાવવા ઇચ્છતા હતા. આચાર-વિચાર, રીતિ-રિવાજ, જરૂરિયાતો અને માન્યતાઓ, બીજા શબ્દોમાં એમના બાહ્ય અને અંતરને પૂર્ણ રૂપથી બદલી નાખવા ઇચ્છતા હતા. એમણે નિવેદિતાથી કહ્યું : '.....તમારે પોતાના અતીતને ભૂલી જવું પડશે. તમારે એની

યાદને ભુલાવી દેવી પડશે.'

સ્વામીજી સન્ ૧૮૯૮માં કલકત્તાની જનતાની સામે ભાષણ વગેરે માટે ખૂબ ઓછા દેખાઈ પડ્યા. આ વર્ષે વધારે સમય એમણે શિષ્યોના શિક્ષણ-પ્રશિક્ષણમાં જ વ્યતીત કર્યા. પોતાના દેશી-વિદેશી શિષ્યો-શિષ્યાઓને એક સૂત્રમાં બાધવા માટે એમને જાણી-જોઈને એક નિર્ભીક પગલું ઉઠાવ્યું. પશ્ચિમી શિષ્યો-શિષ્યાઓને ભારતીય વાતાવરણમાં સહજભાવથી પૂરી રીતે મિલાવી દેવા માટે એમણે એમને, એમના કાર્યના અનુરૂપ, સાચ્ચા બ્રાહ્મણ અને સાચ્ચા ક્ષત્રિય કહીને સંબોધિત કર્યા, એમની સાથે એમના હાથો દ્વારા બનાવવામાં આવેલું ભોજન કર્યું તથા પોતાના અન્ય ગુરુભાઈઓ અને શિષ્યોથી પણ એ જ કરાવ્યું. એમણે ક્યારેય પણ પોતાના શિષ્યો-શિષ્યાઓ કે ગુરુભાઈઓથી, ભલે તેઓ આંગ્લ-અમેરીકી હોય કે ભારતીય, એમની ઇચ્છાની વિરુદ્ધ કાર્ય ના કરાવ્યું અથવા એમની સ્વતંત્રતામાં હસ્તક્ષેપ નથી કર્યો. કાર્ય અને કારણનું સ્પષ્ટીકરણ કરીને તેઓ અલગ હટી જતા હતા. શિષ્યગણ ખુદ જ પોતાની ઇચ્છાથી મનોનુકૂળ કાર્ય કરતા હતા. વિદેશી શિષ્યાઓની સાથે એણનું બનાવેલું ભોજન કરવા માટે સ્વામીજીએ કોઈને ક્યારેય બાધ્ય નથી કર્યા. એ લોકોએ પરિસ્થિતિના ઔચિત્યને સમજ્યું અને એના અનુસાર કામ કર્યું. એટલું જ નહીં, એક વખત ગુરુદેવ શ્રી રામકૃષ્ણની ધર્મપત્ની માતા શારદાએ ભરી સભામાં એ વિદેશી શિષ્યાઓને મુક્ત હૃદયથી 'મારા બાળકો' કહીને સ્વાગત કર્યું. એમના દ્વારા સંબોધિત આ શબ્દોને સાંભળીને ઉપસ્થિત જન-સમુદાયનું હૃદય દ્રવિત થઈ ગયું.થોડી ક્ષણ પછી જ્યારે એ લોકો પોતાની ઝૂંપડીમાં જવા લાગી, તો 'ગોપાલની માતા કહીને બોલાવવામાં આવવાવાળી એક પ્રાચીનપંથી વૃદ્ધ બ્રાહ્મણ વિધવાને પણ પોતાની સાથે લેતી આવી. ગોપાલની માતા ભદ્ર પરિવારની આદરણીય મહિલા હતી. ગુરુદેવ શ્રી રામકૃષ્ણ એમને શ્રદ્ધાથી માં કહ્યાં કરતા હતા. એમણે આ દિવસે એ લોકોની સાથે ભોજન કર્યું તથા એક સપ્તાહ પછી ફરી મળવા આવી તો ત્રણ દિવસો સુધી એ શિષ્યાઓએ ઝૂંપડીમાં જ નિવાસ કર્યો. એ યુગની ધાર્મિક કટ્ટરતાની પૃષ્ઠભૂમિમાં આ ઘટના ખૂબ આશ્ચર્યજનક હતી.

ઘણા દિવસો પછી માર્ચ મહીનામાં કલકત્તાની જનતાએ સ્વામીજીને સ્ટાર થિયેટરમાં જોયા. અહીંયા બહેન નિવેદિતાના ભાષણ માટે એક સભા આયોજિત થઈ હતી. વિષય હતો- ભારતીય આધ્યાત્મિક વિચારનો ઇંગ્લેન્ડમાં પ્રભાવ. સ્વામીજીએ સભાપતિના આસનથી બહેન નિવેદિતાનો પરિચય આપતા એમને ઇંગ્લેન્ડ દ્વારા ભારતને આપવામાં આવેલી ભેટ બતાવી. બહેન નિવેદિતાના ભાષણના ઉપરાંત શ્રીમતી ઓલીબુલ તથા કુમારી હેનરીએટા મુલરે પણ પોતાના કેટલાક શબ્દોથી જનતાને મુગ્ધ કરી. આ ભાષણનો જનતા પર સારો પ્રભાવ પડ્યો. લોકો બહેન નિવેદિતા તથા સ્વામીજીની અન્ય શિષ્યાઓથી પરિચિત થઈ ગયા અને એમને સન્માનની દૃષ્ટિથી જોવા લાગ્યા.

પોતાની પાશ્ચાત્ય શિષ્યાઓ માટે કલકત્તાની જનતાના હૃદયમાં સ્થાન બનાવવાનો સ્વામીજીનો આ પ્રથમ પ્રયત્ન હતો. જ્યાં સુધી જનતા એમને અપનાવી ના લેતી ત્યાં સુધી ભલું એમની સેવા નિઃસંકોચ કેવી રીતે ગ્રહણ કરી શકતી હતી. એ દિવસોમાં સ્વામીજી પોતાના શિષ્યો અને શિષ્યાઓની સાથે મઠ સંગઠનમાં જીવ-જાનથી લાગેલા હતા. પરંતુ એમની શારીરિક અસ્વસ્થતા ક્યારેક-ક્યારેક બાધક સાબિત થતી હતી.

ચિકિત્સકોએ એમને કોઈ ઠંડી જગ્યા પર જવાની સલાહ આપી. સ્વામીજી ૩૦ માર્ચે દાર્જિલિંગ ચાલ્યા ગયા અને પોતાના જૂના મિત્રને ત્યાં, જ્યાં તેઓ પહેલાં પણ રોકાઈ ચુક્યા હતા, તેઓના અતિથિ બન્યા. અહીંયા પૂર્ણ વિશ્રામથી એમનું સ્વાસ્થ્ય ધીમે-ધીમે સુધરવા લાગ્યું. પરંતુ ઘણા દિવસો સુધી આરામની અવસ્થામાં રહેવું એમના ભાગ્યમાં ન હતું. એમના કલકત્તા છોડવાના થોડા જ દિવસો પછી કલકત્તામાં પ્લેગનો સંક્રામક રોગે અતિ વિકરાળ રૂપ ધારણ કરી લીધું.

નિર્દોષ બાળ-વૃદ્ધ, સ્ત્રી-પુરુષ રાત-દિવસ કાળનો કોળીયો બની રહ્યા હતા, જે લોકો મૃત્યુના ચંગુલથી બચી રહ્યા હતા, તેઓ ભયાકુળ પોતાના પ્રાણ બચાવીને કલકત્તાથી ભાગી રહ્યા હતા. એવા દુર્દિનમાં સરકારે જનતાને પ્લેગ રેગ્યુલેશનના બંધનમાં બાંધીને રાખવાનું ઇચ્છ્યું. પરંતુ આ પ્લેગ રેગ્યુલેશન પ્લેગ જેવો જ હતો. નગરમાં દંગા ફેલાવવા લાગ્યા. દંગાને રોકવા તથા પ્લેગ રેગ્યુલેશન માનવાને જનતાને મજબૂર કરવા માટે સરકારે સેના બોલાવવી પડી. એના મનમાન્યા કાર્યથી જનતા વધારે ક્ષુબ્ધ થઈ ઉઠી. જ્યારે સ્વામીજીને દાર્જિલિંગમાં એની સૂચના મળી તો, ભલું તેઓ કેવી રીતે વિશ્રામ કરી શકતા હતા? તેઓ ૩ મેના રોજ કલકત્તા પહોંચી ગયા. અને આવતા જ રોગથી સાવધાની વર્તવા માટે લોકને ઉપદેશ આપવાનો આરંભ કરી દીધો. એની સાથે જ એમણે રોગા પ્રત્યે જરૂરી પ્રતિરોધક વ્યવસ્થા જાળવી રાખવા માટે બંગલા અને હિન્દીમાં પ્રચાર પત્ર વહેંચાવ્યા. એના પછી સ્વામીજી પોતાના દેશી-વિદેશી શિષ્ય-શિષ્યાઓને લઈને સહાયતા કાર્યમાં લાગી ગયા. એ સમયે એમણે સ્પષ્ટ કરી દીધું કે કલકત્તાની પ્લેગ-પીડિત જનતાની સેવાથી વધીને એ સમયે એમના માટે કોઈ બીજું કામ ન હતું. જ્યારે શિષ્યગણ રૂપિયાઓની કમીથી ચિંતિત દેખાવા લાગ્યા અને સ્વામીજીથી પૂછવામાં આવ્યું કે રૂપિયા ક્યાંથી આવશે, તો એમણે તત્ક્ષણ જવાબ આપ્યો. 'કેમ?' જો જરૂર હોય તો મઠ માટે ખરીદવામાં આવેલી નવી જમીન વેચી નાખીશું. હજારો સ્ત્રી-પુરુષ આપણા લોકોની આંખોની સામે અસહનયી દુઃખ સહન કરશે અને આપણે મઠમાં રહીશું? આપણે સંન્યાસી છીએ. જરૂર હશે તો પછી વૃક્ષોની નીચે રહીશું, ભિક્ષા દ્વારા પ્રાપ્ત અન્ન-વસ્ત્ર આપણા માટે પર્યાપ્ત હશે.'

ઈશ્વરની કૃપાથી જમીન ના વેચવી પડી. સ્વામી વિવેકાનંદ તથા એમની ટોળીની નિર્ભય તેમજ અથાગ સેવા જોઈને ચારે તરફથી આર્થિક મદદ આવવા લાગી. કલકત્તાની ધની આબાદીથી હટીને એક મોટું મેદાન ભાડા પર લેવામાં આવ્યું. ત્યાં નાની-નાની ઝૂંપડીઓ તૈયાર કરવામાં આવી. જાતિ અને વર્ણભેદને ત્યાગીને ત્યાં ઊંચ-નીચ બધા પ્રકારના લોકોને લાવવામાં આવ્યા તથા એમની ચિકિત્સા તેમજ સેવાસુશ્રૂષા કરવામાં આવવા લાગી. જે વિસ્તારમાં રોગનું આક્રમણ હતું ત્યાં આ લોકો કીટાણુનાશક ઔષધિઓનો પ્રયોગ કરીને એમની સારી રીતે સફાઈ કર્યા કરતા. સમાજમાં અછૂત સમજવામાં આવતી જાતિઓ અને દીન-દુઃખીઓની સેવા સ્વામીજીના નિરીક્ષણમાં ઉત્સાહની સાથે થવા લાગી. સમાજ જે નીચ જાતિઓને ઘૃણાની દૃષ્ટિથી જોતો હતો તથા જેમને બરાબર પોતાનાથી દૂર હટાવતો આવી રહ્યો હતો, એમને સ્વામીજી તથા એમના અન્ય ગુરુભાઈઓએ હૃદયથી લગાવી લીધા. સ્વામજીએ એમને જ 'મારા ભાઈ, મારું લોહી' કહીને સંબોધિત કર્યા. આ રીતે એમણે 'યત્ર જીવ તત્ર શિવ' મંત્રને પોતાના

જીવનમાં ચરિતાર્થ કર્યો. લોકોએ જોયું કે સ્વામીજી ફક્ત સિદ્ધાંતમાં જ વેદાન્તિક નથી, પરંતુ કાર્યમાં પણ છે. એમના તથા એમની ટોળીના નિઃસ્વાર્થ આત્મત્યાગને જોઈને તે લોકો જે ક્યારેય સ્વામીજીના વિરોધી હતા તેઓ પોતાના બની ગયા. થોડા દિવસો પછી રોગનો પ્રકોપ શાંત થઈ ગયો અને સરકારી પ્લેગ રેગ્યુલેશન પણ હટાવી લેવામાં આવ્યું.

કલકત્તાની હાલત સુધરી ગયા પછી સ્વામીજી શ્રી અને શ્રીમતી સેવિયરના નિમંત્રણ પર પોતાના કેટલાક શિષ્ય-શિષ્યાઓની સાથે અલ્મોડા તરફ ચાલી નિકળ્યા. સ્વામીજીના શિષ્યોમાં સ્વામી તુરીયાનંદ, સ્વામી નિરંજનાનંદ, સ્વામી સદાનંદ તથા સ્વામી સ્વરૂપાનંદ હતા. એમની સાથે કલકત્તામાં અમેરીકી કાઉન્સિલ જનરલની પત્ની શ્રીમતી પેટર્સન પણ હતી, જેમનાથી સ્વામીજીનો પરિચય અમેરીકામાં જ થયો હતો. સ્વામીજી ત્યાં એમના પ્રતિનિધિ રહી ચુક્યા હતા. એ દિવસોમાં કલકત્તાના યૂરોપીય-અમેરીકી સમાજની શું પ્રતિક્રિયા હશે એનો એમણે ખ્યાલ ના કર્યો અને સ્વામીજીની સાથે હિમાલય યાત્રામાં સામેલ થઈ ગઈ. એમના સિવાય શ્રીમતી બુલ, કુમારી જોસેફીન મેક્લિઉડ તથા બહેન નિવેદિતા પણ સાથે ગઈ. કલકત્તાથી નૈનીતાલ થઈને અલ્મોડા જવાનો કાર્યક્રમ બન્યો. ભ્રમણ ખૂબ જ આનંદદાયક સાબિત થયું. જેમ-જેમ રેલગાડી વિભિન્ન નગરોને પાર કરતી આગળ વધતી, તેમ-તેમ સ્વામીજી પોતાના શિષ્ય-શિષ્યાઓને એ નગરોથી સંબંધિત પૌરાણિક અને ઐતિહાસિક કથાઓથી પરિચિત કરાવતા જતા હતા. ચાલતી ગાડીની બંને તરફ ક્યાંક બંજર ભૂમિ નજરે પડતી, તો ક્યાંક હર્યા-ભર્યા ખેતર. એમને જોઈને સ્વામીજી ક્યારેક કૃષિની ચર્ચા કરતા, તો ક્યારેક ખેડૂતોના જીવનની. માર્ગમાં અનેક પ્રકારની વસ્તુઓ નજરે પડતી હતી. જાણે ક્યાંક હાથી, ક્યાંક ઊંટોનું ઝૂંડ. પ્રાચીન યુગની યુદ્ધકળા કે વ્યવસાયમાં આનો શું ઉપયોગ હતો તથા કયા પ્રકારે આ હિન્દૂ રાજાઓ અને મોગલ દરબારોની શાનશૌકતમાં કે માન-સન્માન વધારતા હતા, એનું તેઓ જીવતું-જાગતું મનોરંજક ચિત્ર ઉપસ્થિત કરતા હતા. નદી નિર્ઝર, વન-પ્રાન્તર, પઠાર-પર્વત, ઉર્વરા ધરા અને બંધ્યા ધરિત્રી બધું જાણે સ્વામીજી માટે પુસ્તકના ખુલ્લા પૃષ્ઠ હતા. તેઓ એમનાથી સંબધિત ભારતીય સભ્યતા અને સંસ્કૃતિની વ્યાખ્યા ખૂબ સહજ ભાવથી કરતા જતા હતા.

આ પ્રકારે અપ્રત્યક્ષ રૂપથી પોતાના શિષ્યોને શિક્ષિત કરતા-કરતા તેઓ ૧૩ મેના રોજ નૈનીતાલ પહોંચ્યા. કેતરીના મહારાજ ત્યાં પહેલેથી જ ઉપસ્થિત હતા. તેથી સ્વામીજી બધાની સાથે એમને ત્યાં જ રોકાયા. સ્વામીજીના શિષ્ય અને ખાસ કરીને પાશ્ચાત્ય શિષ્યાઓથી પરિચિત થઈને ખેતરી મહારાજ ખૂબ ખુશ થયા. નૈનીતાલમાં અન્ય પણ ઘણા લોકોથી સ્વામીજીનો પરિચય થયો. અહીં સ્વામીજીને બાળપણના એક મિત્ર યોગેશચન્દ્ર દત્ત એમનાથી મળવા આવ્યા. એમનાથી તેઓ એક વખત મરીમાં પણ મળી ચુક્યા હતા. એમણે સ્વામીજીની સન્મુખ એક પ્રસ્તાવ રાખ્યો કે ભારતીય શિક્ષિત યુવકોને સિવિલ સર્વિસ ભણાવવા માટે ઇંગ્લેન્ડ મોકલવામાં આવે. એનાથી તે યુવક ભવિષ્યમાં માતૃભૂમિની સેવા તથા એના ઉત્થાન માટે સહયોગ આપી શકે. પરંતુ એમને ઇંગ્લેન્ડ મોકલવા અને ભણાવવા માટે આર્થિક મદદની જરૂર પડશે. તેથી યોગેશ બાબૂએ એના માટે ફાળો એક્ઠો કરવાની વાત ચલાવી. પરંતુ સ્વામીજીને આ પ્રસ્તાવ યોગ્ય ન લાગ્યો. એમણે ગંભીરતાથી કહ્યું - 'આ પ્રકારે નહીં થાય. તે બધા યુવક સ્વદેશ પાછા ફરીને યૂરોપીયોના સમાજમાં જ સામેલ થવાની ચેષ્ટા કરશે, એ વાત નક્કી જાણો. તેઓ પગ-

પગ પર એમના જ ખાન-પાન, આચાર-વ્યવહારની નકલ કરશે, સ્વદેશ અને સ્વજાતિના આદર્શોની વાતો ભૂલથી પણ નહીં વિચારે.' એના પછી ભારતવર્ષની સેવા પ્રત્યે ભારતીય યુવકોની ઉદાસીનતા તેમજ શિથિલતાનું વર્ણન કરતા-કરતા સ્વામીજીના નેત્ર છલકાઈ ઉઠ્યા, કંઠ રુંધાઈ ગયો.

આ ઘટનાનું વર્ણન કરતા યોગેશ બાબૂએ ખૂબ જ માર્મિક ઢંગથી લખ્યું છે, 'એ દૃશ્યને હું જીવનમાં ક્યારેય નહીં ભૂલું. તેઓ (સ્વામીજી) એક ત્યાગી હતા, એમણે સંસારને ત્યાગી દીધો હતો. છતાં પણ સંપૂર્ણ ભારતવર્ષ એમના હૃદયમાં વ્યાપ્ત હતું. એમનો બધો પ્રેમ ભારતવર્ષ પ્રત્યે હતો. ભારતના દુઃખ-સુખનો તેઓ હૃદયથી અનુભવ કરતા હતા. ભારત માટે તેઓ આંસૂ વહાવતા હતા અને ભારતની સેવામાં જ એમણે પોતાનું શરીર ત્યાગ્યું. ભારતવર્ષ એમના હૃદયની ધડકન હતું, ભારતવર્ષ એમની નસ-નસમાં સ્પંદિત હતું. તાત્પર્ય એ છે કે ભારતવર્ષ એમના જીવનની સાથે મળીને એકરૂપ થઈ ગયું હતું.'

નૈનીતાલથી સ્વામીજી પોતાની ટોળીની સાતે સીધા અલ્મોડા ચાલ્યા ગયા. ત્યાં તેઓ પોતાના શિષ્યોની સાથે શ્રી અને શ્રીમતી સેવિયરના અતિથિ બન્યા. થોડી દૂર પર શિષ્યાઓને રોકાવા માટે એક મકાન ભાડા પર લેવામાં આવ્યું. વહેલી સવારે સ્વામીજી પોતાના શિષ્યોની સાથે દૂર સુધી ટહેલવા જતા. પાછા ફરતા સમયે શિષ્યાઓના ઘેર જતા. બધા લોકો સાથે નાશ્તો કરતા, પછી જ્ઞાનચર્ચા છેડાઈ જતી. બહેન નિવેદિતાની, જેને લોકો હવે સ્વામી વિવેકાનંદની ધર્મપુત્રી માનવા લાગ્યા હતા, તેમની શિક્ષા-દીક્ષા મુખ્યતઃ અહીં જ થઈ. દૃઢ હૃદયા નિવેદિતા હજુ સુધી પોતાના અંગત સ્વાતંત્ર્યને કુચળીને સ્વામીજીની સાથે એકમત થઈ શકી ન હતી. સ્વામીજીનું જ્ઞાન, એમનું વ્યક્તિત્વ, એમનો ઉદ્દેશ્ય, બહેન નિવેદિતાની દૃષ્ટિમાં એમનું બધું જ મહાન હતું. તેઓ એમના દ્વારા પ્રદર્શિત પથનું જ અનુસરણ કરવા માટે ભારત આવી હતી અને ભારતની સેવા માટે પોતાનું જીવનદાન કરી ચુકી હતી. પરંતુ ભલું પોતાના દેશને, પોતાના સંસ્કારને, પોતાના અતીતને કેવી રીતે ભુલાવી દેતી! પ્રયત્ન કરવા પર પણ તેઓ પોતાને એમાં અસફળ જોતી હતી. સ્વામીજીના હૃદયમાં ભારતવર્ષ પ્રત્યે જેટલો તીવ્ર પ્રેમ હતો, ઠીક એ જ રીતે બહેન નિવેદિતાના મન પ્રાણમાં નાખી દેવા ઇચ્છતા હતા. એમાં બહેન નિવેદિતા તરફથી કોઈ પ્રકારની અન્યમનસ્કતા, શિથિલતા કે વિભક્ત ધ્યાન એમના માટે અસહ્ય હતું. બે સશક્ત વ્યક્તિઓનું એકરૂપ થવું અતિ કઠિન કાર્ય હતું. બહેન નિવેદિતા ભારત આવ્યા પછી જેટલું જ એના પર વિચારતી, એટલી જ દુઃખી થતી હતી. આ સમય એમના માટે મુશ્કેલ પરીક્ષાનો સમય હતો. એમને લાગતું હતું જાણે બાળપણનું સ્કૂલી જીવન પુનઃ પ્રારંભ થઈ ગયું છે. એ જ રીતે ક્યારેક-ક્યારેક મન વગર સ્કૂલે જવું, શિક્ષકની બતાવેલી વાતો પર અંધની માફક વિશ્વાસ કરી લેવો, આ બધું બાળપણની જ તો વાર્તા છે. અલ્મોડામાં બેહન નિવેદિતાની ભાવનાત્મક વિષમતા તેમજ સંઘર્ષ ખૂબ જ માર્મિક થઈ ઉઠ્યો. એક દિવસે કોઈ શિષ્યાએ વિનમ્ર ભાવથી સ્વામીજીને બહેન નિવેદિતાની માનસિક દશાના વિષયમાં બતાવ્યું. એને ભય હતો કે સ્વામીજીને એનાથી ક્લેશ ના પહોંચે. પરંતુ એમણે ખૂબ ધૈર્યથી ઉક્ત શિષ્યાની વાતો સાંભળી, પછી કોઈ જવાબ આપ્યા વગર ચાલ્યા ગયા.

સંધ્યા સમયે બધી શિષ્યાઓ ઘરની બહાર આંગણામાં બેઠી વાતો કરી રહી હતી. આસમાની આકાશ પર બીજનો ચાંદ ચમકી રહ્યો હતો. શિષ્યાઓએ જોયું કે સ્વામીજી

એમની પાસે ચાલ્યા આવી રહ્યા છે : જ્યારે તો આંગણામાં પહોંચ્યા તો શિષ્યાની તરફ વળીને બાળક જેવા સરળ ભાવથી કહ્યું : 'તમે ઠીક કહ્યું હતું. આ સ્થિતિને બદલવી જ પડશે. હું થોડા સમય માટે એકાંતવાસ માટે વનમાં જઈ રહ્યો છું. જ્યારે ત્યાંથી પાછો ફરીશ, તો પોતાની સાથે શાંતિ લેતો આવીશ.' એના પછી ક્ષણ ભર માટે એમણે ક્ષીણ ચંદ્રરેખાની તરફ જોયું અને પછી બહેન નિવેદિતાથી કહ્યું- 'મુસલમાન લોકો નવીન ચંદ્રમાનો ખૂબ આદર કરે છે. આવો, આપણે પણ આજે નવીન ચંદ્રમાની સાથે નવજીવન આરંભ કરીએ.' પોતાના ચરણોની પાસે ઘુંટણોના બળે બેઠેલી બહેન નિવેદિતાના મસ્તક પર સ્વામીજીએ આશીર્વાદનો વરદ હસ્ત રાખ્યો. સ્વામીજીના આ ક્ષણિક દિવ્ય સ્પર્શથી બહેન નિવેદિતાના હૃદયમાં મહાન પરિવર્તન લાવી દીધું. એમના જન્મગત અને જાતિગત સંસ્કાર ન જાણે ક્યાં લુપ્ત થઈ ગયા. આ અવસરનો ઉલ્લેખ કરતા બહેન નિવેદિતાએ લખ્યું છે - ઘણા દિવસો પહેલાં શ્રી રામકૃષ્ણએ પોતાના શિષ્યોથી કહ્યું હતું કે એવો એક દિવસ આવશે જ્યારે નરેન્દ્રના સ્પર્શ માત્રથી જ બીજાઓમાં જ્ઞાનનો સંચાર થશે. અલ્મોડાના એ સંધ્યાકાલીન સમયમાં ગુરુદેવની આ ભવિષ્યવાણી સફળ થઈ ગઈ.

અલ્મોડા નિવાસના પૂર્વાર્ધમાં સ્વામીજી ત્યાં અનેક લોકોથી મળતા રહ્યા અને એમને ધર્મોપદેશ આપતા રહ્યા. આ સમયગાળામાં તેઓ બે વખત શ્રીમતી એની બેસેન્ટથી પણ મળ્યા. શ્રીમતી એની બેસેન્ટ એ દિવસોમાં જી.એન. ચક્રવર્તીની અતિથિ હતી. શ્રી ચક્રવર્તીએ સ્વામીજીને બે વખત પોતાના ઘેર શ્રીમતી બેસેન્ટથી મળવા માટે આમંત્રિત કર્યા હતા. ત્યાં જળપાન વગેરે પછી ઘણા સમય સુધી શ્રીમતી બેસેન્ટ અને સ્વામીજીની વાતો થતી રહી, અલ્મોડાનું જીવન સ્વામીજી માટે ખૂબ વિશ્રામદાયી ન હતું. એમની પાસે દરેક સમયે લોકોની ભીડ રહેતી હતી. થોડા દિવસો પછી સ્વામીજી પોતાના ગુરુભાઈઓ, શિષ્યો, શિષ્યાઓ, મિત્રો તથા પરિચિતોથી એકદમ ઉદાસીન થઈ ગયા. નિર્જનતા એમને અત્યંત વ્હાલી થઈ ગઈ. બહુધા પ્રતિદિવસ સવારથી સાંજ સુધી દસ-બાર કલાક તેઓ ધ્યાન અને ચિંતનમાં વિતાવવા લાગ્યા. પરંતુ જ્યારે તેઓ સંધ્યા સમયે ઘેર પાછા ફરતા, તો ત્યાં અનેક લોકો એમની પ્રતીક્ષા કરતા હતા. સ્વામીજી થોડા સમય માટે એનાથી પણ બચવા ઈચ્છતા હતા. આથી તેઓ શ્રી અને શ્રીમતિ સેવિયરની સાથે એક સપ્તાહ માટે અલ્મોડાથી બહાર ચાલ્યા ગયા. લોકસેવક અને ધર્મપ્રચારક સ્વામી વિવેકાનંદ અત્યાર સુધી જે પ્રકારનું જીવન વ્યતીત કરતા હતા, તે જાણે હવે એમના માટે અસહ્ય થઈ ઉઠ્યું. ઓછામાં ઓછું થોડા સમય માટે તેઓ સંસારના ઉદાસીન યોગીની જેમ એકાંતવાસી બની જવા માટે વ્યગ્ર થઈ ઉઠ્યા.

લગભગ એક સપ્તાહ પછી, પાંચ જૂને સ્વામીજી પુનઃ અલ્મોડા આવ્યા. ત્યાં આવતા જ એમને બે દુઃખદ સમાચાર મળ્યા. પવહારી બાબાએ જેમને તેઓ શ્રીરામકૃષ્ણ પછી શ્રદ્ધાનું સ્થાન આપતા હતા, તેઓએ પોતાને આહુતિના રૂપમાં અગ્નિને સમર્પિત કરી દીધા હતા. એના સિવાય સંકેત લિપિ લેખક, સ્વામીજીના ભક્ત, ગુડવિન પણ તેજ તાવના આક્રમણને કારણે મૃત્યુના ખોળામાં સૂઈ ગયા હતા. આ બંને સૂચનાઓએ સ્વામીજીને મર્માહત કરી દીધા. તેઓ પોતાના શિષ્યો અને શિષ્યાઓની વચ્ચે બેસીને ભક્તિ સંબંધી વાતો કરતા-કરતા કીર્તન કરવા લાગ્યા સ્વામીજીનું કોમળ હૃદય પોતાના

પ્રિય શિષ્ય ગુડવિનના નિધનથી ખૂબ જ દુઃખી થઈ ઉઠ્યું હતું. કોઈ પણ પ્રકારે તેઓ એમની ભક્તિ અને સેવાને ભૂલી શકતા ન હતા. એમની દશા ક્યારેક-ક્યારેક હૃદય વિકારક થઈ જતી હતી. લાગતું હતું, જાણે તેઓ સાધારણ લોકોની સમાન જ સાંસારિક માયાજાળમાં બંધાયેલા માનવ હતા. એમનું જ્ઞાન, એમનું દર્શન બધું જ ખોવાઈ ગયું હતું. પોતાને સંભાળવામાં એમને ઘણો સમય લાગ્યો. કારુણિક ભાવાવેશનો તાવ જ્યારે શાંત થયો ત્યારે એમણે ગુડવિનની વૃદ્ધ માતાને પુત્રના સંસ્મરણમાં સુંદર કવિતા 'એને શાંતિમાં વિશ્રામ મળે.' લખીને મોકલી દીધી. અલ્મોડાનું તે ઘર જેના ખૂણે-ખૂણાથી ગુડવિનની સ્મૃતિ ચિપકેલી હતી, સ્વામીજીને જરા પર રુચિકર લાગતું ન હતું. ગુડવિન થોડા દિવોસ પછી અલ્મોડાથી મદ્રાસ ચાલ્યા ગયા હતા. ત્યાંથી સ્વામીજીની સાથે એમનો પત્રવ્યવહાર બરાબર ચાલતો રહ્યો. આ બધી યાદે સ્વામીજીના હૃદયના ઘાને ભરવા ના દીધા. ઠીક એ જ સમયે એમને કોમળ હૃદય પર અન્ય એક પ્રહાર પડ્યો. પ્રબુદ્ધ ભારત પત્રિકના, જેને તેઓ મદ્રાસથી પ્રકાશિત કરાવતા હતા, એના સંપાદક શ્રી ઐય્યરનું અકાળે મૃત્યુ થઈ ગયું. યુવક ઐય્યર ખૂબ જ પ્રતિભાશાળી વ્યક્તિ હતા. તે વેદાંતના પ્રચારક તથા સ્વામીજીના ભક્ત હતા. આ પત્રિકાથી સ્વામીજીને ખૂબ મમતા હતી. હવે આ પત્રિકાને અલ્મોડાથી જ પ્રકાશિત કરવાની વ્યવસ્થા કરવામાં આવી અને રામકૃષ્ણ મિશનના હાથોમાં એના પ્રકાશનની જવાબદારી સોંપવામાં આવી. સ્વામી સ્વરૂપાનંદને એના સંપાદક તથા શ્રી સેવિયરને એના પરિચાલક નિયુક્ત કરીને સ્વામીજી આશ્વસ્થ થયા. આ અવસર પર એમણે ભાવાવેશમાં 'પ્રબુદ્ધ ભારત પ્રતિ' શીર્ષક કવિતા પણ લખી:

જો ફરી એક વખત!
આ તો ફક્ત નિદ્રા હતી, મૃત્યુ ન હતું,
નવજીવન મેળવવા માટે,
કમલનયનોના વિરામ માટે
ઉન્મુક્ત સાક્ષાત્કાર માટે
એક વખત ફરી જાગો!
આકુળ વિશ્વ તમને નિહારી રહ્યું છે
હે સત્ય તું અમર છે!
... ...
તારું ઘર છૂટી ગયું,
જ્યાં પ્રેમભર્યા હૃદયોએ તારું પોષણ કર્યું
અને સુખથી તમારો વિકાસ જોઈ,
પરંતુ ભાગ્ય પ્રબળ છે, આ જ નિયમ છે-
બધી વસ્તુઓ ઉદ્‌ગમે પાછી ફરે છે, જ્યાંથી
નિકળતી હતી અને નવશક્તિ લઈને ફરી નિકળી પડે છે.
... ...

ત્યાં કેટલાય પ્રકારના આઘાત સહન કરતા-કરતા સ્વામીજી ખિન્નમન થઈ ગયા

હતા. સેવિયર દંપત્તિએ સ્વામીજીના મન-પરિવર્તન માટે એમને કાશ્મીર યાત્રાની સલાહ આપી. શ્રીમતી બુલ એ દિવસોમાં કાશ્મીરમાં જ હતી. તેથી શ્રી અને શ્રીમતી સેવિયર તથા પશ્ચિમી શિષ્યાઓની સાથે સ્વામીજીએ કાશ્મીરમાં શ્રીમતી બુલના અતિથિ બનવાનો નિશ્ચય કરી લીધો. આ જ દિવસોમાં બંગાળના એક દેશભક્ત શ્રી અશ્વિની કુમાર દત્ત કોઈ કામથી અલ્મોડા આવ્યા હતા. તેઓ શ્રી રામકૃષ્ણ પરમહંસના શિષ્ય પણ હતા. અલ્મોડામાં એમણે પોતાના રસોઈયાથી સાંભળ્યું કે અહીંયા શહેરમાં એક એવો અજીબ બંગાળી સાધુ આવ્યો છે, જે ઘોડા પર ચઢે છે, અંગ્રેજી બોલે છે અને ખૂબ શાનની સાથે એક અંગ્રેજના બંગલામાં રોકાયેલ છે. શ્રી અશ્વિની કુમારને એ સમજતા વાર ન લાગી કે આ સાધુ, 'હિન્દૂ યોદ્ધા સાધુ' સ્વામી વિવેકાનંદ છે, કેમ કે એમને સમાચાર પત્રોથી જાણકારી હતી કે આ દિવસોમાં સ્વામીજી અલ્મોડામાં છે. સ્વામીજીથી મળે એક યુગ વિતી ગયો હતો. એમના દર્શનની લાલસાને તેઓ કોી પ્રકારે રોકી ના શક્યા અને ચાલી નિકળ્યા. માર્ગમાં એમણે કોઈ વ્યક્તિથી એ બંગાળી સાધુના નિવાસસ્થાન પર પહોંચવાની ઠીક દિશા પૂછી તો એનાથી કહ્યું- તમે ઘોડા પર ચઢવાવાળા સાધુના વિષયમાં પૂછો છો?' એણે આંગળીથી દિશા-સંકેત કરતા કહ્યું : તે રહ્યું એમનું મકાન અને ત્યાં જુઓ તેઓ ઘોડા પર ચઢીને આવી પણ રહ્યા છે.

અશ્વિની બાબૂએ દૂરથી જ જોયું. કાષાય વસ્ત્રધારી સંન્યાસીનો ઘોડો જેવો જ ગેટ પર પહોંચ્યો, એની ગતિ મંદ પડી ગઈ. આધેડ ઉંમરનો એક વ્યક્તિ ત્યાં આવીને ઘોડાના પકડીને એને બંગલાના દ્વાર સુધી લઈ ગયો. સંન્યાસી ઘોડાથી ઉતર્યા અને અંદર ચાલ્યા ગયા. આ બધા દૃશ્ય જોઈને થોડી ક્ષણ પછી અશ્વિની બાબૂ એ મકાન પર પહોંચ્યા અને એક અન્ય યુવક સંન્યાસીને પૂછ્યું- શું નરેન્દ્ર દત્ત અહીંયા છે? સંન્યાસીએ જવાબ આપ્યો- ના મહાશય અહીંયા કોઈ નરેન્દ્ર દત્ત નથી. ખૂબ પહેલાં જ એમનો અંત થઈ ગયો. અહીંયા ફક્ત સ્વામી વિવેકાનંદ છે. પરંતુ અશ્વિની બાબૂએ આગ્રહ કર્યો કે તેઓ સ્વામી વિવેકાનંદને નહીં, બલ્કે શ્રીરામકૃષ્ણ પરમહંસના 'નરેન્દ્ર'થી મળવા ઇચ્છે છે. અંદર આંગણમાં બેઠેલા સ્વામીજીનું ધ્યાન આ વાર્તાલાપ પર હતું. જેવા જ અશ્વિની બાબૂની અંતિમ પંક્તિ સમાપ્ત થઈ, સ્વામીજીએ પોતાના શિષ્યને અવાજ આપ્યો. શિષ્ય ઉપસ્થિત થવા પર એમણે કહ્યું- 'ઓહ, તમે આ શું કહી દીધું? એમે જલ્દીથી અંદર લઈ આવો.'

અશ્વિની બાબૂ અંદર આવ્યા. સ્વામીજીએ ઊભા થઈને વિનમ્રતાથી એમનું અભિવાદન કર્યું. બંને ગુરુભાઈ ૧૪ વર્ષ પછી મળ્યા હતા. બંનેના મસ્તિષ્ક પર અતીતના અનેક ખાટ્ટા-મીઠા ચિત્ર ઉભરવા લાગ્યા હતા. અશ્વિની બાબૂએ કહ્યું- 'ગુરુદેવે એક વખત મને કહ્યું હતું કે પ્રિય નરેન્દ્રથી વાત કરો. પરંતુ એ સમયે મારાથી ના બોલ્યા. આજે ૧૪ વર્ષ પછી હું ફરીથી એમનાથી મળી રહ્યો છું. ગુરુદેવની વાણી વ્યર્થ નથી થઈ શકતી.' એ ઘટનાને યાદ કરીને સ્વામીજીને નિશ્ચય જ પશ્ચાતાપ થયો અને એમણે પોતાના ઉક્ત વ્યવહાર માટે ક્ષમા માંગી.

એના પછી ઘણા સમય સુધી બંને વ્યક્તિઓમાં વર્તમાન અને ભવિષ્યના કાર્યક્રમો વિષયે વાતો થતી રહી. અંતમાં વાર્તાલાપે રાજનીતિના ક્ષેત્રની તરફ પગ વધાર્યા. અશ્વિની બાબૂએ ભારતીય રાષ્ટ્રીય કૉંગ્રેસના વિષયમાં, જેની સ્થપના ૧૮૮૫ ઈ.સ.માં

ભારતના રાજનીતિક ઉત્થાન માટે થઈ હતી, સ્વામીજીએ એના વિચાર જાણવા ઇચ્છ્યા. એમણે પૂછ્યું- 'કૉંગ્રેસ જે કામ કરી રહી છે, શું તમારી એના પર આસ્થા નથી?' સ્વામીજી જોઈ રહ્યા હતા કે એ દિવસોમાં કૉંગ્રેસ મુઠ્ઠીભર ભણેલા-ગણેલા તથા સમાજના સંપન્ન લોકો સુધી જ મર્યાદિત હતી. સમાજના સમાન્ય લોકોથી એનો કોઈ સંબંધ ન હતો. ખૂબ ગંભીરતાથી એમણે જવાબ આપ્યો- 'ના, મને એના પર વિશ્વાસ નથી. પરંતુ નિઃસંદેહ, જ્યાં કશું પણ નથી થયું, ત્યાં થોડાની માન્યતા છે. નિદ્રાગ્રસ્ત રાષ્ટ્રને બધી તરફથી ઠેલીને જગાવવો સારું છે. સારું, શું તમે બતાવી શકો છો કે સાધારણ જનતા માટે આ કૉંગ્રેસ શું કરી રહી છે? શું તમે સમજો છો કે આ થોડા પ્રસ્તાવોને લાગૂ કરી દેવાથી તમે સ્વતંત્રતા પ્રાપ્ત કરી શકો છો? મને એના પર વિશ્વાસ નથી. સર્વપ્રથમ સાધારણ જનતાને જગાવવી પડશે. એમને ભરપેટ ભોજન આપો, પછી તેઓ પોતાની મુક્તિ માટે કામ કરશે. જો કૉંગ્રેસ એમના માટે કશું કરે છે, તો એમની સાથે હું સહાનુભૂતિ રાખું છું. અંગ્રેજોના ગુણોને પણ પોતાનામાં મિલાવતા ચાલવું જોઈએ.'

અશ્વિની બાબૂએ ધર્મની ચર્ચા ચલાવી અને એના પર સ્વામીજીના વિચાર જાણવાની ઇચ્છા પ્રગટ કરી. સ્વામીજીએ કહ્યું - 'મારા ધર્મનો સાર શક્તિ છે, ધર્મ જે હૃદયમાં શક્તિનો સંચાર નથી કરતો, મારા માટે એ ધર્મ નથી. ઉપનિષદ્ અને ગીતામાં તમે એ જ મેળવશો. શક્તિ જ ધર્મ છે અને શક્તિથી વધીને બીજી કોઈ વસ્તુ નથી.' અશ્વિની બાબૂએ અનુભવ કર્યો કે સ્વામીજીના હૃદયમાં નવા ભારતના ન જાણે કેટલાય સુંદર સપના ભરેલા પડ્યા છે. ધર્મના ક્ષેત્રમાં, રાજનીતિના ક્ષેત્રમાં, સમાજ સુધારના ક્ષેત્રમાં, સેવાના ક્ષેત્રમાં અને શિક્ષાના ક્ષેત્રમાં, સર્વત્ર એમના વિચારોના રૂપમાં અણમોલ રત્ન વિખેરાયેલા પડ્યા છે. એમના પ્રકાશમાં જો કોઈ લગનથી કામ કરે, તો ભારત શું, દુનિયાના બધા પરાધીન દેશ જે દુઃખ અને અપમાનના ગર્તમાં પડેલા સિસકીઓ લઈ રહ્યા છે, એક દિવસ અવશ્ય નવયુગનું પ્રભાત જોશે. વાતો કરવામાં સમયનું ધ્યાન પણ ન રહ્યું. કેટલાય કલાકો વિતવા પર અશ્વિની બાબૂ ઊભા થયા અને પ્રેમાધિક્યથી સ્વામીજીને પોતાના બાહુપાશમાં બાંધી લીધા. પછી કહ્યું- 'મારા હૃદયમાં આજે તમારું સ્થાન બધા દિવસોથી વધારે ઊંચું ઉઠી ગયું છે. હવે હું સમજું છું કે તમે વિશ્વ વિજયી કેવી રીતે બન્યા અને ગુરુદેવ તમારાથી સૌથી વધારે પ્રેમ કેમ કરતા હતા?'

પૂર્વનિશ્ચિત કાર્યક્રમના અનુસાર જૂનના બીજા સપ્તાહમાં સ્વામીજી પોતાની નાની ટોળીની સાથે કાશ્મીર ભ્રમણ માટે ચાલી નિકળ્યા. અલ્મોડાથી કાશ્મીરની યાત્રા ખૂબ આનંદદાયક તેમજ શિક્ષાપ્રદ રહી. સર્વપ્રથમ રાવલપિંડીથી ઘોડાગાડી દ્વારા આ લોકો મરી પહોંચ્યા. ત્યાં ત્રણ દિવસ આરામ કર્યા પછી નાવથી ઝેલમ નદીના સોહામણા દૃશ્યને જોતા-જોતા બારામૂલા અને પછી એના પછી ૨૨ જૂને શ્રીનગર પહોંચ્યા. માર્ગમાં સ્વામીજી પોતાના સંન્યાસ જીવનની ભ્રમણ વાર્તાઓ તથા શ્રીનગરના અતીત ઇતિહાસ વગેરેના વિષયમાં પોતાના સાથીઓને બતાવતા જતા હતા. યાત્રામાં સ્વામીજીએ બરાબર પોતાના શિષ્યોના ખાવા-પીવાની તેમજ અન્ય સુવિધાઓનું ધ્યાન રાખ્યું. આ કાર્યમાં એમને આંતરિક આનંદ પ્રાપ્ત થતો હતો. કાશ્મીરમાં એક સપ્તાહ સુધી ખૂબ ભ્રમણ તથા ભગવત્ ચર્ચા થતી રહી.

એના પછી અચાનક એક દિવસ સ્વામીજીને આ જીવનથી વિરક્તિ થઈ ગઈ. હાસ્ય

વિનોદથી ભરપૂર સ્વામીજી એકદમ ગંભીર બની ગયા. પોતાની ટોળીને કશું પણ બતાવ્યા વગર કોઈ નૌકા લઈને દૂર નિર્જન સ્થાન પર ચાલ્યા જતા. અન્નજળ રહિત આખો દિવસ ભગવત્ચિંતનમાં વીતી જતો. પશ્ચિમના ક્ષિતિજ પર સંધ્યાની લાલી ફેલાઈ જતી. પહાડીની ઓટમાં છુપાઈ રહેલ શ્રાંત પથિક પોતાના ક્ષીણ કિરણ-કરણોને સહેલાવીને એમને સમયનું જ્ઞાન કરાવતો. ત્યારે એમનું ભાન પાછું ફરતું અને તેઓ ઘરની તરફ ચાલી પડતા. ક્યારેક એમને પાછા ફરતા-ફરતા રાત વીતી જતી. ઉપર રત્નજટિત નીલાંબર અને નીચે કમળોથી ઢંકાયેલા જળાશયની વચ્ચે તરતી એક નાની નૌકા આ નિર્જનમાં એક અલૌકિક આનંદ હતો. અસીમ શાંતિ હતી. જો સ્વામીજીનું ચાલતું, તો તેઓ રાત-દિવસ આ જ એકાકીમાં પડ્યા રહેતા. પરંતુ એમને શિષ્યોની ચિંતા હતી. સ્વામીજીના ત્યાં ના પહોંચવાથી તે લોકો ચિંતિત થઈ જતા.

એક અપૂર્વ યોજનાને સફળ બનાવવા માટે સ્વામીજીએ પોતાનો આ કાર્યક્રમ સ્થગિત કરી દીધો. ચૌથી જુલાઈ, અમેરીકાની આઝાદીનું રાષ્ટ્રીય પર્વ આવવાનું હતું. એમણે પોતાની અમેરીકી શિષ્યાઓને ઉક્ત દિવસના ઉપલક્ષમાં વિશેષ રૂપથી આમંત્રિત કરવા માટે એક ગુપ્ત યોજના બનાવી. ત્રણ જુલાઈએ એમણે એક અમેરીકી શિષ્યની મદદથી દરજીને ત્યાં જઈને અમેરીકી રાષ્ટ્રીય ધ્વજ તૈયાર કરાવ્યો. પછી એક નવાને ફૂલ-પાંદડાઓથી સુશોભિત કરવામાં આવી. ૪ જુલાઈએ વહેલી સવારે અમેરીકી શિષ્યોની સાથે અન્ય બધા લોકો એ નૌકાગૃહ પર આમંત્રિત થયા. એની છત પર અમેરીકી ઝંડો લહેરાવવામાં આવ્યો. અમેરીકી શિષ્યાઓ આ બધું જોઈને ખૂબ જ આશ્ચર્યમાં પડી ગઈ. આ આયોજનને વધારે આકર્ષક બનાવવા માટે સ્વામીજીએ 'ચોથી જુલાઈના પ્રતિ' શીર્ષકની પોતાની અંગ્રેજી કવિતા શિષ્યોને સંભળાવી. એમણે આ અવસર માટે એની રચના કરી હતી : જેનું ગુજરાતી અનુવાદ અહીં પ્રસ્તુત છે :

કાળા વાદળ ફાટી ગયા આકાશથી
રાતને બાંધેલા હતા જે સમા
પૃથ્વી પર તાણી હતી ચાદર, એ રીતે
આંખ ખોલી, જાદૂની લાકડી ફરી
પંખીઓ ચહેક્યા, સાથે ફૂલોથી ઉઠ્યા,
સર, સિતારા જાણે ચમક્યા તાજના
ઝાકળના મોતી લાગ્યા, સ્વાગત કર્યું.
શું તમારું ઝૂકીને ઝૂમીને
ખુલી અને ફેલાયેલી દૂર સુધી ઝીલો, ખુશ
જાણે, આંખો કમળના ફાડ્યાની જેમ
દર્શન કરે છે તમારું હૃદયથી.
કેટલાક નિછાવર, જ્યોતિના જીવન, શું
આજે અભિનંદન તમારું, ધન્ય છે!
આજે, રવિ, સ્વાધીનતાની ફૂટી કળી,
રાહ જોઈ વિશ્વને જેમ કે ખિલી;
દેશકાલિક શોધની, તમારાથી મળે

છોડ્યું છે ઘર, મિત્ર, છોડી મિત્રતા.
શોધ્યા તમને, આંવાર માર્યા ફર્યો,
પસાર થઈ દહેશતના સમંદરથી, ક્યારેક
સઘન વૃક્ષોના ગહન વનથી, લડ્યો
દરેક પગલાં પર પ્રાણોની બાજી લઈને.
સમય તે, હાંસલ કાઢ્યું કામનું,
પ્રેમનું, પૂજાનું, જીવન-દાનનું,
હાથ ઉઠાવ્યો, સંવારીને પૂરો કર્યો,
પછી તમે જ સ્વસ્તિની બાંધી કામર
જન ગણો પર મુક્તિની લાલી કિરણ
દેવ ચાલતા જ ચાલો બેરોકટોક,
વિશ્વને બપોર ના જ્યાં સુધી ઘેરી લે,
હાથ તમારા રહજમી જ્યાં સુધી ના આપે,
સ્ત્રી-પુરુષ જ્યાં સુધી ન જુએ ઇચ્છાથી,
બેડીઓ એમની કપાઈ, ઉલ્લાસની
જે નવી જ્યાં સુધી સમજમાં આવી ગઈ.

આ ઉત્સવ પછી સ્વામીજીના મનમાં એકાંતવાસનું આકર્ષણ ફરી વધવા લાગ્યું. ૬ જુલાઈએ શ્રીમતી બુલ, કુમારી મૈક્લિઉડને લઈને કોઈ વિશેષ કાર્યવશ ગુલમર્ગ ચાલી ગઈ. આની વ્યચે સ્વામીજી પણ કોઈથી કશું કહ્યા વગર અમરનાથની યાત્રા માટે નિકળી પડ્યા. ૧૦ જુલાઈએ જ્યારે શ્રીમતી બુલ અને કુમારી મૈક્લિઉડ શ્રીનગર પાછી ફરી, તો સ્વામીજીની અચાનક અનુપસ્થિતિની એમને ખબર પડી. એવું પહેલાં ક્યારેય થયું ન હતું કે કેટલાય દિવસો સુધી સ્વામીજીનો કોઈ અતો-પતો ના ચાલે. શિષ્યાઓ ખૂબ ચિંતિત થઈ. તેઓ સ્વામીજીના વિષયમાં યથાસંભવ તપાસ કરતી રહી. ૧૫ જુલાઈએ એમણે જોયું કે સ્વામીજી એમની સામે ઉપસ્થિત છે. પૂછવા પર જાણ થઈ કે સોનમર્ગના રસ્તામાં તેઓ અમરનાથની તરફ જઈ રહ્યા હતા. પરંતુ અત્યાધિક ગરમીને કારણે માર્ગમાં હિમ કણ ઓગળીને રસ્તામાં બાધા કરી રહ્યા હતા, આથી તેઓ પોતાનું મનોરથ પૂર્ણ ના કરી શક્યા અને પાછા આવી ગયા.

૧૮ જુલાઈએ શિષ્યાઓની સાથે કાશ્મીર દર્શનની યાત્રા શરૂ થઈ. ઇસ્લામાબાદના કેટલાક પ્રાચીન મંદિરો તથા ઐતિહાસિક ભગ્નાવશેષોને જોતા-જોતા સ્વામીજી તત્કાલીન સંસ્કૃતિ અને ઇતિહાસ વગેરેના વિષયમાં શિષ્યાઓને બતાવતા જતા હતા.એના પછી ઇચ્છાબળની તરફ પણ ગયા, ત્યાં ઝેલમ નદીના તટ પર એમનો સમય વધારે વિત્યો. શિષ્યાઓની સાથે હિન્દૂ, બૌદ્ધ, ઇસ્લામ તથા ઈસાઈ ધર્મોના વિભિન્ન ઐતિહાસિક તત્વોની તુલનાત્મક ચર્ચા ચાલતી રહી. આ નદીના તટ પર હંમેશાં આ લોકો વહેલી સવારે ફરવા નિકળતા અને ધર્મ-ચર્ચામાં બધા લોકો એટલા તલ્લીન થઈ જતા કે ખાવા-પીવાનું પણ ભાન ન રહેતું. સંધ્યા સમયે આ લોકો પોતાના નૌકા-ગૃહોમાં પાછા ફરતા. બૌદ્ધ ધર્મ, કે બુદ્ધદેવના વિષયમાં એમના વિચાર સૌથી અલગ હતા. એમણે ઉક્ત વાર્તાલાપમાં શિષ્યાઓથી કહ્યું હતું- બુદ્ધદેવ પોતાના માટે એક ક્ષણ પણ ના જીવ્યા.

એના સિવાય એમણે પૂજા-અર્ચનાને માન્યતા ક્યારેય ન આપી. તેઓ એક મનુષ્ય નહીં, બલ્કે એક રાજ્ય હતા. મેં આ રાજ્યનું દ્વાર જોઈ લીધું છે. હવે તમે બધા એની અંદર આવી જાઓ. કહેતા-કહેતા તેઓ ભાવવિભોર થઈ ઉઠ્યા. ધર્મ-ચર્ચા કરતા-કરતા તેઓ ભારતવર્ષના જગમગાતા ભવિષ્યની કલ્પના કરવા લાગતા. એમનું મસ્તિષ્ક ક્યારેય પણ નિષ્ક્રિય ના રહ્યું. બરાબર નવા વિચાર અને નવી કલ્પનાઓની દુનિયામાં તેઓ પોતાની સાથે-સાથે બધાને ફેરવતા રહ્યા.

ઈચ્છાબળમાં જ એમણે પુનઃ અમરનાથ જવાની યોજના બનાવી અને બહેન નિવેદિતાને સાથે ચાલવાની સંમતિ આપી. એ નિશ્ચય થયો કે જ્યાં સુધી અમરનાથની યાત્રાથી પાછા નથી આવતા, ત્યાં સુધી એમની અન્ય શિષ્યાઓ પહેલગામમાં નિવાસ કરશે. એના પછી યાત્રાની તૈયારી થવા લાગી. યાત્રામાં રાત વિતાવવા માટે તંબૂ વગેરે ખરીદવામાં આવ્યા. અમરનાથની યાત્રા માટે એમની સાથે સાધુઓની એક મોટી ટોળી પણ સામેલ થઈ ગઈ. સત્સંગમાં યાત્રાનો થાક ખબર પડતો ન હતો. જ્યારે ચાલતા-ચાલતા સાંજ થઈ ગઈ, તો બધા લોકો એક સમતલ સ્થાન પર પોત-પોતાના તમ્બૂ ગાડવા લાગ્યા.

સાધુઓના સમુદાયમાં સ્વામીજી અને બહેન નિવેદિતાએ પણ પોત-પોતાના તંબૂ લગાવ્યા. સાધુઓની ટોળીમાં અંગ્રેજ મહિલાનો તંબૂ લાગતો જોઈને બધા સાધુઓએ એના પર ક્રોધિત ભાવથી આપત્તિ ઉઠાવી. સ્વામીજીએ એમને સારી રીતે સમજાવ્યા, પણ તેઓ ના માન્યા. સ્વામીજીની ક્રોધાગ્નિ ભડકી ઉઠી. એટલામાં જ એક નાગા સાધુ ખૂબ ધીર-ગંભીર ભાવથી સ્વામીજીના પાસે આવ્યો અને બોલ્યો : 'સ્વામીજી, એ સત્ય છે કે તમારામાં શક્તિ છે, પરંતુએને આ પ્રકારે પ્રગટ કરવી યોગ્ય નથી.' સ્વામીજીએ પોતાની ભૂલ સમજી લીધી. તેઓ શાન્ત થઈ ગયા. બહેન નિવેદિતાનો તંબૂ એ સમુદાયથી અલગ લગાવવામાં આવ્યો. સ્વામીજીએ પોતાનો તમ્બૂ પૂર્વનિશ્ચિત સ્થાનથી હટાવી લીધો. પરંતુ બીજા દિવસે વહેલી સવારે સાધુઓના વ્યવહાર-ભાવમાં મહાન અંતર નજરે પડ્યું. લાગતું હતું કે સ્વામીજીના પ્રતિવાદ પર એમણ ઊંડાઈથી વિચાર કર્યો અને સમજ્યું કે સ્વામીજીએ જે કંઈ પણ કહ્યું હતું, સાચું કહ્યું હતું. હવે તેઓ બહેન નિવેદિતાની જેનાથી તેઓ શરૂમાં દૂર-દૂર રહ્યા કરતા હતા, તેમની દરેક પ્રકારથી મદદ કરવા માટે તૈયાર રહેતા. સંધ્યા સમયે સાધુઓની સાથે સ્વામીજી પણ ધૂની લગાવતા અને પ્રજ્જવલિત અગ્નિની ચારે તરફ ઘેરાઈને સાધુઓની સાથે બેસીને ધર્મ ચર્ચા કરતા. બે-ચાર દિવસોમાં જ બધા સાધુ સ્વામીના ચરિત્ર, વ્યક્તિત્વ તેમજ જ્ઞાનબળથી પરિચિત જ નહીં, પ્રભાવિત પણ થયા. આગલા પડાવના સમયે સાધુઓએ બહેન નિવેદિતા તથા સ્વામીજીના તમ્બૂ પોતાનાબધા તમ્બૂઓથી આગળ પથ-પ્રદર્શકના રૂપમાં લગાવ્યા. સ્વામીજીએ પણ સાધુઓના કાર્યક્રમ અનુસાર પોતાનો કાર્યક્રમ બનાવી લીધો. ચોવીસ કલાકમાં એક વખત સંધ્યા સમયે ભોજન કરવું, ઝરણાના બરફીલા જળમાં સ્નાન કરવું, ધૂણી ધખાવવી અને ધર્મ ચર્ચા કરવી. સમતલ ભૂમિથી દસ હજાર ફૂટ ઉપર હિમાચ્છાદિત પર્વત શિખરને પાર કર્યા પછી પંચતરણી નામના સ્થાન પર આ વખતે પડાવ લાગ્યો. અહીંયા ગિરિશ્રૃંગોથી પાંચ નદીઓ થોડી-થોડી દૂર વહે છે. નિયમ એ છે કે બધા યાત્રી એક જ ભીના વસ્ત્ર પહેરીને વારા-ફરતી આ પાચેય નદીઓમાં સ્નાન કરીને અમરનાથની યાત્રા માટે આગળ વધે છે. સ્વામીજીનું શરીર અહીં ઘણા દિવસોથી અસ્વસ્થ રહેતું હતું.

આ લાંબી પદયાત્રાથી તેઓ વધારે તૂટી ગયા હતા, બહેન નિવેદિતા તથા અન્ય સાધુગણ એમના નિયમિત મુશ્કેલ કાર્યક્રમમાં બાધા બનીને ઉપસ્થિત ન થાય, આ ભયથી તેઓ થોડા સમય માટે એ લોકોથી પૃથક થઈ ગયા. પંચતરણીના પાચ નિર્ઝરોના ઓગળેલા હિમજળમાં એમણે અક્ષરશઃ નિયમનું પાલન કરીને સ્નાન કર્યું, પછી પોતાના સાથીઓથી મળ્યા.

બે ઓગષ્ટની રાત્રિમાં યાત્રા ફરીથી પ્રારંભ થઈ. ચાંદીના રાતમાં હિમાલયની શોભા જોવા જેવી હતી. તુષારમંડિત ગિરિ-શિખરોથી આવતી હાડકાંઓ થીજાવી દેવાવાળી ઠંડી હવા, આજે સ્વામીજીના શિથિલ શરીરમાં નવી શક્તિ, નવી ઉમંગનો સંચાર કરી રહી હતી. હિમાલયનું દુર્ગમ ચઢાણ શરૂ થયું. વધારે ઊંચાઈ પર જઈને એક નાની એવી ઘાટીમાં ઉતરવાનું હતું. પર્વતનો ઢળાવ એટલો સીધો હતો કે સહેજ પણ પગની ગતિ અસંતુલિત થવા પર પ્રાણીથી હાથ ધોવા પડતા. પરંતુ હસી-ખુશી માર્ગ સુગમ થતો ગયો. બધા લોકો સકુશળ ઘાટીમાં ઉતરી આવ્યા. આખી રાત ચાલ્યા પછી સૂર્યોદય થઈ ગુક્યો હતો પરંતુ આ લોકો રોકાયા નહીં, ચાલતા જ ગયા. વધારે દૂર ગયા પછી ફરી ચઢાણ પ્રારંભ થયું. ધીમે-ધીમે મુશ્કેલ માર્ગ સમાપ્ત થયો અને અમરનાથની પાવિત્ર ગુફાની દૂરથી ઝલક મળવા લાગી. ઝલક મળતાં જ બધા યાત્રિઓ દ્વારા ઉચ્ચરિત 'જય મહાદેવ'ની ધ્વનીથી આખું વાયુમંડળ ગૂંજી ઉઠ્યું. થાકને કારણે સ્વામીજી અન્ય યાત્રિઓથી પાછળ રહી ગયા. માર્ગની એક નદીમાં એમણે મન ભરીને સ્નાન કર્યું, પછી પોતાના વિચારોમાં લીન ધીમે-ધીમે આગળ વધ્યા. સાથી એમની પ્રતીક્ષા કરી રહ્યા હતા. જ્યારે એમણે એ લોકોને જોયા, તો એમણે આગળ વધવા માટે સંકેત કરી દીધો અને સ્વામીજી શિવના ધ્યાનમાં ખોવાઈને ધીમે-ધીમે ચાલવા લાગ્યા.

અમરનાથની ગુફાની પાસે પહોંચવા પર ભાવાવેશમાં સ્વામીજીનું શરીર ધ્રૂજવા લાગ્યું. સ્વામીજીની દશા જોઈને બહેન નિવેદિતા ચિંતિત થઈ ઉઠી. એમને ભય તો હતો કે ક્યાંક સ્વામીજી કઠિન શ્રમથી બિલ્કુલ જ તૂટી ગયા તો શું થશે! સ્વામીજીએ પોતાની શિષ્યાને જોઈ તો, કહ્યું હું સ્નાન કરવા જઈ રહ્યો છું, તમે પાછળ-પાછળ આવજો. સ્નાન પછી એમણે નાગા તથા અન્ય સાધુઓની સાથે આખી શરીર પર ભસ્મ લગાવી અને એક માત્ર ધોતી ધારણ કરીને ભક્તિ વિહ્વળ હૃદયથી અમરનાથની ગુફામાં પ્રવેશ કર્યો. સામે ચિર અભિલાષિત, તુષાર-નિર્મિત, વિશાળ શિવલિંગ પોતાની ધવલ કાંતિ વિખેરી રહ્યું હતું. શતશઃ કંઠોથી ભગવાન શંકરના ગુણગાન થવા લાગ્યા. સ્વામીજી પૂર્ણ રૂપથી ભાવવિભોર થઈ ગયા હતા. પહેલાં તો ઘુંટણો ટેકવીને શિવ સ્તુતિ કરી. પછી ભૂમિ પર સૂઈને એમણે શિવલિંગને સ્પર્શ કર્યો. એમને એ સમયે એક વિચિત્ર અનુભવ થયો. એના વિષયમાં એમણે પછીથી બતાવ્યું. એમને એવું લાગતું હતું કે એમની આંખોની સમક્ષ સાક્ષાત્ શિવ ઊભા હતા અને એમને ઇચ્છા-મૃત્યુનું વરદાન આપી રહ્યા હતા. ગુફામાં થોડી ક્ષણ સુધી ધ્યાનાવસ્થિત રહીને સ્વામીજી બહાર આવ્યા. ગુફાથી બહાર આવવા પર સૌભાગ્યવશ એમની દૃષ્ટિ સફેદ કબૂતરો પર પડી. અમરનાથના દર્શન પછી સફેદ કબૂતરોના દર્શન શુભ માનવામાં આવે છે. ઘણા ઓછા લોકોને આ સૌભાગ્ય મળે છે.

બહેન નિવેદિતાએ પણ ગુફામાં પ્રવેશ કરીને શિવની આરાધના કરી. કોઈએ એમના આ કાર્ય પર આપત્તિ પ્રગટ કરી. અમરનાથની પૂજા અર્ચના પછી સ્વામીજી બહેન નિવેદિતા તથા અન્ય સાધુઓની સાથે નદી તટના શિલાખંડ પર જળપાન માટે બેઠા.

એમણે કહ્યું : 'એ પ્રતિમામાં સાક્ષાત્ શિવ ઊભા હતા. અહીંયા ફક્ત આરાધના જ આરાધના છે. ધર્મનો વેપાર નથી. મેં આજ સુધીના જીવનમાં આટલું સૌંદર્ય, આટલી ઉત્તેજના અને આટલી પ્રેરણા ક્યારેય પણ નથી જોઈ.'

અમરનાથની અપૂર્વ અનુભૂતિ અને કષ્ટસાધ્ય જીવને એમના શરીરને પૂર્ણ રૂપથી ઝંઝોળીને રાખી દીધું. અત્યાધિક ઠંડીને કારણે એમની ડાબી આંખમાં એક સ્થાન પર લોહી જામી ગયું હતું. પૂર્વ નિશ્ચિત કાર્યક્રમના અનુસાર સ્વામીજી બીજા બધા લોકોની સાથે પાછા ફરીને પહેલાં પહેલગામ આવ્યા. અન્ય શિષ્યાઓ પહેલગામમાં એમની રાહ જોઈ રહી હતી. બધા લોકો આઠ ઓગષ્ટે શ્રીનગર પહોંચ્યા. રસ્તામાં સ્વામીજી પોતાની શિષ્યાઓથી અમરનાથની યાત્રા તથા શિવ દર્શનની અનુભૂતિઓનું વર્ણન કરતા રહ્યા. તેઓ તન-મનથી શિવમય થઈ ગયા હતા. થોડા સમય માટે શિવ ચર્ચા સિવાય અન્ય કોઈ વાતથી એમની રૂચિ જતી રહી.

શ્રીનગરમાં ૮ ઓગષ્ટથી ૩૦ ઓગષ્ટ સુધી પુનઃ નૌકાગૃહનું જીવન પૂર્વવત્ આરંભ થઈ ગયું. શ્રીનગર આવ્યા પછી મુખર સ્વામીજી ફરી અંતર્મુખી થઈ ગયા. નિર્જનતા એમની પ્રિય સહચરી બની ગઈ. હંમેશાં તેઓ પોતાની નાની નૌકાને લોકોની નાવોથી દૂર નિતાંતમાં લઈ જતા અને પ્રાકૃતિક દશ્યોનો આનંદ લેતા-લેતા ન જાણે કયા ચિંતનમાં ખોવાઈ જતા. ક્યારેક-ક્યારેય પ્રાતઃ વેળામાં જ્યારે એમની મનઃસ્થિતિ બહિર્મુખી થતી તો તેઓ બધા લોકોથી વાર્તાલાપ કરતા. વાર્તાલાપના સમયે શિષ્યાઓના સિવાય કાશ્મીર દરબારના ઉચ્ચ પદાધિકારી તથા રાજ્યના અન્ય સાધારણ લોકો પણ ઉપસ્થિત રહેતા. આ બેઠકોમાં મોટાભાગે ધાર્મિક તેમજ સામાજિક વિષયોની ચર્ચા થતી હતી. સ્વામીજી રાષ્ટ્રની દુર્બળતાનું કારણ તથા એના પ્રતિકાર પર પોતાના વિચાર રાખતા. હિન્દૂ ધર્મથી છુઆછૂત, ઊંચ-નીચની ભાવનાઓને જલ્દીથી જલ્દી ઉખાડી ફેંકવાની એમની ઇચ્છા ખૂબ બળવર્તી હતી. તેઓ કહ્યા કરતા હતા કે ગુરુદેવ શ્રી રામકૃષ્ણના જીવનનો આદર્શ જ રાષ્ટ્રને ઉન્નતિના શિખર પર ખેંચી શકે છે.

એક વ્યક્તિએ સ્વામીજીથી પૂછ્યું કે જ્યારે આપણે જોઈએ કે શક્તિશાળી દુર્બળ પર અત્યાચાર કરી રહ્યો છે તો આપણે શું કરવું જોઈએ? સ્વામીજીએ તત્ક્ષણ ઉત્તર આપ્યો- 'તમારે નિઃસંદેહ જ શક્તિશાળીને પોતાના બાહુબળથી પરાસ્ત કરવો જોઈએ.' આ પ્રકારે કોઈ અવસર પર પ્રશ્નોના જવાબ આપતા સમયે સ્વામીજીએ કહ્યું હતું- 'જ્યાં દુર્બળતા અને જડતા છે, ત્યાં ક્ષમાનું કોઈ મૂલ્ય નથી, ત્યાં યુદ્ધ જ શ્રેયસ્કર છે. જ્યારે તમે એ સમજો કે સરળતાથી તમે વિજય પ્રાપ્ત કરી શકો છો, ત્યારે ક્ષમા કરજો. સંસાર યુદ્ધ ક્ષેત્ર છે. યુદ્ધ કરીને જ પોતાનો માર્ગ સાફ કરો.'

આ જ સમયે કોઈ બીજા વ્યક્તિએ એક પ્રશ્ન એમની સામે રાખ્યો- પોતાના અધિકારની રક્ષા કરવા માટે કોઈ વ્યક્તિએ પ્રાણ સુધી વિસર્જિત કરી દેવા જોઈએ અથવા એનો પ્રતિકાર ના કરવો જોઈએ? સ્વામીજીએ ક્ષણભર મૌન રહીને કહ્યું-'મારા વિચારથી સંન્યાસીઓએ પ્રતિરોધ ના કરવો જોઈએ. પરંતુ આત્મરક્ષા ગૃહસ્થનું કર્તવ્ય છે.'

બૌદ્ધ અને જૈન ધર્મની અહિંસા તથા અપ્રતિરોધની ભાવનું સન્માન કરતા પણ સ્વામીજીએ કહ્યું કે આ બધું સંસાર ત્યાગી સંન્યાસીઓ માટે શ્રેયસ્કર છે. ગૃહસ્થો માટે આ પ્રકારનો આદર્શ યોગ્ય નથી, અહિંસા સારી વસ્તુ છે. પરંતુ શાસ્ત્રોનો વિચાર છે કે ગૃહસ્થના મ્હોં પર જો કોઈ એક થપ્પડ મારે, તો અના પ્રતિરોધમાં ગૃહસ્થે એના મ્હોં પર

દસ થપ્પડ મારવી જોઈએ. એવું ના કરવું જ પાપ છે. માર અને અપમાન સહન કરીને જીવન વ્યતીત કરવાથી હંમેશાં નરક મળે છે. વીરતા અને નિર્ભયતાથી અન્યાય અને અત્યાચારનું દમન કરવાનું ગૃહસ્થનું કર્તવ્ય છે. સ્વામીજીએ શાસ્ત્રમાં વર્ણિત મનુના વિચાર પણ પોતાની પુષ્ટિ માટે રાખ્યા કે હત્યા માટે આવેલા બ્રાહ્મણનો પણ વધ કરવામાં કોઈ પાપ નથી. વીર ભોગ્યા વસુંધરા. વીર જ પૃથ્વીનું સુખ ભોગવી શકે છે. પરંતુ આ વીરોને નિઃસંદેહ અન્યાય, અત્યાચાર વગેરેથી પોતાને પૃથક રાખવા પડશે.

સ્વામીજીની અમૃતવાણીનો સ્વાદ લેવાથી કાશ્મીરના મહારાજા પણ આવ્યા કરતા હતા. એમણે સ્વામીજીના કાશ્મીર નિવાસમાં દરેક પ્રકારની સુવિધા પ્રદાન કરી. સ્વામીજીની ઇચ્છા હતી કે કાશ્મીરમાં એક સંસ્કૃત કૉલેજ અને એક આશ્રમની સ્થાપના કરે. એના વિષયમાં એમણે મહારાજાથી વાતચીત કરી, ઝેલમ નદીના તટની જમીન સ્વામીજીએ પસંદ કરી અને મહારાજાએ તે ભૂમિ સ્વામીજીને આપવાનું વચન આપી દીધું. સ્વામીજીની શિષ્યાઓ ઝેલમ તટની ભૂમિ પર તંબૂ લગાવીને ત્યાં જ રહેવા લાગી. સ્વામીજી હંમેશાં વહેલી સવારે ટહેલતા-ટહેલતા પોતાના નૌકાગૃહથી શિષ્યાઓના તમ્બૂની પાસે આવતા અને થોડી ક્ષણ વાર્તાલાપ કરીને પાછા ફરતા. તેઓ એ ભૂમિને જોઈને, મઠ અને સંસ્કૃત કૉલેજના સંબંધમાં શિષ્યાઓની સાથે જાત-જાતની યોજનાઓ બનાવતા અને પ્રફુલ્લિત થતા હતા. સપ્ટેમ્બરના મધ્યમાં એમને ભારત સરકારની તરફથી સૂચના મળઈ કે કાશ્મીરના મહારાજાએ જે ભૂમિ આપવાનું વચન આપ્યું હતું, તે એમને નહીં મળે.

પોતાની યોજનાના છિન્ન-ભિન્ન થવાથી સ્વામીજીના હૃદયને ઉંડી ઠેસ વાગી. આમ પણ જ્યારથી તેઓ અમરનાથની યાત્રાથી પાછા આવ્યા હતા, ખૂબ ઓછા એવા અવસર આવ્યા હશે, જ્યારે તેઓ પોતાના વિનોદી પ્રકૃતિના વાર્તાલાપમાં ડૂબ્યા હોય. મોટાભાગનો સમય તેઓ ભગવત્‌ચિંતનમાં જ લીન રહેતા હતા. જો કોઈ એમનાથી આટલા અંતર્મુખી થવાનું કારણ પૂછતું, તો તેઓ કહ્યા કરતા કે આ દિવસોમાં અંદર-બહાર ચારે બાજુ 'માં કાલી' નજરે પડે છે. એમને ના ભૂખ છે, ના તરસ. આ શરીર પણ માનો એમનું નથી, માં કાલીનું છે. નેતા, સમાજસેવક, ધર્મ શિક્ષક વગેરે રૂપ એમના વ્યક્તિત્વથી અદૃશ્ય થઈ ગયા હતા. એવું લાગતું હતું, જાણે અરણ્યમાં એક સંસાર ત્યાગી યોગી તપસ્યારત છે. અડધી-અડધી રાત સુધી તેઓ કાશ્મીરના ઘેરા જંગલમાં વિચારમગ્ન ફરતા રહેતા. નૌકાગૃહમાં લોકો એમને કલાકો સમાધિમાં લીન મેળવતા. આ મનઃસ્થિતિમાં એમણે એક દિવસ 'માં કાલી' શીર્ષકની આ કવિતા લખી :

માં કાલી

છુપાઈ ગયા તારા ગગનના
વાદલો પર ચઢ્યા વાદળ
ધ્રૂજીને રોકાઈ ગયું અંધારું
ગરજતા તોફાનમાં, શત
લક્ષ પાગલ પ્રાણ છૂટ્યા
જલ્દી કારાગારથી- દ્રુમ
જડ સહિત ઉખાડીને, દરેક

બળા પથની સાફ કરીને
તટથી આવી મળ્યો સાગર
શિખર લહેરોના પલટતા
ઉઠી રહ્યા છે, કૃષ્ણ નભનો
સ્પર્શ કરવા માટે દ્રુત.
કિરણ જાણે અમંગળની
દરેક તરફથી ખોલે છે
મૃત્યુ-છાયાઓ સહસ્ત્રો,
દેહવાળી ધની કાલી
આધિ-વ્યાધિ વિખેરતી,
નાચતી પાગલ હુલસીને
આ જનનિ, આ જનનિ, આ, આ !
નામ છે આતંક તારું,
મૃત્યુ તારા શ્વાસમાં છે,
ચરણ ઉઠીને સર્વદા માટે
વિશ્વ એક મિટાવી રહ્યું છે
સમય, તૂ છે સર્વનાશિની.
આ જનનિ, આ જનનિ, આ આ !
સાહસી, જે ઈચ્છે છે
દુઃખ, મળી જવું મરણથી,
નાશની ગતિ નાચે છે,
માં એની પાસે આવી.

કવિતા ગણગણાવતા તેઓ વિહ્વળતાથી 'માં-માં' બૂમો પાડવા લાગતા. લાગતું જાણે કોઈ અપરિચિત સ્થાન પર અબોધ શિશુથી એની માતા જુદા થઈ ગઈ હોય અને તે શિશુ વિકલ થઈને માતાને પોકારી રહ્યું છે. આ દશામાં સહસા ૩૦ ઓગષ્ટે સ્વામીજી શ્રીનગરથી ક્ષીરભવાનીની તરફ ચાલી નિકળ્યા. એમણે બધા લોકોને સખ્તીથી મના કરી દીધી કે કોઈ એમનો પીછો ના કરે. ક્ષીરભવાનીના પાવન નદી તટ પર બેસીને સ્વામીજી સમાધિમગ્ન થઈ ગયા. સામે દેવીના અતિ પ્રાચીન મંદિરના ભગ્નાવશેષ હતા. દેવીની આરાધના પ્રતિદિવસ એક મણ દૂધના ખીરથી કરવામાં આવતી હતી. સ્વામીજી એના આયોજનમાં વ્યસ્ત થઈ ગયા. એક વિશેષ પ્રકારની સાધના માટે એક સ્થાનીય બ્રાહ્મણની નાની એવી કન્યાને દેવીની પ્રતિમૂર્તિ માનીને તેઓ પ્રતિદિવસ વહેલી સવારે શાસ્ત્રાનુસાર એની પૂજા-અર્ચના કરવા લાગ્યા. વર્ષો પહેલાં ગુરુદેવ શ્રી રામકૃષ્ણએ પણ એક વખત ષોડશી પૂજા કરી હતી. શક્ય છે કે એ સમયે સ્વામીજીની મનોદશા પણ શ્રીરામકૃષ્ણ જેવી થઈ ગઈ હોય, અને બ્રાહ્મણો કન્યામાં દેવી ક્ષીરભવાનીનું સજીવ રૂપ જોયું હોય.

ક્ષીરભવાનીનું મંદિર એક વિદેશી આક્રમણને કારણે ધ્વસ્થ થઈ ગયું હતું. મંદિરના

ભગ્નાવશેષને જોઈને સ્વામીજીના હૃદયમાં પીડા થઈ. એમણે વિચાર્યું જો એ આક્રમણના સમયે તેઓ ત્યાં ઉપસ્થિત રહેતા તો પોતાના પ્રાણોની બાજી લગાવીને મંદિરની રક્ષા કરતા. જેવી જ એમના હૃદયમાં આ પ્રકારની વાત ઉઠી, એમને લાગ્યું કે જાણે સાક્ષાત્ દેવીનો અવાજ એમના કાનમાં પ્રવેશ કરી રહ્યો છે. જો આક્રમણકારીઓએ મારું મંદિર ધ્વસ્ત કરીને પ્રતિમાને અપવિત્ર કરી દીધી તો એનાથી તારું શું? તું મારી રક્ષા કરતો કે હું તારી રક્ષા કરું છું?

આ અવાજે સ્વામીજીને વિસ્મયમાં નાખી દીધા. શું ખરેખર એમણે દેવીનો અવાજ સાંભળ્યો કે આ બધું એમના જ મસ્તિષ્કની ભ્રમજાળ છે. વિચારતા-વિચારતા એમને ચક્કર જેવું આવવા લાગ્યું. છતાં પણ દૃઢ હૃદય સ્વામીજીને પોતાની સ્થિતિનું પૂરું જ્ઞાન હતું. બીજા દિવસે મંદિરની સામે બેઠા-બેઠા તેઓ વિચારવા લાગ્યા કે મંદિરની જે પણ દુર્દશા થવાની હતી, તે થઈ ચુકી. હવે એમનું કર્તવ્ય છે કે ભિક્ષાટન કરીને ધન એકત્ર કરે અને મંદિરને પૂર્વવત્ રૂપ પ્રદાન કરે. હૃદયમાં આ પ્રકારની ભાવનાના જન્મતા જ એમને ફરી એ જ દેવવાણી સંભળાઈ -' જો મારી ઇચ્છા હોય તું શું હું સાત માળવાળું સોનાનું મંદિર આ જ સમયે નથી તૈયાર કરી શકતી? મારી ઇચ્છાથી જ આ મંદિર ભગ્ન થઈને પડ્યું છે.'

એને સાંભળીને સ્વામી કિંકર્તવ્યવિમૂઢ થઈ ગયા. આ દેવી, આ મહામાયાની સામે ભલું એક યોગીની શું હસ્તી. માનવના પોતાના બળનું, પોતાની વિદ્યાનું, પોતાના જ્ઞાનનો આખો અહંકાર ક્ષણભરમાં ધૂળમાં મળી શકે છે. સ્વામીજીનો અહં એમને ધિક્કારવા લાગ્યો, તું કશું પણ નથી, કશું પણ નથી. તું ફક્ત માં કાલીના હાથો દ્વારા પરિચાલિત યંત્ર છે. જે કંઈ પણ થઈ રહ્યું છે બધું એમની જ ઇચ્છાનું પરિણામ છે. સ્વામીજી ત્યાં ૬ દિવસ રોકાયા. આ ૬ દિવસો સુધી નદી તટ પર બેસીને દેવીની સાધના અને તપસ્યામાં એમણે પોતાને ડુબાવી રાખ્યા.

જ્યારે તેઓ ૬ ઑક્ટોબરે શ્રીનગર પહોંચ્યા, તો બિલ્કુલ પરિવર્તિત રૂપમાં-મુંડિત માથું, ખુલ્લા પગ અને હાથમાં દંડ. તેઓ બરાબર 'માં કાલી'ના ધ્યાનમાં લીન રહેતા. જ્યારે ક્યારેય કશું બોલતા તો બસ માં કાલીના અદ્ભુત રૂપ અને ગુણની ચર્ચા કરતા, 'માં કાલી' પર રચિત પોતાની કવિતા ગણગણાવ્યા કરતા. કર્મયોગી સ્વામી વિવેકાનંદની આ દશાને જોઈને એમની શિષ્યાઓ ખૂબ ચિંતિત થઈ અને એમને કલકત્તા લઈ જવાની ઇચ્છા પ્રગટ કરવા લાગી. એમની ચિંતાના નિરાકરણ માટે સ્વામીજીએ કહ્યું : 'મારી કર્મની ઇચ્છા, સ્વદેશ પ્રીતિ બધું જ લુપ્ત થઈ ગયું છે. હરિ ઓમ્! મેં ભૂલ કરી હતું, હું યંત્ર છું, તેઓ યંત્રી છે. માં-માં, તેઓ બધું જ છે, તે જ કર્તા છે, હું કોણ છું? એમની અજ્ઞાની સંતાન માત્ર છું.'

પહાડથી મેદાન પર જવાની વ્યવસ્થા થવા લાગી. પૂર્વ કાર્યક્રમ અનુસાર હવે સ્વામીજી કોઈ પણ યોજનામાં, કોઈ પણ વ્યવસ્થામાં રસ લેતા ન હતા. શિષ્યાઓ કે અન્ય લોકોથી એમની વાતચીત પણ ખૂબ ઓછી થતી હતી. ૧૧ ઑક્ટોબરે બધા લોકો બારામૂલા આવ્યા અને ત્યાંથી બીજા દિવસે લાહોર માટે પ્રસ્થાન કર્યું. શિષ્યાઓ ભારતના કેટલાક મુખ્ય સ્થાનોને જોવા ઇચ્છતી હતી. તેથી એમણે સ્વામી શારદાનંદ તથા સ્વામી સદાનંદને અલ્મોડાથી લાહોર બોલાવી લીધા. સ્વામી શારદાનંદ, દિલ્લી અને આગરા વગેરે સ્થાનોના ભ્રમણમાં શિષ્યાઓની સાથે રહ્યાં અને વિવેકાનંદ સ્વામી સદાનંદની સાથે

બેલૂર પાછા આવી ગયા.

અચાનક કોઈ પૂર્વ સૂચના વગર સ્વામીજીને મઠમાં મેળવીને ત્યાંના લોકો ખૂબ ખુશ થયા. પરંતુ આ શું? થોડા જ સમયના અંતરે એમના રૂપને એટલું પરિવર્તિત કરી દીધું હતું- પીળું મુખમંડળ, ડાબી આંખમાં જામેલું લોહીનું બિન્દુ, સૂજેલા પગ અને ક્લાંત-શિથિલ શરીર. મન પણ થોડું ઉખડેલું હતું. કોઈથી વાતચીત નહીં. ક્યારેક મૌન, સ્તબ્ધ બેસી રહેતા, ક્યારેક પૂર્વની તરફ મ્હોં કરીને, પદ્માસન લગાવીને ધ્યાનમાં મગ્ન રહેતા. ખુલ્લી આંખોની સ્થિર દૃષ્ટિ બહારની તરફ નહીં, જાણે અંદરની કોઈ વસ્તુ જોઈ રહી હોય.

એમની આ દશા જોઈને મઠ નિવાસીઓને ચિંતા થવા લાગી. એમને ભય હતો કે આ પ્રકારની કઠિમ સમાધિ અવસ્થામાં તેઓ કોઈ દિવસે પોતાનું શરીર ત્યાગ ના કરી બેસે. એમને એ અલૌકિક ભાવ રાજ્યથી સાધારણ જગતમાં ખેંચી લાવવા માટે સંન્યાસીઓએ ખૂબ પ્રયત્ન કર્યા. કેટલાક લોકો એમને ચિત્તાકર્ષક વાર્તાઓ સંભળાવતા. કેટલાક લોકો મઠના પ્રબંધ તથા શ્રીરામકૃષ્ણ મંદિરના નિર્માણની સમસ્યાઓ લઈને એમની પાસે આવતા. પરંતુ તેઓ ગંભીર અને ઉદાસીન ભાવથી કહેતા- 'હું શું જાણું; માં કાલીની જે ઇચ્છા હશે, એ જ થશે.'

એક વખત એક શિષ્યએ ખૂબ વિનમ્રતાથી સ્વામીજીના ચરણસ્પર્શ કરીને કહ્યું- તમારી આંખમાં આ લાલ લોહી કેવી રીતે એકઠું થઈ ગયું? તે કશું નથી, જવાબ આપીને સ્વામીજી મૌન થઈ ગયા. શિષ્યએ ખૂબ સાહસથી પૂછ્યું કે શ્રી અમરનાથમાં તમે જે કંઈ અનુભવ કર્યા, શું તે બધા મને નહીં બતાવો?

આ વખતે સ્વામીજી થોડા ચોંક્યા. દૃષ્ટિ પણ થોડી બહારની તરફ ખુલી. તેઓ કહેવા લાગ્યા- 'જ્યારથી અમરનાથજીના દર્શન કર્યા છે, ત્યારથી ચોવીસો કલાક મારા મસ્તિષ્કમાં જાણે શિવ સમાયેલા રહે છે. કોઈ પ્રકારે પણ નથી હટતા. ધીમે-ધીમે સ્વામીજી અમરનાથ અને ક્ષીરભવાનીની કષ્ટસાધ્ય યાત્રા અને અદ્‌ભુત અનુભૂતિઓના વિષયમાં પોતાના શિષ્યને બતાવે છે. એના પછી તેઓ થોડા યથાર્થ જગતમાં ઉતરી આવ્યા. ક્યારેક શાસ્ત્રાદિની ચર્ચા, ક્યારેક મઠ કે મંદિરના નિર્માણ તેમજ પ્રબંધની ચર્ચા પોતાના શિષ્યોની સાથે કર્યા કરતા.

આની વચ્ચે સ્વામીજીનું શરીર દિન-પ્રતિદિન અસ્વસ્થ થતું જઈ રહ્યું હતું. મઠમાં આવ્યા પછી ખાંસી અને શ્વાસની બીમારી પણ એમને સતાવવા લાગી હતી. સુયોગ્ય ચિકિત્સા માટે સ્વામીજીને મઠથી કલકત્તા, શ્રી બલરામ બાબૂના મકાનમાં લાવવામાં આવ્યા, અહીંયા પ્રસિદ્ધ ડૉક્ટરોએ એમની શારીરિક તપાસ કરી અને પછી નિયમપૂર્વક ચિકિત્સા તેમજ પરિચર્યા થવા લાગી. કલકત્તાના બાગબજાર વિસ્તારના આ મકાનમાં સવારથી રાત સુધી સ્વામીજીના દર્શનાર્થીઓની ભીડ લાગેલી રહેતી. એનાથી એમની પરિચર્યાના નિયમિત કાર્યમાં બાધા ઉપસ્થિત થઈ જતી. બહુધા ભોજનના નિર્ધારિત સમયેમાં વધારે વિલંબ થઈ જતો. ડૉક્ટરોની સલાહથી એમના શિષ્યોએ લોકોને મળવાનો સમય નિશ્ચિત કરી દીધો. પરંતુ પ્રેમના પ્રતીક સ્વામીજીએ કોઈના હૃદયને ના તોડ્યું, જે પણ જ્યારે આવ્યું, હંમેશાં એમને મળીને જ ગયા. ભલે કોઈ ગૃહસ્થ હોય કે વૈરાગી, પાપી હોય કે પુણ્યાત્મા, બધાને એમણે એક દૃષ્ટિથી જોયા, બધાની સાથે એક જેવો વ્યવહાર કર્યો.

સ્વામીજીના આ સમભાવે કેટલાક શિષ્યોના હૃદયમાં સંશયના બીજ રોપી દીધા.

તેઓ વિચારવા લાગ્યા કે સ્વામીજીને મનુષ્યની ઓળખ નથી ત્યારે જ તેઓ અવાંછિત લોકોને મઠમાં પ્રશ્રય આપે છે. એક વખત જ્યારે તેઓ ટહેલી રહ્યા હતા, તો એક શિષ્યાએ ઉત્તેજિત થઈને એમનાથી આ વિષય પર ચર્ચા ચલાવી. સ્વામીજીએ સ્થિતિ સમજી લીધી અને ભાવાતિરેકમાં કહ્યું- 'પુત્ર, શું તમે એ કહો છો કે હું મનુષ્યને નથી ઓળખતો? આ તમે કેવી રીતે કહ્યું? જ્યારે કોઈ મનુષ્યને જોઉં છું, તો હું ફક્ત એના અંતર્જગતના ક્રિયા-કલાપને જ નથી જોતો બલ્કે એના અતીત જીવનની ઝલક પણ મને મળી જાય છે, એના અવચેતન મનમાં શું થઈ રહ્યું છે, એ પણ મને જ્ઞાત થઈ જાય છે, જેને તે પણ નથી જાણી શકતો. પરંતુ ના પછી પણ હું એવા લોકોને કેમ આશીર્વાદ આપું છું, શું તમે જાણો છો? આ બિચારી દુઃખી આત્માઓના હૃદયની શાંતિ માટે કેટલાક દ્વાર ખટખટાવ્યા. પણ સર્વત્ર એમને ધુત્કાર જ મળ્યો. અંતમાં તેઓ મારી પાસે આવ્યા. જો હું પણ એમને નકારી દઉં, તો એમને જીવવાનો સહારો શું છે? આથી હું કોઈ ભેદભાવ નથી રાખતો. તેઓ કેટલા પીડિત છે. આ સંસારમાં કેટલા કષ્ટ છે.'

આ પ્રકારે વાતચીત, ચિકિત્સા અને પરિચર્યાથી સ્વામીજીનું સ્વાસ્થ્ય સુધરવા લાગ્યું. જેમ તેમ તેઓ ભ્રમણ માટે બેલૂર મઠની તરફ પણ જતા હતા. એ સમયે મઠ અને મંદિરનું નિર્માણ કાર્ય લગભગ સમાપ્ત થવા આવ્યું હતું. જે કંઈ કાર્ય બાકી રહી ગયું હતું, એને એમની સલાહથી સ્વામી વિજ્ઞાનાનંદ સંપન્ન કરાવવામાં લાગી ગયા હતા. સ્વામીજીના હૃદયમાં બેલૂર મઠના પ્રત્યે અપાર મમતા હતી. એના નક્શાના વિષયમાં, એની કાર્ય પ્રણાલીના સંબંધમાં એમની મોટી-મોટી કલ્પનાઓ હતી. મઠ-પ્રાંગણમાં ફરતા-ફરતા પોતાના ગુરુભાઈઓ અને શિષ્યોની સામે તેઓ પોતાની કલ્પનાને શબ્દ ચિત્રોમાં ઉતાર્યા કરતા- 'અહીંયા પર સાધુઓના રહેવાનું સ્થાન હશે. આ મઠ સાધન-ભજન તેમજ જ્ઞાન ચર્ચાનું પ્રધાન કેન્દ્ર હશે, આ જ મારી ઇચ્છા છે. અહીંયાથી જે શક્તિની ઉત્પત્તિ થશે તે પૃથ્વીભરમાં ફેલાઈ જશે અને તે મનુષ્યના જીવનની ગતિને પરિવર્તિત કરી દેશે. જ્ઞાન, ભક્તિ, યોગ, કર્મના સમન્વયસ્વરૂપ માનવ માટે હિતકર ઉચ્ચ આદર્શ અહીંયાથી પ્રસૂત થશે.'

દક્ષિણ દિશાની તરફ હાથ ઉઠયો અને પછી કહ્યું- 'એ જે મઠના દક્ષિણ ભાગમાં જમીન દેખાઈ રહી છે, ત્યાં પર વિદ્યાનું કેન્દ્ર બનશે. વ્યાકરણ, દર્શન, વિજ્ઞાન, કાવ્યા, અલંકાર, સ્મૃતિ ભક્તિશાસ્ત્ર અને રાજયોગની શિક્ષા એ જ સ્થાનમાં આપવામાં આવશે. પ્રાચીન કાળની પાઠશાળાઓના અનુકરણ પર આ વિદ્યા મંદિર સ્થાપિત થશે. બાળ બ્રહ્મચારી એ સ્થાન પર રહીને શાસ્ત્રોનું અધ્યયન કરશે.એમના ભોજન અને વસ્ત્રની વ્યવસ્થા મઠ તરફથી થશે. આ બધા બાળ બ્રહ્મચારી પાંચ વર્ષ સુધી શિક્ષા પ્રાપ્ત કર્યા પછી પોતાની ઇચ્છાનુસાર ઘેર પાછા ફરી ગૃહસ્થી કરશે અથવા મઠના વરિષ્ઠ અધિકારીઓની અનુમતિ લઈને સંન્યાસ ગ્રહણ કરશે. આ બ્રહ્મચારીઓમાં જે ઉચ્છૃંખલા કે દુશ્ચરિત્ર જોવા મળશે, એમને મઠાધિપતિ બહાર કાઢી મૂકશે. અહીંયા પર દરેક જાતિ અને વર્ણના શિક્ષાર્થીઓને શિક્ષા આપવામાં આવશે.'

આ પ્રકારે સ્વામીજી હંમેશાં જ મઠ નિવાસીઓના અધિકાર અને કર્તવ્યની ચર્ચા કર્યા કરતા હતા. એની સાથે-સાથે બ્રહ્મચારીઓએ નિવાસ સ્થાન, એમના જીવન તથા એમના

ક્રિયાકલાપની રૂપરેખા પણ સ્વામીજીએ તૈયાર કરી દીધી. મઠ ભૂમિમાં જ એક તરફ સેવાશ્રમ બનાવવાનો પણ એમનો વિચાર હતો, જ્યાં દીન-દુઃખી, આર્ત રોગી વ્યક્તિઓની સેવા-સુશ્રુષા કરી શકાય. એક વખત એમણે પોતાના એક શિષ્યથી કહ્યું- 'મઠનો દક્ષિણ ભાગ હું અત્યારે છોડી દઉં છું અને એ બેલના ઝાડ નીચે એક ઝૂંપડી ઉભી કરી દઉં છું. તું એક કે બે અંધ-લૂલા શોધીને લઈ આવ અને કાલથી એમની સેવામાં લાગી જા. ખુદ એમના માટે ભિક્ષા માંગીને લાવ. ખુદ પકાવીને એમને ખવડાવ. આ પ્રકારે કેટલાક દિવસો કર્યા પછી દેખાશે કે તારા આ કાર્યમાં મદદ માટે કેટલા લોકો અગ્રેસર થશે, કેટલા લોકો ધન આપશે.'

નવેમ્બર મહીનાના પ્રથમ સપ્તાહમાં બધી પાશ્ચાત્ય શિષ્યાઓ દિલ્લી અને આગરાના ઐતિહાસિક સ્થાનોનું ભ્રમણ કરવા બેલૂર પાછી આવી. બેલૂર પહોંચતા જ બહેન નિવેદિતા સ્ત્રીશિક્ષાના કામમાં વ્યસ્ત થઈ ગઈ. હિન્દૂ સ્ત્રીઓના જીવનથી પરિચિત થવા માટે તે બાગ બજારમાં માતા શારદા તથા અન્ય બ્રહ્મચારિણી મહિલાઓના નિવાસસ્થાન પર રહેવા લાગી. માતા શારદા તથા અન્ય સ્ત્રી ભક્તોએ એમને ખૂબ આદરપૂર્વક પોતાની સાથે રાખી. બહેન નિવેદિતાથી સ્વામીજી બરાબર જ ભારતીય સ્ત્રીઓની અવસ્થા તથા એમની સમસ્યાઓ વિશે વાતચીત કરતા રહેતા. નવા સમાજના નિર્માણ માટે હિન્દૂ બાલિકાઓની શિક્ષા પ્રણાલી શું હોય, એના પર હંમેશાં વિચાર-વિમર્શ થતો હતો. બહેન નિવેદિતા ઇંગ્લેન્ડમાં સ્ત્રી શિક્ષાની ખ્યાતિ પ્રાપ્ત વિશેષજ્ઞ હતી. આ વિષયમાં એમને જ્ઞાન અને રુચિને જોઈને જ સ્વામીજીએ એમના ખભા પર હિન્દૂ બાલિકાઓની શિક્ષાનો ભાર સોંપ્યો હતો. કલકત્તાના બાગ બજારમાં બહેન નિવેદિતાની અધ્યક્ષતામાં એક બાલિકા વિદ્યાલયની પણ સ્થાપના કરવાની વ્યવસ્થા કરવામાં આવી.

૧૨ નવેમ્બરે કાલી પૂજાનો શુભ દિવસ આવી ગયો. માતા શારદા અન્ય સ્ત્રી ભક્તોની સાથે બેલૂર મઠ આવી અને એમણે ખૂબ ઉત્સાહની સાથે શ્રીરામકૃષ્ણની પૂજાનું આયોજન કર્યું. માતા શારદાએ પૂજા સમાપ્ત કરીને બધા ભક્તોને આશીર્વાદ આપ્યા. લોકોના હૃદયમાં વિશ્વાસ થઈ ગયો કે માતાની શુભકામનાથી મઠનો પાવન ઉદ્દેશ્ય પૂર્ણ થશે. અહીંયાની પૂજા સમાપ્ત કર્યા પછી સંધ્યા સમયે માતા શારદા, સ્વામી વિવેકાનંદ, બ્રહ્માનંદ તથા શારદાનંદની સાથે બહેન નિવેદિતા દ્વારા સ્થાપિત બાલિકા વિદ્યાલય ગઈ. ત્યાં સ્થાપનાની પૂજા સંપન્ન કરતા સમયે એમણે આરાધ્ય દેવીથી આ આદર્શ વિદ્યાલયની મંગલ કામના કરી. દેવીને શ્રદ્ધાંજલિ અર્પિત કરીને એમણે વરદાન માંગ્યું કે આ વિદ્યાલયમાં બાલિકાઓ શિક્ષિત થઈને સમાજ માટે આદર્શ અને કલ્યાણકારી બને. માતા શારદાના આ શ્રદ્ધાપૂર્ણ કાર્યથી બહેન નિવેદિતાને ખૂબ શાંતિ મળી. પાછળ આ ઘટનું વર્ણન કરતા એમણે લખ્યું- 'એ ક્ષણ ભવિષ્યની શિક્ષિતા હિન્દૂ નારીઓના સંબંધમાં એમણે જે આશીર્વચન આપ્યા, એનાથી વધારે મહત્વપૂર્ણ કોઈ અન્ય શુભ શકનની હું કલ્પના નથી કરી શકતી.'

બહેન નિવેદિતાની આ કન્યા વિદ્યાલય સ્વામી વિવેકાનંદ માટે બરાબરનું આકર્ષણનું કેન્દ્ર રહ્યું અને એના નિયમો, પાઠ્યક્રમ તથા પાઠ્યપુસ્તકો વગેરેના વિષયમાં હંમેશાં તેઓ પોતાની સલાહ આપતા રહ્યા. બહેન નિવેદિતાએ વિદ્યાલયના કાર્યમાં પોતાને પૂર્ણ રૂપથી ડૂબાવી રાખ્યા હતા, શ્વાસ લેવાનો પણ સમય નહીં, અને સાથે-સાથે ભિક્ષુણી

જીવનનો એક કઠિન માર્ગ, અલ્પાહાર અને કઠોર તખ્તની પથારી. સ્વામીજી આ બધાથી અવગત હતા. તેઓ આ જીવનને સહજ બનવવા માટે ભરચક પ્રયત્ન કરતા રહ્યા. ક્યારેક તેઓ નિવેદિતાને પોતાની સાથે જ ખવડાવતા, ક્યારેક એમની પસંદનું કોઈ વ્યંજન પોતાના હાથે પકાવતા અને એમને પોતાની સામે ખાવા માટે બાધ્ય કરતા. જ્યારે તેઓ કોઈ કાર્યવશ સ્વામીજીથી મળવા આવતી, તો તેઓ એમનાથી કેટલુંક ભોજન બનાવડાવતા અને બધા ગુરુભાઈઓ અને શિષ્યોને પોતાની સામે ખવડાવતા. આ પ્રકારે તેઓ પોતાના રૂઢીગ્રસ્ત ગુરુભાઈઓ તેમજ શિષ્યોની જાતિભેદની કટ્ટરતાની સાંકળો પણ તોડતા.

૯ ડિસેમ્બર બેલૂર મઠના ઇતિહાસમાં અતિ શુભ ચિરસ્મરણીય દિવસ છે. આજે બ્રહ્મવેળામાં સ્વામીજીએ પોતાના ગુરુભાઈઓની સાથે પથારી છોડી. પ્રાતઃ ક્રિયાથી નિવૃત્ત થઈને શિષ્યો અને ગુરુભાઈઓની સાથે તેઓ ગંગાસ્નાન માટે ચાલી નિકળ્યા. પૌષની ઋતુ, ગંગાતટની ઠંડી હવા શરીરમાં ચુભતી, ધ્રૂજારી પેદા કરી રહી હતી. પૂર્વમાં સૂર્યોદયનું કોઈ ચિહ્ન દૃષ્ટિગત થઈ રહ્યું ન હતું. ત્યારે જ સ્વામીજીએ ગંગામાં સ્નાન કર્યું અને નૂતન ભગવા વસ્ત્ર ધારણ કર્યા. પછી મઠમાં પાછા ફરીને દેવગૃહમાં શ્રી રામકૃષ્ણના દેહાવશેષવાળા તામ્રકળશને પુષ્પ અને બેલપત્રોથી આચ્છાદિત કરીને એમની યથાવિધિ પૂજા કરી અને ધ્યાનમગ્ન થઈ ગયા. આજે જ ગુરુદેવના અસ્થિ કળશને બેલૂરના નવનિર્મિત દેવાલયમાં પ્રતિષ્ઠિત કરવાના હતા. મઠના બધા સંન્યાસી શ્રી રામકૃષ્ણના મંદિર દ્વાર પર ઊભા થઈને વિવેકાનંદની સમાધિ તૂટવાની પ્રતીક્ષા કરવા લાગ્યા. કેટલાક કલાક પછી એમણે પોતાની આંખો ખોલી.

મંદિરને સ્થાનાન્તરિત કરવાની બધી વ્યવસ્થા ગુરુભાઈઓ અને શિષ્યોએ પહેલેથી જ કરી રાખી હતી. સંન્યાસીઓની ટોળીની આગળ-આગળ વિવેકાનંદ ચાલી રહ્યા હતા. એમના જમણા ખભા પર ફૂળમાળાઓથી સુશોભિત ગુરુદેવનો અસ્થિકળશ હતો. જેને એમણે પોતાના હાથનો સહારો આપી રાખ્યો હતો. શંખનાદ તથા શ્રી રામકૃષ્ણની જય જયકારથી ચારે દિશાઓ ગૂંજી રહી હતી. સફળતા અને સંતોષની ભાવનાથી સ્વામીજીનું મુખમંડળ ખિલેલું હતું. હર્ષાતિરેકથી નયન થિરકી રહ્યા હતા. એમણે પોતાના ગુરુભાઈઓ અને શિષ્યોથી કહ્યું- 'ગુરુદેવે એક વખત મને કહ્યું હતું, 'તૂ મને ખભા પર ચઢાવીને જ્યાં પણ ખુશીથી લઈ જઈશ, ભલે કોઈ વૃક્ષ નીચે કે ઝૂંપડીમાં, હું ત્યાં જ રહીશ.' એમના આ આશીર્વાદ પર આસ્થા રાખીને જ હું એમને પોતાના ભાવી મઠમાં લઈ જઈ રહ્યો છું. પુત્ર, એ નિશ્ચય જાણો, જેટલા દિવસ એમના નામ પર એમના અનુગામી ભક્ત પવિત્રતા, આધ્યાત્મિકતા તેમજ સમસ્ત માનવ જાતિથી સમાન પ્રેમના આદર્શની રક્ષા કરી શકશે, એટલા દિવસ શ્રી રામકૃષ્ણ આ મઠને પોતાની દિવ્ય ઉપસ્થિતિ દ્વારા ધન્ય બનાવી રાખશે.'

નવા મઠ પ્રાંગણમાં સુરુચિપૂર્ણ વેદી બનાવવામાં આવી હતી. વિવેકાનંદ તથા અન્ય સંન્યાસીઓએ મળીને એ તામ્રકળશને વેદી પર રાખ્યો. પછી બધા લોકોએ ગુરુદેવને વારંવાર સાષ્ટાંગ પ્રણામ કર્યા. સ્વામીજીએ યથાવિધિ પૂજા અર્ચના પછી હોમાગ્નિ પ્રજ્વલ્લિત કરી તેમજ સુમધુર કંઠથી વેદ મંત્રોનું ઉચ્ચારણ કરતા-કરતા હવન સમાપ્ત કર્યો. મઠને જોતા વિવેકાનંદે સંન્યાસીઓથી કહ્યું- 'તમે લોકો તન, મન અને વચન દ્વારા

ગુરુદેવથી પ્રાર્થના કરો, જેનાથી મહાયુગવતાર શ્રી રામકૃષ્ણ 'બહુજન હિતાય બહુજન સુખાય' આ પુણ્ય ક્ષેત્રમાં અધિષ્ઠિત રહે અને એને બધા ધર્મોનું સમન્વય કેન્દ્ર જાળવી રાખે.' હાથ જોડીને બધાએ પ્રાર્થના કરી.

આજે શ્રી રામકૃષ્ણના ભક્તોની દુનિયામાં આધ્યાત્મિકતાનું સામ્રાજ્ય છવાયેલું હતું. બધાના હોઠો પર આધ્યાત્મની ચર્ચા હતી. સ્વામીજી કહેવા લાગ્યા - 'શ્રી ગુરુદેવની ઈચ્છાથી આજે એમના ધર્મક્ષેત્રની પ્રતિષ્ઠા થઈ ગઈ. બાર વર્ષ સુધી જે ચિંતાનો ભાર મારા માથા પર સવાર હતો, તે આજે ઉતરી ગયો.' સ્વામીજીની કલ્પના ખૂબ જ અદ્‌ભુત હતી. એમણે પોતાના ગુરુભાઈઓ, શિષ્યો અને ત્યાં ઉપસ્થિત અન્ય ગૃહસ્થ ભક્તોથી કહ્યું, 'આ મઠ વિદ્યા તેમજ સાધનાનું કેન્દ્ર થશે. તમારી સમાન બધા ધાર્મિક ગૃહસ્થ ભક્તો આ ભૂમિની ચારે તરફ પોતાના ઘર બનાવીને રહેશે અને વચ્ચે સંન્યાસી લોકો રહેશે. મઠના દક્ષિણની તરફ ઈંગ્લેન્ડ અને અમેરીકાના ભક્તો માટે આવાસ બનાવવામાં આવશે.' થોડી ક્ષણ રોકાઈને એમણે ફરી કહેવાનું આરંભ કર્યું- ' સમય આવવા પર બધું થશે. હું તો એનો પાયો નાખી રહ્યો છું. પછી ન જાણે બીજું શું શું થશે. થોડું તો કરીને જઈશ. થોડા વિચાર તમને બધાને આપતો જઈશ. તમે એને કાર્યરૂપથી પરિણત કરશો. મોટા-મોટા સિદ્ધાંતોને સાંભળીને રાખવાથી શું થશે? પ્રતિ દિવસ એમને વ્યવહારિક જીવનમાં પરિણત કરવા જોઈએ. શાસ્ત્રોની લાંબી-લાંબી વાતોને વાંચવાથી શું થશે? એમને પહેલાં સમજવી જોઈએ અને પછી પોતાના જીવનમાં એમને પરિણત કરવી જોઈએ. સમજ્યા? એને જ કહે છે વ્યાવહારિક ધર્મ.' એમણે મઠ ભૂમિમાં એક તરફ અન્નશાળા ખોલવાનો વિચાર સંન્યાસીઓની સમક્ષ રાખ્યો. અહીંયાથી દીન-દુઃખીઓને અન્નદાન આપવાનું કાર્ય થતું હતું. અન્નદાન, પછી વિદ્યાદાન અને એના પછી જ્ઞાનદાન શ્રી રામકૃષ્ણ મઠનું મુખ્ય કાર્ય અને પ્રથમ કર્તવ્ય હતું. થોડી ક્ષણ મૌન રહ્યા પછી સ્વપ્નિલ આંખોથી ગંગાની તરફ જોઈને તેઓ સસ્નેહ કહેવા લાગ્યા, 'તમારામાંથી ક્યારે કોની અંદર સૂઈ રહેલો સિંહ જાગી ઉઠશે, એ કોણ જાણે છે? જો તમારામાંથી કોઈ એકની આત્મામાં કાલી પોતાની દૈવી શક્તિની એક ચિનગારી સળગાવી દે, તો એવી શતશઃ અન્નશાળાઓ આ દેશમાં ચારે તરફ ખુલી જશળે. શું તમે લોકો જાણો છો- જ્ઞાન, ભક્તિ અને શક્તિ બધા મનુષ્યોમાં પૂર્ણ ભાવથી સ્થિત છે. પરંતુ એમની અભિવ્યક્તિની માત્રામાં અસમાનતા છે, આ જ કારણે આપણે કોઈને નાના-મોટા સમજીએ છીએ. લાગે છે કે આપણી અને એ પૂર્ણતાની વચ્ચે એક પરદો પડેલો છે. જ્યારે આ પરદો હટાવી લેવામાં આવશે ત્યારે મનુષ્યનું સાચ્ચુ રૂપ (પૂર્ણ વિકસિત માનવ) પ્રગટ થશે. ત્યારે જે આપણે ઈચ્છીશું, જેની ઈચ્છા કરીશું, એ જ થશે.'

ગુરુદેવ શ્રી રામકૃષ્ણના વિચારોના પ્રચાર માટે બંગલા ભાષામાં એક દૈનિક પત્ર કાઢવાની વાત સ્વામીજીના હૃદયમાં ઘણા દિવસોથી ઉઠી રહી હતી. પરંતુ અર્થાભાવની સમસ્યા હતી. શ્રી રામકૃષ્ણના કોઈ ભક્ત ગૃહસ્થે આ સમયે સ્વામીજીના હાથમાં એક હજાર રૂપિયા ઋણના રૂપમાં આપવાની ઉદારતા બતાવી. એની મદદથી એક પ્રેસ તથા છપાઈ માટે જરૂરી વસ્તુઓ ખરીદવામાં આવી. પૈસાઓની કમીને કારણે દૈનિક પત્રના સ્થાન પર પાક્ષિક પત્ર કાઢવાનું નક્કી થયું. સ્વામીજીએ આ પત્રનું નામ **'ઉદ્‌બોધન'**

રાખ્યું અને સ્વામ ત્રિગુણાતીનંદ પર એના સંચાલનનો ભાર સોંપ્યો.

ઉદ્‌બોધનનું પ્રથમ સંસ્કરણ માઘ મહીનાના પ્રથમ દિવસ, ૧૪ જાન્યુઆરી, ૧૮૯૯એ પ્રકાશિત થયું. આ પત્રની પ્રસ્તાવના ખુદ વિવેકાનંદે લખી. એ નિશ્ચય કરવામાં આવ્યો કે શ્રી રામકૃષ્ણના સંન્યાસી તથા ગૃહસ્થ ભક્ત આ પત્રમાં લખીને ગુરુદેવના ધર્મ સંબંધી મતોના પ્રચાર જનસાધારણમાં કરશે. આ પત્રનો ઉદ્દેશ્ય હતો કે ગૃહસ્થોના કલ્યાણ માટે દેશમાં નવીન ભાવધારા પ્રવાહિત કરવી. સ્વામીજીએ કહ્યું ‘ આ પત્ર દ્વારા જન સાધારણના શારીરિક, માનસિક અને આધ્યાત્મિક ઉન્નતિ માટે એમની ભૂલો ન બતાવીને, ધીમે-ધીમે એમને પ્રગતિના પથ પર અગ્રેસર કરવા પડશે. ભૂલો બતાવવાથી લોકોની ભાવનાને ઠેસ પહોંચે છે તથા તેઓ હતોત્સાહ થઈ જાય છે. શ્રી રામકૃષ્ણને આપણે જોયા છે, આપણે જેમને ત્યાજ્ય માનીએ છીએ, એમને પણ તેઓ પ્રોત્સાહિત કરીને એમના જીવનની ગતિ વાળી દે છે. શિક્ષા આપવાનો એમનો ઢંગ ખૂબ જ અદ્‌ભુત હતો. સ્વામીજીએ આ વાત પર પણ ભાર આપ્યો કે આ પત્રમાં કોઈ એવી વાત ના હોવી જોઈએ, જેનાથી બીજાઓના ધર્મ કે વિશ્વાસને કોઈ પ્રકારની ઠેસ લાગે. વેદ અને વેદાંતના ઉચ્ચતમ આદર્શોને ખૂબ સ્પષ્ટ તેમજ સરળ રૂપથી અભિવ્યક્ત કરવા જોઈએ.

એક દિવસે સ્વામી વિવેકાનંદ સ્વામી યોગાનંદ તથા શ્રી શરતચન્દ્રની સાથે બહેન નિવેદિતાને લઈને કલકત્તાના પ્રાણીસંગ્રહાલય જોવા ગયા. પ્રાણીસંગ્રહાલયના સુપ્રિટેન્ડન્ટ રાયબહાદુર રામબ્રહ્મ સાન્યાલ સ્વામી તથા એમના શિષ્યોનું યથોચિત સ્વાગત સન્માન કર્યા પછી પ્રાણીસંગ્રહાલય ફેરવવા લાગ્યા. રામબ્રહ્મ બાબૂ ખુદ વનસ્પતિ શાસ્ત્રના સારા પંડિત હતા. બગીચાના વિભિન્ન પ્રકારના વૃક્ષોને બતાવતા વનસ્પતિ શાસ્ત્રના મતાનુસાર કાળક્રમમાં વૃક્ષાદિની કયા પ્રકારે ક્રમપરિણતિ થઈ એ બતાવવા તેઓ આગળ વધવા લાગ્યા. વિવેકાનંદ ડારવિનના વિકાસવાદથી સંમત હોવા છતાં પણ એના નિર્ણયને ક્રમ-વિકાસનો અંતિમ નિર્ણય માનતા ન હતા. સુપ્રિન્ટેન્ડન્ટ અને સ્વામીજીની વાતચીત થવા લાગી. સ્વામીજીએ કહ્યું કે સાંખ્ય દર્શનમાં આ વિષય પર પર્યાપ્ત વિચાર કરવામાં આવ્યો છે. એમની સમ્મતિમાં ક્રમ વિકાસના કારણ વિશે ભારતના પ્રાચીન દાર્શનિકોનો સિદ્ધાંત જ અંતિમ નિર્ણય છે. પ્રાણી સંગ્રહાલયને જોઈને વાતો કરતા-કરતા બધા લોકો સુપ્રિન્ટેન્ડન્ટના ઘેર પહોંચ્યા. ત્યાં હળવો નાશ્તો-ચા પછી દર્શન શાસ્ત્ર પર વધારે સમય સુધી વાતો થતી રહી. વધારે સમય પછી રામબ્રહ્મ બાબૂએ સ્વામીજી તથા એમના શિષ્યોને વિદાય કર્યા.

કલકત્તામાં સંન્યાસીઓ, શિષ્યો અને ભક્તોની નજીક રહીને સ્વામીજી ક્યારેય પણ વિશ્રામનું જીવન વ્યતીત કરી શકતા ન હતા. એમના નિરંતર કથળતા સ્વાસ્થ્યને જોઈને એમના શુભચિંતક પુનઃ એમને કલકત્તાથી બહાર મોકલવાનો નિર્ણય કરવા લાગ્યા. ૧૬ ડિસેમ્બરે સ્વામીજીએ સંન્યાસી સમાજને સૂચિત કર્યો કે તેઓ થોડા સમય માટે વૈદ્યનાથધામ જશે અને પછી ગરમી પ્રારંભ થતાં જ યૂરોપ અને અમેરીકાની યાત્રા કરશે. પોતાની યોજના અનુસાર ૧૯ ડિસેમ્બરે એક શિષ્ય હરેન્દ્રનાથની સાથે વૈદ્યનાથ ધામ ચાલ્યા ગયા અને પ્રિયનાથ મુખર્જીના અતિથિ બન્યા. ત્યાંનું જીવન ખૂબ શાંત હતું. સ્વામીજી મોટાભાગે સ્વાધ્યાય, મનન, ચિંતન તેમજ પ્રાતઃ સંધ્યા ભ્રમણમાં પોતાને વ્યસ્ત રાખતા હતા. એક દિવસ શિષ્યની સાથે વહેલી સવારે ભ્રમણ કરતા-કરતા એમણે

અતિસારથી પીડિત એક વ્યક્તિને અત્યાધિક ઠંડીમાં રસ્તાના કિનારે કણસતો જોયો. નજીક જવા પર લાગ્યું કે તે કોઈ નિરાશ્રિત ભિખારી છે. એના શરીરના ચિંથરાં બીમારીના અતિરેકથી દૂષિત થઈ ગયા હતા. દુર્ગંધને કારણે એની પાસે જવું મુશ્કેલ હતું. એની કુરણ દશા જોઈ સ્વામીજી ચિંતિત થઈ ઉઠ્યા અને વિચારવા લાગ્યા કે કયા પ્રકારે એની મદદ કરવામાં આવે. તેઓ તો હજુ ખુદ કોઈના અતિથિ છે. પછી આ બીમારની સેવા સુશ્રૂષા ક્યાં કરે? જો તેઓએના પ્રિયનાથ મુખર્જીને ત્યાં ઉઠાવીને લઈ જાય છે, તો ખબર નહીં તેઓ શું વિચારે, એમના આ કાર્યને તેઓ પસંદ કરશે કે નહીં! આ પ્રકારની અનેક શંકાઓ એમના હૃદયમાં આવતી રહી. અંતમાં અંતરથી અવાજ આવ્યો કે એમણે એને ઘર પર લઈ જવો જ યોગ્ય છે, ભલે એના માટે કેટલી પણ વિપત્તિ કેમ ના ઉઠાવવી પડે. શિષ્યની મદદથી સ્વામીજી રોગીને ઘેર લાવ્યા. એના દુર્ગંધપૂર્ણ દૂષિત શરીરને ખુદ જળથી લૂછીને સ્વચ્છ કરીને સ્વચ્છ કપડાં બદલ્યા. પછી ગરમ પાણીની બોટલથી પેટને શેક્યું અને ઔષધિ વગેરેની વ્યવસ્થા કરી. સ્વામીજી તથા શિષ્યાની દેખભાળથી રોગી જલ્દી સ્વસ્થ થઈ ગયો. પ્રિયનાથ મુખર્જીએ આ બધું જોયું, તો શ્રદ્ધાથી નતમસ્તક થઈ ગયા. એમણે જેટલી બુદ્ધિની વિશાળતા જોઈ, એટલી જ હૃદયની મહાનતા પણ.

સ્વામીજીની અનુપસ્થિતિમાં બેલૂર મઠનું કાર્ય નિયમિત રૂપથી ચાલતું રહ્યું. ૨ જાન્યુઆરી, ૧૮૯૯એ નીલામ્બર મુખર્જીના બગીચાવાળા મકાનમાં બધા સંન્યાસીગણ નવા મઠમાં આવી ગયા. બહેન નિવેદિતા સંન્યાસીઓના આગ્રહ પર શરીર વિજ્ઞાન, વનસ્પતિ વિજ્ઞાન, અંગ્રેજી સાહિત્ય તથા અન્ય કલાઓના વિષયમાં સમય-સમય પર બેલૂર મઠમાં વ્યાખ્યાન આપતી રહી. મઠવાસી મઠના કાર્યક્રમથી સ્વામીજીને સર્વદા પત્રોથી જાણ કરાવી રાખતા હતા. આટલું બધું થવા પર પણ વૈદ્યનાથ ધામની શાંતિ સ્વામીજીને અધિક દિવસો સુધી બાંધી ના રાખી શકી. વિશ્રામથી એમનું મન કંટાળવા લાગ્યું. એમને જાણ હતી કે એમના જીવનના હવે થોડા દિવસ જ બાકી છે. અનેકાનેક કાર્યોની પોકાર એમના કાનોમાં ગૂંજવા લાગી. કોઈ મહીના ભર પછી જ ૩ ફેબ્રુઆરીએ સ્વામીજી પરી એક દિવસ અચાનક બેલૂર મઠમાં ઉપસ્થિત થઈ ગયા. આ વખતે એમના નિવાસનું કોઈ નિયત સ્થાન ન હતું. જ્યારે ચિંતન-મનન માટે નિર્જનતામાં રહેવાની ઇચ્છા થતી, તો બલરામ બાબૂના મકાનમાં રહેવા લાગતા. જ્યારે હૃદયમાં સંન્યાસી ભાઈઓની સાથે રહેવાની ઇચ્છા જાગતી તો મઠમાં આવી જતા. એમનું સ્વાસ્થ્ય હજું પણ કથળેલું હતું, છતાં પણ મન નવી-નવી યોજનાઓથી ભરેલું હતું.

વૈદ્યનાથ ધામથી પાછા ફરતાં જ સ્વામીજીએ પોતાના ગુરુભાઈઓ અને શિષ્યોની એક નાની એવી સભા બોલાવી અને એ લોકોથી કહ્યું કે જેવી રીતે ગૌતમ બુદ્ધના શિષ્યોએ દેશ-વિદેશમાં ફરીને બૌદ્ધ ધર્મનો પ્રચાર કર્યો હતો એવી જ રીતે શ્રી રામકૃષ્ણના ભક્તોએ પણ કલકત્તાથી બહાર જઈને ગુરુદેવની વાણીનો પ્રચાર કરવો જોઈએ. સ્વામી વિરજાનંદ અને સ્વામી પ્રકાશાનંદને પૂર્વ બંગાળમાં ઢાકા જઈને પ્રચાર કરવાનો આદેશ આપ્યો. સ્વામી વિરજાનંદને આ કાર્યની જવાબદારી લેવામાં થોડો અચકાટ લાગ્યો. એમણે વિનીત ભાવથી કહ્યું, 'સ્વામીજી, હું કશું પણ નથી જાણતો, લોકોથી જઈને શું કહીશ?' વિવેકાનંદ ગંભીર ભાવથી બોલ્યા- 'જાઓ, જઈને એ જ કહો કે હું કશું નથી

જાણતો. આ જ એક મહાન સંદેશ છે.'

વિરજાનંદની દૃષ્ટિમાં આ પ્રચાર કાર્ય વાસ્તવમાં અત્યંત કઠિન હતું અથવા તેઓ વધારે ચિંતન અને સાધનામાં મગ્ન રહેવા ઇચ્છતા હતા, કોણ જાણે. પરંતુ એમણે ઘણી પ્રાર્થના કરી કે એમને થોડા દિવસ વધારે સાધના કરવા માટે છોડી દેવામાં આવે, જેનાથી તેઓ આત્મસાક્ષાત્કાર કરી શકે. વિરજાનંદની વાત સાંભળીને વિવેકાનંદનું મુખમંડળ ક્રોધથી લાલ થઈ ઉઠ્યું. તેઓ ગરજી ઉઠ્યા- 'સ્વાર્થીની જેમ પોતાની મુક્તિની કામના કરતા-કરતા તમે નરકમાં જશો. જો તમે પૂર્ણ બ્રહ્મની ઉપલબ્ધિ ઇચ્છો છો, તો પહેલાં બીજાઓની મુક્તિ માટે કાર્ય કરો. પોતાની મુક્તિની ઇચ્છાને નષ્ટ કરી દો. આ જ સૌથી મોટી સાધના છે.'

એના પછી થોડી ક્ષણ મૌન રહીને ફરી સ્નેહસિક્ત સ્વરમાં તે ઘણા સમય સુધી પોતાના શિષ્યોને નિર્ભીક કર્મયોગી સંન્યાસીઓનું કર્તવ્ય સમજાવતા રહ્યા. સંસારના કલ્યાણ માટે ફળાકાંક્ષા ત્યાગીને કામમાં લીન થઈ જવું જોઈએ. એના માટે જો નરકમાં પણ જવું પડે તો કોઈ નુકસાન નથી. પછી એ બંને શિષ્યોને લઈને તેઓ પૂજાગૃહમાં ચાલ્યા ગયા. ત્યાં વધારે સમય સુધી તેઓ ધ્યાનમગ્ન રહ્યા. સમાધિ તૂટવા પર જ્યારે આંખો ખુલી તો વિવેકાનંદે કહ્યું, 'હું પોતાની શક્તિને તમારા લોકોમાં સંચારિત કરીશ. ખુદ ભગવાન હંમેશાં તમારી સાથે રહેશે, તમે કોઈ ચિંતા ના કરો.' એ બંને શિષ્યોએ વિવેકાનંદ એ દિવસે પ્રચાર કાર્યના સંબંધમાં અનેક વાતો સમજાવતા રહ્યા. બીજા જ દિવસે ૪ ફેબ્રુઆરી, ૧૮૯૯એ સ્વામી વિરજાનંદ અને સ્વામી પ્રકાશાનંદે સ્વામીજી વિવેકાનંદની ચરણધૂળી માથાથી લગાવી અને ઢાકાની તરફ ચાલી નિકળ્યા. એમની વિદાયના ત્રણ ચાર દિવસ પછી સ્વામીજીએ સ્વામી શારદાનંદ અને સ્વામી તુરીયાનંદને ગુજરાતની તરફ પ્રચાર કાર્ય માટે મોકલ્યા.

એમના ગયા પછી વિવેકાનંદ આશ્રમમાં પોતાના ગુરુભાઈઓ અને શિષ્યોને બરાબર સંન્યાસ અને બ્રહ્મચર્યની શિક્ષા આપતા રહ્યા. તેઓ સમજતા હતા કે નિઃસ્વાર્થ જન કલ્યાણ માટે આ જ બે અત્યંત મુખ્ય ઉપલબ્ધિઓ છે. મનુષ્ય જો એમને પ્રાપ્ત કરી લે તો એમાં અદમ્ય શક્તિ ઉત્પન્ન થઈ જશે અને તે કશું પણ કરી શકે છે. શિક્ષા આપવાનો એમનો ઢંગ નિરાલો હતો. શિષ્યોની સફળતા કે અસફળતા પર એમની સમ્યક્ દૃષ્ટિ રહેતી હતી. કોઈની તીક્ષ્ણ બુદ્ધિની ચકાચૌંધથી તેઓ ન ક્યારેય જરૂરથી વધારે આકર્ષિત થયા અને ના કોઈની મંદ બુદ્ધિના સંપર્કથી એમના હૃદયમાં ઉક્ત વ્યક્તિના પ્રત્યે અરુચિ પેદા થઈ. કોણ વ્યક્તિ કેટલા ઉત્સાહ, લગન અને સચ્ચાઈથી પોતાનું કામ કરે છે, એના પર એમની વિશેષ દૃષ્ટિ રહેતી હતી. શિષ્યોની સાથે એમનો સંબંધ બરાબરીનો હતો. એમણે ક્યારેય પણ એમને હીન ભાવનાના ગર્તમાં પડવા ના દીધા; બરાબર ઉત્સાહ, આશા અને વિશ્વાસનો સહારો આપતા રહ્યા.

મઠના વિસ્તૃત પ્રાંગણમાં એક કેરીનું વૃક્ષ છે. વિવેકાનંદ એ જ વૃક્ષની નીચે ખાટલો બિછાવીને બેઠા છે. ભૂમિ પર કેટલાક શિષ્યગણ બેઠા છે. સ્વામીજી એમને સમજાવી રહ્યા છે કે બ્રહ્મચર્ય જ બધી શક્તિઓનો મૂળમંત્ર છે. મનના નિયંત્રણથી મનોબળ પ્રાપ્ત થાય છે. તેથી આપણી નસોમાં બ્રહ્મચર્યની દહેકતી જ્વાળા રહેવી જોઈએ. બ્રહ્મચર્ય પ્રદત્ત શક્તિ દ્વારા જ સંન્યાસી જગતનું કલ્યાણ નિઃસ્વાર્થ ભાવથી કરી શકે છે. સમષ્ટિ

માટે વ્યષ્ટિનું બલિદાન જ વાસ્તવિક સંન્યાસ છે. સંન્યાસીઓની સાથે વાતો કરતા-કરતા તેઓ ઉત્તેજિત થઈ ગયા અને ઊંચા અવાજમાં ફડકતા બોલી ઉઠ્યા- 'પહેલાં પોતાના પર વિશ્વાસ કરો, પછી ઈશ્વરમાં. મુઠ્ઠીભર શક્તિસંપન્ન મનુષ્ય સંસારને હલાવી શકે છે. આપણને જરૂર છે એક હૃદયની જે સંવેદના અનુભવ કરી શકે, એક મસ્તિષ્કની જે વિચારોને પકડી શકે અને એક દૃઢ ભુજાની જે કામ કરી શકે. વિશ્વનો ઈતિહાસ એ થોડા લોકોનો ઈતિહાસ છે જેમને ખુદ પર વિશ્વાસ હતો. વિશ્વાસથી મનુષ્યની અંદર દેવી શક્તિ જાગી ઉઠે છે, ત્યારે તમે કશું પણ કરી શકો છો.

વૈદ્યનાથ ધામથી આવ્યાના થોડા જ દિવસો પછી, એક રાત્રે એમણે મઠના સંન્યાસીઓની બેઠક કરી. અહીંયા સંન્યાસીઓના ખાન-પાનના વિષયમાં એમણે પોતાનો મત પ્રગટ કર્યો. યોગ્ય કે અયોગ્ય ભોજનનો પ્રભાવ મસ્તિષ્ક પર પડવો અનિવાર્ય છે. સંન્યાસીઓએ કયા પ્રકારનું ભોજન કેટલી માત્રામાં અને ક્યારે ગ્રહણ કરવું જોઈએ, એના વિષયમાં એમના પોતાના વિચાર હતા. એમના અનુસાર સંન્યાસીઓ માટે સાત્વિક ભોજન વાંછનીય હતું. પરંતુ પ્રશિક્ષણ કાળ સમાપ્ત થવા પર જ્યારે મન પૂર્ણ રૂપથી નિયંત્રિત થઈ જાય, તો શારીરિક જરૂરિયાત હેતુ આમિષ ભોજન પણ કરવું પડે તો કોઈ વાંધો નથી. એવી સ્થિતિમાં ભોજનનો ઉદ્દેશ્ય જીભની તૃષ્ટિ નથી, પરંતુ શરીરને પુષ્ટ બનાવીને જન કલ્યાણમાં લિપ્ત કરીને દેવાના હોય. એમણે આ વાતને વારંવાર લોકોની સામે રાખી કે સંન્યાસીઓનું શરીર અને મન એમના માટે નહીં, બલ્કે બીજાઓ માટે બન્યું છે. સ્વામીજીએ ક્યારેય પણ પોતાના શિષ્યો પર શાસન નથી કર્યું, પોતાના પ્રભાવકારી વ્યક્તિત્વથી એમને દબાવીને ના રાખ્યા. એમણે ત્યાં સુધી કહ્યું કે જે સંન્યાસીઓને બ્રહ્મચર્યનું નિયંત્રિત જીવન દુસ્સહ લાગે છે અથવા એમાં ક્યાંક એમની પૂર્ણ આસ્થા નથી, તેઓ સ્વતંત્ર છે અને સંન્યાસી જીવનનો પરિત્યાગ કરીને ગૃહસ્થનું જીવન અપનાવી શકીએ છીએ. ગૃહસ્થ રહીને પણ તેઓ પરોપકાર કરી શકે છે.

બાળ બ્રહ્મચારી સંન્યાસીઓના ખાવા-પીવાના સંબંધમાં નિયમ બનાવ્યા પછી સ્વામીજીએ એમના રહેવાના ઢંગમાં પણ કેટલાક પરિવર્તન કરવાનો પ્રયત્ન કર્યો. આશ્રમમાં ગૃહસ્થ-ભક્ત તેમજ શિષ્ય સ્વામી તથા અન્ય સંન્યાસીઓથી મળવા આવ્યા કરતા હતા. પરંતુ આ સ્વામીજીને પસંદ ન હતું. તેઓ બાળ બ્રહ્મચારીઓને પ્રશિક્ષણ કાળમાં ગૃહસ્થોથી દૂર રાખવા ઈચ્છતા હતા. એમણે સંન્યાસીઓને સમજાવતા કહ્યું- 'ગૃહસ્થોના શરીરમાં, વસ્ત્રોમાં આજ કાલ હું એક પ્રકારની સંયમહીનતાની ગંધ મેળવું છું. આથી નિયમ બનાવી દીધું છે કે ગૃહસ્થ સાધુઓની પથારી પર બેઠા, ના સૂતા. પહેલાં હું શાસ્ત્રોને વાંચ્યા કરતો હતો અને હવે એ સત્યને પ્રત્યક્ષ જોઈ રહ્યો છું કે કેમ સંન્યાસી ગૃહસ્થોની ગંધ કે સ્પર્શ સહન ના કરી શકતા.' સ્વામીજીએ આ વિષયને વધારે પણ વિસ્તારથી સમજાવ્યું. બાળ બ્રહ્મચારીઓએ દૂર રહેવું જોઈએ. કઠિન નિયમોના પાલન પછી યોગ્ય સમય આવવા પર બાલ બ્રહ્મચારીઓને સંન્યાસીની દીક્ષા આપવી જોઈએ. પછી સંન્યામાં નિષ્ઠા દૃઢ થઈ ગયા પછી ગૃહસ્થોની સાથે હળી-મળીને કામ કરવામાં કોઈ નુકસાન નથી.

સ્વામીજીના આ વિચારનું તાત્પર્ય એ ન હતું કે તેઓ ગૃહસ્થો અને સ્ત્રીઓનો હેય દૃષ્ટિથી જોતા હતા. ઉપર્યુક્ત નિયમ ફક્ત એથી હતો કે તેઓ પ્રશિક્ષણ કાળમાં બ્રહ્મચારીઓ

અને સંન્યાસીઓના અપરિપક્વ મસ્તિષ્કને કોઈ પણ પ્રકારના અનુચિત આકર્ષણ કે પ્રલોભનથી અલગ રાખવા ઇચ્છતા હતા. બ્રહ્મચારીઓ અને સંન્યાસીઓનું આ પ્રશિક્ષણ કાળ એમના ચરિત્ર નિર્માણનો સમય હતો. આથી એમના ખાન-પાન, વેશભૂષા, રહેન-સહેન અને વાત વ્યવહાર બધા પર એક પ્રકારનું બંધન હતું. આ બંધન ખૂબ જ સશક્ત હતું. એક વખત મઠના કેટલાક નવા સદસ્યોએ કલકત્તામાં માતા શારદાની પાસે રહીને એમની સેવા કરવાની ઇચ્છા પ્રગટ કરી. માતા શારદા સ્વામી વિવેકાનંદની દૃષ્ટિમાં ગુરુદેવ શ્રી રામકૃષ્ણની સમાન જ પૂજ્ય હતી, છતાં પણ એમણે નવા સદસ્યોને ત્યાં જવાની અનુમતિ ના આપી કેમ કે ત્યાં મહિલા સંન્યાસીઓનો આશ્રમ હતો અને બહુધા બીજી ભક્ત મહિલાઓ પણ માતા શારદાથી ધર્મ શિક્ષા ગ્રહણ કરવા આવતી હતી.

ગૃહસ્થી કે સ્ત્રી સમાજના સંપર્ક પ્રત્યે પોતાના મઠમાં એટલો કઠોર નિયમ અને પ્રતિબંધ રાખતા હોવા છતાં પણ સ્વામીજીએ બરાબર જ એમના (ગૃહસ્થો અને સ્ત્રીઓ) આદર્શો અને ગુણોને પોતાના ગુરુભાઈઓ અને શિષ્યોની સામે આવકાર્યા. એમણે કહ્યું- 'ગૃહસ્થોના આદર્શની મહાનતા હું સમજું છું, તેઓ રક્ષા અને સેવાની લાલસાથી પૂર્ણ, સચ્ચાઈથી ધન અર્જિત કરવા અને ઉદારતાથી વ્યય કરવાની વ્યગ્ર તેમજ પોતાના જીવનમાં કોઈ આધ્યાત્મિક આદર્શની પ્રાપ્તિ માટે સતત પ્રયત્નશીલ થાય છે.' સ્ત્રીઓના સંબંધમાં એમણે શિષ્યોથી કહ્યું-

'ભારતનું અધઃપતન એ જ સમયે થયું જ્યારે બ્રાહ્મણ પંડિતોએ બ્રાહ્મણેત્તર જાતિઓને વેદાપાઠના અનધિકારી ઘોષિત કર્યા, સાથે જ સ્ત્રીઓના પણ બધા અધિકાર છીનવી લીધા. નહીં તો વૈદિક યુગમાં, તમે જુઓ કે મૈત્રેયી, ગાર્ગી વગેરે પ્રાતઃસ્મરણીય સ્ત્રીઓ બ્રહ્મિવચારમાં ઋષિતુલ્ય થઈ ગઈ. હજાર વેદજ્ઞ બ્રાહ્મણોની સભામાં ગાર્ગીએ ગર્વની સાથે યાજ્ઞવલ્ક્યને બ્રહ્મજ્ઞાન પર શાસ્ત્રાર્થ માટે પડકાર આપ્યો હતો. એક વખત જે થયું, તે પુનઃ શક્ય છે. ઇતિહાસની પુનરાવૃત્તિ થાય છે. સ્ત્રીઓને સન્માનિત કરીને જ બધીજાતિઓ ખૂબ મોટી છે. જે દેશમાં, જે જાતિમાં સ્ત્રીઓની પૂજા નથી, તે દેશ, તે જાતિ ના ક્યારેય મોટી બની શકી અને ના ક્યારેય મોટી બની શકશે. તમારી જાતિનું જે અધઃપતન થયું છે, એનું મુખ્ય કારણ છે કે આ બધી શક્તિ મૂર્તિઓનું અપમાન. મનુએ કહ્યું છે- યત્ર નાર્યસ્તુ પૂજ્યંતે રમંતે તત્ર દેવતાઃ (જ્યાં સ્ત્રીઓનો આદર થાય છે, ત્યાં દેવતા પ્રસન્ન થાય છે.)

એક દિવસ સ્વામીજીએ અવિવાહિત કુમારીઓ અને બ્રહ્મચારીણી વિધવાઓ માટે એક આદર્શ પાઠશાળા બનાવવાની પણ ચર્ચા કરી; સામાન્ય પાઠશાળાઓથી ભિન્ન એક આશ્રમની જેમ જ, જ્યાં આવાસ અને આહારની પણ વ્યવસ્થા હોય. સ્વામીજીનો વિચાર હતો કે આ આશ્રમની શિક્ષિતા કન્યાઓ લગ્ન કરીને ગૃહસ્થીમાં લાગી જ વા પર પણ પોતાના પતિઓને ઉચ્ચ પ્રેરણા આપશે અને આદર્શ સંતાનોની જનની બનશે. પરંત તેઓ પ્રતિબંધ પણ લગાવવા ઇચ્છતા હતા કે વિદ્યાર્થિનીઓના અભિભાવક ૧૫ વર્ષની અવસ્થા પહેલાં એમને વૈવાહિક બંધનમાં નહીં બાંધે.

આ પ્રકારે પ્રતિદિવસ ઉઠતા-બેસતા, હરતા-ફરતા સ્વામી વિવેકાનંદ સંન્યાસીઓને એમના અનેકાનેક કર્તવ્યો, જેમ કે દરિદ્રનારાયણને ભોજન આપવું, દુષ્કાળ કે રોગ

સંક્રમણ વગેરેના સમયે સહાયતા કાર્ય કરવું, રોગીની સેવા-સુશ્રૂષા કરવી, હૉસ્પિટલ અને અનાથાલય ખોલવા, ગંદી વસ્તીઓની સફાઈ કરવી, શિક્ષા કેન્દ્ર ખોલવા વગેરેની યાદ અપાવતા રહેતા. એક વખતે સંધ્યા સમયે સ્વામીજી ગંગા તટ પર ટહેલી રહ્યા હતા. એમની સાથે કેટલાક સંન્યાસી પણ હતા. સ્વામીજીનું મુખમંડળ અત્યંત ગંભીર હતું, પરંતુ કંઠ સ્વર અત્યંત મધુર અને કોમળ- 'સાંભળો પુત્ર, શ્રી રામકૃષ્ણ આવ્યા હતા અને જનતાના કલ્યાણની કામનાથી દેહ વિસર્જન કરીને ગયા છે. મારે, તમારે, દરેકને જગતના કલ્યાણ માટે દેહ વિસર્જન કરવું પડશે.' વિશ્વાસ કરો, આપણા હૃદયથી જે રક્ત નિકળશે એની પ્રત્યેક બૂંદથી ભવિષ્યમાં મોટા-મોટા કર્મવીર ઉત્પન્ન થઈને જગતને પ્રકાશિત કરશે.'

આ દિવસોમાં સ્વામીજી આમ જનતાની સામે ભાષણ આપતા ન હતા. પરંતુ અનેક લોકો, ખાસ કરીને કૉલેજના વિદ્યાર્થી, અન્ય શિક્ષિત યુવક એમના દર્શન અને વાર્તાલાપની અભિલાષાથી હંમેશાં આવ્યા કરતા હતા. સ્વામીજી એમની સાથે સાહિત્ય દર્શન, ઈતિહાસ, વિજ્ઞાન વગેરેની પણ ચર્ચા કરતા હતા. મોટાભાગના વિદ્યાર્થીઓની શારીરિક દુર્બળતા, ચરિત્રહીનતા અને નૈતિક પતન જોઈને એમનું હૃદય ક્ષુબ્ધ થઈ જતું હતું. તેઓ એમને પોતાના શારીરિક અને માનસિક સ્વાસ્થ્યના વિષયમાં જાત-જાતની રીતથી સમજાવતા તથા એમનું ધ્યાન સમાજ કલ્યાણની તરફ આકર્ષિત કરતા હતા.

તેઓ હંમેશાં વિદ્યાર્થીઓથી કહ્યા કરતા, હું એક એવા ધર્મનો પ્રચાર કરવા ઈચ્છું છું, જેનાથી 'મનુષ્ય' તૈયાર થાય. આથી તેઓ ભાષણ આપવાનું છોડીને મઠમાં બેઢેલા કેટલાક સંન્યાસીઓના પ્રશિક્ષણમાં દત્તચિત્ત હતા. કોઈએ એક દિવસ પ્રશ્ન કરી જ દીધો- 'સ્વામીજી, તમે પોતાની વક્તૃતાના પ્રભાવથી યૂરોપ-અમેરીકાને મતવાલા બનાવી આવ્યા. પરંતુ ભારત પાછા ફરીને એનાથી તમારો અનુરાગ કેમ ઘટી ગયો, એનું કારણ સમજમાં નથી આવતું !' જવાબમાં સ્વામીજીએ કહ્યું, 'આ દેશમાં પહેલાં જમીન તૈયાર કરવી પડશે. ત્યારે બીજ વાવવાથી વૃક્ષ ઉગશે. પાશ્ચાત્ય ભૂમિ જ આ બીજને વાવવા યોગ્ય છે. ત્યાંના લોકો હજુ ભોગની અંતિમ સીમા સુધી પહોંચી ચુક્યા છે. ભોગથી કંટાળીને હવે એમનું મન એમાં વધારે શાંતિ નથી મેળવી રહ્યું. તમારા દેશમાં ના યોગ છે ના ભોગ છે. ભોગની ઈચ્છા તૃપ્ત થવા પર જ લોકો યોગની વાત સાંભળે કે સમજે છે. અન્નના અભાવથી ક્ષીણ દેહ, ક્ષીણ મન, રોગ-શોકની જન્મભૂમિ ભારતમાં ભાષણ આપવાથી શું થશે.'

એમણે બતાવ્યું કે પહેલાં તેઓ કેટલાક એવા ત્યાગી પુરુષોને સમાજથી શોધી કાઢવા ઈચ્છે છે, જે પોતાના પરિવારના વિષયમાં ના વિચારીને બીજાઓ માટે જીવન ઉત્સર્ગ કરે, આથી મઠના બાળ બ્રહ્મચારી સંન્યાસીઓને સંગઠિત કરવામાં વ્યસ્ત છે, જે પ્રશિક્ષિત થઈને લોકોના દ્વાર-દ્વાર જઈને એમની વર્તમાન વિચારનીય સ્થિતિને કારણે સમજાવે તથા એમનાથી છુટકારો મેળવવાનો રસ્તો બતાવે.

પ્રેમથી સમજાવતા-સમજાવતા ભાવાવેશમાં અધીર થઈને તેઓ ત્યાં જ ટહેલવા લાગ્યા. થોડી ક્ષણ પછી કડકતી અવાજમાં બોલ્યા, 'જોતા નહીં, પૂર્વાકાશમાં અરુણોદય થયો છે, સૂર્ય ઉદિત થવામાં હવે વિલંબ નથી, તમે લોકો આ સમયે કમર કસીને તૈયાર થઈ જાઓ. ગૃહસ્થી કરીને શું થશે? હવે તમારા લોકોનું કામ છે કે પ્રાંત-પ્રાંતમાં, ગામડે-

ગામડે જઈને દેશના લોકોને સમજાવવા કે હવે આળસમાં બેસી રહેવાથી કામ નહીં ચાલે. શિક્ષાવિહીન, ધર્મવિહીન વર્તમાન અવનતિની વાત એમને સમજાવીને કહો, ભાઈ બધા ઉઠો, જાગો...બીજા કેટલા દિવસ સૂઈ રહેશો? અને શાસ્ત્રના મહાન સત્યોને એમને સરળ ભાષામાં સમજાવી દો. આટલા દિવસ આ દેશનો બ્રાહ્મણ ધર્મ એકાધિકાર કરીને બેઠો હતો. સમયના પ્રવાહમાં હવે તે ના ટક્યો. તમે જઈને એમને સમજાવી દો કે બ્રાહ્મણોની જેમ તમારો પણ ધર્મ પર એક જેવો અધિકાર છે. ચાંડાલ સુધીને આ અગ્નિ મંત્રમાં દીક્ષિત કરો અને સરળ ભાષામાં એમને વેપાર, વાણિજ્ય, કૃષિ વગેરે ગૃહસ્થ જીવનના જરૂરી વિષયોના ઉપદેશ આપો. નહીં તો તમારા ભણતરને ધિક્કાર છે. તમને વેદ-વેદાંત વાંચવાનો પણ ધિક્કાર છે! કેટલા દિવસો માટે આ જીવન છે? સંસારમાં જ્યારે આવ્યા છો, તો એક સ્મૃતિ છોડી જાઓ. નહીંતર ઝાડ-પથ્થર પણ તો પેદા અને નષ્ટ થતા રહે છે. એ જ પ્રકારે જન્મ લેવા અને મરવાની ઇચ્છા શું મનુષ્યની પણ ક્યારેક થાય છે? મને કામ કરીને બતાવી દો કે તમારું વેદાંત ભણવાનું સાર્થક થયું. જઈને બધાને એ વાત સંભળાવો, તમારી અંદર પણ અનંત શક્તિ છે, એ શક્તિને જાગૃત કરો. ફક્ત પોતની મુક્તિથી શું લાભ થશે? મુક્તિની કામના પણ તો મહા સ્વાર્થપરતા છે. છોડી દો ધ્યાન, છોડી દો મુક્તિની આકાંક્ષા. હું જે કામમાં લાગ્યો છું એમાં જ લાગી જા. જોતા નથી, નિવેદિતાએ, અંગ્રેજની છોકરી થઈને પણ તમારા લોકોની સેવા કરવાનું શીખ્યું છે. અને તમે પોતાના જ દેશના લોકો માટે એવું નથી કરી શકતા? જ્યાં પર મહામારી થઈ હોય, જ્યાં માનવ જીવન દુખિત હોય, જ્યાં દુષ્કાળ હોય, એ તરફ ચાલ્યા જાઓ. વધારેથી વધારે શું થશે- મરી જ જવાશે? મારા તારા જેવા સેંકડો કીડા પેદા થતા રહે છે અને મરતા રહે છે. એનાથી દુનિયાને શું લાભ-નુકસાન? એક મહાન ઉદ્દેશ્ય લઈને મરી જા. તમે લોકો જ દેશની આશા છો. તમને કર્મહીન જોઈને મને ખૂબ કષ્ટ થાય છે. લાગી જા, કામાં લાગી જા. વાર ન કર, મૃત્યો તો દિવસો-દિવસ નજીક આવી રહ્યું છે. પછી કરીશ, એ વિચાર લઈને બેઠો ના રહે. બેઠો રહ્યો તો પછી તારાથી કશું નહીં થાય.'

કલક્તાના નાગરિકો અને વિદ્યાર્થીઓ સિવાય બંગાળ તથા ભારતના અન્ય પ્રાંતોના વિદ્વાન પણ સ્વામી વિવેકાનંદથી વાતચીત માટે આવ્યા કરતા હતા. એક વખત 'હિતવાદી' પત્રિકાના સંપાદક પંડિત ગણેશ દેઉસ્કર પોતાના બે મિત્રોની સાથે એમનાથી મળવા બેલૂર આવ્યા. એ દિવસોમાં પંજાબની સ્થિતિ સારી ન હતી. આખા પ્રાન્તમાં અન્નનો અભાવ હતો. આ જાણીને આ ત્રણેય વ્યક્તિઓમાંથી એક પંજાબનો છે, સ્વામીજી એ વ્યક્તિની સાથે પંજાબના વિષયમાં વાતચીત કરવા લાગ્યા. પંચનદીઓના જળથી પ્લાવિત ભૂમિમાં અન્નનો અભાવ, આ મોટા આશ્ચર્યની વાત હતી. ખાદ્ય સ્થિતિની સાથે-સાથે પંજાબની અન્ય સમસ્યાઓ અને જરૂરિયાતો તથા એના નિદાન પર વધારે સમય વાતચીત થતી રહી.

જ્યારે અતિથિગણ જવા લાગ્યા, તો દેઉસ્કરે સ્વામીજીથી કહ્યું- 'મહાશય, આપણે લોકો તો ધર્મ સંબંધી વિભિન્ન પ્રકારના ઉપદેશોને સાંભળવાની લાલસા લઈને તમારી પાસે આવ્યા હતા. પરંતુ દુર્ભાગ્યવશ આપણા લોકોની વાતચીત સાધારણ વસ્તુઓ તરફ વળી ગઈ. આજનો આખો દિવસ વ્યર્થ ગયો.' આ સાંભળીને સ્વામીજી ગંભીરતાથી બોલ્યા- 'સજ્જનો, મારા દેશમાં જો એક તુરતો પણ આહાર વગર રહી શકે છે, તો એને આહાર

આપવો અને એની દેખરેખ કરવી જ મારો ધર્મ છે, એના સિવાય જે કંઈ છે તે ધર્મ નથી અથવા જૂઠ્ઠો ધર્મ છે.' સ્વામીજીનો જવાબ સાંભળીને ત્રણેય વ્યક્તિ મૂક થઈ ગયા.

આ જ પ્રકારે અન્ય એક ઘટના થઈ. એ જ દિવસોમાં ઉત્તર પ્રદેશના એક વિખ્યાત પંડિત સ્વામીજીથી વેદાંત પર વાદ-વિવાદ કરવાની ઇચ્છાથી એમની પાસે આવ્યા. એ દિવસોમાં બંગાળમાં દુષ્કાળનો પ્રકોપ હતો. સ્વામીજી રાત-દિવસ એમાં જ વ્યસ્ત હતા. ભલું પંડિતજીની સાથે શાસ્ત્રાર્થ કર વાનો એમને સમય ક્યાં હતો! એમણે પોતાની અસમર્થતા પ્રગટ કરતા પંડિતજીથી કહ્યું- 'પંડિતજી, આ ભયાનક કષ્ટ, જે ચારે તરફ ફેલાયેલું છે, સૌથી પહેલાં એને દૂર કરવાનો પ્રયત્ન કરવો જોઈએ, જેનાથી તમારા દેશવાસીઓની એક કોળીયા ભોજન માટે હૃદય વિદારક પોકાર બંધ થાય. એના પછી મારી પાસે વેદાંત પર તર્ક-વિતર્ક માટે આવો. ભૂખથી મરી રહેલા હજારો લોકોની રક્ષા માટે જીવન અને પ્રાણનું બલિદાન, આ જ વેદાંત ધર્મનો સાર છે.'

વાર્તાલાપ સિવાય પહેલાંની જેમ ૧૮૯૮-૯૯માં સ્વામી વિવેકાનંદ પત્રાચાર દ્વારા નવા ભારતના નિર્માણના સંબંધમાં પોતાના વિચારોને જોરદાર શબ્દોમાં પ્રતિપાદિત કરતા રહ્યા. એમણે એના પર વિશેષ ભાર આપ્યો કે એ જ સમાજ પ્રગતિ કરી શકે છે, જે બદલાતા સમયની જરૂરિયાત પ્રમાણે પરિવર્તનોને અંગીકાર કરે, જેમાં વ્યક્તિને પોતાની સમજ-બૂઝ પ્રમાણે પોતાનો રસ્તો ખુદ પસંદ કરવાનો અધિકાર હોય. ૨૩ ડિસેમ્બર, ૧૮૯૮એ એમણે શ્રીમતી મૃણાલિની બસુને લખ્યું- 'જો એ નિશ્ચિત છે કે નિયમથી રહેવાથી પ્રતિષ્ઠા પ્રાપ્ત થાય છે, જો પરંપરાથી ચાલી આવેલી પ્રથાને કઠોરતાથી પાલન કરવું પુણ્ય છે, ત્યારે બતાવો કે વૃક્ષથી વધીને પુણ્યાત્મા કોણ હોઈ શકે છે અને રેલગાડીથી વધીને ભક્ત અને મહાત્મા કોણ છે? કોણે પથ્થરના ટુકડાંને પ્રકૃતિનું નિયમોલ્લંઘન કરતા જોયા? કોણ ગાય-ભેંસને પાપ કરતા જોયા?'

આગળ એમણે શિક્ષાના ઉદ્દેશ્ય પર પ્રકાશ નાખતા કહ્યું- 'શિક્ષા કોને કહે છે? શું તે પઠન-માત્ર છે? ના. શું તે નાના પ્રકારનું જ્ઞાનાર્જન છે? ના, એ પણ નથી. જે સંયમ દ્વારા ઇચ્છાશક્તિને બળપૂર્વક પેઢી દર પેઢી રોકીને બહુધા નષ્ટ કરી દેવામાં આવેલ છે. જેના પ્રભાવથી નવા વિચારોની તો વાત જ જવા દો, જૂના વિચાર પણ એક-એક કરીને લોપ થતા ચાલ્યા જઈ રહ્યા છે, શું તે શિક્ષા છે, જે મનુષ્યને ધીમે-ધીમે યંત્ર બનાવી રહી છે? જે સ્વયંચાલિત યંત્રની સમાન સુકર્મ કરે છે, એની અપેક્ષા પોતાની સ્વતંત્ર ઇચ્છાશક્તિ અને બુદ્ધિના બલથી અયોગ્ય કર્મ કરવાવાળા મારા વિચારથી શ્રેયસ્કર છે. જે મનુષ્ય માટીના પુતળા, નિર્જીવ યંત્ર કે પથ્થરોના ઢેરની જેમ હોય, શું એમનો સમૂહ સમાજ કહેવાઈ શકાશે? આ પ્રકારનો સમાજ કેવી રીતે ઉન્નત થઈ શકે છે? આ પ્રકારે કલ્યાણ શક્ય હોત, તો સેંકડો વર્ષોથી દાસ થવાને બદલે આપણે પૃથ્વીના સૌથી મોટા પ્રતાપી રાષ્ટ્ર હોત, અને આ ભારત મૂર્ખતાની ખીણ હોવાને બદલે, વિદ્યાના અનંત શ્રોતનું ઉત્પત્તિ સ્થાન હોત.'

વિવેકાનંદને એ પસંદ ન હતું કે ઊંચા વર્ગોના થોડા લોકો પોતાની માન્યતાઓને પૂરા સમાજ પર આરોપિત કરી દે. આથી એમણે સમાજ સુધારના નામ પર ચલાવવામાં

આવેલી વાતો પર સમર્થન કરવાથી ઇનકાર કરી દીધો, કેમ કે એમના વિચાર હતા કે એ વાતોની પાછળ ફક્ત ઊંચા વર્ગોની જરૂરિયાતોને જ ધ્યાનમાં રાખવામાં આવી છે.

સમાજના લોકો ખુદ પોતાના માટે જે શ્રેયસ્કર હશે એને ગ્રહણ કરી લેશે. ફક્ત એમને યોગ્ય ઢંગથી શિક્ષિત કરી દેવાની જરૂર હતી, જેનાથી તેઓ પોતાના નિર્ણય ખુદ લઈ શકે. સ્વામીજી એ જ યોગ્ય સમજતા હતા.

શ્રીમતી મૃણાલિની બસુને જ ૩ જાન્યુઆરી, ૧૮૯૯એ એમણે લખ્યું : 'સમાજ છે કોણ? તે લોકો જેમની સંખ્યા લાખો છે? અથવા તમારા અને મારા જેવા દસ-પાંચ ઉચ્ચ શ્રેણીવાળા? જો એ સત્ય પણ હોય, તો પણ તમારામાં અને મારામાં એવું ઘમંડ કઈ વાતનું છે કે આપણે બીજા બધા લોકોને માર્ગ બતાવીએ? શું આપણે લોકો સર્વજ્ઞ છીએ? ઉદ્ધરેદાત્મનાત્માનમ્, તમારે જ તમારો ઉદ્ધાર કરવો પડશે. દરે કોઈ ખુદને ઉગારે. બધા વિષયોમાં સ્વાધીનતા, એટલે કે મુક્તિની તરફ અગ્રેસર થવું જ પુરુષાર્થ છે, અને વધારે લોકો શારીરિક, માનસિક અને આધ્યાત્મિક સ્વાધીનતાની તરફ અગ્રેસર થઈ શકે, આ કાર્યમાં મદદ આપવી અને ખુદ એ જ તરફ વધવું જ પરમ પુરુષાર્થ છે. જે સામાજિક નિયમ આ સ્વાધીનતાના સ્ફુરણમાં બાધા નાંખે છે, તે જ અહિતકર છે અને એવું કરવું જોઈએ, જેનાથી તેઓ જલ્દી નષ્ટ થઈ જાય. જે નિયમો દ્વારા બધા જીવ સ્વાધીનતાની તરફ વધી શકે, એમની જ પુષ્ટી કરવી જોઈએ.

આ રીતે વારંવાર વિવેકાનંદે એ સ્પષ્ટ કરવાનો પ્રયત્ન કર્યો કે તેઓ ભારતમાં જે નવા સમાજનું નિર્માણનું સ્વપ્ન જોઈ રહ્યા હતા, એનો આધાર હશે, વ્યક્તિ અને વ્યક્તિની વચ્ચે સમાનતા, સ્વાધીનતા અને ભાઈચારાની ભાવના. સાથે જ એમણે એ પણ સ્પષ્ટ કર્યું કે આ ભાવના કોઈ એક સંપ્રદાયના સદસ્યો સુધી જ મર્યાદિત ના રહેવી જોઈએ. વિવેકાનંદની ખાસ કરીને એ માન્યતા હતી કે ભારતમાં હિન્દુઓ, મુસલમાનોની સ્વસ્થ પરંપરાઓનો સમન્વય કરીને જ એક નવા સમાજનો પાયો નાખી શકાય છે. ૧૦ જૂન, ૧૮૯૮એ એમણે મોહમ્મદ સર્ફરાજ હુસૈનને લખ્યું-

'ભલે આપણે એને વેદાંત કહીએ અથવા બીજા કોઈ નામથી બોલાવીએ, પરંતુ સત્ય તો એ છે કે ધર્મ અને વિચારમાં અદ્વૈત જ અંતિમ શબ્દ છે અને ફક્ત એના જ દૃષ્ટિકોણથી બધા ધર્મો અને સંપ્રદાયોને પ્રેમથી જોઈ શકાય છે. આપણને વિશ્વાસ છે કે ભવિષ્યના પ્રબુદ્ધ માનવી સમાજનો આ જ ધર્મ છે. અન્ય જાતિઓની અપેક્ષાએ હિન્દુઓને એ શ્રેય પ્રાપ્ત થશે કે એમણે એની સર્વપ્રથમ શોધ કરી. એનું કારણ એ છે કે તેઓ અરબી અને હિબ્રૂ બંને જાતિઓથી વધારે પ્રાચીન છે. પરંતુ સાથે જ વ્યાવહારિક અદ્વૈતવાદ, જે સમસ્ત મનુષ્ય જાતિને પોતાની જ આત્માનું સ્વરૂપ સમજે છે તથા એના જ અનુરૂપ આચરણ કરે છે, વિકાસ હિન્દુઓમાં સાર્વભૌમ ભાવથી થવો હજુ પણ બાકી છે.'

'એના વિપરીત આપણો અનુભવ એ છે કે જો કોઈ ધર્મના અનુયાયી વ્યાવહારિક જગતના, દૈનિક કાર્યોના ક્ષેત્રમાં, આ સમાનતાને યોગ્ય અંશમાં લાવી શકે છે, તો તેઓ ઈસ્લામ અને ફક્ત ઈસ્લામના અનુયાયી છે, સામાન્ય રીતે જે સિદ્ધાંતના અનુસાર એવું

આચરણ છે એના ગંભીર અર્થથી તેઓ અજાણ છે, જેને કે હિન્દૂ સાધારણ રીતે સ્પષ્ટ રૂપથી સમજે છે.'

'આથી આપણને દઢ વિશ્વાસ છે કે વેદાંતના સિદ્ધાંત કેટલા પણ ઉદાર અને વિલક્ષણ કેમ ના હોય, પરંતુ વ્યાવહારિક ઈસ્લામની મદદ વગર, મનુષ્ય જાતિના મહાન જનસમૂહ માટે તેઓ મૂલ્યહીન છે. આપણે મનુષ્ય જાતિને એ સ્થાન પર પહોંચાડવા ઈચ્છીએ છીએ, જ્યાં ના વેદ છે, ના કુરાન, ના બાઈબલ; પરંતુ વેદ, બાઈબલ અને કુરાનના સમન્વયથી જ એવું થઈ શકે છે. મનષ્ય જાતિને એ શિક્ષા આપવી જોઈએ કે બધા ધર્મ એ ધર્મના, એ એકમેવાદ્વિતીયમ્‌ના ભિન્ન-ભિન્ન રૂપ છે, આથી પ્રત્યેક વ્યક્તિ આ ધર્મોમાંથી પોતાનો મનોઅનુકૂળ માર્ગ પસંદ કરી શકે છે.'

'આપણી માતૃભૂમિ માટે હિન્દુત્વ અને ઈસ્લામ, આ બંને વિશાળ મતોનો સમન્વય, વેદાંતી બુદ્ધિ અને ઈસ્લામી શરીર, આ જ એક આશા છે.'

'હું પોતાના માનસ ચક્ષુથી ભાવી ભારતની એ પૂર્ણાવસ્થાને જોઉં છું. જેનો આ વિપ્લવ અને સંઘર્ષથી, તેજસ્વી અને અજેય રૂપમાં, વેદાંતી બુદ્ધિ અને ઈસ્લામી શરીરની સાથે ઉત્થાન થશે.'

વાર્તાલાપ તેમજ પત્રાચાર સિવાય નિબંધો દ્વારા પણ વિવેકાનંદે પોતાના વિચારોને ફેલાવવાનો પ્રયત્ન કર્યો. આ દષ્ટિથી એમનો 'વર્તમાન ભારત' નામનો નિબંધ, જે માર્ચ ૧૮૯૯ની ઉદ્‌બોધન નામની બંગલા પત્રિકામાં પ્રકાશિત થયો, તે વિશેષ મહત્ત્વનો છે. એનાથી એ સ્પષ્ટ થઈ જાય છે કે એમણે ઈતિહાસનો ઊંડો અભ્યાસ કર્યો હતો અને એના સંબંધમાં એમનું પોતાનું એક અલગ દર્શન હતું. એવું લાગે છે કે એમણે સુપ્રસિદ્ધ યૂરોપીય વિચારક કાર્લ માર્ક્સ (૧૮૧૮-૧૮૮૩)ની રચનાઓનું પણ અધ્યયન કર્યું હોય. જો એવું નથી, તો એમાં કોઈ શંકા નથી કે સમાજના ક્રમિક વિકાસના સંબંધમાં બંનેના વિચાર ખૂબ હળે-મળે છે. એ બીજી વાત છે કે જ્યાં કાર્લ માર્ક્સ નાસ્તિક હતા, ત્યાં વિવેકાનંદ પ્રત્યેક વ્યક્તિમાં ઈશ્વરને જોતા હતા. જો આ મહત્વપૂર્ણ ભેદને આપણે છોડી દઈએ, તો એ કહી શકાય છે કે વિવેકાનંદના નિબંધમાં વર્ગ સંઘર્ષની એક વિશેષ વ્યાખ્યા મળે છે, જેના પર ભારતીય અનુભવની છાપ છે અને જેનું નિરુપણ ભારતીય શબ્દાવલીમાં કરવામાં આવ્યું છે. તેઓ લખે છે, 'સત્વ, રજ વગેરે ત્રણ ગુણોના તારતમ્યથી બ્રાહ્મણ, ક્ષત્રિય વગેરે ચાર વર્ણ ઉત્પન્ન થાય છે અને આ ચારેય વર્ણ અનાદિ કાળથી બધા સભ્ય સમાજોમાં વિદ્યમાન છે. કાળ પ્રભાવ અને દેશભેદથી કોઈ વર્ણની શક્તિ કે સંખ્યા બીજાઓની અપેક્ષાએ વધી કે ઘટી શકે છે, પરંતુ સંસારના ઈતિહાસનું અનુશીલન કરવાથી પ્રતીત થાય છે કે પ્રાકૃતિક નિયમોના વશમાં બ્રાહ્મણ વગેરે ચારેય ક્રમ પૃથ્વીથી ભોગ ક રશે. વિવેકાનંદ જેને વૈશ્ય કહે છે, એને માર્ક્સવાદી શબ્દાવલીમાં પૂંજીવાદી વર્ગ કહેવામાં આવે છે. વસ્તુતઃ વૈશ્યોના ઉદયનું જે વર્ણન એમણે કર્યું છે એને યૂરોપમાં પૂંજીવાદી વર્ગના ઉદયનું વર્ણન માની શકાય છે :

'જે પ્રકારે જૂના યુગમાં રાજ શક્તિની સામે બ્રાહ્મણ શક્તિએ ખૂબ પ્રયત્ન કરવા પર પણ હાર માનવી પડી, એ જ પ્રકારે વર્તમાન યુગમાં થયું. આ નવી વૈશ્ય શક્તિના પ્રબળ

આઘાતથી કેટલાય રાજમુકુટ ધૂળમાં જઈ મળ્યા અને કેટલાય રાજદંડ હંમેશાં માટે તૂટી ગયા. જે કોઈ સિંહાસન કોઈ સભ્ય દેશમાં બચી ગયું, તે એથી કે એનાથી એમના મીઠું, તેલ, ખાંડ કે સુરા વેચવાવાળાઓને પોતાના કમાયેલા પ્રચુર ધનથી અમીર અને સરદાર બનીને પોતાનું ગૌરવ બતાવવની તક મળી.'

'આ નવી મહાશક્તિ જેનો રાજપથ પહાડી જેવી ઊંચી તરંગોવાળો સમુદ્ર છે, જેના પ્રભાવથી વિજળી વાત જ વાતમાં એક મેરુથી બીજા મેરુ સુધી ખબર લઈ જાય છે, જેના પ્રબંધથી એક દેશનો માલ બીજા દેશમાં એકાએક પહોંચી જાય છે અને જેના આદેશથી સમ્રાટ સુધી થરથર ધ્રૂજે છે, સંસાર સમુદ્રની એ જ સર્વજયી વૈશ્ય શક્તિના અભ્યુત્થાનરૂપી મહાતરંગના શિખરવાળા સફેદ ભાગોમાં ઇંગ્લેન્ડનું સિંહાસન વિરાજમાન છે.'

'આથી ભારત પર ઇંગ્લેન્ડનો વિજય- જેમ કે આપણે લોકો બાળપણમાં સાંભળ્યા કરતા હતા- ઈસા મસીહ કે બાઇબલનો વિજય નથી, અને ના પઠાણ, મોગલ વગેરે બાદશાહોના વિજયની જેમ છે. ઈસા મસીહ, બાઈબલ, રાજપ્રાસાદ, અનેક પ્રકારથી સજાવેલી મોટી સોનાઓની સગર્વ કૂચ તથા સિંહાસનનો વિશેષ આડંબર વગેરે આ બધાની પાછળ અસલી ઇંગ્લેન્ડ વિદ્યમાન છે. આ ઇંગ્લેન્ડની ધ્વજાઓ પુતળાઘરોની ચિમનીઓ છે, એની સેના વેપારી જહાજ છે, એનું લડાઈનું મેદાન સંસારનું બજાર છે અને એની રાણી ખુદ સ્વર્ણાંગી લક્ષ્મી છે.'

આ તો તત્કાલીન અવસ્થાનું વર્ણન છે. જ્યાં સુધી ભવિષ્યનો પ્રશ્ન હતો, વિવેકાનંદને એમાં કોઈ શંકા ન હતી કે વૈશ્યો પછી શૂદ્રો, અર્થાત્ મહેનત-મજૂરી કરીને જીવન ચલાવવાવાળાઓનું રાજ હશે. યૂરોપમાં એ સમયે જે આંદોલન ચાલી રહ્યા હતા, તે એ જ ભવિષ્યના સૂચક હતા. વિવેકાનંદના જ શબ્દોમાં- 'એક સમય એવો આવશે, જ્યારે શૂદ્રત્વ સહિત શૂદ્રોનું પ્રાધાન્ય હશે, અર્થાત્ આજકાલ જે પ્રકારે શૂદ્ર જાતિ વૈશત્વ અથવા ક્ષત્રિયત્વ લાભ કરીને પોતાનું બળ બતાવી રહી છે, એ પ્રકારે નહીં, પરંતુ પોતાના શૂદ્રોચિત ધર્મ-કર્મ સહિત તે સમાજમાં આધિપત્ય પ્રાપ્ત કરશે. પાશ્ચાત્ય જગતમાં એની લાલિમા પણ આકાશમાં દેખાવા લાગશે અને એનો ફળાફળ વિચાર કરીને બધા લોકો ગભરાયેલા છે. સોશ્યાલિઝ્મ, અનાર્કિઝ્મ, નિહિલિઝ્મ વગેરે આંદોલન આ વિપ્લવની આગળ ચાલવાવાળી ધ્વજાઓ છે.'

વિશ્વ ઇતિહાસની આ વ્યાખ્યાનો મુખ્ય ઉદ્દેશ્ય ભારતની તત્કાલીન સ્થિતિને સમજવાની હતી. કહેવું નહીં પડે કે વિવેકાનંદની દૃષ્ટિમાં આ સ્થિતિ અત્યંત જ વિચારનીય હતી. આખા દેશની તુલના અધિકાર અને શક્તિથી હીન શૂદ્ર કે મજૂર વર્ગથી કરી શકાતી હતી. વિવેકાનંદના શબ્દોમાં જ -'આ દેશના હાલ શું થઈ જાય? શૂદ્રોની વાત તો અલગ રહી, ભારતનું બ્રાહ્મણત્વ હજુ ગોરા અધ્યાપકોમાં છે, અને એનું ક્ષત્રિયત્વ ચક્રવર્તી અંગ્રેજોમાં, એનું વૈશ્યત્વ પણ અંગ્રેજોની નસ નસમાં છે, ભારતવાસીઓ માટે તો ફક્ત ભારવાહી પશુત્વ અર્થાત્ શૂદ્રત્વ જ રહી ગયું. ઘોર અંધકારે બધાને સમાન ભાવથી ઢાંકી લીધા છે. અત્યારે ચેષ્ટામાં દૃઢતા નથી, ઉદ્યોગમાં સાહસ નથી, મનમાં બળ નથી, અપમાનથી ઘૃણા નથી, દાસત્વથી અરુચિ નથી, હૃદયમાં પ્રીતિ નથી અને પ્રાણમાં આશા નથી, બીજું છે શું, ફક્ત પ્રબળ ઈર્ષ્યા, સ્વજાતિ-દ્વેષ દુર્બળોનો જેમ તેમ કરીને

નાશ કરવો અને કુતરાઓની જેમ બળવાનોનાચરણ ચાટવાની વિશેષ ઇચ્છા. આ સમયે તૃપ્તિ, ધન અને ઐશ્વર્ય દેખાવમાં છે, ભક્તિ સ્વાર્થ-સાધનામાં છે, જ્ઞાન અનિત્ય વસ્તુઓના સંગ્રહમાં છે, યોગ પૈશાચિક આચારમાં છે, કર્મ બીજાઓના દાસત્વમાં છે, સભ્યતા વિદેશીઓની નકલ કરવામાં છે, વક્તૃત્વ કટુ ભાષણમાં છે અને ભાષાની ઉન્નતિ ધનિકોની બેઢંગી ખુશામતમાં અથવા જઘન્ય અશ્લીલતાના પ્રચારમાં છે.' વિવેકાનંદના વિચારમાં ભારતની અધોગતિનું સૌથી મોટું કારણ એ હતું કે ભારતીયોમાં આત્મગૌરવનો લોપ થઈ ગયો હતો અને તેઓ યૂરોપની નકલ કરવામાં જ ગૌરવનું ભાન કરવા લાગ્યા હતા, એમના જ શબ્દોમાં- 'આ જ વિકટ ભયનું કારણ છે, આપણા લોકોમાં પાશ્ચાત્ય જાતિઓની નકલ કરવાની ઇચ્છા એવી પ્રબળ થઈ જાય છે કે સારા-ખરાબનો નિશ્ચય હવે વિચાર-વૃદ્ધિ શાસ્ત્ર કે હિતાહિત જ્ઞાનથી નથી કરી શકાતો. ગોરા લોકો જે ભાવ અને આચારની પ્રશંસા કરે, એ જ સારું છે અને તેઓ જેની નિંદા કરે, તે ખરાબ! અફસોસ! એનાથી વધીને મૂર્ખતાનો પરિચય બીજો શું હશે? એવી સ્થિતિમાં વિવેકાનંદનો એ દૃઢ વિશ્વાસ હતો કે ભારતના પુનરુત્થાન માટે સર્વપ્રથમ એ જરૂરી છે કે ભારતીયોમાં આત્મગૌરવના ભાવનો ઉદય થાય.' 'વર્તમાન ભારત' શીર્ષક નિબંધમાં એમણે પોતાના આ વિચારને સશક્ત શબ્દોમાં પ્રગટ કર્યા :

'હે ભારત! શું બીજાઓની 'હા'માં જ 'હા' મિલાવીને, બીજાઓની નકલ કરીને, પરમુખાપેક્ષી થઈને આ દાસોની જ દુર્બળતા, આ ઘૃણિત જઘન્ય નિષ્ઠુરતાથી જ તમે મોટા-મોટા અધિકાર પ્રાપ્ત કરશો? શું આ જ લજ્જાસ્પદ કાપુરુષતાથી તમે વીરભોગ્યા સ્વાધીનતા પ્રાપ્ત કરશો? હે ભારત! તમે ના ભૂલતા કે તમારા ઉપાસ્થ સર્વત્યાગી ઉમાનાથ શંકર છે, ના ભૂલતા તમારા લગ્ન, ધન અને તમારી સ્ત્રીઓના આદર્શ સીતા, સાવિત્રી, દમયન્તી છે; ના ભૂલતા કે તમારું જીવન ઇન્દ્રિય સુખ માટે, પોતાના વ્યક્તિગત સુખ માટે નથી, ના ભૂલતા કે તમે જન્મથી જ 'માતા' માટે બલિદાન સ્વરૂપ રાખવામાં આવ્યા છે, ના ભૂલતા કે તમારો સમાજ એ વિરાટ મહામાયાની છાયા માત્ર છે, તમે ના ભૂલતા કે નીચ, અજ્ઞાની, દરિદ્ર, ચમાર અને મેહતર તમારું લોહી અને તમારા જ ભાઈ છે. હે વીર, સાહસનો આશ્રય લો! ગર્વથી બોલો કે હું ભારતવાસી છું અને પ્રત્યેક ભારતવાસી, મારો ભાઈ છે. બોલો કે અજ્ઞાની ભારતવાસી, દરિદ્ર ભારતવાસી, બ્રાહ્મણ ભારતવાસી, ચાંડાલ ભારતવાસી, બધા મારા ભ ાઈ છે. તમે પણ કટિમાત્ર વસ્ત્રાવૃત થઈને ગર્વથી પોકારીને કહો કે ભારતવાસી મારા ભાઈ છે, ભારતવાસી મારા પ્રાણ છે, ભારતના દેવ-દેવીઓ મારા ઈશ્વર છે. ભારતનો સમાજ મારી શિશુસજ્જા, મારા યૌવનનું ઉપવન અને મારા વૃદ્ધાવસ્થાની વારાણસી છે. ભાઈ, બોલો કે ભારતની માટી મારું સ્વર્ગ છે, ભારતના કલ્યાણમાં જ મારું કલ્યાણ છે, અને દિવસ રાત કહેતા રહો કે ગૌરીનાથ, હે જગદમ્બે, મને મનુષ્યત્વ આપો! માં, મારી દુર્બળતા અને કાયરદાને દૂર કરી દો, મને મનુષ્ય બનાવો!'

★★

પુનઃ વિદેશમાં

૨૫ જૂન, ૧૮૯૯ની ઉમસભરી સંધ્યા. સ્વામી વિવેકાનંદ પોતાના અનેક શુભેચ્છુઓની સાથે કલકત્તાના પ્રિન્સેઝ ઘાટની તરફ રવાના થયા. ત્યાં ગોલકુંડા નામનું ભવ્ય જહાજ ઉભું હતું. કેટલાય સજ્જન સ્વામીને વિદાય આપવાના ઉદ્દેશ્યથી ઉપસ્થિત હતા. સ્વામીજી બધાની સાથે પ્રેમથી મળ્યા, એમની કુશળ ક્ષેમ પૂછ્યા અને પછી દ્રુતગતિથી જહાજની અંદર ચાલ્યા ગયા. જહાજ પર યાત્રીઓની ચહેલ-પહેલ હતી. પ્રથમ ચેતાવણી ભોંપૂની ગંભીર ધ્વનિ એ શોરગુલમાં વિલીન થઈ ગઈ. પરંતુ યાત્રિઓ અને કુલીઓના આવવા-જવાની ગતિ તેમજ થઈ ગઈ. વિવેકાનંદ પોતાના સહયોગી તુરીયાનંદ તેમજ શિષ્યા નિવેદિતાની સાથે જહાજના ડેક પર ઉભા થઈ ગયા. જહાજનું બીજું ભોંપૂ વાગ્યું અને તે ધીમે-ધીમે કિનારો છોડવા લાગ્યું. વિવેકાનંદ પોતાનો જમણો હાથ ઉપરની તરફ હલાવીને તટ પર ઊભા પોતાના મિત્રો અને શિષ્યોથી વિદાય લેવા લાગ્યા. આ એમની બીજી વિદેશ યાત્રા હતી. અહીં વધારે દિવસોથી એમના મનમાં એ વાત આવી ગઈ હતી કે એક વખત ફરી બ્રિટન અને અમેરીકા જઈને, ત્યાં વેદાંત પ્રચારના કાર્યની દેખભાળ કરી લે અને જૂના મિત્રોથી મળી લે. પરંતુ અસ્વસ્થતાને કારણે આ કાર્યક્રમ રોકાતો ચાલ્યો ગયો. હવે તબીયત થોડી સારી થઈ, તો સ્વામીજીએ એ કામને પૂરું કરી નાખવાનું યોગ્ય સમજ્યું.

જોતા-જોતા જ કલકત્તાનો ઘાટ, ત્યાં ઊભેલા લોકો, ત્યાંનો આખો પરિવેશ ધૂમિલ થતો-થતો આંખોથી અદશ્ય થઈ ગયો. ગંધર્વલોકથી વ્હાલી પોતાના શશ્ય-શ્યામલા માતૃભૂમિનો વિયોગ ક્ષણભર માટે સ્વામીજીના યોગી મનને પણ થઈ ગયો. ગંગાનો મુહાનો છૂટી ગયો છે. જહાજ શ્વેત જળથી વિલગ થઈને હવે સાગરના સ્યાહ જળ પર તરી રહ્યું છે. જ્યાં સુધી નજર જાય છે એક જ દશ્ય નજરે પડે છે : ઉન્મત્ત પવનના તાલ પર નાચતી સાગરની અનંત લહેરો. ધીમે-ધીમે નૃત્યની ગતિ તીવ્ર થઈ રહી છે. તરંગ-ભંગિમાઓ ઉદાત્ત રૂપ ધારણ કરી રહી છે. સાથી પવનનો સહારો લઈને આ તરંગો સાગર તળ પર જાણે સમર તાંડવનું દશ્ય ઉપસ્થિત કરવાની તૈયારી કરી રહી છે. લહેરોનું મહાગર્જન અને ફેનિલ અટ્ટહાસ્ય તરંગોના સહસ્ત્રો હાથેનું રમકડું બિચારો એકલો એક જલપોત ડાબે-જમણે ખૂબ ઝૂમી રહ્યો છે. યાત્રિઓની હાલત ખરાબ થઈ રહી છે. કોઈને માથાનું દુઃખાવો, કોઈને ચક્કર, કોઈને વમન. કેટલાક લોકો ખાધા-પીધા વગર પોત-

પોતાની કેબિનમા પડેલા છે. સમુદ્રી રોગ કેટલાક લોકોને પરેશાન કરી રહ્યો છે. સ્વામીજીની તબિયત પણ થોડી અસ્વસ્થ છે. 'ઉદ્‌બોધન' પત્રિકા માટે એક નિંબધ લખવાનું વિચારી રહ્યા છે, પરંતુ જહાજની ડગમક ચાલને કારણે લખવાનું નથી થઈ શકતું. કેબિનમાં અત્યંત ગરમી છે. સાંકડી એવી જગ્યામાં ચાર વ્યક્તિઓના રહેવાની વ્યવસ્થા. લાગે છે, જાણે ત્યાં શ્વાસ ઘુંટાઈ જશે. ફક્ત ત્યાં સામાન રાખવા અને રાત્રે સૂવા સિવાય કોઈ બીજું કામ નથી થઈ શકતું. સ્વામીજી પોતાના ગુરુભાઈ અને શિષ્યાની સાથે આખો દિવસ ડેકના બરામદામાં જ વિતાવતા હતા. અન્ય યાત્રિઓનો પણ આ જ કાર્યક્રમ છે.

ધીમે-ધીમે સમુદ્રની લહેરોની ઉત્તેજના શાંત થઈ ગઈ. સમર નૃત્ય પછી શ્રાંત પવન સૂઈ ગયો. નિયત સમય પર ૨૮ જૂનની વહેલી સવારે 'ગોલકુંડા' મદ્રાસ બંદરગાહમાં આવી લાગ્યું. સ્વામીજીના કાર્યક્રમના વિષયમાં મદ્રાસના ગુરુભાઈઓને તાર દ્વારા સૂચના આપી દેવામાં આવી હતી. તેથી જહાજની જેટી પર સ્વામીજીના દર્શનાર્થે હજારો ઉત્સુક નયન ઉપસ્થિત હતા. રામકૃષ્ણ મિશનના કાર્યકર્તાઓએ કેટલી પણ કોશિશ કરી કે સ્વામીજીને મદ્રાસમાં થોડા સમય માટે જહાજથી ઉતારવાની વ્યવસ્થા થઈ જાય, પરંતુ તેઓ સફળ ના થઈ શક્યા. એ દિવસોમાં કલકત્તામાં પ્લેગ ફેલાયેલો હતો. તેથી પ્લેગ કાયદા અનુસાર કલકત્તાથી આવેલા કોઈ ભારતીયને મદ્રાસમાં ઉતરવાની મનાઈ હતી. પરંતુ ગોરા લોકો પર આ પ્રતિબંધ ન હતો. અંગ્રેજોના બનાવેલો કાયદે એમના માટે જ લાગૂ ન હતો. એમની દૃષ્ટિમાં બધા કાળા લોકો, ગન્દા લોકો હતા, પ્લેગના કીટાણુ માટે સર્વત્ર ફરતા રહેવાની સંભાવના એમનાથી જ હતી. મદ્રાસના માનનીય તેમજ ખ્યાતિપ્રાપ્ત લોકોએ, અંગ્રેજ અધિકારીઓને પ્રાર્થના પત્ર આપ્યો કે કેટલાક કલાકો માટે સ્વામી વિવેકાનંદ પર આ કાનૂન ના લગાવવામાં આવે. પરંતુ અધિકારીઓએ એના પર કોઈ ધ્યાન ન આપ્યું.

અંગ્રેજ શાસકોના આ વ્યવહારથી એ પ્રગટ હતું કે તેઓ સ્વામી વિવેકાનંદથી પ્રસન્ન ન હતા. આ પ્રકારની એક ઘનટા કાશ્મીરમાં પણ થઈ હતી. કાશ્મીરના મહારાજાએ ઝેલમના કિનારે મઠ નિર્માણ માટે કેટલીક ભૂમિ સ્વામીજીને દાનસ્વરૂપ આપી હતી. પરંતુ મઠના નિર્માણના ઠીક પહેલાં ત્યાં અંગ્રેજ રેજિડેન્ટે મહારાજાના ભૂમિદાનના પ્રસ્તાવને રદ્દ કરી દીધો હતો. આ ઘટનાએ સ્વામીજીના હૃદયને વધારે ઠેસ પહોંચાડી હતી, આજે મદ્રાસમાં આ પ્રકારની આ ઘટનાની પુનરાવૃત્તિ થઈ હતી.

ખેર, કેટલાય ભક્તોએ ભાડાની નાની-નાની નૌકાઓમાં બેસીને સ્વામીજીના જહાજની પાસે પહોંચીને નજીકથી એમના દર્શન પ્રાપ્ત કર્યા. સ્વામીજી જે ડેક પર હતા ત્યાંના ઘેરાને પકડીને પ્રસન્નમુખ બધા લોકોને આશીર્વાદ આપવા લાગ્યા. મિત્રો અને ભક્તો દ્વારા ઉપહારસ્વરૂપ લાવેલા કેળા, કેરી, નારિયેળ, મિઠાઈઓ અને ફળ-ફૂલોના ઢેર લાગી ગયા. સ્વામીજીના વિલાયતના મિત્ર, શ્યામ ઐય્યર બેરિસ્ટર થઈને મદ્રાસ આવેલા હતા. તે પણ અન્ય મિત્રોની સાથે સ્વામીજીના દર્શનાર્થે જેટી પર ઉપસ્થિત હતા. મદ્રાસમાં જૂનનો મહીનો ચિલચિલાતી ધૂપ શરીરને સળગાવી રહી હતી. છતાં પણ જેટી પર અન્ય નૌકાઓ પર બાળ, વૃદ્ધ, વનિતા, બધા દઢતાપૂર્વત દટેલા હતા. સ્વામીજી એમને ઘેર પાછા ફરવા માટે કહી રહ્યા હતા.

ઘણું કહેવા-સાંભળવા પર સ્ત્રીઓ, બાળકો અને વૃદ્ધોની ભીડ છંટાઈ. સવારથી સાંજ સુધી જહાજના ડેક પર કડી ધૂપમાં ઊભા-ઊભા સ્વામીજી ખુદ પણ ખૂબ થાકી ગયા.

આખું શરીર લાકડીની સમાન સીધું થઈ ગયું. હાથ-પગ અવસન્ન થવા લાગ્યા. માથામાં ચક્કર આવવા લાગ્યા. ત્યારે એમણે મદ્રાસી મિત્રો અને ભક્તોથી વિદાય માંગી અને પોતાની કેબિનમાં વિશ્રામ કરવા ચાલ્યા ગયા. અલાસિંગા પેરુમલએ 'બ્રહ્મવાદિન' પત્રિકા અને મદ્રાસના અન્ય લોકોના વિષયમાં સલાહ લેવાનો અવસર મળી શક્યો ન હતો. સ્વામીજીની સંગતિથી સુખ પ્રાપ્ત કરવાની લાલસા પણ હઠ કરવા લાગી, તેથી અલાસિંગા કોલમ્બો સુધીની ટિકિટ લઈને જહાજ પર આવી ગયા. સંધ્યા સમયે જહાજ છૂટવાનું ભોંપૂ વાગ્યું. સાથે જ ઘોર જનરવ સંભળાવા લાગ્યો. સ્વામીજીએ ઝરૂખામાંથી જોયું, તો સેંકડો સ્ત્રી-પુરુષ, બાળક-બાલિકાઓ વિદાય સૂચક ધ્વનિ કરી રહ્યા હતા.

મદ્રાસથી શ્રીલંકાની યાત્રા ચાર દિવસની હતી. રાત્રિ સુધી જહાજ મદ્રાસ બંદરગાહ છોડીને વધારે દૂર સુધી સમુદ્રની છાતીને ચીરતું આગળ વધી ગયું છે. વેગપૂર્ણ બયારોનો ઝકોરા, લહેરોના નર્તન-ગર્જન પૂર્વવત્ પ્રારંભ થઈ ગયા છે. ક્ષણ-પ્રતિક્ષણ આ બધું વધતું જ જાય છે. મોનસૂનનો સમય છે. પશ્ચિમની તરફ જતા જહાજની સાથે તોફાનનું વધવું સ્વાભાવિક છે. ભયાનક હેલડોલ અને ચરમર, ઠકઠકનો અવાજ થઈ રહ્યો છે. જાણે લહેરોના થપેડાઓએ જહાજના બધા કલપુર્જાઓ અને પેંચોંને ઢીલા કરી દીધા હોય. યાત્રી જ્યાં છે ત્યાં જ માથું પકડીને બેસી ગયા છે. કોઈને ખાવા-પીવાનું ભાન નથી. અલાસિંગા પેરુમલ મૈસૂરી રસમ ખાવાવાળા બ્રાહ્મણ છે, આગની તરફ ઘુંટેલું માથું, પાછળ લાંબી ચોટલી, ખુલ્લા પગ, ઘુંટણો સુધી ધોતી, પૂરું લલાટ ચંદન તિલકથી ભરેલું. ટિકિટના સિવાય સાથે લાવ્યા છે બે પોટલીઓ. એકમાં થોડા જરૂરી કાગળો છે, અને પહેરવાનું એક વસ્ત્ર. બીજામાં જાતિ બચાવીને જીવિત રહેવા માટે શેકેલ ચૂડો અને લાઈ મટર. ચાર દિવસો સુધી એને જ ચાવતા-ચાવતા એમને શ્રીલંકા પહોંચવાનું છે. આ પ્રકારે પોતાના સંપૂર્ણ વ્યક્તિત્વ પર બ્રાહ્મણત્વની છાપ લઈને તેઓ આનંદથી જહાજ પર ફરી રહ્યા છે, ટહેલી રહ્યા છે. એમને સમુદ્રી બીમારી ના થઈ. એમની ગુરુભક્તિ, કર્મનિષ્ઠા, આત્મવિશ્વાસ, નિઃસ્વાર્થ સેવા અને તન તોડ કરીને પરિશ્રમ કરવાના ગુણોએ સ્વામીજીનું હૃદય જીતી લીધું હતું. એમણે પહેલી વખત પણ સ્વામીજીની સાથે શ્રીલંકા સુધીની યાત્રા કરી હતી. ત્યારે એમના બિરાદરીવાળાઓએ એમના વિદેશ જવા પર ઘણો શોરગુલ મચાવ્યો હતો અને જાતિથી બહાર કાઢી મૂકવાની ધમકી આપી હતી, પણ એમનું કશું ના ચાલ્યું. પાછળથી બધું શાંત થઈ ગયું. સ્વામીજીની સાથે રહેવાથી અલાસિંગાના જૂના આચાર-વિચાર થોડા દબાયેલા રહે છે. તેઓ સ્વામીજીથી આ વાત પર તર્ક નથી કરતા. ક્યારેક-ક્યારેક એમને પોતાની રૂઢીવાદિતા પર જેંપ પણ આવતી હતી. સ્વામીજી આ બધું સમજતા હતા, છતાં પણ અલાસિંગા એમને ખૂબ વ્હાલા છે.

જહાજ ચાર દિવસો પછી કોલમ્બો પહોંચ્યું. આ ચાર દિવસોમાં સ્વામીજીનું કોઈ વિશેષ કાર્ય ના થઈ શક્યું. ફક્ત થોડા ઘણા વિચાર-વિમર્શ થતા રહ્યા હતા. હવે જહાજ કોલમ્બો પહોંચવાવાળું હતું. સામે કોલમ્બો નજરે પડી રહ્યું હતું અને ત્યાંનો સમુદ્ર તટ સ્વામીજીના સ્વાગતાર્થે આવેલા સેંકડો લોકોની હર્ષધ્વનિથી ગૂંજી રહ્યો હતો. એ જન સમુદાયમાં સ્વામીજીની તીક્ષ્ણ દૃષ્ટિએ પોતાના પ્રિય ભક્તોને શોધી કાઢ્યા. આ રહ્યા સર કુમારસ્વામી અને અરુણાચલમ. કુમારસ્વામી પોતાની અંગ્રેજ પત્ની અને પુત્રની સાથે ઉપસ્થિત હતા. પુત્ર અતિ સુંદર બાળક છે, ઉઘાડા પગ તેમજ માથા પર વિભૂતિ.

કેટલીક વિદેશી શિષ્યાઓ અને મિત્ર પણ ઉપસ્થિત હતા. શ્રીમતી હિગિન્સ અને શ્રીમતી કૌન્ટેસ કાષાય રંગની સાડી બંગાળી રીતથી પહેરીને. કોલમ્બોના મિત્રો અને ભક્તોએ સ્વામીજીના જહાજથી ભૂમિ પર ઉતરવાની અનુમતિ લઈ રાખી હતી. ખુશીની વાત એ હતી કે ત્યાં પ્લેગ કાયદાનો કોઈ પ્રતિબંધ ન હતો. તેથી વિવેકાનંદ સ્વતંત્રતાથી ત્યાં પોતાના બન્ધુ-બાંધવોથી મળી શક્યા તથા કોલમ્બોમાં ફરી શક્યા.એમણે ત્યાંના બૌદ્ધ બાલિકા વિદ્યાલયનો વિદ્યાર્થીવાસ તથા અન્ય વિદ્યાલયો, મઠો અને બૌદ્ધ મંદિરોનું નિરીક્ષણ કર્યું. અલાસિંગાને કોલમ્બોથી મદ્રાસ પાછા ફરવાનું હતું. તેથી એમની સાથે જરૂરી વાર્તાલાપ પણ ચાલતો રહેતો હતો.

૨૮ જૂનએ વહેલી સવારે સ્વામીજીના જહાજે કોલમ્બો છોડ્યું. હવે તે ખૂબ જ ઝડપથી પશ્ચિની તરફ વધવા લાગ્યું. માર્ગમાં વાસ્તવિક મોનસૂનથી સામનો હતો. જહાજ જેમ-જેમ આગળ વધી રહ્યું હતું, તોફાન પોતાનું પ્રલયંકારી રૂપ બતાવી રહ્યું છે : દિવસને રાત બનાવી દેવાવાળો અંધકાર, સનસનાતી હવા, મૂશળાધાર વરસાદ. ગરજી રહેલી મોટી મોટી લહેરો જહાજ પર તૂટી રહી હતી. આજકાલ જહાજનો ડેક સાંભળતો રહે છે. ત્યાં કોઈનું રોકાવું કઠિન થઈ રહ્યું છે. કેટલાક લોકો ભોજન માટે બેઠા છે. ટેબલ પર રાખેલી ખાવાની વસ્તુઓ ઉછળી-ઉછળીને પડે છે. જહાજની ચરમર ઠક-ઠક પુનઃ પ્રારંભ થઈ ગઈ છે. લાગે છે જાણે જહાજ હવે ટુકડે-ટુકડાં થઈ જશે. જહાજનો કપ્તાન ખૂબ જ મનોરંજક પ્રકૃતિનો છે. સમય કાઢીને ક્યારેક-ક્યારેક તે દિલચસ્પ વાર્તાઓ યાત્રીઓને સંભળાવે છે. સ્વામીજી પણ એમાં સહયોગ આપે છે. આ પ્રકારે કઠિન યાત્રાનું કષ્ટ ઘણું બધું ઘટી જાય છે. કેબિનની અંદર બેસીને માનસિક કાર્ય કરવું અશક્ય છે. છતાં પણ સ્વામીજી કંઈક ને કંઈક 'ઉદ્‌બોધન' પત્રિકાનું કામ કરી જ લે છે.

કોલમ્બોમાં બે પાદરી પણ જહાજ પર ચઢ્યા. એમાંથી એક અમેરીકી છે, સપત્નીક, નામ છે બોગેશ. તે સ્વભાવના ખૂબ મધુર છે. સાત વર્ષના વૈવાહિક જીવનમાં એમના છ પુત્ર-પુત્રીઓ છે. આ લોકો એને ઈશ્વરની કૃપા સમજે છે. જ્યારે વાતાવરણ થોડું સાફ રહે છે, તો શ્રીમતી બોગેશ પોતાના છ બાળકોને ડેક પર છોડી દે છે. કોઈ દોડે છે, રમે છે, કોઈ ઘુંટણોના બળે સરકે છે, હસે છે; કોઈ એમ જ ફર્શ પર પડ્યા-પડ્યા હાથ-પગ પછાડે છે. પગનો અંગૂઠો ચૂસે છે, હસે છે અને ક્યારેક બૂમો પાડવી, રોવાથી સારું આકાશ માથા પર ઉઠાવી લે છે. બાળકોને કારણે ડેક પર ચાલવું મુશ્કેલ થઈ ગયું છે, ક્યાંક તેઓ કચડાઈ ન જાય, એ ડરથી; કોઈ પ્રકારે ભણવા-લખવાનું કામ તો પૂછવું જ શું! પાદરીજી પોતાની પત્નીની સાથે ડેકના કોઈ ખૂણાં બેઠા-બેઠા કલાકો સુધી પ્રેમાલાપ કરતા રહે છે, એમને પોતાના બાળકોની કોઈ ચિંતા નથી. બહેન નિવેદિતા એ બાળકોની માં બનીને બેઠી છે. એમને હસાવવા-રમાડવા અને સમય-સમય પર એમણે દૂધ કે અન્ય ખાદ્ય સામગ્રી આપવી હવે બહેન નિવેદિતાએ પોતાના ખભાઓ પર લઈ લીધી છે. 'ટૂટલ' નામની એક નાની છોકરી જેની માતા નથી અને જે પોતાના પિતાની સાથે ઈંગ્લેન્ડ જઈ રહી છે, બહેન નિવેદિતાની સાતમી બાળકી બની ગઈ છે. નિવેદિતાના માતૃતુલ્ય સ્નેહથી બધા બાળકો વિભોર છે. નિવેદિતાએ પાદરી અને પાદરિનનું કાર્ય ખૂબ હળવું કરી દીધું છે, એનાથી તે લોકો પણ એમનાથી ખૂબ ખુશ છે. પરંતુ શ્રી અને શ્રીમતી બોગેશના ક્રિયાકલાપ જોઈને સ્વામીજીનું હૃદય વિતૃષ્ણા અને લજ્જાથી ભરાઈ

ઉઠ્યું. તેઓ વિચારવા લાગ્યા કે જો આ દસ કરોડ અંગ્રેજ બધા મરી જાય અને ફક્ત કેટલાક પુરોહિત બચી રહે,તો વીસ વર્ષોમાં ફરી દસ કરોડની ઉપજ થઈ જશે. ભીષણ તોફાનને કારણે જહાજની ગતિમાં શિથિલતા આવી ગઈ છે. તેથી ગોલકુંડા છ દિવસોના બદલે દસ દિવસોમાં કોઈ પ્રકારે અદન પહોંચી શક્યું.

અદનના બંદરગાહ પર જહાજના પહોંચતા-પહોંચતા સાંજ થઈ ગઈ હતી. ત્યાં કાળા-ગોરાનો ભેદભાવ ન રહેવા પર પણ કોઈને જહાજથી ઉતરવા દેવામાં ન આવ્યા. જોવા યોગ્ય ત્યાં કોઈ વિશેષ વસ્તુ ન હતી. સ્વામીજી પોતાની પ્રથમ યાત્રા ત્યાંની કેટલીક આકર્ષક જગ્યાઓ જોઈ ચુક્યા હતા. જહાજના ડેકથી અદનના તરુતૃણહીન પહાડના લાલ-ભૂરા પથ્થર, બાલુકામયી ભૂમિ અને ઊંચા-નીચા પહાડી માર્ગ નજરે પડતા હતા. તટ પર સ્થિત અર્ધચંદ્રાકાર હોટલ અને કેટલીક નાની-નાની દુકાનો પણ દૃષ્ટિગોચર થઈ રહી હતી. તટ પર ગોલકુંડાના સિવાય કેટલાય અન્ય જહાજ પણ લાગેલા છે. થોડા માલ અને કેટલાક યાત્રિઓની સાથે.

કેટલાક કલાક ઉપરાંત જહાજ લાલ સાગરની અંદરથી ચાલવા લાગે છે. જે દેશ કે સ્થાનથી થઈને જહાજ આગળ વધે છે, સ્વામીજી એ દેશ કે સ્થાનના ભૂગોળ અને ઇતિહાસથી પોતાના શિષ્યોને પરિચિત કરાવતા જાય છે. મિશ્ર દેશના પિરામિડ અને ત્યાંના નૃસિંહ (સ્ફિંક્સ) આદિથી સંબંધિત અનેક લોકકથાઓનું જ્ઞાન ન જાણે સ્વામીજીને ક્યારથી હતું. લાલ સાગરમાં અસહ્ય ગરમી હતી. છતાં પણ સમય ખૂબ આનંદથી વીત્યો. લાલ સાગર પછી સ્વેજ નહેર. લાગે છે જાણે જહાજ એક પાતળી નદીમાંથી પસાર થઈ રહ્યું છે. એવી વ્યવસ્થા છે કે એક જહાજના ચાલ્યા જવા પર બીજું જહાજ નહેરમાં પ્રવેશ કરે. એનાથી બે જહાજોમાં ટક્કર થવાની સંભાવના નથી રહી જતી. નહેરના બંને તટ પર જળક્રીડા કરતા-કરતા લોકો નજરે પડે છે. વધારે દિવસો સુધી ઉપર આસમાની આકાશ અને નીચે સ્યાહ જળ જોતા-જોતા યાત્રીઓ પણ કંટાળી ગયા હતા. હવે સ્વેજ નહેરના બંને કિનારાઓની લીલી ધરતી, આકાશના ચહેકતા પક્ષી. તટના લોકોની હસી-મજાક, શોરગુલ, બધું આનંદપ્રદ લાગી રહ્યું હતું. થોડા સમય પછી જહાજ ભૂમધ્ય સાગરમાં પ્રવેશ કરી ગયો. પ્રાચીન સભ્યતાના અવશેષ, એશિયા અને આફ્રીકાના વિસ્તાર, હવે પાછળ છૂટી ચુક્યા હતા.

બહેન નિવેદિતા માટે સ્વામીજીની સાથે આ યાત્રા ખૂબ જ શિક્ષાપ્રદ રહી. ભારતીય સાહિત્ય, સંસ્કૃતિ, ધર્મ, દર્શન ઇતિહાસ વગેરેની ચર્ચાથી સ્વામી પોતાની શિષ્યાને પ્રશિક્ષિત કરતા રહ્યા.

બહેન નિવેદિતાએ સ્વામીજી પર પોતાની પુસ્તક 'આધી પૃથ્વી'માં એમની સાથે થયેલ આ સફરને પોતાના જીવનની ખૂબ જ મહત્ત્વપૂર્ણ તેમજ સર્વશ્રેષ્ઠ ઘટના બતાવી છે. પોતાના ગુરુદેવની સાથેની વાતો અને પોતાના હૃદય પર પડતી એની છાપને એમણે ખૂબ જ રોચક ઢંગથી વ્યક્ત કરી છે. 'આ સમુદ્ર યાત્રાના આરંભમાં અંત સુધી અનેક પ્રકારની ભાવનાઓ અને વાર્તાઓનું સ્ત્રોત નિરંતર પ્રવાહિત હતું. શું ખબર કોઈ ક્ષણે સ્વામીજીના અવદાનના દ્વાર સહસા ખુલી જાય અને આપણે જ્વલંત ભાષામાં સત્યના નવા-નવા સંદેશ સાંભળી લઈએ. સમુદ્ર યાત્રાના આરંભના પ્રથમ દિવસે ત્રીજા પહેરે અમે ભાગીરથી પર જહાજમાં બેઠા વાતો કરી રહ્યા હતા. એટલામાં જ સ્વામીજી એકાએક

બોલી ઉઠ્યા. 'જુઓ, જેટલા દિવસ વીતી રહ્યા છે, હું એટલો જ સ્પષ્ટ સમજી રહ્યો છું કે મનુષ્યત્વ પ્રાપ્તિ જ જીવનની સર્વશ્રેષ્ઠ સાધના છે; આ નવીન ઉપદેશનો જ જગતમાં પ્રચાર કરી રહ્યો છું, જો દુષ્ટ કર્મ કરવા હોય તો એને પણ મનુષ્યની જેમ કરો, જો દુષ્ટ બનવું છે, મહાન દુષ્ટ બનો.'

એના પછી જાત-જાતની વાતચીત, જાત-જાતની વાર્તાઓ! હંમેશાં તેઓ ગંભીર મુદ્રામાં ચિંતનશીલ તેમજ મૌન જ રહ્યા કરતા હતા, પરંતુ ક્યારેક-ક્યારેક લાગતું હતુ કે બહાર નિકળવા માટે કસમસાતી ભાવનાઓને તેઓ કોઈ પ્રકારે દબાવી શકતા ન હતા અને અંતમાં વિવશ થઈને પોતાની અનુભૂતિઓના દ્વાર ખોલી દેતા હતા. ક્યારેક એમની વાતો એવી પણ થતી હતી, જે બહેન નિવેદિતાની માનસિક પકડથી બહારની હતી. એમના વાર્તાલાપનો વિષય એમની મનઃસ્થિતિ અનુસાર ક્ષણ-ક્ષણમાં પરિવર્તિત થયા કરતા હતા. ક્યારેક શારીરિક પ્રેમ અને સૃષ્ટિને તેઓ કેટલાય ધર્મોની જડ બતાવતા હતા. એમનું કથન હતું કે ભારતનો વૈષ્ણવ ધર્મ અને પશ્ચિમનો ઈસાઈ ધર્મ બંનેમાં શારીરિક પ્રેમ અને સૃષ્ટિની માન્યતા છે. 'કેટલા ઓછા લોકો મૃત્યુની કે કાલીની પૂજા કરવાનું સાહસ રાખે છે. આપણે લોકોએ જ મૃત્યુની આરાધના કરી, આપણે લોકોએ જ ભયાનકને, વીભત્સને ગળે લગાવ્યા, કેમ કે એ વિકરાળ છે. આપણે એમની વિકરાળતાને ઓછી કરવાનું વરદાન નથી માંગવાનું. આપણએ કષ્ટ માટે જ કષ્ટને સ્વીકાર કરવું જોઈએ.'

એમણએ વારંવાર આ વાત પર ભાર આપ્યો કે મહાનતાના સોપાન પર ચઢવા માટે મનુષ્યમાં દુઃખ સહન કરવાની શક્તિ હોવી જોઈએ. કેટલાક લોકો વિવિધ પ્રકારના ઈન્દ્રિય સુખ લૂટતા-લૂટતા રાખમાં મળી જાય છે. તેઓ સંસાર માટે નગણ્ય છે. આ પ્રસંગની વ્યાખ્યામાં એમણે અનેક વ્યક્તિઓના દષ્ટાંત આપ્યા, કેટલાય ભગવત્‌ભક્તોના જીવનની વિપદાઓનું વર્ણન કરતા-કરતા એમના નયન સજળ થઈ ઉઠતા હતા, કંઠ અવરુદ્ધ થઈ જતો હતો. પોતાને એવા ભાવાવેગની સ્થિતિમાં મેળવીને કાં તો તેઓ વાર્તાલાપનો વિષય પરિવર્તિત કરી દેતા હતા અથવા અચાનક ઉઠીને થોડી ક્ષણ માટે કોઈ બીજી જગ્યાએ ચાલ્યા જતા હતા.

ભૂમધ્ય સાગરમાં આગળ વધવા પર ઇટાલીના સમુદ્ર તટની ધુંધળી પર્વત શ્રૃંખલાઓ ધીમે-ધીમે સ્પષ્ટ થવા લાગી. જહાજ જ્યારે સિસલીની પાસે પહોંચ્યું, તો સંધ્યા થઈ ચુકી હતી. હળવા-હળવા તડકાની સોનેરી કિરણો સાગરના જળ પર તરવા લાગી. જહાજની ગતિ મંદ થઈ ગઈ. મેસિનાથી જ્યારે જહાજ પસાર થઈ રહ્યું હતું, ત્યારે આકાશથી સંધ્યાની લાલિમા લુપ્ત થઈ ગઈ હતી. રાત્રિનો પ્રથમ પ્રહર. દૂર આકાશમાં ચંદ્રની ક્ષીણ રેખા. હજુ પૂરી રીતે ચાંદની નિખરી શકી ન હતી. છતાં પણ એના ઝિલમિલ પ્રકાશમાં મેસિનાની અપૂર્વ પ્રાકૃતિક છટા યાત્રિઓની દૃષ્ટિ પોતાની તરફ બરબસ ખેંચી રહી હતી. એટના જ્વાળામુખીના શિખરથી ધીમે-ધીમે નિકળતા-નિકળતા ધ્રૂજી રહેલી લહેરોની ઉપરની તરફ શૂન્યમાં વિલીન થઈ રહી હતી. સ્વામીજી બહેન નિવેદિતાની સાથે ડેક પર ટહેલતા-ટહેલતા મેસિનાના સૌંદર્યની દાર્શનિક વ્યાખ્યા કરવા લાગ્યા. 'મેસિના મને ધન્યવાદ આપશે, કેમ કે મેં જ એને આ અતુલનીય સૌંદર્ય પ્રદાન કર્યું છે.' સ્વામીજીની પ્રારંભથી જ એવી ધારણા હતી કે માનવ મસ્તિષ્ક બધા પ્રકારના જ્ઞાનની કે સૌંદર્યબોધિની શક્તિની ખીણ છે. શિક્ષા દ્વારા આપણે આ અદ્‌ભુત વસ્તુઓનો ખીણથી બહાર લાવીએ

છીએ, એને ચમકાવીએ છીએ, એને સજાવીએ છીએ, સંવારીએ છીએ અને એને ઉપયોગી બનાવીએ છીએ. આ આપણા મસ્તિષ્કની જ વિશેષતા છે કે આપણે પોતાની કલ્પનાની તૂલિકાથી કોઈ વસ્તુમાં સુંદર, કોઈ વસ્તુમાં અસુંદર રંગ ભરીએ છીએ અને એને મનપસંદ આકારમાં ઢાળીએ છીએ.

સ્વામીજી બીજા દિવસે વહેલી સવારે ફરી ડેક પર હતા. સિસલી દ્વીપ ખૂબ પાછળ છૂટી ગયો હતો. ચારે તરફ જળ જ જળ. સ્વામીજી ક્યારેક અચાનક મૌન મુદ્રા ધારણ કરી લેતા. વધારે સમય સુધી બધા લોકોથી તટસ્થ તેઓ ન જાણે કયા વિચારમાં ખોવાયેલા રહેતા. પછી ભાવ પરિવર્તન થતાં જ તે પોતાના લોકોની વચ્ચે ચાલ્યા આવતા, ખૂબ ઉત્સાહથી ઐતિહાસિક પૌરાણિક કથાઓ સંભળાવવા લાગતા તથા એના વિષયવસ્તુની યથાર્થતામાં પ્રાણ નાખી દેતા. વિભિન્ન રાષ્ટ્રોના ઉત્થાન અને પતનની વાર્તાઓ કહેતા-કહેતા એમની આંખોમાં આશાની જ્યોતિ ચમકી ઉઠતી. લાગતું જાણે ક્ષણ ભરમાં તેઓ ભારતની કાયા પલટ કરી દેશે. એ સમયે તેઓ ભૂલી જતા કે તત્કાલીન ભારત કઈ વિકટ પરિસ્થિતિઓમાં જકડાયેલો પડ્યો છે. તેઓ ભૂલી જતા કે ભારતને અશિક્ષા, દુઃખ તેમજ દારિદ્રયના ગર્તથી કાઢવામાં ઘણો સમય લાગશે. લાગતું, જાણે એમના હાથમાં કોઈ જાદૂની લાકડી છે, જેને ફેરવી કે ભારતનો વેશ બદલાઈ ગયો.

સ્વામીજી ડેક પર ટહેલતા-ટહેલતા એકાએક રોકાઈ જાય છે. એમની દૃષ્ટિ દૂર ક્ષિતિજને ભેદ કરીને પેલે પારની વસ્તુઓને જોઈ લેવા ઇચ્છે છે. ચહેરા પર નવીન ભારતનું સ્વપ્ન ઝિલમિલાઈ રહ્યું છે. અચાનક આ શું થઈ ગયું એમને? પાસે પડેલી ખુરશીની બાંહ થામીને ધમ્મથી તેઓ પોતાને ખુરશીમાં છોડી દે છે. આખું શરીર શિથિલ. રક્તહીન મુખમંડળ. સૂની-સૂની આંખો. લાગતું હતું, જાણે એમને વાસ્તવિક્તાનું, પોતાની સીમાનું, પોતાના બુઝાઈ રહેલા જીવનદીપનું જ્ઞાન થઈ આવ્યું છે. પોતાને એક બાળકની સમાન અસહાય અનુભવી રહ્યા છે. એમના સંગી એમને જુએ છે અને ભારત માતાના પ્રત્યે એમના અતૂટ અદમ્ય પ્રેમને પણ સમજે છે. થોડા સમય પછી આપમેળે જ સ્વામીજીની મનઃસ્થિતિમાં પરિવર્તન આવી જાય છે.

એવો હંમેશાં જ થતું રહેતું હતું. શિષ્યગણ એમની ઝક્કી પ્રકૃતિથી પરિચિત હતા. વાસ્તવિકતાની ભૂમિ પર ઊભા થઈને તેઓ ગુરુદેવ શ્રી રામકૃષ્ણની જીવન-ગાથા, એમના ભક્તો અને સંતોના જીવનની અમૂલ્ય ઝાંખીઓ પોતાના શિષ્યોને સંભળાવતા ક્યારેય પણ થાકતા ન હતા. એમના શિષ્ય અને ભક્ત એમના આશ્રમ હતા. તેઓ બહુધા એમનાથી કહ્યા કરતા કે એમના ના રહેવા પર પણ શિષ્યો અને ભક્તો દ્વારા રામકૃષ્ણ મિશનનું કાર્ય અક્ષુણ્ણ રૂપથી ચાલતું રહેશે. આ પ્રકારે જાત-જાતના મનોભાવોના ઉતાર-ચઢાવની સાથે સ્વામીજીની સમુદ્રી યાત્રાના દિવસ કપાયા. 'ઉદ્‌બોધન' માટે પણ આ સમયગાળામાં એમણે અનેક નિબંધ લખ્યા.

૩૧ જુલાઈ, ૧૮૯૯એ સ્વામીજીનું જહાજ લંડનના ટિલવરી ડાક પર પહોંચ્યું. સ્વામીજીના સ્વાગતાર્થે એમના કેટલાય મિત્ર અને ભક્ત ઉપસ્થિત હતા. એ લોકોની વચ્ચે સ્વામીજીની બે અમેરીકી શિષ્યાઓ ક્રિસ્ટીન અને શ્રીમતી ફંકી પણ ઉપસ્થિત હતી. સ્વામીજીના લંડન આવવાના સમાચાર એમને અમેરીકામાં જ મળી ચુક્યા હતા. તેઓ પોતાના ગુરુદેવના દર્શનની ઉત્કટ આકાંક્ષાને વશમાં ના કરી શકી અને ડિટ્રાએટથી લંડન ચાલી આવી. સ્વામીજી લંડનથી થોડે દૂર વિમ્બલડન નામના સ્થાન પર રોકાયા.

આ વખતે લંડનમાં એમણે કોઈ સાર્વજનિક ભાષણ ના આપ્યું. પરંતુ એમના જૂના અંગ્રેજ મિત્ર, ભક્ત અને પરિચિતોએ એમને શાંતિનો શ્વાસ લેવા ના દીધો. લંડનના બે સપ્તાહનો સમય બહુધા વાર્તા અને ગોષ્ઠીમાં લુપ્ત થઈ ગયો. લંડનમાં એના માટે અમેરીકાથી કેટલાય નિમંત્રણ પત્ર આવ્યા. અમેરીકી શિષ્યાઓએ પણ સ્વામીજીને જલ્દી અમેરીકા લઈ જવા માટે વધારે જિદ કરી. બ્રિટનમાં સ્વામીજીનું સ્વાસ્થ્ય સાથ આપી રહ્યું ન હતું. મન પ્રમાણે કામ થઈ રહ્યું ન હતું. આથી એમણે જલ્દી જ અમેરીકા માટે પ્રસ્થાન કરવાનો નિર્ણય કર્યો.

૧૬ ઓગષ્ટે ગુરુભાઈ તુરીયાનંદ અને બંને અમેરીકી શિષ્યાઓની સાથે સ્વામીજી ન્યૂયોર્ક માટે રવાના થયા. બહેન નિવેદિતા થોડા જરૂરી કાર્યને કારણે લંડન રોકાઈ ગઈ. આ સમુદ્ર યાત્રાના સંબંધમાં સ્વામીજીની અમેરીકી શિષ્યા શ્રીમતી ફંકીએ લખ્યું છે- 'સમુદ્ર પર વ્યતીત કરેલા આ દસ દિવસોની સ્મૃતિ ભુલવા જેવી નથી. વહેલી સવાર ગીતાપાઠ અને એની વ્યાખ્યામાં વિતાવવામાં આવતી હતી, અને એની સાથે સંસ્કૃત-કવિતાપાઠ તથા સંસ્કૃત કવિતાઓ અને વાર્તાઓના અનુવાદ તથા પ્રાચીન દૈનિક પ્રાર્થનામંત્રોના પાઠ પણ અમે લોકો સાંભળ્યા કરતા હતા. સમુદ્ર શાંત હતો, રાત્રિ ચાંદનીથી સુશોભિત હતી. તે સંધ્યાઓ કેટલી અદ્ભુત હતી. ગુરુદેવ, એક રાજસી આકૃતિ, શુભ જ્યોત્સનામાં ડેક પર ટહેલતા-ટહેલતા વચ્ચે-વચ્ચે ક્યારેક-ક્યારેક રોકાઈને અમારા બધાઓથી પ્રાકૃતિક સૌંદર્યના સંબંધમાં વાતો કરવા લાગતા હતા. એક વખત અચાનક ઊભા થઈને એમણે કહ્યું- જ્યારે આ માયાના સામ્રાજ્યમાં આટલું સૌંદર્ય છે, તો પછી જરા વિચારો એની પાછળ છુપાયેલા સત્યમાં કેટલી વિલક્ષણ છબિ હશે... અત્યંત સુષમાયુક્ત સંધ્યા, ઉપર આકાશમાં પૂનમનો ચાંદ, અત્યંત મૃદુ-સ્વર્ણિમ્ આભા લઈને, એક રહસ્યમયી મોહકતાવાળી રાત્રિ. તેઓ ચુપચાપ વધારે સમય સુધી તન્મય થઈને પ્રકૃતિનું સૌંદર્ય આંખોથી પીતા રહ્યા. અચાનક તેઓ અમારા લોકોની તરફ વળ્યા અને સમુદ્ર તથા આકાશની તરફ હાઠ ઉઠાવીને સંકેત કરતા બોલ્યા- 'કવિતા પાઠથી શું લાભ, જ્યારે એનો સાર અહીંયા ચારે તરફ ફેલાયેલો છે.'

લંડનથી ન્યૂયૉર્ક પહોંચવામાં આમ તો દસ દિવસ લાગ્યા. પરંતુ આ દસ દિવસોમાં જાણે હવાને પંખ લાગી ગયા. વાતો-વાતોમાં જ તે દિવસ કેવી રીતે ઉડી ગયા, કોઈના કશી ખબર ના પડી. ન્યૂયૉર્કમાં શ્રી અને શ્રીમતી લિગેટે એમને ખૂબ આદરથી પોતાના અતિથિ બનાવ્યા. એ જ દિવેસ સંધ્યા સમયે તુરીયાનંદની સાથે સ્વામીજી લિગેટ દંપત્તિના અનુરોધ પર ન્યૂયૉર્કથી ૧૫૦ માઇલ દૂર એમના ગામના મકાન રિજલે મૈનર ચાલ્યા ગયા. અહીં કેટલાય વર્ષોથી એમનું સ્વાસ્થ્ય કથળતું જઈ રહ્યું હતું. સ્વામીજીની સ્થિતિ જોઈને લિગેટ દંપતિને ખૂબ જ દુઃખ થયું. એમણે સ્વામીજીના સાર્વજનિક કાર્યક્રમ બિલ્કુલ જ રોકી દીધા, અને દરેક પ્રકારની પરિચર્યા સિવાય એમની ચિકિત્સાની પણ વ્યવસ્થા કરી દીધી. એક મહીના પછી બહેન નિવેદિતા પણ લંડનનું કાર્ય સમાપ્ત કરીને સ્વામીજીની પાસે આવી.

સ્વામી અભેદાનંદ અમેરીકામાં વેદાંત પ્રચાર કરી રહ્યા હતા. સ્વામીજીના અમેરીકા આવવાની ખબર સાંભળીને એમનાથી મળવા ચાલ્યા ગયા. એમનાથી વેદાંત પ્રચારનું કાર્યનું પૂર્ણ વૃત્તાંત સાંભળીને સ્વામીજીનું મન ફૂલ્યું ના સમાયું. ખાસ કરીને એ જાણીને એમને વધારે ખુશી થઈ કે ન્યૂયૉર્કમાં વેદાન્ત સમિતિ માટે સ્થાયી ભવનની વ્યવસ્થા થઈ

રહી છે. અભેદાનંદે ૧૫ ઑક્ટોબર, ૧૮૯૯એ આ ભવનનું ઉદ્‌ઘાટન કાર્ય સંપન્ન કર્યું તથા એક સપ્તાહ પછી ત્યાં નિયમિત રૂપથી વેદાંતના ક્લાસ ચાલવા લાગ્યા. આ ક્લાસોમાં વ્યાખ્યાની સાથે-સાથે પ્રશ્નોત્તર પણ ચાલતો હતો. સ્વામી તુરીયાનંદે માઉન્ટ ક્લેયરમાં બાળકોના ક્લાસ લેવાનું આરંભ કરી દીધું. આ ક્લાસમાં હિતોપદેશ વગેરેની શિક્ષામૂલક વાર્તાઓ બાળકોને સંભળાવવામાં આવતી હતી. અભેદાનંદ દ્વારા સ્થાપિત વેદાંત સમિતિના કામમાં પણ એમણે મદદ કરવાનું આરંભ કરી દીધું.

આ સમયગાળામાં સ્વામીજીને વિશ્રામ અને ચિકિત્સાથી વધારે લાભ પહોંચ્યો. શરીર થોડું સ્વસ્થ થવા પર એમનું ગામનું મકાનમાં ટકવું અશક્ય થઈ ગયું. લિગેટ દમ્પતિના અનવરત અનુરોધની ઉપેક્ષા કરીને તેઓ એમનાથી વિનમ્રતાપૂર્વક વિદાય લઈને પાંચ નવેમ્બરે ન્યૂયૉર્ક આવી ગયા. બે દિવસ પછી સમિતિની એક પ્રશ્નોત્તર સભામાં સ્વામીજી ન્યૂયૉર્કથી જનસાધારણની વચ્ચે ઉપસ્થિત થયા. સમિતિના નવીન સદસ્યોથી અભેદાનંદે એમનો પરિચય કરાવ્યો. સમિતિના પુસ્તકાલયમાં જન-સાધારણ તથા એમના અનેક પ્રિય મિત્રો અને ભક્તો દ્વારા એમને અભિનંદન પત્ર ભેટ કરવામાં આવ્યા. જવાબમાં એમણે આભાર વ્યક્ત કરીને સ્વામીજીએ ખૂબ જ સુંદર ભાષણ આપ્યું.

હવે અહીંયા સ્વામીજીનું જીવન અત્યંત વ્યસ્ત બની ગયું. આ ઘોર વ્યસ્તતામાં પણ પોતાના લઘુ જીવનના બાકી થોડા દિવસોની યાદ યદાકદા આવી જ જતી. મૃત્યુનો કાળો પડછાયો એમની આસપાસ જ ક્યાંક મંડરાઈ રહ્યો છે, એને તેઓ જોઈ જ લેતા. એક દિવસે એમણે અભેદાનંદથી કહ્યું- 'અરે ભાઈ, મારા તો દિવસ થોડા છે; વધારેમાં વધારે હું ત્રણ-ચાર વર્ષ જીવીશ.' ગુરુભાઈ અભેદાનંદે તત્ક્ષણ જવાબ આપ્યો કે એમણે આ પ્રકારની વાત ના વિચારવી જોઈએ કેમ કે એમના સ્વાસ્થ્યમાં ઉત્તરોત્તર પ્રગતિ થઈ રહી છે. જો તેઓ અહીંયા કેટલાક દિવસ વધારે રોકાયા તો એમનું ખોવાયેલું સ્વાસ્થ્ય, ખોવાયેલી શક્તિ પુનઃ પાછી આવી જશે. એમણે એ પણ કહ્યું કે હજું તા કામનો પ્રારંભ જ છે. આ કાર્યક્ષેત્ર ખૂબ જ વિસ્તૃત છે, પથ લાંબો છે, અત્યારથી જ હિમ્મત હારવાથી કેવી રીતે ચાલશે. અભેદાનંદની વાતોની કોઈ અસર સ્વામીજી પર ના દેખાઈ. એમણે ફરી કહેવાનું આરંભ કર્યું- 'ભાઈ, તમે મને સમજી નથી રહ્યા. મને એવો અનુભવ થઈ રહ્યો છે, જાણે હું અંદર જ અંદર વિશાળ રૂપ ધારણ કરતતો જઈ રહ્યો છું. મારો અહં એટલો વધારે વધતો જઈ રહ્યો છે કે ક્યારેક-ક્યારેક મને અનુભવ થાય છે કે મારું આ શરીર મને પોતાનામાં બાંધી નથી શકતું. હું હવે ફાટવાવાળો જ છું. સત્ય, રક્ત અને માંસનું આ પિંજરું મને હવે વધારે દિવસો સુધી પકડીને નથી રાખી શકતું.

પરંતુ સ્વામી વિવેકાનંદ એવા મનુષ્યોમાંથી ન હ તા, જે મૃત્યુને નજીક આવતું જોઈને જીવનથી નિરાશ થઈ જાય. એમની સામે સમય થોડો અને કાર્ય વધારે હતું. જીવનની અંતિમ ક્ષણ સુધી નિશ્ચિંત થઈને શ્વાસ લેવાની ફુરસત એમને ના મળી. ૨૨ નવેમ્બરે તેઓ ન્યૂયૉર્કથી કેલિફોર્નિયાની લાંબી, કષ્ટસાધ્ય યાત્રા પર ચાલી નિકળ્યા. કેલિફોર્નિયામાં સ્વામીજી પોતાના શિષ્યો સહિત સીત્તેર વર્ષીય વૃદ્ધા શ્રીમતી બ્લોજેટ્સના અતિથિ બન્યા. સ્વામીજીની જૂની અમેરીકી શિષ્યા કુમારી જોસેફિન મેક્લીઉડ (શ્રીમતી લિગેહની બહેન) આ વૃદ્ધાના શ્રદ્ધાળુ હૃદયથી પરિચિત હતી. એમના આગ્રહથી જ

એમણે સ્વામીજીને કેલિફોર્નિયા આમંત્રિત કરવાની વ્યવસ્થા કરી હતી.

કુમારી મેક્લીઉડે જ્યારે પહેલી વખત (સ્વામીજીના ત્યાં પહોંચવાથી પહેલાં) શ્રીમતી બ્લોજેટ્સના ગૃહમાં પ્રવેશ કર્યો, તો ત્યાં સ્વામીજીનું એક મોટું ચિત્ર દીવાલ પર સુસજ્જિત જોઈને વૃદ્ધાની ભાવનાથી અવગત થવા માટે પૂછ્યું હતું કે આ કોનું ચિત્ર છે. વૃદ્ધાવસ્થાન્થી ધ્રૂજતી વાણીને શ્રદ્ધામા ભિંજવીને એમણે કહ્યું હતું- 'જો પૃથ્વી પર ક્યાંય કોઈ પર્માત્મા છે, બસ આ જ મનુષ્ય. મેં એને સન્ ૧૮૯૩માં શિકાગોના ધર્મ મહાસંમેલનમાં જોયા હતા.' એના પછી શ્રીમતી બ્લોજેટ્સે ધર્મ મહાસંમેલનથી સંબંધિત સ્વામીજીની સફળતાની અનેક વાતો એમને બતાવી.

જ્યારે સ્વામીજી શ્રીમતી બ્લોજેટ્સના અતિથિ બનીને આવ્યા, તો એમની ખુશીનો પારાવાર ના રહ્યો. ત્યાં સ્વામીજીનો સમય મોટાભાગે પ્રવચન અને ભાષણમાં વ્યતીત થતો. પરંતુ વૃદ્ધાએ ક્યારેય એમના ભાષણ અને પ્રવચનમાં ભાગ ન લીધો. તેઓ સ્વામીજીના મનપસંદ પકવાન તૈયાર કરવામાં વ્યસ્ત રહેતી. સ્વામીજી તથા એમના ભક્તો અને શિષ્યોને પોતાના હાથનું બનેલું ખાવાનું ખવડાવીને એમને અત્યંત તૃષ્ટિ થતી.

કેલિફોર્નિયામાં સ્વામીજી લગભગ સાત મહીના રોકાયા. આ સમયે સંજોગવશ અહીંયાનો જળવાયુ એમના સ્વાસ્થ્ય માટે અનુકૂળ હતો. તેથી તેઓ કેલિફોર્નિયાના પ્રથમ નગર લૉસ ઍંજલ્સ તથા અન્ય ભાગોમાં ભ્રમણ કરીને તન તોડ પરિશ્રમ કરતા રહ્યા. ક્યાંક ભાષણ, ક્યાંક પ્રશ્નોત્તર સભા, ક્યાંક ગોષ્ઠી. વેદાંત દર્શનથી સંબંધિત સભાઓમાં સેંકડો શ્રોતાઓની ભીડ રહેતી હતી. એના સિવાય ઇચ્છુક શિષ્ય તેમજ વિદ્યાર્થી-વિદ્યાર્થિનીઓને તેઓ રાજયોગની શિક્ષા પણ આપતા હતા.

આ સમયગાળામાં ઑકલેન્ડના યૂનિટેરિયન ચર્ચના પ્રધાન ડૉ. બેન્જામિન મિલ્સના નિમંત્રણ પર સ્વામીજીએ ઉક્ત ચર્ચમાં સતત આઠ ભાષણ આપ્યા. સ્થાનીય સમાચાર પત્રોમાં સ્વામીજીના જ્ઞાનની ચર્ચા મોટા પાયા પર થઈ. ડૉ. બેન્જામિને એમના સન્માનમાં એક ધર્મસભા કરી. કેલિફોર્નિયાના વિભિન્ન ભાગોથી અનેક મિશનરી તેમજ ધર્માચાર્ય લોકો સભામાં ઉપસ્થિત થયા, સ્વામીજીની આધ્યાત્મિક અન્તર્દષ્ટિની ખૂબ પ્રશંસા થઈ. બેન્જામિન મિલ્સે શ્રોતાઓની સન્મુખ સ્વામીજીની પ્રશંસા કરતા કહ્યું- 'હકીકતમાં સ્વામીજી એવા વિશાળ બુદ્ધિસંપન્ન વ્યક્તિ છે કે એમની સન્મુખ આપણી વિશ્વવિદ્યાલયના મોટાથી મોટા અધ્યાપકગણ શિશુ જેવા લાગે છે.'

ઑકલેન્ડ પછી કેલિફોર્નિયાની રાજધાની સાનફ્રાન્સિસ્કોમાં સ્વામીજીના કેટલાય ભાષણ થયા. ત્યાં એક વેદાંત સમિતિની સ્થાપના થઈ. સ્વામીજીએ તુરીયાનંદને ત્યાંના વેદાંત પ્રચારનો કાર્યભાર સોંપ્યો. કેલિફોર્નિયાથી ચાલવાના થોડા જ સમય પહેલાં સ્વામીજીની એક અમેરીકી શિષ્ય કુ. મિની સી. બુકે એક સ્થાયી મઠ નિર્માણ માટે એમને ૧૬૦ એકર ભૂમિ દાનમાં આપી દીધી. કેલિફોર્નિયાના સાંતા ક્લેરા કાઉન્ટીની સેન એન્ટોન ઘાટીમાં સ્થિત આ ભૂમિખંડ જનરવથી ખૂબ દૂર હતો. રેલવે સ્ટેશન અહીયાથી પચાસ માઈલ દૂર અને ટપાલઘર ત્રણ માઈલ પર હતું.

ઑગષ્ટના પ્રારંભમાં સ્વામીજી પોતાના કેટલાક શિષ્યો અને ભક્તોની સાથે ભૂમિ દર્શન માટે ચાલી નિકળ્યા. સૌભાગ્યથી વાતાવરણ આકર્ષક હતું. માર્ગની ઊંડી નિસ્સીમ

નિર્જનતામાં પ્રકૃતિ નિઃસંકોચ થઈને પોતાનું સૌંદર્ય નિરાવૃત્ત કરી રહી હતી. હરીતિમામાં લપેટાયેલી નાની-નાની પહાડીઓનું સામીપ્ય, ઊંચા-નીચા વૃક્ષોની શાખા-પ્રશાખાઓ પર ચહેકતા પક્ષી ભૂમિ પર વનૈલા તૃષ્ણ પુષ્પોની અનોખી બેલબૂટાકારી. સ્વામીજી આંખો ભરી-ભરીને આ અનુપમ સૌંદર્યનું રસ પાન કરતા રહ્યાં. હવા જાણે સ્ફૂર્તિના ફુવારા વરસાવી રહી હતી. આ અરણ્યનું બીહડ, દુર્ગમ માર્ગ ન જાણે કેટલું આનંદદાયક બની ગયું. સ્થાનની ગહનશૂન્યતા એનું વિશેષ આકર્ષણ હતી. આથી અહીંયાના ભાવી આશ્રમનું નામ સ્વામીજીએ 'શાંતિ આશ્રમ' (પીસ રિટ્રીટ) રાખ્યું.

આસપાસની લહેરાતી હરિયાળી ભૂમિની ઉર્વરતાનો મૌન ઢંઢેરો પીટી રહી હતી. પરંતુ કોસો દૂર સુધી પીવાના પાણીનું કોઈ સાધન ન હતું. છતાં પણ સંન્યાસીઓના હૃદયથી ઉત્સાહ દેખાતો હતો. ત્રિપાલ લાગ્યા. સ્વામીજીએ સહયોગીના ખભાઓ પર અલગ-અલગ કાર્યની જવાબદારી સોંપી. દૂરથી જ સહી, પરંતુ પીવાનું પાણી પણ આવ્યું. પછી થોડા જ દિવસોમાં થોડી એવી ભૂમિની ઝાડ-ફૂસ સાફ કરીને એને લીપાપોતી કરીને એક કુટીયા બનાવવામાં આવી. કુવો ખોદવામાં આવ્યો, સ્વામી તુરીયાનંદ તથા એમના બાર વિદેશી શિષ્યોએ મળીને આ સૂની નિતાંત મૌન વનસ્થળીને વેદ મંત્રો અને ઋચાઓના પાવન સ્વરથી મુખરિત કરી દીધી. ગંધરહિત દિશાઓ અગરુધૂમથી સુવાસિત થઈ ગઈ. સ્વામીજીની ખૂબ લાલસા હતી કે અમેરીકામાં ભારતીય વનાશ્રમના પર્યાય હોય. એમનું આ સ્વપ્ન 'શાંતિ આશ્રમ'ના રૂપમાં સાકાર થઈ ગયું. પરંતુ દુઃખ છે કે એનું વિકસિત રૂપ, વિશાળ ભવન, મનમોહક ઉદ્યાન, વાટિકા તથા વિશાળ વિદ્યાર્થી સંખ્યા તેઓ પોતાના જીવનકાળમાં ના જોઈ શક્યા.

આ શાંતિ આશ્રમે સ્વામીજીના સ્વાસ્થ્યની સાથે સમાધાન ના કર્યું. અમેરીકા આવ્યા પછી એમાં જે કંઈ પણ સુધાર થયો હતો, તે બધું હવે હાથથી બહાર નિકળી ગયું. શાંતિ આશ્રમના નિર્માણ અને સ્થાપનાએ એમને ખૂબ જ શ્રાંત-ક્લાંત બનાવી દીધા હતા. તેથી હવે સ્વામીજી પ્રચાર કાર્યથી રજા લઈને કેમ્પ ટેલર નામના ગામમાં વિશ્રામ માટે ચાલ્યા ગયા. ત્રણ સપ્તાહના વિશ્રામ પછી સૈનફ્રાન્સિસ્કો, પછી ડિટ્રાએટ અને શિકાગો વગેરે સ્થાનોમાં પોતાના શિષ્યો અને મિત્રોથી મળીને ન્યૂયૉર્ક પહોંચ્યા. આ સમયગાળામાં સ્વામીજીનું કોઈ વિશેષ ભાષણ ના થયું. તેઓ વીતરાગ મનઃ સ્થિતિમાં હતા. કેલિફોર્નિયામા વેદાંત પ્રચારનો કાર્યભાર તુરીયાનંદ પર છોડીને જયારે સ્વામીજી સેનફ્રાન્સિસ્કોથી વિદાય લેવા લાગ્યા, તો બધા શિષ્યોની આંખો ભરાઈ આવી. રૂંધાયેલા કંઠથી તુરીયાનંદે પોતાની નવી જવાબદારીથી સંબંધિત જાણકારી પૂછી. વિવેકાનંદે તરત જ જવાબ આપ્યો- 'જાઓ અને કેલિફોર્નિયામાં આશ્રમની સ્થાપના કરો. ત્યાં વેદાંતની પતાકા લહેરાવો. આ ક્ષણથી જ ભારતની સ્મૃતિ પોતાના મસ્તિષ્કથી મિટાવી દો. સૌથી ઉપર, સાર્થક જીવન જીવો. એના પછી બધું જ માતાને અધીન છે.'

ન્યૂયૉર્ક આવવા પર વિવેકાનંદ વેદાંત સમિતિના સ્થાયી ભવનમાં નિવાસ કરવા લાગ્યા. ભાષણ, વક્તવ્ય કે લોકશિક્ષાથી એમને હવે અરુચિ થઈ ગઈ હતી. મોટાભાગે તેઓ ખુદમાં જ મગ્ન રહેતા અથવા જેમ-તેમ પોતાના મિત્રોથી થોડી ક્ષણ માટે મળી લેતા. લંડનથી લિગેટ દમ્પત્તિનો પત્ર મળ્યો કે તેઓ જુલાઈ મહીનામાં પેરિસ જશે. એ લોકોએ સ્વામીજીને ત્યાં પોતાના ત્યાં નિમંત્રિત કર્યા હતા. આ સમયે પેરિસ પ્રદર્શનીની

ધર્મસભાની સ્વાગત સમિતિ તરફથી પણ એક નિમંત્રણ પત્ર સ્વામીજીને મળ્યો. આ ધર્મસભામાં માધ્યમ ફ્રાંસીસી ભાષા હતી. આથી એના આરંભના બે મહીના પહેલાં જ સ્વામીજીએ ફ્રાંસીસી ભાષા શીખવાનું શરૂ કરી દીધું અને થોડા જ સમયમાં એના પર પૂર્ણ અધિકાર પ્રાપ્ત કરી લીધો.

સ્વામીજી જુલાઈના અંતિમ સપ્તાહમાં પેરિસ પહોંચ્યા. ત્યાં શ્રી અને શ્રીમતી લિગેટે આગ્રહપૂર્વક એમને પોતાના અતિથિ બનાવ્યા. જોસેફાઇન મેક્લીઉડ પોતાની બહેન શ્રીમતી લિગેટની પાસે પહેલેથી જ પેરિસ પહોંચી ગઈ હતી. લિગેટ દંપતિએ અહીંયા ખૂબ મોટું, સુંદર અને આરામદાયક મકાન લઈ રાખ્યું હતું. સ્વામીજી થોડા અઠવાડિયા આ લોકોની સાથે રહ્યા પછી એક અન્ય મિત્ર, જેરાલ્ડ નોબલની સાથે રહેવા લાગ્યા, પરંતુ બપોરનું ભોજન લિગેટ પરિવારની સાથે જ કરતા. લિગેટ દંપત્તિ સભામાં આવેલા અનેક પ્રતિનિધિઓ અને સદસ્યોને પોતાના ત્યાં ભોજન પર નિમંત્રિત કરતા. તેથી એમને ત્યાં સ્વામીજીને પ્રતિદિવસ અનેક પ્રતિભાશાળી વ્યક્તિઓને મળવાની તક મળી. એમાં મુખ્ય વ્યક્તિ જેમની સાથે સ્વામીજીના ઘનિષ્ઠતા વધી, તે હતા એડિનબરા વિશ્વવિદ્યાલયના પ્રાધ્યાપક પૈટ્રિક ગેડેસ, સુપ્રસિદ્ધ કેથલિક પાદરી પેયર, યારે માંત અને માંસ્યોં જુલબોઆ, વિખ્યાત તોપ નિર્માતા હિરમ મૈક્સિમ; યૂરોપની સર્વશ્રેષ્ઠ ગાયિકા મદામ કાલ, સુપ્રસિદ્ધ અભિનેત્રી સારા બર્નહાર્ટ અને ભારતીય વૈજ્ઞાનિક જગદીશ ચંદ્ર બસુ.

લિગેટ દંપત્તિનું ગૃહ આ દિવસોમાં સ્વામીજી માટે વિશેષ આકર્ષણનું કેન્દ્ર હતું. અહીંયા દાર્શનિક, વૈજ્ઞાનિક, રાજનીતિજ્ઞ, સમાજ સેવક, ગાયક, ગાયિકા, શિક્ષક, ચિત્રકાર બધા પ્રકારના પ્રતિભાશાળી વ્યક્તિઓથી એમની મુલાકાત થતી.

પેરિસની આ ધર્મસભામાં અધ્યાત્મ વિષયક કોઈ સિદ્ધાંત કે વિચારની ચર્ચા થવાની ન હતી. અહીંયા ફક્ત વિભિન્ન ધર્મોના અંગોના ઐતિહાસિક વિકાસ પર જ ચર્ચા થવાની હતી. આથી આ સભામાં ઈસાઈ પાદરીઓનો અભાવ હતો, સભાના સદસ્ય મોટાભાગે એવા વિદ્વાન હતા, જેમણે વિભિન્ન ધર્મોની ઉત્પત્તિ, એમના વિકાસના અનુસંધાનમાં પોતાનું જીવન લગાવી રાખ્યું હતું. પોતાની અસ્વસ્થતાથી વિદેશ થઈને સ્વામીજી સભાની ફક્ત બે બેઠકોમાં જ બોલી શક્યા, પરંતુ દરેક બેઠકમાં ઉપસ્થિત જરૂર રહેતા હતા. એમના શાહી વ્યક્તિત્વ, વિદ્વતાપૂર્ણ વક્તવ્યો તથા મધુર વિનમ્ર સ્વભાવે બધાના મન જીતી લીધા. સભામાં ઈસાઇઓનો મત હતો કે ભારતીય સભ્યતા, સાહિત્ય, દર્શન અને જ્યોતિષ પર ગ્રીક પ્રભાવ છે. પરંતુ સ્વામીજીએ હિન્દૂ અને બૌદ્ધ ધર્મોના ઐતિહાસિક તત્વોની વ્યાખ્યા કરતા એમના એ મતનું ખંડન કર્યું. એમણે કહ્યું કે જો કોઈ પ્રાચીન સંસ્કૃત સાહિત્યના અથાગ સાગરમાં ડુબકી લગાવીને જોઈએ, તો એમાં ગ્રીક પ્રભાવની છાયાનો અંશ પણ દેખાઈ નહીં દે, બલ્કે એના પ્રતિકૂળ ગ્રીક સભ્યતા અને સાહિત્ય પર જ ભારતવર્ષનો પ્રભાવ છે.

પેરિસ નિવાસમાં સ્વામીજી પોતાની પ્રથમ અમેરીકી યાત્રાના સમયથી જ પરિચિત પશ્ચિમની તત્કાલીન સર્વશ્રેષ્ઠ ગાયિકા માદામ કાળના એકદમ સમીપ આવી ગયા. એમનો પરિચય હવે ઘનિષ્ઠ મિત્રતામાં પરિવર્તિત થઈ ગયો. કાલ ગાયિકા જ નહીં, પરંતુ દાર્શનિક સાહિત્યની વિદુષી પણ હતી. ધર્મ અને દર્શન પર હંમેશાં સ્વામીજીની સાથે એમનો વાદ-વિવાદ થતો રહેતો હતો. જીવનની પાઠશાળામાં દુઃખ અને દારિદ્રયથી

વધીને બીજો કોઈ સાચો શિક્ષક નથી. માદામ કાનં બાળ અને કિશોર જીવન ખૂબ જ કષ્ટ તેમજ અભાવમાં વીત્યું હતું, છતાં પણ સતત લગન અને પરિશ્રમથી એમણે સમાજમાં ખૂબ ઊંચું અને સન્માનપૂર્ણ સ્થાન પ્રાપ્ત કર્યું હતું. પછીથી સ્વામીજીએ માદામ કાલને 'સૌંદર્ય, યૌવન, પ્રતિભા તેમજ દિવ્ય કંઠનો અપૂર્વ સંગમ' બતાવ્યા.

માદામ કાલ સ્વામીજીની અન્યતમ ભક્તો તેમજ મિત્રોમાંથી હતી. શિકાગોના ધર્મ મહાસંમેલનના સમયે તે ત્યાં ઉપસ્થિત હતી. એ દિવસોમાં તે કેટલાય પ્રકારના માનસિક અવસાદોથી ગ્રસ્ત હતી. એવી દુર્બળ તેમજ અસ્થિર મનઃસ્થિતિમાં એમણે સ્વામીજીથી પ્રથમ વખત મળવાનો નિશ્ચય કર્યો. એમણે સ્વામીજીના નિવાસ સ્થાન પર લઈ જવાથી પહેલાં સચેત કરવામાં આવ્યા કે જ્યાં સુધી સ્વામીજી એમનાથી કશું પૂછે નહીં, ત્યાં સુધી તેઓ મૌન રહેશે. એમણે સ્વામીજીથી આ પ્રથમ સાક્ષાત્કારનું ચિત્ર ખૂબ રોચક ઢંગથી પ્રસ્તુત કર્યું છે :

હું રૂમમાં જઈને ચુપચાપ ઊભી થઈ ગઈ. તેઓ ગરિમાપૂર્ણ ધ્યાનની મુદ્રામાં ફર્શ પર બેઠા હતા. એમના લાંબા કાષાય વસ્ત્ર ભૂમિ પર પ્રસાહિત થઈ રહ્યા હતા. ગૈરિક પાઘડીથી મંડિત મસ્તક સામેની તરફ થોડું નત હતું, અને આંખો ધરતી પર કેન્દ્રિત હતી. થોડી ક્ષણ પછી મારી તરફ જોયા વગર જ એમણે કહ્યું, 'પુત્રી, તારું હૃદય ખૂબ જ અસ્થિર છે. શાંત થઈ જા! એની જ સૌથી પહેલા જરૂર છે.' એના પછી શાંત તેમજ ઉદાસીન સ્વભાવનો મનુષ્ય, જે મારું નામ સુધી જાણતો ન હતો, ગંભીર સ્વરમાં મારી ગોપન સમસ્યાઓ અને અશાંતિના કારણોના વિષયમાં બતાવવા લાગ્યા. એણે એવી-એવી વસ્તુઓના વિષયમાં વાતો કરી કે મારી સમજથી આ વાતોથી મારા નજીકના મિત્રો પણ પરિચિત ન હતા. આ ઘટના જાદુઈ તેમજ અતિમાનવીય હતી. અંતમાં હું એમનાથી પૂછી જ પેઢી, 'તમને આ વાતોની ખબર કેવી રીતે પડી? મારા વિષયમાં તમારાથી કોણે વાત કરી છે?' શાંત સ્મિતની સાથે એમણે મારી તરફ જોયું, જાણે હું એક શિશુની જેમ સરળ પ્રશ્ન કરી બેઠી છું. પછી એમણે કહ્યું -'મને કોઈએ કશું નથી કહ્યું. શું તું સમજે છે કે આ વાતોને સાંભળવી જરૂરી છે? મેં તારા હૃદયને એક ખુલ્લી પુસ્તકની જેમ વાંચી લીધું છે.' એના પછી વિદાય લેવાનો સમય થઈ ગયો. જેવી જ હું જવા માટે ઊભી થઈ, તેઓ બોલ્યા- 'તું પાછલી વાતોને ભૂલવાની ચેષ્ટા કરો. પુનઃ ચિત્તને ખુશ રાખો. સ્વાસ્થ્યની રક્ષા કરો. નીરવ રહીને પોતાના કષ્ટોને ખુદમાં છુપાવીને ના રાખો. પોતાના ભાવાવેગોને બાહ્ય અભિવ્યક્તિના કોઈ રૂપમાં ઢાળી દો. તારા આધ્યાત્મિક સ્વાસ્થ્ય માટે એની જરૂર સર્વપ્રથમ છે. તારી કલા એને માંગી રહી છે.'

માદામ કાલ સ્વામીજીના આ સાક્ષાત્કાર પછી એમના વ્યક્તિત્વ, એમની વાણી અને એમની અદ્ભુત આધ્યાત્મિક શક્તિથી ખૂબ પ્રભાવિત થઈને પાછી ફરી. એમણે અનુભવ કર્યો કે સ્વામીજીના દર્શન પછી એમની વર્ષોની જટિલ સમસ્યાઓનું સમાધાન થઈ ગયું છે, માનસિક ક્લેશ અને અશાંતિ અદશ્ય થઈ ગઈ છે. એમણે આ સ્થિતિના વિષયમાં લખ્યું છે- 'પછી હું એમની સાથે ઘનિષ્ઠ પરિચય થવા પર મેં જોઈ લીધું કે તેઓ સહજમાં જ ઉત્તેજિત તથા ચિંતાકુળ ભાવને દૂર કરીને શ્રોતાના મનને શાંત કરી દેતા હતા, જેનાથી એમની વાતોને તેઓ એકાગ્રચિત્ત થઈને સાંભળી શકે અને હૃદયમાં

ધારણ કરી શકે.' માદામ કાલના આધ્યાત્મિક જીવન પર સ્વામીજીનો પ્રચુર પ્રભાવ પડ્યો. તેઓ એમને એક નવીન ભાવરાજ્યમાં ખેંચીને લઈ ગયા હતા અને એમની મૃતપ્રાય ધર્મ સંબંધી ધારણાઓ અને આદર્શોને નવી પ્રેરણાની સંજીવનીથી જીવન આપ્યું હતું.

માદામ કાલ પેરિસથી મિસ્ત્ર ભ્રમણ માટે જવાવાળી હતી. એમણે સ્વામીજીથી પણ સાથે ચાલવાનો આગ્રહ કર્યો. સ્વામીજીએ સ્વીકૃતિ આપી દીધી. પેરિસ નિવાસની અવધિમાં કુમારી મેક્લીઉડે સ્વામીજીને પેરિસના બધા દર્શનીય સ્થાનોનું ભ્રમણ પોતાની સાથે કરાવી દીધું હતું. હવે ત્યાં કોઈ નવું આકર્ષણ બચ્યું ન હતું. તેથી સ્વામીજી માદામ કાલ અને કુમારી મેક્લીઉડની સાથે મિસ્રની તરફ ચાલી નિકળ્યા. રસ્તામાં બે દિવસ વિયેના, નવ દિવસ કુસ્તુનતુનનિયા, ચાર દિવસ એથેન્સ રોકાઈને તથા વિભિન્ન લોકોથી મળતા-મળતા આ લોકો મિસ્રની રાજધાની કાહિરા પહોંચ્યા. ત્યાં ફરતા-ફરતા એક વખત આ લોકો વાતોની જાળમાં ઉલઝાઈને પોતાનો રસ્તો ભૂલી ગયા અને પછી એક મેલી દુર્ગંધપૂર્ણ ગલીમાં ચાલ્યા ગયા. અહીંયા કેટલાક અર્ધનગ્ન સ્ત્રીઓ બારીથી જોઈ રહી હતી અને કેટલીક દ્વાર પર ઊભી હતી. ગલીમાં નીચે બેન્ચ પર પણ એ જ પ્રકારની કેટલીક સ્ત્રીઓ બેઠી વાતો કરી રહી હતી. સ્વામીજીને જોઈને તેઓ ખડખડાટ હસી પડી અને ઈશારાથી એમને પોતાની પાસે બોલાવ્યા. સ્વામીજીના દળની એક મહિલાએ સૌને એ સ્થાન જલ્દીથી છોડી દેવા માટે કહ્યું. પરંતુ સ્વામીજીએ એ તરફ કશું ધ્યાન ના આપ્યું અને ઉઠીને બેન્ચ પર બેઠેલી એ મહિલાઓની પાસે ચાલ્યા ગયા અને બોલ્યા- 'અભાગિની સંતાનો, રૂપની ઉપાસનામાં આ લોકો ઈશ્વરને ભૂલી ગઈ છે. જરા એમની તરફ જુઓ તો ખરા.' પતિત નારીઓની સન્મુખ ઊભા થઈને એમનું હૃદય ઘોર દુઃખથી ચીત્કારી ઉઠ્યું. આંખોથી આંસૂ નિકળવા લાગ્યા. સ્ત્રીઓ લજ્જિત અને ચકિત ભાવથી એક-બીજાને જોવા લાગી. પછી એમનામાંથી એક ઉઠીને સ્વામીજીની સન્મુખ આવી, થોડી નમીને સ્વામીજીના શરીર પર ઝૂલતા કાષાય વસ્ત્રના નિચલા ભાગને સ્પર્શ કરીને સ્પેની ભાષામાં ધીમેથી કહ્યું- 'ઈશ્વરને જાણવાવાળા વ્યક્તિ' બેંચ પર બેઠેલી એક સ્ત્રીએ લજ્જા અને ભયને કારણે પોતાના હાથોથી પોતાનું મુખ છુપાવી લીધું, જાણે એની કલુષિત આત્માની અત્યંત પાવન પ્રખર દૃષ્ટિને સહન ના કરી શકતી હોય, જાણે એના હૃદયનું રહસ્ય ખુલ્લું થઈ રહ્યું હોય.

કાહિરામાં સ્વામીજી ભારત પહોંચવા માટે ઉતાવળા થઈ ઉઠ્યા. એની વચ્ચે એમને ભારતથી અત્યંત દુઃખદાયી સમાચાર મળ્યા કે માયાવતી મઠના સંસ્થાપક શ્રી સેવિયરનું દેહાવસાન થઈ ગયું. આ શોક સંવાદે એમનું હૃદય વધારે ઉખાડી દીધું. હવે એમણે જલ્દી જ ભારત પાછા ફરવાનો નિશ્ચય કરી લીધો. માદામ કાલે ભારત માટે પ્રથમ શ્રેણી ટિકીટની વ્યવસ્થા કરી દીધી. વિદાયનો સમય આવી ગયો. માદામ કાલ અને કુમારી મેક્લીઉડે ભારે હૃદયે, ભિંજાયેલી પલકો અને અવરુદ્ધ કંઠથી સ્વામીજીને ભારત જવાવાળા જહાજ પર ચઢાવ્યા.

આ જ જહાજ પર એક યુવા અમેરીકી મિશનરી, રીમ્સ કાસ્કિન્સ પણ ભારત આવી રહ્યો હતો. સ્વામીજીના નામથી તે પરિચિત હતો, પરંતુ સાક્ષાત્કારની તક મળી ન હતી. જહાજ પર જાણ થઈ કે સંન્યાસી રૂપધારી સહયાત્રી સ્વામી વિવેકાનંદ જ છે. ભોજન કક્ષમાં બહુધા કાસ્કિન્સ અને સ્વામીજીમાં અભિવાદનનું આદાન-પ્રદાન થતું,

પણ કોઈના તરફથી વાર્તાલાપ પ્રારંભ કરવાની પ્રક્રિયા અપનાવવામાં ન આવતી. કાસ્કિન્સ કુંઠાથી ગ્રસ્ત હતો. શિકાગોના ધર્મ મહાસંમેલનમાં જ્યારે સ્વામીજીએ સંસારના બધા ધર્મોના પ્રતિનિધિઓની સમક્ષ હિન્દૂ ધર્મની શ્રેષ્ઠતા સાબિત કરી તથા પછી ભારતમાં મોકલેલા વિદેશી મિશનરીઓના સ્વાર્થપૂર્ણ કાર્યોની ભર્ત્સના કરી, ત્યારથી જ કાસ્કિન્સના યુવા હૃદયમાં સ્વામીજીના પ્રત્યે એક રોષની ભાવના ઉછરી હતી. તે સ્વામીજીથી તર્ક-વિતર્ક કરવા ઇચ્છતો હતો, પરંતુ એમના સૌમ્ય તેમજ ગાંભીર્યપૂર્ણ વ્યક્તિત્વને જોઈને વાર્તાલાપ આરાંભ કરવાનું એને સાહસ ના થયુ. મનની લાલસા બરાબર એના નેત્રોના ઝરૂખામાં જોયા કરતી.

સ્વામીજીએ એને જોઈ લીધું અને એક દિવસ બોલ્યા- શું તમે અમેરીકાના છો? એણે જવાબ આપ્યો- હા. સ્વામીજીએ પૂછ્યું- એક મિશનરી? એણે કહ્યું-હા. મારા દેશમાં ધર્મ પ્રચાર કેમ કરો છો?- સ્વામીજીએ પ્રશ્ન કર્યો. તમે મારા દેશમાં ધર્મ પ્રચાર કેમ કરો છો?-કાસ્કિન્સે સ્વામીજીના પ્રશ્નને એમની જ સામે પોતાની તરફથી રાખ્યો. પલક ઝબકતા જ બંનેની આંખો મૈત્રીભાવથી ચમકી ઉઠી. બંને જ ઘણી ક્ષણ સુધી ખડખડાટ હસતા રહ્યાં. પછી બંનેએ મિત્રતાથી હાથ મિલાવ્યા.

સ્વામીજી હંમેશાં ચિંતન-મનનથી નિવૃત્ત થવા પર કાસ્કિન્સથી થોડા સમય વાત-ચીત કરતા. એક દિવસ વાતો વાતોમાં જ તેઓ ઉત્તેજિત થઈ ઉઠ્યા અને ગરજી પડ્યા- 'ઇંગ્લેન્ડને અમને રાજનીતિની સૂક્ષ્મ કલાની શિક્ષા આપવા દો, કેમ કે આ કલામાં બ્રિટન રાષ્ટ્રોના નેતા છે. અમેરીકાને અમને કૃષિ અને વિજ્ઞાન ભણાવવા દો, કેમ કે જે અદ્ભુત રીતિથી તમે પોતાનું કાર્ય કરી લો છો, એ દૃષ્ટિમાં અમે તમારા ચરણોની પાસે છીએ. પરંતુ કોઈ પણ રાષ્ટ્ર ભારતને ધર્મની શિક્ષા આપવાનો દંભ નથી કરી શકતો.' પરંતુ પછીના અંતિમ વાક્ય કહેતા-કહેતા સ્વાભિમાનને કારણે સ્વામીજીનું મુખમંડળ લાલ અને વાણી કઠોર થઈ ગઈ હતી. જહાજના આ અલ્પકાલિક મિલને સ્વામીજી અને કાસ્કિન્સની વચ્ચેના અંતરને દૂર કરી દીધું. બંને એક-બીજાની ખૂબ નજીક આવી ગયા. કાસ્કિન્સના માપદંડમાં 'વિવેકાનંદ દાર્શનિકથી વધારે એક દેશભક્ત હતા.' હકીકતમાં તેઓ બધી પીડિત માનવતાના ઉદ્ધાર ઇચ્છતા હતા. મનઃસ્થિતિ અનુકૂળ થવા પર તેઓ કાસ્કિન્સથી એવી-એવી માર્મિક વાતો કરતા, જે ના અમેરીકાની, ના બ્રિટનની, ના ભારતની કે કોઈ વિશેષ રાષ્ટ્રની હતી. તે વાતો તો, ભૂખી, નગ્ન, શોષિત માનવતાની હતી, જેની ચર્ચા કરતા-કરતા સ્વામીજીની આંખોથી અશ્રુધારા પ્રવાહિત થવા લાગતી હતી.

સ્વામીજી એ ક્યેય ના ભૂલી શકતા હતા કે એમનો દેશ એવી માનવતાનું મુખ્ય કેન્દ્ર હતો. ભારતની બહાર ભ્રમણ કરતા-કરતા એમને આ વાત વધારે ખટકતી રહેતી હતી. એમના પ્રવાસના સમયના પત્રોથી એમના અન્તસ્તલની ભાવનાઓનું ખૂબ જ માર્મિક ચિત્ર ઉભરે છે. એની સાથે-સાથે એમનામાં એ સમયના ભારતની દશાનું પણ સજીવ ચિત્રણ મળે છે. અમેરીકા પહોંચ્યા પછી ૩૦ ઑક્ટોબર, ૧૮૯૯એ મેરી હેલને લખવામાં આવેલા પોતાના એક પત્રમાં એમણે કહ્યું- 'કેટલાક સો આધુનીકૃત, અર્ધશિક્ષિત તેમજ રાષ્ટ્રીય ચેતનાશૂન્ય પુરુષ જ વર્તમાન અંગ્રેજી ભારતને દેખાડો છે. બીજું કશું નહીં.' ભારતમાં બ્રિટિશ નીતિનું વિવેચન કરતા એમણે આગળ લખ્યું-

'આ આજની સ્થિતિ છે. શિક્ષાને પણ હવે વધારે ફેલાવા દેવામાં નહીં આવે, પ્રેસની

સ્વતંત્રતાનું ગળું પહેલેથી જ દબાવી દેવામાં આવ્યું છે, (નિરસ્ત્ર તો આપણને પહેલેથી જ કરી દેવામાં આવ્યા છે) અને સ્વશાસનની જે થોડી તક અમને પહેલાં આપવામાં આવી હતી, જલ્દીથી એને છીનવવામાં આવી રહી છે. અમે રાહ જોઈ રહ્યા છીએ કે આગળ શું થશે! નિર્દોષ આલોચનામાં લખવામાં આવેલા કેટલાક શબ્દો માટે લોકોને કાળાપાણીની સજા આપવામાં આવી રહી છે, અન્ય લોકોને કોઈ કેસ ચલાવ્યા વગર જ જેલોમાં ઠૂસવામાં આવી રહ્યા છે, અને કોઈને કશું ખબર નથી કે ક્યારે એમનું માથું ધડથી અલગ થઈ જશે.'

'કેટલાક વર્ષોથી ભારતમાં આતંકપૂર્ણ શાસનનો સમય છે. અંગ્રેજ સિપાઈ અમારા દેશવાસીઓનું ખૂન કરી રહ્યા છે, અમારી બહેનોને અપમાનિત કરી રહ્યા છે, અમારા ખર્ચથી જ યાત્રાનું ભાડું અને પેન્શન આપીને સ્વદેશ મોકલવા માટે. અમે લોકો ઘોર અંધકારમાં છીએ. ઈશ્વર ક્યાં છે? મેરી, તમે આશાવાદિની હોઈ શકો છો, પરંતુ શું મારા માટે એ શક્ય છે? માની લો તમે આ પત્રને ફક્ત પ્રકાશિત કરી દો, તો એ કાયદાનો સહારો લઈને જે હમણા-હમણા ભારતમાં પારિત થયો છે, અંગ્રેજી સરકાર મને અહીંયાથી ભારત ઘસેડીને લઈ જશે અને કોઈ કાયદાકીય કાર્યવાહી વગર મને મારી નાખશે. અને મને એ ખબર છે કે તમારી બધી ઈસાઈ સરકારો એના પર આનંદ મનાવશે, કેમ કે અમે બિન ઈસાઈ છીએ. શું હું પણ સૂવા માટે ચાલ્યો જઈ શકું છું અને આશાવાદી થઈ શકું છું?'

વિવેકાનંદ દ્વારા અંગ્રેજી રાજ્યની આ તીવ્ર આલોચનાથી એ ના સમજવું જોઈએ કે તેઓ અંગ્રેજોને જ ભારતના બધા દોષો માટે જવાબદાર માનતા હતા. હકીકતમાં એમના વિચાર એનાથી ઠીક વિપરીત હતા અને તેઓ એના પર વારંવાર ભાર આપતા હતા કે ભારતીયોના અધઃપતનની જડમાં ખુદ એમની નબળાઈઓ હતી અને એના માટે અંગ્રેજોને દોષ આપવો વ્યર્થ હતો. પોતાના શિષ્યો દ્વારા સમાજ સેવાના કામના પ્રત્યે અંગ્રેજ કર્મચારીઓમાં સહાનુભૂતિની કમીની રિપોર્ટ મળવા પર એમણે સ્વામી અખંડાનંદના નામે એક પત્રમાં ૨૧ ફેબ્રુઆરી ૧૯૦૦માં લખ્યું- 'અંગ્રેજ કર્મચારીઓનો શું દોષ છે? શું તેઓ પરિવાર, જેમની અસ્વાભાવિરક નિર્દયતા વિશે તમે લખ્યું છે, તે ભારતમાં અનોખા છે? અથવા એવાઓનું બાહુલ્ય છે? આખા દેશમાં આ એક જ કથા છે... અંગ્રેજ કર્મચારી ચારે તરફ એને જ જુએ છે, આથી એમને આરંભથી જ વિશ્વા કેવી રીતે થઈ શકે છે? પરંતુ મને એ બતાવો કે જ્યારે સાચ્ચું કાર્ય તેઓ પ્રત્યક્ષ જુએ છે, તો તેઓ શું સહાનુભૂતિ પ્રગટ નથી કરતા? દેશી કર્મચારી શું આ પ્રકારે કરી શકશે?'

વિવેકાનંદનો એ સ્પષ્ટ વિચાર હતો કે ભારતીયોને રાજનીતિક અધિકાર ત્યારે જ મળશે, જ્યારે તેઓ એના માટે પૂરી રીતે યોગ્ય થઈ જશે. એમના અભિપ્રાયમાં આ યોગ્યતા પ્રસ્તાવો દ્વારા રાજનીતિક અધિકારોની માંગ કરીને નહીં, બલ્કે સમાજના પીડિત વર્ગોની સેવા દ્વારા જ સાબિત કરી શકાતી હતી. એ સમયના કૉંગ્રેસની કાર્યપદ્ધતિની આલોચના કરતા એમણે અખંડાનંદના નામે પત્રમાં આગળ લખ્યું- 'આ ઉગ્ર દુષ્કાળ, પૂર, રોગ અને મહામારીના દિવસોમાં કહો, તમારા કૉંગ્રેસવાળા ક્યાં છે? શું એ કહેવું પર્યાપ્ત થશે કે 'રાજશાસન અમારા હાથમાં આપી દો?' અને એમની સાંભળશે કોણ? જો

મનુષ્ય કામ કરે છે, તો એને પોતાનું મ્હોં ખોલીને કશું માગવું પડે છે? જો તમારા જેવા બે હજાર લોકો કેટલાય જિલ્લાઓમાં કામ કરતા હોય, તો રાજકાજના વિષયમાં અંગ્રેજ ખુદ બોલાવીને તમારાથી સલાહ લેશે.'

એ પણ ધ્યાન આપવાની વાત છે કે એ સમયે જ્યારે કૉંગ્રેસમાં મધ્યમવર્ગના ધનવાન, પ્રસિદ્ધ, ભણેલા-ગણેલા લોકોની બોલબાલા હતી, વિવેકાનંદ પોતાના શિષ્યોને ખેડૂતો અને મજૂરોની વચ્ચે કામ કરવાનું આહ્વાન કરી રહ્યા હતા. આ પત્રમાં એમણે કહ્યું- 'ભાગલપુરમા ંકેન્દ્ર ખોલવા માટે જે તમે લખ્યું છે, એ વિચાર, વિદ્યાર્થીઓને શિક્ષા આપવી વગેરે, નિઃસંદેહ ઘણું સારું છે, પરંતુ અમારો સંઘ દીન-હીન, દરિદ્ર, નિરક્ષર ખેડૂત તથા શ્રમિક સમાજ માટે છે અને એમના માટે બધું જ કર્યા પછી જ્યારે સમય બચશે, ફક્ત ત્યારે કુલીનોનો વારો આવશે.'

વિવેકાનંદ ઈચ્છતા હતા કે ખેડૂતો અને મજૂરોને એમની અવસ્થાનો અને સાથે-સાથે એમની શક્તિનું જ્ઞાન કરાવી દેવામાં આવે અને પછી એમણે ખુદ પોતાના ઉદ્ધાર માટે પ્રયત્ન કરવા માટે છોડી દેવામાં આવે. ધનિકો દ્વારા એમનો ઉદ્ધાર થઈ શકશે, એવું તેઓ માનતા ન હતા. પરંતુ તેઓ વર્ગ સંઘર્ષ વધારવાના પણ પક્ષપાતી ન હતા. અખંડાનંદને એમણે આગળ લખ્યું- 'કેટલાક ગ્રામીણ છોકરા અને છોકરીઓને વિદ્યાના આરંભિક સિદ્ધાંત શીખવાડી દો અને અનેક વિચારની વૃદ્ધિ એમનામાં બેસાડી દો. એના પછી પ્રત્યેક ગ્રાના ખેડૂત રૂપિયા જમા કરીને પોત-પોતાના ગામોમાં એક-એક સંઘ સ્થાપિત કરશે. ઉદ્ધરેદાત્મનાત્માનમ્-'પોતાની આત્માનો પોતાના ઉદ્યોગ દ્વારા ઉદ્ધાર કરો.' - આ બધી પરિસ્થિતિઓમાં લાગૂ થાય છે. આપણે એમની મદદ એથી કરીએ છીએ, જેનાથી તેઓ ખુદ પોતાની મદદ કરી શકે. તેઓ તમને પ્રતિદિવસનું ભોજન પ્રાપ્ત કરાવી દે છે. આ એ વાતનું દ્યોતક છે કે થોડું યથાર્થ કાર્ય થયું છે. જે ક્ષણે એમને પોતાની અવસ્થાનું જ્ઞાન થઈ જશે અને તેઓ સહાયતા તથા પ્રગતિની જરૂરિયાતને સમજશે, ત્યારે જાણજો કે તમારો પ્રભાવ પડી રહ્યો છે તેમજ તમે યોગ્ય રસ્તા પર છો. ધનવાન શ્રેણીના લોકો દયાથી ગરીબો માટે જે થોડી ભલાઈ કરે છે, તે સ્થાયી નથી હોતી અને અંતમાં બંને પક્ષોને નુકસાન પહોંચાડે છે. ખેડૂત અને શ્રમિક સમાજ મરણાસન્ન અવસ્થામાં છે, આથી જે વસ્તુની જરૂરિયાત છે, તે એ છે કે ધનવાન એમને પોતાની શક્તિ પુનઃ પ્રાપ્ત કરવામાં મદદ આપે, બીજું કશું નહીં. પછી ખેડૂતો અને મજૂરોને પોતાની સમસ્યાઓનો સામનો અને સમાધાન ખુદ કરવા દો. પરંતુ તમારે સાવધાન રહેવું જોઈએ કે ગરીબ ખેડૂત-મજૂર અને ધનવાનોમાં પરસ્પર ક્યાંક જાતિ-વિરોધનું બીજ ન પડી જાય. એ ધ્યાન રાખો કે ધનિકો પ્રત્યે દુર્વચન ના કહો- સ્વકાર્યમુદ્ધરેત્પ્રાજ્ઞઃ - જ્ઞાની મનુષ્યએ પોતાનું કાર્ય પોતાના ઉદ્યોગથી કરવું જોઈએ.'

અખંડાનંદના પત્રને સમાપ્ત કરીને વિવેકાનંદે કહ્યું-' વાદ-પ્રતિવાદ મૂળપાઠ, શાસ્ત્ર, સાંપ્રદાયિક મત-મતાંતર, એનાથી હું પોતાની આ વધી રહેલી ઉંમરમાં ઝેરની જેમ દ્વેષ કરું છું. એ નિશ્ચિત રૂપથી જાણો કે જે કામ કરશે તે મારા માથાની મુકુટમણિ હશે.' આ ફક્ત બીજાઓને ઉપદેશ આપવા માટે ન હતું. ભલે દેશમાં કે વિદેશમાં, વિવેકાનંદ જ્યાં પણ રહે. યથાશક્તિ કામ કરતા રહે. કામ, કામ, કામ અને કામ, એના સિવાય એમણે

કશું માન્યું જ નહીં. બીજી વિદેશ યાત્રામાં એમને કેટલા પરિશ્રમ કરવો પડ્યો અને કયા પ્રકારના અભાવોની વચ્ચે રહેવું પડ્યું. એની ઝાંખી આપણને એમના એ પત્રથી મળે છે, જેને એમણે ફ્રાંસિસ્કોથી ૭ માર્ચ, ૧૯૦૦એ જોસેફિન મેક્લીઉડને નામે લખ્યો હતો- 'ધનનો અભાવ સાથે જ તન-મનથી પરિશ્રમ, છતાં કશું પરિણામ નહીં. લૉસ એંજેલ્સમાં પણ દશા ખરાબ છે, જો કશું આપવું ના પડે, તો દળ બાંધીને લોકો ભાષણ સાંભળવા જાય છે, પરંતુ કેટલીક ગાંઠથી નિકાળવાનો પ્રશ્ન ઉપસ્થિત હોય, તો નથી જતા; એવી સ્થિતિ છે.'

છતાં પણ કેટલાક લોકોને એ ગેરસમજ હતી કે તેઓ યૂરોપ અને અમેરીકાની યાત્રા એશોઆરામની શોધમાં કરી રહ્યા હતા. એવા લોકોમાં બ્રિટનના ઈ.ડી.સ્ટર્ડી મુખ્ય હતા. તે પહેલાં વિવેકાનંદથી ખૂબ જ પ્રભાવિત હતા. પરંતુ પછીથી એમના વિરુદ્ધ પ્રચાર કરવા લાગ્યા. વિવેકાનંદે નવેમ્બર ૧૮૯૯એ ન્યૂયૉર્કથી એના પ્રચારનો જવાબ આપતા, એને જે પત્ર લખ્યો એનાથી બ્રિટનમાં એમના જીવનનું ખૂબ માર્મિક ચિત્ર ઉભરે છે.

'મને રીડિંગમાં તમારું આવાસ યાદ છે, જ્યાં મને દિવસમાં ત્રણ વખત બાફેલી કોબીજ અને બટાટા, ભાત તથા બાફેલી દાળ ખાવા માટે આપવામાં આવતી હતી અને સાથે જ એ ચટણી પણ, જે તમારી પત્ની મને આખા સમયે કોસ-કોસ કરીને આપતી હતી. મને યાદ નથી કે ક્યારેય તમે મને સિગાર પીવા માટે આપી હોય-શિલિંગવાળી કે પેની વાળી. ના તો મને યાદ છે કે મેં તમારાથી ભોજન કે તમારી પત્નીના સદા કોસતા રહેવાની ક્યારેય ફરિયાદ કરી હોય, જો કે ઘરમાં એક તરફ ચોરની જેમ, ભયથી હંમેશાં કાંપતા આવતા અને પ્રતિદિવસ તમારા માટે કામ કરતા રહેતા હતા.'

'આગલી સ્મૃતિ મને સેન્ટ જૉર્જ રોડ સ્થિત એ મકાનની છે, જેના માલિક તમે અને કુમારી મૂલર છો, મારા ભાઈ બીચારા બીમાર હતા અને...એને ખદેડી દીધા. ત્યાં પણ મને યાદ નથી આવતું કે મને કોઈ એશોઆરામ મળ્યો, ન ખાન-પાનના વિષયમાં અને ના પથારીના વિષયમાં. ત્યાં સુધી કે મારા રૂમના વિષયમાં પણ નહીં.'

'બીજું સ્થાન જ્યાં હું રોકાયો, તે કુમારી મુલરનું ઘર હતું. તેઓ મારા પ્રત્યે ખૂબ જ મહેરબાન રહી, પણ હું સૂકા મેવા અને ફળ ખાઈને ગુજારો કરતો હતો. પછી આગલી સ્મૃતિ લંડનના એ અંધકૂપની છે, જ્યાં મારે રાત-દિવસ કામ કરવું પડતું હતું અને હંમેશાં પાંચ-છ જણાઓ માટે ભોજન પકાવવું પડતું હતું અને જ્યાં મોટાભાગની રાત્રિ રોટલી અને માખણના સહારે ગુજારી દેવી પડતી હતી.'

'મને યાદ છે કે એક વખત શ્રીમતી...એ મને ભોજન પર બોલાવ્યા. રાત્રે રોકાવાની જગ્યા આપી, પણ આગલા દિવસે ઘરમાં ધૂમ્રપાન કરવાવાળા કાળા જંગલીની નિંદા કરતી રહી.'

સ્ટર્ડીએ કદાચ પ્રાચીન ભારતના આદર્શોનો પણ ઉલ્લેખ કર્યો હતો. એનો જવાબ આપતા વિવેકાનંદે ભાવભીના શબ્દોમાં લખ્યું- 'તમે પ્રાચીન ભારતના વિષયમાં ઘણી વાતો કહી હતી. તે ભારત હજુ પણ જીવિત છે. ..તે મર્યું નથી, અને તે જીવિત ભારત આજે પણ કોઈ ભય કે અમીરની કૃપા વગર, કોઈ મતની પરવાહ કર્યા વગર, ભલે તે

પોતાના દેશમાં હોય, જ્યાં એના પગોમાં ઝંઝીરો પડી છે અથવા ત્યાં જ્યાં એ ઝંઝીરના શિરા હાથમાં પકડેલા એના શાસક છે, પોતાનો સંદેશ આપવાનું સાહસ રાખે છે, તે ભારત હજુ પણ જીવિત છે... અમર પ્રેમ અને શાશ્વત નિષ્ઠાનું આ અપરિવર્તનીય ભારત, પોતાના રીતિ-રિવાજોમાં જ નહીં, પરંતુ એ પ્રેમ, નિષ્ઠા અને મૈત્રીભાવમાં પણ.'

કેટલી શક્તિ છે આ શબ્દોમાં, પરંતુ જ્યારે વિવેકાનંદ આને લખી રહ્યા હતા, ત્યારે એમની શરીરની શક્તિ પહેલાંથી વધારે ક્ષીણ થઈ ચુકી હતી અને હકીકતમાં થોડા સમય માટે સતત ક્ષીણ થતી જઈ રહી હતી. જ્યારથી તેઓ પોતાની પહેલી વિદેશ યાત્રાથી ભારત પાછા આવ્યા હતા, એમને રહી રહીને મૃત્યુની છાયા નજરે પડતી હતી. એ સમયના એમના પત્રોમાં સૌથી માર્મિક એ પત્ર છે, જે સમયના સાક્ષાત્કારના ફળસ્વરૂપે લખવામાં આવ્યા છે. એમનામાં આપણને એમની બદલાતા મનોભાવનું ચિત્ર જ નથી નજરે પડતું, પરંતુ જીવન-મૃત્યુના સંબંધમાં એમની અંતરાત્માથી નિકળેલા વિચાર પણ મળે છે. નવેમ્બર ૧૮૯૮માં જ બેલૂર મઠના ખેતરીના મહારને એમણે લખ્યું હતું- 'જ્યાં સુધી મારા સ્વાસ્થ્યનો પ્રશ્ન છે, મારું હૃદય નબળું થઈ ગયું છે. હું નથી સમજતો કે જળવાયુ પરિવર્તનથી કોઈ લાભ થશે....જે પણ હોય, મને લાગે છે કે મારા જીવનનું કાર્ય સમાપ્ત થઈ ગયું છે. સારા અને ખરાબ, સુખ અને દુઃખની ધારામાં મારી જીવન નૌકા થપેડા ખાતી-ખાતી અત્યાર સુધી ચાલી. એક મોટી શિક્ષા, જે મને મળી છે, તે એ છે કે જીવન દુઃખ સિવાય બીજું કશું નથી. માતા જ જાણે છે કે સારું શું છે? આપણે બધા કર્મના હાથોમાં છીએ, એના જ આદેશાનુસાર આપણે ચાલી શકીએ છીએ, એને અસ્વીકાર નથી કરી શકતા. જીવનમાં એક જ તત્વ છે, જે કોઈ પણ કિંમત પર અમૂલ્ય છે, તે છે પ્રેમ. અનંત પ્રેમ. અસીમ આકાશ જેવું વિસ્તીર્ણ, સમુદ્રની જેમ ગંભીર જીવનનો આ એક મહાન લાભ છે. આ તત્વને પ્રાપ્ત કરવાવાળા સૌભાગ્યવાન છે.'

આ પત્રમાં એવું લાગે છે કે જાણે વિવેકાનંદને એ સ્પષ્ટ લાગતું હતું કે એમણે હવે થોડા સમય માટે જ સંસારમાં રહેવાનું છે. સાથે-સાથે એમની ઉદાસી પણ સ્પષ્ટ છે. ત્યારે જ તો એમણે લખ્યું હતું- 'જીવન દુઃખ સિવાય અન્ય કશું નથી.' પરંતુ આ મનોભાવના વધારે સમય સુધી ના જળવાઈ રહી. સ્વાસ્થઅય પહેલાંથી પણ ખરાબ થઈ ગયું હતું, પરંતુ માનસિક વિકલતા સમાપ્ત થઈ ગઈ હતી. ફેબ્રુઆરી ૧૮૯૯એ બેલૂરમઠથી જ જોસેફિન મેક્લીઉડને સ્વામીજીએ લખ્યું- 'હું હવે પહેલાં જેવો ઉદાસ નથી. મેં પોતાના ભાગ્યથી સમાધાન કરી લીધું છે.. મેં જીવનમાં શારીરિક તથા માનસિક, બંને કષ્ટ ભોગવ્યા છે. પરંતુ મારા પર માતાની અસીમ દયા છે. પોતાના પ્રાપ્યથી વધારે આનંદ અને આશીર્વાદ મેં પ્રાપ્ત કર્યો છે. હું માતાને અસફળ કરવા માટે સંઘર્ષ નથી કરી રહ્યો, બલ્કે એથી કે તે મને હંમેશાં સંઘર્ષમાં રત જોશે અને લડાઈના મેદાનમાં જ હું અંતિમ શ્વાસ લઈશ.'

આ જ નિશ્ચય અનુસાર વિવેકાનંદ બરાબર કામ કરતા રહ્યા. પરંતુ જેમ-જેમ એમનું સ્વાસ્થ્ય કથળતું ગયું, જીવનના ઉદ્દેશ્યના સંબંધમાં એમના મનમાં જાત-જાતની વાતો ઉઠતી ગઈ. અમેરીકા પહોંચ્યા પછી એમણે ૨ સપ્ટેમ્બર ૧૮૯૯એ એક પત્રમાં લખ્યું- 'જીવન સંઘર્ષો તેમજ ભ્રાંતિઓની સમષ્ટિ માત્ર છે..જીવનનું રહસ્ય ભોગ નથી, પરંતુ અનુભવ દ્વારા શિક્ષા પ્રાપ્ત કરવાનું છે. પરંતુ હાય, જે ક્ષણે આપણાં લોકોની વાસ્તવિક

શિક્ષા પ્રારંભ થાય છે, એ જ ક્ષણે આપણા લોકોનો બુલાવો આવી જાય છે.'

ક્યારેક-ક્યારેક તેઓ પોતાના વ્યસ્ત જીવનથી કંટાળી જાય છે અને શાંતિ માટે છટપટાવા લાગતા. આ વિચાર કરીને એમને પોતાનાથી જ ખીજ થઈ ઉઠે છે કે એમણે પ્રેમ અને ભક્તિના ચાલતા આ પ્રકારનું વ્યસ્ત જીવન અપનાવી લીધું હતું. ૧૨ ડિસેમ્બર, ૧૮૯૯એ લૉસ ઍંજેલ્સથી એક પત્રમાં એમણે લખ્યું - 'જીવનમાં મેં અનેક ભૂલો કરી છે, પરંતુ પ્રત્યેકનું કારણ રહ્યું છે અત્યાધિક પ્રેમ. હવે પ્રેમથી મને ઘૃણા થઈ ગઈ છે. હા, જો મારી પાસે ભક્તિ બિલ્કુલ ન હોત. હકીકતમાં હું નિર્વિકાર અને કઠોર વેદાન્તી થવા ઈચ્છું છું. જવા દો, આ જીવન તો સમાપ્ત થઈ જ ચુક્યું છે. આગલા જન્મમાં પ્રયત્ન કરીશ.' પોતાના જીવન પર દૃષ્ટિપાત કરતા એમણે આગળ લખ્યું- 'હું શાંતિનો તરસ્યો છું, પરંતુ પ્રેમને કારણે મારા હૃદયે એને મેળવવા ના દીધી. સંગ્રામ અને યાતનાઓ, યાતનાઓ અને સંગ્રામ. પરંતુ જે થવાનું હતું, તે થઈ ગયું, હવે એનો કોઈ ઉપાય નથી. હવે હું ગ્રંથીઓને કાપવા ઈચ્છું છું અથવા એ જ પ્રયત્નમાં હું મરી જઈશ.'

સ્વામી વિવેકાનંદને જેમ-જેમ જીવનનો અંત નજીક દેખાવા લાગ્યો, તેમ તેમ તેઓ પોતાને રામકૃષ્ણ મઠ અને મિશનની જવાબદારીથી અલગ કરી દેવાનું વિચારવા લાગ્યા. તેઓ ઈચ્છતા હતા કે એમના રહેતા જ એમના ગુરુભાઈ નવા સંગઠનોની જવાબદારી સંભાળી લે, જેનાથી એમને આગળ કોઈ મુશ્કેલી ના થાય. સન્ ૧૯૦૦ના આરંભમાં એમણે મઠ અને મિશનના બધા પદોથી વિશ્રામ ગ્રહણ કરી લીધો અને એમના માટે એમણે જે પણ ધન સંપત્તિ એકઠી કરી હતી, એનાથી એક ન્યાસ (ટ્રસ્ટ) ગઠિત કરી દીધું.

૧૨ માર્ચે સ્વામી બ્રહ્માનંદના નામે પત્રમાં એમણે લખ્યું- 'તમે બધા સાધુ તથા મહાપુરુષ છો. 'માં'થી એ પ્રાર્થના કરો કે હવે આ ઝંઝટ મારા ખભાઓ પર ન રહે. હવે હું થોડી શાંતિ ઈચ્છુ છું, કાર્યના ભારને વહન કરવાની શક્તિ હવે મારામાં નથી. જેટલા દિવસ જીવિત રહેવું છે, હું વિશ્રામ અને શાંતિ ઈચ્છું છું.' એના દસ દિવસ પછી, ૨૨ માર્ચએ મેરિ હેલના નામે પત્રમાં એમણે પોતાની ભાવનાને સ્પષ્ટતયા રાખી- 'જ્યાં સુધી મારો સવાલ છે, હું તો ચિરન્તન રૂપથી ભ્રમણ કરતા-કરતા થાકી ગયો છું, આથી હું ઘેર પાછો જવા અને આરામ કરવા ઈચ્છું છું. હું હવે વધારે કામ કરવા નથી ઈચ્છતો. મારો માલો કોઈ વિદ્વાનના અવકાશ પ્રાપ્ત કરવા જેવો જ અ શક્ય છે. તે મને ક્યારેય નથી મળતો. હું કામના કરું છું કે તે મને મળે, ખાસ કરીને હવે જ્યારે કે હું તૂટી ચુક્યો અને કામ કરતા-કરતા થાકી ચુક્યો છું. જ્યારે પણ મને શ્રીમતી સેવિયરનું એમના હિમાલય સ્થિત આવાસથી પત્ર મળે છે, મારી હિમાલયની તરફ ઉડી જવાની ઈચ્છા થાય છે. હું ખરેખર મંચ, કાર્ય અને શાશ્વત ઘુમક્કડી તથા નવા લોકોથી મળવા તેમજ વ્યાખ્યાનબાજીથી તંગ આવી ચુક્યો છું.'

૨૮ માર્ચે વિવેકાનંદે મેરી હેલને ફરી પત્ર લખ્યો અને સંસારમાં પોતાની વધતી વિરક્તિ પ્રગટ કરી. એમના જ શબ્દોમાં - 'હું આ સંસારની સુખ-દુઃખરૂપી મહામારીની દુર્ગંધથી ઉપર ઉઠતો જઈ રહ્યો છું, એનો અર્થ માટે માટે દૂર થતો જઈ રહ્યો છે. આ સંસાર એક સ્વપ્ન છે. અહીંયા કોઈના હસવા-રોવાનું કોઈ મૂલ્ય નથી. આ ફક્ત સ્વપ્ન છે અને

વહેલા-મોડું એ તૂટશે.' એમણે આગળ લખ્યું- 'હું એ શાંતિને પ્રાપ્ત કરી રહ્યો છું, જે બુદ્ધિથી પરે છે, જે ના સુખ છે ના દુઃખ, બલ્કે આ બંનેથી જ ઉપર છે. છેલ્લા બે વર્ષમાં હું જે શારીરિક અને માનસિક મૃત્યુની ઘાટીથી પસાર થયો છું, એણે જ મને એ પ્રાપ્ત કરવામાં મદદ આપી છે. હવે હું એ શાંતિ, એ શાશ્વત મૌનની નજીક આવી રહ્યો છું, જે સૌથી મોટી વસ્તુ હું પ્રાપ્ત કરી શકું છું, તે આત્મા છે. હું મુક્ત છું. તેથી સુખી થવા માટે મારે કોઈ અન્ય વસ્તુની જરૂર નથી. અનંતકાળથી એકલો, કેમ કે હું મુક્ત હતો, તેથી મુક્ત છું અને હંમેશાં રહીશ પણ. આ વેદાંત મત છે. આટલા સમય સુધી હું સિદ્ધાંતનો પ્રચાર કરતો રહ્યો. પરંતુ ઓહ, કેટલા આનંદનો વિષય છે, વ્હાલી બહેન મેરી, એને હું હવે પ્રત્યેક દિવસે અનુભવ કરી રહ્યો છું. હા, હું અનુભવ કરી રહ્યો છું.'

આ અનુભવના ચાલતા વિવેકાનંદને ધીમે-ધીમે શાંતિ મળવા લાગી અને પહેલાંની વ્યગ્રતા નષ્ટ થવા લાગી. એમના એ સમયના પત્રોને વાંચીને એવું લાગે છે, જાણે હવે તેઓ મૃત્યુનું સહર્ષ આલિંગન કરવા માટે પૂરી રીતે તૈયાર થઈ ગયા છે. ૧૮ એપ્રિલે એમણે જોસેફિન મેક્લીઉડે લખ્યું- 'હું સ્વસ્થ છું, મનથી અત્યંત સ્વસ્થ છું. હું શારીરિક વિશ્રામની અપેક્ષા આત્મ-વિશ્રામની જરૂર વધારે અનુભવ કરી રહ્યો છું. સંગ્રામમાં જય-પરાજય થાય છે. મેં પોતાની પોટલી બનાવી લીધી છે અને મહામુક્તિદાતાની રાહ જોઈ રહ્યો છું.' આ અવસ્થામાં, જેમ કે સાધારણ રીતે થાય છે, જૂના અનુભવ ફરી સજીવ થઈને સામે આવી રહ્યા હતા. અમેરીકામાં ભ્રમણ કરતા-કરતા પણ વિવેકાનદંને હવે પોતાની કિશોરાવસ્થાના દિવસ યાદ આવવા લાગ્યા અને એમને એવું લાગવા લાગ્યું, જાણે ગુરુદેવ રામકૃષ્ણ ફરી પાસે બોલાવી રહ્યા હોય. એમના જ શબ્દોમાં :

'એ ના ભૂલતા કે હું એ જ બાળક છું, જે નિમગ્ન અને વિસ્મિત ભાવથી દક્ષિણેશ્વરમાં પંચવટીની નીચે બેસીને શ્રી રામકૃષ્ણના અદ્ભુત વચનોને સાંભળતો હતો. આ જ મારો સાચ્ચો સ્વભાવ છે. કર્મ, ઉદ્યોગ, પરોપકાર વગેરે આ બધી ઉપરી વાતો છે, હવે હું પરી એમની મધુર વાણી સાંભળી રહ્યો છું, એ જ ચિર પરિચિત કંઠ સ્વર, જે મારા અંતઃકરણને રોમાંચિત કરી દેતો હતો. બંધન તૂટી રહ્યા છે, પ્રેમનો દીપક ઓલવાઈ રહ્ય છે. કર્મ રસહીન થઈ રહ્યું છે. જીવનના પ્રત્યે આકર્ષણ પણ મનથી દૂર થઈ ગયું છે. હવે ફક્ત ગુરુની મધુર ગંભીર વાણી જ સંભળાઈ રહી છે. હું આવ્યો, પ્રભુ હું આવ્યો. તેઓ કહી રહ્યા છે- મૃતને ખુદ દફનાવવા દો અને તમે મારા અનુગામી બનો. હું આવું છું મારા પ્રાણવલ્લભ, આવું છું.'

જીવનથી વિદાય લેવાની તૈયારી કરતા સમયે વિવેકાનંદના મનમાં કોઈ પ્રકારના પશ્ચાતાપની ભાવના ના આવી. જોસેફિનના પત્રમાં એમણે લખ્યું- 'મને ખુશી છે કે મેં જન્મ લીધો, ખુશી છે કે મેં કષ્ટ ઉઠાવ્યું, ખુશી છે કે મેં મોટી-મોટી ભૂલો કરી, અને ખુશી છે કે નિર્વાણરૂપી શાંતિ સાગરમાં વિલીન થવા જઈ રહ્યો છું. ખુદ માટે હું કોઈને બંધનમાં છોડીને નથી જઈ રહ્યો. ના હું કોઈ બંધન લઈને જઈ રહ્યો છું.' પરંતુ એમને હવે પોતાના નેતા રૂપથી વિરક્તિ થઈ ગઈ હતી, જો પોતાનું કોઈ રૂપ એમને પ્રિય હતું, તો રામકૃષ્ણના શિષ્યનું રૂપ, અને તે પણ એ સમયનું જ્યારે તે શરૂ-શરૂમાં એમના ચરણોમાં બેઠા હતા. એમના જ શબ્દોમાં- 'ભલે આ શરીરના રહેવા છતાં મુક્ત થઈ જાઉં, તે

પહેલા મનુષ્ય ચાલ્યો ગયો, હંમેશાં માટે ચાલ્યો ગયો અને ક્યારેય પાછો નહીં આવે. શિક્ષાદાતા, ગુરુ, નેતા, આચાર્ય, વિવેકાનંદ ચાલ્યા ગયા છે, ફક્ત એ જ બાળક, પ્રભુના ચિર શિષ્ય, ચિરપદાશ્રિત દાસ.' ગુરુ અને નેતાના રૂપમાં કામ, જેમના માટે એમણે ન જાણે કેટલા કષ્ટ સહન કર્યા હતા, હવે એમને સહેજ પણ મહત્ત્વપૂર્ણ લાગતા ન હતા. એ સંઘર્ષમય જીવનની તુલનામાં મૃત્યુ પછીની શાંતિની કલ્પના એમને અત્યંત જ આકર્ષક લાગી રહી હતી અને તેઓ કલ્પનાની ડોર થામીને પત્રોમાં લખતા રહેતા- 'મારા કાર્યની પાછળ મહત્ત્વાકાંક્ષા, પ્રેમની પાછળ અહં, પવિત્રતાની પાછળ ભય અને મારા પથ-પ્રદર્શનની પાછળ શક્તિની લાલસા, તે હવે લુપ્ત થઈ રહી છે અને હું વહી રહ્યો છું. હું આવી રહ્યો છું, માં, હું તમારી સ્નેહમયી ગોદીમાં આવી રહ્યો છું, જ્યાં તું લઈ જઈશ, ત્યાં જ વહેતો હું આવું છું. એ શબ્દહીન અપરિચિત અને અદ્‌ભુત દેશમાં, નાટકનેપાત્ર થઈને નહીં, દર્શક બનીને આવી રહ્યો છું.'

મૃત્યુના આ સહર્ષ સ્વાગતની અનુભૂતિની પાછળ વિવેકાનંદના હૃદયની વધતી એ ભાવના હતી કે સંસારમાં કશું રાખ્યું નથી. ૧૭ જૂન ૧૯૦૦એ મેરી હેલના નામે પત્રમાં એમણે લખ્યું- 'જો ક્યારેય પણ કોઈ પણ સાંસારિક વસ્તુઓની વ્યર્થતાનું ભાન થયું છે, તો આ સમયે મને થઈ ચુક્યું છે. આ સંસાર ઘૃણ્ય, જઘન્ય, મુર્દાની સમાન છે. જે એની મદદ કરવાની વિચારે છે, તે મૂર્ખ છે. પણ આપણે સારું કે ખરાબ કરતા-કરતા જ પોતાની મુક્તિ માટે પ્રયત્ન કરવો પડશે. મને આશા છે કે મેં એવું નથી કર્યું. પ્રભુ મને એ મુક્તિની તરફ લઈ ચાલો. એવમસ્તુ. મેં ભારત કે કોઈ પણ દેશ પર વિચાર કરવાનો ત્યાગી દીધો છે. હવે હું સ્વાર્થી બની ગયો છું અને પોતાનો ઉદ્ધાર કરવા ઇચ્છું છું. જેણે બ્રાહ્મને વેદમાં પ્રગટ કર્યો, જે પ્રત્યેકના હૃદયમાં વ્યસ્ત છે, બંધનથી મુક્તિ મેળવવાની આશાથી હું એની જ શરણ લઉં છું.'

૨૩ જૂને મેરી હેલને એમણે ફરીથી લખ્યું- 'હું સમસ્ત ભાવુકતા તથા સંવેગાત્મકતાથી છુટકારો મેળવવા માટે કટિબદ્ધ છું, અને હવે જો ક્યારેય પણ તમે મને ભાવુક જુઓ તો ફાંસી પર ચઢાવી દેજો. હું અદ્વૈતવાદી છું. અમારું લક્ષ્ય છે જ્ઞાન, કોઈ ભાવના નહીં, કોઈ મમતા નહીં, કેમ કે આ બધા જડ પદાર્થ, અંધવિશ્વાસ તથા બંધનના અંતર્ગત આવે છે. હું ફક્ત સત્ તેમજ જ્ઞાન છું.'

આ મનોદશામાં જો વિવેકાનંદને કોઈ વાતની પ્રસન્નતા હતી, તો એનાથી જ કે હવે એમને પોતાના જીવનનો અંત ખૂબ નજીક નજરે પડી રહ્યો હતો. ૧૪ ઑક્ટોબર, ૧૯૦૦એ પેરિસમાં એમણે કુમારી ક્રિશ્ચિયનને લખ્યું- 'જે પ્રકારે ઝાડની ડાળી પર સૂઈ હેલી ચકલી જાગી જાય છે અને સવાર થવાની સાથે ગાતી-ગાતી આકાશ-નીલાકાશમાં ઉપર ઉડી જાય છે, એ જ પ્રકારે મારા જીવનનો અંત પણ છે. મને એવું લાગે છે, જાણે હવે જગન્માતા જીવન માર્ગ પર મને મંદ-મંદ અવરોધ વગર લઈને ચાલી જશે. વિઘ્ન-બાધાઓથી પૂર્ણ માર્ગ પર હવે નહીં ચાલવું પડે, હવે જીવન ફૂલોની પથારી હશે. એને સમજી રહી છો ને! વિશ્વાસ કરો, હું આ વિષયમાં પૂર્ણ આશ્વસ્ત છું.'

આ કલ્પનાના કાર્યાન્વિત થવામાં હવે થોડા જ દિવસ બાકી હતા.

★★

મહાપ્રયાણ

૯ ડિસેમ્બર, ૧૯૦૦ની ઠંડીથી સિહરતી રાત્રિ. દસ વાગ્યે જ બેલૂર મઠની ચારે તરફ અડધી રાતનો સન્નાટો ઘેરાઈ આવ્યો છે. મઠના એક ખૂણામાં હળવી એવી રોશની ટમટમાઈ રહી છે. કદાચ ત્યાં કોઈ બેઠું પણ છે. અંદરના આંગણામાં સંન્યાસી લોકો ભોજન માટે ભૂમિ પર પંક્તિબદ્ધ બેઠા છે. મઠના ફાટકની બહાર એક બગ્ધી આવીને રોકાઈ. ખૂણામાં બેઠેલા માળીએ જોયું, લાંબો કોટ અને ટોપ લગાવીને કોઈ સાહબ બગ્ધીથી ઉતર્યા. ફાટક ખોલવા માટે ચાવી લાવવા તે જલ્દીથી અંદર ભાગ્યો. પરંતુ ફાટક ખોલવા પર બગ્ધી સૂની હતી. હાથમાં દીપક લઈને એણે જોયું, આસપાસ કોઈ ન હતું. અહીં સાહેબના માથાનો ટોપ થોડો સામેની તરફ ઝુકીને ભોજનાલયના દ્વાર પર ઊભો હતો. એક સંન્યાસી દીવો લઈને સાહેબની સામે આવીને ઊભો થયો, અરે, આ આ કોઈ સાહેબ-વાહેબ નથી, આ તો આપણા સ્વામી વિવેકાનંદ છે. અચાનક ગુરુભાઈ સંન્યાસના મ્હોંથી હર્ષાશ્ચર્ય મિશ્રિત વાણી ફૂટી નિકળી. ક્ષણ ભરમાં સ્વામીજી પોતાના ગુરુભાઈઓની વચ્ચે ઘેરાઈ ગયા. ‘સ્વામીજી આવી ગયા, સ્વામીજી આવી ગયા’ની હર્ષધ્વનિ ધવા લાગી. સ્વામીજીએ જોરથી હસતા-હસતા બતાવ્યું કે બહારથી ભોજનની ઘંટડી સાંભળીને તેઓ ચાર દીવારી કૂદીને આવી ગયા હતા, કેમ કે મોડું થવાથી ભોજન ના મળતું. પછી એમણે કહ્યું- ‘મને ખૂબ ભૂખ લાગી છે, કંઈક ખાવા માટે આપો.’ આસન લગાવ્યું અને થાળમાં ખિચડી પિરસવામાં આવી. સ્વામીજી ઘણા દિવસો પછી ખિચડીનો આનંદ લેતા-લેતા પોતાના ગુરુભાઈઓથી વાતો કરવા લાગ્યા.

આટલા દિવસો પછી બેલૂર મઠ પાછા આવીને વિવેકાનંદના આનંદની સીમા ન હતી. એમને એ જાણીને વધારે પ્રસન્નતા થઈ કે એમની અનુપસ્થિતિમાં ત્યાંનું બધું કામ યોજનાબદ્ધ ચાલી રહ્યું હતું. બેલૂરમાં એમને અનેક કાર્ય પતાવવાના હતા, પરંતુ આ બધાથી પહેલાં એમના માટે માયાવતી આશ્રમ જવું જરૂરી હતું. માયાવતીના અધ્યક્ષ શ્રી સેવિયરના નિધન પછી આશ્રમનું કાર્ય કેવી રીતે ચાલી રહ્યું છે તથા શ્રીમતી સેવિયર ત્યાં કયા પ્રકારે છે, એને જોવા-જાણવાની ઇચ્છાથી તેઓ ના રોકાઈ શક્યા. તેથી બેલૂર આવતા જ એમણે માયાવતી જવાની તૈયારી કરી દીધી. કાઠગોદામથી માયાવતીનો માર્ગ ભયંકર હિમપાતથી અવરુદ્ધ થઈ ગયો હતો, પરંતુ સ્વામીજીએ યાત્રા ના રોકી. ખુબ મુશ્કેલીથી કષ્ટપ્રદ માર્ગ નક્કી થયો. પડાવ પર પહોંચતા-પહોંચતા સ્વામીજી બીમાર થઈ ગયા. એક તો પહેલેથી જ અસ્વસ્થ શરીર, બીજું યાત્રાની મુસીબતો. પણ માયાવતી પહોંચતા જ માર્ગના શ્રમને ભૂલી ગયા. એમણે શ્રીમતી સેવિયરથી કહ્યું- ‘હકીકતમાં

મારું સ્વાસ્થ્ય હવે તૂટી રહ્યું છે, પરંતુ મારું મસ્તિષ્ક હજુ પણ પૂર્વવત્ સબળ અને ક્રિયાશીલ છે.' સ્વામીજી માયાવતી આશ્રમમાં લગભગ પંદર દિવસ રોકાયા, પરંતુ ઓલા તેમજ કોહરાભર્યા વાતાવરણને કારણે પહાડની ખુલ્લી હવામાં દૂર-દૂર સુધી ટહેલવાનો આનંદ ના લઈ શક્યા. આશ્રમમાં મળવાવાળા લોકોની ભીડ લાગી રહેતી. છતાં પણ માયાવતીની શાંત ક્ષણોમાં એમણે 'ઉદ્બોધન' માટે કેટલાય નિબંધ લખ્યા. એક દિવસ એમણે પોતાના શિષ્ય સ્વામી સ્વરૂપાનંદને બોલાવીને આશ્રમના પ્રચાર કાર્ય તથા 'પ્રબુદ્ધ ભારત' પત્રિકાના સંચાલનના વિષયમાં અનેક વાતો સમજાવી.

આશ્રમના સંન્યાસીઓએ મળીને આશ્રમમાં એક રૂમને મંદિર બનાવી નાખ્યો હતો. ત્યાં શ્રી રામકૃષ્ણની મૂર્તિની ફળ-ફૂલ, ધૂપ-દીપ દ્વારા પૂજા કરવામાં આવતી હતી. ભોગ લગાવવામાં આવતો, ભજન ગાવામાં આવતા. અદ્વૈત આશ્રમમાં આ પ્રકારની બાહ્ય પૂજાને જોઈને સ્વામીજીને દુઃખ થયું. સંધ્યા સમયે જ્યારે અગ્નિકુંડની ચારે તરફ બધા લોકો હવન માટે એકત્ર થયા, ત્યારે એમમએ આ પૂજાને અયોગ્ય ઠેરવી. છતાં પણ બાહ્ય પૂજા-પાઠને જલ્દી બંધ કરી દેવાની આજ્ઞા એમણે ના આપી. સંન્યાસીઓના હૃદયને ઠેસ પહોંચાડવી એમનો ઉદ્દેશ્ય ન હતો. પણ અદ્વૈત આશ્રમવાસીઓએ પોતાની ભૂલ અનુભવ કરીને શ્રીરામકૃષ્ણની પૂજા બંધ કરી દીધી. આશ્રમના એક સંન્યાસીને એ પસંદ ન આવ્યું. ભાવનામાં વહીને એમણે માતા શારદાની પાસે પત્ર લખીને પૂજાની અનુમતિ લેવાનું ઇચ્છ્યું. પરંતુ માતા શારદાએ લખ્યું- 'શ્રીરામકૃષ્ણ અદ્વૈતવાદી હતા અને એમણે અદ્વૈત સાધનાનો પ્રચાર કર્યો. એમના શિષ્ય થઈને તમે અદ્વૈતનું અનુસરણ કેમ નથી કરી રહ્યા? એમના બધા શિષ્ય અદ્વૈતવાદી છે.' સ્વામીજી જ્યારે માયાવતીથી બેલૂર પાછા આવ્યા, ત્યારે અહીંયાના ગુરુભાઈઓ અને શિષ્યોથી કહ્યું- 'મારો વિચાર હતો કે ઓછામાં ઓછું આપણું એક એવું મઠ હશે, જ્યાં શ્રી રામકૃષ્ણની મૂર્તિની બાહ્ય પૂજા-અર્ચના થશે. પણ ત્યાં જઈને મેં જોયું કે તે વૃદ્ધ ત્યાં પણ આસન જમાવીને બેઠા છે.'

બેલૂર મઠમાં વિવેકાનંદની પાસે ઢાકાથી સતત નિમંત્રણ પત્ર આવી રહ્યા હતા. તેઓ શારીરિક અસ્વસ્થતાને કારણે આ યાત્રાને થોડા સમય સુધી સ્થગિત કરતા ગયા. પરંતુ આની વચ્ચે એમની માતાએ પૂર્વ બંગાળ અને અસમના તીર્થાટનની ઇચ્છા પ્રગટ કરી. પોતાની વિદેશ યાત્રાની વચ્ચે વિવેકાનંદે એ નિર્ણય લઈ લીધો હતો કે તેતો પોતાના બચેલા દિવસોમાં પોતાની માતાની સેવા એમનું પ્રથમ કર્તવ્ય હશે. એમણે ૧૭ જાન્યુઆરી, ૧૯૦૦એ એક પત્રમાં લખ્યું- 'હવે મને સ્પષ્ટ દેખાઈ રહ્યું છે કે મઠ સંબંધી બધી ચિંતાઓથી મારે પોતાને મુક્ત કરવો પડશે અને થોડા સમય માટે માતા પાસે જવું પડશે. મારા કારણે એમણે ખૂબ કષ્ટ ઉઠાવ્યું. એમના અંતિમ દિવસ વ્યવધાનરહિત બનાવવા માટે મારે પ્રયત્ન કરવો જોઈએ.' ૭ માર્ચે એમણે કેટલાક શિષ્યો અને માતાની સાથે ઢાકાની તરફ પ્રસ્થાન કર્યું.

ઢાકા સ્ટેશન પર સ્વાગત સમિતિની તરફથી એમનું ભવ્ય સ્વાગત થયું. ત્યાંના પ્રતિષ્ઠિત લોકોએ એમને તથા એમની ટોળીને પોતાના ઘરમાં નિવાસ માટે આમંત્રિત કર્યા. લોકોના ખૂબ આગ્રહ પર સ્વામીજીએ બે ભાષણ પણ આપ્યા. બુદ્ધાષ્ટમીના દિવસે ઢાકાથી નાવ પર જઈને એમણે લાંગલબંધમાં માતા તથા બધા શિષ્યોની સાથે બ્રહ્મપુત્રના

પાવન જળમાં સ્નાન કર્યું. એ રાત્રે વિશેષ શ્રમને કારણે સ્વામીજીને તાવ આવી ગયો. બધા લોકોને કલકત્તા પાછા ફરવાની ચિંતા થઈ ગઈ. પરંતુ સવાર થતા-થતા તેઓ થોડા સ્વસ્થ દેખાવા લાગ્યા.

સ્વામીજીના દર્શનાર્થે સતત લોકો આવતા રહેતા. એક દિવસ એક યુવતી ખૂબ જ સાજ-સજ્જાની સાથે સ્વામીજીથી મળવા આવી. જ્યારે સંન્યાસીઓને જાણ થઈ કે તે એક વેશ્યા છે, તો એ લોકોએ એની અપવિત્રતાને ધ્યાનમાં રાખીને એને સ્વામીજીના દર્શનથી વંચિત રાખી. સ્વામીજીને જ્યારે એની ખબર પડી તો તેઓ ખુદ એની પાસે ગયા અને પૂછ્યું કે તે શું ઇચ્છે છે? ગણિકા સ્વામીજીના આ વ્યવહારથી ગદ્દગદ્દ થઈ ગઈ. એણે નતમસ્તક થઈને સ્વામીજીની ચરણધૂળી લીધી અને પોતાનું દુઃખડું સંભળાવ્યું. એણે કહ્યું કે તે દમા (શ્વાસ)ના રોગથી વિક્ષિપ્ત રહે છે- જો સ્વામીજી કોઈ ઔષધિ પોતાના હાથથી આપે, તો તે નિઃસંદેહ આ રોગથી છુટકારો પ્રાપ્ત કરી શકે છે. સ્વામીજીએ બાળક જેવા સરળ ભાવથી જવાબ આપ્યો- ‘અહીંયા જુઓ માં. હું ખુદ દમાથી પીડિત છું અને હજુ સુધી પોતાને આ રોગથી મુક્ત નથી કરી શક્યો. કાષ હું તમારા માટે કશું કરી શકતો.’ અંતિમ વાક્ય સમાપ્ત કરતા-કરતા સ્વામીજીનું ગળુ ભરાઈ આવ્યું. બીજાઓના કષ્ટની દુઃખદ કલ્પનામાં પોતાના કષ્ટને સર્વથા ભૂલી જવું એમના માટે સાધારણ વાત હતી. પરંતુ આ ઘટનાએ એ વેશ્યા તથા ત્યાં ઉપસ્થિત અન્ય લોકોના હૃદયને સ્પર્શી લીધું.

સ્વામીજી કોઈ પણ જાતિના વ્યક્તિના હાથથી ભોજ્યસામગ્રી સ્વીકાર કરી લેતા હતા. ઢાકાના હિન્દુઓને એ વાત સારી ના લાગી. એ લોકોએ એનો વિરોધ કરવાનું આરંભ કર્યું. સ્વામીજીએ એમને સમજાવ્યું- ‘ભાઈ, હું ભિક્ષુક સંન્યાસી છું, પછી હું જાતિ-વિચાર કેવી રીતે કરું. શાસ્ત્ર કહી રહ્યું છે, સંન્યાસી મધુકરી ભિક્ષા લઈને જીવન પાલન કરશે, ત્યાં સુધી કે નિમ્ન વર્ગાલમ્બીના ઘરથી પણ ખાદ્યાન્નની ભિક્ષા માંગવી સંન્યાસી માટે મનાઈ નથી.’

ઢાકાથી કામરૂપ, ચંદ્રનાથ અને ગૌહાટી વગેરે સ્થાનોની યાત્રા કરતા-કરતા સ્વામીજીનું શરીર ખૂબ અસ્વસ્થ થઈ ગયું. શિલાંગના જળવાયુનું એમના પર કદાચ થોડી સારી અસર પડે, એ વિચારીને બધા લોકો થોડા દિવસ વિશ્રામના વિચારથી એમને શિલાંગ લઈ આવ્યા. એ દિવસોમાં અસમના ચીપ કમિશનર ભારત હિતૈષી સર હેનરી કાટન હતા. સ્વામીજી મળવાની એમની ચિરસંચિત અભિલાષા પૂરી થઈ. સ્વામીજી તથા એમની ટોળીના રહેવાની એમણે સારી વ્યવસ્થા કરાવી. એમના આગ્રહથી સ્વામીજી એક ભાષણ પણ આપ્યું. એમાં અસમનો મોટાભાગનો વિદ્વત સમાજ તથા કેટલાક અંગ્રેજ તેમજ અમેરીકી ઉપસ્થિત હતા. બધા લોકોએ સ્વામીજીના ભાષણથી ખૂબ પ્રશંસા કરી. સર કાટને એમને બધા લોકોની સન્મુખ ખૂબ સન્માનિત કર્યા અને પૂછ્યું - ‘સ્વામીજી, યૂરોપ, અમેરીકાના પ્રસિદ્ધ સ્થાનોનું દર્શન કરીને અંતમાં તમે આ જંગલમાં શું જોવા આવ્યા છો?’ બંને હાથ જોડીને જોરથી હસતા-હસતા સ્વામીજીએ કહ્યું- ‘તમારા જેવા ઋષિ જ્યાં નિવાસ કરે છે, તે તીર્થ સ્થાન છે, હું તીર્થ દર્શન માટે આવ્યો છું.’

શિલાંગની જળવાયુ સ્વાસ્થ્યપ્રદ હોવા છતાં પણ વિવેકાનંદને એનાથી કોઈ લાભ ના થયો. દમાએ એમને ખરાબ રીતે દબોચી રાખ્યા હતા. એક રાત તો એમની અવસ્થા

વિશેષ વિચારનીય થઈ ગઈ. લાગતું હતું, એ જ રાત્રે તેઓ બધાને અનાથ છોડીને ચાલ્યાજશે. એક બાળ બ્રહ્મચારી એમનુ માથું પકડીને ઊભો હતો. એણે ધ્યાનમગ્ન થઈને ભગવાનથી વિનંતી કરી કે સ્વામીજીનો રોગ એને થઈ જાય અને સ્વામીજી નિરોગી થઈ જાય. એના સાચ્ચા હૃદયથી નિકળેલી પ્રાર્થનામાં જાણે કેટલી શક્તિ હતી કે કિરણ ફૂટતા-ફૂટતા સ્વામીજીની સ્થિતિમાં વધારે સુધાર લક્ષિત થવા લાગ્યો. ધીમે-ધીમે દમાનો દોરો બિલ્કુલ જ દબાઈ ગયો. થોડા દિવસો પછી જ્યારે સ્વામીજીનું શરીર યાત્રાનો શ્રમ વહન કરવા યોગ્ય થઈ ગયું, ત્યારે બધા લોકો એમને લઈને બેલૂર મઠ તરફ આવ્યા.

બેલૂર મઠ પાછા ફરવા પર દમાનું કષ્ટ તો ઓછું થઈ ગયું, પરંતુ બહુમૂત્ર રોગથી એમને ખૂબ કષ્ટ હતું. એના પરિણામસ્વરૂપ એમના શરીરમાં સોજો પણ આવી ગયો હતો. અહીંયા એક કુશળ કવિરાજની દવા થવા લાગી. એની સાથે-સાથે મઠના સંન્યાસીઓએ એમને પોતાની કડક નજરમાં રાખ્યા, જેનાથી તેઓ વધારે પરિશ્રમ ના કરે અને આયુર્વેદિક ચિકિત્સાના નિયમોનું પાલન યોગ્ય રૂપથી થતું રહે. ધ્યાન-ચિંતન અથવા કોઈ પ્રકારના માનસિક શ્રમથી ગુરુભાઈ એમને દૂર રાખવાનો પ્રયત્ન કરતા રહ્યા. તેઓ સાધારણ રીતે વાર્તાલાપ કે હસી-મજાકથી એમનું મનોરંજન કરતા.

આ બીમારીમાં સ્વામીજીનો આહાર અને નિદ્રા ખૂબ જ ઓછા થઈ ગયાહતા. એ દિવસોમાં મઠમાં નવું 'ઇનસાઇક્લોપીડિયા બ્રિટેનિકા' ખરીદવામાં આવ્યું હતું. મોટી-મોટી ભારે પુસ્તકોનો રૂપ-રંગ વધારે આકર્ષક હતો. સુંદર પુસ્તકો જોઈને સ્વામીજીનું મુખમંડળ બાલસુલભ પ્રસન્નતાથી ખીલી ઉઠ્યું. પોતાની શારીરિક સ્થિતિ પર વિચાર કરતા-કરતા તેઓ થોડા દુઃખી થઈને બોલી ઉઠ્યા- 'આટલી પુસ્તકો એક જીવનમાં વાંચવી મુશ્કેલ છે.' પરંતુ રાત્રના સૂનાપણામાં જ્યારે કોઈ પ્રકારે ઊંઘ ના આવતી, ત્યારે તેઓ આ પુસ્તકોને જ પોતાના સાથી બનાવતા. થોડી જ રાત્રિમાં દસ ખંડોનું અધ્યયન સમાપ્ત કરીને સ્વામીજીએ અગિયારમુ ખંડ વાંચવાનું આરંભ કર્યું, ત્યારે એક શિષ્યને એની જાણ થઈ. શિષ્યની જિજ્ઞાસા પ્રગટ કરવા પર સ્વામીજી કહ્યું- ' શું કહે છે? આ દસ પુસ્તકોમાંથી તારી જે ઇચ્છા હોય, એ મારાથી પૂછી લે, બધું કહી દઈશ.' શિષ્યએ વિસ્મિત થઈને પૂછ્યું- શું તમે આ પુસ્તકોને વાંચી લીધી છે?' તો શું વાંચ્યા વગર જ કહી રહ્યો છું?- સ્વામીજી હસતા-હસતા જવાબ આપ્યો. એના પછી શિષ્યએ એ દસેય ખંડોમાંથી કેટલીક વાતો પૂછી અને સ્વામીજીએ યોગ્ય ઉત્તર આપ્યા. કેટલાય સ્થાનો પર તો પૃષ્ઠ પર પૃષ્ઠ પુસ્તકની ભાષા જ એમણે ઉદ્ધૃત કરી દીધી. શિષ્ય આશ્ચર્યચકિત થઈને એમને જોતો રહ્યો, પછી પુસ્તકોને ઉઠાવીને એક બાજુ રાખતો બોલ્યો- ' આ માનવની શક્તિ નથી.'

વિશ્રામ, નિયમબદ્ધતા અને સુયોગ્ય ચિકિત્સાનો સ્વામીજીના સ્વાસ્થ્ય પર સારો પ્રભાવ પડ્યો. હવે તેઓ પહેલાની અપેક્ષાએ વધારે સ્વસ્થ હતા. બેલૂર મઠના નિર્જન એકાંતવાસમાં તેઓ ખૂબ ખુશ હતા. મઠની આસપાસના શાંત વાતાવરણનું વર્ણન કરતા-કરતા એમણે બહેન નિવેદિતાને ૧૯ ડિસેમ્બર ૧૯૦૦એ લખ્યું- 'આનંદના મુખરિત તથા કર્મવ્યસ્ત પેરિસ, ગંભીર પ્રાચીન કુસ્તુનતુનિયા, જગમગાઈ રહેલું એથેન્સ, પિરામિડથી સુશોભિત કાહિરા, આ બધા સ્થળોને હું પાછળ છોડીને આવ્યો છું, અને હવે

હું અહીંયા ગંગાતટવર્તી મઠમાં પોતાની નાની ઝૂંપડીમાં બેસીને આ પત્ર લખી રહ્યો છું. ચારે તરફ કેટલી શાંતિ અને નિસ્તબ્ધતા છવાયેલી છે. વિશાળ નદી ઉજ્જવળ સૂર્ય કિરણોમાં નૃત્ય કરી રહી છે. કદાચિત્ ક્યારેક બે-એક માલ ઉઠાવવાવાળી નૌકાઓના આગમનથી આ સ્તબ્ધતા ક્ષણ ભર માટે ભંગ થઈ હોય એમ લાગે છે.'

આ શાંત અને નિર્જન સ્થાનમાં સ્વામીજીના મનોરંજન માટે સાથીઓની કમી ન હતી. એમના સદય વ્યવહાર અને પ્રેમની ડોરથી બંધાયેલા અનેક પશુ-પક્ષી, સ્વામિભક્ત કુતરો 'બાઘા', દૂધની સમાન સફેદ બકરી 'હંસી', ઘેરા રોમાઓ વાળા ઘેટા, સફેદ, કાળી, ભૂરી, ચિતકબરી ગાયો અને એમના ઉછળતા કૂદતા વાછરડાં, પોખરમાં તરતા હંસ-હંસિની, છતો પર પ્રેમલીલા કરતા કબૂતરોના જોડા, લાંબી ગરદનવાળા સારસ, મોટી-મોટી ભાવપૂર્ણ આંખોવાળા મૃગ-આ બધા આશ્રમ પરિવારના અભિન્ન અંગ હતા. ગ્રહણ પછી જ્યારે આશ્રમમાં શંખનાદ થતો અને બધા સંન્યાસી ગંગામાં ડુબકી લગાવતા ત્યારે 'બાઘા' પણ ગંગામાં ડુબકી લગાવતો.

સ્વામીજીના રૂમમાં એક સોફા (જે એમના કોઈ વિદેશી મિત્રની ભેટ હતી) રાખ્યો હતો. એમનાથી મળવા આવવાવાળા લોકો એના પર આસન ગ્રહણ કરતા. 'હંસી' બકરીને તે સોફા ખૂબ પસંદ હતો. હંમેશાં તે સ્વામીજીના રૂમમાં એ જ સોફા પર વિશ્રામ કર્યા કરતી હતી. એના બાળકો 'મટરૂ'ની પાતળી ગરદનમાં સ્વામીજીએ રૂમઝૂમ ઘંટડી બાંધી રાખી હતી. તે બહુધા સંધ્યા સમયે 'મટરૂ'ની સાથે ભાગદોડની રમત રમ્યા કરતા અને હંમેશાં કહ્યા કરતા, 'આ મારા પૂર્વજન્મની સંબંધી છે.' તે પોતાના પશુ સાથીઓની સાથે માનવી ભાષામાં વાતચીત કરતા. જંતુઓના પ્રેમની અભિવ્યક્તિ મૂક ભાષામાં થતી, જેનાથી સ્વામીજી સારી રીતે પરિચિત હતા.

'મટરુ'નું નાનું એવું જીવન જલ્દી જ કાળનો કોળીયો બની ગયું. એના મૃત્યુ પર સ્વામીજીએ શોક પ્રગટ કરતા કહ્યું- 'કેટલું વિચિત્ર છે. જેને પણ હું પ્રેમ કરું છું, તે જલ્દી મરી જાય છે.' શિકાગોના ધર્મ મહાસંમેલનમાં જે વ્યક્તિએ ભારતનો ધ્વજ ઊંચો કર્યો, દેશ-વિદેશમાં પોતાના ધર્મ, દર્શન, સાહિત્ય, સંસ્કૃતિ અને સંભ્યતા પર વિદ્વતાપૂર્ણ વ્યાખ્યાન આપ્યા, એ વ્યક્તિને એક બાળકની જેમ અને ભાવુકતામાં બકરીના બચ્ચાની સાથે હસતા-રમતા-દોડતા જોઈને ભ્રમ થઈ જતો કે આ એ જ વ્યક્તિ છે કે કોઈ બીજું! એ વ્યક્તિનું વૈરાગી-યોગી અને દાર્શનિક રૂપ અહીંયા બિલ્કુલ ગૌણ થઈ જતું. રહી જતો એક અતિ સાધારણ માનવ, સાંસારિક મમત્વમાં લપેટાયેલો.

વિવેકાનંદની સજાગ આંખો મઠમાં થઈ રહેલા નાનાથી નાના, સૂક્ષ્મથી સૂક્ષ્મ કાર્યની દેખરેખ કર્યા કરતી. પશુ-પક્ષીઓના દાણા-પાણી, એમના નિવાસ સ્થાનોની સ્વચ્છતા, એમના કષ્ટ-રોગ, શાકભાજી તેમજ ફૂલોની ક્યારીઓ, બહુધા છોડને રોગી કરવાવાળા કીટાણુ રસોઈ ઘરની સ્વચ્છતા, પીવાના પાણીની શુદ્ધતા વગેરે એમની રોજની ચિંતાના વિષય હતા. એમણે મઠના કાર્યોથી બહેન નિવેદિતાને બરાબર અવગત રાખ્યા. એમણે એમની પાસે એક વખત લખ્યું- 'વર્સાદ થવા પર મઠની અંદર જળ રોકાઈ જાય છે. એને કાઢવા માટે એક ઊંડી નાળી ખોદવામાં આવી રહી છે. આ કાર્યમાં થોડી મદદ કરીને હજું હજુ પાછો ફરી રહ્યો છું. કોઈ કોઈ જગ્યા પર કેટલાય ફુટ સુધી જળ ભરાઈ જાય છે. મારું વિશાળકાય સારસ તથા હંસ-હંસિની બધા આનંદ-વિભોરમાં છે. મારા પાળેલો

મૃગ મઠથી ભાગી ગયું હતું. એને શોધવામાં કેટલાય દિવસો સુધી અમારે લોકોને પરેશાની ઉઠાવવી પડી. દુર્ભાગ્યવશ એક હંસ કાલે મરી ગયું. બહુધા એક સપ્તાહથી એને શ્વાસ લેવામાં કષ્ટ થઈ રહ્યું હતું. આ બધું જોઈને, અમારા એક વૃદ્ધ રસિક સાધુ કહી રહ્યા હતા- 'મહાશયજી, આ કળિયુગમાં જ્યારે ઠંડી તથા વરસાદથી હંસને શરદી થઈ જાય છે અને દેડકાઓને છીંકો આવવા લાગે છે, તો પછી આ યુગમાં જીવવનું નિરર્થક છે. એક રાત્રે, હંસિનીના પંખ ખરી રહ્યા હતા, એનો કોઈ પ્રતિકાર ખબર ન હોવાને કારણે એક પાત્રમાં થોડા જડળની સાથે થોડું એવુંકાર્બોલિક એસિડ મિલાવીને એમાં થોડી મિનિટ માટે એને છોડી દીધું કે કાં તો તે પૂર્ણ રૂપથી સ્વસ્થ થઈ ઉઠશે અથવા સમાપ્ત થઈ જશે. પરંતુ હવે તે ઠીક છે.'

આ પ્રકારે પશુ-પક્ષીઓની દેખરેખ કરવી તથા શાકભાજીની ક્યારી ખોદવી, પાણી આપવું એમના મનોરંજન હતા. મઠના અનુચરોની સાથે એવો સંબંધ હતો જાણે તેઓ એમના સગા હોય. તેઓ એમના કાર્યમાં બહુધા મદદ કરતા. ક્યારેક ભોજનાલયનું નિરીક્ષણ કરતા-કરતા ખુદ જ ભોજન પકાવવા બેસી જતા અને આ કામ માટે નિયુક્ત સંન્યાસીને રસોઈથી બહાર જવાનું કહી દેતા. મનઃસ્થિતિ ઠીક રહેવા પરગુરુભાઈઓની સાથે હાસ-પરિહાસ પણ કરતા રહેતા.

આ હળવા-ફુલ્કા સહજ પરિવેશમાં નિયમબદ્ધતા અને અનુશાસન પોતાની જગ્યા પર હતું. સ્વામીજી ખુદ જ બ્રહ્મવેલામાં જાગતા. જાગતા જ ઘંટનો અવાજ આપીને બધા સંન્યાસીઓને જગાવવા એમની દિનચર્યાની પહેલી કડી હતી. એક દિવસે એમની તબિયત ઠીક ન હતી, તેથી આ કામ માટે એમણે એક શિષ્યને નિયુક્ત કર્યો. બ્રહ્મવેળાની નિસ્તબ્ધતા ઘંટની ટંકારથી ગૂંજવા લાગી. એક સંન્યાસીના ઉઠવામાંથોડી વાર જોઈને શિષ્યએ શરારતથી એના કાનોની પાસે ઘંટ વગાડવાનું પ્રારંભ કરી દીધું. ઉનીંદી આંખોને બળપૂર્વક ખોલતા, આળસભર્યા સ્વરમાં સન્યાસીએ કહ્યું કે આ વ્યક્તિને કારણે મઠમાં રહેવાનું મુશ્કેલ થઈ ગયું છે. સ્વામીજીએ જ્યારે આ વાત સાંભળી તો તેઓ ખૂબ હસતા-હસતા શિષ્યથી કહ્યું- 'તમે ઠીક કર્યું, ઠીક કર્યું.' એના પછી યોગાભ્યાસનો ક્રમ આવતો. સવારે અને સંધ્યાકાળે વિવેકાનંદ હંમેશાં પોતાના બીજા માલ પર સ્થિત રૂમની નીચે મઠના પ્રાંગણાં આવીને ટહેલ્યા કરતા.

જ્યારે લોકોને જાણ થઈ કે સ્વામીજીનું શરીર પૂર્ણરૂપથી સ્વસ્થ નથી અને તેઓ હવે થોડા દિવસો માટે બેલૂર મઠમાં જ નિવાસ કરશે, ત્યારે કલકત્તા તથા આસપાસના સંભ્રાંત લોકો એમનાથી મળવા મઠમાં જ આવવા લાગ્યા. એક દિવસ અપરાહ્નમાં કલકત્તાથી દસ-બાર યુવક વિદ્યાર્થી એમને મળવા આવ્યા. તે લોકો સીધા ઉપર આંગણામાં ઊભા થઈને એમની પ્રતીક્ષા કરવા લાગ્યા. થોડી ક્ષણ પછી સ્વામીજી રૂમની બહાર આવ્યા. વિદ્યાર્થીઓની વચ્ચે પહોંચીને એમના વ્યક્તિત્વે એક વિદ્યાર્થીનો જ વેશ ધારણ કરી લીધો, પ્રફુલ્લિત, ઉત્સાહિત અને જિજ્ઞાસુ. તેઓ એકથી વાતો કરી રહ્યા છે, બીજાની પીઠ પર હાથ ફેરવી રહ્યા છે, ત્રીજાનો ખભો થપથપાવી રહ્યા છે. એમના ગળામાં સોનાની એક પાતળી સાંકળ હતી. એનો એક કિનારો એમની ખિસ્સા ઘડીયાળથી જોડાયેલો હતો. એક વિદ્યાર્થીએ પોતાની આંગળીઓથી એને સ્પર્શ કરતા એની પ્રશંસા કરી. તત્ક્ષણ સ્વામીજીએ ગળાથી ઘડીયાળને દોરા સહિત નિકાળીને ઉક્ત વિદ્યાર્થીના

હાથમાં રાખી દીધી અને કહ્યું કે તને આ પસંદ છે, તેથી આ તારી છે, પરંતુ પુત્ર, એને વેચતો નહીં, ભેટસ્વરૂપ એને પોતાની પાસે રાખજે!' યુવકના આનંદની સીમા ન હતી, તેમ છતાં થોડી ક્ષણ માટે તે ખૂબ અસમંજસમાં રહ્યો અને પોતાની વાતો માટે પશ્ચાતાપ પણ કરતો રહ્યો.

બેલૂર મઠમાં શિક્ષિત તેમજ ધર્મ સંબંધી ઉદાર વિચારોવાળાની આવન-જાવન રહ્યા કરતી. બીજી તરફ હિન્દૂ સમાજના અંધવિશ્વાસોમાં ઉછરેલા કેટલાય લોકો બેલૂર મઠ પર નિંદાનું કીચડ ઉછાળવા લાગ્યા. ધર્મશાસ્ત્રના ગૂઢ તત્વોથી અજાણ, સમાજમાં પ્રચલિત સાધારણ લોકાચારને જ ઠીક માનવાવાળા લોકો ક્યારેક-ક્યારેક ગંગાના કિનારે-કિનારે ચાલતી નાવો પર બેસીને બેલૂર મઠને જોતા જ જાત-જાતના વ્યંગ્ય કસવા લાગતા. તેઓ એના છુઆછૂત રહિત ખાન-પાન તથા રીતિ-રિવાજ પર જૂઠી તેમજ અશ્લિલ વાર્તાઓ ગઢીને એક-બીજાને સંભળાવતા. ત્યાં સુધી કે તેઓ સ્વામીજીના પાવન ઉજ્જવળ ચરિત્ર પર પણ કલંક લગાવવાથી પાછળ ના રહેતા. ગંગાના કિનારે આવતા-જતા સંન્યાસીઓના કાનોમાં આ વાત પડતી અને તેઓ વ્યથિત હ્રદયથી વિવેકાનંદને આ બધું બતાવતા. સ્વામીજી ઉપેક્ષાથી જવાબ આપતા- હાથી ચાલે બજાર, કુતરા ભસે હજાર, સાધુને દુર્ભાવ નહીં, જ્યારે નિંદે આખો સંસાર.'

પોતાના આ નાના જીવનકાળમાં સ્વામીજીએ દેશ-વિદેશની ન જાણે આ પ્રકારની કેટલીય નિંદાઓનું ગરલ પાન કર્યું હતું. એક પ્રકારથી હવે તેઓ એનાથી મુક્ત થઈ ગયા હતા. જાણે ઉપવનમાં દૂષિત હવાનું એક ઝોંકૂ આવ્યું અને વહી ગયું; ફરી એ જ સુગંદ, એ જ માદકતા, ક્યારેક તેઓ કહેતા હતા- 'દેશમાં કોઈ નવીન ભાવના પ્રચારના સમયે એના વિરુદ્ધ પુરાતનપંથીઓનો મરચો સ્વભાવતઃ રહે જ છે. જગતના બધા ધર્મ પ્રવર્ત્તકોએ પરીક્ષામાં ઉત્તીર્ણ થવું જ પડે છે. અન્યાય પૂર્ણ અત્યાચારના થવા પર જગતના કલ્યાણકારી ભાવ સમૂહ સમાજના હ્રદયમાં સરલતાથી પ્રવેશ નથી થઈ શકતા.' આ પ્રકારે સમાજના આ તીવ્ર કટાક્ષને વિવેકાનંદ પોતાના વિચારોને પ્રચાર સહાયક માને છે. ગીતાનો એ ઉપદેશ હંમેશાં એમના હોઠો પર રહે છે કે મનુષ્યએ ફળની આકાંક્ષા છોડીને સત્કાર્ય કરતા રહેવું જોઈએ.

એ વર્ષે (૧૯૦૧)માં તેઓ દુર્ગાપૂજા ખૂબ મોટા સમારોહની સાથે મનાવવાની ઇચ્છાને ના રોકી શક્યા. હ્રદયથી અદ્વૈતવાદી હોવા પર પણ એમનામાં દ્વૈતવાદી સંસ્કાર ક્યારેક-ક્યારેક ઉભરી આવતા. પરંતુ સર્વત્યાગી સંન્યાસીઓને 'સંકલ્પપૂર્વક' પૂજા-અર્ચના કરવાનો અધિકાર ન હતો. ફક્ત પૂજાના દસ-બાર દિવસ પહેલાં મઠમાં વિવેકાનંદના મુખથી લોકોને ખબર થઈ કે આ વખતે મઠમાં દુર્ગાની પ્રતિમા રાખીને એની પૂજા કરવામાં આવશે. સ્વામીજીના એક ગુરુભાઈએ એની વચ્ચે એક સ્વપ્ન જોયું હતું કે દસ ભુજા માં દુર્ગા ગંગાની ઉપર થઈને દક્ષિણેશ્વરની તરફ મઠ તરફ ચાલી આવી રહી છે. બીજા દિવસે વહેલી સવારે જ્યારે સ્વામીજીએ દુર્ગાપૂજાના સંકલ્પની વાત ગુરુભાઈઓ અને શિષ્યોની સામે રાખી ત્યારે ઉક્ત ગુરુભાઈએ પોતાના સ્વપ્નની વાત પ્રગટ કરી.

આ વિષયમાં માતા શારદાની સંમતિ જરૂરી હતી, કેમ કે એમના નામ પર સંકલ્પ કરીને પૂજા સંપન્ન થવાની હતી. માતા શારદાએ સ્વીકૃતિ આપી દીધી. કુંભાર ટોળીમાં

પ્રતિમા બનાવવાનો આદેશ આપવામાં આવ્યો. ફાળો એકઠો કરીને મોટા પાયા પર મહોત્સવની તૈયારી શરૂ થઈ ગઈ. દીન-દુઃખીઓને સાકાર ઈશ્વર સમજીને તૃપ્તિપૂર્ણ ભોજન કરાવવું આ પૂજાનું મુખ્ય અંગ માનવામાં આવ્યું. એના સિવાય અનેક પરિચિત અપરિચિત બ્રાહ્મણોને પણ ભોજન માટે આમંત્રિત કરવામાં આવ્યા. બેલૂર મઠના સંન્યાસીઓનો આ ભક્તિભાવ જોઈને બ્રાહ્મણોના હૃદયથી વિદ્વેષની ભાવના દૂર થઈ ગઈ. એમને વિશ્વાસ થઈ ગયો કે મઠના આ અદ્વૈતવાદી સંન્યાસી વાસ્તવમાં હિન્દૂ જ છે. મઠનું શાંત વાતાવરણ ઉત્સવના શોરગૂલ, ચહેલ-પહેલથી ગૂંજી ઉઠ્યું. પત્ર-પુષ્પ, વંદનવાર, ઝંડી-પતાકા વગેરેથી મઠના પ્રાંગણમાં રંગ ભરાઈ ગયો. શરણાઈની મધુર તાન ગંગાની લહેરોની સાથે નૃત્ય કરવા લાગી. નગારાંના ગંભીર ટંકાર ભાગીરથીના બીજા તટના વાતાવરણને પણ કમ્પિત કરવા લાગ્યા.

માં દુર્ગાની પૂજા ત્રણ દિવસો સુધી નિર્વિઘ્ન પૂર્ણ થઈ. ફક્ત સપ્તમીની રાત્રે વિવેકાનંદને તાવ આવી ગયો. આથી તેઓ બીજા દિવસે વહેલી સવારે પૂજામાં સામેલ ના થઈ શક્યા. ખૂબ મના કરવા પર પણ મહાષ્ટમીની સંધ્યા પૂજાના સમયે તેઓ પોતાના રૂમથી ઉઠીને ચાલ્યા આવ્યા અને માં દુર્ગાને અંજલિ અર્પિત કરીને પાછા આવ્યા. નવમીની રાત્રે દેવીની સામે બેસીને ભાવવિભોર થઈને એમણે બે ગીત ગાયા, જે શ્રીરામકૃષ્ણ હંમેશાં ગાયા કરતા હતા.

આ વર્ષે વિવેકાનંદે મઠમાં પ્રતિમા રાખીને લક્ષ્મીપૂજા તથા કાલીપૂજા પણ શાસ્ત્રવિધિ અનુસાર કરી. કાલીપૂજાના તદનંતર એક દિવસ એમને પોતાની માતાનો સંદેશ મળ્યો કે તેઓ એમને કાલીઘાટમાં લઈ જઈને મહામાયાની પૂજા કરવા ઇચ્છે છે. બાળપણમાં સ્વામીજીના અસ્વસ્થ થવા પર એમણે માનતા માની હતી. અત્યાર સુધી તેઓ માનતાને પૂરી કરી શકી ન હતી. અહીં જ્યારે સ્વામીજી ફરી રોગગ્રસ્ત રહેવા લાગ્યા ત્યારે જલ્દી જ માનતા પૂર્ણ કરી દેવાની વાત એમના મનમાં આવવા લાગી. માતાની ભાવનાને સમજીને સ્વામીજી એમની સાથે કાલીઘાટ ગયા. જનનીના આદેશાનુસાર એમણે કાલી ગંગામાં સ્નાન કરીને, ભીના વસ્ત્રોમાં જ માં કાળીના મંદિરમાં પ્રવેશ કર્યો, પછી એમના ચરણોની પાસે નાના બાળકની સમાન ત્રણ વખત ભૂમિશાયી થયા. માતાની માનતા એવી જ હતી. પછી એના પછી સાત વખત મંદિરની પરિક્રમા કરીને મંદિરના ખુલ્લા આંગણ પર ખુદ હવન કર્યો. અસીમ આત્મબળી તેજસ્વી સંન્યાસીના આ અનુષ્ઠાનને જોવા માટે એ દિવસે કાલી મંદિરમાં ખૂબ ભીડ હતી. માનતાનું આ કાર્ય સંપન્ન કરીને જ્યારે સ્વામીજી બેલૂર મઠમાં આવ્યા, તો સંન્યાસીઓથી બોલ્યા- 'કાલીઘાટમાં અત્યારે પણ કેવો ઉદાર ભાવ જોયો. મને વિલાયતથી પાછા ફરેલ વિવેકાનંદ જાણીને પણ મંદિરના અધ્યક્ષોએ મંદિર પ્રવેશમાં કોઈ પ્રકારની આપત્તિ ના કરી, બલ્કે એમણે ખૂબ આદરની સાથે મંદિરની અંદર લઈ જઈને ઇચ્છાનુસાર પૂજા કરવામાં મદદ કરી.'

અદ્વૈતવાદી સંન્યાસી સ્વામી વિવેકાનંદે પોતાના જીવનના અંતિમ દિવસોમાં શાસ્ત્ર વિધિ અનુસાર મૂર્તિપૂજા તથા દેવી-દેવતાઓની આરાધના કરીને પોતાના વ્યક્તિત્વને ઉપર જ ઉઠાવ્યું છે. તેઓ દૃઢતાપૂર્વક કહેતા હતા- 'હું શાસ્ત્ર મર્યાદાને વિનષ્ટ કરવા માટે નહીં, બલ્કે એને પૂર્ણ કરવા માટે આવ્યો છું.'

આ પૂજા-આરાધના પછી સ્વામીજી પુનઃ એક વખત રોગની ચંગુલમાં ફસાયા. એમનું શરીર ખરાબ રીતે રોગથી પરાસ્ત થઈ ચુક્યું હતું. દમા, બહુમૂત્રતા, પગનો સોજો, બધું એક સાથે. પુનઃ આયુર્વેદિક ચિકિત્સા થવા લાગી. પાણી પીવું બિલ્કુલ નિષિદ્ધ હતું. એના સ્થાન પર દૂધ આપવામાં આવવા લાગ્યું.

ભોજન તથા અન્ય કાર્યો પર જાત-જાતના પ્રતિબંધ. પરંતુ તેઓ જ્યારે ક્યારેય પણ શરીરની શક્તિ એક્ઠી કરી શકતા, પથારી પર બેસી જતા અને શિષ્યોથી યુવક વિદ્યાર્થી સંગઠનની વાતો કરવા લાગતા અને યુવકોનું શરીર બળ અને ચરિત્ર બલ કેવી રીતે વધે, એની વ્યવસ્થા કરતા. વિશ્રામ, ઉચિત ચિકિત્સા તથા સેવા સુશ્રૂષાથી એમનો રોગ વશમાં આવવા લાગ્યો. છતાં પણ હજુ તેઓ પોતાના રૂમથી બહાર જરૂરી કાર્યવશ જ નિકળતા હતા.

આ દિવસોમાં મઠમાં જપ-તપ, સાધના-ભજન વગેરેનું ખૂબ જોર હતું. પ્રતિદિવસ સ્નાન પછી વિવેકાનંદ પણ પૂર્વવત્ મંદિરમાં જતા, રામકૃષ્ણના ચરણામૃતનું પાન કરતા, પછી એમની ચરણ-પાદુકાઓને મસ્તકથી સ્પર્શ કરીને પ્રણામ કરતા અને ત્યારે મઠના કાર્યોનું નિરીક્ષણ કરતા. આ જ વર્ષે (૧૯૦૧)ના અંતમાં જાપાનના બે પ્રસિદ્ધ વિદ્વાન બેલૂર મઠમાં સ્વામીજીથી મળવા આવ્યા. જાપાનમાં એક ધર્મસભાનું આયોજન કરવામાં આવ્યું હતું. આ લોકો સ્વામીજીને એ સભામાં આમંત્રિત કરવા આવ્યા હતા. જાપાનના એક બૌદ્ધ મઠના શ્રેષ્ઠ કાર્યકર્તા સન્માનનીય શ્રી ઓડાએ સ્વામીજીથી કહ્યું- 'તમારા જેવા વિખ્યાત વ્યક્તિ જો આ કાર્યમાં મદદરૂપ થાય, તો અમારો ઉદ્દેશ્ય અવશ્ય સફળ થશે. તમારે જરૂર અમારી મદદ કરવી જોઈએ. આ દિવસોમાંજાપાનમાં ધાર્મિક અભ્યુત્થાનની જરૂર છે. આ કાર્ય માટે તમારા સિવાય અમનેકોઈ બીજો વ્યક્તિ નજરે નથી આવતો.' એમની સાથે આવેલા બીજા વ્યક્તિ ડૉ. ઓકાકુરા પણ જાપાનની તત્કાલીન સ્થિતિનું વર્ણ કરીને સ્વામીજીથી ચાલવાનો અનુરોધ કરવા લાગ્યા. જાપાનમાં આધ્યાત્મિકતાના પ્રચાર યોગમાં આપવા માટે સ્વામીજીનું મન લાલાયિત થઈ ઉઠ્યું. તેઓ પોતાની શારીરિક અસ્વસ્થતાને ભૂલી ગયા અને જાપાન જવાની સંમતિ આપી દીધી.

સ્વામીજીના અદ્ભુત વ્યક્તિત્વના આકર્ષણના ચાલતા બંને જાપાની સજ્જન કેટલાય દિવસો સુધી મઠમાં જ રોકાયેલા રહ્યા. એમની સાથે સ્વામીજીની ધર્મ-ચર્ચા, ખાસ કરીને બૌદ્ધ ધર્મ તથા ભગવાન બુદ્ધના જીવન ચરિત્ર પર બહુધા થતી રહેતી. પાશ્ચાત્ય વિદ્વાનોએ બૌદ્ધ દર્શનને હિન્દૂ દર્શનના નિતાંત વિપરીત ઠેરવવા માટે જે તર્ક આપ્યા હતા, એમનું સ્વામીજીએ પૂર્ણ રીતે ખંડન કર્યું. એમણે બતાવ્યું કે બુદ્ધના મોટાભાગના ઉપદેશોની સાથે ઉપનિષદોનો વધારે મેળ છે. તેથી ઉપનિષદના જ્ઞાનકાંડ પર જ બૌદ્ધ દર્શનના પાયો છે. જાપાની વિદ્વાન સ્વામીજીની બૌદ્ધ દર્શનની વ્યાખ્યા સાંભળીને વિસ્મિત રહી ગયા. એમને એ જાણીને ખૂબ આશ્ચર્ય થયું કે સ્વામીજીએ બૌદ્ધ ધર્મ સંબંધી લગભગ બધી પુસ્તકો વાંચી લીધી હતી. તેઓ સમજી શકતા ન હતા કે તેઓ સ્વામીજીને એક બૌદ્ધ શ્રમણ કહે કે હિન્દૂ સંન્યાસી.

૧૯૦૨ ઈ.સ.ના જાન્યુઆરી મહીનામાં બંને જાપાની બૌદ્ધ અતિથિઓના નિમંત્રણ સ્વીકાર કરીને સ્વામીજીએ એ લોકોની સાથે બોધ ગયા માટે પ્રસ્થાન કર્યું. ઘણા દિવસો પછી જીવનની સંધ્યા વેળામાં એક વખત ફરી એ બોધિવૃક્ષની નીચે ધ્યાનાવસ્થિત થવાની

તક સ્વામીજીને મળી હતી. એમની પ્રસન્નતાની સીમા ન હતી. આજથી કેટલાય વર્ષ પહેલાં એમની આંખોની સામે સાકાર થઈ ગયું. ભાવુક વિદ્યાર્થી 'નરેન' સત્યની શોધમાં આ જ બોધિવૃક્ષની નીચે આંખો બંધ કરીને બેઠા હતા. એ સમયે એના મનમાં એક જ સત્ય ઉભર્યું હતું કે જે દેવતુલ્ય મનુષ્યનો સંગ છોડીને આટલી દૂર ભટકી રહ્યો છું. અંતતોગત્વા એ જ પાગલ મહાપુરુષના ચરણોમાં એણે શરણ લેવી પડશે. વાત બિલ્કુલ સાચી નિકળી હતી.

બોધ ગયા પછી બનારસ જવાનો નિશ્ચય થયો. બનારસમાં બે-ચાર દિવસ દર્શનીય સ્થાનોનું ભ્રમણ કરીને બંને જાપાની સજ્જનોએ સ્વામીજીથી વિદાય લઈ લીધી. જતા સમયે તેઓ સ્વામીજીથી આગ્રહ કરતા ગયા કે તેઓ પોતાના આવવાનો દિવસ જલ્દી નિશ્ચિત કરીને એમને સૂચિત કરી દે.

સ્વામીજીનું હૃદય કાશીમાં લાગી ગયું. કાશીના મોટા મહંત, પંડિતગણ અને યુવક વિદ્યાર્થી સ્વામીજીના ભાષણ અને શિક્ષાથી ખૂબ આકર્ષિત થયા. એ દિવસોમાં વિદેશ યાત્રા કરી આવવાવાળા લોકોને બ્રાહ્મણ મંડળી નીચી દૃષ્ટિથી જોતી હતી. ઘણા મંદિરોમાં એમનો પ્રવેશ પણ નિષિદ્ધ હતો. એવી સ્થિતિના રહેતા હોવા છતાં પણ એ લોકોએ સ્વામીજીનું મન ભરીને સ્વાગત કર્યું અને એમના વિચારોને માન્યતા આપી. એમણે ભિનગાના મહારાજાનું નિમંત્રણ પણ સ્વીકાર કર્યું. મહારાજાએ એમને કાશીમાં એક આશ્રમ સ્થાપિત કરવાનો આગ્રહ કર્યો. એના એક વર્ષના ખર્ચ માટે એમણે કેટલાક રૂપિયા સ્વામીજીને આપ્યા તથા ભવિષ્યમાં બરાબર મદદ કરવાનું આશ્વાસન પણ આપ્યું. સ્વામીજીએ કાશીમાં મઠ સ્થાપિત કરવાનું વચન આપ્યું. જ્યારે તેઓ કાશીથી કલકત્તા પાછા આવ્યા, તો સ્વામી શિવાનંદને આશ્રમની સ્થાપના માટે મોકલી દીધા.

કાશીમાં સ્વામીજી એક અજીબ આનંદની દુનિયામાં હતા. એનું એક રહસ્ય હતું. એમના ઉપદેશો અને શિક્ષાથી પ્રભાવિત ત્યાં એક બંગાળી યુવક સંગઠન કાયમ થઈ ગયો હતો. એ લોકો ખૂબ ઉત્સાહપૂર્વક સમાજહિતૈષી કાર્યોમાં લાગેલા હતા. અનાથ, રોગગ્રસ્ત તીર્થયાત્રીઓની સેવા એમનું પ્રથમ કર્તવ્ય હતું. ગંગાના તટ પર એક નાનું એવું મકાન ભાડા પર લઈ લીધું હતું, ત્યાં વૃદ્ધ અપંગ રોગીઓને લાવવામાં આવતા, પછી એમની ઔષધિ, પરિચર્યા તથા પથ્યની વ્યવસ્થઆ કરવામાં આવતી. શ્રદ્ધાપૂર્વક એવા નિઃસ્વાર્થ સેવા કરવાવાળા યુવકોના સંગમાં ભલું સ્વામીજી કેમ પ્રસન્ન ન રહેતા. આશાવાદી ઉત્સાહી યુવકોનો સંપર્ક એમની નસ-નસમાં જાણે ક્યાંની ઉમંગ અને જોશ ભરી દેતો. સ્વામીજીએ આ 'રામકૃષ્ણ સેવાશ્રમ'ની પ્રથમ રિપોર્ટની સાથે જનતાથી આર્થિક મદદ માટે એક અપીલ પણ પ્રકાશિત કરી. આજે પણ આ આશ્રમ 'રામકૃષ્ણ સેવાશ્રમ'ના નામથી જ વિખ્યાત છે.

કાશીમાં થોડા મહીના આનંદપૂર્વક સક્રિય જીવન વ્યતીત કર્યા પછી સ્વામીજી બેલૂર મઠ પાછા આવ્યા. એપ્રિલનો મહીનો. ગરમીનો પ્રકોપ આરંભ થઈ રહ્યો હતો. સ્વામીજી દૂર-દૂર સુધી ક્યારેક એકલા, ક્યારેક કોઈ ગુરુભાઈ અથવા શિષ્યની સાથે બહુધા સંધ્યા ભ્રમણ માટે નિકળી જતા હતા. એક દિવસે ત્રીજા પ્રહેરે ગંગાના તટ પર ટહેલતા-ટહેલતા એક શિષ્યએ દૂરથી કોઈ સંન્યાસીને ધીમે-ધીમે પોતાની તરફ આવતો જોયો. નજીક આવવા પર જાણ થઈ કે આ સાધુ બીજું કોઈ નહીં, પણ ખુદ સ્વામી વિવેકાનંદ હતા. તે ખૂબ મગ્ન થઈને પ્રેમથી ચનાચૂર ફાંકતા-ફાંકતા ચાલી આવી રહ્યા હતા. શિષ્ય પર દૃષ્ટિ પડતાં જ એમણે લલક કરીને કહ્યું, 'થોડા શેકેલા ચણા ખા. ખૂબ સારું મસાલેદાર

છે.' શિષ્યએ સહર્ષ પ્રસાદ લીધો અને પછી બંને મઠની તરફ ચાલી નિકળ્યા.

એ દિવસોમાં મઠની જમીનની સફાઈ તથા માટી ખોદવા અને ભૂમિને સમતલ બનાવવા માટે કેટલાક સંથાલ સ્ત્રી-પુરુષ મજૂરી કામ કરી રહ્યા હતા. સ્વામીજી હંમેશાં જ એ મજૂરોની પાસે જઈને કલાકો સુધી બેસતા, એમનાથી ઘર-ગૃહસ્થી, કામકાજ તેમજ સુખ-દુઃખની વાતો કરતા. એમની ખુશઈની વાતો પર તેઓ સરળતાથી હસતા અને દુઃખીની વાતો પર ભારે હૃદયથી રોતા. એક દિવસ કલકત્તાથી કેટલાક ખ્યાતિપ્રાપ્ત વ્યક્તિ એમનાથી મળવા મઠમાં આવ્યા. એ સમયે સ્વામીજી સંથાલ મજૂરોથી વાતચીત કરવામાં એટલા મગ્ન હતા કે જ્યારે એમન મઠમાં આવેલા ઉક્ત વ્યક્તિઓના વિષયમાં બતાવવામાં આવ્યું, તો એમણે એના પર કશું પણ ધ્યાન ન આપ્યું અને કહ્યું, 'આ સમયે હું નહીં મળી શકું. અત્યારે આમની સાથે ખૂબ મજામાં છું.' મજૂરોમાં કેષ્ટા નામનો એક વ્યક્તિ હતો,જેની સરળતા પર મુગ્ધ થઈને સ્વામીજી એને ખૂબ પ્રેમ કરતા હતા. કેષ્ટા પણ સ્વામીજીથી વાત કરવામાં ખૂબ ઠીક હતો.

એક દિવસ એણે સ્વામીજીથી કહ્યું- 'ઓ મારા સ્વામી, જ્યારે અમે લોકો કામ કરી રહ્યા હોઈએ છીએ, ત્યારે તમે અહીંયા ના આવ્યા કરો કેમ કે તમારી સાથે વાત કરવામાં અમારું કામ રોકાઈ જાય છે, અને એના પછી કામનું નિરીક્ષણ કરવાવાળા સ્વામી આવીને અમારા પર ફટકાર વરસાવે છે.' આ સાંભળીને એમની પલકો ભીંજાઈ ઉઠી. તેઓ બલ્યા, 'નહીં, નહીં, તેઓ તમને કશું નહીં કહે. તું પોતાના દેશની થોડી વાતો કર' અને આ પ્રકારે સુખ-દુઃખીની વાતોની રજત શ્યામ કડિઓ એક પર એક જોડાતી જતી. એક દિવસ સ્વામીજીએ કેષ્ટાથી પૂછ્યું, 'અરે, તમે લોકો એક દિવસ અમારે ત્યાં ભોજન કરશો?' કેષ્ટા બોલ્યો, 'અમે તમારા લોકોનું સ્પર્શેલું ભોજન નથી ખાઈ શકતા; તમારું સ્પર્શેલું મીઠું ખાવાથી અમારી જાત ચાલી જશે.' સ્વામીજીએ કહ્યું, 'અરે મીઠું કેમ ખાશો? તારા માટે મીઠા વગરની શાકભાજી પકાવી દઈશું, ત્યારે તો ખાઈશ ને?' કેષ્ટા તથા એના સાથવાળા બધા સંથાલ સંમત થઈ ગયા.

મઠમાં એક દિવસ એમના માટે પૂરી, શાક, મિઠાઈ, દહીં વગેરે જાત-જાતના મીઠારહિત પકવાન બન્યા. સ્વામીજીએ પોતાના હાથોથી ખુદ પિરસી-પિરસીને કેટલાય દરિદ્રનારાયણોને પ્રેમથી ભોજન કરાવ્યું. ખાતા-ખાતા કેષ્ટા બોલ્યો, 'ઓ સ્વામી, તમે એવી-એવી વસ્તુઓ ક્યાંથી મેળવી. અમે લોકોએ ક્યારેય આવું ખાવાનું નથી ખાધું.' સ્વામીજી એમના પત્તળો પર ભરપૂર ખાવાનું મૂકતા બોલ્યા, 'તમે લોકો તો નારાયણ છો, ભગવાનના રૂપ; આજે મેં નારાયણને ભોગ આપ્યો છે.' એ દિવસે સંથાલોના કામની રજા હતી. ભોજન પછી એમને વિશ્રામ કરવાનું કહેવામાં આવ્યું. જ્યારે તેઓ વિશ્રામ કરવા લાગ્યા, તો સ્વામીજીએ શિષ્યોથી કહ્યું, મને લાગે છે, જાણે આ સાક્ષાત્ નારાયણ છે. એવું સરળ ચિત્ત, એવો નિષ્કપટ સાચ્ચો પ્રેમ ક્યાંય નથી જોયો. એના પછી તેઓ ઘણા સમય સુધી એમના જ અભાવપૂર્ણ જીવનના વિષયમાં દુઃખી હૃદયથી વાતો કરતા રહ્યા અને શિષ્યોને સમજાવતા રહ્યા કે એવા લોકોને કષ્ટોને દૂર કરવા જ વાસ્તવિક સંન્યાસ છે.

'દેશના લોકો ભરભેટ ભોજન નથી કરી શકતા, એને જોતા, જાણતા હોવા છતાં પણ ખબર નહીં કેવી રીતે અમારા મુખમાં અન્ન જાય છે.' આમ કહીને તેઓ ખૂબ વિક્ષિપ્ત

થઈને ઝડપથી ટહેલવા લાગ્યા. પછી થોડી ક્ષણમાં રોકાઈને બોલ્યા, 'મનમાં આવે છે, મઠ વગેરે બધું વેચી દઉં અને આ બધા દુઃખી, દરિદ્રનારાયણોમાં વહેંચી દઉં. દેશ આ ગરીબ-દુઃખીઓ માટે કશું નથી વિચારતો. જે લોકો આપણા રાષ્ટ્રની રીઢ છે, જેમના પરિશ્રમથી અન્ન પેદા થઈ રહ્યું છે, જે મેહતર ડોમોના એક દિવસ પણ કામ બંધ કરવાથી શહેરભરમાં હાહાકાર મચી જાય છે હાય! આપણે કેમ ના એમની સાથે સહાનુભૂતિ કરીએ, દુઃખ-સુખમાં એમને સાંત્વના આપીએ. શું દેશમાં એવો કોઈ નથી રે? આ જુઓને, હિન્દુઓની સહાનુભૂતિ ન મેળવીને મદ્રાસ પ્રાન્તમાં હજારો પરિયા ઈસાઈ બનતા જઈ રહ્યા છે. એવું ન સમજવું કે આ ફક્ત પેટ માટે ઈસાઈ બને છે. અસલમાં આપણી સહાનુભૂતિ ન મેળવી શકવાને કારણે તેઓ ઈસાઈ બને છે. આપણે દિવસ-રાત ફક્ત એમનાથી એ જ કહેતા રહીએ છીએ 'સ્પર્શો નહીં, સ્પર્શો નહીં.' દેશમાં ભાઈ, હવે શું દયા ધર્મ છે? ફક્ત છુઆછૂત પંથીઓનું દળ રહી ગયું છે. ...હાય આ લોકો દુનિયાદારી કશું પણ નથી જાણતા. આથી તો દિવસ રાત પરિશ્રમ કરીને પણ અન્ન, વસ્ત્રનો પ્રબંધ નથી કરી શકતા. આવો, આપણે બધા મળીને એમની આંખો ખોલી દઈએ. હું દિવ્ય દૃષ્ટિથી જોઈ રહ્યો છું, એમના અને મારી અંદર એક જ બ્રહ્મ છે, એક જ શક્તિ વિદ્યમાન છે, ફક્ત વિકાસની ન્યૂનાધિકતા છે. બધા અંગોમાં રક્ત સંચાર કર્યા વગર કોઈ પણ દેશને ક્યારેય ઉઠતા જોયો છે? એક અંગના દુર્બળ થઈ જવા પર બીજા અંગના સબળ રહેવા પર પણ એ દેહથી કોઈ મોટું કામ નથી થતું, આ વાતને નિશ્ચિત જાણો.'

વાતો કરતાં-કરતાં સ્વામીજી એકાએક ગંભીર ચિંતામાં ખોવાઈ ગયા. હવે રાત થવા લાગી હતી. પાછળ-પાછળ એક શિષ્ય પણ ઉપર ગયો. સ્વામીજી પથારી પર સૂઈ ગયા. શિષ્યને પાસે ઊભેલો જોઈને એમણે પગ દબાવવાનું કહ્યું. બપોરમાં જરૂરથી વધારે ચાલવા-ફરવાના કારણે એમના શરીરમાં પીડા થવા લાગી હતી. શિષ્ય ચરણ સેવા કરતો રહ્યો. સ્વામીજીની સાથે એકાન્તની ક્ષણ મેળવીને એના મનમાં અનેક પ્રશ્ન જાગ્યા, પરંતુ સ્વામીજીની અત્યંત ગંભીર મુદ્રા જોઈને એમની સામે પોતાના પ્રશ્નો રાખવાનું સાહસ તે એક્હું ના કરી શક્યો. વધારે સમય વીતવા પર એણે ધીમેથી પોતાની શંકા સ્વામીજીની સમક્ષ રાખી કે આ દેશમાં અનેકાનેક ધર્મ છે, કેટલાય જ પ્રકારના વિચાર છે, આ બધુનો કોઈ એક ઉદ્દેશ્યની પ્રાપ્તિ માટે આપસમાં મેળ કરાવવો ખૂબ જ કઠિન કાર્ય છે.

સ્વામીજીનું મુખમંડળ લાલ થઈ ગયું. નસો ખેંચાઈ ગઈ. પોતાની વાણીને સંયત કરીને એમણે કહ્યું, 'જો કોઈ કાર્યને કઠિન માને છે, તો પછી અહીંયા ના આવતા.' પરંતુ આ શબ્દોની અંદર રોષની ધ્વનિ છુપાઈ ના શકી. તેઓ થોડી ક્ષણ રોકાયા, પછી શાંત સ્વરમાં સમજાવ્યું કે એનું કામ જાતિ અને વર્ણનો વિચાર છોડીને રુગ્ણ, શોષિત તેમજ દિન-દુઃખીઓની સેવા કરવાનું છે. એણે પરિણામની આશા છોડીને ફક્ત કર્મ કરવાનુ છે. શ્રી રામકૃષ્ણની ઇચ્છાથી સમય પર બધું ઠીક થઈ જશે.'

વાત કરતા-કરતા તેઓ થોડા અનમના થઈ ગયા. પછી બોલ્યા- 'આ શરીરની તો આ જ સ્થિતિ છે. તમારાથી તો કોઈ પણ મારા કામમાં મદદ કરવા માટે અગ્રેસર નથી થઈ રહ્યું. હું એકલો શું કરીશ? બોલ.' સ્વામીજીના ચહેરા પર નૈરાશ્યની કાલિમા

ઘેરાવા લાગી. શિષ્યએ ઢાઢસ આપ્યું- 'મહાશય આ બધા બ્રહ્મચારી, ત્યાગી પુરુષ તમારી પાછળ પડેલા છે. હું સમજું છું, તમારા કામમાં એમનામાંથી પ્રત્યેક જીવન આપવા માટે તૈયાર છે. છતાં તમે આવી વાતો કેમ વિચારી રહ્યા છો?' સ્વામીજી થોડા સહજ થયા અને ભાવવિભોર થઈને પોતાની ઈચ્છાને વાણી આપવા લાગ્યા. એમની લાલસા હતી કે એક એવા યુવક દળની, જે શરીર અને મસ્તિષ્કના સ્વસ્થ, ચરિત્રવાન અને બુદ્ધિશાળી હોય, જે દેશ માટે સોત્સાહ પોતાનું તન-મન બલિદાન કરી દે, જેણે હંમેશાં કાંટો ભરેલા માર્ગ પર આગળ વધવાનું શીખ્યું હોય. એવા જ યુવક એક નવીન ભારતનું નિર્માણ કરશે.

શ્રીરામકૃષ્ણનો જન્મોત્સવ આ વર્ષે ૧૮ ફેબ્રુઆરી ૧૯૦૨એ બેલૂર મઠમાં ધૂમધામથી મનાવવામાં આવ્યો. દૂર-દૂરથી શ્રદ્ધાળુ સજ્જન ઉત્સવમાં ભાગ લેવા આવ્યા હતા. મઠનું વિશાળ પ્રાંગણ જનરવથી આલોકિત હતું. ક્યાંક કીર્તન-ભજન થઈ રહ્યા હતા તો ક્યાંક પ્રસાદ વિતરણ. ખૂબ મોટી સંખ્યામાં દરિદ્રનારાયણોને ભોજન કરાવવામાં આવ્યું. પરંતુ આ ચારે તરફના આનંદ-ઉલ્લાસ પર એક વિષાદની છાયા મંડરાતી રહી. અસંખ્ય લોકોથી ભરેલા મઠના આંગમાં પણ સૂનાપણાનો આભાસ હતો. સ્વામી વિવેકાનંદનું શરીર ભીષણ રોગ યંત્રણાથી બિલ્કુલ અશક્ત થઈ ગયું હતું. પગોમાં એટલો વધારે સોજો હતો કે તેઓ ખુદ પોતાના પગ પર ઊભા થઈ શકતા ન હતા. નિર્બળતા પોતાની સીમા પર હતી. એમણે ઉત્સવમાં લોકોની વચ્ચે કોઈ પ્રકારે ઉપસ્થિત થવાની ઈચ્છા પ્રગટ કરી. પરંતુ ચિકિત્સકોએ એમને નીચે ના ઉતરવા દીધા અને વાતચીત કરવા પર પણ પ્રતિબંધ લગાવી દીધો. સ્વામીજીના રૂમના દ્વાર બહાર બરાબર કોઈને કોઈ શિષ્ય બેઠો રહેતો અને દર્શકોને અંદર જવાથી રોકતો. એનાથી ઘણા બધા આગન્તુકોને નિરાશા થઈ.

એક શિષ્ય રૂમમાં ધીમે-ધીમે સ્વામીજીના ચરણ સહેલાવી રહ્યો હતો. સ્વામીજીની સ્થિતિ જોઈને એનું મુખ મ્લાન થઈ ગયું. સ્વામીજી એના મનની વાત સમજીને બોલ્યા, 'શું વિચારી રહ્યો છે? શરીર ધારણ કર્યું છે, તો એને નષ્ટ થવાનું જ છે. તૂં જો લોકોમાં મારા ભાવોનો થોડું પણ પ્રવિષ્ટ કરાવી શક્યો, તો સમજીશ કે મારી શરીર ધારણ કરવાનું સાર્થક થયું.' આ સમયે કેટલાય પ્રકારની વાતચીત કરતા-કરતા સ્વામીજીએ ભવિષ્યમાં મનાવવામાં આવવાવાળા શ્રીરામકૃષ્ણ મહોત્સવના સંબંધમાં પોતાના વિચાર પ્રગટ કર્યા. તેઓ ઈચ્છતા હતા કે શ્રી રામકૃષ્ણનો જન્મ દિવસ ભવિષ્યમાં નવી રીતિથી મનાવવામાં આવે. આ ઉત્સવ-સમારોહ ચાર-પાંચ દિવસ સુધી ચાલતો રહે. પ્રથમ દિવસે શાસ્ત્ર-પાઠ તથા પ્રવચન, બીજા દિવસે વેદ-વેદાંત પર વિચાર તેમજ મીમાંસા, ત્રીજા દિવસે પ્રશ્નોત્તર, ચોથા દિવસે વ્યાખ્યાન, કીર્તન-ભજન, દીન-દુઃખીઓની સેવા વગેરે.

નીચે મઠ પ્રાંગણના ઝાલ અને મૃદંગના લયમાં બંધાયેલા કીર્તનની મધુર ધુન સંભળાઈ પડી રહી હતી. સ્વામીજી શિષ્યની મદદ લઈને પથારીથી ઉઠ્યા અને બારીની છડ પકડીને નીચે દશ્ય જોવા લાગ્યા. બુઝી-બુઝી આંખોમાં આશા અને ઉલ્લાસ ઝળકી ઉઠ્યો. પીડાથી મ્લાન મુખ પ્રફુલ્લિત થઈ ગયું. પછી બે મિનિટમાં જ લલાટ પર અસંખ્ય સ્વેદ કણ ઝિલમિલાવા લાગ્યા. નિર્બળતાથી શિથિલ થઈને તેઓ પુનઃ પથારી પર સૂઈ ગયા. શિષ્ય એમનું માથું સહેલાવા લાગ્યો. ક્ષણ ભર પછી સ્થિર થઈને સ્વામીજીએ પૂછ્યું, ' નીચે કેટલા માણસો હશે?' 'લગભગ પચાસ હજાર' શિષ્યએ કહ્યું. સ્વામીજીએ ટિપ્પણી કરી, 'ના, વધારે હશે તો ત્રીસ હજાર.'

સાંજ ઘેરાવા લાગી હતી. ડૂબી રહેલા સૂરજની ક્ષીણ, નિષ્પ્રાણ કિરણો રૂમને આલોકિત કરવાનો અસફળ પ્રયાસ કરી રહી હતી. ત્યાં દ્વારની બહાર સ્વામીજીના દર્શનાભિલાષી લોકોની ભીડ એકઠી થઈ રહી હતી. કેટલાક ગુરુભાઈ વિનમ્ર ભાવથી હાથ જોડીને લોકોથી નિવેદન કરી રહ્યા હતા કે સ્વામીજીની પાસે ન જાય, એનાથી સ્વામીજીના વિશ્રામમાં બાધા પડશે અને એમની તબીયત વધારે ખરાબ થઈ જશે. લગભગ બધા વ્યક્તિ નિરાશ થઈને પાછા ગયા. બીજા દિવસે જ્યારે સ્વામીજીને આ બધાની ખબર પડી તો તેઓ ખુબ દુઃખી થયા. ગુરુભાઈઓ અને શિષ્યોને બોલાવીને કહ્યું, 'જુઓ, આ દેહને રાખીને શું થશે? પરકલ્યાણમાં એનું પતન થઈ જાય. શ્રીરામકૃષ્ણએ અસહનીય રોગ યંત્રણા સહન કરીને પણ જીવનના અંતિમ દિવસ સુધી પરહિત માટે ઉપદેશ આપ્યો છે. મારે પણ શું એવું જ કરવું યોગ્ય નથી? તૃણ જેવો આ મામૂલી દેહ રહે કે જાય એની હું પરવાહ નથી કરતો. સત્યના અનુસંધાનકારી વ્યક્તિઓની સાથે સંભાષણ કરવામાંમને જે આનંદ આવે છે, એની તમે લોકો કલ્પના પણ નથી કરી શકતા.'

કેટલાય મહીના સુધી સતત ડૉક્ટરી ચિકિત્સા, વિશ્રામ, નિયમ અને પરહેજના સ્વામીજીના સ્વાસ્થ્ય પર સારો પ્રભાવ પડ્યો. પરંતુ આ બધાને કારણે મઠનો ખર્ચ વધી ગયો હતો. મઠના પૈસા પોતાના શરીર પર ખર્ચ કરવા સ્વામીજી માટે અસહ્ય પણ થઈ રહ્યું હતું. ઠીક એ જ સમયે એપ્રિલ મહીનામાં કુમારી જોસેફિન મેક્લીઉડ જાપાથી યૂરોપ જતા સમયે થોડા દિવસો માટે ભારતમાં સ્વામીજી મળવા માટે રોકાઈ ગઈ. સ્વામજી હજુ પૂર્ણ રૂપથી નિરોગ થયા ન હતા. પોતાની મિત્રતુલ્ય અમેરીકી શિષ્યાને બેલૂરમાં જોઈને તેઓ ખુબ ખુશ થયા. એક દિવસ વાતો જ વાતોમાં એમણે પોતાના આર્થિક સ્થિતિ પણ જોસેફિનની સામે રાખી દીધી, 'આ સંસારમાં મારા માટે હવે કશું નથી. મારી પાસે એક પૈસો નથી. મને અત્યાર સુધી જે કંઈ પણ મળ્યુ, એને મેં આપી દીધું.'

સ્વામીજીની સ્થિતિ જોઈને જોસિફિનનું હૃદય દ્રવિત થઈ ઉઠ્યું. એણે સ્વામીજીને આશ્વાસન આપ્યું કે જ્યાં સુધી તેઓ જીવિત રહેશે, એમના વૈયક્તિક ખર્ચ માટે તે ૫૦ ડૉલર (ત્યારે લગભઘ અઢીસો રૂપિયા) આપતી રહેશે. સ્વામીજીની ભ્રમરો થોડી ઉપર ઉઠી, લલાટ પર ચિંતાની સળવટો ઉભરી આવી, ક્ષણ ભર પછી એમણે કહ્યું, 'શું મારા માટે આટલુ પર્યાપ્ત છે?' 'હા, કેમ નહીં,' શિષ્યાએ જવાબ આપ્યો, પછી હસતા-હસતા એમની સામે બસ્સો ડૉલર રાખી દીધા. કોઈ બીજા દિવસે વાત જ વાતમાં સ્વામીજીએ જોસેફિનને કહ્યું, 'હું પોતાનું ચાલીસમું વર્ષ નથી જોઈ શકતો.' શિષ્યા સ્વામીજીના મુખમંડળને ગંભીરતાથી જોઈને સહમી ગઈ. છતાં પણ આશ્વાસનભર્યા શબ્દોમાં કહ્યું, 'પરંતુ સ્વામીજી, બુદ્ધે તો પોતાનું મહાન કાર્ય ચાલીસથી એસ્સી વર્ષની અવધિમાં કર્યું હતું.' સ્વામીજીના ચહેરાની ગંભીરતા આંખોમાં ધનીભૂત થઈ ગઈ. એમણે કહ્યું, 'મેં પોતાનો સંદેશ આપી દીધો અને મારે જવું જ જોઈએ.' શિષ્યા થોડી ગભરાઈ ગઈ અને બોલી ઉઠી, 'આખરે કેમ જવું જોઈએ?' સ્વામીજીએ જવાબ આપ્યો, 'કોઈ મોટા વૃક્ષની છાયામાં નાના-નાના વૃક્ષ નથી ઉછરી શકતા. એમને સ્થાન આપવા માટે મારે જવું જોઈએ.' શિષ્યાએ પછી કશું ના કહ્યું અને એણે વિષય પરિવર્તિત કરીને એમનું દઅયાન બીજી તરફ આકર્ષિત કરવાની ચેષ્ટા કરી.

દીપક ઓલવવાથી પહેલા લહલહાઈ ઉઠે છે, અને ક્ષણ ભર માટે વધારે પ્રકાશ આપવાનો ભ્રમ ઉત્પન્ન કરી દે છે. પોતાના જીવનના અંતિમ દિવસોમાં અવસાનના લગભગ એક મહીના પહેલાં સ્વામીજી વધારે સ્વસ્થ દેખાવા લાગ્યા હતા. ભલે જ અંદરને અંદર તેઓ તૂટી હયિ હોય, પરંતુ એને કોઈએ ના જાણ્યું. ધીમે-ધીમે સાંજ-સવારનું ભ્રમણ પણ પ્રારંભ થઈ ગયું હતું. નિશ્ચિત સમય પર ગુરુભાઈઓ અને શિષ્યોની સાથે બેસીને વેદાંતની ચર્ચા થવા લાગી હતી. પરંતુ મઠ કે રામકૃષ્ણ સંબંધી વાતોથી હવે એમની રુચિ જતી રહી. કોઈ વિષય પર તેઓ પોતાનો મત પ્રગટ કરતા ન હતા, બલ્કે ગુરુભાઈઓને જ વિશેષ સ્થિતિમાં નિર્ણય કરવાનું કહેતા. તેઓ ઇચ્છતા હતા કે હવે કોઈ એમને કોઈ પ્રકારની સલાહ આપવા માટે બાધ્ય ના કરે.

આ પ્રકારે લગભગ-લગભગ જીવનના બધા ક્ષેત્રોથી એમણે પોતાને ખેંચી લીધા. હવે એમના જીવનનો ફક્ત એક જ ઉદ્દેશ્ય રહી ગયો હતો, સમાધિ લગાવવી. હંમેશાં લોકો એમને ધ્યાન અને ચિંતનમાં મગ્ન જોતા. એમના આ ભાવ પરિવર્તનથી ગુરુભાઈઓ અને શિષ્યોને ખૂબ ચિંતા થતી. વર્ષો પહેલાં ગુરુદેવ રામકૃષ્ણએ ભવિષ્યવાણી કરી હતી કે પોતાનું કાર્ય સમાપ્ત કરી લીધા પછી નરેન નિર્વિકલ્પ સમાધિ ધારણ કરશે અને જ્યારે તે સારી રીતે સમજી લેશે કે તે કોણ છે, ત્યારે તે શરીરના બંધનમાં બંધાઈને નથી રહી શકતો. ગુરુદેવની આ વાણી હવે સાક્ષાત લક્ષિત થઈ રહી હતી. સ્વામી વિવેકાનંદના સમાધિલીન થવા પર આશ્રમના સંન્યાસીગણ એમને આ વિકટ ભાવ-ભૂમિથી ખેંચીને જીવનની સાધારણ હળવી-ફુલકી સપાટી પર લાવવાનો પ્રયત્ન કરતા, પરંતુ એમનો પ્રયત્ન મોટાભાગે નિષ્ફળ જ થતો.

બહેન નિવેદિતાએ લખ્યું છે- ''પોતાની વિદાયના થોડા જ દિવસ પહેલાં તેઓ કેટલાય ગુરુભાઈઓની સાથે અતીતની ઘટનાઓની ચર્ચા કરી રહ્યા હતા. એમાંથી કોઈ એક સંન્યાસી વાતો-વાતોમાં જ પૂછી બેઠો- 'સારું, સ્વામીજી, શું તમે સમજી લીધું કે તમે કોણ છો?' સ્વામજીએ તત્ક્ષણ જવાબ આપ્યો, 'હા, હવે હું સમજી ગયો છું.' એમના આ અપ્રત્યાશિત ઉત્તરે બધાને ભયભીત અને સ્તબ્ધ બનાવી દીધા. કોઈ પણ કશું આગળ પૂછવાનું સાહસ એક્હું ના કરી શક્યું. પરંતુ બધા સમજી ગયા કે સ્વામીજી હવે એ લોકોની વચ્ચે વધારે દિવસ સુધી નહીં રહે.''

નિર્વાણના એક સપ્તાહ પહેલાં સંધ્યા સમયે સ્વામીજી પોતાના રૂમમાં વિશ્રામ કરી રહ્યા હતા. એમનો એક ગૃહસ્થ શિષ્ય પોતાના કાર્યાલયથી સીધા બેલૂર મઠમાં સ્વામીજીના દર્શન માટે ચાલી આવ્યો હતો. રૂમમાં પહોંચતા જ તે સ્વામીજીના ચરણોમાં માથું ઝુકાવીને, એમના કુશળ-ક્ષેમ પૂછવા લાગ્યો. સ્વામીજીની દૃષ્ટિ શિષ્યથી વધારે એના પોશાકને ઘૂરી રહી હતી. એમણે કહ્યું, ' સારો છું પરંતુ જ્યારે તૂ કોટ-પેન્ટ પહેરે છે, તો કૉલર કેમ નથી લગાવતો?' એના પછી નજીક જ ઊભેલા સ્વામી શારદાનંદને બોલાવીને એમણે કહ્યું, 'મારા જે કૉલર છે, એમાથી બે કાલે વહેલી સવારે આને આપી દેજો.' એના પછી શિષ્ય મઠના બીજા રૂમમાં જઈને ઑફિસમાંથી કપડાં ઉતારીને, ધોતી પહેરીને તથા હાથ-મ્હોં ધોઈને સ્વામીજીની પાસે વાર્તાલાપની ઇચ્છાથી સ્થિર થઈને બેઠો.

એના બેસતા જ સ્વામીજે પૂર્વ વિષયની કડી પકડી લીધી- 'આહાર, પોશાક અને જાતીય આચાર-વિચારનો પરિત્યાગ કરવા પર ધીમે-ધીમે જાતીયતા લુપ્ત થઈ જાય છે.

વિદ્યા બધાથી શીખી શકાય છે, પરંતુ જે વિદ્યાની પ્રાપ્તિથી જાતીયતાનો લોપ થાય છે, એનાથી પ્રગતિ નથી થતી, અધ:પતન થાય છે.' શિષ્યએ સહેમતા ધીમેથી કહ્યું કે અધિકારીઓ દ્વારા નિશ્ચિત પોશાક પહેરીને ન જવાથી કામ નથી બનતું. સ્વામીજીએ એની વાત પર હસતા-હસતા એને સમજાવ્યું- 'એને કોણ રોકે છે? ઑફિસમાં કામ કર વા માટે એવી પોશાક તો પહેરવી જ પડશે. પરંતુ ઘેર જઈને સીધો બંગાળી બાબૂ બની જા. એ જ ધોતી, શરીર પર કમીજ કે કુર્તા, ખભા પર ચાદર, સમજ્યો!' શિષ્યએ સ્વીકારોક્તિમાં માથું હલાવ્યું. સ્વામીજી ફરી સમજાવવા લાગ્યા- 'તમે લોકો ફક્ત કમીજ પહેરીને જ જેના-તેના ઘેર ચાલ્યા જાઓ છો. એ (પાશ્ચાત્ય) દેશમાં એવી જ પોશાક પહેરીને લોકોના ઘેર જવું ખૂબ અસભ્યતા સમજવામાં આવે છે. કોટ પહેર્યા વગર કોઈ પણ સભ્ય વ્યક્તિ પોતાના ઘરમાં ના ઘુસવા દેશે. એ પોશાક વિશે તમે લોકોએ શું અધૂરું અનુકરણ શીખ્યું છે. આજકાલના છોકરાઓ જે પોશાક પહેરે છે, તે ના તો દેશી છે ના તો વિદેશી, એક અજીબ મિલાવટ છે.' આ શિષ્ય સ્વામીજીથી મળવા તથા એમનાથી કેટલાક જરૂરી ઉપદેશ લેવા દૂરથી આવ્યો હતો, તેથી એમણે એને નિરાશ ના કર્યો. એ દિવસે સંધ્યા સમયે વધારે વાર સુધી એનાથી વાર્તાલાપ કરતા રહ્યા.

એના બીજા દિવસે વિવેકાનંદે સ્વામી શુદ્ધાનંદને બોલાવીને પંચાંગ લાવવાનો આદેશ આપ્યો. પંચાંગ પ્રાપ્ત થવા પર તેઓ એને વધારે સમય સુધી ઉલટતા-પુલટતા રહ્યા. લાગતું હતું, એના પૃષ્ઠોથી કોઈ વસ્તુ શોધી કાઢવા ઇચ્છતા હોય, કોઈ નિર્ણય કરવા ઇચ્છતા હોય. અચાનક એક સ્થાન પર એમની દૃષ્ટિ બંધાઈ ગઈ. કદાચ જે તેઓ ઇચ્છતા હતા એ એમને મળી ગયું. એમણે પંચાંગ બંધ કરીને એક તરફ રાખી દીધું અને ખુલ્લી બારીથી બહાર જોવા લાગ્યા.

માનવ-સ્મૃતિ છેલ્લા મોકા પર ભુલાવો આપી દે છે. આંખોની સામે વિઘટિત થતું સત્ય નજરે નથી પડતું. સંન્યાસીઓના જીવનમાં આ પંચાંગ જોવાની ઘટનાની પુનરાવૃત્તિ થઈ હતી. પંચાંગ મંગાવવાના ઠીક એક સપ્તાહ પછી સ્વામીજીના દેહાવસાન પર એ લોકોના સ્મૃતિપટનો પરદો હટ્યો અને એમને યાદ આવ્યું કે ગુરુદેવ શ્રીરામકૃષ્ણએ પણ શરીર ત્યાગના થોડા દિવસ પહેલાં એક શિષ્યથી પંચાંગ મંગાવ્યું હતું અને પંચાંગ જોઈને કોઈ વિશેષ દિવસ નિશ્ચિત કરી લીધા પછી એમણે શિષ્યને પંચાંગ પાછું આપતા કહ્યું હતું, 'બસ હવે વધારે જરૂર નથી.' સ્વામી વિવેકાનંદે પણ ગુરુદેવના ચરણ ચિહ્નોનું જ અનુસરણ કર્યું. પરંતુ કાશ, કોઈ સમજી શકતું. મૃત્યુના ત્રણ દિવસ પહેલાં મઠના મેદાનમાં સ્વામી પ્રેમાનંદની સાથે ટહેલતા-ટહેલતા વિવેકાનંદે ગંગાના તટ પર એક વિશેષ સ્થાનની તરફ આંગળીથી સંકાત કરતા કહ્યું, 'જ્યારે હું શરીર ત્યાગ કરું, ત્યારે મારા સંસ્કાર ત્યાં જ કરજો.' આજે એ પાવન સ્થાન પર એમની સ્મૃતિમાં એક મંદિર સ્થિત છે. અંતિમ દિવસોની એમની કેટલીક વાતો વ્યવહાર જાણે કે અજાણ્યે અર્થપૂર્ણ અને રહસ્યમય થતા હતા. એનું વિશ્લેષણ લોકોએ પછીથી કર્યું.

સન્ ૧૯૦૨ની ૨ જુલાઈ. બુધવારનો દિવસ. આજે એકાદશી છે. સ્વામીજીએ ઉપવાસનું વ્રત રાખ્યું છે. બહેન નિવેદિતા પોતાની વિદ્યાલયના વિષયમાં એમનાથી થોડી સલાહ લેવા આવી છે. તે પૂછી રહી છે કે વિદ્યાલયમાં વિજ્ઞાનન અભ્યા શરૂ કરવામાં આવે કે નહીં. એમનો પોતાનો વિચાર છે કે વિજ્ઞાનનો વિષય વિદ્યાલય માટે

જરૂરી છે. થોડું વિચારીને સ્વામીજી અનમના ભાવથી બોલે છે, 'કદાચ તું ઠીક વિચારે છે. પરંતુ મારું મસ્તિષ્ક કોઈ બીજી વસ્તુમાં વ્યસ્ત છે. હું મૃત્યુની તૈયારીમાં છું.' અજીબ ઉલઝી-ઉલઝી વાતો. બહારથી બિલ્કુલ સ્વસ્થ દેખાવાવાળા વિવેકાનંદ, આજે આટલા ખોવાયેલા-ખોવાયેલા, ઉદાસીન કેમ છે? આ સમયે એમને કદાચ એકાંત જોઈએ છે. બહેન નિવેદિતા ઉઠીને જવા માટે તૈયાર થઈ. 'પરંતુ તારે ભોજન અવશ્ય કરી લેવું જોઈએ.' કહેતા-કહેતા તેઓ ઉઠ્યા અને શિષ્યાને ખુદ પોતાના હાથે ભોજન પિરસીને ખવડાવવાની ઇચ્છા પ્રગટ કરી.

વહેલી સવારનું ભોજન બનીને તૈયાર હતું- સાદા ભાત, બાફેલા બટાટા, બાફેલા કટહલના બીજ અને બરફની સમાન ઠંડું દૂધ. પૂર્ણ ભારતીય પદ્ધતિ અનુસાર ભૂમિ સ્થિત આસન પર બહેન નિવેદિતા ભોજન માટે બેઠી છે. સ્વામીજી એમની સામે રાખેલી થાળીમાં ભાત, બટાટા અને કટહલના બીજ ખૂબ ઉત્સાહની સાથે પિરસી રહ્યા છે. એમની આંખોમાં સંતોષ અને ચહેરા પર સ્મિત છે. શિષ્યા તથા અન્ય સંન્યાસી સ્વામીજીના આ પરિવર્તિત રૂપને જોઈને મનમાં ને મનમાં વિસ્મિત છે. ભોજન સમાપ્ત થાય છે. તેઓ ઉઠીને હાથ ધોવા આગળ વધે છે. પરંતુ સ્વામીજી ખુદ એમના એઠાં હાથો પર પાણી નાખવા લાગે છે. શિષ્યાને ગુરુના આ વ્યવહારથી થોડી ઝીઝક થાય છે, ત્યારે જ ગુરુ શિષ્યાના બંને હાથોને રૂમાલથી લૂછવા લાગે છે. 'એવુ તો મારે તમારા માટે કરવું જોઈતું હતું સ્વામીજી, તમારે મારા માટે નહીં.' શિષ્યાએ સહમતા વિરોધ કર્યો. 'ઈસા મસીહે તો પોતાના શિષ્યોના ચરણ ધોયા હતા.' ગુરુની શાંત ગંભીર વાણીથી શિષ્યા ચોંકી ઉઠી. હોઠ ખુલતા જ બોલવા માટે, પરંતુ શબ્દ બહાર આવતા ન હતા. હકીકતમાં તેઓ અંતિમ વખત એમનાથી મળી; અંતિમ વખત એમની સાથે વાતો કરી શકી.

શુક્રવાર, ચાર જુલાઈ. સ્વામી વિવેકાનંદ આજે વહેલી સવારે જ ઉઠી ગયા છે. બીમારી પછી આટલા પહેલા પથારી છોડવાની આદત છૂટી ગઈ હતી. તેઓ પોતાના રૂમની નીચે આવે છે, પછી સંન્યાસીઓની સાથે બેસીને ધ્યાન કરે છે. થોડી ક્ષણ પછી બધાની સાથે ચા પીતા-પીતા, અતીતની નાની-નાની ઝલકીઓ પ્રસ્તુત કરતા-કરતા તેઓ વાતોમાં નિમગ્ન થઈ જાય છે. અચાનક એમને કશું યાદ આવે છે. તેઓ કાલી મંદિરની તરફ વધી જાય છે. મંદિરનમાં પ્રવેશ કર્યા પછી એની ખુલ્લી બારી અને દરવાજાઓને અંદરથી બંધ કરી લે છે. આ એમને એકાએક શું થઈ ગયું? એવું તો તેઓ ક્યારેય કરતા ન હતા. ગુરુભાઈઓ અને શિષ્યાઓને આશ્ચર્ય થાય છે. તેઓ કશું સમજી નથી શકતા. લગભગ ત્રણ કલાક, આઠથી અગિયાર વાગ્યા સુધી મંદિરમાં સમય વિતાવ્યા પછી એમણે મંદિરની સીડીઓથી ધીમે-ધીમે ઉતરતા અમે જોઈએ છીએ. લાગે છે, જાણે તેઓ પોતાની ચારે તરફના વાતાવરણથી અછૂતા કોઈ બીજા ભાવલોકમાં વિચરણ કરી રહ્યા છે. આંખો ખોવાયેલી-ખોવાયેલી છે. હોઠોથી માતા કાલીનું એક ભજન 'મન ચલ નિજ નિકેતને' ગણગણાવી રહ્યા છે. એમને આ અર્ધચેતન અવસ્થઆમાં જોઈને કોઈને સાહસ ના થયું કે એમની પાસે જાય કે એમનાથી વાત કરે. સ્વામીજી મંદ સ્વરમાં ભજન ગાતા-ગાતા મઠના પ્રાંગણમાં ટહેલવા લાગે છે.

આ સ્વર-લહેરી અતીતની યવનિકા સરકાવી દે છે. સંન્યાસી ગુરુભાઈ પોતાના સ્મૃતિ પટલ પર જોવા લાગે છે, કિશોર નરેનને, દક્ષિણેશ્વરના પાવન દેવાલયમાં બેસાડીને એ જ ગીત ગાતા. સામે ગુરુદેવ શ્રીરામકૃષ્ણ નિર્નિમેષ દષ્ટિથી એ ગૌરવર્ણ, મોટી-મોટી આંખોવાળા કિશોરને જોઈ રહ્યા છે. એમના નેત્રોથી ભાવપૂર્ણ આંસૂ વહી રહ્યા છે. કેવું કરૂણ દશ્ય છે આ! ટહેલતા-ટહેલતા સ્વામીજી ધીમેધીમે કંઈક બોલી રહ્યા છે. દૂરથી સંન્યાસીઓને એમના અસ્પષ્ટ શબ્દ સંભળાય છે, પરંતુ સ્વામી પ્રેમાનંદ, જે એમના નજીક છે, સ્વામીજીને સાંભળી લે છે, ‘જો આ સમયે કોઈ બીજો વિવાકનંદ હોત તો સમજી શકતો કે વિવાકનંદે શું કર્યું છે, પરંતુ સમય પર અનેક વિવેકાનંદ જન્મ ગ્રહણ કરશે.’ પ્રેમાનંદ ચોંકી ઉઠે છે. નહીં, નહીં, સ્વામીજી હજુ અર્ધચેતન અવસ્થામાં છે, ત્યારે જ આવી વાતો કરી રહ્યા છે. પોતાની સ્વાભાવિક સ્થિતિમાં પહેલાં તો એમણે આ પ્રકારની વાતો ક્યારેય નથી કરી. વધારે સમય પછી એમની તંદ્રા ભંગ થાય છે.

ભોજનનો સમય થઈ ગયો છે. કેટલાય મહીના પછી આજે સ્વામીજી સંન્યાસી ગુરુભાઈઓ અને શિષ્યોની સાથે લાઈનમાં બેસીને ભોજન કરવા બેસે છે. અસ્વસ્થ થયા પછી સ્વામીજીનું ભોજનનું સ્થાન અને સમય બીજા લોકોથી ભિન્ન થઈ ગયું હતું. પરંતુ આજના નિયમ ભંગનું એક રહસ્ય હતું. ભોજન કરતા સમયે સ્વામીજીની મનઃસ્થિતિ વધારે સુધરી ચુકી છે. તેઓ ખૂબ પ્રફુલ્લિત દેખાઈ રહ્યા છે અને સંન્યાસીઓની સાથે હાસ્યમય વાર્તાલાપમાં રત છે. થોડા કલાક પહેલાંના સ્વામી વિવેકાનંદ જાણે ક્યાં લુપ્ત થઈ ગયા. હસી-હસીને ભોજનનો સ્વાદ લેતા જાણે તેઓ બીજા કોઈ સ્વામી લાગે છે. વાતચીતના સિલસિલામાં સંન્યાસીઓની સામે તેઓ ઈચ્છા પ્રગટ કરે છે કે કાલે શનિવારે કાલી પૂજનનો શુભ દિવસ છે, તેથી દેવીના મંદિરમાં વિશેષ રૂપથી અર્ચના-ઉપાસના થવી જોઈએ. ભોજન પછી દેવી પૂજનની જરૂરી સામગ્રીઓની વ્યવસ્થઆ કર વા માટે કેટલાક સંન્યાસીઓને આદેશ આપવામાં આવે છે.

અત્યારે સ્વામીજી વિશેષ રૂપથી પ્રસન્ન દેખાઈ રહ્યા છે. તેઓ બોલી રહ્યા છે કે આજે તેઓ અન્ય દિવસોની અપેક્ષો વધારે સ્વસ્થ અને સ્ફૂર્તિપૂર્ણ છે. એક વાગ્યે તેઓ બધા સંન્યાસીઓને બોલાવે છે અને સંસ્કૃત વ્યાકરણનો ક્લાસ પ્રારંભ કરી દે છે. વિષય ખૂબ નીરસ છે, પરંતુ સ્વામીજીના પઠન-પાઠનની ક્રિયા એવી રોચક છે કે રહી-રહીને સંન્યાસીઓના મુક્ત હાસ્યથી રૂમ ગૂંજી ઉઠે છે. ત્રણ કલાકનો લાંબો, ભારે સમય હવાની પાંખ લગાવીને જાણે કેવી રીતે ઉડી ગયો, કોઈને જાણ પણ ન થઈ.

આ ક્લાસ પછી સ્વામીજી થોડા થાકેલા લાગે છે. તેઓ થોડા સમય માટે આરામ કરવા માટે પોતાના રૂમમાં ચાલ્યા જાય છે, પરંતુ વિશ્રામ ખાસ ના કરી શક્યા. સ્વામી પ્રેમાનંદથી વાતચીત કરતા-કરતા તેઓ બેલૂર બજારની તરફ સંધ્યા ભ્રમણ માટે નિકળી પડે છે. રસ્તામાં જાત-જાતની રુચિકર વાતો- અતીત, વર્તમાન અને ભવિષ્યને સ્પર્શતી. ક્યારેક ગુરુદેવ શ્રી રામકૃષ્ણ, તો ક્યારેક આશ્રમના પશુ-પક્ષી, તો ક્યારેક એક વૈદિક કૉલેજની સ્થાપનાની વાત. વાતોની કડી જોડતા-જોડતા બંને સંન્યાસી ભ્રમણ સમાપ્ત કરીને મઠમાં પાછા આવે છે.

ગોધૂલિ વેળા આશ્રમના વાતાવરણને મટમેલું બનાવી ચુકી છે. સ્વામીજી થોડી ક્ષણ મઠના સંન્યાસી-બ્રહ્મચારીઓથી હસી-બોલીને ઉપર પોતાના રૂમમાં ચાલ્યા જાય છે.

ટેબલ પર રાખેલા દીપકનો મંદ પ્રકાશ રૂમમાં તરી રહ્યો છે. રૂમની બધી બારીઓ અને દ્વાર ખુલ્લા છે. સ્વામી ગંગાની તરફ ખુલી રહેલી બારીની પાસે જઈને ઊભા થઈ જાય છે. અમાવસ્યાની રાત. બહાર ઘોર અંધકાર છે, પરંતુ ઉપર આકાશ સ્વચ્છ છે. એના નીલ પટ પર અગણિત નક્ષત્ર જગમગાઈ રહ્યા છે અને નીચે આષાઢના નવા મેઘને પોતાના અંકમાં ભરીને ગંગા હર્ષથી ઉમડી રહી છે. સ્વામીજી થોડી ક્ષણ સુધી નિશ્ચલ, નિર્નિમેષ નયનોથી ગંગા-પાર સ્થિત દક્ષિણેશ્વરના મંદિરની તરફ જોતા રહે છે. કોઈનું મૌન નિમંત્રણ, કોઈનું મૂક આહ્વાન એમને વિકળ બનાવી રહ્યું છે. તેઓ દ્વારની તરફ વધે છે અને આંગણામાં ઊભેલા સંન્યાસીથી કહે છે કે જ્યાં સુધી તેઓ અવાજ ન આપે, ત્યાં સુધી કોઈ એમની પાસે ન આવે. રૂમના ઠીક મધ્ય ભાગમાં બિછાવેલા મૃગાસન પર બેસીને તેઓ સમાધિસ્થ થઈ જાય છે. એમના નેત્ર બંધ છે, કોણ જાણે આ બંધ પલકોની અંદરનું મનશ્ચક્ષુ અનિમેષ એ ચિરંતન સત્યમ્, શિવમ્, સુન્દરમ્‌ની દિવ્ય છટા નિહારી રહ્યું હોય. એમના શાંત ગંભીર મુખમંડળ પર એક આલોકિક આભા તરી આવી છે. મમત્વનો સ્વર્ણ-પાશ ખુલી રહ્યો છે, કર્મના બંધન તૂટી રહ્યા છે. ધર્મ, દર્શન, શાસ્ત્ર, નીતિ, મંદિર, મઠ બધું જ એક જ ભંવરમાં ચક્કર ખાતુ-ખાતુ લુપ્ત થઈ રહ્યું છે, કોઈ દિવ્ય પ્રકાશપુંજમાં સમાતું જઈ રહ્યું છે.

રાત્રિના આઠ વાગ્યા છે. હાથમાં રુદ્રાક્ષની માળા લઈને સ્વામીજી આસનથી ઉઠે છે. દ્વાર પર આજ્ઞાની પ્રતીક્ષામાં ઊભેલો સંન્યાસી લપકીને સ્વામીજીની સેવા માટે રૂમમાં આવી જાય છે. 'ખૂબ ગરમી છે, જરા માથા પર પંખો તો નાખ' કહેતા-કહેતા સ્વામીજી ભૂમિ પર બિછાયેલી પોતાની પથારી પર સૂઈ જાય છે. સૂતા જ પલકો બંધ થઈ જાય છે. લાગે છે જાણે તરત એમને ઊંઘ આવી ગઈ હોય. સંન્યાસી પંખો નાખતો રહે છે.

લગભગ એક કલાક વીતવા આવ્યો. પરંતુ સ્વામીજીની નિદ્રા ભંગ ના થઈ. થોડી અનહોની જેવી વાત હતી. આ પ્રકારે અસમય તો સ્વામજી ક્યારેય સૂતા ન હતા. કદાચ સૂતા-સૂતા જ સ્વામીજી સમાધિરત થઈ ગયા હોય. સંન્યાસી વિચારતો રહ્યો. નવ વાગ્યે રાત્રિ ભોજન માટે નીચે વાગતી ઘંટડીની ધ્વનિ રૂમના શાંત વાતાવરણને આલોડિત કરી ગઈ. સંન્યાસીની આંખો સ્વામી પર કેન્દ્રિત છે. સ્વામીજીની બંને ભુજાઓમાં થોડી ધ્રૂજારી થાય છે. પછી બે વખત ક્ષીણ કરાહની સાથે ઊંડી શ્વાસો- પહોળા વૃક્ષ ફૂલ પર ઉઠે છે. નીચે પડે છે, ઉપર ઉઠે છે, પડે છે. ત્યારપછી તકિયા પર રાખેલું સીધું માથું ઝટકાની સાથે બગલમાં ઝૂકી જાય છે. અરે, આ બધું શું થઈ રહ્યું છે! સંન્યાસી ભાગતો-ભાગતો નીચે જાય છે.

ખબર મળતા જ મઠના બે પ્રમુખ સંન્યાસી, સ્વામી પ્રેમાનંદ અને સ્વામી નિશ્ચયાનંદ વિવેકાનંદના રૂમમાં આવે છે અને એમની પાછળ-પાછળ અન્ય શિષ્ય, ગુરુભાઈ વગેરે. સ્વામીજીનું શરીર નિતાંત નિષ્પંદ અને નિશ્ચલ છે. બંને ગુરુભાઈ સ્વામીજીના હૃદય અને કલાઈ પર પોતાની આંગળીઓ ફેરવીને કંઈક ટટોળવાનો પ્રયત્ન કરી રહ્યા છે. એમના મુખમંડળ પર સ્વેદકણ ઉભરી આવ્યા છે, પરંતુ તેઓ પોતાના પ્રયત્નમાં અસફળ રહે છે. સ્વામીજીના હૃદય અને નાડીની ગતિ બંધ થઈ ગઈ છે. કઠોર સત્ય પર એમને વિશ્વાસ નથી થઈ રહ્યો. શક્ય છે, આ નિર્વિકલ્પ સમાધિનું કોઈ દુષ્કર રૂપ હોય. જે પણ હોય, સ્વામીજીની ચેતના હવે પાછી આવવી જ જોઈએ. પ્રેમાનંદ તેમજ નિત્યાનંદ

ગુરુદેવ શ્રીરામકૃષ્ણનું પાવન નામ સ્વામીજીના કર્ણ કુહરોની પાસે ઉચ્ચરિત કરવાનું આરંભ કરી દે છે. આની વચ્ચે કલકત્તાના ખ્યાતિ પ્રાપ્ત ડૉક્ટર આવી પહોંચે છે. તેઓ સ્વામીજીના શરીરની પૂર્ણ રૂપથી પરીક્ષા કરે છે. એમનો નિષ્કર્ષ છે કે સ્વામીજીની ચેતના કોઈ હાલતમાં પાછી નથી આવી શકતી.

સાત વર્ષ પહેલાં વિવેકાનંદે માતા કાલીથી પ્રાર્થના કરી હતી :

માં, મને એ તટ સુધી પહોંચાડો.
જ્યાં આ સંઘર્ષ ના હોય,
આ પીડાઓ, આ આંસુઓ અને ભૌતિક સુખથી દૂર,
જે તટની મહિમાને
આ રવિ, શશિ, ઉડુગન અને વિદ્યુત પણ અભિવ્યક્તિ નથી આપતા
ફક્ત એના પ્રકાશને પ્રતિબમ્બ લઈને ફરે છે.
ઓ માં, મૃગપિપાસાથી ભરેલા સ્વપ્નોના આ આવરણ
તને જોવાથી મને ના રોકી શકે,
મારો ખેલ સમાપ્ત થઈ રહ્યો છે માં;
આ શ્રૃંખલાની કડીઓ તોડો,
મુક્ત કરો મને!

આજે માં કાલીએ એમની આ પ્રાર્થના સાંભળી લીધી.

★★